మనిషి దీపమైనా కావాలి. అద్దమైనా కావాలి. ఒకటి వెలుగునిస్తుంది. మరొకటి దాన్ని ప్రతిబింబిస్తుంది. ప్రతివారూ దీపం కాలేక పోవచ్చు. కాని అద్దం కాగలరు. తనకు తెలిసిన జ్ఞానాన్ని మరొకరికి పంచడమే జీవితం.

—అరిస్టాటిల్

" నిద్ర పుచ్చే బెడ్ ల్యాంప్ కన్నా, చదివించే పుస్తకం(బహుమతిగా) మిన్న" అన్న ఉద్దేశ్యముతో.....

Presented to

....

By

....

సందర్భము

....

Date

....

Address

....

....

....

యండమూరి వీరేంద్రనాథ్

విజయానికి ఆరో మెట్టు

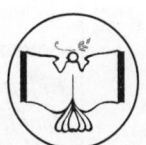

నవసాహితి బుక్ హౌస్

ఏలూరు రోడ్ • విజయవాడ-520002

VIJAYANIKI AARO METTU

By :
YANDAMOORI VEERENDRANATH
36, U.B.I. Colony,
Road No. 3, Banjara Hills,
HYDERABAD - 500 034.
Ph : **924 650 2662**
yandamoori@hotmail.com
yandamoori.com

SARASWATHI VIDYA PEETAM,
Kakinada - Samalkot Road,
MADHAVAPATNAM.
(E.G. Dist., A.P.)

Publishers :
NAVASAHITHI BOOK HOUSE
Eluru Road, Near Ramamandiram,
Vijayawada - 520 002.
Ph : 0866 - 2432 885
navasahithiravi@gmail.com

Printers :
Nagendra Enterprises
Vijayawada-3, Ph : 2435115.

Cover Design :
Kasi Digitals
Vijayawada

Price :
₹ 300/-

PRINTING HISTORY :

Edition	Date
First Edition	: Nov. '04
Second Edition	: Dec. '04
Third Edition	: Feb. '05
Forth Edition	: May '05
Fifth Edition	: Nov. '05
Sixth Edition	: June '06
Seventh Edition	: Jan. '07
Eighth Edition	: Aug. '07
Ninth Edition	: April '08
Tenth Edition	: Feb. '09
Eleventh Edition	: Nov. '09
Twelth Edition	: Nov. '10
Thirteenth Edition	: Aug. '11
Fourteenth Edition	: Aug. '12
Fiftheenth Edition	: Nov. '13
Sixteenth Edition	: Nov. '14
Sevententh Edition	: April '16
Eighteenth Edition	: Jan '18
Nineteenth Edition	: Dec'2020
Twentieth Edition	: Dec'2023

I believe in myself
'cause, if at all
the God exists,
He dwells in me.

అంకితం

గీతాసారాన్ని
తన జీవితానికి
అన్వయించుకోగల
ప్రతీ ఒక్కరికీ

-రచయిత

యండమూరి వీరేంద్రనాథ్
విజయానికి ఆరోమెట్టు

వివిధ పత్రికల అభిప్రాయాలు

మనోవికాసపు గీతాసారం

కష్టాలు వచ్చినప్పుడు బాధ కలగడం సహజం. కానీ కష్టాలు చాలాసార్లు కాలంతోపాటు కలిసిపోతుంటాయి. పెనువేగంతో పరుగెత్తే జీవితం నుంచి ఒక నిమిషం ఆగి, పక్కకు వెళ్ళి అసలీ కష్టాలు ఎందుకొచ్చాయనేది ఆలోచిస్తే... అనేక కొత్త విషయాలు తెలుస్తాయి. కేవలం కష్టాలే కాదు.... సుఖాల వెనకున్న భావం కూడా అర్థమవుతుంది. అయితే ఈ శోధన అంత సులభం కాదు. స్థిత ప్రజ్ఞుడైన అర్జునుడికి కూడా కృష్ణుడు జ్ఞానబోధే 'భగవద్గీత'. సమస్య ఏమిటో.... అది ఎందుకు వస్తుందో... ఏయే బలహీనతల వల్ల దాన్ని ఎదుర్కోలేక పోతున్నామో .... భగవద్గీత చక్కగా వివరిస్తుంది. ఈ అంశాలపై ఆధారపడి రాసిన మనోవికాస పుస్తకమే 'విజయానికి ఆరోమెట్టు'.

రచయిత యండమూరి వీరేంద్రనాథ్ నవలా రచయితగా, ఆ తర్వాత మనోవికాస పుస్తక రచయితగా లబ్ధప్రతిష్ఠుడు. ప్రధానంగా యువత మానసిక వికాసాభివృద్ధికి భగవద్గీత తోడ్పడేలా చేయాలన్నదే రచయిత లక్ష్యం. మనోవికాస పుస్తక రచనలో ఇదొక ప్రయోగం. విపత్కర పరిస్థితులకు ఎదురు నిలిచి విజయం సాధించిన ధీరుల కథనాలు ఇందులో ఆసక్తి కలిగిస్తాయి. రచయితగా 36 ఏళ్ళ చరిత్ర కలిగిన యండమూరి జీవితంలో ఈ పుస్తకం మరో మైలురాయి. "ఈ పుస్తకానికి 'ముందు మాట' అంటూ ఏమీ ఉండదు. ఉండకూడదు. అది, యుద్ధానికి ముందు పద్యం పాడటం లాంటిది. వెనకటి తరానికి పద్యం వినటం ఇష్టం. ఈ తరానికి యుద్ధంలో దూకటం ఇష్టం" అనే సిరివెన్నెల మాటల పుస్తకం దశ, దిశ, లక్ష్యాలను చెప్పకనే చెప్తాయి.

-ఈనాడు.

వినూత్న ప్రయోగం

కురుక్షేత్ర సంగ్రామంలో తన బంధుమిత్ర పరివారాన్ని చంపవలసి వచ్చిందే అని సంశ యిస్తున్న అర్జునునికి కృష్ణుడు బోధించిన కర్తవ్యసారమే భగవద్గీత. అన్ని వేల సంవత్సరాల నుంచీ ఇది సజీవంగా వుండటానికి కారణం అందులోని జీవిత సత్యమే. ప్రముఖ రచయిత యండమూరి వీరేంద్రనాథ్ ఒకానొక సందర్భంలో భగవద్గీతను చదివి ముద్ధుడై ఆ విషయ పరిజ్ఞానాన్ని అందరికీ అందించాలన్న తాపత్రయంతో చేసిన వినూత్న ప్రయోగమే ఈ పుస్తకం. సామాన్యులు చదవటానికి సంశయించే గీతను సులభశైలిలో, అత్యంత ఆసక్తికరంగా మన ముందుంచారు.

మనిషి తన జీవితకాలంలో సంపాదించు కోవలసిన ధైర్యం, సంపద, ఆరోగ్యం, కీర్తి, జ్ఞానం, శాంతి అనే ఆరు ఆస్తులను సముపార్జించటానికి భగవద్గీత ఏ విధంగా తోడ్పడుతుందో వివరించే పుస్తకమే 'విజయానికి ఆరోమెట్టు'. త్యాగం, తత్వజ్ఞానాలను బోధించే భగవద్గీత ఉద్దేశ్యం కర్మఫల త్యాగం, ఫలితాన్ని ఆశించకుండా కర్తవ్యాన్ని నిర్వహించటం వరకే మన వంతు. ఫలితాన్ని ఆశించకుండా వుండటం ఎలా సాధ్యమవుతుంది?

సమస్య ఎందుకు వస్తుంది? ఎదురైన సమస్యను ఏ విధంగా ఎదుర్కొనాలి? అంతిమంగా సాధించ బోయే ప్రయోజనాలేమిటి.... అనే విషయాలను అరటిపండు వొలిచి చేతిలో పెట్టినట్లుగా గీతలోని శ్లోకాల సాయంతో సోదాహరణంగా వివరించారు రచయిత.

కేవలం పుస్తకాలు చదవడం వల్లనే ప్రయోజనం వుండదని, వాటిలోని మంచిని గ్రహించి దానిని ఆచరించినప్పుడు మాత్రమే సంపూర్ణ ప్రయోజనం సాధించగలరని అంటారు రచయిత. మూర్ఖుడు తన అనుభవం ద్వారా కూడా జ్ఞానాన్ని గ్రహించలేడని, సామాన్యుడు స్వానుభవం ద్వారా పాఠం నేర్చుకుంటాడని, తెలివయిన వాడు ఇతరుల అనుభవాల నుంచి పాఠాన్ని నేర్చుకుంటాడని, జ్ఞాని ఆలోచన ద్వారానే సత్యాన్ని గ్రహిస్తాడని చెబుతూ జ్ఞానికి, మూర్ఖుడికి మధ్య తేడాను చక్కగా వివరించారు యండమూరి. - 'నవ్య'

ఆంధ్రజ్యోతి వీక్లి

ఆచరణీయ ఆధునిక గీత

అజరామర తాత్త్విక చింతన ఆధారంగా విజయానికి నిచ్చెన వేసే రచన

మార్పును ఆకళింపు చేసుకుని, మానసికంగా, భావోద్వేగపరంగా తాము మారగలిగినవారు జీవితంలో ముందుకు దూసుకెళతారు. లేకుంటే వ్యక్తుల జీవితాల్లో, సామాజిక జీవనంలో పెను సంక్షోభాలేర్పడతాయి. వాటిని అధిగమించే ఆచరణీయ మార్గాలను పూర్వం మత ప్రవక్తలు బోధించేవారు. ఇప్పుడు ఆ బాధ్యతను మానసిక చికిత్సకులు, మేనేజ్‌మెంట్ కన్సల్టెంట్లు, వ్యక్తిత్వ వికాస గురువులు భుజాలకెత్తుకున్నారు. భారతదేశంలో బాబాలు, స్వామీజీలు అలాంటి బాధ్యతను నిర్వహిస్తున్నట్లు కనిపించినా, వారిలో ఎక్కువమంది తమ శిష్యుల చూపును ఇహంకన్నా పరంవైపు మళ్ళిస్తారు. ఫలితంగా సంసారాన్నీ, వృత్తి వ్యాపారాలను విడచి పెట్టి భజనల్లో, ధ్యానంలో గడిపే ధోరణికి ప్రోత్సాహం లభిస్తుంది.

మత గ్రంథాలకు భాష్యం చెప్పే పనిని బాబాలు, ముల్లాలు, ఫాదిరీలకు వదలి పెట్టకుండా, ఆయా మతాల బోధలకు, సూక్తులు, ఉవాచలకు సమకాలీన భాష్యం చెప్పి, కర్తవ్య బోధ చేయడంలో పాశ్చాత్య రచయితలు సిద్ధహస్తులు.

ఇదే ఒరవడి యండమూరి వీరేంద్రనాథ్ రచన విజయానికి ఆరో మెట్టులో ప్రతిఫలించింది. విజయ సాధకుడికి ఎటువంటి మనస్తత్వం అవసరమో అద్భుతంగా వివరించిన ఈ గ్రంథానికి, విజయానికి తెలిమెట్టు అనే శీర్షిక పెట్టి ఉంటే సముచితంగా ఉండేది.

ఏమైతేనేం, మార్పు కడలిలో మనిషికి చుక్కానిలా ఉపయోగపడే గ్రంథాన్ని వెలువరించడంలో యండమూరి కృతకృత్యులయ్యారు. తన కృషికి భగవద్గీతను ఆసరా తీసుకోవడం భేషుగ్గా ఉంది. ఎన్నో ఇజాలు వచ్చినా మనిషి మీద మతం పట్టు ఇప్పటికీ కొనసాగుతోందంటే కారణం-అందులో అజరామర సత్యమేదో ఉందని జనం విశ్వసించడమే. ఆ సత్యాన్ని ఆధునిక సమాజానికి అన్వయించి, అవగతపరచడానికి యండమూరి ప్రశంసనీయ ప్రయత్నం చేశారు. "బుద్ధివాది అంటే విషయం తెలిసినవాడు. జ్ఞాని అంటే తెలుసుకున్న విషయాన్ని ఆచరణలో పెట్టేవాడు" అని నిర్వచించి, తన పుస్తకాన్ని పిన్నలూ పెద్దలకూ ఆచరణ యోగ్యంగా తీర్చిదిద్దారు.

"కోరికలు లేకపోవడం వేరు, కోరికలు తీర్చుకోలేకపోవడం వేరు... కోరిక లేనిచోట తృప్తి ఉంటుంది. కోరిక తీర్చుకోవడంలో ఆనందం ఉంది. తాను తృప్తిగా ఉండాలో, ఆనందంగా ఉండాలో తేల్చుకోవలసింది మనిషే. ఏ కోరికా లేకపోతే మాత్రం మనిషి జీవితం ఆగిపోతుంది" అంటూ, "తాను ఏం చేస్తే ఇంకా ఆనందంగా ఉండగలడో తెలుసుకోవడమే నిజమైన తెలివి" అని ప్రకటించారు. "చదువు పట్ల కోరిక ఉండాలి, అది కర్తవ్యం. కర్తవ్యం వేరు, కోరిక వేరు. కర్తవ్యానికి వ్యతిరేకంగా పనిచేసే విషయాల పట్ల కోరిక ఉండకూడదు" అంటూ యువతకు మార్గదర్శకం చేశారు. ఫలాపేక్షతో పని చేయకుము. పని చేయడమే లాభము (నీ కర్తవ్యం)" అనే భగవాను వాచను ఉటంకిస్తూ పని చేయడంలోనే ఆనందం పొందాలని నూరిపోశారు.

- ఇండియా టు డే

'భగవద్గీత' షడ్గుణ ఐశ్వర్యాలు : 'విజయానికి ఆరోమెట్లు'

'డబ్బు ఒక రాక్షసి!' "ఇది నిజం కాదు!!"

ఒక రచయిత 'భగవద్గీత సాక్షి'గా రాసుకున్న అక్షరాలివి. ఆయన అంతరంగం – 'అంతర్ముఖుడు' ('బయటికి సంసారివలె కనపడినా లోపల బ్రహ్మజ్ఞాన పరిపూర్ణుడైన వాడు' అని శబ్దరత్నా కరము అర్థం) ఆలింగ నానికి తహతహలాడు తోంది. తన ముప్పయ్ ఆరేళ్ల రచనా జీవితం ఒక కొత్త రచనకై 'దైవాన్వేషణ' వైపు తొంగిచూసింది.

ఆధ్యాత్మిక పుస్తకాలు కొత్తవి ఏవైనా వచ్చాయేమో చూద్దామని కోఠిలోని (హైదరాబాద్) ఓ పుస్తకాల దుకాణానికి వెళ్లాను. 'విజయానికి ఆరోమెట్లు' అంటూ అట్టమీది యండమూరి వీరేంద్ర నాథ్ పేరు పలకరించింది.

"భగవద్గీతా? ఈ పేరు ఎక్కడో విన్నట్టు న్నదే" అన్న స్థితి నుంచి వచ్చే తరాన్ని పరిరక్షించు కోవటం కోసం.....

మనసుని నిలుపుజేశాయి.

ఇవ్వాళ్టి తెలుగు యువతలో 'భగవద్గీత' పఠించిన వారి శాతానికంటే యండమూరి వీరేంద్రనాథ్ లోగడ రాసిన 'విజయానికి ఐదు మెట్లు' వ్యక్తిత్వ వికాస పుస్తకం చదివినవారి సంఖ్యే ఎక్కువ. మనకు భగవద్గీత ప్రామాణిక గ్రంథం అన్న సంగతి చాలామందికి తెలిసినా **'శ్రీభగవాన్'** ఉవాచలోని సారాంశం, జీవితం ఎంతమంది యువతీ యువకులకు పరిచయ మన్నది ప్రశ్నార్థకం.

"భగవద్గీతంటే 'భయభక్తులు' అని భావిం చేలా చేసిన మహా పండితులందరికీ ఓ వంక సాష్టాంగ పడుతూనే, ఎవరికీ తెలియనంత రహస్యం గా మన హృదయంతో యండమూరి వీరేంద్రనాథ్ ఓ ఊసు చెప్పాడు. పెద్దగా శ్లోకాలకీ, నారికేళ పాకాలకీ పోకుండానే, స్కూలు పిల్లలకీ, చిన్నా చితకా, ఆడా మగా అందరికీ, 'ఇది ఒక బెస్ట్‌ఫ్రెండ్' అనే ఒక కొత్త వావి వరస (*MODERN RELATION*) కలిపాడు" అని సిరివెన్నెల సీతారామశాస్త్రి 'విజయానికి ఆరోమెట్లు' గురించి చెబుతూ సూక్ష్మీక రించారు.

"మనిషి మంచి మనుగడే మతము యొక్క అభిమతము. ఆ విధంగా భగవద్గీతని కూడా కొత్త కోణంలోంచి చూడగలగాలి. కొందరు ఛాందసులు దీనిని ఒప్పుకోకపోవచ్చును. కానీ మారుతున్న కాలంతోపాటు మనిషి మారక తప్పదు" అని యండమూరి వీరేంద్రనాథ్ 'విజయానికి ఆరో మెట్టు' లక్ష్యాన్ని వివరించారు.

"విజయానికి ఆరో మెట్టు' పుస్తకం చదువుతూ న్నంతసేపు యండమూరి వీరేంద్రనాథ్‌లోని 'ఆధ్యాత్మిక ఆధునిక వ్యక్తిత్వం' కనిపిస్తుంది.

డబ్బు సంపాదించడం గురించి యండమూరి వీరేంద్రనాథ్ 'విజయానికి ఆరోమెట్టు' పుస్తకంలో చాలా నిక్కచ్చిగా చెప్పారు.

డబ్బు సంపాదించాలంటే ఎవర్నయినా మోసం చెయ్యాలన్న అభిప్రాయం వదులుకోవాలి. "తుపాకులు చెడ్డవి" అన్న సామెత లాటిది ఇది. తుపాకులు చెడ్డవి కావు. వాటిని పేల్చే వారిలో కొందరు చెడ్డవారు వుండొచ్చు.

'విజయానికి ఆరోమెట్టు' రాయడానికై 'భగవద్గీత శోధన'లో యండమూరి పొందిన ఆనందం, సంతృప్తి అక్షరాల్లో నిక్షిప్తమైంది.

'విజయానికి ఆరోమెట్టు' చదువుతూ ఉంటే, ఒక గంధర్వుడు మనకి దగ్గరిగా వచ్చి, మన బాగుకోరే ఒక స్నేహితుడిగా, గురువుగా 'ఉపదేశం' ఇస్తున్నట్టు అనిపించింది.

'విజయానికి ఆరోమెట్టు'ని మీ మనసుకు దగ్గరగా తీసుకోండి. ఆపైన చదవడం మొద లెట్టండి. జీవితానికి ఉపయోగపడే ఒక మంచి పుస్తకం. **– దైవమ్ మాసపత్రిక**

భగవద్గీతకు ఆధునిక భాష్యం
విజయానికి ఆరోమెట్టు

'భగవద్గీతా? ఈ పేరు ఎక్కడో విన్నట్టున్నదే' అన్న స్థితి నుంచి వచ్చే తరాన్ని పరిరక్షించుకోవడం కోసం.... ప్రముఖ రచయిత యండమూరి

వీరేంద్రనాథ్ రచించిన పుస్తకం 'విజయానికి ఆరోమెట్టు'. భగవద్గీతకు అనేక మంది భాష్యాలు రాశారు. అయితే వ్యక్తిత్వ వికాసపరంగా వచ్చిన తొలి పుస్తకం ఇదేనని చెప్పవచ్చు.... ముఖ్యంగా తెలుగులో.

'గీతను మించిన వ్యక్తిత్వ వికాస పుస్తకం లేద'నే యండమూరి అభిప్రాయంతో అందరూ ఏకీభవించాల్సిందే. సమస్యలో చిక్కుకున్న అర్జునుడికి సరైన దారి చూపినవాడు శ్రీకృష్ణుడు. ఆ దారే భగవద్గీత. ఆనాడు అర్జునుడు ఎదుర్కొన్న సమస్య ఈనాడు ప్రతి ఒక్కరూ ఎదుర్కొంటున్నారు. పరిష్కారం కోసం నానామార్గాలు... పెద్దవారి సలహాలు, మిత్రుల సూచనలు, జ్యోతిషాలు, పూజలు కాదంటే సైకాలజిస్టులను ఆశ్రయిస్తున్నారు. సమస్యలను సృష్టించుకోవడం, ఆ తర్వాత వాటిని పరిష్కరించుకోవడానికి తంటాలు పడేకంటే అసలు సమస్యలే రాకుండా చూసుకోవడం మంచిది కదా! ప్రివెన్షన్ ఈజ్ ఆల్వేస్ బెటర్ దేన్ క్యూర్ అంటారు కదా! అలా చేయాలంటే భగవద్గీతను చదవాల్సిందే. అందులో సమస్యకు కారణాలు, దానికి పరిష్కార మార్గాలు ఆది సైకాలజిస్టు శ్రీకృష్ణుడు చక్కగా వివరించాడు. ఆ తత్త్వం అర్థంకాని వారికి, అర్థం చేసుకోవాలన్న కోరికున్న వారికి, అర్థం చేసుకోలేనివారికి ఈ 'విజయానికి ఆరోమెట్టు' ఓ గైడ్‌లా ఉపయోగపడుతుంది.

ప్రతి మనిషికి దాసదాసీజనం, భృత్యులు, పుత్రులు, మిత్రులు, బంధువులు, వాహనాలు, ధనం,. ధాన్యం.... అనే అష్ట ఐశ్వర్యాలు సమకూరాలని పెద్దలు ఆశీర్వదిస్తుంటారు. అయితే వీటిని మించి ప్రతి మనిషికి ధైర్యం, ధనం, తేజస్సు, కీర్తి, జ్ఞానం, వైరాగ్యం... అనే షడ్గుణ ఐశ్వర్యాలు ఉండాలని రచయిత ప్రతిపాదిస్తాడు. ఆ ఆరు గుణాలను అందుకోవడానికి గీత ఎలా ఉపయోగపడుతుందో చెప్పే ప్రయత్నమే ఈ ఆరోమెట్టు.

'భయం తలుపు తట్టింది. సాహసం తలుపు తీసింది.

ఎదురుగా ఎవరూ లేరు.'

నిజమే కదా.... ధైర్యంగా వ్యవహరిస్తే, ధైర్యంగా ఆలోచిస్తే ప్రతి సమస్యకూ పరిష్కారం దొరుకుతుంది. అయితే ఆ ధైర్యంలేక అర్థంలేని భయాలతో చాలామంది జీవితాలను దుఃఖభరితం చేసుకుంటారు. మరి ధైర్యం ఎక్కడనుంచి వస్తుంది ? 'మనిషికి ధైర్యాన్నిచ్చేదీ, ధైర్యాన్ని పోగొట్టేదీ భవబంధమే' అంటారు యండమూరి. నిజమైన బంధం ఎంతటి ధైర్యాన్నిస్తుందో వివరిస్తూ అందించిన బ్రిటిష్ ప్రధానమంత్రి డేవిడ్ జార్జి (1916-21) తల్లి కథ అద్భుతం. ఇక ధైర్యాన్ని పోగొట్టే రెండో అంశం స్వార్థం. మానవులందరూ స్వార్థజీవులే. అయితే ఆ స్వార్థం పరిధి పెరిగేకొద్దీ నిస్వార్థంగా మారుతుంది. రెడ్‌క్రాస్ వ్యవస్థాపకుడు హెన్రీడ్యునాన్ట్ ఉదంతం ఇందుకు చక్కని ఉదాహరణ. యువతలో స్వార్థకేంద్రం ఇటీవలి కాలంలో విపరీతంగా పెరగడానికి కారణం ఇంట్లో పరిస్థితులే అని చెప్పి వదిలేయకుండా దాన్ని తగ్గించాలంటే ఇంట్లో ఎలాంటి పరిస్థితులు ఉండాలో చక్కగా వివరించారు.

యండమూరి శైలి గురించి ప్రత్యేకంగా చెప్పాల్సింది లేదు. పుస్తకం తెరచిన దగ్గర నుంచి ముగిసే వరకు చదివించడం అతని ప్రత్యేకత. భగవద్గీత లాంటి తాత్త్విక గ్రంథాన్ని ఇంత సులువుగా, సరళంగా చెప్పడం అతనికే చెల్లింది. ముఖ్యంగా ఇందులోని కథల కూర్పు గొప్పగా ఉంది. గీతను కొత్తగా అర్థం చేసుకోవాలనుకునేవారు కూడా దీనిని చదవాలి. **- ఆంధ్రజ్యోతి**

మానవ జీవితంలోని ప్రతి అంశాన్ని టచ్ చేస్తూ వచ్చారు యండమూరి.

గీతను మించిన వ్యక్తిత్వ వికాస పుస్తకం లేదు అంటూ, సందేశం ఒకవైపు ఆసక్తి గొలిపే కథలూ - విశ్లేషణలూ బోనస్‌గా మరొకవైపు వివరణలు ఇస్తూ, సరికొత్త ప్రయోగాన్ని చేయడం అపూర్వం. ఈ పుస్తకం అన్ని వర్గాల వారినీ ఆసాంతం చదివిస్తుందనడంలో సందేహం లేదు. అంతే కాకుండా వారే చెప్పినట్లు ఇందులోని అంశాలను ఆచరణలో పెట్టివారికి సత్ఫలితాలూ వుంటాయి.

- జనబలం (లోక్‌సత్తా మాసపత్రిక)

విషయ సూచిక

సెలయేరు లాంటి సముద్రం

ముందే తెలుసు నాకు. ముందూ వెనుకా చూడకుండా ముక్కు మూసుకుని మునకేస్తే అంత తేలిగ్గా తేలనని! ఆ సంగతి అతడికీ తెలుసు. అయినా అడిగేసాడు - 'అడుగెయ్యవా?' అని.

ఇది .... పాతాళం దాకా లాక్కుపోయేటంత లోతైన సముద్రం అనీ, పాదాలు కూడా తడపలేనంత అమాయకపు సెలయేటి వేషం వేసుకుందనీ! అలాటి అఖాతంలోకి... దూకక తప్పని పరిస్థితి కల్పించిన 'అతను', నేరస్తుడా కాదా అని తేల్చటానికి ప్రజల ముందుకు తీసుకొస్తున్నాను.

* * *

ఈ పుస్తకానికి 'ముందు మాట' అంటూ ఏమీ వుండదు. ఉండకూడదు. అది, యుద్ధానికి ముందు పద్యం పాడటం లాటిది.

వెనుకటి తరానికి పద్యం వినటం ఇష్టం.

ఈ తరానికి యుద్ధంలో దూకటం ఇష్టం.

సంక్లిష్టమైన శాస్త్ర చర్చని కూడా చందన చర్చలా అందంగా సాగించగల వీరేంద్రుడి నేర్పు నాకిష్టం. చందమామ కథలో కూడా సాంకేతిక సమాచారాన్ని పొందిగ్గా పొదగగల అతడి కూర్పు నా కిష్టం. ఆ నేర్పూ కూర్పూ వెనుక, తన కున్న కోటి పాఠకుల్లో ఒకరి గుండెనైనా, తన సరదా శైలి చాటున వున్న సీరియస్‌నెస్ స్పృశిస్తే చాలనుకునే అతడి ఆరాటం నాకిష్టం.

అలాటి పుస్తకం గురించి, ముందు మాటగా కాస్త ఏదైనా 'అనవా' అని, ఔనంటే ఎంత కష్టమో గుర్తించి కూడా, కాదనలేనంత ఇష్టాన్ని కలిగించి నాపై ఇంత అఘాయిత్యం చెయ్యటం తప్పా కాదా?

వీరేంద్ర పాఠకులు రెండే రకాలు. కొమ్ముకాసే పాండవులు. కొమ్ము విసిరే కౌరవులు. ఇరు పక్షాలకీ వారి వారి పద్ధతుల్లో అతని రాతలూ, రీతులూ అర్థం అవుతాయి. పిల్లి అనగా బిడాలము లేదా మార్జాలము అనే తెలుగు మీరిన పీఠాధిపతిగా నన్ను వీధిన పడేయటం చిలిపితనం కాక మరేదయినా వుందా ? ముప్ఫై ఏళ్ళ వయసూ, డైబ్భై గ్రంథాల యశస్సూ వున్న వీరేంద్ర వాణిని, 'విపంచినై వినిపించితిని' అనాలా ఇవాళ?

"ఆయనేదో అమాయకంగా అడిగాడు. నువ్వేదో ఇరకాటంతో సై అన్నావు. మీ సిగపట్లు మా మధ్య దేనికి? ఈ పేజీల ఖర్చు దేనికి?" అని మీరు కర్రందుకునే లోగా, అతడు చేసిన చమత్కారం చెబుతా వినండి.

* * *

అనుకున్నాక, అంటానన్నాక, మొక్కుబడిగా మూడు ముఖస్తుతి మాటలు గీకి పడెయ్యి కూడదు కదా! రెండు ముచ్చట్లు, మూడు దీవెనలు, నాలుగు తిట్లూ తిట్టనివ్వాలి కదా. కానీ అలా ఏం మిగిల్చాట్ట? అంతా ఉపోద్ఘాతంలో తనే చెప్పేసుకుని, తనే 'శ్రీరామ రక్ష' అనేసుకుని, చెప్పటానికీ, మనసు విప్పటానికీ మరేమీ లేకుండా చేసాడు. ముందుకెళ్ళి మీరే చూడండి.

"భగవద్గీతకు భాష్యం చెప్పేటంత ఘనాపాటివా నువ్వు? పోనీ ఇంత వరకూ ఎవరూ చెప్పనంత కొత్తగా ఏదైనా చెప్పావా?" అంటూ పీకట్టు కోవాలన్న నా కోరికకి 22 వ పేజీలోనే సమాధానం చెప్పి నా పేనా పీక నొక్కేసాడు. వినయాలు పోతూనే చేతబడి చేసాడు.

భగవద్గీతంటే 'భయభక్తులు' అని భావించేలా చేసిన మహా పండితులందరికీ ఓ వంక సాష్టాంగ పడుతూనే, ఎవరికీ తెలియనంత రహస్యంగా మన హృదయంతో ఓ ఊసు చెప్పాడు. పెద్దగా శ్లోకాలకీ, నారికేళ పాకాలకీ పోకుండానే, స్కూలు పిల్లలకీ, చిన్నా చితకా, ఆడా మగా అందరికీ, 'ఇది ఒక బెస్ట్ ఫ్రెండ్' అనే ఒక కొత్త వావి వరస (MODERN RELATION) కలిపాడు.

ఎలాగూ ప్రస్తావన వచ్చింది కాబట్టి గుర్తు చేస్తున్నాను. ఋషి, పర్ణశాల నుంచి ఇప్పటి వరకూ అతని ప్రతి పుస్తకం మరోసారి చూడండి. బోల్డంత చెప్పినట్టు నమ్మిస్తాడు. చెప్పిన దాని వెనుక బోల్డంత చెప్పనిది చూపిస్తాడు. లైను లైనూ చదవటం కాదు. లైనుకీ లైనుకీ మధ్య చదవందే కుదరదేమో అనేలా చేస్తాడు. ఎందుకు ? చెప్పాల్సింది మొత్తం చెప్పటం చేత కాదనా? మౌనం కన్నా గొప్ప భాష

లేదనే నమ్మకంతోనా? మౌనాన్ని మాట్లాడించటానికి ఏకాంతంగా గింజుకునే ఆర్తితోనా ? ఇతగాడి అంతర్ముఖం, ఆనందో బ్రహ్మ... ఇవన్నీ ఆ లక్షణాలే. ఈ పుస్తకంలోనూ ఆ సంతకం వుంటుంది చూడండి.

ఉదాహరణకి మళ్ళీ ఉపోద్ఘాతమే తీసుకుందాం. 'విజయానికి అయిదు మెట్లు' వ్రాసాక మళ్ళీ ఆరో మెట్టేమిటి? ఎందుకు?' అని ఎవరో అన్నారని (ఎవరో అనకపోయి వుంటే మనమే అనే వాళ్ళం. ఎవరో అనేసేసరికి మన దగ్గిర తురుపు లేదు.) సమాధానం ఇచ్చాడు. ఇచ్చినట్టా? లేనట్టా? ఇవ్వలేదు. "చూసావా... ఇవ్వ లేకపోయాడు. ....హ్హా....హ్హా..." నవ్వుకుని రెండు పేజీలు తిప్పితే, "గీత" అనగా త్యాగమూ, తత్వమూ అని చెప్పిన మనిషి... **సర్వ ధర్మాన్ పరిత్యజ్య...** అన్న శ్లోకాన్ని చూపి, 'ఇవ్వాలంటే నీ దగ్గిర ఏదైనా ఉండాలి కదా' అన్నాడు. అంతేకదా మరి!

విజయానికి అయిదు మెట్లు ఎక్కటం అంటే, ఎవరెస్టు చేరుకుని అక్కడ విజయకేతనం ఎగరవేయటం! మరి ఆరోమెట్టేమిటి ? సంపాదించిన సమస్తాన్నీ త్యజించి, సన్యసించి, ఆరో మెట్టుని అవరోహణగా భావించి, **ఎవరెస్ట్ మీద కాపరం పెట్టకుండా,** విజయ భావనని మాత్రం తనతో వుంచుకుని దిగిరావటం. అదే మోక్ష సన్యాసం. **"గెలుపు వద్దనుకునే వాడికీ, గెలిచి వద్దనుకునే వాడికీ"** తేడా అది. ఇదంతా చెప్పాడా? చెప్పాడు కదా! నోరు మూయించాడు కదా. ఇంకేమి చెప్పను? ఇది నా మరో అభియోగం.

వార్తాపత్రికలో ఎవరికి నచ్చిన అంశం వారు చదువుకున్నట్టుగా ఇందులో అన్ని రకాల విశ్లేషణలూ, విశేషాలూ, వివరణలూ వున్నాయి. ఏదో ఒక అంశం, ఎవరో ఒక వ్యక్తి సొంతం చేసుకునేలా, ఏదో ఒక వాక్యం ఎవరో ఒకరి చేతిలో దీపం అయ్యేలా వున్నాయి. అంశానికి అనుబంధంగా ఇచ్చిన పిట్టకథలు, అంశాన్ని మరిపించేటంత బావున్నాయి. ఇందులో కొన్ని ఇంగ్లీషువి. అవి తెలుగు అనువాదం చేసినట్టు వుండవు. ఇంగ్లీషు వాడికి తెలుగు కథని చక్కగా నేర్పి, వాడి చేత చెప్పించినట్టు వుంటాయి. ప్రతి అధ్యాయానికీ ప్రథమంలో ఒక కొటేషను, చివర్లో ఒక ముక్తాయింపు. ప్రత్యేకంగా –

"భయం తలుపు తట్టింది
సాహసం తలుపు తీసింది
ఎదురుగా ఎవరూ లేరు"

అన్న కవిత్వం (సూక్తి) చదివితే, ఈ మంత్రానికీ మన హృదయానికీ మధ్య ఒక విశ్లేషకుడు సంధానకర్తగా ఉండాల్సిన అవసరం వున్నదా? అనిపిస్తుంది. ఈ పుస్తకంలో అక్కడక్కడా ఎదురయ్యే బీజాక్షరాల్లాటి వాక్యాలవల్ల, మొత్తం ఈ మూడొందల పేజీల అక్షరాల్నీ 'అబ్రకదబ్ర' అనేసి, తెల్ల కాగితాలు మిగిల్చిన మౌనం మనసులో మిగుల్తుంది. దీనికి పరాకాష్ట 317వ పేజీలో భగవంతుడు, తానిచ్చిన కమండలాన్ని వెనక్కి తీసుకోవటం.

"ఏ పుస్తకమూ మనిషిని మార్చలేదన్నది ఎంత వాస్తవమో, ప్రతిమనిషీ తనని మార్చుకోగలడన్నది అంతే వాస్తవం" - అన్నది ఈ కమండలం కథలో కనపడుతుంది. ఈ పుస్తకం చదివాక ఇదే కాదు. ఇంకేదీ చదవనవసరం లేదన్న భావం కలుగుతుంది.

* * *

చందమామ కథలా చెప్పాడు. అందరాని దూరం చూపాడు. ఆఖరున దేవుడు మనిషికి రాసిన లేఖ, అటుపైన ఈ పుస్తకం రాసి, భారాన్ని దించుకున్న హాయి నిట్టూర్పు!

చదివిన వాడి మనస్సుని బరువెక్కించేసే ప్రయత్నంలో ఆర్తి వుంది. ఆ ఆర్తిని చూపించటంలో ఆర్ద్రత వుంది. హాయిగా, తీయగా, ఆటలా, పాటలా సాగిపోయే కథనంలో, సృజనాత్మక శక్తి కలిగిన రచయిత, కీర్తి కిరీటాన్ని ధరించాలనుకునే సంగ్రామాభిలాషి, బోధ చెయ్యాలనుకునే ప్రవక్త... అందరూ చెరిగిపోయి, కరిగిపోయి, అవధుల్లేని ఆకాశం, అంతులేని సముద్రం కనిపిస్తాయి.

ఇదే వింత బహుమతి. రంగు రంగుల బొమ్మల పెట్టెలో, ఓ చిట్టిపాపకి అందించిన ఒక జంతరమంతర ఇంద్రజాలకుడి మంత్రం.

ఇందులో వట వృక్షంగా ఎదగగల విత్తనం లేదు.

విత్తనమంత వటవృక్షం వుంది.

దూది పింజెలా కనిపించే పర్వతం వుంది.

సెలయేరు లాంటి సముద్రం వుంది.

- సిరివెన్నెల సీతారామ శాస్త్రి.

విజయదశమి, 2004.

కృతజ్ఞతలు

వార్యన్న గోమహీవాసస్తిలకాఞ్చన సర్పిషామ్
సర్వేషామేవ దానానాం జ్ఞానదానం విశిష్యతే.

జలదానము, అన్నదానము, గోదానము, భూదానము, నివాసదానము, సువర్ణదానము, ఘృతదానము - అన్నిటికంటే 'జ్ఞానదానము' గొప్పది.

ఈ పుస్తకంలో చాలా కథలు, వివరణలు, శాస్త్రీయ ఉదాహరణలు, ప్రపంచ ప్రఖ్యాతి పొందిన కొందరు రచయితలవి, మేధావులవి. కొన్నిటిని సైన్సు పుస్తకాల నుంచీ, మరికొన్నిటిని **Internet** నుంచీ సేకరించటం జరిగింది. నాకా జ్ఞానాన్నిచ్చిన ఆయా అజ్ఞాత రచయిత లందరికీ, ముఖ్యంగా గీతా మకరందము నందించిన విద్యా ప్రకాశానందగిరి స్వాములవారికీ, భగవద్గీత త్రిమత భాష్యము వ్రాసిన శ్రీరామచంద్రానంద సరస్వతి వారికీ మిత్రుడు సీతారామ శాస్త్రికీ, ఆల్కెమిస్ట్, పైప్‌లైన్, సీగల్ రచయితలకీ కృతజ్ఞతలు.

- యండమూరి వీరేంద్రనాథ్

ఆరంభింపరు నీచ మానవులు విఘ్నాయాస సంత్రస్తులై
ఆరంభించి పరిత్యజింతు రురువిఘ్నాయత్తులై మధ్యముల్
ధీరుల్ విఘ్ననిహన్యమానులగుచున్ ధృత్యున్నతోత్సాహులై
ప్రారబ్ధార్థము లుజ్జగింపురు సుమీ ప్రజ్ఞానిధుల్ గావునన్

(ఏనుగు లక్ష్మణ కవి)

ఉపోద్ఘాతం

షడ్గుణ ఐశ్వర్యాలు

మనిషి రెండు కాళ్ళ మీద నిటారుగా నిలబడి నడవటం మొదలు పెట్టి ఇరవై లక్షల సంవత్సరాలు అవుతోంది. పంట పండించడం మొదలు పెట్టి పన్నెండు వేల సంవత్సరాలు, చక్రం కనుక్కుని పది వేల సంవత్సరాలు అవుతోంది. "వ్రాత" ఏడు వేల సంవత్సరాల క్రితం కనుక్కోబడింది.

ప్రస్తుతం ఎలక్ట్రానిక్ కమ్యూనికేషన్ యుగం నడుస్తోంది. ఆధునిక టెక్నాలజీ అందిస్తున్నవి యూరప్ దేశాలే అయినా, జ్ఞానం మాత్రం ఆసియాలోనే ప్రారంభమైంది. చైనా, ఇండియా, మెసపుటోమియాలు అందులో ముఖ్యమైనవి. నాగరికతకీ జ్ఞానానికీ, ప్రాథమికాలయిన కాంపాస్, సున్నా, గన్ పౌడర్, సిల్క్ పత్తి మొదలైనవన్నీ ఈ దేశాల్లో కనుక్కోబడినవే. మనిషి మంచి మనుగడకి, మరింత సుఖంగా బ్రతకడానికి, గెలుపుకి తనను తాను తెలుసుకోవడానికి కావలసిన మరో ముఖ్యమైన ఆయుధం కూడా భారతదేశంలోనే ఉద్భవించింది.

దాని పేరు 'భగవద్గీత'

* * *

అనాది మానవులకి భవబంధాలు లేవు. కోతుల్లాగే మూకలుగా వుండేవారు. కీర్తి, పేరు-ప్రతిష్ట అవసరం వుండేదేకాదు. ఆ మాటకొస్తే మనిషికి పేరే (name) వుండేది కాదు. సంపద (wealth) అంటే ఏమిటో తెలీదు.

వివాహ ప్రసక్తి లేకుండా గుంపులు గుంపులుగా స్త్రీ పురుషులు గుహల్లో నివసించేవారు. ఆ తరువాత వారు **గెలుపు, ఆనందం, అనుబంధం** మొదలైన విషయాలకు అర్థం తెలుసుకున్నారు. పురుషుడు బలంతోనూ, స్త్రీ ప్రేమతోనూ గెలవటం నేర్చుకున్నారు. సుఖ జీవనాన్నీ, నైతిక విలువల్నీ, ఆరోగ్యకరమైన కట్టుబాట్లనీ ఏర్పరచుకున్నారు. ఈ పరిణామ క్రమంలో మనిషి ఆలోచనలు క్రమక్రమంగా మారుతూ వచ్చాయి.

భగవంతుడు మనిషిని పట్టించుకోనంత దూరంలో వుండి తన ఆనందం తాను చూసుకుంటూ ఉంటాడనీ, కాబట్టి మనిషి నిర్భీతిగా సుఖపడవచ్చనీ, **ఆనందం తప్ప ఈ ప్రపంచంలో మరేదీ లేదనీ** క్రీస్తుకి మూడువందల సంవత్సరాలక్రితం నివసించిన 'ఎపిక్యూరియన్స్' నమ్మారు. అలా కాకుండా **'బాధలన్నీ మనిషి చేసిన పాపాలకు శిక్షలు'** అని క్రీస్తుకి 2000 సంవత్సరాలక్రితం నివసించిన హిబ్రూలు భావించారు. మానవ సంబంధాల్లో ఉండే తీయదనం గురించి కన్ఫ్యూజియస్ వివరిస్తే, **కోరికని చంపుకోవడమే (నిర్వాణ) శాంతికి మూలము** అని బుద్ధుడు భావించాడు. **భగవంతుడికి తనను తాను పూర్తిగా అర్పించుకోవడమే జీవితం** అని 'ఇస్లాం' నమ్మితే, **పశ్చాత్తాపమే పాప పరిహారం** అని క్రిస్టియన్స్ నమ్మారు. సింగ్ అంటే సింహం. **భగవంతుడొక్కడే** అని గురునానక్ ప్రవచిస్తే, **అహింసే పరమధర్మం** అని జైనులు నమ్మారు. అయితే వీటన్నిటి కంటే ముందు వచ్చినదే **భగవద్గీత**. ఏ పని చేసినా ***1. త్రికరణ శుద్ధిగా 2. ఫలితము ఆశించకుండా 3. భవబంధము నొదిలి చేయటమే మనిషి కర్తవ్యము*** అని చెప్పిన గ్రంథమది.

*　　　*　　　*

మహాభారత యుద్ధం దాదాపు 3,500 (కొందరు 5,000 అంటారు) సంవత్సరాల క్రితం జరిగిందని అంచనా. అర్జునుడు అనే యోధుడు యుద్ధంలో తన బంధువుల్ని చంపడానికి సంశయిస్తున్నపుడు కృష్ణుడు అతనికి బోధించిన సారమే భగవద్గీత. అన్ని వేల సంవత్సరాల నుంచీ ఇది సజీవంగా ఉండటానికి కారణం అందులోని జీవిత సత్యమే. 'వరల్డ్ సివిలైజేషన్' అన్న ప్రముఖ పుస్తకంలో భగవద్గీత గురించి ఈ విధంగా వ్రాయబడింది. *"The ideal worshipper, while not neglecting his duty, will play his part, setting the result aside...."*

ఈ వాక్యంలో 'బాధ్యత మర్చిపోకుండా' (*while not neglecting his duty*) అన్న పదం చాలా ముఖ్యమైనది. ఫలితం గురించి ముందే కలలు కనకుండా, చేస్తున్న పనిని చక్కగా నిర్వహించడంలో ఆనందం పొందమని కృష్ణుడు చెపుతున్నాడు.

చేస్తున్న పనిలో ఆనందం దొరకటం కొద్దిమందికి మాత్రమే లభించే అదృష్టం. అయితే అటువంటి పనిని వెతుక్కోవటం అంత కష్టమేమీ కాదు. కాస్త కృషి చేయాలంతే. కృషి చెయ్యని వారు ఎస్కేపిస్టులు అవుతారు. ఉదాహరణకి ఒక గుమాస్తాని తీసుకుందాం. ఆఫీసంటే అతనికి బోరు. అక్కడ రోజుకి ఏడు గంటలు పని చెయ్యాలి. అరగంటసేపు క్యాంటిన్‌లో రిలాక్స్ అవుతాడు. ఆఫీసనబడే ఏడుగంటల నరకంలో కేవలం ఆ ఒక్క అరగంటే అతడు తృప్తిగా గడిపేది. క్రమక్రమంగా అతడు మన్ను తిన్న పాములా అయిపోతాడు. ఇష్టంలేని వాతావరణంలో గడపడం కన్నా నరకం ఏముంటుంది?

ఈ విధంగా జీవితం రొటీన్ అయిపోవడమన్నది కొందరు గృహిణుల్లో కూడా సంభవిస్తుంది. పెళ్ళి అయ్యే వరకు చదువు, మిత్రులు, ఆపైన పెళ్ళయిన కొత్తలో భర్త ప్రేమ, తరువాత పిల్లల్తో హడావుడి! అక్కడి వరకూ బాగానే ఉంటుంది. పిల్లలు స్కూలుకి వెళ్ళటం ప్రారంభించాక ..... భర్త 'బయట ప్రపంచాన్ని' ఎక్కువ ప్రేమించటం మొదలుపెట్టాక...... అయిదు రకాలయిన బాక్టీరియాలు ఆమె జీవితంలో ప్రవేశించడానికి సిద్ధంగా ఉంటాయి. 1. నిర్లిప్తత 2. ఒంటరితనం 3. బద్ధకం 4. ప్రేమ రాహిత్యం 5. అస్పష్ట అపజయం.

ఈ చివరి అస్పష్ట అపజయం చాలా రకాలుగా సాగుతుంది. పిల్లల పట్ల అవసరమైన దానికంటే ఎక్కువ ప్రేమ, వారి చదువుపట్ల విపరీతమైన ఆందోళన, జీవితంలో ఏ విధమైన వెరైటీ లేకపోవడం, గంటల తరబడి టి.వి. వీక్షణం అస్పష్ట అపజయాలకు గుర్తులు. తాను చేస్తున్న పని పట్ల కుతూహలమూ, ఇంటరెస్టు లేకపోవటం వల్లనే ఇదంతా జరుగుతుంది.

మనుష్యుల్ని మూడు రకాలుగా విడగొడదాం. పురుషులు, స్త్రీలు, పిల్లలు.

చేస్తున్న పనిలో ఉత్సాహం లేకపోవటం, పురుషుల్ని ఎస్కేపిస్టుల్ని చేస్తుంది. స్త్రీలని బద్ధకస్తులని చేస్తుంది. పిల్లలపై ఇది మరొక రకపు ప్రభావాన్ని చూపిస్తుంది. చేస్తున్న పని (చదువు)లో ఉత్సాహం లేని పిల్లలు రెండు రకాల బలహీనతలకి

లోనవుతారు. 1. ఏకాగ్రత లేకపోవటం 2. జ్ఞాపక శక్తి తగ్గిపోవటం. అది అర్థం చేసుకోకుండా పిల్లల పట్ల విపరీతమైన ప్రేమ పెంచుకుని, వారి బలహీనతల్ని భగవంతుడి మీదకు తోసేస్తూ ఉంటారు కొందరు. **పిల్లల్లో జ్ఞాపక శక్తి తక్కువయినా, ఏకాగ్రత లేకపోయినా ఆ తప్పు పుట్టించినవాడిదికాదు. పెంచినవారిది.** గారాబం, తల్లిదండ్రుల మధ్య తరచు వాగ్యుద్ధం, ఇంట్లో వాతావరణం, టి.వి.గోల, బంధువులు, ఇతర వ్యాపకాలు దీనికి కారణాలు. అసలు కారణం తెలుసుకోకుండా పిల్లలపై కోపగించుకుంటే ఏం లాభం?

"ఫలానా మందువాడు. నీ రోగం తగ్గుతుంది" అన్నాడు వైద్యుడు.

"నేను మందులు వాడను" అన్నాడు రోగి.

వైద్యుడు ఏమి చేయగలడు ?

పిల్లలకి ఏకాగ్రత పెరగాలంటే వారికి చదువుపై ఉత్సాహం పెరగాలన్నాడు సైకాలజిస్టు. అది మా బాధ్యత కాదన్నారు తల్లిదండ్రులు. అతడేమి చేయగలడు?

పిల్లలతో తరచు చదువు గురించి చర్చించాలి. అది కర్తవ్యము. అది ఒకవైపు అమితమైన గారాబమూ, అమితమైన ప్రేమ తగ్గించుకోవాలి. అది మరోవైపు. కర్తవ్యం నిర్వహించటంలో భవబంధాల్ని తెంచుకొమ్మని భగవద్గీతలో కృష్ణుడు చెప్పింది అదే!

మనం చరిత్రని గమనిస్తే, కాలాన్ని బట్టి ధర్మాన్ని అన్వయించుకునే పద్ధతులు ఎప్పటికప్పుడు మారుతూ వస్తున్నాయన్న విషయం అర్థమవుతుంది. **ప్రజల్లో అసంతృప్తి పెరిగి, అభిలాషలో మార్పు వచ్చినప్పుడల్లా ఒక మతం జన్మించింది.** వివిధ మతాలు చరిత్రలో అలాగే పుట్టాయి. అయితే మత ధర్మాన్ని కూడా కాలానుగుణంగా మార్చుకోగలిగినవాడు విజయుడు అవుతాడు. ఒకప్పుడు ప్రపంచంలో యుద్ధాలు ఎక్కువుండేవి. యువకులు లక్షల సంఖ్యలో మరణించేవారు. మగవారి సంఖ్య తగ్గిపోయేది. అందుకే బహుభార్యాత్వం ఒప్పుకోబడింది. కుటుంబనియంత్రణ సమస్యే లేదు. ఎక్కువ మందిని కనమని ప్రోత్సహించేవారు. మారుతున్న కాలంలో ఆ నిబంధనలన్నిటినీ ఇప్పుడు పునరాలోచించు కోగలగాలి. పద్ధతి మార్చుకోవాలి.

మనిషి మంచి మనుగడే మతము యొక్క అభిమతము.

ఆ విధంగా భగవద్గీతని కూడా కొత్త కోణం లోంచి చూడగలగాలి. కొందరు ఛాందసులు దీనిని ఒప్పుకోకపోవచ్చును. కానీ మారుతున్న కాలంతో పాటు మనిషి

మారక తప్పదు. ప్రస్తుత మెటీరియలిస్టిక్ వ్యాపార ప్రపంచంలో భగవద్గీత చెప్పిన ధర్మసూక్ష్మాలను సరీగ్గా వాడుకోగలిగితే విజయం తధ్యం. దాని సారాంశాన్ని ఆధునిక వ్యక్తిత్వ వికాసపరంగా వివరించటం ఈ వ్యాసపరంపర ఉద్దేశం. 1. తన బలహీనతలను తాను తెలుసుకోవటం 2. తనలోని ఆయుధాలు గుర్తించడం 3. తన మానవ సంబంధాలు 4. కీర్తి, డబ్బు సంపాదన 5. ఆత్మతృప్తి అనేవి గెలుపుకి సోపానాలని **'విజయానికి అయిదు మెట్లు'** పుస్తకంలో చదువుకున్నాం. అదే విధంగా మనిషికి ఆరు మంచి ఆస్తులుండాలి. మనిషికి కావల్సిన ఆరు ఆస్తుల్ని షడ్విధ ఐశ్వర్యాలు అంటారు. అవి ఇవి :

1. ధైర్యము

2. ధనము

3. తేజస్సు

4. కీర్తి

5. జ్ఞానము

6. వైరాగ్యము

అయితే, ఈ పుస్తకంలో వీటిని ప్రస్తావిస్తున్నప్పుడు కొన్ని మార్పులు చేయటం జరిగింది. ధనాన్ని సంపదగానూ, తేజస్సుని ఆరోగ్యంగానూ, వైరాగ్యాన్ని శాంతిగానూ మార్చటం జరిగింది. అప్పుడు, మనిషి తన జీవిత కాలంలో సంపాదించుకోవలసిన ఆస్తులు ఈ విధంగా వుంటాయి. **1. ధైర్యము 2. సంపద 3. ఆరోగ్యము 4. కీర్తి 5. జ్ఞానము 6. శాంతి.** వీటిని సంపాదించటానికి భగవద్గీత ఎలా తోడ్పడుతుందో ఈ 'విజయానికి ఆరో మెట్టు' ద్వారా తెలుసుకుందాం.

ఒక్క విషయం ఇక్కడ గుర్తుంచుకోవాలి. పై ఆరు ఐశ్వర్యాలూ విడివిడిగా సున్నాల్లాటివి. విడిగా వాటికి ఏ విలువాలేదు. ఆరోగ్యంలేని సంపద దేనికి? ప్రేమలేని కీర్తి ఎందుకు? ధైర్యములేని జ్ఞానం ఎందుకు? ఆరూ .... ఆరుసున్నాలు.

కానీ ఆ ఆరు సున్నాలముందూ ఒకటి (1) పెడితే అప్పుడది 1000000 (పది లక్షలు) అవుతుంది.

ఆ ఒకటీ ఏమిటి ?

కర్తవ్యం. మరో మాటలో చెప్పాలంటే 'కృషి'.

'తేమనుష్యాః కృషించ .... సస్యంచ ఉపజీవన్తి' అని అధర్వ వేదంలోనూ, **'అక్షైర్మా దీవ్యః కృషిమత్ కృషస్వ'** అని రుగ్వేదంలోనూ చెప్పబడింది.

కృషి ద్వారా సాధించినది ఉత్తమంగానూ; వారసత్వం ద్వారా లభించింది మధ్యమంగానూ; లంచము, కట్నము, జూదము మొదలైనవి హీనమైన సంపాదనలుగానూ అభివర్ణించవచ్చును. ఈ సిద్ధాంతము నమ్మటం వల్లనే, తండ్రిగారిచ్చినదంతా సోదరులకి వదిలివేసి, కష్టార్జితాన్నే నమ్ముకున్నాను. నా తదనంతరం నా ఆర్జనలో కొంతభాగం మాత్రమే నా వారసులకి మిగిల్చి, మిగతాది ఆశ్రమానికి చెందేలా ఏర్పాటు చేస్తున్నాను.

కష్టపడి పరిశ్రమించనివాడికి సుఖపడే హక్కు లేదు. **'శరీరమాద్యంఖలు ధర్మసాధనం'** అన్నమాటకు, 'తన ధర్మం నిర్వహించటానికి ముఖ్యసాధనం శరీరం' అని అర్థం. కర్తవ్యం నిర్వహించని వాడికి ఎన్ని సంపదలున్నా అవి వ్యర్థము.

స్వార్థం, లంచగొండితనం, మోసం, దౌర్జన్యం మొదలైనవన్నీ నీటిచుక్కల్లాటివి. వాటి ద్వారా సంపాదించే సంపదలన్నీ విలువలేనివి. మీకు 'ఎమ్‌సీల్' అడ్వర్టైజ్‌మెంట్ గుర్తు వుండే వుంటుంది. తండ్రిని బలవంతంచేసి ఆస్తి వ్రాయించుకున్న వీలునామా మీద, పైనుంచి నీటిచుక్కపడి *'1'* చెరిగిపోతుంది. దుఃఖం (సున్నా) మిగులుతుంది.

అందుకే మనిషిని తన కర్తవ్యం నిర్వహిస్తూ ఆనందంగా బ్రతకమంటుంది భగవద్గీత.

అలా తమ కర్తవ్యాన్ని నీతిగా నిర్వహించకుండా, అక్రమ పద్ధతిలో ఆదాయం సంపాదిస్తున్న వారిని చూడండి. కీర్తికోసం లక్షలు ఖర్చు పెట్టి, వివిధ ప్రదేశాల్లో 'వేర్వేరు రోజుల్లో' ప్రముఖులచేత, పండితుల చేత, సినిమా తారలమధ్య తన జన్మదిన వేడుకలు జరిపించుకుంటున్న వారిని చూడండి. విభేదాలు రెచ్చగొట్టి మంత్రులయిన వారిని చూడండి. అమాయకుల్ని నిర్దాక్షిణ్యంగా చంపే తీవ్రవాదుల్ని చూడండి. వారికి డబ్బు వుండి వుండవచ్చు. తమకి కీర్తి వుందని వారు భావిస్తూ వుండి వుండవచ్చు. కానీ మొహంలో ప్రశాంతత కనపడదు. యావ, కుతి తప్ప ఆనందం వుండదు. బలుపే తప్ప బలముండదు.

ఇటువంటి తాపత్రయం గురించి ముందు ముందు తెలుసుకుందాం. వాటి అన్నిటికంటే ముందు తెలుసుకోవలసిన విషయం ఒకటున్నది. తాపత్రయము వేరు. కోరిక వేరు. కర్తవ్యము వేరు.

గీకారం త్యాగరూపం స్యాత్తత్త్వబోధం తకారకమ్

గీతావాక్య మిదంతత్వం జ్ఞేయం సర్వముముక్షుభిః

అన్నారు గీతాస్తోత్రం కదంబంలో. 'గీ' అంటే త్యాగం. 'త' అంటే తత్వ జ్ఞానమట. ఈ రెండిటినీ బోధించునదే గీత.

భగవద్గీత కర్మ సిద్ధాంతం చెప్పదు. కర్మ సన్యాసమూ చెప్పదు. చెప్పేది సన్యాసమే అయితే, అర్జునుని ఎందుకు యుద్ధం చెయ్యమంటాడు కృష్ణుడు ? కనుక గీత ఉద్దేశ్యం కర్మఫలత్యాగం.

ఫలితము నాశించకుండా పని చేయటమే కర్తవ్యమని గీత చెపుతోంది. ఇక్కడ పాఠకులకో అనుమానం రావొచ్చును. ఇదేమిటి ? ఈ రచయిత ఒకవైపు ఈ పుస్తకం షడ్విధ సంపదలని ఎలా సంపాదించాలో చెప్పే వ్యక్తిత్వ వికాస పుస్తకమనీ, మరొకవైపు ఫలితాన్ని ఆశించవద్దనీ చెపుతున్నాడు ? ఇది పరస్పర విరుద్ధం కదా! అని సంశయం కలగవచ్చు.

ఏమాత్రం విరుద్ధం కాదు.

ఒక తోటమాలి వున్నాడు. మల్లెపొదలు నాటాడు. నీళ్ళతో తడుపుతూ ఆనందం పొందాడు. పొదలు మొగ్గలు తొడుగుతూ వుంటే సంతోషించాడు. ఆ సువాసనల మధ్య సాయంత్రాలు ఆహ్లాదంగా గడిపాడు. మొగ్గలు విచ్చుకుంటున్న సమయంలో వాటిని అమ్మి జీవనాధారం సంపాదించుకున్నాడు. **కర్తవ్య నిర్వహణమే ఆనందము. చివరి ఫలితమొక్కటే ఆనందంకాదు.** సంవత్సరంపాటు చదువుతూ ఆనందం పొందటమే విద్యార్థి జీవితము. పరీక్ష ప్యాసవటం 'బోనస్' ఆనందము. దీని గురించి మరింత వివరంగా 'గీతా ప్రాశస్త్యం'లో తెలుసుకుందాం.

గీతను మించిన వ్యక్తిత్వ వికాస పుస్తకం లేదు. సమస్యలో వున్నవాడు అర్జునుడు. కృష్ణుడు *MOTIVATOR*. సమస్య ఏమిటో వివరించాడు. సమస్య ఎందుకు వస్తుందో చెప్పాడు. ఏ బలహీనతల వల్ల దాన్ని ఎదుర్కోలేమో సూచించాడు. ఎందుకు ఎదుర్కోవాలో బోధించాడు. దానివల్ల లభించేదేమిటో చెప్పాడు. ఇంతకన్నా కావల్సింది ఏముంది? అందుకే మహాత్మాగాంధీ ఈ విధంగా అన్నాడు.

"నా తల్లి చాలా కాలం క్రితం మరణించింది. ఆ స్థానాన్ని భగవద్గీత తీసుకున్నది. కష్టమొచ్చినప్పుడు నేను ఆ తల్లి (గీత) వడిలో తలదాచుకుంటాను".

హృదయము కురుక్షేత్రమని, అర్జునుడు చంచల మనసుకి ప్రతిరూపమని, అతడి రథము శరీరమనీ, కామక్రోధములు ప్రతిపక్షము (కౌరవులు) అనీ, శ్రద్ధ, ధైర్యములు స్వపక్షము (పాండవులు) అనీ, కృష్ణుడు 'బుద్ధి' అనీ పండితులు చెప్తారు.

గ-గా-గీ-గో- గంగాస్నానము, గాయత్రీ మంత్రజపము, గీతాధ్యయనము, గోవిందుని ధ్యానము పాపాల్ని నాశనం చేస్తాయని, గీతలో కొన్ని శ్లోకాల్ని పాతిక వేలనుంచి అయిదులక్షలసార్ల వరకూ చదివితే వివిధ లాభాలు కలుగుతాయనీ కొందరు అంటారు. నా తార్కిక జ్ఞానానికి మాత్రం ఇది అందటం లేదు. శ్లోకాల్ని పఠించటం వలన ఫలితాలు రావు. పఠించిన దాన్ని ఆచరిస్తేనే వస్తాయి. (నాయీ అభిప్రాయం తరువాత మారుతుందేమో నాకు తెలీదు. ప్రస్తుతం మాత్రం యువతీయువకులు భజనల్లోనూ, ఏళ్ళతరబడి బోధనలు కేవలం 'వినటం'లోనూ గడపటానికి వ్యతిరేకిని.)

"సాధుగీతామ్భసి స్నానం ..... వృథైవతత్" అని వైష్ణవీయ తంత్రసారములో గీతామహిమ గురించి చెప్పారు. దీని అర్థం చాలా యదార్థం. అది ఈ విధంగా వుంది. "గీత అనబడే జలమున స్నానం ఉత్తమము. కానీ శ్రద్ధలేకుండా ఆచరించేవాడికి అది గజస్నానం". (ఏనుగుకి స్నానం చేయించిన వెంటనే దుమ్ము వంటిమీద జల్లుకుంటుంది. కాబట్టి స్నాన ఫలితం లభింపదు అని దీని అర్థం). ఆచరణ లేకుండా ఎన్ని సుభాషితాలు చదివితే ఏం లాభం?

కొత్తగా వివాహం జరిగిన భార్యాభర్తలిద్దరూ ఒక మహాత్ముని వద్దకు వెళ్ళి, "స్వామీ! మా ప్రేమ ఒకరిపై ఒకరికి అజరామరంగా, శాశ్వతంగా, కలకాలం నిలవాలంటే ఏం చెయ్యాలి?" అని అడిగారట. "ఇద్దరూ కలిసి మిగతా విషయాల్ని ఒకటిగా ప్రేమించండి" అన్నాడట ఆయన. అదీ విశ్వజనీయ ప్రేమ. **'సర్వ జీవతిరస్కారః కేశవం ప్రతిగచ్ఛతి'** - అన్నట్టు, ఈ ప్రపంచంలో ఏ జీవికూడా తిరస్కరింపబడ దగినదికాదు.

మరొక ఉదాహరణ చూద్దాం. ఒక యువకుడు పెద్ద వ్యాపారవేత్త దగ్గిరకు వెళ్ళి "సర్! మీరు బనీన్ల వ్యాపారంతో ప్రారంభించి వస్త్ర ప్రపంచంలో తిరుగులేని మహారాజు అయ్యారు. మీలాగే నేనూ అదే చేద్దామని మొత్తం అన్ని వివరాలు సేకరించాను. మాగ్‌జైన్లూ, రూల్సూ, కంప్యూటర్ స్టేట్‌మెంట్లూ, వస్త్రాలకి మార్కెట్లూ,

వస్త్రాల డిజైన్లూ అన్నీ వున్నాయి. ఎక్కణ్ణుంచి ప్రారంభించమంటారు” అని అడిగాడట. వ్యాపారవేత్త సింపుల్‌గా “మెదడు నుంచి....” అన్నాడట.

*　　*　　*

వెలుగు సెకనుకి ఎంత వేగంతో పయనిస్తుందో మనకి తెలుసు. కానీ చీకటి వేగం తెలీదు. మనలోవున్న గొప్ప లక్షణాలన్నీ వెలుగైతే, బలహీనతలన్నీ చీకటులు. మన గొప్ప లక్షణాన్ని తల్చుకున్నంతగా, బలహీనతల్ని తక్కువ చేసుకునే ప్రయత్నం చేసుకోము. అటువంటి చీకటిని చీల్చి చెండాడేదే గీత. దీనిని ఆధునిక దృక్పథంతో వ్రాయాలని చిరు ఉద్దేశ్యం.

చివరగా రెండు విషయాలు చెప్పి ఈ ఉపోద్ఘాతాన్ని ముగిస్తాను.

శ్రీమదాంధ్ర వచన శుక్ల యజుర్వేద సంహితకు ఉపోద్ఘాతం వ్రాసుకుంటూ దాశరధి వారు ఒక మాట చెప్పారు.

దశరథుడు ముసలితనంలో వయసు పెళ్ళాం మాటకు ఎదురు చెప్పలేక పుత్ర శోకంతో మరణించాడు. అంతే. ఈ చిన్న సందేశం చెప్పటంకోసం అద్భుతమైన కథ అల్లారట వాల్మీకి. సందేశం 'అసలుసరకు' లాటిది అట! కథ 'బోనస్' లాంటిది అట! అమ్మకందారు (రచయిత) తన అసలుసరుకు (సందేశం) అమ్మకం కోసం కథ బోనస్‌గా ఇస్తాడట! గమ్మత్తుగా వున్నది కదూ ఈ విశ్లేషణ! ఆ స్ఫూర్తితోనే ఈ పుస్తకంలో సందేశం ఒకవైపు, ఆసక్తి గొలిపే కథలూ విశ్లేషణలూ బోనస్‌గా మరొకవైపూ ఇవ్వబడ్డాయి. ఈ ప్రయోగాన్ని పాఠకులు ఆదరిస్తారనే ఆశిస్తున్నాను.

ఆఖరిగా ఒక మాట. చాలా కాలం క్రితం హైద్రాబాద్‌లోని ఒయాసిస్ స్కూల్‌వారు, వారి స్కూల్లో పిల్లలకు ఉపన్యాసం ఇచ్చినందుకు నాకు షాల్ కప్పకుండా, ఆ ఖర్చుతో 'భగవద్గీత' పుస్తకాన్ని బహుమతిగా ఇచ్చారు. ఎంత గొప్ప ఆలోచనో చూడండి. ఎన్నో సందర్భాల్లో మనందరం ఆచరించదగిన మంచి ఆలోచన. ఆ రోజు వారు ఇచ్చిన ఆ భగవద్గీత ప్రేరణతోనే ఈ పుస్తకం వ్రాయటం జరిగింది. భగవద్గీతా జ్ఞానం ఒక దీపం. ఆ వెలుగుని చాలామంది జ్ఞానులు తమ భాషలో మనకి వివరించారు. ఈ పుస్తకం మీరు చదివి, మీకు నచ్చితే మరొకరికి ఇవ్వండి. లేదా బహుమతిగా ఇవ్వండి. **మనం దీపాలం కాలేకపోయినా అద్దాలం కాగలం.**

*　　*　　*

1963లో ఇదే దాశరథి రంగాచార్యుల వారు రామాయణం రచించిన సందర్భంగా విశ్వనాథ సత్యనారాయణ గారు ఆయనకి సన్మానం చేసారట. సభ ముగిసాక విశ్వనాథ ఆయన్ని కౌగిలించుకుని, చెవి దగ్గిర నోరు పెట్టి రహస్యంగా, "రంగాచార్లూ! రామాయణం నీకేమైనా అర్థం అయ్యిందా?" అని అడిగారట.

"నాకేమీ అర్థంకాలేదు గురువుగారూ" అన్నారట దాశరథి.

"...ముప్పై ఏళ్ళు ఏడ్చిన ముండావాణ్ణి నాకే అర్థంకాలేదు. నీకేమర్థ మవుతుందీ?" అన్నారట (విశ్వనాథ వారికి రామాయణ కల్పవృక్షం వ్రాయటానికి ముప్పై ఏళ్ళు పట్టింది.)

ప్రస్తుతం నా పరిస్థితీ అదే. భగవద్గీతకు భాష్యం చెప్పగలగటం కేవలం నిరంతర పఠన పఠనానుభవమూ, సమస్త ప్రామాణిక గ్రంథావలోచన దక్షత, అసమాన లోకజ్ఞాన సంపదగల విజ్ఞులకే సాధ్యము. ఎంత ఆధునిక యువతకు చెప్పాలన్న ప్రయత్నమైనా, అల్పజ్ఞుడైన నేను దీనికి ప్రయత్నించటము సాహస మూలకము. '**న సాహసమనారుహ్య నరో భద్రాణి పశ్యతి**' అన్నట్టు తలకు మించినపని. మామూలు రచయితగా ప్రారంభమై, క్షుద్ర రచయితగా పాపులరయిన ఇతడు, ఈసారి మరో కొత్త ముసుగు వేసుకుంటున్నాడని విమర్శకులు అనవచ్చు. ఏ సాహిత్యం వ్రాసినా, తల దువ్వుకునేటప్పుడు జుట్టుమీదే శ్రద్ధ వుంచిన రీతిలో వ్రాస్తూ వచ్చాను. అందుకే ఈ పుస్తకానికి ఏడాదిన్నర కాలం పట్టింది. నా మొదటి కథ ఆంధ్రప్రభలో 14-11-1968 నాడు ప్రచురితమైనది. ఈ రోజు ఇది అవుతున్నది.

ముప్పై ఆరేళ్ళ రచనా జీవితం ఇది. వేదంలో తరచు 'స్వాహా' అన్నపదం వస్తుంది. స్వాహా అంటే అర్పితం అని అర్థం. స్వ (నాకువున్న) + ఆ (ఆసాంతం) + హా (అర్పిస్తున్నాను). అందుకే, ఈ పుస్తకంలో చెప్పింది కాస్తనయినా తమ జీవితానికి అన్వయించుకునే వారికి ఇది అర్పితం.

యండమూరి వీరేంద్రనాథ్
14.11.2004

గీతాప్రాశస్త్యము

చెప్పటంలో కృష్ణుడి గొప్పతనమో, వ్రాయటంలో వ్యాసుడి గొప్పతనమో తెలీదుగానీ భగవద్గీతలో అధ్యాయాల పొందిక మహాన్వితంగా గోచరిస్తుంది. మొత్తము పద్దెనిమిది అధ్యాయములు.

మొదటి అధ్యాయమైన 'అర్జునుడి విషాద యోగం' నుంచి గ్రాఫు ప్రారంభమవుతుంది. విషాదంలో వున్నప్పుడే కదా ఎవరయినా సలహా చెప్తే వినబుద్ధి అయ్యేది.

రెండవ అధ్యాయము సాంఖ్య యోగము. వేదాంతమునకు తర్కమెంత ముఖ్యమో *(Logic is the base for philosophy)*, జ్ఞానమునకు లెక్కలు అంత ముఖ్యము. **లెక్కలు సరిగ్గారాని వాడు గొప్పవాడయితే అయివుండవచ్చు గాక. కానీ తెలివైనవాడు కాలేదు.** సాంఖ్యమంటే జ్ఞానము. సాంఖ్యయోగంలో కృష్ణుడు రెండు విభిన్నమైన విషయాల గురించి చెప్పాడు. 1. నిష్కామ కర్మ యోగము. 2. స్థితప్రజ్ఞత. నిష్కామ కర్మకి అర్థం తెలుసుకుంటే, భగవద్గీతాసారం తెలిసినట్టే.

ఈ విజయానికి ఆరోమెట్టు అన్న పుస్తకంలో చాలా చోట్ల 'బాగా ధనము సంపాదించు. బాగా కీర్తి సంపాదించు' అని వున్నది. మళ్ళీవేరేచోట, 'అన్నీ వదిలిపెట్టు' అని వున్నది. ఏది కరెక్టు ? అన్న సందేహం కలిగిన పాఠకులకు ఈ నిష్కామకర్మ సమాధానం చెపుతుంది. **"…. సుఖదుఃఖే సమేకృత్వా"** అన్నాడు. "సుఖ దుఃఖాలను, లాభ నష్టాలను సమముగా భావిస్తూ పనులు చేస్తే, పాప పుణ్యాలు అంటవు" – అంటున్నాడు. కాబట్టి 'పనులు మానెయ్యి' అనటంలేదు. అదే నిష్కామకర్మ.

ఈ రెండో అధ్యాయంలో కృష్ణుడు, స్థితప్రజ్ఞుడి లక్షణాలను కూడా **"స్థిత ప్రజ్ఞస్యకా భాషా"** (స్థితప్రజ్ఞుడి లక్షణాలు ఏవి?) అని అర్జునుడు అడిగినపుడు ఈ విధంగా చెపుతున్నాడు. స్థితప్రజ్ఞుడికి మూడు లక్షణాలుండవలెనంట. 1. దుఃఖమందు కలత లేకుండుట. 2. సుఖములందు పొంగి పోకుండుట. 3. భయము, కోపము, బంధములందు

అనురాగము లేకుండుట! వీటిని సాధించుటే జీవితం! ఎంత గొప్ప స్థితి ఇది! మరోలా చెప్పాలంటే, ఒకవైపు శాంతి వలన సుఖము కలుగుతుంది. మరోవైపు సుఖముపట్ల ఆసక్తి (Interest) పోతే శాంతి కలుగుతుంది. ఇది ఒక వృత్తము.

ఇక మూడో అధ్యాయానికి వద్దాం. 'విజయానికి అయిదు మెట్లు' వ్రాసిన తరువాత ఆరోమెట్టు అవసరం ఏముందనీ, ఆరోమెట్టులో ఏముంటుందనీ ప్రశ్నించారు కొందరు. భగవద్గీతలోని మూడో అధ్యాయమైన 'కర్మయోగము' గురించి వివరించటమే ఈ పుస్తకం ఉద్దేశ్యం. ఈ అధ్యాయంలో కృష్ణుడు 'పని' ఎలా చేయాలో, ఎందుకు చేయాలో చెప్పాడు. అందుకే అది 'కర్మయోగము' అయినది. అర్జునుడు క్షత్రియుడు. యుద్ధము అతడి స్వధర్మము. మానుట పరధర్మము. స్వధర్మాన్ని వదిలి పరధర్మం చేపట్టకూడదని భగవద్గీత చెపుతున్నది. మనిషి స్వధర్మం ఏమిటి? **ఒకవైపు షడ్విధ ఐశ్వర్యాల్ని సంపాదించటం, మరోవైపు వాటిపట్ల లోభత్వాన్ని వదిలిపెట్టటం.** ఈ పుస్తకంలో ఆ విషయాన్నే నొక్కి చెప్పటానికి ప్రయత్నించాను.

నాల్గవ అధ్యాయం జ్ఞానయోగం. బోర్డుమీద అక్షరం వ్రాయాలంటే, ముందు బోర్డుని చెరపాలి. దీనిముందు అధ్యాయంలో నిష్కామకర్మ గురించి చెప్పి, మనసు అనే బోర్డుని కృష్ణుడు శుద్ధి చేశాడు. ఇప్పుడిక జ్ఞానం గురించి చెపుతున్నాడు. అదే జ్ఞాన యోగం. ఎవడు జ్ఞాని? కోరికని జయించిన వాడు! కోరిక తీరని వాడికి వచ్చేది ఏమిటి ? కోపం, అసూయ! కోరిక ఎందుకు తీరదు? సంకల్పము, కృషి లేకపోవటం వలన! ఆ రెండూ ఎందుకు వుండవు? భయమువలన! భయము ఎందుకు వస్తుంది? తనపట్ల, తన వారిపట్ల, తన శరీరము పట్ల, తన పరువుపట్ల వుండే ఆశవలన! ..... ఈ వృత్తాన్ని ఛేదించటమే జ్ఞానయోగము.

ఆ తరువాత వచ్చే అయిదవది కర్మ సన్యాస యోగము. సన్యసించటమంటే వదిలివెయ్యటం. కర్మ అంటే పని. మరి పనిని వదిలి వెయ్యాలా? వదిలేస్తే జీవితమే లేదు. కర్మఫలాన్ని వదిలెయ్యాలి. కర్మ చేస్తూ ఫలాన్ని వదిలెయ్యాలి. అది అంత సులభంకాదు. దానికి మనో నిగ్రహం కావాలి. దాని గురించి చెప్పిందే ఆ తరువాతి అధ్యాయమయిన 'ఆత్మ సంయమ యోగము'.

దేనిని తెలిసికొనిన తరువాత, మరింకేమీ తెలుసుకోవటానికి ఈ ప్రపంచంలో వుండదో అదే జ్ఞానము. దాని గురించి వివరించింది 'విజ్ఞాన యోగము'. ఆపైన 'భక్తియోగము'. భక్తి అంటే గౌరవము, శ్రద్ధ, ఏకాగ్రత. మనిషికి ఈ మూడు గుణాలూ

వుండాలి. **భగవంతుడి పట్లనే కాదు. తాను చేస్తున్న పనిపట్ల కూడా భక్తి వుండాలి. చివరికి శృంగారం కూడా భక్తి (శ్రద్ధ)తోనే చెయ్యాలి.**

మనిషికి ఏ మూడు గుణాలుండకూడదో 'గుణత్రయ విభాగ యోగము'లో చెప్పాడు. బద్ధకము, అతినిద్ర మొదలైనవి తమోగుణ లక్షణాలు. వాటిమీద ప్రేమ వదులుకోవాలి. టి.వి. వీక్షణ వ్యసనం నుంచి వివిధ దృశ్య విషయాసక్తి వరకూ రజో గుణ లక్షణాలు. వాటి బంధం నుంచి బయట పడాలి. మూడోది సత్త్వగుణము. దీని వల్ల ప్రమాదము లేదు. కానీ **కేవలం ప్రమాదం లేకుండా బ్రతకటం విజయం కాదు.** ఈ మూడు గుణాల్నీ జయించటమే విజయం.

రాక్షసులకి ఏ సంపదలుంటాయో ఒకవైపు, దైవసంపద లేమిటో మరోవైపు చెప్పే అధ్యాయము 'దైవాసుర సంపద్వి భాగము'. మూడు రకాలయిన శ్రద్ధల గురించి వివరించేది 'శ్రద్ధాత్రయ విభాగ యోగము'. చివరిది 'మోక్ష సన్యాసము'. మనిషి దేనికోసం దేన్ని త్యజించాలో ఇది చెపుతుంది. మోక్షాన్ని కూడా సన్యసించే స్థితికి చేరుకోవటం ఆనందానికి పరాకాష్ఠ. **అర్జున విషాదం నుంచి మోక్ష సన్యాసానికి 'భగవద్గీత' ఒక నిచ్చెన.** మొత్తం పద్దెనిమిది అధ్యాయాలు. ఒక్కొక్కటి ఒక్కొక్క సోపానం. మొదటిమెట్టు విషాదం. మధ్యలో మెట్లు ప్రయత్నం. అన్నిటికన్నా పైది తృప్తి. అనంతానంతమైన తృప్తి. అదే అంతిమ విజయం. అదే జీవితసారం.

ఈ విధంగా, తనను తాను తెలుసుకునేలా చేసేది భగవద్గీత.

* * *

లాటిన్‌లో EDUCE అన్న పదం వుంది. 'ఎడ్యూస్' అంటే "నిన్ను నువ్వు తెలుసుకో" అని అర్థం. అందులోంచే 'ఎడ్యుకేషన్' అన్న పదం వచ్చింది. తనని తాను తెలుసుకోవటమే ఎడ్యుకేషన్. తనని తాను తెలుసుకోలేని మనిషికి ఎన్ని సంపదలున్నా వ్యర్థమే. ఆ తెలుసుకోవటం అన్నది చిన్నతనం నుంచీ రావాలి. అందుకే ఈ పుస్తకంలోని "జ్ఞానం" అన్న విభాగం, **కేవలం విద్యార్థులకోసం** కేటాయించ బడింది. వారి చేత తప్పక ఆ అధ్యాయాన్ని చదివించండి. అయితే చదువు ఎందుకు? ఎందుకు చదవాలి?

మీరెవరయినా విద్యార్థిని 'నువ్వెందుకు చదువుతున్నావు?' అని అడగండి. వెంటనే సమాధానం చెప్పలేడు. కొంచెం క్లిష్టమయిన ప్రశ్నే! కాస్త ఆలోచించి, 'జ్ఞానం కోసమో, డబ్బు కోసమో, సమాజంలో హోదా కోసమో' అంటాడు. జాగ్రత్తగా పరిశీలించండి. పై

మూడూ చదువువల్ల రావు. ఈ కాలం చదువులు జ్ఞానాన్ని నేర్పవు. అయినా జ్ఞానం కోసం ప్రతి రోజు రెండుగంటలు లైబ్రరీకి వెళ్తే చాలు. అదేవిధంగా డబ్బు, హోదా కేవలం చదువువల్ల రావు. బాగా బాగా చదువుకుంటే ప్రొఫెసర్ అవ్వొచ్చు. అయినా డబ్బు సంపాదించటానికి చదువు అంతగా అవసరం లేదు. లౌకిక జ్ఞానమూ, వ్యవహారిక జ్ఞానమూ వుంటే చాలు.

మరెందుకు చదవాలి ? ఇంజనీరో, డాక్టరో అవటంకోసం ఇంత కష్టపడాలా? కేవలం ఉద్యోగం, సెక్యూరిటీ కోసమేనా? చదవకుండా, ఆ వయసులో ఇక చేసేదేమీలేదు కాబట్టి చదవాలా?

ఇదే ప్రశ్న మరోరకంగా పిల్లవాడిని అడగండి. "నువ్వెందుకు క్రికెట్ ఆడు తున్నావు?" రెట్టించిన ఉత్సాహంతో అతడు "నాకు ఇంటరెస్టు కాబట్టి" అంటాడు. "దానివల్ల నీకేమొస్తుంది?" అంటే "హుషారుగా వుంటుంది కాబట్టి" అంటాడు. అంతేకాదు. "సాయంత్రమయ్యే సరికి ఆడుకోవటంకోసం మనసు ఉవ్విళ్ళూరుతుంది" అంటాడు.

చదువుకూడా అలాగే సాగాలి. జ్ఞాన సముపార్జన కోసం మనసు ఉవ్విళ్ళూరాలి. అప్పుడు డబ్బు, హోదా, కీర్తి అన్నీ దానంతట అవే వస్తాయి. మరోలా చెప్పాలంటే -

ఒక మనిషి తన పని తాను ఉత్సాహంగా (తప్పదు కాబట్టి - అనికాకుండా) చేసుకుపోతూంటే ఫలితాలు వాటంతట అవే వస్తాయి. **భగవద్గీత చెప్పింది కూడా అదే.**

ప్రపంచ ప్రఖ్యాతి పొందిన పెయింటర్ పికాసో "... పనిలేకపోతే నేను టైర్ అయిపోతాను. పని వుంటే విశ్రాంతంగా వుంటాను" అంటాడు. అదే విధంగా ప్రఖ్యాత ఫోటోగ్రాఫర్ ఆండీవార్ హోల్‌ని ఎవరో "మీరింత బాగా ఫోటోలు ఎలా తీస్తారు?" అని అడిగితే, "1000 తీసి, 999 పారేస్తాను కాబట్టి..." అన్నాట్ట. మీరు పనిచేసే చోట పని మీద ఉత్సాహం లేని వారు పది మంది వుంటే, మీకు ప్రమోషన్ వచ్చే ఛాన్సు పది రెట్లు పెరిగిందన్న మాట. ఈ సత్యం వ్యాపారానికీ, జీవితానికీ కూడా వర్తిస్తుంది. ఈ పుస్తకం చెప్పేది ఒక్కటే.

అసమర్థుల్నీ, నిరాశావాదుల్నీ మీ చుట్టూవుంచుకోకండి. వారు పైకి రావటానికి బదులు, వారితోపాటు మిమ్మల్ని క్రిందికి లాగటంలో ఆనందం పొందుతారు. వారితో వాదించవద్దు. గెలవలేరు కూడా. నవ్వి వూరుకోండి. దూరంగా వచ్చెయ్యండి. మూర్ఖుడు మాత్రమే పందుల్తో మల్ల యుద్ధం చేస్తాడు.

ఏ పనీ తక్కువ కాదు. లక్షలు ఖర్చు పెట్టి చదివి ఇతరుల నోళ్ళు కడిగే డెంటిస్ట్ ఆదాయం నెలకు పది వేలయితే, చేపల తొట్టెలు కడిగే అక్వేరియం షాపు యజమాని నెలసరి ఆదాయం కూడా అంతే. హుండాయ్ కార్ల యజమాని కిమ్-చూ తో అతడి స్నేహితుడు మొదటి రోజు "... ఈ కార్లు తుడిచేపని మానుకుని ఇంకేదయినా మంచి పని చూసుకోవచ్చుగా" అన్నాడు.

ప్రపంచ ప్రఖ్యాత లాండ్ స్కేప్ కంపెనీ అధినేత రాక్ ఫెల్లర్‌తో మొట్టమొదటి రోజు అతడి భార్య "ఇంత చదువూ చదివింది ఇలా తోటలో గడ్డి కోయటానికా?" అంది. విఖ్యాత నాట్యకారిణి వైజయంతీమాల గజ్జె కట్టిన మొట్టమొదటి రోజు, "ఎందుకీ పనికిమాలిన డాన్సులు" అన్నది ఆమె పినతల్లి. అదీ ప్రపంచం.

* * *

చివరగా ఒక్క మాట. **"యత్ర యోగేశ్వరః కృష్ణో యత్ర పార్థో ధనుర్ధరః"** అన్నాడు వ్యాసుడు. ఎక్కడ కృష్ణార్జునులు వుంటారో అక్కడ అన్ని ఐశ్వర్యాలూ వుంటాయని దాని అర్థం. కానీ చివరికి ఏమయింది ? కృష్ణుడు మరణించాక అర్జునుడు తిరిగి "మాయ"లో పడి, ద్వారకా నగరవాసుల్ని రక్షించబోయాడు. పాశుపతాస్త్ర మంత్రం కూడా మర్చిపోయాడు. ఎంత భగవద్గీత చెప్పినా ఏం లాభం?

అదే విధంగా ఈ పుస్తకం కూడా దాదాపు పాతిక లక్షల మంది చదువుతారని అంచనా. ఇలాటి పుస్తకాలు లక్ష వుంటాయి. చదివి ఎంత మంది మారతారు? వ్రాసిన నేనే పూర్తిగా మారలేదే. కానీ కాస్త మారటం వాస్తవం కదా. అలాగే ఎక్కడో ఎవరో ఒక పాయింటుకి స్పందిస్తారు అది చాలు.

జ్ఞానం సముద్రం లాటిది. మన గిన్నె ఎంత పెద్దదయితే అంత తీసుకోవచ్చు. అర్జునుడి ఆయుధం పాంచజన్యం కాదు. కృష్ణుడు. ఆయుధం ముఖ్యమే కానీ దాన్ని ఎలా వాడాలో తెలుసుకోవటం మరీ ముఖ్యం. ఆయుధం మీరే. ప్రేరణ ఇచ్చే కృష్ణుడు కావాలి. అందుకే ఈ పుస్తకం. ఈ పీఠిక ప్రాతిపదికగా ఇప్పుడు మనిషికి కావలసిన ఆరు ఐశ్వర్యాల్లోకి వెళ్దాం.

యండమూరి వీరేంద్రనాథ్

భయము తలుపు తట్టింది.
సాహసము తలుపు తీసింది.

మొదటి ఐశ్వర్యము

ధైర్యము

ఎదురుగా ఎవరూ లేరు

ధర్మక్షేత్రే కురుక్షేత్రే సమవేతా యుయుత్సవః
మామకాః పాణ్డవాశ్చైవ కిమకుర్వత సఞ్జయ !

(అర్జున విషాద యోగము-1)

భవబంధం

మనిషికి కావలసిన ఆరు ఆస్తులలో మొట్టమొదటిది ధైర్యము. మనిషికి ధైర్యము ఎప్పుడు పోతుంది? 1. తనకి నష్టం జరుగుతుందేమో అన్న భయమువలన. 2. తన పరువుకి నష్టం జరుగుతుందేమో అన్న భయమువలన. 3. తన వారికి నష్టం జరుగుతుందేమో అన్న భయమువలన. ఉదాహరణకి, ఒక వ్యక్తికి సభలో మాట్లాడటానికి ధైర్యము లేదు. ఎందుకు లేదు? అందరూ నవ్వుతారేమో అన్న సంశయం. అదే తనకీ, తన పరువుకీ మధ్యవున్న భవబంధం. అది ఒక్కోసారి ధైర్యాన్నీ, ఒక్కోసారి పిరికితనాన్నీ ఇస్తుంది. **మనిషికి ధైర్యాన్నిచ్చేదీ, ధైర్యాన్ని పోగొట్టేదీ కూడా భవబంధమే.** తన వారికోసం ఏదైనా చేయటానికి పురికొల్పేది తెగింపు. ఇది అమితమైన ధైర్యాన్ని ఇస్తుంది. మరోవైపు తనకీ తనవారికీ జరిగే నష్టంపట్ల వున్న 'బంధం' పిరికితనాన్ని ఇస్తుంది.

ధృతము అంటే ధరించునది. రాష్ట్రము అంటే ఉపద్రవము, ప్రమాదము (చూ. శబ్దరత్నాకరము). ధృతరాష్ట్రుడు అంటే ప్రమాదాన్ని ధరించినవాడు అని కూడా అర్థం వస్తుంది.

ధృతరాష్ట్రుడు సంజయుడిని, "కురుక్షేత్రంలో నా వారయిన కౌరవులు, పాండవులు ఏంచేసారో చెప్పు" అని అడుగుతున్నాడు. కౌరవుల్ని 'నావారు' అన్నాడు. నిజానికి పాండవులు కూడా తన వారే. 'నా' అనేది స్వార్థం. అదే భవబంధం. తాపత్రయం.

'తాపము' అనగా కోరిక. 'త్రయము' అనగా మూడు. నేను బావుండాలి, నావారు బావుండాలి. నేను చచ్చిన తరువాత కూడా నావారు బావుండాలి– అన్న మూడు కోరికలే మనిషిని తాపత్రయానికి గురిచేస్తాయి. అవే కామ, క్రోధ, లోభాలకి దారి తీస్తాయి.

నిజమయిన ధైర్యం

ధైర్యం గురించి, వ్రాస్తూ, ఒక అజ్ఞాత రచయిత తన బాల్యాన్ని ఇలా వివరించాడు.

"ముప్ఫై ఆరో ఏట నా తండ్రి గారికి బ్లడ్‌లో షుగర్ వున్నట్టు తేలింది. ఎంత చేసినా అది కంట్రోల్ అయ్యేది కాదు. అప్పుడు నాకు మూడేళ్ళు. అంబులెన్స్ మా ఇంటి కొచ్చి నిశ్శబ్దంగా నాన్నని తీసుకెళ్ళి తీసుకు రావటం నాకు ఇంకా గుర్తుంది. నాన్న బాస్కెట్ బాల్ కోచ్. షుగర్ మూలాన దాన్ని మాను కోవలసి వచ్చింది. క్రమ క్రమంగా నాన్న మత్తుగా, బద్దకంగా వుండ సాగాడు. ఒకసారి వంటింట్లో నాన్న నిలువునా వెనక్కి పడిపోవటం నేను కళ్ళారా చూసాను. చేతులు కూడా ఆన్చటానికి టైమ్ సరి పోలేదు. విరిగిన చెట్టులా వెనక్కి నిటారుగా పడిపోయాడు. తలకి పెద్ద దెబ్బ తగిలింది. అప్పటికి మందులు ఇంతగా లేవు. నలభై అయిదేళ్ళు వచ్చేసరికి నాన్న నడవలేక పోయాడు. చేతికర్ర సాయం కావలసివచ్చింది. ఆ తరువాత అయిదేళ్ళకి ఆయన కిడ్నీలు రెండూ పాడయ్యాయని తెలిసింది. ఎన్నో అర్ధరాత్రులు ఆయన మవునంగా బాధని అనుభవించటం నేను గమనించాను. ఎంత బాధవున్నా చెప్పే వారుకాదు

అందరిలోకీ, నాన్నకి పెదనాన్న కిడ్నీ సరిపోతుందని డాక్టర్లు ధృవీ

మన మందరమూ ధృతరాష్ట్రులమే. ప్రమాదాన్ని ధరించిన వాళ్ళము. తాపత్రయమువల్ల వచ్చే ప్రమాదాన్ని గుర్తించలేని గుడ్డివాళ్ళము.

డబ్బు అవసరమే. ఆత్మీయత అవసరమే. కానీ వాటిమీద వల్లమాలిన ఆశ పెరిగేకొద్దీ దుఃఖమే మిగుల్తుంది.

నిద్రాహారాలు మాని, ప్రజలను పీడించి, లంచాలుపట్టి, మోసాలు చేసి ఒకడు కోట్లు సంపాదించి కొడుకులకు పంచాడు. పాతిక సంవత్సరాల తరువాత మనవలు అతడి ఫోటోని పాత గదిలో పడేసారు. అదీ వాస్తవం. ఈ వాస్తవాన్ని గ్రహిస్తే చాలు.

ఈ భవబంధాలు కూడా వయసుబట్టి మారుతూ వుంటాయి. బాల్యంలో తల్లిదండ్రుల పట్ల ప్రేమ, కౌమారంలో కేవలం తల్లితోనే చనువు, యవ్వనంలో భాగస్వామి పట్ల ప్రేమ, ఆ తరువాత ఒకవైపు సంతానంపట్ల అభిమానం, మరోవైపు కన్నవారిపై నిర్లక్ష్యం. ఎందుకిలా భవబంధం ?

CASE : ఒక ఇంజనీరు ముసలితల్లిని అనాధాశ్రమంలో పెట్టాడు. బ్రిడ్జి కట్టేటప్పుడు లంచం తీసుకున్నాడు. అది కూలి వందమంది మరణించారు. ఇంజనీరు తన 'కర్తవ్యాన్ని' సరిగ్గా నిర్వహించకుండా డబ్బు పట్ల కోరిక పెంచు కున్నాడు. అతనికి ఆనందం లభించిందా? వందమంది కూలీల మరణం మనసులో ఏ మూలో తొలుస్తోంది. బ్రిడ్జీ కూలిన వైనంపై ఆఫీసులో ఎంక్వయిరీ వల్ల, రాత్రిళ్ళు నిద్ర దూరమైంది. ఆ డబ్బంతా ఏం చేసాడు? అందులో సగం కూతురికి కట్నంగా ఇచ్చాడు. దాన్ని అల్లుడు అనుభవిస్తున్నాడు. కొడుక్కి డొనేషన్ కట్టాడు. దాన్ని అతడు అనుభవిస్తున్నాడు. ఇంజనీరు ముసలివాడయ్యాడు. కొడుకు అతడిని

అనాథాశ్రమంలో చేర్పించాడు. నాయనమ్మని గుర్తుచేస్తూ, 'నీవు నేర్పిన విద్యయే కదా' అన్నాడు. ఏం మిగిలింది చివరికి?

ఒక స్త్రీ ఇటు ఉద్యోగంలోనూ, అటు సంసారంలోనూ తన కర్తవ్యాన్ని చక్కగా నిర్వహించింది. సంతానాన్ని సంస్కారవంతులుగా తీర్చిదిద్దింది. బంధుమిత్రుల్ని ఆదరించింది. తాను ఆనందిస్తూ మిగతా వారికి ఆనందం పంచింది. కర్తవ్య నిర్వహణలోనే ఆమె ఆనందం పొందింది.

అది సహేతుకము. ముందు చెప్పిన ఇంజనీరు జీవితము నిర్హేతుకము.

ఇంకొక ఉదాహరణ చూద్దాము. కూతుర్ని డాక్టర్ని చేయాలని తల్లిదండ్రుల తాపము. కూతురికి చిన్నతనం నుంచే డాక్టరుగా రూపకల్పన చేసారు. ఊహలలోనే డాక్టరై పోయింది. కానీ వాస్తవంలో సైన్సు అంతగారాదు. ఏడో క్లాసులోనే పోటీ తట్టుకోలేక పోతోంది. సైకాలజిస్టుల దగ్గిరకు తీసుకెళ్ళారు. తాయెత్తులు కట్టించారు. వంటగది వాస్తు మార్చారు. మందులూ మూలికలూ వాడారు. లాభం ఏముంది? వాస్తవం తెలుసుకోకుండా, కృషి, జ్ఞానం, వనరులూ లేకుండా పెరిగే కోరికే తాపము.

* * *

భగవద్గీత గురించి అసలేమీ తెలియని యువతకి కాస్త ప్రాథమిక వివరణ అవసరం. భగవంతుడి తత్వమే భగవద్గీత. అయితే దీనికో PREFACE వున్నది. అది అర్జున విషాదయోగం. భగవద్గీతకు అదొక రకంగా ఉపోద్ఘాతం. బంధువుల్ని చంపనని అర్జునుడు భీష్మించుకుని కూర్చుంటాడు. అందరూ తన వాళ్ళే. తన వారిని చంపటం సమస్య.

కరించారు. పెదనాన్నకి అరవై ఏళ్ళు. ఆ వయసులో ఆ వృద్ధుడిని ఇబ్బంది పెట్టటానికి నాన్న వప్పుకోలేదు.

వారానికి రెండు సార్లు చెయ్యాల్సిన డయాలసిస్, రెండ్రోజుల కొకసారికి వచ్చింది. ఆ తరువాత నాన్న డయాలసిస్ కూడా వద్దన్నాడు. మేము ఎంతచెప్పినా వప్పుకోలేదు. చెల్లి పెళ్ళి చేసాము.

రక్తశుద్ధి మానేసాక నాన్న ఆరోగ్యం క్రమక్రమంగా, వేగంగా క్షీణించసాగింది. మా కళ్ళముందే ఆయన మరణానికి దగ్గిరయ్యాడు. ఆయనకప్పుడు యాభైనాలుగేళ్ళు. ఒక అర్ధరాత్రి మేమందరం చుట్టూ వుండగా ఆయన నెమ్మదిగా ప్రాణాలు వదిలేడు.

అప్పుడు నా వయస్సు 21 ఏళ్ళు. మా దేశంలో ఉద్యోగానికి రిటైర్మెంటు వయసు 55. పదవిలో వుండగా మరణిస్తే, ఆ ఉద్యోగాన్ని సంతానానికి ఇస్తారు. ఆ విధంగా నాకా వుద్యోగం వచ్చింది.

ప్రతి రాత్రీ పడుకోబోయే ముందు నేను తండ్రిని తల్చుకుంటాను. ఆయన ఇప్పుడు నాకు స్పష్టంగా కనపడుతున్నాడు. ఒక తండ్రిగా కాకుండా, మూర్తీభవించిన ధైర్యంలా ఆయన నాకు కనపడతాడు. ఒకవైపు కూతురి పెళ్ళికోసం డయాలిసిస్ ఖర్చు మానేసి, మరోవైపు కొడుకు ఉద్యోగం కోసం మరణాన్ని తొందరగా ఆహ్వానించటంకన్నా గొప్ప ధైర్యం మరేముంటుంది? ✿

ప్రేమకు ఎల్లలు లేవు

"అద్వేష్టా సర్వభూతానాం మైత్రః కరుణ..." అన్నాడు కృష్ణుడు భక్తియోగంలో. 'సమస్త ప్రాణు లందు కరుణ కలవాడు నాకు (భగ వంతునికి) ఇష్టుడు' అని దీనర్థము.

కేవలం పూజలు చేయటం వలన పుణ్యము రాదు. మానవ సేవయే మాధవ సేవ అన్నారు. ఈ సిద్ధాంతాన్ని మనస్ఫూర్తిగా నమ్మి నది - మదర్ థెరిస్సా. 2003 అక్టో బర్‌లో ఆమె బీటిఫికేషన్ జరిగింది. ప్రపంచ చరిత్రలో ఎవరికీ సాధార ణంగా దక్కని అవకాశం అది. అంత గొప్ప ఆమెలో ఏమున్నదో ఈ క్రింది సంఘటన చెపుతుంది.

* * *

1969 జూలై 20వ తారీఖు మనిషి మొట్ట మొదటి సారిగా చంద్రునిపై కాలుపెట్టిన రోజు మదర్ థెరిసా దగ్గర సిస్టర్‌ని ఎవరో ఈ విధంగా అడిగారట. "మీరు ఎప్పుడైనా చంద్రుని మీద కాలుపెట్ట గలనని భావించారా?"

ఆమె తడుముకోకుండా "అనా థలు, రోగగ్రస్థులు, తమకంటూ ఎవరూ లేనివారు అక్కడ వుంటే తప్పకుండా మా సిస్టర్స్ అందరూ అక్కడికి వెళతాము" అన్నదట. ❁

మనిషికి ఊహించని సమస్య ఎదురైనప్పుడు షాక్ తగుల్తుంది. అయోమయంలో పడి నిస్తేజు డవుతాడు. దాన్నే INERTIA అంటారు. ఆ స్థితి నుంచి కృష్ణుడు అర్జునుడిని బయటకు తీసు కొస్తాడు. భగవద్గీతలో అంతర్లీనంగా చర్చింప బడినదంతా ఈ తాపత్రయం నుంచి బయటపడి ఎలా కర్తవ్యోన్ముఖం అవ్వాలా? అన్నదే.

అయితే ఇక్కడో చిక్కు వున్నది. 'కోరిక కలవాని సాధన ఫలించదు' అని కృష్ణుడు ఒక చోట అంటాడు. ఆధునిక మానవుడు దీనిని వప్పుకోడు. "మీ వ్యక్తిత్వ వికాస కోర్సుల్లో మనిషికి కోరిక, కుతూహలం, లక్ష్యం వుండాలని కదా మీరు చెప్పేది" అంటాడు. నిజమే. లక్ష్యంలేని మనిషి జంతువుతో సమానం. కోరికే మనిషిని ప్రగతిపథం వైపు నడిపిస్తుంది. **అర్జునుడితో యుద్ధం చేయించటం కృష్ణుడి కోరిక.**

భగవద్గీత ఆధారంగా దీనికి సమాధానం చెప్పటం కత్తిమీద సాములాటిది. కానీ జాగ్రత్తగా విశ్లేషించగలిగితే, భగవద్గీత లో లేని సమాధానం అంటూ లేదు.

అర్జునుడి విషాదానికి కారణం ఏది ?

భవబంధం.

తన వారిని చంపవలసి రావటం.

ఎవరు తన వారు ?

మీరు జాగ్రత్తగా ఒక లిస్టు తయారు చెయ్యండి. ప్రాముఖ్యత ప్రాతిపదికగా వ్రాయండి. మీ జీవిత భాగస్వామి, పిల్లలు, స్నేహితులు, తల్లిదండ్రులు, అల్లుళ్ళు, కోడళ్ళు, సోదరులు, అక్కాచెల్లెళ్ళు, వారి పిల్లలు, తోటికోడళ్ళు, తోటి అల్లుళ్ళు, మనవలు, మనవరాళ్ళు, అత్తామామలు, బావాబావమరుదులు ..... ఇలా వ్రాసుకుంటూ పొండి. ఏ పాయింటు దగ్గిర ఈ బంధం పలచన

అవుతున్నట్టు మీరు భావిస్తున్నారో అక్కడ ఒక గీత గీయండి. మరో రకంగా చెప్పాలంటే, ఆ గీతకు అటువైపు వున్నవారికి కష్టంవస్తే మీరు పెద్దగా బాధపడరు. నష్టం వస్తే సాయపడరు. పేపర్లో వార్త చదివినట్టు ఫీలవుతారంతే.

ఈ విధమైన గీత గీయటానికి మనం చాలా కష్టపడవలసి వస్తుంది. ఉదాహరణకి, కొడుకు ప్రమాదానికి గురైతే వేయిమైళ్ళ దూరంలో వున్నా వెళ్తాం. బావమరిది కొడుకైతే అంతదూరం వెళ్ళం. మళ్ళీ, అదే బావమరిది కొడుకు మనవూరి ఆస్పత్రిలో వుంటే వెళ్తాం. మనవూరి ఆస్పత్రిలోనే బావమరిది తోడల్లుడి తమ్ముడి కొడుకు వుంటే వెళ్ళం. కానీ అతడి తండ్రి మినిస్టర్ అయితే, బంధుత్వం కలుపుకుని వెళ్తాం.

దీనినిబట్టి అర్థమైనదేమిటి?

ఎవరు 'మన వాళ్ళో' తెలుసుకోవటం కష్టం. భవబంధపు గీత గీయటం మరీ కష్టం. ఒకవేళ గీసారే అనుకోండి. ఆ గీతకు అటున్న వారు దూరపువారు. ఇటున్నవారు (అంటే మీవైపున్న వారు) దగ్గిరవారు అవుతారు కదా. అంటే ఆ గీత అటు జరిగేకొద్దీ మీ వాళ్ళు ఎక్కువ అవుతారు. మరోలా చెప్పాలంటే మీ నుంచి గీత ముందుకు జరిగే కొద్దీ మీ ప్రపంచం విశాలమవుతుంది. ప్రపంచంతో మీకున్న బంధం విశ్వవ్యాప్తమవుతుంది. మీ ప్రేమ విశ్వజనీయమవుతుంది. మీకేమీ సంబంధం లేని రోడ్డు పక్క చలిలోపడున్న బిచ్చగత్తెని చూసి కూడా బాధపడి దుప్పటి కప్పటం ఈ విభాగంలోకి వస్తుంది.

భక్తియోగంలో "...సర్వ భూతహితేరతాః" అన్నాడు. అన్ని ప్రాణులకీ హితము చేసేవాడే ధన్యుడు అని అర్థం.

ఇది మంచిది.

నిజమైన బంధం

భవబంధం గురించి ఒక అద్భుతమైన యదార్థ సంఘటన ఇంగ్లండ్‌లో జరిగింది. ప్రేమ ఎంతటి త్యాగాన్నైనా చేయిస్తుందనీ, ఎంతటి ధైర్యాన్నైనా ఇస్తుందనీ చెప్పే కథ ఇది.

గ్రేట్ బ్రిటన్‌లో చాలా కాలం క్రితం ఒక స్థూపం వుండేది. అక్కడి ప్రజలు ఆ స్థూపాన్ని తల్లి ప్రేమకి చిహ్నంగా భావించేవారు.

మొదటి ప్రపంచ యుద్ధానికి కొంతకాలం ముందు ఒక రాజ వంశస్థురాలు సౌత్‌వేల్స్ కొండల మధ్య నుంచి ప్రయాణిస్తూ వుండగా పెద్ద మంచు తుఫాను వచ్చి చాలా మంది మరణించారు. అది తగ్గిన తరువాత ఆమె కోసం వెతికితే మంచు అడుగున ఆమె శరీరం కనబడింది. అయితే ఆమె వంటి మీద ఏమీ బట్టలులేవు. దాన్ని చూసి ఆశ్చర్యపోతూ వారామె శరీరాన్ని మంచు నుండి బయటకు తీస్తూ వుండగా అడుగున నెలల పసికందు కనబడ్డాడు. ఆమె వంటిమీద ఎందుకు బట్టలులేవో వారికి అర్థం అయ్యింది. తన బట్టలన్నీ తీసి ఆ పసికందు మీద కప్పి అతడిని తన కౌగిలిలో వెచ్చగా పడుకోబెట్టుకుని ఆమె మరణించింది.

ఆ కుర్రవాడి పేరు డేవిడ్ జార్జి. అతడే పెరిగి పెద్దవాడై గ్రేట్ బ్రిటన్‌కి ప్రధానమంత్రి (1916-21) అయ్యాడు. తల్లిప్రేమకి సూచనగా అతడు కట్టించిన స్థూపం చాలా కాలం బ్రిటీష్ ప్రజలకి గర్వ కారణంగా వుండేది. ✿

ధైర్యం గురించి కొన్ని మంచి వాక్యాలు

నువ్వు గులక రాయివా వర్షపు చుక్కవా? ముందు నిర్ణ యించుకో. గులకరాయివైతే కెటిల -బార్ నుంచి గమ్యంవైపు సూటిగా దూసుకెళ్ళు. వర్షపు చుక్కవైతే సూటిగా పగడపు చిప్ప వైపు వెళ్ళు.

* * *

ధైర్యం గాలిపటం లాంటిది. ఎదురుగాలి వీచేకొద్దీ పైకి వెళ్తుంది.

* * *

ధైర్యవంతుడిలా నటించటానికి కూడా ధైర్యం కావాలి. అయితే మరొక్కమాట - నిజమైన ధైర్యం అంటే, నీకు తప్ప మరెవరికీ నీవు భయస్థుడవని తెలియక పోవటం.

* * *

ధైర్యం అంటే....

ఇంకో నిముషంలో నేను చచ్చిపోతానని డాక్టరు నాకు చెపితే... ఈ వాక్యాన్ని మరింత తొందరగా వ్రాసి పూర్తి చేయటం.

* * *

తన చుట్టూ అడ్డుగా వున్న ఆకుల్ని నిర్దాక్షిణ్యంగా విదుల్చుకోగలిగితేనే 'గులాబి' అందం బయట పడుతుంది. బంధాల్ని ఆ విధంగా తెంచుకుంటే ధైర్యం బయటపడుతుంది. ✿

ఈసారి గీతని మీవైపుకు జరుపుకుంటూ రండి. అంటే ఒక్కొక్కర్నీ మీనుంచి అవతలకి తోసేస్తున్నారు అన్నమాట. అప్పుడు మీరొక్కరే మిగుల్తారు. మీకు మీరే వుంటారు. సాటి మనుష్యులు కాకుండా, మిగతా విషయాలైన డబ్బు, కీర్తి - వీటికే మీరు ప్రాముఖ్యత ఇస్తారు. కేవలం మీ కోసమే మీరు బ్రతుకుతారు. అది స్వార్థం.

ఇప్పుడు గీతని ఇంకా జరపండి. అంటే మీరు కూడా బయట కొచ్చేసేరు. మీకు మీరేలేరు. డబ్బు లేదు. కీర్తి అవసరం లేదు. చివరికి మోక్షంకూడా అక్కర్లేదు.

భవబంధాలు తెంచుకోవటం అంటే అదే.

ఇదీ మంచిదే.

ఈ స్థాయి కొచ్చిన తరువాత ఏదీ మనిషిని బాధించదు. చేసిన ప్రతిపనీ ఆనందమే తప్ప దుఃఖంరాదు. బంధం లేనప్పుడు దుఃఖం ఎలా వస్తుంది ? అలా అని 'కర్తవ్యం' మానివెయ్యమని కాదు. దేనితో బంధం పెంచుకోవాలో తెలుసు కొమ్మని. **క్రికెట్‌తో బంధం విద్యార్థిని చదువుకి దూరం చేస్తుంది. స్నేహితుల్తో బంధం తండ్రిని ఇంటికి ఆలస్యంగా వచ్చేటట్టు చేస్తుంది. టి.వి.తో బంధం గృహిణిని సోమరిపోతుని చేస్తుంది. ప్రేమతో బంధం అవివాహితని గర్భవతిని చేస్తుంది.**

దుఃఖకారకమైన ప్రతిదానికీ బంధమే కారణము. బంధాన్ని విశ్లేషిస్తూ గౌతమ బుద్ధుడు నాలుగు అంశాల్ని చెపుతున్నాడు.

1. బంధము యొక్క మూలము (రక్త సంబంధము, స్నేహము, అవసరము, విశ్వజనీయమైన ప్రేమ)

2. బంధము యొక్క కారణము (స్వార్థము, నిస్వార్థము)
3. బంధము యొక్క ఫలితము (దుఃఖము, ఆనందము)
4. బంధము యొక్క పరిష్కారము (నిర్వేదము, మోక్ష సన్యాసము)

తనవారిపట్ల భవబంధాన్ని కాస్త తగ్గించుకుని, బయటవారికి ఆ ప్రేమని కాస్త పంచగలిగేవాడు బౌద్ధుడు అవుతాడు.

మనిషి ఒక వృత్తంలో తన వారినీ, వృత్తానికి బయట పరాయి వారినీ వుంచుకుంటాడు. ఎవరిని లోపల వుంచుకోవాలా అనేది 'రక్తబంధం, స్నేహం, అవసరం, అభిరుచి' అనే నాలుగు విషయాల మీద ఆధారపడి వుంటుంది. ఒక్కోసారి ఈ వృత్తం గాజు బొమ్మలా బ్రద్దలైపోతూ వుంటుంది.

మానవత్వం పోయినప్పుడు!

ఒక సైనికుడు యుద్ధం తరువాత ఇంటి కొస్తూ, తల్లిదండ్రులకి ఫోన్ చేసాడు. "యుద్ధం అయిపోయింది నాన్నా. ఇంటికి వచ్చేస్తున్నాను. అయితే ఒక చిన్న కోరిక".

"ఏమిటది బాబూ" అని అడిగాడు తండ్రి.

"నాతో పాటూ మీకు అభ్యంతరం లేకపోతే నా స్నేహితుడిని కూడా తీసుకొస్తాను. అతనికెవరూ లేరు".

"తప్పకుండా".

"కానీ.... యుద్ధంలో అతడి కాళ్ళూ చేతులూ తెగిపోయాయి. మనమే జీవితాంతం చూసుకోవాలి. నాకు చాలా ఆత్మీయుడు".

కొంచెంసేపు నిశ్శబ్దం తరువాత తండ్రి నెమ్మదిగా "బాబూ! మన మీద చాలా పని పడుతుంది. ఒక అంగవైకల్యుడికి జీవితాంతం సేవ చేయటం ఎంత కష్టమో నీకు తెలీదు"

బంధమూ - స్పర్శ - రక్షణ

భవబంధాలు ఏవీ శాశ్వతం కావు. మరణం వరకూ అవసరం లేదు. అంతకు ముందే మనుష్యులు మారిపోతారు.

సంతానం కలగ్గానే స్త్రీకి భర్త మీద, వయసు రాగానే కొడుక్కి తల్లిమీద, పెళ్ళవగానే అమ్మాయికి పుట్టింటి మీద బంధం తగ్గిపోతుంది. అంతవరకూ ఎందుకు?

వివాహానికి ముందు జరిగే స్నేహంలో కుర్రవాడు అమ్మాయిని చాలాసార్లు 'చేతులు' స్పృశిస్తాడు. జీవితంలో మరే టైమ్‌లోనూ చేతుల్ని అన్నిసార్లు 'మళ్ళీ' స్పర్శించడు. దీనికి కారణం మనిషిలో వుండే 'మృగ లక్షణం' అంటారు సైకాలజిస్టులు.

ఆడ జంతువుని లాలించటానికి మొగ జంతువు వివిధ శరీర ప్రాంతాల్నీ స్పర్శిస్తుంది. అయితే ఈ అబ్బాయీ - అమ్మాయీ ప్రేమలో కాసింత సంస్కారం కూడా వుంటుంది కాబట్టి పురుషుడు చొరవ తీసుకోడు. కానీ కోరిక తీర్చుకోవటం కోసం ఆమె అనుమతించిన (చేతులులాటి) ప్రదేశాల్ని స్పృశిస్తూ సంతృప్తి పడతాడు.

అందుకే- వివాహం జరిగి, ఆమె పూర్తిగా దగ్గిరయ్యాక అతడి స్పర్శ తగ్గిపోతుంది. క్రమక్రమంగా, శారీరకావసరానికే దాన్ని పరిమితం చేసుకుంటాడు. చేదు నిజమే కానీ - నిజం నిజమే కదా!

* * *

అయిదు పాశ్చాత్య దేశాల్లో ఒక ఇంటర్వ్యూని నిర్వహించి యువకుల్ని ఈవిధంగా అడిగారు: "నువ్వు ప్రేమించబోయే అమ్మాయి నీలో ఏమి చూస్తుందనీ, ఏ లక్ష ణాలు చూసి ప్రేమిస్తుందనీ నువ్వు అనుకుంటున్నావు?"

దానికి యువకులు దాదాపు గా, "పోటీలో నెగ్గేతత్వం, ప్రాక్టికల్ గా వుండగలగటం, హుందాతనం, మొగతనం, ధీరత్వం, సంపాదన వగైరా" అన్నారు.

అమ్మాయిలు మాత్రం, "ద య, ప్రేమ, స్నేహగుణం, ఆకర్షణ" అన్నారు.

* * *

బెడ్‌రూమ్‌లో మంచంపై పరుండేటప్పుడు, ద్వారానికి దగ్గిర గా పురుషుడు; గోడవైపు స్త్రీ పడు కుంటారట. పురుషుడు లేని సమ యంలో స్త్రీ ఆ స్థానాన్ని తను తీసు కుని, పిల్లల్ని గోడవైపు పడుకో బెడుతుందట. గుహల్లో జీవించే సమయం నుంచీ, ద్వారం దగ్గిర పురుషుడు పడుకోవటం అలవాట యిన కారణంగా, అదే రక్షణ మనస్తత్వం ఇప్పటికీ కొనసాగు తోందంటారు ఆంత్రపాలజిస్టులు.

❁

అన్నాడు. తల్లి ఫోన్ తీసుకొని, "అతడి దారి అతడు చూసుకుంటాడులేరా. అందరికీ సేవచేస్తూపోతే మనకి శ్రమే మిగులుతుంది" అంది.

కొడుకు ఫోన్ పెట్టేసేడు. ఆ తరువాత అతడి శవాన్ని సైనికాధికారులు ఆ తల్లిదండ్రులకి పంపారు. అతడు యుద్ధంలో మరణించలేదు. ఆత్మహత్య చేసుకున్నాడు.

అతడికి కాళ్ళూ చేతులూ లేవు.

* * *

మనలో చాలామందిమి ఇలాంటి వాళ్ళమే! అందము, అంతస్థు, తాహతు వున్నవారినీ, మన స్థాయి వారినీ స్నేహితులుగా చేసుకుంటాం. మన పిల్లలపట్ల కూడా ఈ విచక్షణ చూపిస్తాము. మీరే ఆలోచించండి. అస్పృశ్యుల్నీ, అంద వికా రుల్నీ, అంగవైకల్యుల్నీ అసలు పట్టించుకోము. వారికి సేవ చేయనవసరంలేదు. కనీసం చిరు నవ్వుతో పలకరించినా చాలు. చిరునవ్వు మూల్యం లేనిది. ఉచితంగా వచ్చేది. అవతలివారికి మాత్రం అమూల్యమైనది. ఒక్కమాటలో చెప్పాలంటే, **మనిషి 'ప్రేమ'తో బంధం పెంచుకోవాలి. 'స్వార్థం' తో బంధం తెంచుకోవాలి.** అదే భవబంధం.

భవబంధాలు తెంచుకోవటానికి మరికొందరు మరికొన్ని విపరీతార్థాలు ఇస్తారు. ఆరుగురు వ్యక్తులు క్లబ్‌లో పేకాడుతున్నార్ట. దూరం నుంచి చావు మేళం వినిపించింది. కిటికీ లోంచి శవం వెళ్ళటం కనిపించింది. అందులో ఒకడు పేక ముక్కలు క్రిందపెట్టి బయటకొచ్చి, వెళ్తున్న శవం ముందు క్షణంపాటు తలవంచి, తిరిగి వెనక్కివచ్చి ఆటలో కూర్చున్నాడట. అతడి సంస్కారానికీ, సాటి మనుష్యులపై దయకీ అందరూ ఆశ్చర్యంతో విభ్రాంతి చెంది అతడిని పొగిడారట. అతడు

మాత్రం మొహమాటంతో "భార్యకి ఆ మాత్రం గౌరవం ఇవ్వకపోతే బావోదుకదా" అన్నాడట.

భవబంధాలు పూర్తిగా తెంచుకోవటం అంటే అది కాదు. అది పేకాటతో బంధం పెంచుకోవటం. ఒక వ్యసనంతో బంధం పెంచుకుంటే ఏ విధంగా జీవితం వుంటుందో చెప్పటానికే పై ఉదాహరణ.

'అశోచానన్వ శోచస్తం' అంటున్నాడు సాఙ్ఖ్య యోగంలో. 'దేని గురించైతే ఏడవరాదో, దాని గురించి దుఃఖిస్తున్నావు' అని దాని అర్థం. మనమంతా చేసేది అదే. చివరికి పక్కవాడు అతడి ఇంటిపై మరో అంతస్థులేపినా ఏడుపే.

మరణించిన వారి గురించి గానీ, జీవించిన వారి గురించి గానీ, ఏ వస్తువు గురించీ దుఃఖించని వాడే జ్ఞాని. మరణమంటే 'తరువాత నువ్వొచ్చి కలుసుకో' అని చెప్పి వెళ్ళిపోవటమని జ్ఞానికి తెలుసు. అది తెలియకే అర్జునుడు అంత విషాదించాడు.

* * *

భగవద్గీతకి అర్జున విషాదయోగం ఒక Preface అయితే, దానికి మళ్ళీ ఇంకొక Preface వున్నది. అది – ధృతరాష్ట్రునికి సంజయుని ఉవాచ. ధృతరాష్ట్రుడు గుడ్డి వాడవటం చేత కురుక్షేత్ర యుద్ధాన్ని చూడలేడు. అందువల్ల వ్యాసుడు దివ్యదృష్టి ఇచ్చాడు. ఎవరికి? ధృతరాష్ట్రుడికి కాదు. అతడి రథసారథి అయిన సంజయుడికి.

అతడికెందుకు ఇచ్చాడు?

సరాసరి ధృతరాష్ట్రుడికే ఇవ్వొచ్చుకదా!

ఇక్కడ ఒక ఉద్దేశపూర్వకమైన కారణం (Purpose) వున్నది.

ధృతరాష్ట్రుడు పరిస్థితిని 'అతని' దృష్టితో

భవబంధం-స్త్రీ వాదం

భవబంధం ఎంత బాధిస్తుందో, పిల్లలు దూరంగా ఎగిరి వెళ్ళిపోయిన వృద్ధులకు తెలుస్తుంది. తల్లిదండ్రుల్ని వదిలి రెసిడెన్షియల్ హాస్టల్స్‌లో వుండే చిన్నారులకు తెలుస్తుంది. పిల్లల్ని వదులుకోలేక భర్త హింసల్ని సహించే భార్యలకి తెలుస్తుంది.

* * *

"భగవద్గీతలో 'భవబంధాని'కీ, స్త్రీ వాదానికీ కొంత వరకూ సంబంధం వున్నదేమో అని పిస్తుంది" అంటుంది ప్రముఖ రచయిత్రి ఊర్మిళా భట్నాగర్. ఒక రోజు ఆమె మోర్నింగ్ వాక్‌కి వెళ్తోంటే, జనం గుంపుగా కన పడ్డారట. మధ్యలో ఒకామె భర్తని దాదాపు కొడుతోంది. అతను అన్నాళ్ళూ పెట్టిన హింసకి అది ప్రతీకారం. దాదాపు ప్రతిరాత్రీ ఏదో ఒక నెపం మీద కొట్టేవాడట. ఇది పరాకాష్టకు చేరుకుని ఆమె తిరగబడింది. ఆ కాపరం చెయ్యటం కన్నా, వదిలేసి పోవటం మంచిదని అరుస్తోంది. అతడి సంపాదన అంతంత మాత్రం! నాలుగిళ్ళల్లో పని చేసి ఆమె తెచ్చే డబ్బులో కాస్త రాత్రి మందుకి తీసుకుంటాడు. కాస్త పాకకి అద్దె కట్టాలి. చెప్పిన పనిలో ఏమాత్రం తేడా వచ్చినా తన్నులు. ఇది భరించలేక వాడిని ఇంట్లోంచి పొమ్మని కొడుతోంది.

ఈ కొత్త కధనానికి జనం చుట్టూ చేరి ఆశ్చర్య పోతున్నారు. ఆ సమయంలో వాడు "నేనెక్కడికి పోతానే? నువ్వేపో..." అన్నాడు. ఆమె చప్పన వాడి చెయ్యి పట్టుకుని, అదే గుంపులో వున్న పాక యజమాని దగ్గిరికి లాక్కెళ్ళి "ఇదిగో, ఈ ఇంటికీ నాకూ సంబంధం లేదు. పాక అద్దె వీడి దగ్గిరే తీసుకో, నేను పోతున్నా..." అంది. యజమాని కంగారుపడి, ... "వీల్లేదు. వాడికి ఇల్లు చచ్చినా ఇవ్వను. ఉంటే నువ్వే వుండు" అన్నాడు.

"మరి నేను చెపుతున్నదీ అదే కదా" అందామె. మొగుడి పరిస్థితి కుడితిలో పడ్డ ఎలకలా తయారయింది. బక్క కోపం వల్ల కలిగిన ఉక్రోషంతో ఆఖరి అస్త్రంగా "పోతానే .... పోతాను ..... నా కొడుకుని నాకిచ్చెయ్యి" అని అరిచాడు. ఒక్క క్షణం కూడా ఆగకుండా ఆమె పాకలోకే వెళ్ళి, పాలు తాగే వయసున్న బిడ్డని తీసుకొచ్చి వాడి చేతుల్లో పెట్టి 'అంతకన్నా ఏమి కావాలి? తీస్కపో' అంటూ తలుపేసుకుంది. ఇది వూహించని మొగుడు అవాక్కయ్యాడు. చుట్టూ వున్న వాళ్ళని చూసి, సవాలు చేస్తున్నట్టు తీసుకు పోయాడు. కానీ రెండ్రోజులు తిరిగే సరికల్లా పిల్లాడ్ని తిరిగి తీసుకొచ్చి అప్పజెప్పి 'నేసాకలేను' అన్నాడు. ఇప్పుడు ఆమె పిల్లాడితో కాస్త సుఖంగా వుంటోందిట.

చూడటం కాదు వ్యాసుడికి కావల్సింది. అదే జరిగితే ఆయన అంతా కరెక్టే అనుకుంటాడు. చూసిన దానికి కాస్త వివరణా, విశ్లేషణా కావాలి. అందుకే ఆ దివ్యదృష్టిని యుక్తా యుక్త పరిజ్ఞాన మున్న సంజయుడికి ఇచ్చాడు వ్యాసుడు.

'సం' అంటే మిక్కిలి అని అర్థం. 'సంజయుడు' అంటే తనని తాను జయించినవాడు. జ్ఞాని. అతడు జ్ఞాని కాబట్టే, ఎక్కడ కృష్ణుడు వుంటాడో అక్కడ విజయము వుంటుందని చెప్పి భగవద్గీతని ఆఖరి శ్లోకంతో ముగించాడు. మరో రకంగా చెప్పాలంటే, పాండవుల విజయాన్ని ముందే వూహించి చెప్పాడు. అయినా ఆ విషయాన్ని ధృతరాష్ట్రుడు (ప్రమాదాన్ని ధరించినవాడు) గ్రహించలేక పోయాడు. ఎందుకు గ్రహించలేకపోయాడు? అతడిలోని Public Prosecutor కన్నా Defence Lawyer బలంగా వుండబట్టి.

ఒక పని చేస్తున్నప్పుడు మూడు రకాలయిన భావాల్తో దాన్ని చెయ్యాలి. ఒకటి - ఇష్టంతో! రెండు - విమర్శతో !! మూడు - నిష్పాక్షికతతో!!! అదే విధంగా ఒక సమస్య వచ్చినపుడు దాని పరిష్కారాన్ని నిర్వికారంగా (ఏ విధమైన ప్రలోభాలకీ లోనుకాకుండా) ఆలోచించగలిగివుండాలి.

'నీలోనే ఒక Public Prosecutor వుండాలి. నీలోనే ఒక Defence Lawyer వుండాలి. చివరికి, ఎవరిది కరెక్టో చెప్పే Judge కూడా నీలోనే వుండాలి' అని 'మైండ్ పవర్' పుస్తకంలో వ్రాసాను. అదే విధంగా మనిషిలో వుండే కేంద్రాల గురించి కూడా వ్రాసాను. ఈ కేంద్రాలనేవి మనిషిని అయస్కాంతంలాగా తమ వైపుకి లాగుతాయి.

CASE : ఆ రోజు సాయంత్రం భార్య (సంసార కేంద్రం) తో కలిసి గుడి (భక్తి కేంద్రం)కి వస్తానని అనుకున్నాడు. అమెరికా నుంచి స్నేహితుడు వచ్చాడు. ప్రొద్దున్నే వెళ్ళిపోతున్నాడు.

సాయంత్రం కలుద్దామన్నాడు (స్నేహ కేంద్రం). సాయంత్రం మరో బృందం చాలా కాలం తరువాత పేకాట (వ్యసన కేంద్రం) పెట్టింది. ఆఫీసులో బాసు మరో రెండు గంటలు వుండి పని (పని కేంద్రం) పూర్తి చెయ్యమన్నాడు. చేస్తే ప్రమోషన్ (వృత్తి కేంద్రం) రావొచ్చు. స్థాయి (కీర్తి కేంద్రం) పెరిగితే, జీతం (డబ్బు కేంద్రం) పెరగొచ్చు.

ఏం చెయ్యాలి?

అన్ని విధాలుగా ఆలోచించి ఒక నిర్ణయం తీసుకోవాలి. **ఒకసారి నిర్ణయం తీసుకున్నాక, 'ఇంకోలా చేస్తే బావుండునేమో' అని చింతించ కూడదు.** భార్యతో గుడికి వెళ్ళి ప్రార్థన చేస్తూ, పేకాడుకుంటే బావుండునేమో ననుకోకూడదు. ఆఫీసులో పనిచేస్తూ, భగవంతుడికి ద్రోహం చేసానేమో అని బాధపడకూడదు.

అన్నిటినీ సమదృష్టితో చూసి ఒక నిర్ణయం తీసుకోవాలి. ఒక నిర్ణయం తీసుకోవాలంటే, ఆలోచనలో నిర్దిష్టత వుండాలి.

అలా ఆలోచిస్తున్నప్పుడు ఏ విషయంపట్లా పక్షపాతంగానీ, ఇష్టంగానీ వుండకూడదు. సమస్యల గురించి కౌన్సిలింగ్‌కి సలహాల కోసం వచ్చేవారిలో కొందరు అప్పటికే ఒక అంతిమ నిర్ణయం పట్ల ఇష్టం కలిగివుంటారు. వారి 'ఇష్టం' కరెక్టేనని మాతో చెప్పించుకోవటం కోసమే కౌన్సిలర్‌తో మాట్లాడతారు. విన్నదంతా విని కౌన్సిలర్ చెప్పింది తమకు నచ్చకపోతే, చివరకు తాము అనుకున్నదే చేస్తారు.

మరొకసారి, ఇద్దరి వాదనలూ కరెక్టుగానే వుంటాయి. అందులో ఒకరు, తమకు జరిగిన నష్టం గురించి మాట్లాడతారు. మరొకరు తను చేసినపనిలో న్యాయం గురించి మాట్లాడతారు. **న్యాయం వేరు. నష్టం వేరు. నష్టం జరిగిన వారివైపే న్యాయం వుండాలని రూలులేదు.**

"పిల్లాడి కోసం ముందే పట్టుబట్టి వుంటే దాన్ని సాకుగా తీసుకొని నా జీవితంతో ఆడుకుని వుండే వాడు" అంటుంది ఇప్పుడు.

భవబంధాలు తెంచుకోలేక నరకం అనుభవించే స్త్రీలు తెలుసు కోవలసిన టెక్నిక్ ఇది. పిల్లల్ని సాకుగా పెట్టుకొని, భార్యలు తమ నుంచి విడిపోకుండా పురుషులు EMOTIONAL గా BLACK-MAIL చేస్తారని ఆ రచయిత్రి అభిప్రాయం. ఈ పని మనిషి చర్య లో తాను పరిష్కారాన్ని చూసా నంటుంది.

భర్తల్తో దారుణంగా హింసిం చబడే భార్యలు, వారితోనే సంసా రాలు కొనసాగించటానికి మూడు కారణాలు వున్నాయనీ, భర్తని ఎంత అసహ్యించుకున్నా కలసి వుండ టానికి : 1. పిల్లల్ని వదలి పెట్టలేక పోవటం 2. సమాజంలో హోదా 3. ఆర్థికపరమైన ఇబ్బందుల్ని ఎదు ర్కొనే ధైర్యం లేకపోవటం - కార ణాలనీ, ఈ మూడు భవబంధాల్ని జయించగల్గితే మరింత సుఖంగా బ్రతకొచ్చనీ ఆ రచయిత్రి అంటుంది. కరెక్టే అనిపిస్తుంది కదూ. రెండు పడవల్లో దేనిలో ప్రయాణం చెయ్యా ల్లో నిర్ణయించు కోలేకపోవటమే "సమస్య". ❁

లవ్ ఎట్ 14

చిన్న వయసులో ప్రేమలో పడే అమ్మాయిలు సాధారణంగా తమ ఇళ్లలో సరీగ్గా ప్రేమ దొరకని వారూ, తల్లిదండ్రుల్తో సరిఅయిన కమ్యూనికేషన్‌లేని వారూ అయ్యుంటారుట. తల్లిదండ్రులు ఆప్యాయంగా వున్న ఇళ్లల్లో సంతృప్తిగా వుండే అమ్మాయిలు బయట ప్రేమ వైపు తొందరగా ఆకర్షితులు అవరు. ముఖ్యంగా తండ్రుల్తో సత్సంబంధం వున్నవారికి 'ఇన్‌సెక్యూరిటీ' ఫీలింగ్ తక్కువ వుంటుంది. ఆడపిల్లలు చిన్న వయసులో ప్రేమలో పడటానికి ఉన్న చాలా కారణాల్లో ఈ ఒంటరితనం ఒకటి. 'ప్రేమలో పడకపోతే నీలో ఏదో లోటుంది' అని చెప్పే మీడియా ప్రభావం రెండోది.

డాక్టర్ హరిష్ రెడ్డి, సైకియాట్రిస్ట్ ఒక కేసు గురించి చెప్తూ ఈ విధంగా అన్నారు :

"వరంగల్ పరిసర ప్రాంతాల నుంచి అంకితని నా దగ్గరికి తీసుకొచ్చినప్పడు పూర్తి డిప్రెషన్‌లో వుందా అమ్మాయి. చదువుకి వెళ్లనంటోంది. అందరితో మాట్లాడటం మానేసింది. కొంత కాలం ట్రీట్ చేసిన తరువాత విషయం తెలిసింది. అంకిత, మరో ముగ్గురు అమ్మాయిలు స్నేహితులు. అందులో రమణి చురుకైనది. రమణి తన అక్కపెళ్లి అని అంకిత ఇంట్లో చెప్పి, వరంగల్ దగ్గిరలో వున్న పాకాల తీసుకెళ్లింది. పాకాలకి కొద్ది దూరంలో విశాలమయిన సరు

CASE : ఇటీవల కౌన్సిలింగ్‌కి ఒకమ్మాయిని తీసుకొచ్చారు తల్లిదండ్రులు. అమ్మాయి డీప్ షాక్‌లో వుంది. హీరో హీరోయిన్‌లు 'ఏరా-ఏరా' అనుకునే కల్చర్‌తో వచ్చిన సినిమాల ప్రభావంతో ఏడాది క్రితం ప్రేమలో పడింది. అబ్బాయి ఇప్పుడు నిరాకరించాడు. అదీ సమస్య. చిత్రమేమిటంటే, వారితోపాటు ఆ అబ్బాయి కూడా వచ్చాడు. అతడి వాదన వేరే విధంగా వున్నది. 'ఏడాది పరిచయంలో మా ఇద్దరి మధ్యా అసలు పెళ్ళి ప్రసక్తే రాలేదు. సరదాగా స్నేహం చేస్తుందనుకున్నాను. నిరోధ్ వాడుతున్నప్పుడు కూడా భవిష్యత్తు, పిల్లల చర్చ రాలేదు. పెళ్ళికోసమే ప్రేమిస్తున్నానని ఒక్కమాట చెప్పి వుంటే ఇంత దూరం రాకపోయివుండేది' అన్నాడు. అమ్మాయి తండ్రి ఆవేశంతో అతడిని కొట్టబోయాడు. ఇందులో తన మోసమేమీ లేదని ఆ అబ్బాయి ఎదురు తిరిగాడు. దాంతో ఆ తండ్రి కోపం కూతురి మీదకు తిరిగి ఆపైన ఆమెని తిట్టాడు.

'ఎలాగూ చేసుకుంటాం కదా అని ఇక పెళ్ళి టాపిక్ తీసుకురాలేదం'టుంది అమ్మాయి. ఆ విషయం ముందే చెప్పాలి కదా అంటాడు అబ్బాయి. ఎవరి వాదనలు వారికి వున్నాయి. నష్టపోయింది మాత్రం (షాక్‌లో వుంది కాబట్టి) అమ్మాయే!

"ధర్మక్షేత్రే... కురుక్షేత్రే ...కి మకుర్వత? సంజయ!" అంటున్నాడు ధృతరాష్ట్రుడు. ఎంత చిత్రమో చూడండి. తన రాజ్యాన్ని ధర్మక్షేత్రమని అతడు మనస్ఫూర్తిగా నమ్ముతున్నాడు. అప్పటికే కౌరవులు చాలా ఘోరాలు చేసారు. లక్క ఇల్లు తగలబెట్టటం నుంచీ ద్రౌపదీ వస్త్రాపహరణం వరకూ అన్ని ఘోరాలు చేసినా అవి అతడి దృష్టిలో ధర్మసమ్మతాలే. తాము చేయబోయే పని ధర్మం కాదనీ, హాని కలిగిస్తుందనీ చాలామంది

నమ్మరు. మనలో చాలామందికి ఆ ముందు చూపూ, తెలివితేటలూ, విచక్షణా జ్ఞానం వుండవు. కనీసం ఆ తరువాతనయినా తప్పును గ్రహించాలి. అదే Self-realisation.

'పుస్తకం' ముందు పాఠం చెప్పి తరువాత పరీక్ష పెడుతుంది. 'అనుభవం' ముందు పరీక్ష పెట్టి, దాని ద్వారా పాఠం నేర్పుతుంది. అజ్ఞాని అయినవాడు తాను చేసిందే న్యాయం అనీ, మూర్ఖుడయిన వాడు తాను చెప్పిందే ధర్మం అనీ మనస్ఫూర్తిగా నమ్ముతారు. ఉసామా-బిన్-లాడెన్ నుంచీ జార్జిబుష్ వరకూ ఈ అంశ కాస్తో కూస్తో వున్నవారే. అనుక్షణం మంచిచెడ్డల్ని బేరీజు వేసుకునేవాడు ఎదుగుతాడు. వాస్తవాన్ని గ్రహించలేనివాడు ధృతరాష్ట్రుడిలా పుత్రశోకంతో కుమిలిపోతాడు. కృష్ణ రాయబారంలోని ఈ విధమైన తర్కాన్ని నమ్మకే దుర్యోధనుడు నాశన మయ్యాడు. మూర్ఖుడు, సామాన్యుడు, తెలివైన వాడు, జ్ఞాని అని మనుష్యులు నాలుగు రకాలు.

> **మూర్ఖుడు తన అనుభవం ద్వారా కూడా జ్ఞానాన్ని గ్రహించలేడు.**
> **సామాన్యుడు స్వానుభవం ద్వారా పాఠం నేర్చుకుంటాడు.**
> **తెలివైనవాడు ఇతరుల అనుభవం ద్వారా జ్ఞానం పొందుతాడు.**
> **జ్ఞానికి అనుభవం అవసరం లేదు. ఆలోచన ద్వారానే సత్యాన్ని గ్రహిస్తాడు.**

అర్జున విషాదయోగంలో మొదటి శ్లోకానికి వ్యక్తిత్వ వికాసపరంగా ఇంతగొప్ప అర్థమున్నది. వ్యాసుడు సంజయుడికి మాత్రమే దివ్యదృష్టి ప్రసాదించటంలో కూడా అంతే అర్థం వున్నది.

గుడు తోటలు, ఏకాంత ప్రదేశాలు వున్నాయట. మొత్తం నలుగురు అమ్మాయిలు, అయిదుగురు అబ్బాయిలు వెళ్ళారు. అందులో ఒక కుర్రవాడు చెరువులో ఈదుతూ మరణించాడు. **అతడు అంకిత ఫ్రెండ్.** అది ఆ అమ్మాయి షాక్‌కి కారణం. భయపడిన ఆడపిల్లలు వెనక్కి వచ్చేసారు. అదృష్టవశాత్తు ఈ విషయం బయటకు రాలేదు. కానీ, అంకిత మాత్రం ఆ షాక్ నుంచి తేరుకోలేక పోయింది".

అయితే, సైకియాట్రిస్ట్ ఈ విషయం చెప్పాక తల్లిదండ్రులు ఇంకా పెద్దషాక్‌కి లోనయ్యారు. అంకితకి బాయ్‌ఫ్రెండ్ వున్నాడనీ, అమ్మాయిలందరూ ఆ విధంగా వెళ్ళారనీ వారు కలలో కూడా వూహించలేదు. కారణం... అంకితకి పధ్నాలుగేళ్ళు.

* * *

భారతదేశంలో రోజుకి సగటున వెయ్యి అనధికార అబార్షన్ ఆపరేషన్లు జరుగుతాయి. అందులో సగంపైగా ఇరవై ఏళ్ళ అమ్మాయిలే. ఇది అంతకుముందు పదివేల దాకా వుండేదట. నిరోధ్ బాగా పాపులర్ అయ్యాక ఈ సంఖ్య తగ్గింది. ఏ తల్లిదండ్రులూ కూడా, తమ కుమార్తె ఈ విభాగంలో వుండి వుంటుందని అనుమానపడరు. ఉన్నా పర్వాలేదు అనుకుంటే అది వేరే సంగతి కానీ, ఈ 'అనవసర భవబంధ గర్భాలు' చదువుకి నిశ్చయంగా ఒక అడ్డంకి.

అన్యే చ బహవశ్శూరా మదర్థే త్యక్త జీవితాః
నానాశస్త్ర ప్రహరణా స్సర్వే యుద్ధ విశారదాః

(అర్జున విషాద యోగము–9)

యండమూరి వీరేంద్రనాథ్

స్వార్థ కేంద్రం

ధైర్యము పోగొట్టే మొదటి అంశము 'బంధము' (నా యొక్క) అయితే, రెండో అంశము 'స్వార్థకేంద్రము' (నేను). దుర్యోధనుడు తన గురువైన ద్రోణుడి వద్దకు వెళ్ళి, ఇరువైపులా వున్న సైన్యం గురించి మాట్లాడుతున్నాడు. ఇక్కడ ఒకవైపు దుర్యోధనుని యొక్క తెలివి, మరోవైపు భయము కనపడుతున్నాయి. ద్రోణుడు తన గురువు. పాండవులకీ గురువే. కానీ తన పక్షానవున్నాడు. అతడు తల్చుకుంటే ఒక్క బాణంతో పాండవులనందర్నీ పరిసమాప్తి చేయగలడు. అందుకే అతడిని పొగుడుతున్నాడు. 'మీరు మావైపు వున్నారు' అన్నాడు. ఆ తరువాతే మిగతా వారి పేర్లు చెప్పాడు. సేనాపతి అయిన భీష్ముడి పేరు కూడా తరువాతే చేర్చాడు. ఇది తెలివి.

ఇంకొక తెలివి కూడా వున్నది. తమ సేనాపతి భీష్ముడు. అవతలివైపు వ్యూహాన్ని రచించినవాడు దృష్టద్యుమ్నుడు. ఇతడెవరు? ద్రుపద రాజు కొడుకు. ద్రుపదుడికీ ద్రోణుడికీ పడదు. అందుకే ద్రోణుడికి చెపుతున్నప్పుడు, "ద్రుపదుడి కొడుకయిన దృష్టద్యుముడు అవతలి అధిపతి" అంటూ తన గురువుని రెచ్చగొడుతున్నాడు. ఇది కూడా తెలివే. అయితే భయం కూడా వున్నది. అందుకే, ముందు అవతలి పక్షాన వున్న యోధులందర్నీ గుర్తించాడు. వారి పేర్లు చెపుతున్నప్పుడు వారి శక్తియుక్తుల్నీ బిరుదుల్నీ కూడా చేర్చాడు.

ఇక్కడే ఒక వాస్తవమయిన విషయాన్ని మనం గుర్తించవలసివున్నది. తప్పు చేయనివానికి ధైర్యం ఎక్కువ వుంటుంది. ఎప్పుడయితే ఒక మనిషి తప్పు చేస్తాడో, అప్పుడు అతడి మనసులో రెండు రకాలయిన ప్రకంపనలు కలుగుతాయి. 1. తెలివి 2. భయము. ఆ భయములోనే తెలివి, 'అతి'తెలివిగా కూడా మారుతుంది.

ఆవేశములో హత్య చేసిన వాడినిగానీ, హత్యాప్రయత్నము చేసిన వాడినిగానీ చూడండి. ఆ పని పూర్తవగానే భయము కలుగుతుంది. ఆ భయములోనే (అతి)

కల్లు తాగిన కోతి

ఒక బందిపోటు దొంగ బాగా తాగేసి, ఆ అర్ధరాత్రి పూట ఓ పెట్రోల్ బంక్‌లోకి ప్రవేశించాడు. పిస్తోల్ తీసి మేనేజర్‌ని బెదిరిస్తూ, క్యాష్ బాక్స్‌లో వున్న డబ్బంతా ఇమ్మన్నాడు. మేనేజర్ నిరాకరించేసరికి, ఇద్దరి మధ్య పెద్ద గొడవ జరిగింది. "మరీ గొడవచేస్తే ఫోన్‌చేసి పోలీసుల్ని పిలుస్తాను" అన్నాడు దొంగ. అలాగే పిల్చాడు కూడా. పోలీసులు వచ్చి ఫోన్ చేసిన దొంగను అరెస్ట్ చేసారు.

ఇంటరాగేషన్‌లో ఎందుకిలా చేసావని అడిగితే "నా పిస్టల్‌లో గుళ్ళు లేవుమరి" అన్నాడు మత్తుదిగి పోయిన తరువాత.

నమ్మశక్యం కాని ఈ సంఘటన అమెరికాలోని మిచిగాన్‌లో దాదాపుమూడు సంవత్సరాల క్రితం జరిగింది. పూర్తిగా ఆల్కహాల్ సేవించినపుడు మనుషులు ఎలా ప్రవర్తిస్తారన్నది కాదు ఈ కథలోని నీతి.

తాము చేసిన తెలివితక్కువ పనులని మనుష్యులు ఎలా సమర్థించుకుంటారో ఉదాహరణగా చెప్పడమేనని ప్రసిద్ధ మానసిక శాస్త్రవేత్త రాబర్ట్‌స్కల్లర్ ఒక చోట రాస్తాడు. ❁

తెలివిగా కొన్ని పనులు చేస్తాడు. వాటివల్లే పట్టుబడతాడు. మొత్తం జీవితాన్నే నష్టపోతాడు.

అసలు మనిషికి నష్టం ఎందుకు కలుగుతుంది? లాభం ఆశించటం వలన! నువ్వు ఏదైతే నీదని అనుకున్నావో, అది నీది కాక పోవటమే నష్టం!!

ఎక్కడయితే 'స్వార్థం' లేదో అక్కడ 'నష్టం' లేదు.

మూర్తీభవించిన స్వార్థాన్ని స్వార్థ కేంద్రము (Self Centredness) అంటారు. ఇంతకు ముందు అధ్యాయంలో మనం చర్చించిన భవ బంధాలకి కారణం కూడా ఈ స్వార్థ కేంద్రమే! **మహాభారత మంతా భవబంధం గురించీ, స్వార్థ కేంద్రం గురించి చెప్తే, భగవద్గీత ఆరెంటినీ ఎలా వదులు కోవాలో చెపుతుంది.**

పై శ్లోకం ఒకసారి చూడండి. "మదర్థేత్యక్త జీవితాః" అన్నాడు దుర్యోధనుడు. "నా గురించి ప్రాణాలు ధారబోయు వారైన నీవు, భీష్ముడు, కర్ణుడు, ఇంకా అనేక వేలవేల శూరులు మన పక్షాన వున్నారు" అన్నాడు. తన కన్నా ముందు తన వారంతా ప్రాణాలు ధారపోస్తారని ముందుగానే చెపుతున్న భావం ఈ శ్లోకంలో కనపడుతోంది.

అయినా ఎందుకు యుద్ధాన్ని కోరుకున్నాడు? కృష్ణరాయబారంలోనే అయిదూళ్ళు ఇచ్చి వుంటే సరిపోవును కదా! స్వార్థ కేంద్రం ....!

Self centredness is attempting to get personal recognition of one's own self. It is an exceptional interest in his–self, especially by unacceptable means.

స్వార్థ కేంద్రం – మనిషిని తన వాదనలు తాను బలంగా నిర్మించుకునేలా చేస్తుంది. పైగా

దాన్ని సమర్థించుకునేలా చేస్తుంది. కల్లు తాగిన కోతికూడా, మత్తు దిగిపోయిన తరువాత తన చర్యల్ని ఆవిధంగానే సమర్థించుకుంటుంది. **"అపర్యాప్తం - బలం భీష్మాభిరక్షితం, పర్యాప్తం బలం భీమాభిరక్షితం"** అంటున్నాడు దుర్యోధనుడు. భీముడి బలం కన్నా మన బలమే ఎక్కువ వున్నది అని చెప్తున్నాడు. ఇది అతడి వాదన. అంతకు ముందే, అవతలి వైపు గొప్ప శూరులున్నారు అన్నాడు.

తను గెలవాలన్న కోరిక, దానికోసం ఎవరెంత నష్టపోయినా పర్వాలేదన్న అహం ...... మనిషిని స్వార్థ కేంద్రంవైపు నడిపిస్తాయి. యుక్తాయుక్త విచక్షణా జ్ఞానం పోయేది ఈ స్వార్థ కేంద్రం వలనే.

తను చూస్తున్న టి.వి. ఛానెల్ మార్చేసిందని చెల్లిని కొడతాడు అన్నయ్య. తనకున్న స్థానాన్ని (Elderly position), తనకున్న శక్తిని (Physical position) తన కోరిక తీర్చుకోవటం కోసం ఉపయోగించుకుంటాడు. ఇదీ స్వార్థమే.

స్వార్థం ఒక కత్తెరలాగా ప్రేమ బంధాన్ని తెంచేది ఇక్కడే. కానీ ఇది చాలా చిన్న ఉదాహరణ.

ఇటువంటి స్వార్థకేంద్రం నేటి యువతలో బాగా పెరిగిపోతూ వున్నదని మేధావులు భావిస్తూండటంలో అసత్యమేమీ లేదు. తమ ఆనందం కోసం వృద్ధులయిన తల్లిదండ్రులను దూరంగా వుంచటం అనేది ఈ స్వార్థపు చివరి అధ్యాయం. ఈ స్వార్థపు మొదటి అధ్యాయం కాలేజీ జీవితం నుంచే ప్రారంభం అవుతుంది. ఇరవై రోజుల నుంచీ ప్రేమిస్తూన్న వ్యక్తికోసం ఇరవై సంవత్సరాలుగా పెంచిన తల్లిదండ్రుల్ని వదులుకోవటానికి సిద్ధపడటం, లేదా వారిని మోసం చేస్తూ, వారు కష్టపడి సంపాదించి ఇచ్చిన

రాక్షసి తల్లి

చిన్నప్పుడు పిల్లల్లో స్వార్థం మితిమీరితే, శాడిజం పెరుగుతుంది. FACE OFF సినిమాలో నటించిన ఆస్కార్ బహుమతి గ్రహీత నికొలస్ కేజ్, చిన్నప్పుడు స్కూల్ ఫంక్షన్‌లో, ఐస్‌క్రీమ్‌లో తుమ్మెదల్ని కలిపి పిల్లలకి వడ్డించి స్కూల్ నుంచి తొలగించబడ్డాడు. చిన్న పిల్లల్లో అటువంటి విపరీత ధోరణులను తల్లి దండ్రులు చిన్నప్పుడే తొలగించాలి.

'తల్లి పిల్లల్ని ఎలా పెంచాలి' అన్న విషయంపై కార్లా అనే ఒక అమ్మాయి తనతల్లి గురించి ఈ విధంగా వ్రాసింది.

"నా తల్లిలాంటి తల్లి ఎవరికీ వుండివుండదు. మిగతా అందరు పిల్లలు ప్రొద్దున్నే హాయిగా బన్ బట్టర్లూ, కోడిగుడ్డు ఆమ్లెట్లూ తింటూ వుంటే, మాకు మాత్రం ఆరోగ్యం పేరిట పాలల్లో నానపెట్టిన అటుకులూ, పచ్చి కూరగాయ ముక్కలూ పెట్టేది. లంచ్‌లో పెప్సీలూ, కోకో కోలాలూ తాగనిచ్చేది కాదు. మేము ఏ టైమ్‌లో ఎక్కడు న్నామో, ఎప్పటికప్పుడు తెలుసు కొనేది. అరగంటలో వస్తామంటే అరగంటలో రావల్సిందే. లేకపోతే కారణాలు ఆరాతీసేది. పదిమంది పని వాళ్ళున్నా చైల్డ్‌లేబర్ ఆక్ట్ నియ మాల్ని ఉల్లంఘించే పనులన్నీ

మాతో చేయించేది. గిన్నెలు కడగటం, బట్టలు వుతకటం, వంట చెయ్యటం... అన్నీ మేము చేసుకోవలసిందే. చివరికి నేల తుడవటం కూడా మాకు నేర్పింది. మరుసటి రోజు మాకు ఏ పనులు చెప్పాలా అని రాత్రంతా నిద్రపోకుండా ఆలోచిస్తూ వుండేదను కుంటాను. అంత కౄరురాలు.

ఎప్పుడూ నిజం చెప్పమనేది. నిజం చెప్పకపోతే తాను భోజనం మానేసేది. ప్రేమలేఖ లేమయినా వున్నాయేమో అని మా నోట్సులు ప్రతిరోజూ పరీక్షించేది. చివరికి సెల్‌ఫోన్స్ కూడా ఒక రోజంతా తన దగ్గిరే వుంచేసుకొని, ఇన్‌కమింగ్ కాల్స్ ఎక్కడ నుంచి వస్తున్నాయో పరీక్షించేది. 'ఫోన్స్ అవసరం అసలు మీకెందుక' ని ప్రశ్నించేది. తనకెన్ని పనులున్నా, రోజూ అర గంట మాతో కూర్చుని చదివించేది. ఏ తల్లికీ లేనన్ని పనులు ఆమెకున్నాయని మాకు తెలుసు. అయినా వారాంతాలు మా కోసం కేటాయించేది.

మాతల్లి వల్ల మేము చాలా కోల్పోయాం. సిగరెట్ తాగలేదు. దొంగతనంగా బోయ్‌ఫ్రెండ్‌తో కలిసి డ్రింక్‌చేసే అనుభవాన్ని పొందలేదు. రహస్య దొంగతనాలు చేయలేదు. ఒక్క రాత్రి కూడా క్లబ్‌లో జాగారం చెయ్యలేదు. భగవంతుడి డబ్బులు ప్రేమించినవారి విందులు, బహుమతుల కోసం ఖర్చు పెట్టటం, ఆ విషయాన్ని తల్లిదండ్రులకు తెలియకుండా రహస్యంగా వుంచటం స్వార్థమేకదా! ఇదంతా తప్పుకాదా అని ప్రశ్నిస్తే దానికి వారి సమాధానాలు వారికున్నాయి.

ప్రేమించటం తప్పుకాదు. ఈ ప్రేమ రెండు రకాలుగా సాగుతుంది. పెళ్ళిని గమ్యంగా పెట్టుకుని, లేదా టైమ్‌పాస్ కోసం. రెండోరకం ప్రేమికుల్లో కూడా, పెళ్ళి కోసమే ప్రేమిస్తున్నామని ఆత్మవంచన చేసుకోవచ్చు. ఇక్కడ చర్చ అది కాదు. చిన్న వయసులో ప్రేమించినప్పుడు, అది తల్లిదండ్రులకి చెప్పటానికి భయపడతారు. తమ కాళ్ళమీద తాము 'నిలబడ్డాక' ఇక చెప్పినా ఎవరూ ఏమీ చేయలేరనీ, ఒకవేళ వాళ్ళు వప్పుకోకపోయినా తాము బయటకువెళ్ళి పెళ్ళి చేసుకోవచ్చుననీ ఉద్దేశ్యం. తల్లిదండ్రులకి ఎంత పెద్ద షాక్ తగిలినా, కాలక్రమేణా సర్దుకుపో (కతప్పదనీ) తారనీ వీరి వాదన.

ఒకవైపు ఇంటర్మీడియేట్ చదువుతున్న చిన్నవయసు పిల్లలు, బైట ప్రేమకోసం తల్లిదండ్రుల్తో భవబంధం తెంచుకోవటానికి భయపడతారు. మరోవైపు తమ ప్రేమ వెల్లడించిన ఉద్యోగం చేసే పెద్ద వయసు సంతానంతో భవబంధం తెంచుకోవటానికి తల్లిదండ్రులు ఇష్టపడరు. అందుకే పిల్లలు ఇంట్లో తమ ప్రేమ సంగతి చివరి వరకూ చెప్పకుండా ఆగుతారు. చిన్న వయసులో ప్రేమలో పడటం వలన జరిగే పరిణామం ఇది.

రెండు దశాబ్దాల క్రితం ఇలా వుండేది కాదు. సినిమా, నవల, టి.వి. ప్రభావంవల్ల పదహారేళ్ళు వచ్చేసరికి ఎవర్నైనా ప్రేమించకపోతే అది ఒక గొప్ప అనర్హతగా భావిస్తున్న రోజులివి.

First Love ని పెళ్ళాడే వారు కొంతమందయితే, First Love ని అలాగే మిగుల్చుకుని, మరొకర్ని పెళ్ళాడే వారు కొంతమంది !

మారుతున్న కాలాన్ని ఎవరూ ఆపలేరు. ఎవరి జాగ్రత్తలో వారుండాలి. పిల్లలు చేజారి పోకుండా చూసుకోవలసిన బాధ్యత పెద్దలదే. చిన్న వయసులోనే ఎవర్నో ప్రేమించటం నుంచీ, పెద్ద వయసులో తల్లిదండ్రుల్ని వదిలిపెట్టటం వరకూ మూలకారణాన్ని విశ్లేషిస్తే "ఇంట్లో సరిఅయిన ప్రేమాభిమానాలు దొరక్కపోవటమే" దీనికి ప్రేరకంగా తోస్తుంది.

'కఠినంగా వుండే తల్లిదండ్రుల్ని పిల్లలు చిన్నప్పుడు తిట్టుకున్నా, పెద్దయ్యాక మెచ్చు కుంటారు' అంటుంది ఫిలిప్పిన్ ప్రెసిడెంట్ అక్వినో. కఠినంగా వుండటమంటే, కొట్టటం తిట్టటం కాదనీ, ప్రేమగా ఆప్యాయంగా, క్రమశిక్షణతో పెంచటమనీ కూడా వివరణ ఇచ్చింది.

యువతలో స్వార్థ కేంద్రం (Self centred-ness) ఇటీవలి కాలంలో విపరీతంగా పెరిగి పోవటానికి కారణం ఇంట్లో పరిస్థితులే అంటాడు ప్రసిద్ధ సైకాలజిస్టు రీగన్. నిజమే ననిపిస్తుంది. ఇంట్లో పిల్లలందరినీ పెరట్లో చెట్టుక్రింద కూర్చో బెట్టి ముద్దలు కలిపి నోట్లో పెట్టే అమ్మమ్మలిప్పుడు లేరు.

"మా పిల్లలు ప్రేమలోపడి చదువుని నిర్లక్ష్యం చేసినా పర్వాలేదు. ప్రేమించి వివాహం చేసుకున్నా పర్వాలేదు. వృద్ధాప్యంలో వారు మమ్మల్ని చూసుకోక పోయినా పర్వాలేదు" అనే తల్లి దండ్రులని వదిలేస్తే, అలా కాదనుకునేవారు పిల్లల్తో ఈ క్రింది రకమైన సంబంధాలు కలిగి వుండాలంటాడు రీగన్. పిల్లల్లో Self centred-మీద భక్తి, మంచి చదువు, నిజా యితీతో కూడిన జీవితం.... ఇవే అలవడినాయి.

మా పిల్లల్ని కూడా మేము మా అమ్మ పెంచినట్టే పెంచాలని మా ప్రయత్నం. ప్రస్తుత ప్రపంచానికి అదే లోటు. అమ్మ లాంటి అమ్మలు చాలా తక్కువైపోతున్నారు.

* * *

ఈ వుత్తరం వ్రాసిన కార్లా ప్రస్తుతం ఫిలిప్పైన్స్ పార్లమెంట్ మెంబరు. ఆమె తల్లి పేరు అక్వినో, ఆమె అమెరికాలో చదువుకున్న ఫిలిప్పైన్స్ దేశస్థురాలు. ఆ దేశపు ప్రెసిడెంట్. ఎంతో ప్రతిభావంతు రాలు. ఆమెకు వివిధ సబ్జెక్టుల్లో అయిదు డాక్టరేట్‌లు వున్నాయి. 'లా' డిగ్రీ కూడా వుంది. వివాహం జరిగాక, కుటుంబాన్ని చూసు కోవ టంలో నిమగ్నమైంది. పాలిటిక్స్‌లో ఆమె భర్త చాలా ఉన్నత స్థానంలో వుండేవాడు. ఆమె భర్తని రాజ కీయ కుట్రలో ప్రత్యర్థులు చంపేసేక పార్టీ కార్యకలాపాలు ఆమె చూసు కోవలసి వచ్చింది. దేశంలో అస్తవ్య స్తంగా వున్న పరిస్థితుల్ని ఒక కొలిక్కి తీసుకు రావటంలో సఫలీకృతు రాలైంది. ఆపైన ఫిలిప్పైన్ దేశానికి ప్రెసిడెంట్ కూడా అయింది. ఆ దేశ ప్రజలకి ఆమె ఆరాధ్యదైవం.... ఆమె పిల్లలకి కూడా .....

విధి-కృషి

ఒక స్వామి దగ్గరికి ఉపదేశం వినడానికి ఒక స్త్రీ వెళ్ళిందట. 'నీ గమ్యాన్ని నీవే నిర్దేశించుకోవాలి' అన్నాడట స్వామి.

"కానీ 'స్త్రీ' గా పుట్టడానికి నేనెలా బాధ్యత వహించగలను" అని ప్రశ్నించిందట స్త్రీ.

"స్త్రీగా పుట్టడం గమ్యం కాదు. అది విధి. నీ విధిని నువ్వు ఒప్పుకుంటూ, నీ గమ్యాన్ని నిర్దేశించుకోవడమే జీవితం" అన్నాట్ట స్వామి.

చాలా చిన్న స్టేట్‌మెంట్ ఇది. కానీ ఆలోచించే కొద్దీ చాలా అర్థవంతంగా తోస్తుంది. మనలో చాలామంది 'ఇదే గమ్యం' అనుకుంటూ ఉన్న చోటే ఉండిపోతాం. అక్కడే ఆగిపోయి విధిని తిట్టుకుంటూ ఉంటాం.

ఒక ఊరు వెళ్ళాలని స్టేషన్ కొచ్చాము. ట్రైన్ వెళ్ళి పోయింది. అది వెళ్ళి పోవడం విధి. ఊరు చేరటం మన గమ్యం.

రైలు మిస్ అయింది కదా అని ఊరు వెళ్ళడం ఎలా మానుకోమో, అదే విధంగా విధి బాగో లేదని గమ్యం చేరుకోవడం మానేయడం అధైర్యానికి సూచన.

* * *

ఏ మనిషైనా రోజులో ఎప్పుడో ఒకప్పుడు అయిదు నిముషాల పాటు మూర్ఖంగా ఆలోచిస్తాడు. జ్ఞాని -ఆ సమయాన్ని పెరగనివ్వడు.

ness తగ్గాలంటే ఇంట్లో పరిస్థితులు ఈ విధంగా వుండాలట.

1. తండ్రి పిల్లల్తో, ముఖ్యంగా మొగపిల్లల్తో గౌరవమయిన స్నేహం కలిగి వుండాలి. భయమూ కాదు. మితిమీరిన స్నేహమూ కాదు. గౌరవపూరిత స్నేహం.
2. వారితో అవసరమైన విషయాలన్నీ చర్చించాలి.
3. 'నీకు ధైర్యం లేదు, నీకు తెలివి లేదు' అంటూ వారి బలహీనతల్ని మాటిమాటికీ ఎద్దేవా చేయకూడదు. అలా చేయటం వలన తమని పొగిడే బయట వ్యక్తిని ప్రేమించే మనస్తత్వం ముఖ్యంగా ఆడ పిల్లల్లో పెరుగుతుంది.
4. వారి అలవాట్లు, అభిరుచులు, స్నేహితుల గురించి తెలుసుకుంటూ వుండాలి. సెల్‌ఫోన్స్ మూడు నెలలకొకసారి ఒక రోజు పాటు తమ దగ్గర వుంచుకుని కాల్స్, మెసేజిలు పరిశీలించాలి.
5. అకస్మాత్తుగా వారి ప్రవర్తనలో మార్పు వస్తే, దానికి కారణాలు పరిశీలించాలి. అకస్మాత్తుగా పిల్లలు I am ok – You are not ok స్టేజిలోకి వెళ్ళిపోతారు. మాట్లాడటం తగ్గిస్తారు. నిరంతరం ఏదో ఆలోచిస్తూ వుంటారు. చదువుమీద మనసు నిలపరు. కాస్త జాగ్రత్తగా పరిశీలిస్తే ఈ మార్పు తెలిసిపోతుంది. దీనికి కారణం బయటి ప్రేమ అయినా అయి వుండవచ్చు. లేదా ఇంట్లో ఎవరి పట్ల అయినా ద్వేషం అయినా అయి వుండవచ్చు. అదీ కాకపోతే బయటకు చెప్పే ధైర్యంలేని మరే కారణమయినా అయివుండవచ్చు.

6. వెనుక తామున్నామన్న Security feeling తల్లిదండ్రులు పిల్లలకి కలిగించాలి. ఇద్దరూ వేర్వేరన్న భావం కలిగించకూడదు. వేరే మాటల్లో చెప్పాలంటే, పిల్లల ముందు అభిప్రాయ భేదాల్ని వెల్లడించటం, తిట్టుకోవటం లాటివి చేయకూడదు.
7. పిల్లల I.Q, తెలివి, కామన్‌సెన్స్, మెచ్యూరిటీలెవెల్ కాలక్రమేణా పెరుగుతున్నాయా లేదా గమనించాలి.
8. ఆడపిల్లలు వారి స్నేహితుల్తో ఒంటరిగా పిక్నిక్‌కి వెళ్తున్నప్పుడు, అక్కడి ఏర్పాట్లలో భాగం పంచుకోవాలి. వీలైతే, అక్కడ తెలిసినవారిని ఒకసారి వెళ్ళి పరిశీలించమని చెప్పాలి. ఇదంతా ప్రేమతో జాగ్రత్త తీసుకుంటున్నట్టే వుండాలి తప్ప, నిఘా ఏర్పాటు చేస్తున్నట్టు వుండకూడదు.
9. వారి స్నేహితులకున్నవన్నీ తమకీ కావాలని పిల్లలు కోరుతూ వుంటారు. తమ అంతస్థు గురించి వారికి నచ్చ చెప్పాలి. వీలైతే, 'ఖరీదయిన' ఫ్రెండ్ సర్కిల్ నుంచి సమాన స్థాయి సర్కిల్‌లోకి మారేలా చూడాలి.
10. చిన్న చిన్న విషయాల్లో పిల్లల నుంచి సలహాలు తీసుకోవటం–వారి మనస్తత్వం మీద అద్భుతంగా పని చేస్తుంది.
11. 'మన పిల్లలు మిగతా వారిలా తప్పులు చెయ్యరు' అన్న మితిమీరిన నమ్మకాన్ని తగ్గించుకోవాలి.
12. వారం రోజుల కొకసారి వారితో కలిసి, అందరూ భోజనం చెయ్యాలి. మూడు నెలలకొకసారి ఒక రోజంతా బయట గడపాలి. ఏడాది కొకసారి శలవులకి టూర్‌కి తీసుకెళ్ళాలి.

అసలు ముత్యాలు

ఒక పాప దగ్గిర పెట్టెలో కొన్ని ముత్యాలున్నాయి. వాటిని జాగ్రత్తగా చూసుకుంటూ వుండేది. ఒకరోజు ఆ పాప పడుకుని వుండగా తండ్రి పక్కనే కూర్చుని, "నీ ముత్యాలు నాకివ్వవా అమ్మా"అని అడిగాడు.

"అవంటే నాకిష్టం డాడీ. నేను పెద్దవుతున్నాగా. కావాలంటే నా బేబి డాల్ తీసుకో" అంది.

"థాంక్యూ. వద్దులే అమ్మా. ఐలవ్యూ" అని నుదుటి మీద ముద్దు పెట్టుకుని వెళ్ళిపోయాడు తండ్రి.

ఐదు సంవత్సరాలు గడిచాయి. ఒక రోజు పక్కమీద పాప పడుకుని వుండగా, తండ్రి వచ్చి పక్కన కూర్చొని "నీ ముత్యాలు ఇవ్వవా తల్లీ" అని అడిగాడు.

"సారీ డాడీ, కావాలంటే నా సైకిల్ తీసుకో. పెద్దయ్యాగా" అంది.

"వద్దులే అమ్మా, థాంక్యూ, డాడీ లవ్స్‌యు" అని వెళ్ళిపోయాడు. అలా కొంత కాలం గడిచింది.

ఒక రోజు ఆ అమ్మాయి తల్లితో కలిసి గుడికి వెళ్ళింది. అక్కడ భగవద్గీత పారాయణం జరుగుతోంది. పాప శ్రద్ధగా విన్నది.

ఆ రోజు రాత్రి తండ్రి వచ్చి మళ్ళీ అదే అడిగాడు. ఆ అమ్మాయి ముత్యాల పెట్టె ఇచ్చేస్తూ, "తీసేసుకో డాడీ. నాకివి అవసరంలేదు" అంది.

అప్పుడా తండ్రి జేబులో నుంచి అలాంటి పెట్టెనే మరొక దాన్ని తీసాడు. దాన్ని ఆమెకిస్తూ "వీటిని నీకిద్దామని ఎప్పటినుంచో నా దగ్గిరే వుంచుకున్నాను. ఇవి నిజమైనవి. ఇప్పటివరకూ నువ్వు భద్రంగా దాచుకున్నవి నకిలీవి" అంటూ అందించాడు.

ముందువాటి కన్నా ఇవి ఎంతో స్వచ్ఛంగా మెరుస్తున్నాయి. ఆ పాపకళ్లలాగే !

* * *

భగవంతుడుకూడా ఇలాగే అసలు ముత్యాలయిన ఆనందం, ప్రేమ, ప్రకృతి పట్ల ఇష్టం, సంగీతం పట్ల ఆరాధన, కరుణ, ఆప్యాయత లాటి గుణాల్ని 'ఇవ్వటానికి' సిద్ధంగా వుంటాడు. కానీ మనం తాత్కాలిక ఆనందాన్నిచ్చే అసూయ, ద్వేషం, కోపం, స్వార్థం, సాడిజం లాంటి నకిలీ ముత్యాల్ని పట్టుకుని అవే నిజమైన వనుకుని ఆనందం పొందుతూ వుంటాం. వాటిని వదిలేస్తే తప్ప నిజమైనవి దొరకవని తెలుసుకున్న మనిషే అసలైన తృప్తి పొందుతాడని పురాతన కథ! ✿

పిల్లలకి ఇంట్లో అభద్రతా భావం పెరిగేకొద్దీ స్వార్థ కేంద్రానికి వారు దగ్గిరవుతారు. ఇతర ఆకర్షణలకి లోనవుతారు. ఏకాగ్రత తగ్గిపోతుంది. పెద్దయ్యాక తల్లిదండ్రుల్ని 'వదిలించు కుందామని' చూస్తారు.

CASE : వంటింట్లో పని చేసుకుంటున్న తల్లిని వెనుకనుంచి చూస్తున్న ఐదేళ్ళ పాప, "అమ్మా, నీకు అక్కడక్కడా తెల్లవెంట్రుకలు వున్నాయెందుకు?" అని అడిగిందట. అప్పుడా తల్లి కూతురుతో, "నువ్వు సరిగ్గా చదవనప్పుడు, అల్లరి చేసినప్పుడు, ఒక్కొక్కసారి నన్ను బాధ పెట్టినప్పుడు ఒక్కొక్క వెంట్రుక తెల్లబడింది" అన్నది. ఆ పాప చాలాసేపు మౌనంగా ఈ విషయమే తనలో తాను ఆలోచించుకుంటూ వుండిపోయి చివరికి అనుమానంగా అడిగిందట. "మరి అమ్మమ్మకి అన్నీ తెల్లవెంట్రుకలే వున్నాయెందుకు?"

ఈతరం పిల్లలు పెద్దలకన్నా తెలివైనవారు. చిన్న చిన్న విషయాల్లో వారికి అబద్ధాలు చెప్పటం అంతమంచిది కాదు. వారుకూడా అది నేర్చుకోవచ్చు. లేదా పెద్దలపై గౌరవం తగ్గిపోవచ్చు. లేదా పెద్దలే చాలా ఇబ్బందికరమైన స్థితిలో పడవచ్చు.

* * *

ఆధునిక సమాజంలో ప్రస్తుత పరిస్థితుల్లో స్వార్థం ఎంత వరకూ వుండవచ్చు ? ఏ ఫలితాన్నీ ఆశించకుండా భగవద్గీతలో చెప్పిన మాదిరి కర్తవ్యం నిర్వహించుకుంటూ జీవించటం ఆచరణలో సాధ్యమా? సాధ్యమే. కానీ ఒక ఎత్తుకు చేరుకుని, ఉన్నతంగా ఆలోచిస్తే తప్ప అది సాధ్యం కాదు. కానీ, అంత వరకూ ఏం చెయ్యాలి ?

ఇక్కడ 'సహేతుకమైన స్వార్థం' అన్న పదాన్ని అన్వయించుకుందాం. అఫ్‌కోర్స్! అందరూ తమ స్వార్థం సహేతుకమనే అంటారనుకోండి. వీలైనంత తార్కికంగా ఆలోచిద్దాం.

తార్కికంగా ఆలోచిస్తూపోతే, స్వార్థమూ నిస్వార్థమూ ఒకచోట కలిసిపోతాయి. త్యాగం వల్లవచ్చే ఆనందం నిస్వార్థమా కాదా అన్నది ఇక్కడి ప్రశ్న. ఒక ఉదాహరణ ద్వారా ఇది బాగా అర్థమవుతుంది.

'I want to help you' అని ఒకరన్నారు. అందులోనే want అన్న పదం వుంది. అంటే కోరిక. మరోలా చెప్పాలంటే, 'నీకు సాయం చేయటం ద్వారా నేను ఆనందం పొందుదా మనుకుంటున్నాను' అని అర్థం. 'హెలెన్ ఆఫ్ ట్రాయ్' సినిమా చూసిన వారికి, "గ్రీకుల నుంచి గుర్రాలు బహుమతిగా ఆశించవద్దు" అన్న సామెత ఎందుకు వచ్చిందో అర్థమవుతుంది.

CASE : ఆమె పెద్ద ఎగ్జిక్యూటివ్. కొడుకులూ, కూతుళ్ళూ విదేశాల్లో వున్నారు. భర్తకి అకస్మాత్తుగా పక్షవాతం వచ్చింది. శలవు దొరకలేదు. నెలకి యాభైవేల ఉద్యోగాన్ని రాత్రికి రాత్రి వదులుకుని, భర్తతో వుండటం కోసం రాజీనామా చేసింది. అందరూ 'అబ్బ! ఎంత నిస్వార్థంతో త్యాగం చేసింది' అన్నారు. ఆమె మాత్రం నవ్వేసి, "నా జీవితంలో ఇంత స్వార్థంగా నేనెప్పుడూ ఏ పనీ చేయలేదు. నాభర్త అంటే నాకంత ప్రేమ" అంది. సహేతుకమైన స్వార్థానికి ఇంతకన్నా మంచి ఉదాహరణ మరొకటి వుంటుందా?

ఇద్దరికీ లాభం వచ్చే స్వార్థం సహేతుకం. కేవలం తన లాభం చూసుకోవటం సాధారణ

నోబెల్ ప్రైజ్ కన్నా పెద్దది

నిజమైన ధైర్యానికి అర్థం హెన్రీడునాన్ట్. ముప్పైఏళ్ళ వయసులో అతడు స్విట్జర్లాండ్‌లో అత్యంత ధనికుడైన వ్యక్తి. అతడి ప్రభుత్వం అతడిని నెపోలియన్-III దగ్గరకు వెళ్ళి ఒక వ్యాపార విషయం మాట్లాడమని పంపించింది. డొనాంట్ అక్కడికి వెళ్ళేసరికి నెపోలియన్ - III ఆస్ట్రియాతో యుద్ధం చేస్తున్నాడు. డునాంట్ ఆ యుద్ధాన్ని స్వయంగా చూసిన తరువాత అక్కడ జరిగిన రక్తపాతాన్ని, క్షతగాత్రుల్ని కళ్ళార గమనించి ఎంతో దుఃఖించాడు. ఆ క్షణం నుంచి జీవితం పట్ల అతడి దృక్పథం మారిపోయింది. మొత్తం ఆస్తినంతా శాంతికోసమే వినియోగించాడు. జెనీవా కాన్ఫరెన్స్‌లో యుద్ధానికి వ్యతిరేకంగా అతడిచ్చిన ఉపన్యాసం అందరి హృదయాలని ద్రవింప చేసింది. యుద్ధంలో గాయపడ్డ వారి సేవకోసం జీవితాన్ని వెచ్చించినందుకు 1901లో "మొట్ట మొదటి" నోబెల్ ప్రైజ్ అతడికి ఇవ్వబడింది. ఆ డబ్బులు కూడా అతడు ఆ సంస్థ కోసమే ఖర్చు పెట్టాడు. మొట్టమొదటి నోబెల్ ప్రైజ్ పొందిన వాడిగా అతడి పేరు అందరూ మరచిపోయినా, అతడు స్థాపిం చిన సంస్థ ఇప్పటికీ అలాగే వుంది. దానిపేరు 'రెడ్‌క్రాస్'

డా॥ జాకిల్ అండ్ మిస్టర్ హైడ్

జాకిల్ అండ్ హైడ్ అనేవి వంద సంవత్సరాల క్రితం వ్రాయబడిన ఒక అద్భుతమైన నవలలోని పాత్రలు. ఈ పుస్తకం ప్రపంచ చరిత్రలో నిలబడటానికి కారణం "హైడ్". అయితే ఇతడు వ్యక్తి కాదు. మనిషిలోని ఒక గుణం. వంద సంవత్సరాల క్రితమే ఒక రచయితకి, ఇలాటి ప్రయోగం చేయాలన్న ఆలోచన రావటం ఎంతో గొప్ప!

మనిషిలోని సాడిజం (మానసిక క్రూరత్వం) గురించిన గొప్ప పాత్ర హైడ్. ఇతడు డా. జాకిల్ అనే వ్యక్తి మనసులో వుంటాడు. ఈ పుస్తకం రచయిత రాబర్ట్ లూయీ స్టీవెన్‌సన్ తన మరణానికి ముందు అంటే 1894లో ఈ విధంగా వెల్లడించాడు. "నా పుస్తకం నాలుగు సంవత్సరాల ముందే ప్రచురణ కావలసి వుంది. కానీ మొదటి ప్రతి చదివిన నా భార్య 'హైడ్' పాత్రపట్ల అసంతృప్తి వెల్లడిచేయటంతో మార్చి తిరిగి వ్రాసాను. కానీ, ఇప్పుడు మీరు చదువు తున్నది నాకంతగా సంతృప్తి నివ్వ లేదు. నేను చెప్పదల్చుకున్న భావాల్ని, నా చిత్తు ప్రతి కథలో ఇంకా బాగా చెప్పానని నా నమ్మకం. ఈ కథ ముగింపు, ఇందులో పాత్రకులకు నేను చెప్పిన నీతి నాకు బలంగా అనిపించలేదు...."

స్వార్థం. తన లాభం కోసం అవతలి వారికి అన్యాయం చెయ్యటం నిర్హేతుక స్వార్థం.

ఆవిధంగా ఈ ప్రపంచంలో 'నిస్వార్థం' అనేది ఏదీలేదు. సహేతుక స్వార్థమూ, స్వార్థమూ, నిర్హేతుక స్వార్థమూ అని మూడు వున్నాయి. ఈ మూడూ కాకపోతే అది పిచ్చితనం అవుతుంది. మున్సిపల్ పార్క్‌లో పూలన్నీ కోసుకుని ఇంటికి తెచ్చుకుంటే అది స్వార్థం. రోడ్డుమీద చెత్తంతా తెచ్చి ఇంట్లో పోసుకుంటే అది పిచ్చితనం.

నిర్హేతుక స్వార్థంలో మరో విభాగం కూడా వున్నది. దీన్ని ఒకరకంగా శాడిజం (క్రూరత్వం) అని కూడా అనవచ్చు. తనకేం లాభం లేకపోయినా అవతలి వారిని హింసించటం శాడిజం.

CASE : ఒకచోట ఒక కుటుంబం గడ్డి తింటూ వుండగా ఒక లాయర్‌గారు చూసి, "మీరందరూ మా ఇంటికొచ్చెయ్యండి" అన్నాడట. వారు ఆశగా "భోజనానికా బాబూ" అని అడిగారట. "కాదు. మా ఇంటిముందు గడ్డి ఇంకా బాగా మొలిచింది" అన్నాట్ట.

మనుష్యులు ఇంత నిర్హేతుకంగా ప్రవర్తిస్తారా అన్న అనుమానం ఎవరికయినా కలిగితే, కొందరు దర్శకుల గురించి తెలుసుకోవాలి. పైకి చాలా గొప్పగా కనిపించే ఒక మనిషిలోనే 'హైడ్' లాటి ఒక రాక్షసుడు దాగి వుంటాడు. ఒక అగ్ర దర్శకుడు ఒకరోజు తన అసిస్టెంట్ భోజనం చేస్తూ వుండగా అన్నంలో టూత్‌పేస్టు, కొబ్బరినూనె కలిపి బలవంతంగా తినిపించాడు. మరో భావుకుడయిన దర్శకుడు వేషం కోసం వచ్చిన ఒక కొత్త నటుడిని కెమెరాలో రీలు పెట్టకుండా కొండపైకి మూడు సార్లు పరుగెత్తించాడు. ఒక కామెడీ దర్శకుడు డెబ్బైఏళ్ళ రంగస్థల నటుడి జేబులో మంగళసూత్రం వేయించి, తన

మంగళసూత్రం పోయిందని ఒక హాస్య నటిచేత గొడవ చేయించి, అందరి ముందూ ఆ వృద్ధుడి చెంపమీద బలంగా కొట్టించి ఆనందం పొందాడు. మరో పెద్ద నటుడు తనతో నటిస్తూన్న ఒక హాస్య నటుడి పట్ల ఎంత దారుణంగా ప్రవర్తించాడంటే విదేశంలో ఒక హోటల్‌లో తువ్వాలు ఇతడి పెట్టెలో ఇతడికి తెలియకుండా వుంచి, రిసెప్షన్‌కు ఆకాశరామన్న ఫోన్ చేసాడు.

అన్ని రకాలయిన సౌఖ్యంతోవున్నా, అంతర్గత అభద్రతా భావమే ఈ విధంగా మనుష్యుల్ని ఈ పనులకి పురిగొల్పుతుంది. అదే, తాను పై అంతస్థుపై వున్నానన్న అహాన్ని అందరికీ చెప్పేలా చేస్తుంది.

ద్రౌపది వస్త్రాలని తొలగించమని నిండు సభలో దుర్యోధనుడు ఆజ్ఞాపించింది ఆ కారణం వల్లనే. దానిని కాదని అనలేని ద్రోణుడూ, ధృతరాష్ట్రుల్లాగే, ఈ నటుల, దర్శకుల పైశాచిక ప్రవృత్తిని అక్కడ చూస్తున్నవారు ఎవరూ కాదనలేకపోయారు. 'అన్యాయాన్ని ఎదుర్కోవాలి' అని వ్రాసే రచయితలూ, గేయ రచయితలూ, కళాకారులూ, నటులూ అందరూ చూస్తూ వున్నారక్కడ.

ఎందుకు కాదనలేదంటే, మా జీవన భృతి పోతుందన్న భయంవలన.

ఈ విధంగా ఎవరెవరి స్వార్థ కేంద్రాలు వారికి వుంటాయి. ఈ వృత్తం నుంచి ఎంత తొందరగా బయటపడితే అంత బావుంటాం. లేకపోతే–భగవద్గీత అంతా విన్న తరువాత కూడా పితృవాత్సల్యం నుంచి బయట పడలేని ధృత రాష్ట్రులం అవుతాం.

ఆ చిత్తుప్రతి దొరకలేదు గాని, ఒకటి మాత్రం నిజం. దాదాపు నూట పాతిక సంవత్సరాల క్రితం వ్రాయబడిన ఈ పుస్తకం ఇంత కాలం సజీవంగా వుండటానికి కారణం ఇందులో "హైడ్" పాత్రే. ఈ రచయిత అసంతృప్తి చెందినది ఎందుకంటే, మంచి పాత్ర అయిన 'జాకిల్' కంటే, మనిషిలోని దుర్మార్గు డయిన హైడ్‌కు భార్య సలహా వలన ఎక్కువ ప్రాముఖ్యత ఇవ్వటం జరి గిందని ! కానీ పాఠకులు అలా భావించలేదు. ఒక మనిషి, తన లోని చెడుని అదృశ్యంగా నొక్కి పెట్టిన కొద్దీ, అది మరింత బలంగా పైకి లేస్తుందనీ, ఆ పాత్రని రచయిత చాలా సహజంగా సృష్టించాడనీ మెచ్చు కున్నారు. అందుకే ఇప్పటికీ అది మా లాంటి రచయితలందరికీ మార్గదర్శకంగా నిలిచింది. మనిషి లోని ద్వంద్వ ప్రవృత్తి గురించి వ్రాయవలసి వచ్చినప్పుడల్లా ఈ 'హైడ్' పేరు ప్రస్తావించటం సామా న్యమై పోయింది. తరువాత మాన సిక శాస్త్రంలో వచ్చిన స్కిజోఫ్రెని యా, పారానాయిడ్ థియరీలన్నీ ఈ పేర్లతోనే ప్రాచుర్యం పొందటం గమనార్హం. ఆ విధంగా ఆ రచ యిత భార్య సాధారణ అభి ప్రాయం ఒక పుస్తకంలోని గొప్ప మార్పుకి దోహదపడింది. ఇది బావుందో, చిత్తుప్రతి బావుందో మాత్రం ఎవ రికీ తెలిసే అవకాశం లేదు. ✿

దృష్ట్వేమం స్వజనం కృష్ణ యుయుత్సుం సముపస్థితమ్
(అర్జున విషాద యోగం-28)

భావావేశ సంయమము

"ధైర్యము" అనే అధ్యాయంలో మూడో ప్రకరణము చదువుతున్నాము. ధైర్యం కావాలంటే **భవబంధాలు** వదులుకోవాలనీ కానీ అలా వచ్చిన ధైర్యంతో దుర్యోధనుడిలా **స్వార్థ కేంద్రం** వైపు పయనించకూడదనీ గత రెండు ప్రకరణాల్లో తెలుసుకున్నాం.

ఇక అర్జున విషాద యోగంలో అతి ముఖ్య ఘట్టంలోకి ప్రవేశిద్దాం. భగవద్గీత ప్రారంభానికి మూలము ఇక్కడనుంచే ఆరంభం అవుతుంది. అప్పటి వరకూ అర్జునుడు బాగానే వున్నాడు. **"దేవదత్తం ధనం జయః"** అంటే, అనేక మంది రాజులను జయించి, రాజసూయ యాగం కోసం ధనాన్ని వసూలు చేసినవాడు అయిన ధనంజయుడు దేవదత్తం అనే శంఖాన్ని పూరించాడు. దిక్కులు పిక్కటిల్లేలా ధ్వనింప చేసాడు.

ఆటలోగానీ, పోటీలోగానీ, యుద్ధంలోకి గానీ ప్రవేశించబోయే ముందు ఇలాగే వుంటుంది. క్రికెట్ ఆటని చూడండి. ఇరుజట్టు కెప్టెన్లూ విశ్వాసాన్ని ప్రకటిస్తారు. ఎన్నికల పోటీల్లో కూడా అలాగే జరుగుతుంది. తమ శక్తిని ఎక్కువ అంచనా వేసుకుంటారు. మానసిక ధైర్యంకోసం వేసుకోవాలి కూడా.

అయితే ఇక్కడ కథ అలా జరగలేదు. యుద్ధం ప్రారంభం కావడానికి ముందు అర్జునుడు కృష్ణుడిని ఒక కోరిక కోరాడు. ఇరు పక్షాలని చూడాలని వుందన్నాడు. కృష్ణుడు కౌరవుల ముందు రథాన్ని నిలిపాడు. అక్కడ తన గురువుల్ని తాతల్ని తమ్ముళ్ళని చూసిన అర్జునుడు నిర్వీర్యుడయ్యాడు. శరీరం వణకసాగింది. రోమాంచలమై ఒళ్ళు గగుర్పొడిచింది. లోపలున్న బంధుప్రీతి, పాపభయం, గురుభక్తి, ఒక్కసారిగా పెల్లుబికి, 'నేనీ పని చేయలేను' అనేట్టు చేశాయి. పరీక్ష ముందుగానీ, పరుగు పందెం ముందు గానీ కొందరికి ఇలాటి ఉద్వేగం క్షణ మాత్రం కలుగుతుంది.

ఒక చిన్న పొరపాటు

నేరం చేసినవాడు ఏదో ఒక పొరపాటు చేసి పట్టుబడతాడని ఆంగ్ల సామెత. అదే విధంగా ఇతరులకి అన్యాయంగా ద్రోహం చేసేవారు బ్యాలెన్స్‌డ్‌గా, భావావేశ సంయమముతో వుండలేరు.

వరల్డ్ ట్రేడ్ సెంటర్ (WTC) మీద బాంబులేసి ఎంతో విధ్వంసానికి పాల్పడ్డ మహమ్మద్ సలేమా ఎలా పోలీసులకి పట్టుబడ్డాడో తెలుసా? అతడొక వ్యాన్ అద్దెకు తీసుకుని WTC కి వచ్చాడు. విధ్వంసం జరిగిన మరు సటి రోజు, ఆ వ్యాన్ తిరిగి ఇచ్చేసి, డిపాజిట్టుగా వుంచిన తన నాలుగొందల డాలర్లు వసూలు చేసుకోవటానికి వెళ్ళినప్పుడు అక్కడ మాటు వేసిన పోలీసులకి దొరికిపోయాడు.

* * *

భావావేశ సంయమము మెదడు మీదా, తద్వారా శరీరం మీదా ప్రభావం చూపిస్తుంది. దీన్నే PSYCHONEURO IMMUNOLOGY అంటారు.

భవిష్యత్తుని ఊహించుకుని భయపడేవారి కంటే, గతాన్ని తల్చుకుని బాధపడేవారి ఆరోగ్యం తొందరగా పాడయ్యేది అందుకే.

తరచు తన గతాన్ని తల్చుకునిబాధ పడితే ఆ వ్యక్తి రోగ నిరోధక శక్తి (IMMUNITY) తగ్గిపోతుందట. ✿

దీన్నే భావావేశం (emotion) అంటారు. పరస్పర విరుద్ధమైన ఎమోషన్స్ ఒక్కసారిగా మనిషిని చుట్టుముట్టినప్పుడు అతడికేం చేయాలో తెలీదు. ఉక్కిరి బిక్కిరి అవుతాడు. బిత్తర చూపులు చూస్తాడు. దీనినే PROBLEM APPROACH SYNDROME అంటారు.

అటువంటి సమయంలో నారాయణుడు అతడికి కర్తవ్య బోధ చేశాడు. ఎమోషన్స్‌ని వదిలిపెట్టి, అనుకున్న పనిని చేయడమే యోధుడి లక్షణం అని చెప్పాడు.

మరి ఈ నారాయణుడికి ఎమోషన్స్ లేవా? ఉన్నాయి! అల వైకుంఠపురంబులో హాయిగా విశ్రాంతి తీసుకుంటూ ఉండగా ఒక ఏనుగు మొసలి వాత బడి, 'లావొక్కింతయు లేదు. నీవు తప్ప మరోగతిలేదు' అని ప్రార్థించగానే ఒక్క ఉదుటున లేచాడు. భార్య అయిన సిరికి చెప్పడు. ఆయుధాలైన శంఖు చక్రాల్ని ధరించడు. మరి ఏం చేద్దామని వెళ్ళాడో ? భగవంతుడు కనుక ఆయుధాలు ఆయన వెనుకే వెళ్ళాయి.

మన వెనుక ఏదీ రాదు.

అందుకే భావావేశ సంయమము (Emotional Control) కావాలి. లేకపోతే కాళ్ళూ చేతులూ ఆడని స్థితి ఏర్పడుతుంది. యుద్ధంలో తాను చంపాల్సింది గురువుల్నీ, తమ్ముళ్ళనీ అని అర్జునుడికి అంతకు ముందు తెలీదా? తెలిసీ తీరా సమయం వచ్చేసరికి ఎందుకు నిర్వీర్యుడు అయ్యాడు? అదే మానవ ప్రవృత్తి.

CASE : ఎంతో బ్రతిమాలగా జానకి తన పన్నెండేళ్ళ కూతురు సౌమ్యని ఆమె స్నేహితురాలి ఇంట్లో ఒక్క రాత్రి గడపడానికి ఒప్పుకుంది. కష్టంమీద ఒప్పుకుందే తప్ప కూతురు వెళ్ళిన దగ్గర్నించీ ఆమె మనసు మనసులో లేదు. వెళ్ళగానే ఫోన్ చేస్తానని సౌమ్య చెప్పింది. కానీ అక్కడ

స్నేహితురాలి కబుర్లలో పడి ఆ పన్నెండేళ్ళ పిల్ల ఆ విషయం మర్చిపోయింది! తల్లికి మొదట అలజడి ప్రారంభమయింది. చీకటి పడే కొద్దీ అది ఆందోళనగా మారింది. రాత్రయ్యే సరికి దుఃఖం వచ్చింది. అర్థరాత్రి అయ్యేసరికి ఆ నిస్సహాయత భరించలేనంత కోపంగా మారింది.

ఆ సమయంలో ఫోన్ మోగింది. ఆమె చివాలున ఫోన్ ఎత్తి, "వెళ్ళగానే ఫోన్ చేస్తానన్నావ్. ఇక్కడ మీ అమ్మ చచ్చిందనుకున్నావా?" అని అరిచింది. అట్నుంచి "అది గవర్నమెంటు హాస్పటల్ కాదాండీ" అని ఎవరో అమాయకంగా అడిగారు. ఆమె కోపం చెలియలికట్ట దాటి, రిసీవర్ విరిగిపోయేట్టు పెట్టేసింది. అయిదు నిముషాల తర్వాత మళ్ళీ ఫోన్ మోగింది. ఆమె విసుగ్గా "హల్లో" అంది. అట్నుంచి మళ్ళీ "ఇది గవర్నమెంటు హాస్పటల్ కాదాండీ" అని వినిపించింది. "కాదు. ఎన్నిసార్లు చెప్పాలి?" అని తారాస్థాయిలో అరిచింది. అట్నుంచి ఆ అబ్బాయి "మీరు చెప్పలేదు కదండీ" అన్నాడు. ఆమె అపరాధభావంతో మరింత గట్టిగా "సరే, ఇప్పుడు చెప్తున్నాను. పెట్టెయ్యి" అంది కటువుగా. అట్నుంచి "..... బయటెక్కడా మా అమ్మ గ్రూపు బ్లడ్ దొరకటం లేదండీ, ఆస్పత్రిలో వున్న మా నాన్నకి చెప్పాలి. ఎలా?" అని అబ్బాయి దీనంగా అడిగాడు. ఆమె కోపం ఒక్కసారిగా దిగిపోయింది. వళ్ళంతా చల్లబడినట్లు అనిపించింది. తన మీద తనకే కోపం వచ్చింది. సిగ్గేసింది. టెలిఫోన్ డైరెక్టరీ లాక్కుంటూ, "ఒక్క నిముషం ఉండు బాబూ. ఆస్పత్రి కరెక్టు నెంబరు చెప్తాను" అంది.

* * *

ఎమోషన్‌లో ఒక్కోసారి మనం ఇలాగే ప్రవర్తిస్తాం. లాటిన్‌లో Motere అంటే 'కదలటం'

సమస్యలో తెలివి

భావావేశ సంయమము గురించి, సైకాలజిస్టు డా.పట్టాభి రాం ఒక యదార్థ సంఘటన చెపుతూ వుంటాడు.

అనపర్తిలో రైలాగింది. భార్యా భర్తలిద్దరూ బండెడు సామాన్లతో దిగాలి. భర్తకి యాభై, భార్యకి నలభై అయిదు వుంటాయి. అనపర్తిలో రైలు అరనిముషం కన్నా ఆగదు. గుమ్మం దగ్గిర భర్త అందుకుంటున్నాడు. భార్య లోపల్నుంచి తీసుకొచ్చి అందిస్తోంది. సగం సామాన్లు దించాక రైలు కదిలింది. సీటు క్రింద ఇరుక్కు పోయిన పెట్టె రావటం లేదు. అదీ గాక ఇంకా కొద్ది సామాన్లు మిగిలిపోయాయి. మిగతావారు చోద్యం చూస్తున్నారు తప్ప సాయం చెయ్యటం లేదు. రైలు వేగం పుంజుకుంది.

బయటున్న భర్త గబగబా కిటికీ దగ్గిర కొచ్చాడు. బయట నుంచి మొహం లోపలికి పెట్టి, కదుల్తూన్న రైలుతో పాటు కదుల్తూ భార్యని తిట్టసాగాడు. 'అసలింత సామాన్లు నిన్నెవడు తెమ్మన్నాడు' - దగ్గిర్నుంచి మొదలు పెట్టి ఒకటి రెండు బూతు మాటల్తో ఆమె వంశాన్ని తిడుతున్నాడు. భార్యమీద ఆవేశంతో, నిస్సహాయత వల్ల వచ్చిన ఉక్రోషంతో కోపాన్ని చూపిస్తున్నాడు. సీటు క్రింద నుంచి ఆ పెట్టె అంత సులభంగా రాదని నిశ్చయించుకున్నాక ఆమె లేచి నిలబడింది. భర్త వైపు చూడ లేదు. ఒక్క మాట

మాట్లాడలేదు. నిలబడి చైన్ లాగిం ది. రైలాగ్గానే తాపీగా సామాన్లు భర్తకి అందించి, దిగిపోయింది.

*　　*　　*

ఆపత్కాల సమయంలో పాటించవలసిన Emotional Balanceకి ఇదొక మంచి ఉదాహరణ. దీన్ని ఒక్కొక్కరు ఒక్కో రకంగా ప్రకటిస్తారు.

ఒక చిన్న పల్లెటూర్లో అర్ధరాత్రి నీటికోసం మీరు రైలు దిగినప్పడు అది కదిలిపోయింది. మీరు చూసు కోలేదు. పర్సు కూడా రైల్లో వుండి పోయింది. కట్టు బట్టల్తో మిగిలారు.

మీరేం చేస్తారు?

స్టేషన్ మాస్టర్‌కి చెప్పి అవతలి స్టేషన్‌కి ఫోన్ చేసినా, మీ (గుర్తు తెలియని) సామాన్ల కోసం నిద్ర పోతున్న ప్రయాణీకుల్ని డిస్టర్బ్ చెయ్యరు. అసలంతసేపు రైలు అక్కడ ఆపరు. టాక్సీలో వెళ్లటానికి మీ వద్ద డబ్బులేదు.

మీరేం చేస్తారో ఒక కాగితం మీద వ్రాయండి. మీ మిత్రులకి చూపించండి. ఎవరికీ నచ్చదు. ఇంకో సలహా చెప్తారు.

ఆపత్కాల సమయంలో ఒక్కొక్కరు ఒక్కొక్క రకంగా ప్రవర్తి స్తారనటానికి ఇదో ఉదాహరణ. పిల్లల్తో ఇలాటి గేమ్స్, పజిల్స్ ఆడుతూ చర్చలు జరపటం వలన వారిలో భావావేశ సంయమనాన్ని, తెలివి తేటల్నీ పెంచవచ్చు. వారి PROBLEM APPROACH SYNDROME ని తగ్గించవచ్చు.

అని అర్థం. e – అంటే దూరంగా! అందులోంచి emotion అన్న పదం వచ్చింది. **ఎమోషన్ అంటే సహజస్థితికి దూరంగా కదలటం.**

ఎమోషన్స్ ఎనిమిది రకాలు. 1. కోపం 2. విషాదం 3. భయం 4. ఆనందం 5. ప్రేమ 6. ఆశ్చర్యం 7. అసహ్యం 8. సిగ్గు. ఇటువంటి మానసిక స్థాయీ భావాల్లో మనిషి, తన సహజ స్థితి నుంచి దూరంగా వెళ్తాడు. అటువంటి పరిస్థితుల్లో ఆ వ్యక్తి మొహంలోనూ శరీరంలోనూ కూడా మార్పు వస్తుంది. కోపం వచ్చినప్పుడు చేతిలో వస్తువు విసిరెయ్యటం, భయం వేసినప్పుడు (అక్కణ్ణుంచి పరుగెత్తటం కోసం) కాళ్ళు వణకటం, ఆనందంలో కళ్ళు మెరవటం, ప్రేమలో అవతలి స్పర్శ కోసం ఆరాటపడటం, ఆశ్చర్యంలో కను రెప్పలు పైకి వెళ్ళటం, అసహ్యంలో ముఖ కండరాలు కుదించుకుపోవటం, విషాదంలో పెదవులు వంకర్లు తిరగటం, సిగ్గులో కనురెప్పలు వాలిపోవటం ఇలాంటి భావాలే. **పిల్లల్లో ఇటువంటి స్వభావాలు అతిగా కనబడినా, మామూలు స్థితికి వాళ్ళు తొందరగా రాలేక పోతున్నా, తల్లిదండ్రులు జాగ్రత్త పడాలి.** భవబంధాల్ని పక్కన పెట్టి (మళ్ళీ భగవద్గీతే) సామదాన భేదదండోపాయాల్ని ఉపయోగించి వారిని సరి చెయ్యాలి. లేకపోతే వారిలో ఏకాగ్రత, జ్ఞాపక శక్తి క్రమంగా తగ్గిపోతాయి.

ప్రతి మనిషి అనుభవంలో రెండు స్థితులు ఉంటాయి. మొదటిది తార్కికం (LOGICAL) గా ఆలోచించేది. రెండోది భావస్ఫూర్తి (EMOTION)కి లోనయ్యేది. మనకి సులువుగా అర్థం అవడం కోసం మొదటిదానికి 'బుద్ధి' అనీ, రెండవదానికి 'మనసు' అనీ పేరు పెట్టుకుందాం. సైంటిఫిక్‌గా ఇవి సరయిన పదాలు కావు. కేవలం మన సులువు కోసం అలా పేర్లు పెడదాం. ట్రాజెడీ

సినిమా చూసి 'మనసు' ఏడుస్తానంటుంది 'బుద్ధి' ఏడవ వద్దు అంటుంది. బుద్ధికీ మనసుకీ సమన్వ యంలేని పరిస్థితుల్లో దుఃఖం అకారణ మవుతూ వుంటుంది. దానికి సరి అయిన కారణం కూడా దొరకదు.

CASE : శ్రీలక్ష్మి కూతురికి ఇరవై ఆరేళ్ళు వచ్చాయి. ఇంకా పెళ్ళి కాలేదని ఆమె దిగులు. ఎందరో దేవుళ్ళకి మొక్కుకుంది. రాత్రిళ్ళు నిద్ర మానేసి ఆలోచనలతో దిగులుగా గడిపేది. చుట్టు పక్కల వాళ్ళతో కూడా మాట్లాడటం మానేసింది. కూతురి పెళ్ళి ఆమెకు జీవన్మరణ సమస్య అయింది. అటువంటి సమయంలో ఒక అద్భుత మైన సంబంధం వచ్చింది. అల్లుడంత మంచివాడు ఎక్కడోగానీ దొరకడు. డబ్బూ, మంచిపేరూ అన్నీ ఉన్నాయి. పెళ్ళి బాగా జరిగింది. అప్పగింతల సమయం వచ్చింది. కారు దగ్గర శ్రీలక్ష్మి భోరు భోరున ఏడుస్తోంది. అంతకాలం కూతురికి పెళ్ళి కాలేదని దిగులు చెందినది, ఇప్పుడు కూతుర్ని వదలడానికి బాధ పడుతూంది. ఆమె దుఃఖం కట్టలు తెగి ప్రవహి స్తోంది. అది చూసి అల్లుడు సానుభూతితో మర్యాదగా "....ఎందుకంత బాధ పడతారు అత్తగారూ? ఒక నెలరోజులు అమ్మా యిని మీ దగ్గర ఉంచుకుని తీరిగ్గా తరువాత పంపించండి" అన్నాడు. అందరూ షాకయ్యారు. ఆమె కంగారుగా "వద్దొద్దు" అంది. అతడు మరింత మంచి సలహా చెపుతున్నట్టు "...పోనీ మీకలవాటు అయ్యేవరకూ అటూ, ఇటూ చెరో వారంరోజులూ ఇద్దరి దగ్గిరా వుంటుంది" అన్నాడు. ఆమె చప్పున తేరుకుని "అటువంటిదేమీ లేదు అల్లుడు గారూ. పాడు మనసు. ఇన్నాళ్ళూ పెంచిన బంధం" అని కళ్ళు తుడుచుకుంటూ కూతుర్ని తొందర తొందరగా కారెక్కించింది. మనసు బుద్ధిని డామినేట్ చేయటం అంటే అదే.

మనసు చెప్పే నిజం

దొంగల్ని లై డిటెక్టర్స్ (అబద్ధం చెప్తే కనుక్కొనే మిషన్స్) తో పరీక్షి స్తారు. ఒక దొంగకి ఈ సాధనం మీద నమ్మకం లేదు. నమ్మకం లేని దొంగల నుంచి ఇటువంటి సాధనాల ద్వారా నిజం చెప్పించడం కాస్త కష్టం. పోలీసులు ఈ విధంగా ప్రశ్నించారు. "నీకెన్ని వివాహాలు జరిగినయ్?".

"ఒకటి' అన్నాడు దొంగ. వెం టనే ఆ మిషన్ అబద్ధం చెప్పినట్లు సూచించింది. దొంగ నిర్ఘాంత పోయాడు.

"నీ భార్య తండ్రి కూడా దొంగే కదూ"

"నాకు తెలియదు" అన్నాడు అతను. మళ్ళీ అబద్ధం చెబుతున్నట్లు మిషన్ సూచించింది. అలా పది ప్రశ్నలు వేసేసరికి దొంగకి తాను ఆ మిషన్ దగ్గర నిజం దాచలేనని తెలిసిపోయింది. తాను చేసిన నేరం ఒప్పకున్నాడు.

నిజానికి వాళ్ళు పెట్టింది లై డిటెక్టింగ్ మిషన్ కాదు. అయితే ఆ దొంగ భార్యని ప్రశ్నలువేసి కొన్ని విషయాలు రాబట్టారు. ఆ విధంగా వాళ్ళు దొంగని దొంగ దెబ్బతీసారు.

ఎప్పుడైతే మనం ఒక అబద్ధం చెప్తామో మానసికంగా బలహీను లమౌతాం. ఆ తప్ప మరో తప్పని చేయిస్తుంది. ❁

కలం మహిమ

మీకుతెలుసా? విద్యార్థి చదువుకునేటప్పుడు అతడి ఎమోషన్ (మూడ్) అతడు కూర్చునే ప్రదేశం మీద, భంగిమ మీద వుంటుంది. అంతేకాదు. అతడు వ్రాసే పేపర్ క్వాలిటీమీద, కలంమీద కూడా వుంటుంది. నా స్వానుభవంతో చెప్తున్నాను. వ్రాసే కాగితం, కలం మీద నా రచన క్వాలిటీ ఆధారపడి వుంటుందంటే నమ్ముతారా? ఇప్పటికీ ఒక మంచి కలం దొరికితే అది నా అదృష్టంగా భావిస్తాను. దాదాపు యాభై కలాలు కొంటే అందులో ఒక్కటి నాకు నచ్చేలా వ్రాసేది దొరుకుతుంది. అదే విధం గా పేపర్ కూడా! మంచి క్వాలిటీ పేపర్ మీద అక్షరాలు తొందరగా జారిపోతోంటే, మెదడులో ఒక ఆహ్లాదకరమైన (Pleasant) ఫీలింగ్ కలుగుతుంది. దాని వల్ల మూడ్ బావుంటుంది. మరింత మంచి ఆలోచన్లు వస్తాయి. పరీక్షల టైమ్ లో విద్యార్థులు The best పెన్ వాడటం మంచిది. ఒకప్పుడు ఇంకు బాటిల్‌లో కలం ముంచి వ్రాసేవారు. తరువాత కలం పెన్నులు, బాల్‌పాయింట్ పెన్నులు వచ్చాయి. ప్రస్తుతం చాలా రకాలు వస్తున్నాయి. 'ఏదో ఒకటి' అని కాకుండా మంచి ది ఎన్నుకోవటం మన విధి. మంచిది అంటే... మన (సు)కు సరి పోయేది. ❁

ఒకవైపు దుఃఖం. మరోవైపు ఆనందం. ఫీలింగ్స్ ఉండకూడదని కాదు. కానీ Rational Brain ని Emotional Brain కంట్రోల్ చేయకూడదు. అప్పుడు అర్జునుడి లాగే అస్త్ర సన్యాసం చేసి కర్తవ్యం నుంచి దూరంగా పారిపోవాలనిపిస్తుంది.

* * *

'**మమ** (నా యొక్క) **శోకం** (దుఃఖం) **యత్** (ఏది) **అపనుద్యాత్** (పోగొట్టునో) తెలుసుకోలేక పోతున్నాను' అన్నాడు అర్జునుడు. చాలామంది సమస్యే ఇది. ఎమోషనల్ బ్యాలెన్స్‌కీ ధైర్యానికి చాలా దగ్గిర సంబంధం వున్నది. భావావేశ సంయమము లేని వ్యక్తులు చిన్న విషయాలకే చాలా కంగారు పడుతూ వుంటారు. రైల్లో కూర్చున్నాక సామాన్లు మాట మాటికీ లెక్కపెట్టుకోవటం, తాళంసరిగ్గా వేసామా లేదా అని కంగారు పడటం, చిన్న చిన్న విషయాలకే బేజారుగా బి.పి. తెచ్చుకోవటం వంటివి జరుగుతూ వుంటాయి. అదే భావావేశం.

తన ఆవేశంమీద తనకి కంట్రోల్ వున్న వ్యక్తి కోపం, భయం, దుఃఖం మొదలైన emotions లో అదుపు తప్పకుండా ఎంతటి విపత్కర పరిస్థితుల్లో అయినా సరిఅయిన నిర్ణయం తీసుకుంటాడు. దాన్ని భావావేశ పరిణితి (Emotional Intelligence) అంటారు.

ఒక కోటీశ్వరుడు మంటల్లో చిక్కుకున్నాడు. నాల్గయిదు వస్తువులు మాత్రమే తనతోబాటు ఇంట్లోంచి బయటకు తెచ్చుకో గల అవకాశం వున్నది. ఏం తెచ్చుకుంటాడు? నిశ్చయంగా చెక్‌బుక్ కాదు. అది మరొకటి ఫ్రీగా బ్యాంక్‌లో దొరుకుతుంది. కానీ చిన్నప్పుడు తన కొచ్చిన బహుమతి మరొకటి దొరక్కపోవచ్చు. పాత డైరీ మీద ప్రీతి వుండవచ్చు. లేదా తల్లి

దంద్రుల ఫోటో అయివుండవచ్చు. ఏది ఏమయినా, ఆ కోటీశ్వరుడు తాను 'తిరిగి సంపాదించుకోలేని' వస్తువుల్ని తెచ్చుకోవాలి. అదే భావావేశ పరిణితి.

ఆవేశంలోగానీ, కోపంలోగానీ, తొందర పాటులోగానీ ఒక పని చేసి, ఆ తరువాత 'అయ్యో! అలా చెయ్యకుండా వుండాల్సింది' అని బాధ పడకపోవటమే భావావేశ పరిణితి. ఇలాంటి పరిణితి రావటానికి ఈ క్రింది ఎనిమిది అంశాలూ ఆచరిస్తేచాలు.

1. అవతలి వారిపై నెపం వేయకుండా, మీ భావాలపై నెపం వెయ్యండి. మీ భావాలు మార్చుకోనవసరం లేదు. కేవలం ప్రకటించటంలో మార్పు తీసుకురండి చాలు. (ఉదా : 'నువ్వు చాలా దరిద్రంగా పని చేస్తున్నావు'కి బదులు, 'నీపని నాకెందుకో నచ్చటంలేదు' అన్నారనుకోండి. ఎందుకు నచ్చటం లేదో, ఏం నచ్చటం లేదో చెప్పే వీలు మీకు కలుగుతుంగి.)
2. మీ అభిప్రాయంకన్నా, మీ భావం చెప్పండి. (నీవు సరీగ్గా డ్రైవ్ చెయ్యటం లేదు అనొద్దు / నాకు భయంగా వుంది అనండి.)
3. మీ భావాలకి మీరే బాధ్యత తీసుకోండి. (ఈ రోజు నీవల్ల నా మూడ్ అంతా పాడయింది అనొద్దు / నాకీరోజు మూడ్ బావోలేదు అనండి.)
4. సూటిగా గానీ, ఇన్‌డైరెక్టుగాగానీ మీకు నష్టం కలిగించే విషయాల్లో తప్ప, మిగతా వాటిలో అవతలివారి ప్రవర్తనపై విమర్శ చేయకండి. అలా చేస్తున్నప్పుడు కూడా, మీకు కలిగే నష్టం ఏమిటో సున్నితంగా

సంభాషణలో శాడిజం

ఏదో చిత్రంలో ఒక హాస్య నటుడి పాత్రని విలక్షణంగా తీర్చిదిద్దటంలో సఫలీకృతులయ్యారు రచయిత, దర్శకుడు. ప్రతిదానికీ విపరీతార్థాలు తీసి గొప్ప తెలివి తేటల్తో మాట్లాడుతున్నాననుకుంటుంది ఆ పాత్ర. ఉదాహరణకి, "ఈ రోడ్డు గాంధీ బొమ్మ దగ్గరకు వెళ్తుందా?" అని అడిగితే, "ఎందుకు వెళ్లదూ? నిక్షేపంగా వెళ్తుంది. వంకర్లు తిరిగి మరీ వెళ్తుంది. మధ్యలో రెండుగా చీలి పోతూ కూడా వుంటుంది" అంటూ కొనసాగిస్తాడు.

మనిషిలో వుండే అంతర్గత అసంతృప్తులవల్ల ఈ విధమైన సాడిజం వస్తుందంటారు మానసికవేత్తలు. అవతలి వారిని ఎత్తి పొడిచే సంభాషణలు మన మధ్య కూడా అప్పుడప్పుడూ జరుగుతూ వుంటా యి. ఉదాహరణకి కొన్ని :

అబ్బాయి : (ఆప్యాయంగా) నేను నీ చేయి పట్టు కోవచ్చా?

అమ్మాయి : ఫర్వాలేదు. బరువుగా లేదు.

* * *

అమ్మాయి : ప్రధానం టైమ్‌లో నాకు నువ్వు మర్చిపోకుండా రింగ్ ఇవ్వాలి.

అబ్బాయి : తప్పకుండా. నీ ఫోన్ నెంబర్ చెప్పు.

* * *

కృష్ణ : నన్ను ప్రేమిస్తున్నావని ఒక్క సారి చెప్పవా ?
రాధ : నన్ను ప్రేమిస్తున్నావు.
కృష్ణ : అలాకాదు, నువ్వు నన్ను మనస్ఫూర్తిగా ప్రేమిస్తున్నావని చెప్పు.
రాధ : నువ్వు నన్ను మనస్ఫూర్తిగా ప్రేమిస్తున్నావు.
కృష్ణ : నేను నిన్ను కాదు. నువ్వు నన్ను ప్రేమిస్తున్నావని చెప్పు.
రాధ : నేను నిన్ను కాదు. నువ్వు నన్ను ప్రేమిస్తున్నావు.

* * *

రాధ : నా మొహం చాలా గొప్ప అందంగా వుంటుందని గోపి అంటాడు. నాకు కోపమొచ్చినప్పుడు చూడటానికి ధైర్యం కావాలని రవి అంటాడు. ఎవరు కరెక్టు ?
కృష్ణ : ఇద్దరూ కరెక్టే. నీ మొహం చూడటానికి చాలా గొప్ప ధైర్యం కావాలి.

* * *

ఎప్పుడూ ఒకేపని చేస్తూ వుండటం వలన వచ్చిన నిరాస్తకత కూడా ఇటువంటి జవాబులకు దారి తీస్తుంది.
ప్రయాణీకుడు : టిక్కెట్లు ఎక్కడ ఇస్తారు?
రైల్వే ఎంక్వయిరీ : ఏ టిక్కెట్లు ?
ప్రయాణీకుడు : (కోపంగా) సినిమావి.
ఎంక్వయిరీ : తెలీదు.
ప్రయాణీకుడు : ఎవర్నడగాలి?
ఎంక్వయిరీ:తెలీదు. ఇది బళ్ళ రాకపోకలు చెప్పే కౌంటరు మాత్రమే.

✿

చెప్పండి. చెప్పటమే ముఖ్యం. దానికి మీ కోపం, మీ బాధ, మీ దుఃఖం లాంటి విషాదాలు అద్దనవసరం లేదు.

5. ఇంకెలా చేస్తే నేను ఇంకా బావుంటాను? ఎలా ప్రవర్తించివుంటే బావుండేది? ఇంతకన్నా ఎలా మాట్లాడివుంటే బావుండి వుండేది? అని నిరంతరం మీలో మీరే విమర్శించుకుంటూ వుండండి.
6. ఇతరులకి సలహా ఇచ్చేటప్పుడు, విమర్శించేటప్పుడు, పనులు చెప్పేటప్పుడు, ఇతరులకి లెక్చర్లు ఇచ్చేటప్పుడు ఎగతాళిగా (ఉదా : అసలే నీది మట్టి బుర్ర) మీ గురించి ఎక్కువగా (ఉదా : నీ వయసులో నేనెలా వుండే వాడినో నువ్వు వూహించలేవు) మాట్లాడకండి.
7. మిమ్మల్ని తరచు విమర్శించే వారినుంచీ, మీకు కోపం తెప్పించే వారినుంచీ (సాధ్యమయినంత వరకూ) దూరంగా వుండండి.
8. అన్నింటికన్నా ముఖ్యంగా, రోజూ కొంచెం సేపు ప్రశాంతంగా కనులు మూసుకుని మౌనంగా వుండండి. ఎప్పుడు ఏ పని ఎలాంటి ఎమోషన్‌తో చెయ్యాలో ఆ ప్రశాంతత నేర్పుతుంది.

ఒక మనిషి భావావేశ ప్రవర్తనకీ, అతడి మనస్తత్వానికీ ఏ సంబంధమూ లేదు. మళ్ళీ ఒకసారి చదవండి. ఒక మనిషి భావావేశానికీ, అతడి మనస్తత్వానికీ ఏ సంబంధమూ లేదు.

CASE : ఒకసారి మ్యారేజి కౌన్సిలింగ్‌కి ఒక దంపతులు వచ్చారు. ఎందుకు వచ్చారో చివర్లో చెప్తాను. అతడు చాలా నెమ్మదస్తుడు. మృదువుగా మాట్లాడతాడు. ఆమె కూడా నోటికి

రుమాలు అడ్డుపెట్టుకుని మాట్లాడుతోంది. అతడొక లాయరు. ఎంత సున్నిత హృదయుడంటే, అతడి దగ్గిరకి విడాకులకోసం వచ్చిన ఒకావిడ, తను పడిన కష్టాలు చెప్తూంటే వింటూ అతడు కూడా దాదాపు కళ్ళ నీళ్ళుపెట్టుకున్నాడు. ఫీజు కూడా తీసుకోకుండా వాదించాడు. దీనికి ప్రత్యక్ష సాక్షి అతడి భార్యే. అందులో సందేహం లేదు. కానీ కోపం వస్తే మాత్రం మనిషికాదు. అంతకు ముందు రాత్రే భార్య ముక్కు బద్దలు కొట్టాడు. ఆమె నోటికి రుమాలు అడ్డుపెట్టుకున్నదీ, వారు కౌన్సిలింగ్‌కి వచ్చిందీ అందుకే.

భావావేశంపై కంట్రోలు లేనివాడికి, అతడు ఎంత సున్నిత హృదయుడైనా క్షణాల్లో భరించ లేనంత కోపం రావొచ్చు. అదే విధంగా ఎంత ధైర్యవంతుడికయినా తాత్కాలికంగా పిరికి తనం కలుగవచ్చు. అది పిరికితనం కాదు. నిరాసక్తత. లేదా నిస్పృహ. చాలా ఆనందంగా వున్నవాడికి ఒక్కొక్కసారి, "ఎందుకీ జీవితం" అనిపించవచ్చు. తనకి చాలా ఇష్టమైన వ్యక్తుల నుంచే దూరం వెళ్ళిపోదామన్న కోరిక బలంగా కలగొచ్చు. ఇదంతా భావావేశానికి సంబంధించినదే.

అందుకే దేవదత్తం హుషారుగా దిక్కులు పిక్కటిల్లేలా పూరించిన ధనంజయుడు క్షణంలో నిర్వీర్యుడయ్యాడు. నోరెండిపోయింది. **గాణ్డీవం స్రంసతే**.... చేతిలో విల్లు జారిపోయింది. **భ్రమతీవ చ మేమనః**..... మనసు గిర్రున తిరుగుతున్నట్టు అయింది. అటువంటి అర్జునుడికి ఎమోషనల్ బ్యాలెన్స్ అంటే ఏమిటో కృష్ణుడు సాంఖ్యయోగంలో చెప్పటం ప్రారంభించాడు.

భావావేశం-యవ్వనం

మనిషి జీవితంలో యవ్వనం ఎంతకాలం వుంటుంది ? చాలా చిక్కు ప్రశ్న. దీనికి జవాబు చెప్పా లంటే అసలు 'యవ్వనాని'కి నిర్వచనం తెలుసుకోవాలి. రెండు రకాల అర్థాల్లో దీన్ని చెప్పకోవచ్చు. ఒకటి - 'రొమాన్స్' చేసే కెపాసిటి. మరొకటి - ఇతరులకి గాని, తనకి తానుగాగాని ఉత్సాహంగా కనపడే విధానం. మొదటిది ఆరోగ్యం మీదా, ఇంటరెస్టు మీదా ఆధారపడి వుంటుంది. రెండోదే ముఖ్యం. కొందరి జీవితంలో అసలు యవ్వనం వుండదు. కొందరి జీవితాల్లో అది చుట్టపుచూపుగా వచ్చి వెళ్ళిపోతుంది. ఎప్పుడూ నీరసంగా, ఎందుకొచ్చిందిరా భగవంతుడా అని బ్రతికేవారు కొందరయితే, పాతికేళ్ళు నిండగానే తాము ముసలి వాళ్ళ మయి పోయామనే ఉద్దేశ్యంతో తమని తాము అసలు పట్టించు కోకుండా వుండేవారు కొందరు. శరీరాన్ని అదుపులో వుంచుకోలేని వారు కొందరైతే, బాడీ - లాంగ్వేజిపై శ్రద్ధ తీసుకోని వారు కొందరు. తమని తాము అందంగా ప్రెజెంట్ చేసుకోవా లంటే అన్నిటి కన్నా ముందు మనసుని ఫ్రెష్‌గా, ఉత్సాహంగా వుంచుకోవాలి. కొందరు ఎనభై ఏళ్ళ వయసులో కూడా ఎంతో ఉత్సాహంగా వుండటానికి కారణం తమకి జీవితంపై వుండే ఉత్సాహమే అంటారు వారు. కరెక్టే కదా! జీవితంపై ఉత్సాహం పోయిన మరుక్షణం ముసలితనం వచ్చేయటం సత్యం.

న కాంక్షే విజయం కృష్ణ నచ రాజ్యం సుఖాని చ
కిం నో రాజ్యేన గోవిన్ద కిం భోగైర్జీవితేన వా

(అర్జున విషాద యోగము-32)

వ్యాకులము

'నాకు ఈ రాజ్యంవద్దు. నాకీ భోగం వద్దు' అంటున్నాడు అర్జునుడు. ఇది వైరాగ్యస్థితి. భగవద్గీతకి అద్భుతమైన అర్థం చెప్పిన శ్రీ విద్యాప్రకాశానందస్వామి వారు ఈ శ్లోకం గురించి మంచి భాష్యం చెప్పారు.

ఆత్మజ్ఞానాన్ని నేర్చుకోవాలనే వ్యక్తికి ముందుగా మనసు క్లీన్‌గా వుండాలి. అర్జునునికి అటువంటి అర్హత వున్నదా? లేదు. అతడు విజయుడు. రాజ్యకాంక్ష కలవాడు. కానీ ఈ శ్లోకంవల్ల అతడికి అటువంటి కాంక్ష నశించిందని తెలుస్తోంది. అతడి మనసు, ఈ వైరాగ్యం వలన తుడవబడిన పలక (Clean slate) లా తయారయింది. అతడు విరాగి అయినాడు. **అది భగవద్గీతా బోధనకు సుముహూర్తము.**

మా దగ్గిర వ్యక్తిత్వ వికాస బోధన తరగతులకు వచ్చేవారు సాధారణంగా ఏవైనా పుస్తకాలు సూచించమంటారు. కొన్ని సూచిస్తే మరికొన్ని చెప్పమంటారు. ఇంకో నాలుగైదు పుస్తకాలు సూచిస్తే, అందులో కొందరు కొన్నింటిని వారు అప్పటికే చదివామంటారు. మరి ఇన్ని చదివినా వారిలో ఎందుకు కాస్తయినా మార్పు రాలేదు? కొద్దిగానైనా అవి ఎందుకు ఉపయోగపడలేదు ?

మనసు పలకలా లేదు కాబట్టి.

ఒక మంచి పుస్తకం చదివినప్పుడు, దాని నుంచి కొంతయినా స్వీకరించి జీవితంలో దాన్ని అమలుజరప(లే)కపోతే, ఎన్ని పుస్తకాలు చదివినా లాభంలేదు. **ఒక తాయెత్తు ధరించి, మరో మంచి తాయెత్తు దొరుకుతే బావుణ్ణు అని చూడటం వంటిది ఇది.** అదృష్టం బావోలేదని గది కూలగొట్టటంకాదు. ఇటుకపై ఇటుకతో జీవిత నిర్మాణం క్రమబద్ధంగా జరగాలి. అదే విధంగా, నేర్చుకున్న దాన్ని జీవితానికి అన్వయించుకోవాలి. లేకపోతే 'ఆల్కెమిస్ట్' అన్న కథలో బందిపోటు దొంగలా

చెవిలో జోరీగ

ఏదైనా సమస్య వచ్చినప్పుడు బ్రహ్మదేవుడి నుంచి బిల్‌క్లింటన్ వరకూ, సోనియాగాంధీ నుంచి సొనాలిబింద్రే వరకు వ్యాకులం చెందటం సహజం. అయితే ఆ దిగులు నుంచి ఎంత తొందరగా బయటపడి పరిష్కారం ఆలో చిస్తారా అనేది వారి వారి 'జ్ఞానం' మీద ఆధారపడి వుంటుంది. మనిషి తన వ్యాకులం (దిగులు) నుంచి ఎందుకు సరి అయిన దారి వెతికి తప్పించుకోలేడో How to get your point across in 30 seconds అన్న పుస్తకం వ్రాసిన మైలో. ఓ. ఫ్రాంక్ తన అనుభవం గురించి ఇలా చెప్పాడు.

"ఒక రోజు నేను చాలా పెద్ద సమస్యలో వున్నాను. విసుగ్గా వచ్చి కార్లో కూర్చోని స్టార్ట్ చేయబోతూ వుండగా లోపల ఒక జోరీగని చూసాను. అది కిటికీ ముందు వున్న అద్దం దగ్గిర పెద్దశబ్దంతో తిరుగుతూ బయటకు వెళ్లటానికి ప్రయత్నం చేస్తోంది. నా విసుగు మరింత ఎక్కువైంది. పక్కకి వంగి, అటు వైపు అద్దం దింపాను. నేను దాని వైపు వంగటంతో అది నా వెనుక కిటికీ దగ్గిరకి వచ్చి గోల చెయ్య సాగింది. అటు కూడా తెరిచాను. కొంచెంసేపటికి నా కారు నాలుగు అద్దాలూ తెరవబడినాయి. జోరీగ మాత్రం లోపలే వుంది.

అయిపోతాం. (ఈ ఆల్కెమిస్ట్ కథ గురించి ఇదే పుస్తకంలో తరువాత వివరిస్తాను.)

మళ్ళీ మన సబ్జెక్టుకొద్దాం. మనిషికి కావలసిన షడ్గుణ సంపదల్లో మొదటిదయిన "ధైర్యము" అన్న అధ్యాయములో చివరి ప్రకరణానికి వచ్చాం. అదే 'వ్యాకులము'.

అర్జునునికి చేతిలోంచి గాండీవం జారిపోతోంది. మనసు అతలాకుతలం అవుతోంది. అంతా ఒక భ్రమలాగా తోస్తోంది. మనిషి నిటారుగా నిలబడలేకపోతున్నాడు.

ఈ స్థితిని వ్యాకులం (Depression) అంటారు. కొందరాడవాళ్ళు ఒక బీభత్సాన్ని వర్ణించవలసి వచ్చినప్పుడు, "నాకు కాళ్ళూ చేతులూ ఆడలేదమ్మా" అంటూ ఉంటారు. ఆ విధంగా మనిషి వివిధ అంగాలకు సూచన్లు ఇచ్చే శక్తిని మెదడు కోల్పోవటమే డిప్రెషన్. ఈ స్థితిలో ఏ పనీ చెయ్యబుద్ధి అవ్వదు. జీవితం నిరాసక్తంగా వుంటుంది. ఒంటరిగా ఉండిపోవాలనిపిస్తుంది.

'నిరంతర వ్యాకులత' రెండు రకాలుగా దారి తీయవచ్చు. ఒకటి – పూర్తి నిశ్శబ్దం వైపు (నిరాసక్తంగా ప్రవర్తించటం), రెండు – పూర్తి ఆవేశంవైపు (ఇంగితజ్ఞానం కోల్పోయిన స్థితి).

CASE : సుశీలకి పెళ్ళయి పదేళ్ళయింది. పిల్లలు లేరు. అత్తగారు నిరంతరం దేనికో ఒక దానికి సాధిస్తూ ఉంటుంది. ఒక వైపు పిల్లలు లేరన్న దిగులుతో, మరొకవైపు అత్తగారి సాధింపుతో పైకి కనపడని వ్యాకులత రోజు రోజుకీ సుశీలని ఆవరించసాగింది. ఒక రోజు ఆమె వంటింట్లో వంట చేస్తూవుండగా అత్తగారు యథావిధిగా వెనుకచేరి గొణగటం ప్రారంభించింది. ఆవిడ ఏదో అనరాని మాట అనటంతో, అన్ని సంవత్సరాలుగా అణిచి పెట్టుకున్న వ్యాకులం

ఒక్కసారిగా బ్రద్దలైంది. పొయ్యిమీద మరుగుతున్న వేడి వేడి చారుగిన్నె ఎత్తి ఆవిడ మొహం మీద పోసింది. ఆవిడగగ్గోలు పెడ్తూ, "వాడిని రానివ్వవే. వాడికి చెప్పి నీ అంతు తేల్చకపోతే నా పేరు మంగమ్మకాదు" అంది. ఆ మాటలకి సుశీల రోకలి బండ తీసుకుని ఆవిడ నెత్తిన మోదింది. ఒకే ఒక దెబ్బ అంతే.

సుశీల (పేరు మార్చబడింది) ప్రస్తుతం చంచల్‌గూడా జైల్లో వుంటోంది. "ఆవిడ మీదకు చారు విసిరెయ్యగానే నా ఆవేశం చల్లారిపోయింది. కానీ ఆవిడ నా భర్తకీ విషయం చెప్తాననేసరికి ఏం చెయ్యాలో తోచలేదు. ఆవిడ మొహం కాలి పోయింది. ఆ తప్పు దిద్దుకోవటం కోసం ఆవిడ నోరు మూయించాలనుకున్నాను. అంతా క్షణాల్లో జరిగిపోయింది" అంటూ పశ్చాత్తాప పడుతుంది సుశీల.

మనిషి చర్యల వల్ల మెదడు కంట్రోలు తప్పటం అనేది ఈ విధంగా జరుగుతూ ఉంటుంది. దీన్నే మానసిక విస్ఫోటనం అంటారు. ఇతరుల్ని కొట్టడం, సంస్కారం మరిచి బూతుల్తో తిట్టడం, చేతిలో వస్తువు విసిరెయ్యడం – ఇవన్నీ భావ విస్ఫోటనాలే. మన వాహనాల్ని ఇతరులు ఢీకొన్నప్పుడు తప్పు మనదయినా, పోట్లాటవలన ఏ లాభమూ లేదని తెలిసినా, మన కోపాన్నీ, ఆవేశాన్నీ ఇంజను ఆవిరి వదిలినట్టు బయట పెడతాం. కొందరయితే కాలర్లు పట్టుకుంటారు కూడా. ఎందుకు ? **కోపాన్నీ, భయాన్నీ కంట్రోలు చేసుకోవటం కష్టమా?** ఏ మాత్రం కాదు. కావల్సిందల్లా కాస్త నేర్పు. ఓర్పు. అంతే.

CASE : ఒక కొండ శిఖరం మీద పదకొండు మంది తాడుపట్టుకుని వేలాడుతున్నారు. తాడు కేవలం ఒకర్ని పైకి లాగగలదంతే. "నువ్వు

ఈ సారి అది ముందు అద్దం ద్వారా బయటకి వెళ్ళటానికి ప్రయత్నం చేస్తోంది. అద్దాన్ని బలం గా కొట్టి వెనక్కి పడిపోతుంది. మళ్ళీ అక్కడికే వెళ్తోంది. నేను ఈ సారి నిశ్శబ్దంగా దాన్నే చూస్తూ కూర్చొన్నాను. కాస్త వెనక్కో పక్కకో చూస్తే, తెరచివున్న దార్లు కన పడేవి. కానీ, అది గట్టిగా తన ప్రయత్నమే చేస్తోంది.

నా సమస్యకి పరిష్కారం ఇంతకాలం ఎందుకు దొరకలేదో నాకు అర్థమైంది.

మనందరం ఒక పని చాలా కష్టపడి చేస్తూ వుంటాం. అయినా ఒక్కోసారి ఫలితం రాదు. చాలా విసుగ్గా వుంటుంది. చాలా వ్యాకు లం చెందుతాం. 'మిగతా వారం దరూ చాలా సుఖంగా వున్నారే. ఇంత కష్టపడినా మనకి ఫలితం రావటం లేదేమిటి?' అనుకుంటూ వ్యాకులం (Depress)చెందుతాం. చేస్తున్న పని మానెయ్యటమో, ఆ విసుగులో ఏదో తప్పు చెయ్యటమో చేస్తాం.

ఇక్కడే కాస్త సంయమనం కావాలి. గెల్చేవాడికీ, ఓడేవాడికీ తేడా ఏమిటంటే- ఓడేవాడు వేగం గా పరుగెడ్తూనే వుంటాడు. గెల్చే వాడు, వెళ్ళేది సరిఅయిన దారా కాదా అని చూసుకుంటూ వెళ్తాడు. కావలసింది వేగం కాదు. అప్రోచ్. HARD WORD - SMART WORK (1986).

భవిష్యత్తులో ఆరోగ్యం :

జెనెటిక్స్‌లో కొత్త పరిశోధనలు ఫలిస్తే బహుశ 'అనారోగ్యం' అన్న పద మే డిక్షనరీలోంచి తొలిగి పోవచ్చు. కానీ ఒక్క విషయం. ఆరోగ్యం రెండు రకాలు. **World Health Organisation** 'ఆరోగ్యం' అన్న పదానికి ఈవిధంగా నిర్వచనం ఇచ్చింది. "మంచి ఆరోగ్యం అంటే శరీరంలో ఏ రోగమూ లేకపోవటం కాదు. శారీరకంగా, మానసికంగా, ఆనందం గా వుండ గలగటం". ఇంత వరకూ డాక్టర్లు కేవలం పేషెంట్‌ని శారీరకం గా ట్రీట్ చేయటానికే శ్రద్ధ చూపా రు. పేషెంట్‌లో భయాన్నీ జంకునీ పోగొడితే అతడి ఆరోగ్యం తొందరగా బాగు పడుతుందని ఇటీవలే కనుక్కు న్నారు. కొన్ని యూనివర్శిటీ వైద్య కోర్సుల్లో 'పేషెంట్‌తో సత్సంబంధాలు' ఎలా పెంపొందించుకోవాలో కూడా నేర్పుతున్నారు.

తొందర్లో నర్సింగ్ హోమ్‌లలో కూడా మార్పులు రాబోతున్నాయి. ప్రస్తుతం పేషెంట్ల దగ్గిర బంధువులు ఎవరో ఒకరు క్యారియర్ తీసుకు రావటం, రాత్రిళ్ళు అక్కడ పడు కోవటం చేస్తున్నారు. భవిష్యత్తులో అలా వుండదు. పేషెంట్‌తోపాటు మొత్తం సంసారం అంతా తోడుగా వుండేలా వంటిల్లు, స్టౌ వగైరా అన్నీ సమకూర్చిన కాటేజీలు వుంటాయి. ఆస్పత్రిలో కాకుండా, తన ఇంట్లోనే తన కుటుంబంతో కలిసి వున్న ఫీలింగ్ ని కలుగ చేస్తారు. దాని వలన పేషెంట్ తొందరగా కోలుకుంటాడని థెరపి స్టుల ఆలోచన. ✿

వదిలెయ్యమంటే నువ్వు వదిలెయ్యి" అని అందరూ కోపంతో భయంతో అరుస్తున్నారు. బ్రతిమాలు తున్నారు. అప్పుడు వారిలో వున్న ఒక తెలివైన స్త్రీ మాట్లాడటం ప్రారంభించింది. త్యాగం ఎంత గొప్పదో అందరి కళ్ళూ చెమర్చేలా చెప్పింది. ఆమె ఉపన్యాసం పూర్తవగానే పదిమందీ తాదాత్మ్యంతో చప్పట్లు కొట్టారు. తాడుపై ఆమె మిగిలింది.

* * *

మన కోపాన్నీ భయాన్నీ ఆవేశాన్నీ జయించాలంటే **'అమిగ్‌డాలా'** గురించి తెలుసు కోవాలి. ఇది మెదడుకి చెరోవైపునా బాదంకాయ పరిణామంలో వుంటుంది. జంతువుల్లో చిన్నదిగా వుంటుంది. అందుకే వాటి ఎమోషన్స్ తక్కువ స్థాయిలో వుంటాయి.

బయట జరిగే విషయాలన్నీ చెవి, ముక్కు, కన్ను, చర్మం, నోరు అనబడే పంచజ్ఞానేంద్రియాల ద్వారా మెదడు (థాల్‌మస్)కు చేరతాయి. దానికి ఏ విధంగా స్పందించాలో మెదడు మళ్ళీ వివిధ కర్మేంద్రియాలకు సూచన్లు ఇస్తుంది. 'నీ పేరేమిటి?' అని అడిగితే, **చెవి** ద్వారా వచ్చిన ప్రశ్నకి, **నోటి**ని సమాధానం చెప్పమని ఈ మెదడు (థాల్‌మస్) సూచన్లు ఇస్తుందన్నమాట. పరీక్ష హాల్లో 2 × 2 = ? అంటే అది లెక్క కట్టి '4' అని రాయమని **చేతి**కి చెప్తుంది.

ఈ విధంగా థాల్‌మస్ అన్నది ఆస్పత్రి ఎమర్జెన్సీ వార్డులో వుండే హవుస్ సర్జెన్ లాటిది. వచ్చిన పేషెంట్‌ని ఏ స్పెషలిస్ట్ దగ్గిరకు పంపాలో నిర్ణయిస్తుంది. పిచ్చికుక్క వెనుకుందని **కన్ను** చెప్తే, పరుగెత్తమని **కాళ్ళ**కి చెప్తుంది. అదే విధం గా భయము, దుఃఖము, ఆవేశము, కోపం లాంటి భావావేశాలు ప్రదర్శించవలసి వచ్చి నప్పుడు, ఆ పనులని చేతులకూ, కాళ్ళకూ పంప

కుండా అమిగ్‌డాలాకు పంపుతుంది. శరీరానికి ఆ 'మూడ్'లో కావలసిన హార్మోన్లని విడుదల చెయ్యటం ఈ అమిగ్‌డాలా పని. మరోలా చెప్పాలంటే–ప్రమాదం నుంచి 'భయం'తో దూరంగా పరుగెత్తేశక్తి కోసమూ, ఉద్వేగం నుంచి తట్టుకోవటం కోసం 'దుఃఖించటం' కోసమూ, కోపం, విసుగులాంటి "ఎమోషన్స్" ప్రదర్శించవలసి వచ్చినప్పుడూ, ఈ హౌస్‌సర్జెన్ ఆ పనులని అమిగ్‌డాలాకి అప్పచెప్తుంది. ఎలా ప్రవర్తించాలో అది పైనుంచి కంట్రోల్ చేస్తూ ఉంటుంది.

అయితే ఒక్కొక్కసారి అంత టైమ్ వుండదు. ఆక్సిడెంట్ జరుగుతున్నప్పుడు మొహానికి చెయ్యి అడ్డుపెట్టుకోవటం దీనికి ఉదాహరణ. అటువంటి పరిస్థితుల్లో మెదడుతో నిమిత్తం లేకుండా అమిగ్‌గాలాయే స్వంత నిర్ణయం తీసుకుంటుంది. దీన్ని 'అసంకల్పిత ప్రతీకార చర్య' అంటారు. మరోలా చెప్పాలంటే డైరెక్టు లింక్ అన్నమాట.

అందుకే ఈ ఎమోషన్స్ కొందరిలో ఎక్కువ వుంటాయి. చాలా చిన్న విషయాలకే బాధపడుతూ వుంటారు. రాత్రిళ్ళు నిద్రపోరు. మరికొందరు కోపంవస్తే చేతిలో ఏదుంటే అది విసిరేస్తారు.

మనిషి తర్కానికీ, ఎమోషన్‌కీ ఎప్పుడూ పోరాటం జరుగుతూనే వుంటుంది. కోపంతో ఒకరిని కొట్టి, తరువాత 'ఛా. నేనిలా చేయకుండా వుండాల్సింది' అనుకునేది అందుకే.

ఈ క్రింది బొమ్మ చూడండి.

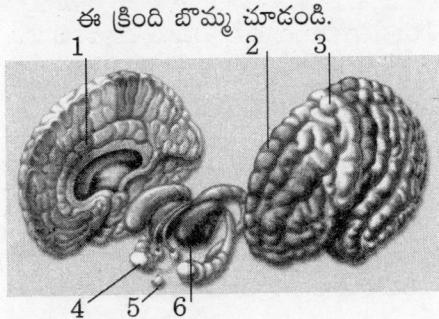

పెద్దలు చేసే తప్పు

"కాస్త తినమ్మా! తింటే నీకే మంచిది. ఈ కాస్తా తినేసెయ్" అనటం తల్లులకి అలవాటే. అలా అనటం తప్పని డాక్టర్లు అంటారు. ఎక్కువ తినేకొద్దీ, మెదడులోని ఆక్సిజెన్‌ని ప్రేవులు ఎక్కువ వాడుకుంటాయి. అందుకే నిద్రొస్తుంది. దాన్నే భుక్తాయాసం అంటారు.

పిల్లలకి 1. మితాహారం 2. రోజు వారీ వ్యాయామం చిన్నతనం నుంచే అలవాటు చెయ్యాలని డాక్టర్లు మరీ మరీ చెప్తున్నారు. వారు పెద్దయ్యేసరికి ఆహార అలవాట్లలో హాని చేసేవి (పిజ్జా, కూల్ డ్రింక్స్, చాక్‌లెట్లు, సమోసా, మిరప బజ్జీ) ఎలాగూ చేరతాయి కాబట్టి చిన్నప్పడే జాగ్రత్తగా వుండాలని సలహా ఇస్తున్నారు.

ప్రస్తుతం స్కూలుకెళ్ళే పిల్లల్లో యాభైశాతం పిల్లలు (మధ్యతరగతి పైన) అవసరమైన దానికంటే ఎక్కువ బరువు (ఒబెసిటి) వున్నారని స్టాటిస్టిక్స్ చెపుతున్నాయి.

చిన్నతనం నుంచే రోజూ కాస్త సేపయినా వ్యాయామం చేసేలా చూడటం మరీ ముఖ్యమని వీరు చెపుతున్నారు.

ఎక్కువ తిండి తింటే పిల్లలు మరింత ఆరోగ్యంగా వుంటారన్న భావం పోవాలనీ, మరీ తక్కువ తినే పిల్లల్ని డాక్టర్లకి చూపించాలనీ, పెద్దల ప్రేమని 'తిండి' ద్వారా మాత్రం చూపించ కూడదనీ డైటీషియన్ల సలహా! అంతేకాదు. ఉప్పు, కారం ఎక్కువ తినే పిల్లలు కోపానికీ, దుఃఖానికీ ఎక్కువ లోనవుతారట.

కోపంతో నవ్వటం ఎలా ?

మనిషి తల్చుకుంటే తన కోపాన్నీ, భయాన్నీ తగ్గించుకోగలడా? నిశ్చయంగా తగ్గించుకోగలడు. అయితే ... దానికి కొంత శ్రమ పడాలంతే.

'ముక్కు' ద్వారా ప్రవేశించిన వంటింటి మసాలా వాసనకి, 'నోట్లో' నీరు వూరుతుంది. 'చెవుల'కి వినిపించే విషాద సంగీతానికి 'కళ్ళ'లో నీరు తిరుగుతుంది. భయమేసినప్పుడు చర్మం గగుర్పొడుస్తుంది. ఈ విధంగా పంచ జ్ఞానేంద్రియాలకి ఒకదానితో మరొక దానికి సంబంధం వుందని నిరూపించిన వ్యక్తి 'పావ్‌లావ్'. ఇతడికి ఈ విషయం కనుక్కు న్నందుకు నోబెల్ ప్రైజ్ వచ్చింది. ఒక కుక్క భోజనం చేస్తున్నప్పుడు పది రోజులపాటు గంటకొడితే, పదకొండో రోజు భోజనం పెట్టకపోయినా, గంట కొడితే చాలు-దాని నోట్లో నీరు ఊరుతుందని నిరూపించాడు.

పావ్‌లావ్ థియరీ ఆధారంగా ఒక సినిమా వచ్చింది. దాని పేరు Treated for Violence. ఈ చిత్రంలో రేప్‌లూ, హింసా ప్రవృత్తి కలిగిన 'అలెక్స్' అన్న వ్యక్తిని పోలీసులు అరెస్ట్ చేస్తారు. అతడిని సైకాలజిస్టుల దగ్గిరకి ట్రీట్‌మెంట్ కోసం కోర్టు పంపిస్తుంది. మానసిక శాస్త్రవేత్తలు అతడికి సెక్స్, హింస వున్న

1. **కుడి హెమిస్ఫియర్ :** శరీరం బయట ఏం జరుగుతోంది అన్న దృష్టినీ, ఆలోచనలనీ నిర్దేశించేది.
2. **ఎడమ హెమిస్ఫియర్ :** ప్లానింగ్, క్రియేటివిటి.
3. **మోటార్ కార్టెక్స్ :** థాలమస్ నుంచి వచ్చిన సూచన్లని వివిధ అంగాలకీ నిర్దేశించేది.
4. **అమిగ్‌డాలా :** భయము, దుఃఖము, 'పోరాడాలా?, పరుగెత్తాలా?' అన్న నిర్ణయము.
5. **హైపోథాలమస్ :** ఆకలి, శరీర ఉష్ణోగ్రత, ముఖ్యంగా 'కోరిక'.
6. **థాలమస్ :** జ్ఞానేంద్రియాల్నించి వచ్చే సూచనలని మోటార్ కార్టెక్స్‌కి సూచించేది.

పై వివరణలో 3, 6 విభాగాలను మరొకసారి పరిశీలించండి. అంతకుముందు చెప్పింది మరింత బాగా విశదమవుతుంది. వివిధ జ్ఞానేంద్రియాల్నుంచీ వచ్చే ఇన్ఫర్మేషన్‌నీ థాలమస్ (6) కార్టెక్స్ (3) కి పంపుతుంది. అప్పుడా కార్టెక్స్ శరీరం ఏం చెయ్యాలో వివిధ అంగాలకు (కాలు, చెయ్యి వగైరా) సూచన్లు ఇస్తుంది.

మధ్యలో ఈ 'అమిగ్‌డాలా', థాలమస్ చెప్పిన మాట వినకుండా దుఃఖించటం, కోపగించటం లాంటి పనులు చేస్తుంది. ఇంకోలా చెప్పాలంటే అది చిన్న కొడుకు లాంటిదన్నమాట. ఎక్కువ గారాబం చేస్తే చెప్పిన మాట వినదు. మరీ గారాబం మితిమీరితే ఎందుకూ పనికి రాకుండా పోతుంది. హిస్టీరియా, స్కిజోఫ్రెనియా, పారనాయిడ్ మనస్తత్వం, అమితమైన భయం మొదలైన వాటికి దారి తీస్తుంది. ఒక మనిషి ధైర్యవంతుడు కావాలన్నా, భావావేశ సంయమము పెంచుకోవాలన్నా, అమిగ్‌డాలాపై అధికారం

పెంచుకోవాలి. తక్కువ మాట్లాడటం, ధ్యానం, ఆహార నియమాలు, ఆహ్లాద వాతావరణం, మంచి మానవ సంబంధాలు అమిగ్డాలా పై అధికారం సంపాదించటానికి తోడ్పతాయి. ఒక ఉదాహరణ చెప్తే థాలమస్‌కీ, అమిగ్డాలాకీ మధ్యవున్న గొడవ అర్థం అవుతుంది.

CASE : "పుట్టింటికి రా చెల్లి" అన్న సినిమా చూసి ఒకామె రిక్షా ఎక్కిందనుకుందాం. అమిగ్డాలా (EMOTION) ప్రభావంవలన లోపల్నుంచి దుఃఖం తన్నుకు వస్తోంది. థాలమస్ (LOGIC) **'అందరూ చూస్తున్నారు. ఏడవద్దు'** అని చెప్తుంది. దుఃఖం మాత్రం ఆగదు. కంటిలో నలకపడ్డ నెపంమీద చీరె చెంగు అడ్డుపెట్టు కుంటుంది. అదే సినిమాని పి.వి. నర్సింహారావు గారు చూసారనుకోండి. ఆయనలో ఏ మార్పూ వుండదు. అంటే, ఆయన తన ఎమోషన్స్‌ని కంట్రోల్‌లో పెట్టుకోగల సమర్థుడన్నమాట. గతంలో చర్చించిన 'బుద్ధి', 'మనసు' తేడా ఇదే.

ఇంతవరకూ అర్థమయింది కదా! ఇక అసలు విషయానికి వద్దాం. మంచినీటి పైపు పక్కన కలుషితమైన నీరు వుంటే అది ఈ పైపులోకి వచ్చి చేరే ప్రమాదం వున్నది కదా! అప్పుడప్పుడు మనిషి ప్రవర్తనలోనూ అలాగే జరుగుతూ వుంటుంది. డైరెక్ట్ లింక్ ఏర్పడుతుంది.

ఏమిటి ఈ కలుషితమైన నీరు?

అసంతృప్తి!

తమ జీవితం పట్ల తమకి అసంతృప్తి వున్న మనుష్యులకే ఈ అభద్రతా భావం, కోపం, దుఃఖం ఎక్కువగా వుంటాయి. వీరి విషయంలో చెవి కన్ను ద్వారా వెళ్లే సూచన్లు మెదడు ద్వారా కాకుండా డైరెక్టుగా 'అమిగ్డాలా'కి చేరుతాయి. కలుషితమైన నీరు ఇక్కడ మెదడు ద్వారా సంఘటనలు ప్రొజెక్టర్ ద్వారా చూపిస్తూ, అదే సమయానికి అతడి శరీరం అశక్తమయ్యేలా కొంత కాలం ట్రీట్‌మెంట్ ఇస్తారు. ఆ తరువాత అతడిని విడుదల చేస్తారు.

బయటకొచ్చిన అలెక్స్, మా మూలు సంసార జీవితానికి అర్హుడే గానీ రేప్ చేద్దామన్నా, హింసిద్దా మనుకున్నా వెంటనే నిర్వీర్యుడ యిపోతూ వుంటాడు.

ఇది కథే అయినా, వాస్త వానికి దగ్గిరగా వున్నది. **ఈ థియరీ ప్రకారం మనిషి కోపం రాగానే నవ్వే య్యటం, భయాన్ని దూరం చేసుకో వటం అనే టెక్నిక్స్ కూడా సాధించ వచ్చు.** మొదట్లో ఫెయిల్ అయినా, ప్రాక్టీసు ద్వారా దీన్ని సాధించవచ్చు. మనం ఎలా తర్ఫీదు ఇస్తే మెదడు ఆ విధంగా నడుచుకుంటుంది. ఆఫ్రికాలో ఒక సంతతి వారు ఎంత దగ్గిర మనిషి చనిపోయినా ఏడ వరు. అలా ఏడుస్తే ఆ వ్యక్తిని దెయ్యా లు పీక్కుతింటాయని వారి నమ్మ కం. అందుకే శవం చుట్టూ చేరి ఆనందంతో నాట్యం చేస్తారు. అది సాధ్యమయినప్పుడు, కోపం రాగానే నవ్వేయటం ఎందుకు సాధ్యం కాదు? దీన్నే Conditioned Response అంటారు. నేను ప్రయ త్నించి సఫలీకృతుడ నయ్యాను. మీరూ ట్రై చెయ్యండి. ✿

నవ్వు నాలుగు విధాల మేలు

వంద సంవత్సరాల క్రితం 'డార్విన్' అనే శాస్త్రజ్ఞుడు (ఇతడే మానవుని పరిణామ క్రమం కనుక్కొన్నది) మనిషి యొక్క ఆనందం అతడి ముఖకవళికల పై ఆధారపడి వుంటుందని చెప్తే ఎవరూ నమ్మలేదు. ఇటీవలే శాస్త్రజ్ఞులు ఆ విషయాన్ని ధృవీకరించారు.

మనిషి నవ్వుతూన్నప్పుడు సహజ సిద్ధమైన నార్కొటిన్ తయారవుతుందనీ, దీనివల్ల సెరొటనైన్ అనే హార్మోన్ ఉత్తేజితమై మనిషిని ఆహ్లాదంగా వుంచుతుందనీ, వెల్లడించారు. ఆ విధంగా ఎల్లప్పుడూ చిరునవ్వుతో వుండటం లాభదాయకం.

ఇటీవల శాస్త్రజ్ఞులు మరొక కొత్త థియరీ కనుక్కున్నారు. దానికి సైకో - న్యూరో - ఇమ్యూనాలజీ (PNI)అని పేరు పెట్టారు. సైకో అంటే మెదడు, న్యూరో అంటే నరాల సిస్టమ్, ఇమ్యూనాలజీ అంటే శరీరంలో వుండే రోగనిరోధకశక్తి. మెదడులోని భావాల ప్రభావం శరీరంమీద ఎంతో వుంటుందని ఈ P.N.I. చెపుతుంది.

మనిషి శరీరంలోనే రోగ నిరోధక కణాలు చాలా వుంటాయి. వీటిని 'న్యాచురల్ కిల్లర్ (NK)' సెల్స్ అంటారు. మనిషి శరీరంలో గాయమైనా, వ్యాధి రాబోయే సూచనలు వడగొట్టబడటం (ఫిల్టర్) లేదన్నమాట. దాంతో అది కల్లు తాగిన కోతి అవుతుంది.

భర్త ప్రవర్తన పట్ల అసంతృప్తి వున్న గృహిణి పిల్లల్ని విపరీతంగా తిట్టటం, ఆఫీసు పట్ల అసంతృప్తి వున్న భర్త భార్యని కొట్టటం, చదువుపట్ల అసంతృప్తి వున్న పిల్లలకి తొందరగా నిద్రరావటం దీనికి ఉదాహరణలు. టీ.వీ. సీరియల్ చూస్తూ ఏడవటం, పరీక్షల ముందు చేతులు వణకటం మొదలైనవన్నీ మెదడుతో సంబంధంలేకుండా సరాసరి అమిగ్డాలాకి సూచన్లు చేరటం వల్ల కలిగే పరిణామాలు. పక్కింటావిడికి ఆమె భర్త మంచి నెక్లెస్ కొనిపెట్టినా, పొరుగింటి పిల్లలకి మంచి మార్కులు వచ్చినా, తోటికోడలికి శ్రావణమాసం లాటరీలో చీరె బహుమతిగా వచ్చినా మనసు కలత చెందటం కూడా మెదడుతో నిమిత్తం లేని అసంకల్పిత ప్రతీకార చర్యలే.

ఇలాటి కలతల్నుంచీ, భయాల్నుంచీ దుఃఖం నుంచీ బయట పడాలంటే అమిగ్డాలా 'కళ్ళేల్ని' మెదడుకు అప్పచెప్పాలి. చిన్న పిల్లలు ఎక్కువ మాట్లాడటానికీ, ప్రతి చిన్న విషయానికీ కోపగించుకోవటానికీ, కావల్సింది అందకపోతే కాళ్ళు కొట్టుకుంటూ దుఃఖించటానికీ కారణం – వారి మెదడు 'అమిగ్డాలాని' కంట్రోల్ చేయకపోవటమే! పెద్దయ్యాక కూడా అతి వాగుడు, దుఃఖం, భయం వున్నదంటే వయసుతో పాటు మెదడు మెచ్యూర్ కాలేదన్న మాట!! అలా కాకుండా వాటిని తన కంట్రోల్‌లో వుంచుకోవటాన్ని 'స్థిత ప్రజ్ఞత' అంటారు.

భగవద్గీత ద్వారా కృష్ణుడు అర్జునుడిని స్థిత ప్రజ్ఞుడిని చేసాడు.

నిజానికి అర్జునుడిని యుద్ధానికి సిద్ధపడేలా చేయదల్చుకుంటే భగవద్గీత చెప్పనవసరం లేదు. సినిమాల్లో హీరోలని తల్లులు ఇంటర్వెల్ ముందు

ఆవేశపూరితుల్ని చేసినట్టు చెయ్యవచ్చు. తల్లితో, "నీకింత ద్రోహం చేసిన ఆ నీచుల్ని, నా తండ్రి సమాధి ముందు చంపేవరకూ ఈ పిడికిలి విప్పనని, కోల్పోయిన నీ బొట్టుమీద ప్రమాణం చేస్తున్నాను" అని హీరోలా అనేలా చెయ్యవచ్చు. లక్క ఇంటి దహనం గురించీ, ద్రౌపది చీరెలు విప్పటం గురించి చెప్తే చాలు. అర్జునుడు రెచ్చిపోతాడు. కానీ కృష్ణుడు అలా చెయ్యలేదు. భవబంధాల గురించీ, కర్తవ్యం గురించీ చెప్పాడు. కర్తవ్య నిర్వహణలో ఏయే బంధాల్నీ, వ్యసనాలనీ వదులుకోవాలో చాలా శాంతంగా చెప్పాడు. మరోలా చెప్పాలంటే–

అర్జునుడి 'అమిగ్‌డాలా'పై ఆడుకోకుండా, 'థాలమస్'ని జాగృతం చేశాడు. ఆవేశపరుణ్ణి కాకుండా, ఆలోచనా పరుడిని చేసాడు.

నష్టం కలిగించే ఎమోషన్స్ నుంచి బయట పడటం కోసం మనిషి చేయవలసింది కూడా అదే!

* * *

ప్రకృతితో పోరాడని చెట్టు,
మరిన్ని సూర్యకిరణాలకోసం విస్తరించని చెట్టు
కేవలం వర్షం నీటితో సంతృప్తిపడే చెట్టు
అడవికి రారాజు ఎప్పటికీ కాలేనట్టు

* * *

గాలికెదురు నిల్చిన చెట్టు
నీటికోసం వేళ్ళతో భూమిని చీల్చిన చెట్టు
నక్షత్రంతో మాట్లాడటంకోసం
నింగికెదిగిన చెట్టు
మనిషెలా బ్రతకాలో మనకి పాఠం చెప్పినట్టు

* * *

"Misfortunates always do not come to injure" అన్నది ఒక ఇటాలియన్ సామెత. కనపడుతున్నా, ఈ కిల్లర్ సెల్స్ ప్రభావితమై యుద్ధానికి తలపడతాయి.

ఈ తెల్లకణాలు మనిషిని రక్షించే సైన్యం లాటివి. అయితే వీటికీ, కొన్ని సందర్భాల్లో శరీరంలో ఉత్పత్తి అయ్యే కార్టిసాల్ అన్న హార్మోన్‌కీ అసలు సరిపడదు. కార్టిసాల్ పెరిగినప్పుడు, ఈ కిల్లర్ సెల్స్ 'మాకెందుకొచ్చిన గొడవ' అన్నట్టు విశ్రాంతి తీసుకుంటాయి. కాన్సరూ, మిగతారోగాలూ (కిల్లర్ సెల్స్ పోరాటం మానేసాయి కాబట్టి) అప్పుడు విజృంభిస్తాయి. మరి కార్టిసాల్ ఎప్పుడు, ఎందుకు శరీరంలో ఉత్పత్తి అవుతుంది?

కోపం వచ్చినప్పుడు, భయం వేసినప్పుడు, ఆక్సిడెంట్ అవబోతున్నప్పుడు, స్ట్రెస్ ఎక్కువగా వున్నప్పుడు, ఇది ఉత్పత్తి అవుతుంది. మనిషిలో శక్తి (FIGHT OR FLIGHT) పెరగటానికీ, రక్తాన్ని చిక్కగా చేయటానికీ శరీరంలో ఇది అభివృద్ధి చెంది, ఆందోళన, భయం మొదలగు వాటిని కంట్రోల్ చేస్తుంది.

మరి మనకి కార్టిసాల్ కావాలా? కిల్లర్ సెల్స్ కావాలా?

నిశ్చయంగా రోగ నిరోధక కిల్లర్‌సెల్స్ కావాలి. అందుకనే సైనస్, కాన్సర్, జలుబు, బి.పి., అల్సర్స్ వున్నవారు వీలైనంత ఆవేశాన్నీ, కోపాన్నీ, భయాన్నీ తగ్గించుకోవాలి. అలా తగ్గించుకోవాలంటే స్ట్రెస్ ఫీలవ కుండా, వీలైనంత నవ్వుతూ

వుండాలి. కార్టిసాల్ 'అవసరం' మనిషికి రాకుండా చేసుకోవాలి.

నవ్వువల్లా, ప్రేమవల్లా ఆక్సిటోసిన్ అనే హార్మోను రిలీజ్ అవుతుందనీ, అది కార్టిసాల్‌ని తగ్గిస్తుందనీ PNI ని కనుక్కున్న రాబర్ట్ అడ్లర్ వివరణ ఇచ్చాడు. ఎప్పుడయితే కార్టిసాల్ ప్రభావం తగ్గిందో, అప్పుడు ఈ రోగనిరోధక కణాలు మరింత శక్తివంతంగా తమ పని ప్రారంభిస్తాయి. వైరస్‌తో పోరాడుతాయి. అందుకే జలుబు ప్రారంభంలో ఎక్కువ నవ్వటం, ప్రేమించిన వ్యక్తితో రొమాన్స్ చెయ్యటం మంచిదని సలహా ఇస్తాడు. గమ్మత్తుగా వుంది కదూ!

రొమాన్స్ తాలూకు క్లైమాక్స్‌లో మెదడులో విడుదలయ్యే ఆక్సిటోసిన్, స్ట్రెస్‌ని తగ్గిస్తుందంటాడు. జీవితంలో ఎక్కువ కాలం రొమాంటిక్‌గా వుండేవారు, వృద్ధాప్యానికి చాలా వరకూ దూరంగా వుంటారట. అదే విధంగా జలుబు చేసినప్పుడు షటిల్ ఆడటం మంచిదంటాడు. లేదా కామెడీ సినిమా చూడమంటాడు.

ఒకే లెవల్ కాన్సర్ వున్న ఇద్దరు స్త్రీలలో, టెన్షన్, ఆవేశం, కోపం వున్న స్త్రీ తొందరగా మరణిస్తుందని ఈ సైంటిస్ట్ నిరూపించాడు. ఎప్పుడూ, ఆహ్లాదంగా వుండేవారు ఎక్కువ ఆరోగ్యంగా వుంటారు. ట్రై.

'దురదృష్టాలన్నీ మనకి నష్టాలు కలిగించకపోవచ్చు' అని దీని అర్థం.

భయంతో మనిషి కాళ్ళు వణుకుతాయి. కానీ కాళ్ళు వణికించే ప్రతిసంఘటనా మనకి కష్టకారణం అవకపోవచ్చు. మనిషికి అంతర్గతమైన ధైర్యం – అతడి మానసిక స్థితి, జ్ఞానము, అనుభవము, ఇతరులపై నమ్మకము, తనపై భరోసా మొదలైన వాటి పై ఆధారపడి వుంటుంది. జాగ్రత్తగా గమనిస్తే పై అంశాల్లో చాలా వరకూ పుస్తక పఠనం వల్లనే వస్తుంది. మంచి పుస్తకాలు మనిషికి స్నేహితుల్లాంటివి. అలా ప్రేరణ పొందిన వ్యక్తి యదార్థగాథని నా మాటల్లో మీ ముందుంచుతాను:

"రాత్రి పన్నెండు కావొస్తూంది. గుంటూరు ప్లాట్‌ఫాం రష్‌గా వుంది. *S–11* కోచ్ నాది. గుమ్మందగ్గిర జనం అడ్డుగా వున్నారు. సామాన్లు ఎలాగో లోపల పెట్టగలిగాను. నేను ఆఖరి వ్యక్తిగా ఎక్కుతూ వుండగా రైలు కదిలింది. గుమ్మం దగ్గిర రాడ్‌ని పట్టుకున్న నా చెయ్యి కాస్త జారింది".

* * *

నా పైన రైలు వెళ్తూవుండటం తెలుస్తోంది. 'ఎవరో క్రింద పడ్డట్టున్నారు. చైన్ లాగండి' అన్న కేక వినపడింది. నామీదుగా రైలు పెట్టె క్రింది భాగాలు కదలటం భయంకరంగా వుంది. నా మనసులో ఒకటే భావం. 'నువ్వు మాత్రం కదలకు. అదృష్టవశాత్తు నీకేమీ కాలేదు. కదిల్తే మాత్రం ఏదైనా జరగొచ్చు'.

రైలాగింది. రెండు పెట్టెల నడుమ పట్టాల మధ్యలో నేనున్నాను. ఒక ప్రయాణీకుడు బిగ్గరగా 'చచ్చినట్టున్నాడు. రైలుకాస్త ముందుకు పోనివ్వండి' అంటున్నాడు తొందరగా ఊరు వెళ్ళిపోవాలన్న

ఆతృతతో. అప్పుడు నేను సర్వ శక్తులూ కూడ గట్టుకుని అరిచాను. 'నేను బ్రతికే వున్నాను' అని. నా మాటలు ఎవరికయినా వినిపించాయో లేదో తెలీదు కానీ, నాకు క్రమంగా మైకం కమ్మేసింది. స్ట్రెచర్ మీద ఎక్కిస్తూండగా నేనన్న ఆఖరి మాట, "నా బ్యాగులు కంపార్ట్‌మెంట్‌లో వున్నాయి. *S–11*".

..... నాకు స్పృహ వచ్చేసరికి గుంటూరు ఆస్పత్రిలో వున్నాను. అదొక తిరణాలలా వుంది. రోగులు ఎక్కువై డాక్టర్లు తక్కువయితే ఎలా వుంటుందో, వాడేవారు ఎక్కువై శుభ్రంచేసే వారు తక్కువయిన బాత్‌రూమ్ ఎలా వుంటుందో అలా వుంది.

నాకు స్పృహ రావటం గమనించి, టించర్ రాస్తున్న డాక్టరు "మీకేం పర్వాలేదు. బాగానే వున్నారు. తెలిసిన వారి పేర్లు, ఫోన్ నెంబర్లు చెప్పండి" అన్నాడు. నా స్నేహితుడు, ప్రముఖ రచయిత కేతు విశ్వనాథరెడ్డి ఫోను నెంబరు జేబులో వుంది. తీద్దామని చెయ్యిపెట్టబోతే.... చెయ్యిలేదని తెలిసింది.

*　　*　　*

ఎవరిమీదో తెలియని కసి డాక్టర్‌పై కోపంగా మారింది. 'చెయ్యి పోతే ఏమీ పర్వాలేదంటా రేమిటి?' అన్నాను.

'ప్రాణం పోలేదు. అందుకు సంతోషించండి. కాలూ చెయ్యీ పోయినా బ్రతకటం మీ అదృష్టం.'

అప్పుడు తెలిసింది నా ఎడమకాలు కూడా దెబ్బతిందని. ఎవరో ఇచ్చిన పాలిథిన్ పేపర్లో నా చెయ్యి ఐస్‌లో పెట్టి ఆస్పత్రికి తీసుకొచ్చారట. డాక్టర్ వెళ్ళిపోయాడు. నేనూ... దూరంగా నా చెయ్యి... నిశ్శబ్దంగా మిగిలాము.

*　　*　　*

బ్రేక్ - త్రూ

ఒక్కో సారి మితిమీరిన ధైర్యం కూడా వినాశనానికి దారి తీస్తుంది. షేర్ మార్కెట్‌లో కొందరు అలాగే నాశనమైపోయారు కూడా. షేర్ మార్కెట్‌లో బుల్స్ - బేర్స్ అని రెండు రకాలు వుంటారు. బుల్ ధైర్యస్థుడు. ఆశావాది. బేర్ యదార్థ వాది. ఒక్కోసారి ఒక్కొక్కరు గెలుస్తూ వుంటారు. తనపై తనకి మితి మీరిన నమ్మకం వేరు, ధైర్యం వేరు.

*　　*　　*

ప్రతీ ఫీల్డ్‌లోనూ "బ్రేక్-త్రూ" అనేది ఒకటి వుంటుంది. ప్రస్తుతం సినిమా ఫీల్డ్‌లో వున్న దర్శకులు, సాంకేతిక నిపుణులు చాలామంది అసిస్టెంట్స్‌గా పనిచేస్తూ, "బ్రేక్-త్రూ" గురించి ఎదురుచూసిన వాళ్ళే. అది రావటమే కష్టం. ఒకసారి వచ్చాక, సామర్థ్యమూ, తెలివీ వుంటే పైకి వస్తారు. **బ్రేక్-త్రూ రావటం అదృష్టం. దాన్ని నిలబెట్టుకోవటం సామర్థ్యం.**

స్థానాన్ని నిలబెట్టుకోవటంలో మాత్రం అదృష్టం ఏమాత్రం శాశ్వతంగా ఉపయోగపడదని ప్రతి ఒక్కరూ గ్రహించాలి. ఒక చిన్న విజయంరాగానే కొందరు తమ రేటు విపరీతంగా పెంచేస్తారు. మరి కొందరు, తమలోని శక్తిని ఎక్కువగా వూహించుకుంటారు. అది వుంటే పర్వాలేదు. కానీ లేక పోతే మాత్రం, స్టాక్ మార్కెట్‌లో బుల్స్

లాగా ఒక్కసారి నష్టంవస్తే నాశనం అయిపోవాల్సి వుంటుంది.

అంచెలంచెలుగా పైకి వెళ్ళటం మంచిది. పక్కవాడి రేటు చూసి మనం పెంచితే నష్టం రావొచ్చు. ఇదంతా ఎందుకు చెప్పవలసి వస్తుందంటే, ఎన్నో కలల్తో బ్రేక్ - త్రూ సంపాదించిన గాయకుడికి గానీ, నటుడికి గానీ, దర్శకుడికి గానీ, ఏ రంగంలో అయినా సరే, ప్రారంభంలో అతడు వూహించిన దానిలో వెయ్యవ వంతు మాత్రమే పారితోషికంగా రావొచ్చు. క్రింది స్థానంలో (ఉదా: అసిస్టెంట్ డైరెక్టర్‌గా) అతడు ప్రస్తుతం సంపాదిస్తున్న దానిలో పాతిక శాతం కూడా రాకపోవచ్చు. అది పెద్ద షాక్. కానీ దాని వలన నిరాశ చెందనవసరం లేదు. అవకాశం ఇస్తున్న వ్యక్తి, అదే అతడు మనకి చేసే గొప్ప సహాయం అనుకుంటాడు. ఒకసారి మనం విజయం సాధిస్తే, దానికి వందరెట్లు తరువాత అవకాశంలో అతడే ఇస్తాడు. అవకాశాన్ని మాత్రం వదులుకోకూడదు. అంతే శ్రద్ధతో చెయ్యాలి.

జేమ్స్‌బాండ్ నవలలు వ్రాసిన ఇయాన్ ఫ్లేమింగ్‌కి, మొట్టమొదటి సినిమా 'డాక్టర్ నో'కి కేవలం ఆరు వందల డాలర్ల పారితోషికాన్ని ఆఫర్ చేసినప్పుడు అతడు ఆవిధంగానే షాక్ తిన్నాడు. ఆ చిత్రం మూడు వందల కోట్ల డాలర్లని (1960లో) కలెక్ట్ చేసినా అతడికి నిర్మాతలు ఒక్క పైసా ఎక్కువ ఇవ్వలేదు. ఆ తరువాత అతడు అంత డబ్బునీ

సగం ప్రాణాల్తో వ్యాన్‌లో రాత్రికి రాత్రి నన్ను హైద్రాబాద్ తీసుకొస్తున్నారు. నా చెయ్యి, నా పక్కనే ఐస్‌లో వుంది. నా ఇంట్లో ఈ విషయం చెప్పవద్దనీ, చిన్న ఆక్సిడెంట్ మాత్రమే జరిగినట్టు చెప్పమనీ చెప్పాను. నా భార్య చాలా సెన్సిటివ్.

నాకు రెండుసార్లు గుండెకి ఏంజియోప్లాస్టీ జరిగింది. పైగా డయాబెటిక్. అందుకని త్రాగటానికి వ్యాన్‌లో నీళ్ళు ఇవ్వకూడదట. ఇస్తే మైకంలోకి వెళ్ళి ఇక బయటకి రానట. ట్రాఫిక్ జామ్స్‌వల్ల హైద్రాబాద్ పొలిమేరల్లోకి వచ్చేసరికి మధ్యాహ్నం కావొస్తుంది. శివార్లలో 'కామినేని హాస్పిటల్స్' బోర్డులు కనపడ్డాయి. నాకు ఒకటే దాహం. తట్టుకోలేక "నాకు ఒక ఫ్లాట్ వుంది. అవసరమైతే అది అమ్మేస్తాను. ఇక్కడ నా ట్రీట్‌మెంట్‌కు సందేహించకండి" అన్నాను.

నాకు ఏమి జరిగిందో అపోల్లోకి వచ్చాక నా భార్యా పిల్లలకి తెలిసింది. ఆ షాక్‌నుంచి తేరుకోవటానికి వారికి కొంచెంసేపు పట్టింది. ఆశ్చర్యవశాత్తు ఆ తరువాత దిగులు, దుఃఖం కన్నా వారిలో పట్టుదల, నాకు సపోర్టు ఇవ్వాలనే కోరిక ఎక్కువ కనిపించాయి. బహుశ అవే నాకు కావలసిన మానసిక ధైర్యాన్ని ఇచ్చి వుంటాయి.

నా చెయ్యీ, కాలూ పనికి రావన్నారు. నేనిక ఒంటి కాలితో, ఒక చేత్తో బ్రతకాలని అర్థమైపోయింది.

మొత్తం రెండు లక్షలదాకా ఖర్చయింది. ఖర్చును మా సంస్థే భరించింది. అంతేగాక నా తోటి ఉద్యోగులు, ప్రచురణకర్తలు, రచయితలు ఎంతో సహాయపడ్డారు. ఆస్పత్రిలో దాదాపు నలభై రోజులు వున్నాను. కాస్త తేరుకుంటూ వుండగా, మేనేజిమెంట్ ప్రతినిధులు నా దగ్గిరకి వచ్చారు. ఒక పెద్ద సంస్థ మాది. ఆ బాధ్యతల

నుంచి నన్ను తప్పించాలన్న సందిగ్ధావస్థలో వారు వున్నారన్న విషయం తరువాత నాకు తెలిసింది.

*   *   *

నేను ఆస్పత్రిలో వున్నప్పుడు కూడా సంస్థ పనులు యధావిధిగా జరిగిపోతూ వుండటం, ముఖ్యమైన నిర్ణయాలు ఆఫీసు కొచ్చిన తరువాత తీసుకుంటానని నేను చెప్పటం, బహుశ వారికి నమ్మకం కలుగచేసి వుంటుంది.

ఇప్పుడు నాకొక విషయం అర్థమైంది. ఒంటిచేత్తో, ఒక కాలితో కొత్తగా నేను ఈ వయసులో మరే వృత్తి చేపట్టలేను. నా సంస్థని అభివృద్ధి చేయటానికి నా ఒక మెదడు, ఒక చెయ్యి, ఒక కాలు చాలు. ఇప్పుడు ముఖ్యంగా కావలసింది – నన్ను నేను నిరూపించుకోవటం...!

ఈ ఆలోచన నాకు కొత్త స్ఫూర్తినిచ్చింది. మరింత శ్రద్ధతో పని చేయటం ప్రారంభించాను. నాకు జీవితంపట్ల అవగాహన పెరిగింది.

విధి నాతో ఆడుకుంది. నేను దాన్ని జయించాను. రైలు చక్రాల క్రింద పడిన క్షణం నుంచీ, ఆస్పత్రినుంచి బయటపడే వరకూ నన్ను ధైర్యంగా నిలబెట్టిన ఒక పుస్తకం – ప్రేమ్‌చంద్ 'రంగభూమి'. అదొకటే కాదు. నేను చదివిన పుస్తకాలే ఆ క్షణంలో నాకు శక్తినిచ్చాయి.

మా అమ్మకాలు ప్రస్తుతం పెరగటానికి కారణం నా ఎడమ చెయ్యి, కాలులమీద చూపించ వలసిన శ్రద్ధ కూడా నా వృత్తి మీదే పెట్టగలిగే వెసులుబాటు నాకు దొరకటమే అని నేను భావిస్తున్నాను."

*   *   *

విశాలాంధ్ర పబ్లిషింగ్ హౌస్ మేనేజర్ రాజేశ్వర రావు జీవితంలో సంభవించిన యదార్థ సంఘటన ఇది. వళ్ళు గగుర్పొడిచే ఈ సంఘటన తరువాత ఆయన మానసికంగానూ, వృత్తిలోనూ కేవలం తన మిగతా రచనల సినిమా పారితోషికంగా సంపాదిం చేసాడు.

తన మొదటి పాటకి పది హేనొందలు తీసుకున్న సిరివెన్నెల ఆ తరువాత, పాటకి యాభై వేలు తీసుకుంటున్నాడట. నా మొదటి చిత్రానికి నిర్మాతలు వెయ్యి రూపా యిలు ఇస్తామన్నారు. తరువాత అది కూడా ఇవ్వలేదు.

నా మొదటి హిట్ నవల తులసీదళంకి పత్రికవారు ఇచ్చింది రెండువేలు మాత్రమే. అది అంత హిట్ అయినా, ఆ తరువాత నవల 'తులసి'కి అయిదువేలు ఇచ్చారు. ఇది బేర్ మనస్తత్వం. నాకు తెలిసిన ఒక దర్శకుడు, తన మొదటి పిక్చర్ హిట్ అవటంతో, పారితోషికం విపరీతంగా పెంచేసాడు. రెండో చిత్రం ఫెయిల్ అవటంతో, నిర్మాత లకి దూరం అయ్యాడు.

వీలైనంత వరకూ 'బుల్' మనస్తత్వం తగ్గించుకోవటం అం దుకే మంచిది.

ప్రియురాలిచ్చిన జేబురు మాలు విమానంలోంచి క్రిందికి జారిపోయింది. దానికోసం దూకె య్యాలనుకోవటం ప్రేమ. దూకలేక దుఃఖించటం వ్యాకులము. దూక టం ధైర్యం. దూకితే ప్రాణాలు పో తాయని తెలుసుకోవటం జ్ఞానం.

చచ్చిపోయినా పర్వాలేద నుకోవటం సెంటిమెంట్.

అయినా దూకెయ్యటం మూర్ఖత్వం.

వృద్ధాప్యం

ధైర్యాన్ని హరించేది అభద్రతా భావం (Insecurity feeling). పెద్దలు రెండురకాల అభద్రతా భావాలతో బాధపడుతూ వుంటారు. 1. ఆర్థికపరమైన ఇబ్బంది. 2. మానవ సంబంధాలతో ఇబ్బంది.

జాగ్రత్తగా గమనించి చూడండి. ఈ స్టేట్‌మెంట్ ఎంత కరెక్టో తెలుస్తుంది. డబ్బులేని వృద్ధుల్ని కొడుకులూ, కూతుళ్ళూ కూడా వీలైనంత దూరంగా వుంచుతారు. ప్రేమలు వుండ వని కాదు. కానీ 'చూడాలనే' శ్రద్ధ తగ్గిపోతుంది. వృద్ధాప్యం దగ్గిర పడుతున్న కొద్దీ మానవ సంబంధాల్లో పటిష్టత కూడా తగ్గిపోతుంది. యువకులు ఆహ్లాద సాయంత్రాలని ఇష్టపడతారు. అలాగే, ఉన్న కొద్ది డబ్బునీ ప్రయాణ రాకపోకల మీద ఖర్చు పెట్టటం కూతుళ్ళు ఇష్టపడరు. ఈ ప్రేమలు తగ్గిపోవటాలు బయటికి స్పష్టంగా కనపడవు... అందుకే, ఎవరికి ఉపయోగ పడినా పడక పోయినా టి.వి. వృద్ధ దంపతులకి బాగా ఉపయోగ పడింది. ఈ విధమైన స్థితి నుంచి బయటపడాలీ అంటే ముందే ఆర్థిక ప్రణాళిక వుండాలి. లేదా, వీటన్నిటినీ వదిలేసి కృష్ణుడు బోధించిన ఆధ్యాత్మికతని అనుసరించటం అన్నిటి కన్నా ఉత్తమం. ✿

ఎలా ఎదిగారో, ఆయన పరిచయస్థులందరికీ తెలుసు.

* * *

అధైర్యం అంటే ఏమిటి ?

ఒక మనిషి, తాను చెయ్యదల్చుకున్న పని పట్ల నమ్మకం కంటే, దాని వ్యతిరేక శక్తిపట్ల నమ్మకం పెంచుకోవటాన్ని 'అధైర్యం' అంటారు. అవతలి శక్తి మీద నమ్మకాన్ని, తన స్వశక్తి మీద నమ్మకం డామినేట్ చెయ్యటాన్ని 'ధైర్యం' అంటారు.

ధైర్యం బంగీ జంప్ లాంటిది.

జరగబోయే నష్టంకన్నా, సాధించబోయే లాభం విలువ ఎక్కువవుంటే, రిస్క్ తీసుకోవటమే "ధైర్యం". గెలుపు అస్పష్టంగా వున్నా కూడా ధైర్యం చెయ్యటాన్ని "సాహసం" అంటారు. ఓటమి స్పష్టంగా వున్నా నష్టపోవటాన్ని "మూర్ఖత్వం" అంటారు. పెద్ద కష్టాల్ని ఎదుర్కోవటానికి సాహసం కావాలి. చిన్న కష్టాల్ని ఎదుర్కోవటానికి ఓర్పు కావాలి.

భయం అనేది ఒక మూలం కాదు. ఎన్నో కారణాలు (మూలాలు / Bases) కలిసి భయానికి దారి తీస్తాయి. ఆడపిల్ల కాబట్టి చీకట్లో బయటకు వెళ్ళకూడదని అమ్మ చెప్పింది... ఒకసారి చీకట్లో వెళ్తూంటే కాలికి దెబ్బతగిలింది... స్నేహితురాలు మెడలో గొలుసు చీకట్లో దొంగ లాక్కొన్నాడు... మొదలైన కారణాలన్నీ కలిసి చీకటంటే ఒకమ్మాయికి భయాన్ని కలగచేయవచ్చు.

ధైర్యం రావాలంటే మూడు పాయింట్లు గుర్తించాలి.

1. అన్నిటికన్నా మొదటగా పిరికితనానికి మూలకారణాలు తెలుసుకోవాలి.

అకారణమైన భయాలున్నవాడు అజ్ఞాని. కారణాలని విశ్లేషించుకోవటం మొదటి పాయింటు.

2. అడుగు ముందుకు వేయటానికి కావలసిన శక్తిని సమకూర్చుకోవాలి. ఇది రెండో పాయింటు. ఉదాహరణకి, ఉన్న ఉద్యోగం వదిలి కొత్త ఉద్యోగంలోకి వెళ్ళటానికి కూడా ధైర్యం కావాలి.

3. మూడో పాయింటు అన్నిటికన్నా ముఖ్యమైనది. అడుగు ముందుకు వేయటంవలన కలిగే లాభాలనీ నష్టాలనీ అంచనా వేయాలి. అప్పుడు నిర్ణయం తీసుకోవాలి. పై మూడు పాయింట్లూ తెలుసుకున్నవాడికి ధైర్యం దానంతట అదే వస్తుంది. దీనికో ఉదాహరణ చూద్దాం.

"…. మదర్స్‌డే ఎప్పుడు?" అని క్లాసులో అడుగుతూ వుంటాను. ఎదురుగా కూర్చున్న విద్యార్థులు "మే- రెండు" అంటారు. అప్పుడు నేను "కూర్చుని చెప్పటం కాదు. ధైర్యంగా ఒకరు లేచి నిలబడి చెప్పండి. కరెక్టుగా చెప్తే పది రూపాయలిస్తాను. తప్పుచెప్తే రూపాయి నాకు ఇవ్వాలి" అంటాను. లేచి సమాధానం చెప్పటానికి తటపటా యిస్తారు.

ఇక్కడ, లేవటానికి ధైర్యం కావాలి. ముందు చెప్పిన మూడు పాయింట్లనీ ఇక్కడ చూద్దాం. మొదటి పాయింట్ ఏమిటి? పిరికితనం. ఏది పిరికితనం? 1. లేస్తే అందరూ తనవైపు చూస్తారు. 2. ఇబ్బందిగా వుంటుంది. 3. గొంతు తడబడుతుందేమో. 4. తప్పుచెప్తే అందరూ నవ్వుతారేమో. ఇవి **మొదటి పాయింట్‌కి** సంబంధించిన విశ్లేషణలు.

1. ఎందుకు లేవాలి 2. లేవటంవల్ల వచ్చే లాభం పదిరూపాయలే కదా. 3. ఇంకెవరన్నా

పగిలిన మొదటి బల్బ్

'ధైర్యం' అంటే తన పని మీద తనకున్న నమ్మకమే. ఇరవై నాలుగు గంటలపాటు ఆరకుండా వెలిగే ఎలక్ట్రికల్ బల్బ్‌ని కనుక్కున్న థామస్ అల్వా ఎడిసిన్, మొదటి బల్బ్ మీద ఆ ప్రయోగం విజయవంతం కాగానే, హర్షధ్వానాల మధ్య దాన్ని నౌకర్‌కిచ్చి, మేడమీద భద్రంగా దాచమని చెప్పాడు. చరిత్ర పుటల్లో … మ్యూజియంలో …. శాశ్వతంగా వుండాల్సిన ఆ బల్బ్‌ని, టెన్షన్‌తో మెట్లెక్కుతూ నౌకరు పొరపాటున పడేసి బ్రద్దలు కొట్టాడు.

ఏమాత్రం విసుక్కోకుండా ఎడిసన్ మళ్ళీ ఇరవై నాలుగు గంటలు పనిచేసి రెండో బల్బ్‌ని తయారు చేసాడు. తిరిగి అదే నౌకర్‌కి భద్రపరచమని ఇచ్చాడు.

*   *   *

ఇదే పుస్తకంలో ప్రస్తావించిన హెలెన్ కెల్లర్ (అంధురాలైన చెవిటిది)కు థామస్ అల్వాఎడిసన్ ఫ్రెండ్, ఫిలాసఫర్. ఎడిసన్ ప్రసక్తి వచ్చింది కాబట్టి మరో సంగతి. ప్రపంచ ఖ్యాతి చెందిన ఎడిసన్, ఐన్‌స్టీన్, సర్ విన్‌స్టన్ చర్చిల్, హెన్రీ ఫోర్డ్, సర్ ఐజాక్ న్యూటన్ …. అందరిలోనూ కామన్‌గా ఒక గుణం వుంది. ఏమిటో తెలుసా? అందరూ స్కూల్ నుంచి వెళ్ళగొట్టబడిన వారే.

కవిసామ్రాట్ కదన కుతూహలం

కోపమూ ధైర్యమూ పక్క పక్కనే వుంటాయనటానికి ఉదాహరణ అయిన విశ్వనాథ సత్యనారాయణగారి పేరు ఈ తరం వారికి అంతగా తెలియక పోవచ్చు. కవి సామ్రాట్ బిరుదాంకితులు, జ్ఞానపీఠ్ అవార్డ్ విజేత విశ్వనాథ వారికి ఉన్నదున్నట్టు సూటిగా మాట్లాడటం, చురకలు వేయటం అలవాటు. కొందరికి ఆయన నిర్భయస్థుడు. ధైర్యవంతుడు. మరి కొందరికి కోపిష్టి.

ఆయన సుభాషితాలు మచ్చుకి కొన్ని :

★ చదువు రెండు విధాలు. ఒకటి గుమస్తా పని చేసేది, రెండవది రాజ్యాలేలేది. మొదటి చదువు రాకుంటే, రెండోది తొందరగా వస్తుంది.

★ అసలే విద్యాపద్ధతిలో గురువు చేయగలిగింది ఏమీలేదు. ఒక కృత్రిమ విద్యా పరిస్థితి గురుస్థానమాక్రమించుకుని గాడిదలనూ, గుర్రాలనూ ఒకచోట చేరు స్తోంది. (విశ్వనాథ వారు తెలుగు లెక్చరర్‌గా కొంత కాలం పని చేసారు)

★ చంపండి, చీరండి, చండాడండి అంటేనే సాహిత్యమా? ప్రతి తలకుమాసినవాడూ "ఇది సాహిత్యం.... ఇది సాహిత్యం

తప్పు చెప్పి ఓడిపోతే అందరితో కలిసి నేనూ నవ్వొచ్చు కదా. 4. నేను లేస్తూండగా ఇంకెవరయినా లేస్తే, ఒకర్నొకరు చూసుకుని మేం ఇద్దరం ఒకేసారి కూర్చుంటే - అందరూ నవ్వేస్తారు. అవమానం జరుగుతుంది. ఇవి **రెండో పాయింటు** విశ్లేషణలు.

ఇక మూడో పాయింటులో, రాబోయే లాభనష్టాల గురించి ఆలోచన ఈ విధంగా సాగాలి. 1. తప్పు చెప్తే నవ్వుతారు. 2. తప్పుచెప్తే రూపాయి నష్టం వస్తుంది. 3. కరెక్ట్ చెప్తే 'గుడ్' అన్నప్పుడు గెలుపు తాలూకు భావం కలుగుతుంది. 4. అది ఆత్మ స్థైర్యాన్ని ఇస్తుంది. 5. పైగా పదిరూపాయలు లాభం వస్తుంది. ఇవి **మూడో పాయింటు** విశ్లేషణ.

చివరికి కావలసింది **నిర్ణయం.** రూపాయి నష్టం + జనం నవ్వులు ఎక్కువా? పది రూపాయల లాభం + మెచ్చుకోలు ఎక్కువా? అన్నది నిర్ణయం. నేనయితే రెండోదానికే ఓటు వేస్తాను.

ఒక పనిచేసే ముందు ఇన్ని రకాల విశ్లేషణలు జరగాలి. దురదృష్టవశాత్తు అధైర్యవంతుల్లో 'విశ్లేషణ,' మొదటి రెండు స్థాయిల్లోనే ఆగిపోతుంది. ఆ విషయమే చెప్తూ "ఇక్కడ ఆన్సర్ ఏమిటి? అని కాదు. ఇది లెక్కల క్లాసు కూడా కాదు. వ్యక్తిత్వ వికాసంలో మనం 'ధైర్యం' గురించి చర్చిస్తున్నాం" అని వారికి గుర్తు చేస్తాను. అందరూ రిలాక్స్ అవుతారు.

కేవలం భయం లేకపోవటంవల్ల మాత్రమే ధైర్యం రాదు. **భయంకన్నా ముఖ్యమైనది మరొకటి వున్నదని తెలుసుకోవటమే ధైర్యం.** ఇక్కడ అప్రస్తుతమయినా, కవిసామ్రాట్ విశ్వనాథ వారి గురించి ప్రస్తావించాలి. చాలామంది రచయితలు

తమ గురువుగా భావించే ఈ జ్ఞానపీఠ్ గ్రహీత యొక్క పాండిత్యం గురించి ఎవరికీ ఏ అనుమానమూ వుండకూడదు. ఆశు కవిత్వం నుంచీ అనర్గళంగా మాట్లాడటం వరకూ – అన్నిటిలోనూ దిట్ట. ఛాందసమని గిట్టని వారంటారు. అహం భావమని శత్రువులంటారు. ఆత్మ స్థయిర్యమని తెలిసిన వారంటారు. నచ్చని దాన్ని ధైర్యంగా విమర్శించ గలిగే ధైర్యం ఆయన వరం. కొందరికి, తమ అసహనాన్ని ధైర్యంగా వెల్లడించగలిగే తెగింపు వుంటుంది. మరికొందరికి వుండదు. వారు పిరికివారు అవుతారు. లేదా 'అకారణ కోపిష్టుల' వుతారు.

మనిషి **'ప్రవర్తన'**కి ఇద్దరు కూతుళ్ళు పుట్టొచ్చు. ఒక కూతురు పేరు **'ధైర్యం'** మరొక కూతురు పేరు **'కోపం'.** పరిస్థితులు అలా వున్నందుకు 'కోపం'. పరిస్థితులు అలా లేకుండా చేసుకో గలిగేది 'ధైర్యం'. అందుకే 'బక్క కోపం' అన్న పేరు వచ్చింది. అసమర్థుడికి కోపం ఎక్కువ. ధైర్యవంతుడికి సమయస్ఫూర్తి ఎక్కువ వుంటుంది.

CASE : రాత్రి రెండింటికి రహస్యంగా, నిద్రాభంగం కలుగకుండా లోపలికి ప్రవేశిస్తున్నప్పుడు భార్య చీపిరికట్టతో ఎదురవుతే విశాలంగా నవ్వుతూ, "...ఏమిటి? ఇంత తెల్లవారుఝామునే ఇల్లు తుడవటానికి తయారయ్యావు?" అంటూ మెచ్చుకోవటం ధైర్యం.

* * *

తన కిష్టంలేని విషయాల్లో తాను మార్చ గలిగే వాటిని మార్చటం, మార్చలేని విషయాలపట్ల దుఃఖించకుండా వుండటం, ఆ రెండింటికీ మధ్య తేడా కరెక్టుగా తెలుసుకోవటమే వివేకం. వివేకం లేని ధైర్యం మూర్ఖత్వం. **ధైర్యం, వివేకం కలిస్తే** కాదు" అంటూ వుంటే వప్పుకోవలసిందేనా?

★ నన్ను నీవు తిడుతున్నావంటే నన్ను చదువుతున్నావన్న మాట. నీకు తెలియకుండానే నన్ను మెచ్చుకుంటున్నావన్న మాట.

★ భయమంటే అజ్ఞానం. అజ్ఞానం లోంచి మొదట ఉత్పన్నమయ్యేది కోపం. మనసు లోంచి 'సామరస్యం' వెళ్ళిపోతే ఎలా? మనసులో తొమ్మిది రసాలూ వుంటే, ఏ రసాన్ని ఆ రసంగా స్వీకరించగలగటం సామరస్యం.

★ శ్రీశ్రీ నన్ను 'ఆస్థాన విదూషకు' డినన్నాడు. ఒకప్పుడు అతడు అభ్యుదయకవి. ఇప్పుడు విరస కవి. ఆంధ్రప్రదేశ్ సాహిత్యా అకాడమీ ఇచ్చిన 'ఫెలోషిప్ప'ని స్వీకరించి, తరువాత రాజీనామా ఇచ్చినాడు. వారిచ్చిన రూ. 5,000, బంగారు పతకము మాత్రము వుంచుకున్నాడు. ("కవిత్వము కొత్త మార్గాన వ్రాసినవాడు శ్రీశ్రీ" అని వేరేచోట ఆయనే పొగిడాడు.)

★ నా ధైర్యాన్ని అందరూ కోపం అంటారు. నాది అసహనం. ఛందస్సు లేని కవుల్నీ, వర్చస్సు లేని పండితుల్నీ చూస్తే అసహనం. అందుకే తిడుతూ వుంటాను.

రెండు వరాలు

ప్రేమ రెండు రకాలు. ప్రేమించటం, ప్రేమించబడటం. మహాత్మా గాంధీ నుంచీ నెల్సన్ మండేలా వరకూ ఎవరైనా తీసుకోండి. ప్రేమించగలిగే వారే ప్రేమించబడతారు.

ప్రేమింపబడటానికి కొన్ని అర్హతలు కావాలి. ఒక్కోసారి ఏమీ అవసరం లేదు కూడా. అదే విధంగా ప్రేమించటానికి కూడా ఏమీ అవసరం లేదు. కానీ, ప్రేమని వెల్లడించటానికీ, ఫలింప చెయ్యటానికీ, నిలబెట్టుకోవటానికీ మాత్రం 'ధైర్యం' కావాలి.

ఒక స్త్రీకి కలలో దేవత కనపడి, "ఈ రెండు చేతుల్లో రెండు వరాలున్నాయి. ఒకటి : నీకు మనస్ఫూర్తిగా ప్రేమించే గుణం. రెండు: నిన్ను మనస్ఫూర్తిగా ప్రేమించే యువకుడు. రెండింటిలో ఒక దాన్ని కోరుకో" అన్నదట. ఆ యువతి ఒక క్షణం ఆలోచించి, "మొదటిదే" అన్నదట. దేవత సంతోషించి, "సరీగ్గానే కోరుకున్నావు. నిన్ను ప్రేమించే యువకుడిని కోరుకుని వుంటే, ఆ వరం ఇచ్చేసి మళ్ళీ నీ దగ్గిరకు రాకపోదును. మొదటిది కోరుకున్నావు కాబట్టి ఈసారి నుంచీ రెండు వరాలూ ఒకే చేతిలో పెట్టుకుని తరచు వస్తాను" అందట.

వచ్చేది గెలుపు. ఆ రెండూ వేర్వేరు అని తెలుసుకోవటం జ్ఞానం.

నువ్వే పని చేసినా అది తప్పని చెప్పటానికి ఎవరో ఒకరు వుంటారు. నీ విమర్శకుల్ని చూసి నువ్వు భయపడక పోవటం ధైర్యం. వారు సూచించిన నిజమైన తప్పులు సరిదిద్దుకోవటం వివేకం.

ఒక అన్యాయం జరుగుతున్నప్పుడు లేచి నిలబడి ఎదిరించటం ధైర్యం. మౌనంగా ఎప్పుడు కూర్చుని వినాలో తెలుసుకోవటం వివేకం.

ఓడిపోయిన చోటే పోరాడి గెలవాలనుకోవటం ధైర్యం. గెలవలేమని తెలిసినప్పుడు పోరాటం మానుకోవటం వివేకం. చివరగా–

భయపడకుండా ఎదిరించటం ధైర్యం. భయపడవలసినదానికి భయపడటం వివేకం.

*　*　*

నీముందు నీడని చూసి భయపడకు. నీముందు నీడవున్నదంటే, వెనుక వైపు వెలుగు వుందన్నమాట. ఇంత చిన్న విషయం తెలుసుకున్నవాడే ధైర్యవంతుడు.

ధైర్యవంతుడికీ పిరికివాడికీ తేడా ఏమిటంటే, ధైర్యవంతుడు మరో అయిదు నిముషాలు ఎక్కువ ధైర్యంగా వుంటాడు.

ప్రకృతి కాళ్ళిచ్చింది నిలబడటానికనీ, పరుగెత్తటానికి కాదనీ అతడికి తెలుసు.

అతడు తన స్నేహితుడి కష్టంలో పాలు పంచుకుంటాడు. పక్కన కూర్చుని కబుర్లు చెప్పడు.

అతడు ప్రేమించినప్పుడు ఆ విషయాన్ని ధైర్యంగా అందరికీ చెప్తాడు.

కష్టం అనేది శాపవశాత్తు రాక్షసిగా మారిన దేవకన్య లాటిది. ధైర్యంతో దాన్ని సంహరిస్తే అనుభవం అనే పూమాలని మెడలో వేస్తుంది.

తమని తాము ప్రేమించుకోలేని వారూ, తమ జీవిత విధానాన్ని తాము మెచ్చుకోలేని వారూ, మారలేనివారూ అధైర్యవంతులు.

నీ పట్ల, నీ పని పట్ల నిజాయితీగా వుండా లంటే ధైర్యం కావాలి. ధైర్యమే ముఖ్యం! మిగతా సంపదలన్నీ దాన్ని అనుసరించే వస్తాయి. ధైర్యంగా నువ్వొక మంచిపని చేస్తే, మంచి పనులు చెయ్యటం నీకు అలవాటుగా మారుతుంది. మంచి అలవాట్లు నీకు వ్యక్తిత్వాన్ని ఇస్తాయి. మంచి వ్యక్తిత్వం నీ గౌరవాన్ని పెంచుతుంది. గౌరవం పెరిగేకొద్దీ నీ పట్ల నీకు ప్రేమ పెరుగుతుంది. ప్రేమ పెరిగే కొద్దీ తృప్తి లభిస్తుంది. అదే జీవితం.

ధైర్యానికి కావల్సింది నమ్మకం. నమ్మకం గురించి గుర్తు తెలియని ఒక అజ్ఞాత రచయిత చెప్పిన ఒక అద్భుతమైన కొటేషన్‌తో ఈ అధ్యాయాన్ని ముగిస్తాను.

"నీకు తెలిసిన దీపపు కాంతితో కొంత దూరం వచ్చాక, నీకు తెలియని దట్టమైన చీకటి ప్రపంచం ప్రారంభం అవుతుంది. నువ్వు గట్టుమీద నిలబడ్డావు. మరో అడుగు ముందుకేస్తే ఏం జరుగుతుందో, క్రింద ఏముందో నీకు తెలీదు. 'ధైర్యం' అంటే ఈ క్రింది రెండిటిలో ఒకటి జరుగుతుందన్న నమ్మకం. అడుగు వెయ్యి.

నువ్వు గర్వంగా నిలబడటానికి క్రింద ఏదన్నా తగలొచ్చు. (లేదా) ఎగరటం ఎలాగో నువ్వు నేర్చుకోవచ్చు".

నిర్ణయం

సమస్య అంటే - రెండు పరస్పర విరుద్ధమైన ఇష్టాలమధ్య ఒక నిర్ణ యానికి రాలేకపోవటం. ఒక సమ స్యని ఎదుర్కోవాలంటే STOP టెక్నిక్ ని ఉపయోగించాలి.

See : సమస్యని నిర్వికార దృష్టితో చూడగలగటం.

Target : సరి అయిన చోట దాన్ని ఎదుర్కోగలగటం.

Organise : పరిష్కారానికి అన్నికోణాల్లో ఏర్పాట్లు చేసుకోవటం.

Plan : వ్యూహాన్ని అమలు జరపగలగటం.

ఒక పెద్ద ఎగ్జిక్యూటివ్ పోస్ట్‌కి జరిగిన ఇంటర్వ్యూలో అభ్యర్థిని ఈ విధంగా అడగటం జరిగింది.

1. ప్రస్తుతం ఒక ఇంటిని కొనాలంటే దాని ఖరీదు ఆరు లక్షలు.
2. నాలుగు సంవత్సరాల తరువాత దాని ధర ఎనిమిది లక్షలు అవు తుంది.
3. కొనటం కోసం అప్పుతీసుకుంటే 18 శాతం వడ్డీ ఇవ్వాలి.
4. ప్రస్తుతం వున్న ఇంటికి పెడుతున్న అద్దె ఖర్చు నెలకి రూ. 2,000.

ప్రశ్న : ఇల్లు ఇప్పుడు కొనటం మంచిదా? నాలుగైదు సంవత్సరాల తరువాతా?

ఈ లెక్కల్లో అభ్యర్థిని కేవలం ఆర్థిక పరమైన నిర్ణయాలు మాత్రమే తీసుకొమ్మని కోరటం జరిగింది. పదో తరగతి పైన చదివిన వారికి ఈ నిర్ణయం తీసుకోవటానికి అయిదు నిమిషాలకన్నా ఎక్కువ పట్టకూడదు.

ఈ రోజు నుంచీ నువ్వు పని చెయ్యటం పూర్తిగా మానేస్తే -
ఇంతే సౌఖ్యంతో ఎన్నాళ్ళు బ్రతగ్గలవు ?

రెండవ ఐశ్వర్యము

సంపద

అదే నీ సంపద.

కామ్యానాం కర్మణాం న్యాసం సన్న్యాసం కవయోవిదుః
సర్వకర్మఫల త్యాగం ప్రాహుస్త్యాగం విచక్షణాః

(మోక్షసన్న్యాస యోగము–2)

కంఫర్ట్ జోన్

భార్యా బిడ్డల్ని వదిలి నివసించటం, పనిచేయకుండా (కామ్యానాం కర్మణాంన్యాసం) ముక్కు మూసుకుని కూర్చోవటం, సన్యాసమని అందరూ అనుకుంటారు. కానీ అది నిజం కాదంటున్నాడు కృష్ణుడు. 'పని చెయ్యి. ఫలంపై ఆశ తగ్గించు' అంటున్నాడు.

కంఫర్ట్ జోన్‌లో వ్యక్తులు దీనికి రివర్స్‌లో ఆలోచిస్తూ వుంటారు. "పని చెయ్యం. కానీ అన్నీ కావాలి" అని కొందరు అంటారు. లేదా "ఇదే పని మాకు సంతృప్తినిస్తోంది. చాలు" అని మరికొందరు అంటారు. రెండూ తప్పే. పనిచేయక పోవటం అసమర్థత. అంతే తప్ప 'తృప్తి' కాదు. బద్దకస్తులు తమ అసమర్థతకి 'తృప్తి' అని పేరు పెట్టుకుని అసహనంగా బ్రతుకుతారు. పనిచేసేవాడికి వద్దన్నా – వాడు ఎంత సన్యాసి అయినా షడ్విధ (ఆరు విధములైన) ఆస్తులూ వస్తూ వుంటాయి. అందులో రెండవది ధనము. దాన్ని దానం చేయటమువలన మూడవ ఆస్తి అయిన కీర్తి వస్తుంది. 'నేను కంఫర్ట్ జోన్‌లోనే వుంటాను చాలు' అనే వాడికి ధనము, కీర్తి ఎలా వస్తాయి ? సంపద కావాలనుకున్నవాడు కొన్నిటిని త్యాగం చెయ్యాలి. ఇక్కడ మూడు పదాలని పరిచయం చేస్తాను. మూడూ ఒక్కో సందర్భంలో ఒకేలా వుంటాయి. ఒక్కోసారి వేర్వేరు అర్థాలిస్తాయి. అవి : దానం, త్యాగం, కష్టం. **ఆనందంగా ఇచ్చేది 'దానం'. ఇష్టమైన దాన్ని ఇచ్చేది 'త్యాగం'. అవసరమైన దానికోసం, ఇష్టమైనదాన్ని కోల్పోగలగటం 'కష్టం'.**

మరోలా చెప్పాలంటే, కష్టపడకుండా సంపదరాదు. సంపదంటే కేవలం ధనము కాదు. ఇంకా చాలా సంపదలున్నాయి. కానీ కష్టపడకుండా ఏ సంపదా రాదు.

ఇక్కడ 'కష్టము' అంటే నా వుద్దేశ్యం త్యాగం. ఇష్టమైన వాటిని పెట్టుబడిగా పెట్టాలి. '....నాకు కొత్తగా పెళ్ళయింది. మరో పాతిక సంవత్సరాలపాటు భార్యాపిల్లల్తో

పనిమీదే దృష్టి నిలుపు

ఒక కుర్రవాడు (ఒక మైలు) పరుగు పందెంలో పాల్గొన్నాడు. మొత్తం ఆరు రౌండ్లు తిరగాలి. పందెం మొదలైంది. అతడు గాలి కన్నా వేగంగా పరుగెడుతున్నాడు. అతడి దృష్టిలో గమ్యం ఒకటే కన పడుతోంది. తిరుగు తున్నాడు. ఒక రౌండు పూర్తి చేసాడు.... రెండో రౌండు..... ఏకాగ్రత అంతా చేస్తూన్న పనిమీదే నిలిపాడు. చివరి రౌండు గమ్యానికి చేరుకున్నాడు.

కానీ అతడికన్నా ముందు ఇంకా నలుగురు అప్పటికే గమ్యం వద్ద వున్నారు. అతడికి అమితమైన దుఃఖం కలిగింది.

జనం హర్షధ్వానాలు చేస్తున్నారు. నిర్వాహకుడు దగ్గిరగా వచ్చి అభినందించటానికి చేయి సాచాడు. ఆ కుర్రవాడు అయోమయంగా "వారు నా కంటే ముందున్నారు" అన్నాడు.

నిర్వాహకుడు పరుగెడుతున్న వారివైపు చూసి నవ్వుతూ "వారింకా అయిదో రౌండులోనే వున్నారు" అన్నాడు.

* * *

పనిమీదే దృష్టిని నిలిపితే విజయం నీదే. ధనవంతుల పిల్లల్ని, జీవితాన్ని హాయిగా అనుభవిస్తున్న వారినీ చూసి నీ దురదృష్టానికి కృంగిపోకు. వారి కన్నా ముందుంటావు. నువ్వు చెయ్యవలసింది ఒక్కటే. ఉత్సాహంగా పరుగెత్తటం.

'రోజుకి పదిగంటలు గడపదల్చుకున్నాను' అంటే ఎవరికీ ఏ అభ్యంతరమూ లేదు. కానీ, '...నేనొక పెద్ద పారిశ్రామిక సంస్థని భుజాలమీద పెట్టుకుని స్వయంగా అభివృద్ధి చేస్తూ, రోజుకి పదిగంటల పాటు సంసారంతో హాయిగా గడపదల్చుకున్నాను' అంటే కష్టం.

ఒక పెద్ద ఇష్టం కోసం చిన్న ఇష్టాన్ని వదులుకోక తప్పదు. **రెండు పరస్పర విరుద్ధమైన సుఖస్థితుల మధ్య ఇష్టమైన దానిని వదులుకోవలసి రావటమే 'కష్టము' అంటే.**

జైలుశిక్ష పడింది. స్వేచ్ఛని వదులుకోవాలి. కష్టం. అరెస్టు వారెంటు వచ్చింది. పరువును వదులుకోవాలి. కష్టం. డబ్బులేదు. మంచి భోజనాన్ని వదులు కోవాలి. కష్టం. 'నాకు స్వేచ్ఛ, పరువు, భోజనం వద్దు' అనే వాడికి కష్టమేలేదు. అదే కంఫర్ట్ జోన్. 'నేనింతకన్నా ఏమీ కష్టపడను. ఇక నాకు శక్తిలేదు. నేను ఇప్పుడు బాగానే వున్నాను' అనుకోవటమే బద్ధకం.

ఒక ఇష్టమైన పనికోసం, తప్పనిసరిగా చేయవలసిన అవసరమైన పని వదులుకోవటమే 'బద్ధకం' అంటే.

ఆడుకోవటం 'ఇష్టం'. బట్టలు సరీగ్గా సర్ది పెట్టుకోవటం 'అవసరం'. ఆడుకోవటానికి పరుగెత్తటం కోసం, స్కూల్నుంచి వచ్చి విడిచిన బట్టలు సోఫా వెనక్కి విసిరెయ్యటం 'బద్ధకం'. బద్ధకం అనేది రోగం కాదు. ఇది మానసిక సమస్య అసలే కాదు. కాబట్టి దీన్ని ఏ డాక్టర్గానీ, సైకాలజిస్ట్గానీ నయం చేయలేదు.

బద్ధకానికీ, నిర్లక్ష్యానికీ కలిపి పుట్టిన బిడ్డ – కంఫర్ట్ జోన్. ఉదాహరణకి, గెడ్డం గీసుకుని ఆఫీసుకు వెళ్ళాలి. ప్రొద్దున్నే టి.వి.లో మంచి ప్రోగ్రాం వస్తోంది. టైమ్ అయిపోయి, ఆదరాబాద

రాగా ఆఫీసుకు వెళ్ళాల్సి వచ్చింది. 'గెడ్డం చేసుకోక పోతే ఎవరు చూడొచ్చారులే' అనుకోవటం కంఫర్ట్ జోన్. ఆవిధంగా రెండిటికీ అవినాభావ సంబంధం వున్నది. ఈ జోన్‌లో వున్న వ్యక్తులు తమ చర్యలకి మంచి వాదనలు (Arguments) ఏర్పర్చుకుంటారు. ఇప్పుడు బాగానే వున్నాం కదా అంటారు. తెలియకపోతే అంతా బాగానే వుంటుంది.

తొమ్మిది వరకూ నిద్రపోయే వాడికి ప్రత్యూషంలో పక్షుల కిలకిలారావం గురించి తెలీదు. వాటిని వింటూ ప్రొద్దున్నే కాసింత నడిస్తే, రోజంతా హుషారుగా వుంటుందని గమనించాక, నిద్రకన్నా అది మంచిదని తెలుస్తుంది. **ఇంతకన్నా మంచిగా ఎలా బ్రతకొచ్చో తెలుసుకుంటూ వుండటమే జీవితం.** కానీ కంఫర్ట్ జోన్‌లో వున్న వ్యక్తులు కొత్తని అంత తొందరగా ఆహ్వానించరు. దీనికి అంతేముంది అంటారు.

ఈ విధమైన ఉపోద్ఘాతంతో ఇప్పుడు అర్జునుడి శ్లోకాన్ని వేరే కోణంలోంచి పరిశీలిద్దాం.

* * *

"నా కాంక్షే విజయం కృష్ణ...." అన్నాడు అర్జునుడు. దీనికి రెండు రకాల మానసిక స్థాయీ భావాలు, అర్థాలుగా చెప్పవచ్చు. ఒకటి Fear of success. ఓటమి పట్ల భయంలాగే గెలుపుపట్ల కూడా కొందరికి భయం వుంటుంది. ఈ స్థితి మనిషి జీవితంలో కనీసం ఒకసారయినా వస్తుంది.

'నాకు గెలుపు వద్దు' అన్న మనస్తత్వం ఏమిటి? మనిషి 'గెలుపు'ని ఎందుకు వద్దు అనుకుంటాడు? **పైగా దానికి 'గె...లు...పు' అని పేరు పెడుతున్నాడు.** అయినా దాన్ని వద్దంటున్నాడు. గెలుపుని Replace చేసేదేమయినా వున్నదా?

జీవితపు వ్రాత

భగవంతుడు తనని సృష్టిస్తున్నప్పుడు ఈ విధంగా అన్నాడు. 'మనుగడ ఉన్నంత కాలం నువ్వు ఐదు విషయాలు గుర్తుపెట్టుకో. 'ది బెస్ట్' అవుతావు' అంటూ ఐదు సూత్రాలు చెప్పాడు.

1) ఎప్పుడూ తెలివైనవాడి ఆలోచనల్లో భాగం పంచుకుంటూ, అతడితోనే వుండు.
2) కొంచెం బాధాకరమైనా సరే, నిన్ను నువ్వు నిరంతరం చెక్కుకుంటూ, మరింత సూటిగా బ్రతక డానికి ప్రయత్నంచేయి.
3) నీ తప్పులు తుడిచి సరిదిద్దడానికి నీలోనే రబ్బరులాంటి ఒక పరికరం అమర్చుకో.
4) నువ్వు బయటకెలా కనపడుతున్నావన్నది ముఖ్యం కాదు. నీలోపల ఏమున్నదో అది ముఖ్యం అని తెలుసుకో.
5) నువ్వు ఎక్కడవున్నా సరే నీ తాలూకు ముద్రని అక్కడ వదిలిపెట్టు.

* * *

ఈ అయిదు సూత్రాలు అన్వయించుకున్నది కాబట్టే దశాబ్దాల నుంచి ఎన్ని నాగరికతలు మారినా ఎన్ని జెల్ పెన్నులు వచ్చినా, "పెన్సిల్" తన ఉనికి నిలుపు కుంటూనే వస్తోంది. ఇవే సూత్రాలు మనుషులకు కూడా వర్తిస్తాయి. ❁

నిజాయితీ

నిజాయితీ అనేది భగవంతుడు మనిషికొక్కడికే ఇచ్చిన సంపద. అంటే, అవసరమైనప్పుడు నిజాయితీగా తన బలహీనతలు చెప్పగలగటం. Land State University వాళ్ళు మానవ వనరుల విభాగంలో 1980 లో చిన్న ప్రయోగం చేసారు. డేవిడ్, జాన్ అనే పట్టభద్రుల బయోడేటాని ఉద్యోగ నిమిత్తం వివిధ కంపెనీలకి పంపారు. ఇద్దరి తెలివితేటలూ మిగతా అర్హతలూ అన్నీ సమానంగా ఉన్నాయి. జాన్ బయోడేటాలో "నాకు నచ్చని విషయం ఏదైనా జరిగినప్పుడు దాన్ని నేను వ్యతిరేకిస్తాను. వీలున్నంత వరకూ పోరాడతాను. అదే నాబలహీనత" అన్న వాక్యాన్ని చేర్చారు. డేవిడ్ కన్నా జాన్ కోసమే ఎక్కువ ఎంక్వయిరీలు వచ్చాయని వారు అన్నారు. మనిషి తన స్ట్రాంగ్ పాయింట్స్‌తో పాటు బలహీనతల్ని వెల్లడించినపుడే అతడి మీద ఇతర్లకి నమ్మకం పెరుగుతుంది అని ఆ రిపోర్టు తెలియజేసింది.

* * *

నిజమైన సంపద అంటే,
పదిమంది ఆ పని చేస్తున్నా,
మనసు (Conscious) వద్దని చెప్తే,
ఆ పని చేయకుండా
వుండగలగటం. ✿

ఉన్నది. సుఖంపట్ల వ్యామోహం! తాత్కాలిక సంతోషం పట్ల వ్యామోహం!!

ఒకటి కావాలనుకుంటే, మరొకదాన్ని పెట్టుబడి పెట్టాలి. పై సందర్భంలో అర్జునుడు తన బంధువుల ప్రాణాన్ని పెట్టుబడిగా పెడితే తప్ప 'గెలుపు' రాదు కాబట్టి; 'నాకు గెలుపు అవసరం లేదు' అంటున్నాడు. ఇది బంధుత్వం పట్ల వ్యామోహం.

ప్రస్తుతం కూడా చాలా మందికి ఈ ఉదాహరణ అన్వయిస్తుంది. ఒకదానికోసం మరొకటి త్యాగం చేయలేని స్థితి అది.

ఒక పిల్లవాడు తెల్లవారుఝామునే లేవటానికి బద్ధకిస్తాడు. తల్లి ఎంత నిద్రలేపినా లేవడు. బాగా చదువుకోవటం గెలుపు. దానికి నిద్రని త్యాగం చేయాలి. చేయలేడు. సుఖంపట్ల వ్యామోహం.

ఒక కాలేజీ కుర్రవాడు, భవిష్యత్తు మీద ఏకాగ్రత నిలపాలి. దానికోసం సినిమాలపై ప్రేమనీ, అమ్మాయిలపై ఆకర్షణనీ, అల్లరినీ వదులుకోవాలి. వదులుకోలేడు. తాత్కాలిక సంతోషంపై వ్యామోహం.

పిల్లలు పైకి రావాలంటే తల్లిదండ్రులు రోజూ కొంతసేపయినా వారిపక్కన కూర్చుని పాఠాలు చెప్పాలి. వారికి ఒకస్థాయి వచ్చేవరకూ, ఆ పాఠాలు తాము కూడా చదవాలి. పునాది గట్టిగా పడితే భవంతి బావుంటుంది. ఎనిమిదో తరగతివరకూ మొదటి మార్కు వచ్చిన విద్యార్థి, సాధారణంగా ఆ గాడిలోనే పయనిస్తాడు. అలా తమ సంతానం గెలవాలంటే, తండ్రి తన వ్యసనాల్నీ, అనవసరపు బయట వ్యవహారాల్ని త్యాగం చేయ్యాలి. తల్లి తన టి.వి. వీక్షణనీ,

సుదీర్ఘ ఫోన్ సంభాషణలనీ త్యాగం చెయ్యాలి. చేయలేరు. అదొక వ్యసనం. ఎక్కడ తల్లిదండ్రులు పిల్లలపట్ల నిజాయితీగా వుండలేరో, అక్కడ పిల్లలు కూడా పెద్దవారిపట్ల అలాగే వుంటారు.

వ్యసనం నీడ లాటిది. వెలుగు దాని వ్యతిరేక దిశలో వుంటుంది.

తనని అధోగతికి దిగజార్చే వ్యసనాల్నీ, అలవాట్లనీ సమూలంగా నాశనం చెయ్యకుండా 'నాకు గెలుపు వద్దు' అనుకోవటాన్ని Resign to sucess అంటారు. అర్జునుడు అదేవిధంగా తనకి విజయము వద్దు అంటున్నాడు. ఎవరితో అంటు న్నాడు?

గోవిందుడితో.

గోవిందుడు అంటే, గోవర్ధనగిరిని ఎత్తిన వాడు- అన్న అర్ధమే కాకుండా మరో అర్ధం కూడా వుంది. 'విందుడు' అంటే వరము పొందిన వాడు. గోవిందుడు అంటే జ్ఞానం కలవాడు. అటువంటి జ్ఞానితో అర్జునుడు తన మానసిక స్థితి చెపుతున్నాడు. తన వాదనకు బలం చేకూర్చుకునే ప్రయత్నం చేస్తున్నాడు. గెలుపెందుకు అని వాదిస్తున్నాడు.

ఓడిపోతున్నవాడు కూడా తన వాదనకు ఇలాగే కారణాలు వెతుక్కుంటాడు. సులభంగా దొరికేవాటిని అలవాటు చేసుకుని, అదే విజయ మనుకుంటాడు. 'యవ్వనకాలంలో జీవితాన్ని ఆనందించకుండా, ఎందుకు కష్టపడాలి?' అని ఆత్మవంచన చేసుకుంటాడు. పనిలో ఆనందం వెతుక్కోడు. మనిషికి తాత్కాలిక ఆనందాన్నిచ్చే చాలా విషయాలు నిరర్ధకమైనవి అనుకోడు.

మధ్యతరగతి కుటుంబంలో పుట్టిన ఒకమ్మాయి, కేవలం తన స్నేహితులందరికీ సెల్‌ఫోన్‌లున్న కారణంగా, తనక్కూడా అది

రిస్క్ - ధైర్యం

రిస్క్ తీసుకోలేక పోవడం వేరు, ధైర్యం వేరు. "పారేసిన చోటే వెతుక్కోవాలి"అన్న నానుడి ప్రతీ సందర్భంలోనూ సరైంది కాక పోవచ్చు. తనకి చేతకాని ఫీల్డులో చేతులు కాల్చుకున్న తర్వాత అక్కడ తాను మళ్ళీ గెలవలేనని తెలుసుకున్నప్పుడు వెనుతిరగటం ఉత్తమం.

చేతకాని పౌరుషంతో అక్కడే పోరాడటం (ముఖ్యంగా వ్యాపారంలో) మూర్ఖత్వం.

*　　*　　*

ఇద్దరు సైనికాధిపతులు తమ సైన్యపు గొప్పల గురించి చెప్పకుంటున్నారట. ఒక అధికారి తన సైనికుణ్ణి పిలిచి, ఒక భవంతిని చూపించి 'అక్కణ్ణుంచి దూకు' అన్నాట్ట. సైనికుడు మారు మాట్లాడకుండా దూకి కాలు విరగ్గొట్టుకున్నాడు. అప్పుడా సైన్యాధికారి "చూసావా అలా దూకటానికి నా సైనికులకు ఎంత ధైర్యం ఉందో" అన్నాడట.

రెండో సైనికాధికారి తన సైనికుణ్ణి పిలిచి "ఆ కొండ మీదకెళ్ళి అక్కణ్ణుంచిదూకు"అన్నాట్ట. అప్పుడు ఆ సైనికుడు "మీకేమైనా మతి పోయిందా? అక్కణ్ణుంచి దూకితే ఛస్తాను"అన్నాట్ట. అప్పుడా సైనికాధికారి మొదటాయన వైపు తిరిగి, "చూసావా అలా మాట్లాడటానికి నా సైనికుడికి ఎంత ధైర్యం ఉందో" అన్నాడట.

(ఒక ఇంగ్లీషు జోకు ఆధారంగా)

బీదరికంలోంచి ఐశ్వర్యంలోకి

జీవితంలో ఏ స్థాయి నుంచి అయినా గెలుపుని ప్రారంభించ వచ్చు. ఈ విషయాన్ని ఎందరో ఎన్నిసార్లో నిరూపించారు చరిత్రలో.

కిమ్‌వూచుంగ్ అనే వ్యక్తి తన ఆత్మకథలో ఈ విధంగా వ్రాసాడు. "కొరియా యుద్ధ సమయంలో, నా 14 సం॥ల వయస్సులో నా తండ్రిని శత్రువులు కిడ్నాప్ చేశారు. మొత్తం సంసార బాధ్యతంతా నా భుజాల మీద పడింది. న్యూస్‌పేపర్లు అమ్మటం దగ్గరనుండి పడవలో ప్రయాణికుల్ని ఒక ఒడ్డునుండి అవతలి తీరం వరకు చేర్చటంలాంటి రకరకాల పనులు చేస్తుండేవాడిని. ఒక రోజు పెద్ద గాలివాన వచ్చి ఏ పనీ దొరకలేదు. డబ్బులేమీ తీసుకు వెళ్లకుండా ఇంటికి వెళ్ళాను. మా అమ్మ "మేమందరం తినేసాముురా. నీ కోసం కొంచెమే ఉంచాం" అంటూ అన్నం గిన్నె ముందు పెట్టింది. నాకు బాగా దుఃఖం వచ్చింది. నేను కూడా బయటే తిని వచ్చానని అబద్ధం చెప్పాను. ఆ రోజు గిన్నెలో వున్న ఆ కొద్ది అన్నం మేమెవరం తినలేదు. ఆ సంఘటన ఇప్పటికీ నాకు గుర్తుంది. ఎప్పటికయినా ఈ ప్రపంచాన్ని గెలవాలనుకున్నాను" అంటారు కిమ్. ప్రస్తుతం ఆయన ప్రపంచం లోని పెద్ద పెద్ద కోటీశ్వరు లలో ఒకడు. కొరియాకు సంబంధించిన దేవూ గ్రూపు అనే మాటిజ్ కార్ల కంపెనీకి అధిపతి. ❁

కావాలని తల్లిదండ్రులని వేధించటం, చివరికి దాన్ని సాధించటం, తాత్కాలిక విజయమే కదా!

'నేను ఇప్పుడు బాగానే వున్నాను. నాకు ఇంకే విజయమూ వద్దు' అనుకోవటం తాత్కాలికంగా చాలా సంతృప్తినిస్తుంది. బాల్యంలో గారాబం, యవ్వనంలో నిర్లక్ష్యం, ఉద్యోగంలో అలసత్వం, ఆపైన వ్యసనం... ఈవిధంగానే మనిషిని 'జో' కొడతాయి. ఈ అలవాట్లు విడదీయ లేని స్నేహితులవుతాయి! ఆపై ఆత్మీయమైన బంధువులు అవుతాయి!! వీటి సహచర్యంలో మనిషి 'నాకింకే విజయమూ వద్దు' అనుకుంటాడు. విజయం కోసం తనకి ఆనందాన్ని ఇచ్చే సహచరుల్నీ బంధువుల్నీ చంపలేనంటాడు.

కౌరవుల్లాగా.

అవి ఎంత దుర్మార్గమయినవైనా సరే!

జ్ఞాని మరొకరకంగా ఆలోచిస్తాడు. తన పతనం కోరే బంధువులు (అలవాట్లు), నాశనం చేసే స్నేహితులు (వ్యసనాలు) అతడికి కరెక్టుగా తెలుసు. అందుకే వాటితో యుద్ధం చేస్తాడు. నిర్దాక్షిణ్యంగా చంపేస్తాడు.

ఆనందం వేరు. సంతోషం వేరు. అదే విధంగా శాశ్వత తృప్తి వేరు. కంఫర్ట్ జోన్ వేరు. **తాత్కాలికంగా ఏ కష్టమూ లేకపోవటం కంఫర్ట్ జోన్. భవిష్యత్తులో కూడా కష్టాల్లేకుండా ప్లాన్ చేసుకోవటం తృప్తి!** ఇంకొకర్ని చూసి ఈర్ష్యపడని స్థితిలో వుండటం తృప్తి! జీవితంతో రాజీపడితే ఈ స్థితి రాదు. నిరంతరం సంతోషంగా వుండటం కోసం యుద్ధం చేయాలి. యుద్ధం లేనిచోట "విజయం" వుండదు కదా? Failure is an incident. Success is a process.

*　　　*　　　*

చిత్రమేమిటంటే భాగ్యవంతులకుండే మంచి లక్షణాలన్నీ సామాన్యులకీ వుంటాయి. సామాన్యులు వాటిని గుర్తించి పెంపొందించుకోరు.

'సంపద' అనేది ఒక్కొక్క వ్యక్తికి ఒక్కొక్క రూపంలో కనిపిస్తుంది. అందుకే అష్ట ఐశ్వర్యాలు అన్నారు. కొందరికి ధనము, కొందరికి కీర్తి, మరికొందరికి గుణము- ఈ విధంగా సంపద నిర్వచింపబడుతుంది. అయితే, ఏ సంపద సంపాదించాలన్నా, దానికి కొన్ని లక్షణాలని అలవాటు చేసుకోవాలి.

"డబ్బు ఒక రాక్షసి" అంటారు. ఇది నిజం కాదు. డబ్బు సంపాదించలేని వాడు అనే మాట ఇది. అఫ్‌కోర్స్ ... డబ్బున్న వారు కూడా ఇలాటి నీతి వాక్యాలు డబ్బులేని వారికోసం చెప్తూ వుంటారు. అది వేరే సంగతి. **డబ్బు చెడ్డది కాదు. అయితే, డబ్బు సంపాదించే పద్ధతులు చెడ్డవి కావొచ్చు.** అది కూడా కొందరికి మాత్రమే. ఈ ప్రపంచంలో కావలసినంత సంపద వుంది. సంపాదించుకో గలిగే నేర్పు వుంటే చాలు. చాలామంది క్రీడాకారులు, కళాకారులు, వ్యాపారవేత్తలు నిజాయితీగానే ధనవంతులవటం మనం చూస్తూనే వుంటాం! డబ్బు సంపాదించాలంటే ఎవర్నయినా మోసం చెయ్యాలన్న అభిప్రాయం వదులుకోవాలి. "తుపాకులు చెడ్డవి" అన్న సామెత లాటిది ఇది. తుపాకులు చెడ్డవి కావు. వాటిని పేల్చే వారిలో కొందరు చెడ్డవారు వుండొచ్చు.

సంపద వున్న వారిలో వుండే ఈ క్రింది లక్షణాలని గమనిస్తే, మీలోనూ ఇవి వున్నట్టు తోస్తుంది. చూడండి.

1. వారు నిజాయితీతో, నమ్మకంగా, తాము చేసేపనిపట్ల ఇష్టంగా జీవితాన్ని సాగిస్తారు.
2. ఎప్పుడు నిజాయితీగా వుండాలో, ఎవరి పట్ల నిజాయితీగా వుండాలో వారికి కరెక్టుగా తెలుసు.
3. ఏ పని ముందు చెయ్యాలో, ఏది ముఖ్యమైనదో సరి అయిన అవగాహన వుంటుంది.

నిజమైన నమ్మకం

ఒక మనిషి జీవితంలో గెలవాలన్నా ఓడి పోవాలన్నా నమ్మకం ముఖ్యం. 'రఘుపతి రాఘవ రాజారాం' అన్న నాటకంలో నేనొక డైలాగ్ 'భగవంతుడి మీద నమ్మకం లేక మందు వేసుకొంటారంట. మందు మీద నమ్మకం లేక గుండు కొట్టించుకుంటారంట' అని వ్రాశాను. మనిషికి తన మీద తనకి నమ్మకం వుంటే సగం పనులు నెరవేరతాయి అన్న కథాంశమే ఈ విజయానికి ఆరో మెట్టు పుస్తక సారాంశం. నాలుగు బాణాలు వేస్తే ఏదో ఒకటి తగలక పోతుందా అనుకోవటం ఒక పద్ధతి. ఒకే బాణంపై ఏకాగ్రత నిలిపి, నమ్మకంతో వేయటం మరో పద్ధతి. **'సంశయాత్మా వినశ్యతి'** అన్నాడు కృష్ణుడు. సంశయించే వాడికి దొరికేది వినాశనమే అని దాని అర్థం. తాను చేస్తున్న పనిని సంశయించే వాడు జీవితంలో ఎన్నటికీ గెలవలేడు. వేలంపాటలో నీ మొహంలో కనపడే బెరుకే, అవతలి వ్యక్తికి ధైర్యాన్ని ఇస్తుంది. ఈ సత్యం వ్యాపా రానికీ, జీవితానికీ కూడా వర్తిస్తుంది. దేనికయినా కావల్సింది 'నమ్మకం'. నీ పట్లా, నీవు చేస్తున్న పనిపట్లా కాన్ఫిడెన్సు. నమ్మకం గురించిన ఒక ఫాంటసీ కథ చదవండి.

ఒకరోజు పురాణ కాలక్షేపానికి ఒకామె తన పదేళ్ల చిన్న కొడు

కుని తీసుకుని వెళ్లింది. శ్రోతలంద రూ నిశ్శబ్దంగా, శ్రద్ధగా వింటూ వుండగా ఆయన ఇలా చెప్పాడు. "మీరు తలచుకుంటే కానిది ఏమీ లేదు. కేవలం భగవంతుడిని నమ్మం డి. ఏమి కావాలంటే అది మీకు దొరుకుతుంది. మీరేమి అడిగితే దేవుడు అది ఇస్తాడు".

ఆ మాటలకి హాల్లో పెద్ద విజిల్ వినపడింది. తల్లి ఉలిక్కిపడి ప్రక్కనే వున్న కొడుకు తొడగిల్లి "ష్ అల్లరి చేయకు" అంది.

గుడి నుండి ఇంటికి వస్తూం డగా ఆమె కొడుకుతో "ఎందుకురా ఆయన అంత నమ్మకంగా చెబు తూంటే అలా ఎగతాళిగా విజిల్ వేశావు?" అని అడిగింది. ఆ కుర్రాడు అమాయకంగా "నేను వేయలేద మ్మా" అన్నాడు.

"మరి?"

"మనకు నమ్మకం వుండి భగవంతుడిని ఏమి అడిగితే అది ఇస్తాడని ఆయన చెప్పాడుగా".

తల్లి అనుమానంగా "అవును. ఏమి అడిగావు" అంది.

"నాకు విజిల్ ఎలావేయాలో నేర్పమని అడిగాను". ❁

4. జీవితాన్ని నిస్సారంతో కాకుండా, కుతూ హలంతో గడుపుతారు.
5. దేనికోసం ఎంత ఖర్చు పెట్టాలో, ఎంత దాచాలో, దాచింది ఎక్కడ పెట్టుబడిగా పెట్టాలో వారికి ఖచ్చితంగా తెలుసు.
6. ప్రజలకీ, వారి అవసరాలకీ మధ్య వంతెన (Catalyst) లా వ్యవహరిస్తారు. తమకేం కావాలో, ప్రజలకేం కావాలో కచ్చితంగా వారికి తెలుసు.
7. తమ శక్తిని, తమకి కావల్సిన రూపంలోకి మార్చుకోగలరు. (ఉదాహరణకి ఒక అందమైన యువకుడు, తన యవ్వన కాలంలో ఎందరో అమ్మాయిల హృదయా లను దోచుకుంటూ, అదే జీవితం అను కోవచ్చు. మరో అందమైన యువకుడు డాన్స్, ఫైట్స్ నేర్చుకుని సినిమాల్లోకి వెళ్ళ టం ద్వారా, తన అందాన్ని క్యాష్ చేసు కోవచ్చు.)
8. వారు స్పష్టంగా వినగలరు. అర్థమయ్యేట్లు మాట్లాడగలరు. గెలుపుని స్పష్టంగా రుచి చూడగలరు. దాన్ని పిడికిలితో బిగించ గలరు. **తమకి కావల్సింది ఎక్కడుందో పసిగట్టగలరు.** రాబోయే కష్టాల్ని ముందే చూడగలరు.

ముందే చెప్పినట్టు, జాగ్రత్తగా గమనిస్తే పై లక్షణాలన్నీ అందరికీ వుంటాయి. కంఫర్ట్ జోన్‌లో వున్న వారు 'ఇప్పుడు బాగానే వున్నాంకదా' అన్న భావంతో, ఇంకొంచెం బావుండే ప్రయత్నం చెయ్యరు.

ఇంకొంచెం బావుండటం అంటే ఏమిటి? ఒక గృహిణి మధ్యాహ్నంపూట ***'అంతా బావుంది'*** అనే సీరియల్ గత ఆరేళ్ళుగా చూస్తోంది. గబగబా వంటచేసి, పన్నెండింటికల్లా ఆ సీరియల్

చూడటానికి తయారవటం ఆమెకి అలవాటు. ఒక రోజు కరెంట్ పోయింది. ఏం చెయ్యాలో తోచక, కొత్తరకం వంట చేసింది. ఆమెలో స్వతహాగా సృజనాత్మకత వుంది. ఆ సాయంత్రం భర్త పిల్లలు ఆ వంటని పొగిడారు. దానివల్ల హుషారొచ్చి కొన్ని చైనీస్ వంటకాలు చదివి ఇంట్లో ప్రయత్నించింది. స్నేహితులూ, బంధువులూ మెచ్చుకొనటం సంతోషాన్నిచ్చింది. మరింత కృషి చేసింది. ఆర్నెల్లకి అదే టీ.వి. ఛానెల్‌లో **'ఇంకా బావుంది'** అన్న ప్రోగ్రాం తనే ఇచ్చింది. నిజమైన ఆనందం తెలిసింది. మార్పు కోసం చేసే ప్రయత్నం మనిషికి ఆవిధంగా మంచి సంతృప్తినిస్తుంది. అందుకే ప్రజల్లో, **'చరిత్ర చదివేవారు, చరిత్ర సృష్టించేవారు'** అని రెండు రకాలుగా వుంటారు. ఆదిమానవుడు అదే కంఫర్ట్ జోన్ అనుకునివుంటే, ఇప్పటికీ రాళ్ళతో మృగాల్ని చంపుతూ, పచ్చిమాంసం తింటూ వుండేవాడు. కారెమల్ కస్టర్డ్ కనుక్కుని వుండేవాడు కాదు.

కుతూహలం లేకపోవటమే కంఫర్ట్ జోన్. జీవితం నుంచి రిటైర్ అయిపోవటం కంఫర్ట్ జోన్. తీరని కోరికలకి తృప్తి అని పేరు పెట్టుకోవటం కంఫర్ట్ జోన్.

* * *

ఈ 'సంపద' అన్న అధ్యాయంలో మీకు రెండు పరస్పర విరుద్ధమయిన అభిప్రాయాలు కనిపిస్తాయి.

మొదటిది : 1) మనిషికి డబ్బు అవసరం చాలా వుంది. 2) ఆనందాన్నిచ్చే (లేదా సౌఖ్యాన్నిచ్చే) అంశాల్లో అది చాలా ప్రధానమయినది. 3) మనిషి ఒక యోగి అయితే తప్ప, లేని పక్షంలో డబ్బు లేకపోతే చాలా చిన్న చిన్న విషయాలు చికాకు పరుస్తాయి. 4) డబ్బు సంపాదించలేనివాడే నీతులు మాట్లాడతాడు. 5) సర్వమానవ సమానత్వ

మనకి చాలా అనవసరమైనవి

మనిషికి ప్రకృతి చేసిన ద్రోహం ఏమిటంటే అవసరమైన వాటి మీద ఉత్సాహం కలిగించక పోవటం, అనవసరమైన వాటి మీద ఉత్సాహం పెంచటం. పిల్లల్లో కార్టూన్ సీరియల్స్‌పై వున్న ఆసక్తి, కెమిస్ట్రీపై వుండదందుకే. ఈ విషయాలు చూడండి. పెద్దగా అవసరం లేక పోయినా తెలుసుకోవటానికి ఎంత ఉత్సాహంగా వుంటాయో!

- ఒక ఆరోగ్యకరమైన వ్యక్తి రోజుకి ఆరుసార్లు బాత్ రూమ్‌కి వెళతాడు. రోజుకి 47 నిముషాలు సగటున అక్కడ గడుపుతాడు. అంటే జీవిత కాలంలో దాదాపు రెండున్నర సంవత్సరాలు అన్న మాట.
- ప్రపంచాన్ని భయభ్రాంతుల్ని చేసిన "సైకో" (1960 తెలుపు - నలుపు) సినిమాలో రక్తం ఎఫెక్టుకోసం చాక్లెట్ ద్రవం వాడారు.
- ఆవలింత జీవితం ఆరు సెకన్లు.
- ఈజిప్టులో ఒక పెద్ద పిరమిడ్ కట్టటానికి ఆ రోజుల్లో 4 లక్షల మంది కూలీలకు ఇరవై ఏళ్ళు పట్టింది.
- స్టాంపులు కలెక్ట్ చేసేవారిని ఫిలటెలిస్ట్ లంటారు. వివిధ దేశాల పోస్ట్‌కార్డులనీ, బ్యాంకుల నోట్లనీ, సిగరెట్ పెట్టెల్నీ సేకరించేవారిని వరుసగా DILTIO-

GIST, NOTAPHILE, BANDOPHILE అంటారు.

- నీటిమీద ఐసు 9 వంతు పైకి తేలుతుంది.
- 1 నుంచీ 100 లోపు అంకెల్లో 9 ఎన్నిసార్లు వస్తుంది? సమాధానం కోసం ఈ పుస్తకం ఇరవయ్యవ పేజీ చూడండి. ఆ పేజీలో సంఖ్య వుంటుంది.
- ఒక విద్యార్థి కాలేజీలో ప్రవేశించే సమయానికి, టి.విలో అయితేనేం, సినిమాల్లో అయితేనేం యాభైవేల భీభత్స దృశ్యాలని చూసి వుంటాడు.
- జింబాబ్వే ప్రెసిడెంట్ కానన్ (ఫిరంగి) బనానా (అరటి పండు) తన పేరుని ఎవరూ అపహాస్యం చేయకుండా, తన పేరు మీద ఎవరూ జోకు వెయ్యకుండా చట్టం రూపొందించాడు.
- మొహానికి కొమ్ములు, చెవులు, శరీరానికి మేక కాళ్ళు వుండే భయంకరమైన (గ్రీకు) దేవుడి పేరు PAN. ఆ దేవుడి పేరుమీదే PANIC (భయం) అన్న పేరు వచ్చింది.
- ఈ ప్రపంచంలో అన్నిటికన్నా బెస్ట్ అభినందన ఏమిటో తెలుసా "... బ్రతికున్నంత కాలం జీవించు."
- అమ్మాయిల్తో మాట్లాడటానికి బిడియపడే అబ్బాయిల భయాన్ని 'గైనోఫోబియా' అంటారు.

✿

మంటూ నినదించే ప్రజానాయకుల్లో చాలామంది చాలా ఖరీదయిన జీవితం గడుపుతూ వుంటారు. వారి పిల్లలు అమెరికాలో చదువుకుంటూ వుంటారు. 6) అష్ట ఐశ్వర్యాల్లోకీ ముఖ్యమయినది డబ్బు.

రెండోది : 1. డబ్బు పిచ్చి ఒక దెయ్యం లాంటిది. పట్టుకుంటే అది వదలదు. 2. డబ్బు సంపాదన ఒక వ్యసనం. 3. ఆశకు అంతులేదు. 4. డబ్బు కోసం మిగతా అంశాలయిన ప్రేమ, కరుణ, కుటుంబ సంబంధాలు, భావుకత్వం, సున్నితత్వం వదులుకునేవాడు జీవితంలో చాలా ఆనందాన్ని కోల్పోతాడు.

రెండింటిలో ఏది కరెక్టు? రెండూ కరెక్టే. మనందరం జీవితంలో ఎక్కడో ఒకచోట సెటిల్ అవుతాం. అది కీర్తి కావొచ్చు. డబ్బు కావొచ్చు. అధికారం కావొచ్చు. ఇక చాల్లే– అనుకుంటాం. అంటే– ఇంకా సంపాదించటానికి మన దగ్గిర శక్తి లేదన్నమాట. లేదా ఆ సంపాదన మీద ఉత్సాహం తగ్గిపోయిందన్నమాట. అక్కడ ఒక రెస్ట్‌హౌస్ కట్టుకుని ఇక విశ్రాంతిగా జీవితం గడిపేద్దాం– అనుకుంటాం. ఈ పుస్తకంలోనే, తరువాత మరొకచోట 'రెస్ట్‌హౌస్'ల ప్రసక్తి వున్నది. అదే కంఫర్ట్ జోన్. వర్తమానంపట్ల తృప్తిగా భవిష్యత్తుపట్ల ధైర్యంగా వుంటే అది **నిజమైన కంఫర్ట్ జోన్.**

'మైండ్‌పవర్ – నెం. 1. అవటం ఎలా ?' చదివిన వారికి అందులో ఒక అధ్యాయం అంతా RICH DAD – POOR DAD గురించే అన్న విషయం గుర్తువుండే వుంటుంది. ఆ పుస్తకం రచయిత 'కియోసాకి' ని "లక్షాధికారుల గురువు"గా పిలుస్తారు. సంపదంటే ఏమిటి? అన్న దానికి అతడిచ్చిన నిర్వచనం ఈ విధంగా వుంది. **ఈ క్షణం నువ్వు పనిచేయటం మానేస్తే, ఇవే సౌఖ్యాలతో ఎన్ని రోజులు బ్రతగ్గలవు – అన్నది నీ సంపద.**

చాలా నిజమయిన, గమ్మత్తయిన నిర్వచనం. ఏదైనా పని, వ్యాపారం, ఉద్యోగం చేస్తున్న వ్యక్తి, దాని మీదే తన జీవన భృతికి ఆధారపడతాడు. ఆ భృతిపోతే, అవే సౌఖ్యాలతో ఎంత కాలం బ్రతగ్గలడు? చాలామంది మూడు నాలుగు నెలలు అంటారు. కాదు. ఊపిరి బిగపట్టుకుని వినాలి ఇది. భారతదేశంలో 95 శాతం మంది పదిరోజులు కూడా బ్రతకలేరు. ఆపై నెమ్మది నెమ్మదిగా ఒక్కో సౌఖ్యాన్నీ వదిలెయ్యాలి. ఇందులో ఆశ్చర్యపడవలసినదేమీ లేదు. సింగపూర్ లాంటి ధనవంతమయిన దేశంలోనే 62 శాతం ప్రజలు మూడు నెలలకన్నా ఎక్కువ బ్రతకలేరు అని ఒక సర్వే ప్రకారం తెలిసింది.

ఒక వ్యక్తి తన కుటుంబ అవసరాలకోసం ఖర్చుపెట్టుకుంటూ, సంపాదనలో కొంత భాగం ఆస్తుల రూపంలో భవిష్యత్తు కోసం దాచుకుంటాడు. దానిమీద వడ్డీ, అద్దె, లాభం మొదలైన రాబడి విడిగా వస్తుంది. ఆ పెట్టుబడే అతడి ఆస్తి (సంపద) అని కియోసాకీ అంటున్నాడు. ఆ రాబడి, అతడి ప్రస్తుత వృత్తివల్ల వచ్చే ఆదాయానికి సమానం అయితే, ఆ క్షణం నుంచీ అతడు తన వృత్తిని ఇష్టమయితే కొనసాగించవచ్చు. లేదా ఖాళీగా విశ్రాంతి తీసుకోవచ్చు. కియోసాకీ చెప్పిన దానిని బట్టి–

"సమయాన్ని తన చేతిలో వుంచుకోగలగటం, తన కిష్టమైన పని మాత్రమే చేసే స్థితిని సంపాదించటం, ఈ ప్రపంచంలో మనిషికి ఆర్థికపరమైన నిజమైన సంపద".

ఎంత గొప్ప నిర్వచనమో చూడండి. అలాంటి సంపదని ఎలా సంపాదించాలో వచ్చే ప్రకరణంలో చదువుదాం.

కమిట్‌మెంట్

జీవితంలో కాస్తయినా మంచి పేరు రావాలంటే కాసింతయినా కమిట్‌మెంట్ వుండాలి. తీసుకున్న అప్పు సమయానికి తీర్చటం లాంటి పెద్ద పెద్దవి కాదు. చెప్పిన టైమ్‌కి వెళ్ళలేకపోతే, 'ఆలస్యం అవుతుంది' (రావటం) అన్న చిన్న విషయాన్ని కూడా చెప్పరు చాలామంది. చేతిలో సెల్‌లూ, ఇంట్లో ఫోన్‌లూ వుంటాయి అందరికీ. కాని నిర్లక్ష్యం. ఎదురు చూస్తార్లే అన్న ధీమా! 'ఎందుకిలా జరిగింది ?' అని అడిగితే, అనుకోని అవాంతరం వచ్చింది అంటారు. వారి దృష్టిలో అది 'ఫోన్ చేసి చెప్పటానికి కూడా సమయం లేనంత' పెద్ద అవాంతరం. అదే విధంగా, ఎవర్నయినా పార్టీకి పిలిస్తే, కొందరు తమతో పాటు (చెప్పకుండా) మరొకర్ని తీసుకు వస్తారు. హోస్ట్ ఇబ్బంది ఆలోచించరు. అందుకు? ఇద్దరి దగ్గిరా ఫోన్‌లు వున్న సందర్భంలో కూడా, వారు మన ఇంటికొస్తున్నప్పుడు, వస్తున్నామని చెప్పరు. మనం మరేదో పనిలో వుంటామని కూడా ఆలోచించరు 'రావటమే' వారు మనకిచ్చిన వరంలా భావిస్తారు. మరి కొందరు అర్థరాత్రి రైలెక్కి, నిద్రపోతున్న వారిని పట్టించుకోకుండా పెద్దగొంతుతో సంభాషణ ప్రారంభిస్తారు.

చిన్న చిన్న విషయాల్లోనే కమిట్‌మెంట్ లేనివారు జీవితంలో ఎలా పైకి రాగలరు?

అభయం సత్త్వ సంశుద్ధి ర్జ్ఞానయోగ వ్యవస్థితిః .....
.... భవన్తి సమ్పదం దైవీ మభిజాతస్య భారత
(1, 2, 3 : దైవాసుర సంపద్విభాగ యోగము)

దైవ సంపద

సంపద్వి భాగమనే ఈ అధ్యాయంలో కృష్ణుడు అర్జునుడికి రెండు రకాలయిన సంపదల గురించి చెపుతున్నాడు. ఒకటి దైవసంపద, రెండోది రాక్షస సంపద. మంచేదో తెలియాలంటే చెడేదో తెలియాలి. కోపము, బంధము, దుఃఖము రాక్షస సంపదలు. నిజాయితీ, నిగ్రహం, శాంతము, దయ, ప్రతిభ, ఓర్పు, నిగర్వము మొదలైనవి దైవ సంపదలు. దైవ సంపదలు 24. అందులో నాలుగవది 'దాన గుణము'. దానం ఎవరివ్వగలడు? ఉన్నవాడు ఇవ్వగలడు. ధనము, జ్ఞానము – ఈ రెండే ఇవ్వబడేవి. ఇచ్చేకొద్దీ పెరిగేది జ్ఞానము. ఉంచేకొద్దీ పెరిగేది ధనము. దాన్ని ఇచ్చే కొద్దీ పెరిగేది సంతోషము.

ఈ అంశం ప్రాతిపదికగా, గత ప్రకరణంలో కియోసాకీ వివరించిన 'సంపద' నిర్వచనాన్ని పరిశీలిద్దాం. పాఠకులకి ఆ నిర్వచనం పట్ల ఈ విధమైన అనుమానం రావొచ్చు "ఒక రిక్షావాడు వున్నాడనుకుందాం. అతడు నెలకు వెయ్యిరూపాయలు సంపాదిస్తాడు. అయిదొందలు బ్యాంకులో వేసుకుని, అయిదొందల్తో సంసారం గడుపుతున్నాడు. పదేళ్ళకి లక్షరూపాయలు పోగయ్యాయి. దానిమీద నెలకి వెయ్యి వడ్డీ వస్తోంది. అతడి నెలవారీ సంపాదన కూడా అంతే! కాబట్టి అతడిక ఆస్తిపరుడేనా? ఇకపై ఆశలేమీ వుండకూడదా? పని చెయ్యనవసరం లేదా?" ఇటువంటి ప్రశ్నలు ఉత్పన్నం కావొచ్చు.

అలాటి వారికి కియోసాకీ నిర్వచనం అర్థం కాలేదన్నమాట. "...ఇవే సౌఖ్యాలతో" అన్నాడు. రిక్షావాడు అవే సౌఖ్యాలు అనుభవించటానికి అయిదొందలు చాలు. **అయితే, నెలకో అయిదొందలు అతడి పెట్టుబడికి వచ్చి చేరుతోందన్న మాట.** డబ్బు డబ్బుని సంపాదించటమంటే అదే. కొంతస్థాయి వరకే కష్టం. ఆ తరువాత అత్యాశకూ, థ్రిల్లింగ్ వెంచర్స్‌కూ పోకపోతే, కియోసాకీ చెప్పినట్టు 'కాలం' అతని

మీకు గుర్తుందా ?

1. ట్విన్ టవర్స్ అమెరికాలో కూలి పోయినప్పుడు మీరెక్కడున్నారు?
2. రాథోడ్‌కి ఒలంపిక్స్‌లో రజిత పతకం వచ్చిందని మీకు ఎలా, ఎంత కాలానికి తెలిసింది?
3. మీకిష్టమైన సినిమా మీరు అన్నిసార్లు చూడటానికి కారణం ఏమిటి?
4. తిరుపతిలో చంద్రబాబు నాయుడు మీద హత్యా ప్రయత్నం జరుగుతున్న సమయానికి కరెక్టుగా మీరెక్కడున్నారు?
5. బాలకృష్ణ షూటవుట్‌లో గాయ పడిన ఇద్దరి పూర్తి పేర్లు ఏమిటి?
6. డయానా స్నేహితుడు ఎవరు?
7. నక్సల్స్ చర్చలు ఫలిస్తాయా?
8. మీకు ఫలానా నటి / నటుడు అంత బాగా ఎందుకు నచ్చుతాడు? కారణాలేంటి?
9. మిలీనియం ప్రారంభంలో రాత్రి 12 గం॥లకు ఏం చేస్తున్నారు?
10. మీరు ఆఖరిసారి రైల్లో ప్రయాణం చేసి ఎన్ని నెలలయింది?

* * *

కాలం విలువ, గమ్యం విలువ తెలియని వ్యక్తులు, తమకి ఏమాత్రం సంబంధంలేని విషయాల గురించి ఎంతో చర్చిస్తూ సమయాన్ని వృథా చేసి, తరువాత మర్చిపోతారు.

చేతిలో వుంటుంది. (పై ఉదాహరణ, రూపాయి విలువలో మార్పు వుండదన్న దృక్పథంతో ఇవ్వబడింది.)

జీవితాంతం ఏ...దో...ఒ...క తప్పనిసరి పని చెయ్యటానికి మనం పుట్టలేదు. కనీసం కొంతకాలం అయ్యాకయినా, మనకిష్టమయిన పని చెయ్యగలిగే స్థితిలో వుండాలి. వర్షం కురుస్తున్న రోజు పకోడీలు తింటూ, వేడి వేడి టీ త్రాగుతూ, కావాలనుకుంటే ఆఫీసు మానెయ్యగలగాలి. మరోలా చెప్పాలంటే "రేపటినుంచీ పనిచేయక పోయినా నా జీవితానికేమీ ఢోకా లేదు" అనే స్థాయికి కష్టపడి పనిచేసి తొందరగా రావాలి. ఆతరువాత తాను ఆనందించగలిగే పని వెతుక్కోవాలి. **అందులో సంతోషంతో పాటూ మరింత సంపద కూడా వచ్చిచేరుతుంది.** మనుష్యులు ఆ విధంగా రెండు రకాలు.

ఆనందించ గల పనిచేస్తున్న వాళ్ళు.

చేస్తున్న పనిలో ఆనందం వెతుక్కునేవాళ్ళు.

ఒక చిన్న ఉదాహరణ ద్వారా దీన్ని బాగా అర్థం చేసుకోవచ్చు. ఒక ఆటగాడు వున్నాడు. వర్షంవలన మ్యాచ్ క్యాన్సిల్ అయింది. అతడి డబ్బు అతడికి వస్తుంది. అయినా విచారిస్తాడు. మరొక గుమస్తా వున్నాడు. రాష్ట్రపతి మరణం వలన ఆఫీసుకి శలవు ఇవ్వబడింది. అతడు ఆనందిస్తాడు. చేస్తున్న పని ఒకరికి ఆనందం. ఒకరికి విషాదం. తాను పనిచేసే కార్యాలయానికి ఎప్పుడు శలవు వస్తుందా అని ఒక వ్యక్తి ఆలోచిస్తున్నాడంటే అర్థం ఏమిటి? నలభై సంవత్సరాలపాటు తనకి ఇష్టంలేని వాతావరణంలో జీవితం గడుపుతున్నాడన్న మాట!

ఇష్టంలేని పనిని తప్పనిసరిగా జీవితాంతమూ చేయటం కన్నా నరకం మరేమయినా

వున్నదా? కొందరు వ్యక్తులు 'రొటీన్'కు అలవాటు పడటానికీ, మరికొందరు 'మా జీవితము నిస్సారము' అనటానికీ కారణం అదే.

మరి మధ్యవయస్సు వచ్చేటప్పటికి జీవితం ఈ విధంగా నిస్సారంగా అయిపోకుండా వుండాలంటే ఏం చెయ్యాలి ? దీనికి మూడు విలువలు తెలుసుకోవాలి.

1. కాలం విలువ.
2. యవ్వనం విలువ.
3. గమ్యం విలువ.

1. జీవితంలో ఏదిపోయినా సంపాదించుకోవచ్చు. ఆరోగ్యము, ధనము, బంధుత్వము- ఏవైనా సరే, కొంత వరకూ తిరిగి పొందవచ్చు కూడా. కానీ కాలంపోతే మాత్రం, క్షణం కూడా వెనక్కి పొందలేం. **కాలం విలువ తెలుసుకోవటం అంటే అది!** అవునా? కాదా? ఆలోచించండి.

2. బాల్య, కౌమార, యవ్వనాల్లో శక్తి అపారంగా వుంటుంది. బాల్యంనుంచే జ్ఞానం పట్ల అభిరుచి పెంచుకోవాలి. కౌమారంలో డబ్బు సంపాదించటం ప్రారంభించాలి. యవ్వనంలో అది పరాకాష్టకు చెందాలి. వయసుపైబడే కొద్దీ, పని చేసే శక్తి, ఆసక్తి తగ్గిపోతాయి. **యవ్వనం విలువ తెలుసుకోవటం అంటే అది!** అవునా? కాదా? ఆలోచించండి.

3. అన్నిటికన్నా ముఖ్యమైనది గమ్యం విలువ! బాల్యంలో అనవసరమైన ఆటలూ, టి.వి.లూ, యవ్వనంలో మరో విధమైన ఆకర్షణలూ గమ్యానికి దూరంగా లాగేస్తాయి. ఉన్న శక్తినంతా ఆ ఆనందంలో గడిపేలా చేస్తాయి. పని చెయ్యటం (లేదా చదువుకోవటం)లో కూడా అదే ఆనందం వున్నదని గ్రహిస్తే, ఇక మధ్యవయసు వచ్చేసరికి

అయిదు అనవసరాలు

మనుష్యులు అయిదు సందర్భాల్లో ప్రవర్తించకూడని విధంగా ప్రవర్తిస్తారని సిగ్మెండ్ ఫ్రాయిడ్ అంటాడు.

1. సమర్థన: (సిగరెట్ వెలిగించబోయే ముందు) ఒక్క సిగరెట్‌కే కేన్సర్ వస్తుందా ఏం? ఏ ఆనందమూ లేకుండా వందేళ్ళు బ్రతకటం కన్నా సిగరెట్ తాగుతూ తొంభై ఏళ్ళు బ్రతకటం నాకిష్టం.

2. అంతర్ముఖం : (తప్పు తనది కాదని తెలిసినా కూడా) ఇవన్నీ వివరించి చెప్పటం అనవసరం. ఎలాగూ నా భార్య అర్థం చేసుకోవటం జరగదు.

3. సరఫరా : (తనని పై వాళ్ళు తిట్టినప్పడు) హమ్మయ్య ఇప్పడు నాక్రింది వారిని తిట్టాక మనసు కాస్త ప్రశాంతంగా వుంది.

4. సాకు : (మార్కులు తక్కువ వచ్చినందుకు స్నేహితురాలితో) పరీక్ష ముందు రోజు రాత్రి బాగా తలనొప్పి వచ్చింది. చదువుమీద ఏకాగ్రత నిలపలేకపోయాను. అర్థం చేసుకుంటావ్ కాబట్టి నీకు చెపుతున్నాను.

5. చెరువు మీద కోపం: నాకు కావల్సిన టి.వి. ఛానెల్ చూడటం విషయంలో నా భార్యతో గొడవైంది. అందుకే మూడ్‌పాడయింది. రాత్రి నిద్రపట్టలేదు. ఈ రోజు ఎందుకో బాగా తాగాలనిపించింది. వస్తూ వస్తూ కారు ఆక్సిడెంట్ చేయబోయాను కూడా.

పై అయిదూ కీడు చేస్తాయని అంటాడు ఫ్రాయిడ్. కరెక్టే కదా. ✿

అందమైన రిస్క్

మనల్ని ఆకర్షితుల్ని చెయ్యటానికి ఎలాంటి ప్రకటనలు టి.వి.లో వస్తూ వుంటాయో చూడండి. ఫలానా అదృష్టపు రాళ్ళు కొని మీ ఇంట్లో పెట్టుకోండి... మా భస్మం వాడక పోతే మీరు డయాబిటిస్‌తో ఛస్తారు... ఈ తుమ్మెదని మీ పొట్టకి తగిలించుకోండి. మిస్ ఇండియాలా సన్నబడతారు. మరొక ఉదాహరణ చూడండి.

ఒక కుటుంబం హోటల్‌కి వెళ్తుంది. పిల్లలు ఖరీదైన కూరలు కావాలంటారు. తల్లి 'వద్దు అందరం ఒకే దానిలో సర్దుకుందాం' అంటుంది. తండ్రి విచారంగా చూస్తాడు.

మరో అమ్మాయి, అందమైన ముత్యాన్ని చూసి ముచ్చట పడుతుంది. ఖరీదు చూసి తల్లి విషాదంగా ఇంకో చౌక అయినది సెలెక్ట్ చేస్తుంది. అంతలో ఒక బ్యాంకు పేరు వస్తుంది. మా మ్యూచువల్ ఫండ్స్‌లో పెట్టుబడి పెడితే మీరిక ధరలు చూడనవసరం లేదు అన్న ప్రకటన వస్తుంది. అంతవరకూ బాగానే వుంది. కానీ ఆ తరువాత, వెనుకనుంచి ఒక గంభీరమైన గొంతు, "ఈ లాభాలన్నీ రిస్కుకి సంబంధించినవి. మీ జాగ్రత్తలో మీరు వుండండి" అంటుంది. అదే ట్రాజెడీ. ✿

రిలాక్స్ అయిపోవచ్చు. **గమ్యం విలువ తెలుసుకోవటం అంటే అది !** అవునా? కాదా? ఆలోచించండి.

రిటైర్మెంట్ వయసు రెండు సంవత్సరాలు తగ్గిస్తున్నారని తెలిసి ఒక వ్యక్తి బెంబేలెత్తిపోయాడంటే దానికి కారణాలు ఏమై వుంటాయి? (1) ఆర్థికపరంగా ఇంకా నిలదొక్కుకోకపోయి వుండవచ్చు. (2) వచ్చే పై రాబడి ఆగిపోతుందనే కక్కుర్తి అయివుండవచ్చు. (3) తీరిక సమయాన్ని ఏం చెయ్యాలో తోచని అలజడి కావొచ్చు (4) భార్యా మనవల్తో గడపటం కన్నా ఆఫీస్ సుఖస్థితి కావొచ్చు. ఇలా ఎన్ని కారణాలయినా వుండి వుండవచ్చు. వృద్ధాప్యంలో గృహశాంతి ముఖ్యం. సమస్యా రాహిత్యం ముఖ్యం. ప్రశాంతత ముఖ్యం. **యవ్వనకాలం నుంచే దీనికి పునాది వేసుకుంటూ రావాలి.** ఇక్కడ మరో ముఖ్య విషయం గమనించాలి. సరిగ్గా అర్థం చేసుకోగలిగితే చాలా అద్భుతమయిన విషయం ఇది.

మీకు తూనికల సూత్రం తెలిసే వుంటుంది. ఫిజిక్స్ చదువుకున్న వారికి ఇది ఇంకా బాగా తెలుస్తుంది. త్రాసు (Balancing Machine) యొక్క భుజముల పొడవుకీ, దానిలోవేసే బరువుల పొడవుకీ సంబంధం వుందని ఈ సూత్రం చెపుతుంది. భుజము పొడవు తగ్గేకొద్దీ అది ఎక్కువ బరువు మోస్తుంది.

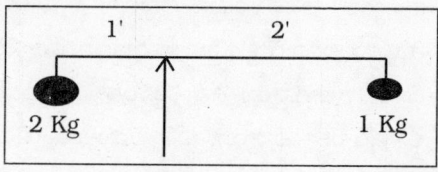

పై బొమ్మలో ఒకవైపు రెండు కిలోల రాయిపెడ్తే, మరోవైపు ఒక కిలోరాయి పెడ్తే

చాలు. ఎందుకంటే, ఒకవైపు భుజము పొడవుకన్నా రెండోవైపు భుజము పొడవు రెట్టింపు. పార్కుల్లో పిల్లలు ఇటూఅటూ కూర్చుని వూగే బల్లని గమనించండి. పెద్దలు కూర్చునే వైపు పొట్టిగా, పిల్లలు కూర్చునేవైపు పొడుగ్గా వుంటుంది.

ఇదే సూత్రం జీవితంలో డబ్బు సంపాదనకి కూడా వర్తిస్తుంది. ఈ క్రింది బొమ్మ చూడండి.

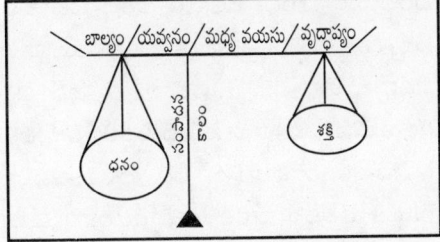

పై బొమ్మలో సంపాదనా కాలం కుడివైపు జరిగే కొద్దీ ధనం బరువు పెరుగుతుంది. ఎడమ వైపుకి జరిగేకొద్దీ, దాన్ని సంపాదించటానికి ఎక్కువ శక్తి కావలసిన అవసరం ఏర్పడుతుంది. మరోలా చెప్పాలంటే, వయసు పెరిగేకొద్దీ, "నిల్వ చేసుకునే టంత రాబడి" సంపాదించుకోవటం కష్టం.

యవ్వనంలో లక్ష ఆదాచేస్తే, ప్రతినెలా వెయ్యిరాబడి. యవ్వనంలో లక్ష అప్పుచేస్తే, ఆపై జీవితాంతం నెలకి వెయ్యి ఖర్చు.

అదీ సూత్రం. ముందే స్థిరపడితే, జీవితం లో ఆనందించటానికి LEVERAGE TIME ఎక్కువ మిగుల్తుంది. అందుకే జీవిత త్రాసు యొక్క 'లివర్'ని వీలైనంత ఎడమవైపుకి జరపటానికి ప్రయత్నించాలి. సినిమాలూ, స్నేహాలు, ప్రేమలూ మానేసి, కౌమార యవ్వనాల్లో కాస్త కష్టపడితే, 'జీవితాంతం' ఆ సుఖమనుభవించవచ్చు. అలా అని నిరంతరం ధన సంపాదనలోనే మునిగి తేలమని కాదు. ఆనందిస్తూనే ధనం సంపాదించే

అటకమీద డ్రీమ్ - బాక్సులు

కొందరు తమ దగ్గరి dream box అటక మీద పెట్టి తమ పని తాము చేసుకుంటూ ఉంటారు. ఆ పెట్టికి చెదలు పట్టి ఇక పనికి రాదని తెలియగానే దాన్ని పారేసి, కొత్తదాన్ని మళ్ళీ అటక మీద పెడ తారు. చాలా మంది ఇలా తమ కలల పెట్టెల్ని మారుస్తూ పోతారు తప్ప ఎందుకా కల నిజం కాలేదని ఆలోచించరు.

ఉదాహరణకి - 8 వ తరగతి చదివే కుర్రవాడి కలల పెట్టెలో మం చి Cricketer అవ్వాలని ఉంటుం ది. అవడు. పెట్టె మారుస్తాడు.

ఇంటర్మీడియట్ కొచ్చేసరికి డాక్టరో, ఇంజనీరో అవ్వాలని ఉం టుంది. సీటు రాదు. తనకి తెలియని (లేదా ఇష్టంలేని) ఎవరో బావుం దని చెప్పిన కోర్సు చదువుతాడు. వయసొస్తోంది. యవ్వనంలో మం చి ఉద్యోగం సంపాదించాలని ఉం టుంది. రాదు.

ఇవన్నీ గొప్ప గొప్ప కలల పెట్టె లు మాత్రమే! పెట్టెల్ని మార్చుకుంటూ పోతే ఏం లాభం? వాటిని సొంతం చేసుకోడానికి ప్రయత్నించాలి.
"People who change the dream box 'when the dreaming is over' they continue to live in dreams only ".

- ***Bernard Shaw***

పనికిరాని సరుకు

ఒక వస్తువు యొక్క ధర- కొనేవాడికీ, అమ్మేవాడికీ మధ్య జరిగే బేరసారాలపై ఆధారపడి వుంటుంది. సాధారణంగా కొనే వాడే ఈ విషయంలో జాగ్రత్తగా వుండాలి.

* * *

ఒక స్వామీజీ దగ్గరకు ఒక వ్యక్తి వెళ్ళి "నా కూతురు ఒక దౌర్భాగ్యుణ్ణి ప్రేమించింది. మీరే ఆమె మనసు మార్చాలి" అన్నాడు.

"తండ్రివి కదా. నువ్వేచెప్పు" అన్నాడు స్వామీజీ.

"నే చేప్తే వినడం లేదు. అసలు నా మాటే వినదు. పైగా దానికి చాలా కోపం, బద్ధకం"అని ఆమె గురించి మరికొంత వివరిస్తూ "ఏం చెప్పను స్వామీ ! చదువు వంట బట్టలేదు. ప్రొద్దున్నే పదింటి దాకా లేవదు. లేచిన తరువాత T.V. వదిలి పెట్టదు. ఫోన్‌లో మాట్లాడితే గంట అయితేగానీ పెట్టదు. పైగా కోపం ఎక్కువ. చెల్లినీ, తమ్ముడినీ తెగకొడుతూ వుంటుంది. తను చూసే టి.వి. ఛానెల్ మారిస్తే నానా యాగీ చేస్తుంది. తిన్న కంచం ఎత్తదు. తన పక్కబట్టలు కూడా తను సర్దదు" అంటూ కూతురి గుణ గణాలన్నీ చెప్పకుంటూ వచ్చాడు. అంతా విన్న స్వామి "అటువంటి అమ్మాయిని వదలి పెట్టడానికి నీకెందుకు అభ్యంతరం నాయనా?" అన్నాడు.

విద్య నేర్వమని! అనవసరంగా కాలాన్ని వృథా చేసుకోవద్దని!

ఇక్కడ మరో గొప్ప విషయాన్ని చెపుతాను. ఇది వాస్తవంగా జరిగిన సంగతి. నాకళ్ళ ముందే జరిగింది.

CASE : మా కాలనీ పక్క బస్తీలో హమీద్ అని ఒక ఆటో డ్రైవర్ వుండేవాడు. ముఖ పరిచయం వుంది. ఒకసారి అతడి ఆటో ఎక్కినప్పుడు జపనీస్ పుస్తకాలు కనిపించినయ్. వాటి వివరాలు చెప్పాడు. "....ఆటోలకి ఈ మధ్య పెద్ద గిరాకీ లేదు సాబ్. చాలాసేపు చెట్టుక్రింద రోడ్డుపక్క ఆపుచేసి కూర్చోవలసి వస్తోంది. హిందీ, జపనీస్ రెండూ తెలిసిన వారికి ట్రాన్స్‌లేటర్స్‌గా చాలా డిమాండ్ వున్నదని ఎవరో చెప్పారు. మొన్నటి వరకూ ఆటోలో నిద్రపోయేవాడిని. ఇప్పుడు ఆ సమయంలో జపాను భాష నేర్చుకుంటున్నాను" అన్నాడు. ఇది జరిగి దాదాపు పదిహేను సంవత్సరాలయి వుండవచ్చు. తరువాత సింగపూర్ విమానాశ్రయంలో కలిసాడు. అక్కడ జపనీస్ కార్యాలయంలో పని చేస్తున్నానని చెప్పాడు. సూట్‌లో వున్నాడు. స్వచ్ఛమైన ఇంగ్లీషు మాట్లాడుతున్నాడు.

కాలాన్ని సద్వినియోగ పర్చుకోవటంపై నాకు తెలియని కొత్త కోణంలో ఇదొక అద్భుతమైన, అనూహ్యమైన ఉదాహరణ.

సంపద అంటే కేవలం డబ్బేకాదని అనుకున్నాం కదా! ఆనందాన్నిచ్చే ప్రతీదీ సంపదే.

* * *

ఆనందానికి అయిదు సూత్రాలు :

మన జీవితం మనం ఎలా కావాలనుకుంటే అలావుండకపోవచ్చు. కానీ 'ఏమీ' అనుకోకపోతే మాత్రం చాలా డల్‌గా వుంటుంది. ప్రతివారూ కొంతలో కొంతయినా పాటించవలసిన అయిదు

అద్భుత సూత్రాలివి. ముఖ్యంగా చిన్న పిల్లలపై దీని ప్రభావం చాలా బావుంటుంది. ఇలాంటి అలవాట్లు చిన్నతనం నుంచే నేర్పితే, పిల్లలకి ఎంతో మేలు చేసిన వారవుతారు. పెద్దలు కూడా తమ మానసిక అలసట తగ్గించుకోవటానికి ఈ అయిదు అలవాట్లు చాలా ఉపయోగపడతాయి.

మనిషికి అలసట ఎందుకు కలుగుతుంది? పంచజ్ఞానేంద్రియాలు అలసిపోవటం వలన! వాటికి మనం ఆనందం ఇచ్చేకొద్దీ అవి మనకి ఆనందం ఇస్తూ వుంటాయి. పంచజ్ఞానేంద్రియాలయిన చర్మం (స్పర్శ), చెవి (శబ్దం), ముక్కు (పరిమళం), కన్ను (దృష్టి), నోరు (ఆహారం) ద్వారా మనసుని ఎలా ఆనందపర్చవచ్చో ఇప్పుడు తెలుసుకుందాం.

1. స్పర్శ : మనం చిన్నప్పుడు తల్లిదండ్రుల్ని చాలా ఎక్కువగా ముట్టుకుంటూ వుంటాం. అక్కాచెల్లెళ్లతో, అన్నాతమ్ముళ్ళతో – పైన చేతులు వేసి మాట్లాడతాం. వయసు పెరిగేకొద్దీ మన గుహల్లోకి వెళ్ళిపోతాం. భారతదేశంలో మరొకరు చూస్తూండగా భార్యాభర్తలు ఒకర్నొకరు స్పర్శించరు. ఇదంతా పూర్తిగా మారాలి. ఆ మాటకొస్తే పిల్లల ముందు తల్లిదండ్రులు ఆప్యాయత (సెక్స్ కాదు) ప్రదర్శించటం, వారికి చాలా సెక్యూరిటీ ఫీలింగ్ ఇస్తుందంటారు సైకాలజిస్టులు. మెదడులో 'సెరొటనైన్' అన్న పదార్థం 'Feel good' అన్న భావాన్ని కలుగ చేస్తుంది. ఒకవ్యక్తి మరొక వ్యక్తిని ప్రేమగా స్పర్శిస్తున్నప్పుడు మెదడులో ఉత్పన్నమయ్యే 'ఆక్సిటోసిన్' అన్న హార్మోను, ఆహ్లాదాన్ని కలుగ చేస్తుంది. అది మానసిక స్ట్రెస్‌ను తగ్గిస్తుంది. 1954లో జేమ్స్ ఓల్డ్ అన్న సైకాలజిస్టు ఎలుకల మీద ఒక ప్రయోగం చేసి ఈ విషయాన్ని నిరూపించాడు. మెదడులోని సెరొటనైన్ అన్న

ఆ వ్యక్తి దిగ్భ్రాంతిలో విచలితుడై "ఏం చెప్తున్నారు మీరు?" అన్నాడు.

స్వామి అతనితో "నీ కూతుర్ని నీవు 18 సంవత్సరాల పాటు సరిగ్గా పెంచలేకపోయావు. పనికిరాని అమ్మాయిగా తయారయ్యింది. ఇప్పడా అమ్మాయి పెళ్ళి ఇంకెవరితోనో నువ్వు ఎంపిక చేసి చేసావనుకో. ఒక అమాయకుడిని మోసం చేసిన వాడివి అవుతావు. నువ్వు చేసిన తప్పకు మరెవడో బలి అయిపోతాడు. ఇప్పుడు అలా కాదు. ఒక దౌర్భాగ్యుడు ఆ అమ్మాయి విలువని పరిశీలించకుండానే తీసుకు పోతానంటున్నాడు. అది వాడి ఖర్మ. నువ్వు అదృష్టవంతుడివి! వెంటనే మీ అమ్మాయిని వీలైనంత తొందరగా ఇచ్చేసేయ్"! అంటూ సలహా ఇచ్చాడు.

"DONT LOVE AT FIRST SIGHT" అన్న పుస్తకంలో, ప్రేమించడానికి, ప్రేమింపబడడానికి కొన్ని అర్హతలుండాలి అన్న అధ్యాయంలోని ఉదాహరణ ఇది. ❁

నమ్మిందే వ్రాయాలి

ఒక విలేఖరి ఒక ప్రముఖ రచయితని, "మీ మీద ఒక విమర్శ వుంది. మీరెప్పుడూ మీరు నమ్మినవే వ్రాస్తారు. మీరెలా బ్రతుకుతున్నారో అందర్నీ అలాగే బ్రతకమంటారు. మీ రచనల్లో గర్వం కనపడుతుంది. ప్రజలు తక్కువ స్థాయిలో బ్రతుకుతూ వున్నారని మీ అభిప్రాయం. మీ అభిప్రాయాల్ని అందరి మీదా రుద్దుతున్నారని మా విమర్శ" అన్నాడు.

దానికి రచయిత అమాయకంగా, "భగవద్గీతని కూడా ఆ రచయిత అదే అభిప్రాయంతోనే వ్రాసేడే" అన్నాడు.

"అంటే - మీరు వ్యాసుడంత గొప్పవారని మీ అభిప్రాయమా?" అన్నాడు విలేఖరి.

అప్పుడా రచయిత ఈ విధంగా అన్నాడు : "కృష్ణుడు చెప్పింది వ్యాసుడు వ్రాసాడు. నాలోని కృష్ణుడు చెప్పినట్టు బ్రతుకుతూ నేను చాలా సంతోషంగా వున్నాను. అదే వ్రాస్తున్నాను. తమలోని భగవంతుడు చెప్పినట్టు బ్రతకమనేగా నేను వ్రాస్తున్నది. ఇతరులకి ఇబ్బంది కలుగకుండా మనిషి ఆనందంగా వుండటం కన్నా కావల్సింది ఏముంది?" ✿

ఈ భాగానికి ఎలక్ట్రికల్‌గా ప్రేరణ కలిగించాడు. అటువంటి ప్రేరణను కలిగించే ఏర్పాటుతో ఒక వైరుకి కనెక్షన్ ఇచ్చాడు. ఆ ఎలుకలు ఎంతో ఆనందం పొందాయట. చివరికి తిండి మానేసి, ఆ వైరుని స్పర్శిస్తూ కూర్చున్నాయిట. ప్రేమ పూరితమైన ఆ స్పర్శకి అంత పవర్ వుంది. దురదృష్టవశాత్తు మనం, అవతలివారు ఏమనుకుంటారో అన్న భయంతో, వారి వ్యక్తిగత వృత్తంలోకి ప్రవేశిస్తున్నా మేమో అన్న అనుమానం తో భుజం మీదగానీ, చేతిమీద గానీ, చేయివేసి మాట్లాడటానికి జంకుతాం. అటువంటి సంశయాలు ఏమీ అక్కర్లేదు. అందరిమీదా కూడా అవసరం లేదు. దగ్గిరవారితో మాట్లాడేటప్పుడు దగ్గిరగా వుండి మాట్లాడటం నేర్చుకోండి. పిల్లలకు నేర్పండి. చుట్టుపక్కలనున్న వారితో స్నేహపూర్వకంగా వుండటం Stress ను పది శాతం తగ్గిస్తుంది.

2. శబ్దం : "నిశ్శబ్దాన్ని ఆస్వాదించటం నేర్చుకోండి" అంటాడు కోలరిట్జ్ అనే కవి. అలాగే శబ్దాన్ని కూడా! పక్షుల అరుపులు, ముఖ్యంగా కోయిలపాట, కిలకిలరవాలు మనసుని ఎంతో ఉత్తేజితం చేస్తాయి. వాయులీనం, మురళి, వీణ మొదలైన వాద్యాల క్యాసెట్లు వినటంపై పిల్లలకి అభిరుచి కలుగచెయ్యండి. Making the most of your Brain అన్న పుస్తకంలో మనిషి మూడ్‌పై శబ్దం యొక్క ప్రభావాన్ని ఎంతో బలమైనదిగా వ్రాసారు. నా పడగ్గది పక్కనే రెల్లుగడ్డితో పక్షుల కోసం సహజసిద్ధంగా పాక కట్టించింది కూడా అందుకే. పక్షుల అరుపుల్తో మేల్కొనటం కన్నా ఆహ్లాదం ఏముంటుంది? మానసిక వత్తిడికి మ్యూజిక్ కన్నా పెద్ద మందు లేదంటారు. ఈ కాంక్రీట్ జంగిల్‌లో వాహనాల చప్పుడు తప్ప

మరేమీ వినే అదృష్టానికి మనం నోచుకోలేదు. ఏడాదికొకసారయినా సముద్రం దగ్గిరకో, జలపాతం దగ్గిరకో వెళ్ళి ఆ హోరు వినండి. ఈ మధ్య సహజసిద్ధమైన ప్రకృతి శబ్దాలతో, వాయిద్యాలను కలిపి తయారు చేసిన మ్యూజిక్ క్యాసెట్‌లు వస్తున్నాయి. తెల్లవారు ఝామునే భక్తి గీతాలు, రాత్రి ప్రపంచం అంతా నిదురించాక 'ఛాయాగీత్' లాటి పాటలు వినటం నేర్చుకోవాలి. యమన్ కళ్యాణ్, పహాడీ, భాగేశ్వరి లాటి రాగాలు రాత్రిళ్ళు మనసుని ఉల్లాసపర్చి, ప్రశాంతమైన నిద్రకు దారి తీసేలా చేస్తాయి. అదే విధంగా ప్రొద్దున లేవగానే భూపాలరాగం గానీ, సుప్రభాతం గానీ టేప్‌లో 'ఆన్' చేసి మన పనులు చేసుకోవటం ప్రారంభిస్తే రోజు ప్రారంభం ఉత్తేజితంగా వుంటుంది. పిచ్చిపిచ్చి పాటలు రోజంతా విన్నా, ప్రత్యూషాన్నీ, పాలవెన్నెల్నీ మాత్రం మంచి సంగీతంతో ప్రభావింప చెయ్యాలి. ఒకవైపు మ్యూజిక్ వినపడుతూ వుంటే, మరోవైపు మన పని మనం చేసుకుపోవచ్చు. శ్రమ తెలీదు. సంగీతం ప్రకృతి మనకిచ్చిన బహుమానం.

3. పరిమళం : దురదృష్టవశాత్తు మనం దీనికి ఏరకమైన ప్రాముఖ్యతా ఇవ్వం. మనిషి నాసిక దాదాపు పదివేల రకాల వాసనల్ని పసిగట్ట గలదని అంచనా. మెదడులోని ముఖ్యమైన కార్టెక్స్‌కి దగ్గిరగా ఈ వాసనని పసిగట్టే నాడులు (న్యూరోటాన్స్ మిటర్స్) పదివేల దాకా వుంటాయి కాబట్టి, పని చేసేచోట వచ్చే పరిమళం మనిషి శక్తిని పెంచుతుంది. మంచి సుగంధం రక్తప్రసరణాన్ని కంట్రోలులో వుంచుతుందనీ, గుండెనొప్పిని దూరం చేస్తుందనీ ఇటీవలే శాస్త్రజ్ఞులు కనుక్కున్నారు. పుదీనా వాసన పీలుస్తూ

మెదడుని ఉత్తేజపర్చటం కోసం

గాంధీ నుంచి టంగుటూరి వరకూ, ఠాగూర్ నుంచి టెండూల్కర్ వరకూ గొప్పవాడికీ సామాన్యుడికీ ప్రారంభంలో జీవితం ఒకలాగే వుంటుంది. **గొప్పవాడు ప్రారంభంలో కాస్త శ్రద్ధ తీసుకుంటాడంతే.** గెలుపుచూసి ఆ గమ్యంమీద ఆశ పుడుతుంది. దాంతో అతడిలో తపన బయల్దేరుతుంది. **తనకీ మిగతావారికీ తేడా తెలుస్తుంది.** ఇక ఆ మార్గంలో పయనించటం ప్రారంభిస్తాడు. ప్రారంభంలో ఈ చిన్న చిన్న విషయాలు అలవాటు చేసుకోండి. చాలా చిన్న అలవాట్లు.

1. ఖాళీగా వున్నప్పుడు మీ మనసులో భావాలు వ్రాసుకోండి లేదా బొమ్మలు వేయండి. పిచ్చివయినా సరే. ఎవరికీ చూపించవద్దు. వేసి దాచు కోవటమో పారెయ్యటమో చెయ్యండి.

2. స్నేహితులకి ఉత్తరాలు వ్రాయండి. సంఘటనలని వివరించటానికి ప్రయత్నం చెయ్యండి. లేదా డైరీ విపులంగా వ్రాసే ప్రయత్నం చెయ్యండి.

3. ఖాళీగా వున్నప్పుడు చిన్న చిన్న నోటి లెక్కలు చేయండి. ఉదాహరణకి 24 × 12 ఎంతో మనసులో లెక్కకట్టి, ఆ తరువాత కాగితంమీద సరిచూచుకోండి. సూపర్ మార్కెట్‌లో వస్తువులు ఎంపిక చేస్తున్నప్పుడు మొత్తం ఎంత బిల్ అయివుంటుందో మనసులో లెక్కకట్టండి. కౌంటర్ దగ్గిర బిల్

వచ్చాక మీలెక్క సరిగ్గా వున్నదో లేదో చూసుకోండి.

4. ట్రయిన్‌లో వెళ్తూన్నప్పుడు టైమ్ టేబిల్ చూడండి. అందులో మ్యాప్ వుంటుంది. ఎటునుంచి ఎటువెళ్తున్నారో గమనించండి. తూర్పు పడమరలు, నదులు గుర్తించండి. గమ్మత్తయిన స్టేషన్ పేర్లు గమనించండి. జంక్షన్లు ఏయే వూరికి వెళ్తాయో చూడండి. కార్లో, బస్‌లో వేరే రాష్ట్రాల్లో వెళ్తున్నప్పుడు దిశలు, దిక్కులు గమనించండి బంగాళాఖాతం, అరేబియా సముద్రం ఎటున్నాయో పందెం వేయండి.

5. రోజుకి కనీసం అరగంటన్నా శరీరం కదిలే ఆట ఆడండి. లేదా ఒక్కరే మౌనంగా మీలో మీరే ఆలోచించుకుంటూ నడవండి.

6. బుల్‌బుల్ లాంటి చౌకయిన వాయిద్యం కొని టింగ్ టింగ్ మనిపించండి. దానిమీద పాటలు ఎలా పలికించాలో పుస్తకాలుంటాయి. చాలా ఈజీ. ప్రయత్నించండి.

7. ఇతరుల ప్రవర్తనని గమనించి, కొన్ని సందర్భాల్లో వారు అలా ఎందుకు ప్రవర్తించారో మీరే లోలోపల విశ్లేషించుకోండి.

8. మూడు నెలలకో కొత్త పుస్తకం ఏదైనా సరే చదవటం నియమంగా పెట్టుకోండి.

పై ఎనిమిది పాయింట్లలో కనీసం అయిదు చేస్తే ఆ తేడా మీకే తెలుస్తుంది. మెదడుకి శక్తి పెరుగుతుంది. మిమ్మల్ని మీరు ప్రేమించు కోవటం మొదలవుతుంది. అదీ ప్రారంభం. ❁

ఉదయాన్నే నడవటం లేదా ఈవెనింగ్ వాక్ ఆరోగ్యానికి చాలా మంచిదని కూడా తెలుసుకున్నారు. ఏ కారణమూ లేకుండా మనసెందుకో దిగులుగానూ, ఒంటరిగానూ అనిపిస్తే, ఫాన్ వెనుక మల్లెపూలుగానీ, సంపెంగగానీ, దవనంగానీ పెట్టుకొని మంచిపుస్తకం చదువుకుంటే దిగులు మటుమాయం అవుతుందని బిహేవియరల్ సైకాలజిస్టులు చెపుతున్నారు. నేను నవల వ్రాసేటప్పుడు రోజుకొక రకమైన అగరొత్తి వాడతాను. గుడి ప్రాంగణంలో వచ్చే కర్పూర వాసనా, నేలతడిసిన మట్టి వాసనా, లైబ్రరీల్లో పాత పుస్తకాల లేతపరిమళం, ఆ మాటకొస్తే గుహల్లో నిశ్శబ్దపు గబ్బిలాలమత్తు వాసన కూడా ఒకప్పటి మధుర జ్ఞాపకాలను పైకి తెచ్చి మనసుని ఆహ్లాద పరుస్తాయి. ముందు చెప్పినట్టు, మనకెంతో మానసికోల్లాసాన్నిచ్చే మధుర పరిమళాల్ని మనం అనవసరంగా దూరంగా వుంచుకుంటున్నాం.

4. దృష్టి : 'ఏడాదికొకసారి అలక్‌నందా నదుల్ని, ఆల్ప్స్ పర్వతాల్నీ చూడటానికి వెళతాం. కిటికీ తెరుస్తే కనపడే సూర్యాస్తమయాన్ని చూడం' అని ఎక్కడో వ్రాసాను. మన చుట్టూ ఆహ్లాదకరమైన రంగుల వాతావరణాన్నీ, కలర్ల కాంబినేషన్లనీ పనిచేసే చోట కళ్ళకెదురుగా వుంచుకుంటే పని స్టాండర్డ్ పెరుగుతుందని Making the most of your Brain అన్న పుస్తకం ఎడిటర్లు చెపుతున్నారు. ఇల్లయితే చుట్టూ చిన్నతోట, ఫ్లాట్ అయితే కనీసం బాల్కనీలో పూలకుండీ, చివరికి డ్రాయింగ్ రూమ్‌లో గులకరాళ్ళ ఫ్లవర్ వేజ్ కూడా మనసుని ఫ్రెష్‌గా వుంచుతుం దంటున్నారు. రోజురోజుకీ కాస్తకాస్త ఎదిగే మనీ ప్లాంటు, కుండీలో పెంచే చెట్టుకు పూసిన గులాబీ పువ్వు, మన పాజిటివ్

ఆలోచనల్లకి సపోర్టుగా నిలుస్తాయంటారు. ప్రొద్దున్నే గదిలోపల కాకుండా సూర్యరశ్మి పడేచోట కూర్చొని పేపరు చదవటం, పనిచేసే బల్లకి ఎదురుగా మంచి చిత్రపటాలూ, వీలైతే అక్వేరియం వుంచటం అంతర్గత శక్తిని వృద్ధిచేస్తాయి. ముఖ్యంగా అక్వేరియంలో కదిలే చేపపిల్లలు విసుగ్గా వున్న మనసు ధోరణిని మారుస్తాయి. కిటికీ అవతల నుంచి కదిలే వాహనాలు కాకుండా, పచ్చటి చెట్లు కనపడేలా పనిచేసే గదిలో కుర్చీ అమర్చుకుని కూర్చుంటే సాయంత్రం అయ్యేసరికి అలసట ఎక్కువగా వుండదు. నిరంతరం కదిలే వాహనాల్ని చూస్తూ ఆ చప్పుళ్ళు వింటూ పనిచేస్తే మామూలు కన్నా రెట్టింపు అలసట వుంటుందట.

5. ఆహారం : పంచజ్ఞానేంద్రియాల్నీ తృప్తి పరుస్తూ జీవితాన్ని ఉన్నంతలో ఆనందించటం ఎలాగో చర్చిస్తున్నాం. 'తినటం కోసం బ్రతక్కూడదు. బ్రతకటం కోసం తినాలి' అన్నది నానుడి. ఎప్పుడూ ఏదో ఒకటి తినేవారి కోసం ఈ సామెత వచ్చింది. అలా తినకూడదుకానీ అప్పుడప్పుడు "తినటంలో ఆనందం" కోసం కూడా తినాలి. ఆమాటకొస్తే, **కేలరీలు దృష్టిలో వుంచుకుంటే ప్రతిరోజూ "తినటాన్ని" ఒక ఆహ్లాదకరమైన దినచర్యగా మార్చుకోవచ్చు.** ముఖ్యంగా లవంగాలూ, యాలకులూ మొదలైన ద్రవ్యాలు మెదడులోని ఎండ్రోఫిన్స్‌కి ప్రేరణ కలిగిస్తాయని కనుక్కున్నారు. దీనివల్ల సెరొటనైన్‌కి సంతృప్తి కలుగుతుంది. వారానికొకసారి మంచి భోజనం చెయ్యబోతున్నామన్న ఫీలింగ్ కూడా బావుంటుంది. అన్నిటికన్నా ముఖ్యంగా, ఇంటి సభ్యులందరికీ వంట వచ్చి వుండాలి. స్వంత వంట తినటం వల్ల కలిగే సంతృప్తి వెరైటీగా

నిరపాయకర వ్యసనాలు

కొందరికి నిద్రమాత్రలు వేసుకోకపోతే నిద్రరాదు. గుట్కా, పాన్ పరాగ్, తాగుడు, పేకాట, సిగరెట్, రేసులు మొదలైనవన్నీ మరింత అపాయకరమైన వ్యసనాలు.

అయితే నిరపాయకరమైన వ్యసనాలు కొన్ని వుంటాయి. మిగతా వారిని అంతగా బాధించక పోయినా, దగ్గిర వారిని ఇబ్బంది పెడ్తూ వుంటాయి. అటువంటి వాటిలో ఒకటి షాపింగ్. అవసరమున్నా లేకపోయినా తరచు షాపింగ్ చేయకపోతే తోచదు కొందరికి. కొందరు వూరికే చూడటం కోసం షాపులకి వెళ్తూ వుంటారు. దీన్ని WINDOW SHOPPING అంటారు. మరికొందరు డబ్బు ఖర్చుపెట్టి అనవసరమైన షాపింగ్ చేస్తూ వుంటారు. హైద్రాబాద్‌లో ఒక ఏకాకి అయిన ధనవంతుడు మరణించినప్పుడు, అతడి గదిలో దాదాపు యాభై సూట్లు, పాతిక బూట్ల జతలు దొరికాయి. చిత్రమేమిటంటే ఇవన్నీ ఒక్కసారి కూడా అతను వాడనివి.

నా స్నేహితుడు తన కూతురి గురించి కంప్లెయింట్ చేసాడు. ఆ అమ్మాయికి ఇరవైఏళ్ళు. ఆమెకి ఏ జబ్బూ లేదు. కానీ ఆరోగ్య వ్యసనంతో బాధపడుతోంది. ఆరోగ్యం గురించి ఏ పత్రికలో చిన్న చిట్కా పడినా అమలుచేస్తుంది. ప్రొద్దున్నే లేవగానే అల్లం తినటం, ఎనిమిదింటికి మొహానికి పసుపు రాసుకోవటం,

కళ్ళమీద దోసముక్కలు పెట్టుకొని అరగంట పడుకోవటం, మధ్యాహ్నం కారెట్ ముక్కలు, అరగంటపాటు వేడినీళ్లలో కాళ్ళు వుంచటం, శరీరానికి క్రీమ్, తలకి నిమ్మకాయరసం లేదా కోడిగుడ్డుసొన, సాయంత్రం నాలుగు టమోటాలు ... ఇలా అంతు లేకుండా వాడుతూ వుంటుందట...!

ఏదైనా మితంలో వుంటేనే హితం. మితం తప్పితే దాన్ని అబ్సెసివ్ కంపల్సరీ డిజార్డర్ అంటారు. దీని గురించి కూడా ఈ పుస్తకంలోనే వివరించటం జరిగింది.

*　　*　　*

సైకాలజీకీ ఫిలాసఫీకీ దగ్గిర సంబంధం వుంది. తర్కమూ మన స్తత్వ శాస్త్రమూ ఫిలాసఫీ నుంచే వచ్చాయి.

గ్రీకు జానపద గాథల్లో 'సైకే' అన్న పేరు గల సౌందర్యవతి తనను తాను భగవంతునికి "ఆత్మ"ని అర్పించుకుని, మరు జన్మ నుంచి విముక్తి అయిందట. ఆ 'సైకే' అన్న పేరు నుంచే సైకాలజీ అన్న పదం వచ్చింది. ❁

వుంటుంది. తాము చేసిన వంటని మిగతావారు మెచ్చుకుంటే కలిగే సంతృప్తి పిల్లల్లో కాన్ఫిడెన్సు కలుగచేస్తాయి.

*　　*　　*

ఇదంతా చదివిన తరువాత, "ఆఁ ఇదంతా అన్నీ డబ్బున్న వాళ్ళకే సాధ్యం. అయినా అంత సమయమూ, ఓపికా ఎవరికున్నాయి?" అంటే ఇక చెప్పగలిగేది ఏమీ లేదు. పంచేంద్రియాల్నీ ఉత్సాహభరితంగా వుంచగలిగే ఇంత చిన్న చిన్న పనులు చేయకపోతే శరీరం కూడా యాంత్రికత (క్యాజువల్‌నెస్)కు అలవాటు పడుతుంది. ఇక బ్రతకటం దేనికి? ఏడాదికొక సినిమా చూడటం మానేస్తే సంవత్సరంపాటు ప్రతిరోజూ ఇంట్లో అగరొత్తి వెలిగించవచ్చు. **దేనికోసం ఏది వది లెయ్యాలో తెలుసుకోవటమే జీవితం.**

కామర్సు ప్రకారం సంపద రెండు రకాలు. Tangible Assets and Intangible Assets. మొదటిదాని ఖరీదు లెక్కకట్టవచ్చు. ఇంకొకరికి ఇచ్చే కొద్దీ ఇది తరిగిపోతుంది. డబ్బు, బంగారం మొదలైనవి టాంజిబుల్ అసెట్స్. రెండో దానిలో ప్రేమాభిమానాలు, goodwill, గౌరవం, మధుర జ్ఞాపకాలు, సంబంధ బాంధవ్యాలూ వస్తాయి. పిల్లలకీ, భాగస్వామికీ, ఇతరులకీ దీన్ని ఇస్తున్న కొలదీ దీని విలువ పెరుగుతుంది. అదికూడా సంపదే! దీని విలువ లెక్కకట్టలేం.

ధనము ఒక్కటే సంపదకాదు. షడ్విధ ఐశ్వర్యాల్లో గుణము / జ్ఞానము కూడా వున్నాయి. ఈ శ్లోకాల్లో కృష్ణుడు వాటి గురించి కూడా చెప్తున్నాడు. 1. భయం లేకుండా వుండటం 2. నిర్మలమయిన మనస్సు 3. అహింస (చూడండి విచిత్రం! కురుక్షేత్ర యుద్ధం ఒకవైపు చేయ

మంటూనే మరోవైపు 'మనిషి కుండవలసిన గుణములలో 'అహింస' కూడా ఒకటి' అంటున్నాడు. అంటే, అవసరమైనప్పుడు చేయవలసినది యుద్ధ మని ఇక్కడ ఉద్దేశ్యం.) 4. దానగుణము 5. కోప రాహిత్యం 6. త్యాగ గుణము 7. మృదుత్వము 8. ఓర్పు 9. శుచి 10. నిగర్వము మొదలగు 24 సంపదల్ని దైవసంపదలుగా అభివర్ణిస్తున్నాడు.

చిత్రం చూడండి. మనిషి తన సంపదని ఎలా పెంచుకోవచ్చో తెలిపే ఒక మంచి పుస్తకం ఇటీవలే వచ్చింది. ఆ పుస్తకం పేరు 'WHAT THEY DON'T TEACH AT HARWARD BUSINESS SCHOOL'. అందులో, సంపాదన పెంచుకోవటానికి పది సూత్రాలూ ఈవిధంగా చెప్తాడు రచయిత మార్క్.

1. డబ్బు విలువ తక్కువగా అంచనా వెయ్యకు.
2. డబ్బు విలువ ఎక్కువ అంచనా వెయ్యకు.
3. వ్యాపారంలో స్నేహితులు తక్కువ.
4. నీకు తెలీదని చెప్పటానికి సంశయించకు.
5. వ్యాపార వ్యవహారాల్లో తక్కువ మాట్లాడు.
6. ఎంత చిన్న వాగ్దాన్నయినా నిలబెట్టుకో.
7. బేరసారాల్లో జాగ్రత్తగా వుండు.
8. నీ వస్తువు 'వాసి'కి ప్రాముఖ్యత ఇవ్వు.
9. తోటి వ్యాపారస్తులతో సఖ్యంగా వుండు.
10. నీ క్రింది వారికి నీ విజయాన్ని పంచు.

పై సూత్రాల్ని వ్యాపారంలో 'టెన్ కమాండ్ మెంట్స్' అంటారు. కృష్ణుడు చెప్పిన దైవ సంపద లకు ఇవి ఎంత దగ్గిరగా వున్నాయో చూడండి. **కృష్ణుడి కన్నా గొప్ప ఆర్థికవేత్త మరెవరయినా వున్నారా?**

గెలవటానికి మొదటి సూత్రం

ప్రపంచంలోకెల్లా అత్యంత ధనవంతుడయిన రాక్‌ఫెల్లర్ తన ఎనభై ఆరో పుట్టిన రోజునాడు ఈ విధంగా వ్రాసుకున్నాడు.

"పనిని, ఆటల్నీ ఒకేలా
ఆనందించిన నాజీవితం
ఒక ఆహ్లాదకర శలవు దినం.
ప్రతిరోజూ ఉదయాన్నే
భగవంతుని కలుసుకోవటానికి
వెళ్తూ వుంటాను
నిన్నటి కష్టాన్ని దార్లో వదిలేసి"

రాక్‌ఫెల్లర్ తన జీవితాన్ని ఒక చిన్న గుమస్తాగా ప్రారంభించాడు. అతడి తల్లి గొప్ప దైవభక్తురాలు. క్రమశిక్షణ గలది. తండ్రి కోపిష్టి. శాడిస్టు. తల్లిదండ్రుల ప్రవర్తన నుంచి రాక్ ఫెల్లర్ తన జీవితపు మొదటి సత్యాన్ని తెలుసుకున్నాడు. "లేని దాని గురించి బాధపడకు. ఉన్నదాన్ని పెంచుకో..."

ఆర్థికపరమైన ఎన్నో కష్టాల్నుంచి, బిలియనీర్‌గా ఎదగటాని కి తనకి సాయపడిన అంశాలు 1. నిరర్థక విమర్శని పట్టించుకోక పోవటం. 2. నిరాశకి లోను కాకుండా వుండటం. 3. విషాద వార్తల పట్ల మనసు పాడుచేసుకోక పోవటం- అంటాడు అతడు. ఇతడి జీవితంలో ఒక గొప్ప ఉదాహరణ ఇదే పుస్తకంలో మరో పేజీలో వున్నది.

త్రివిధం నరకస్యేదం ద్వారం నాశనమాత్మనః
కామః క్రోధ స్తథా లోభ స్తస్మాదేతత్త్రయం త్యజేత్.

(దైవాసుర సంపద్విభాగ యోగము-21)

లోభము

ఈ శ్లోకంలో కృష్ణుడు కామ క్రోధ లోభాలు- నరక ద్వారాలు అని అంటున్నాడు. కామ క్రోధాల గురించి గతంలో చర్చించాం. లోభం గురించి ఇప్పుడు చర్చిద్దాం. ఆధునిక లోకంలో మనిషికి లోభం ఎంత వరకూ అవసరం? అసలు అవసరమా కాదా? భగవద్గీతలో కృష్ణుడు చెప్పిన లోభం గురించి కాదు ఇక్కడ చర్చ. ఇక్కడ 'లోభం' అంటే సంపాదించినదంతా మిగుల్చుకోవడం.

అటువంటి ఒక వ్యక్తి శరీరం శ్మశానంలో తగలబడిపోతూ ఉంటే అది చూస్తూన్న పెద్దమనిషి పక్కనున్న వాడిని అడిగాడట. "పాపం. వారసులకి అతడేమైనా వదిలి వెళ్ళాడా?" అని. అప్పుడా పక్కనున్న వ్యక్తి క్లుప్తంగా సమాధానం ఇచ్చాడట. "... అంతా" ('మైండ్ పవర్' నుంచి).

ఇటువంటి లోభం ఎవరికీ ఉండకూడదు. సంపాదించినదంతా కూడబెట్టిన వాడి స్థితి అది. ఒకవైపు **అనుభవించాలి. మరో వైపు భవిష్యత్తు గురించి పొదుపు చేస్తూ జాగ్రత్త పడాలి!! సంపాదన ఖర్చుల మధ్య సరిగ్గా సమన్వయపర్చగలవాడు ఆధునిక యుగంలో జ్ఞాని!!**

లోభి అంటే, బాగా డబ్బున్న చాలా బీదవాడు. కామమంటే అనుభవించాలన్న కోరిక. లోభం అంటే దాచిపెట్టాలన్న కోరిక. ఒకదానికొకటి వ్యతిరేకమైనవి. డబ్బు దాచుకోవాలన్న కోరిక (లోభం) కూడా కామమే. అది వేరే సంగతి. కేవలం కామానికి, లోభానికి మధ్య వంతెన గూర్చి చర్చిద్దాం.

పది రూపాయల సంపాదనతో పన్నెండు రూపాయల సౌఖ్యాలు అనుభవించి పటేలున పగిలిపోయేవారు మనకి కొత్తకాదు. చూరుకి వంకాయ కట్టి, దాన్ని చూస్తూ చారన్నంతో భోజనం ముగించేవారూ కొత్తకాదు. రెండిటి మధ్యా ఒక గీత గీయగలగాలి.

ఏది గొప్ప బహుమతి ?

లోభి అంటే ఎవరు? ఇటీవలి కాలంలో 'లోభం' గురించి ఒక మంచి కొటేషన్ చదవటం తటస్థిం చింది. "ఈ ప్రపంచంలో అందరి కన్నా గొప్ప లోభి.... దొరికిన ప్రతి స్నేహాన్నీ, ఇతరుల పట్ల కృతజ్ఞతా భావాన్నీ జీవితాంతం మనసులో భద్రంగా దాచుకునేవాడు." చాలా గొప్ప సుభాషితం కదూ!

* * *

మనం ఎంత లోభులమైనా కనీసం మనకి నష్టం లేనివైనా కొన్ని ఇవ్వగలం.

ఈ ప్రపంచంలో మనం అన్ని టికన్నా గొప్పగా ఇవ్వగలిగే మంచి బహుమతి ఏమిటో తెలుసా?..... "ప్రో త్సాహం". ఎంత విలువ గల బహు మతైనా ప్రోత్సాహానికి మించిన బహుమతి లేదు. ఒక వ్యక్తి జీవితం లో పైకిరావాలంటే తనలోని తెలి యని శక్తిని ఆ వ్యక్తి గుర్తించ గలిగి ఉండాలి. అలాగుర్తింపజేసేదే ప్రోత్సా హం. ప్రతి మనిషి లోనూ ఒక మే ధావి ఉంటాడు. ఆ మేధావిని నిద్ర లేపగలగడం కన్నా గొప్ప బహుమతి ఏముంటుంది? మనందరం జ్ఞానా న్నిచ్చే దీపాలం కాకపోవచ్చు. కానీ జ్ఞానాన్నివ్వగలిగే పుస్తకాన్ని బహు మతి ఇవ్వగలం కదా! ఈ పుస్తకపు ముందు మాటలో వ్రాసింది అదే.

ఇది మనం ఒక వ్యక్తి కిచ్చే బహుమతే కాదు. మొత్తం ప్రపం చానికి ఇచ్చే బహుమతి. ప్రతివ్యక్తి డబ్బు డబ్బుని సంపాదిస్తున్న విషయం గుర్తుంచు కోవాలి. డబ్బు సంపాదించటం 'కొంత స్థాయి' వరకూ మాత్రమే కష్టం అని తెలుసుకోవాలి. వృద్ధాప్యంలో డబ్బులేకపోతే వచ్చే ఇబ్బందుల్ని, యవ్వనంలోనే ఊహించి కూడబెట్టాలి. అలా అని, యవ్వన కాలాన్నంతా కష్టాల్తోనూ, త్యాగాల తోనూ నింపకూడదు.

గత రెండేళ్ళలో ప్రపంచ ఆర్థిక వ్యవస్థలో, ముఖ్యంగా భారతదేశపు విధానాల్లో చాలా తేడా వచ్చింది. ఎక్కడయినా డబ్బు డిపాజిట్ చేస్తే గతంలో పన్నెండు శాతం వడ్డీ ఇచ్చేవారు. 'బ్యాంక్ లో డబ్బు వేసుకుని నిశ్చింతగా బతకొచ్చు' అన్న నానుడి ఉండేది. ఇప్పుడు ఆ నిశ్చింత లేదు. అయిదు శాతం వడ్డీ గగనం అయిపోతోంది. అదే విధంగా ఆ రోజుల్లో ఇంటి నిర్మాణానికి ఇరవై వేలు అప్పు కావాలంటే నాల్గొందలసార్లు తిరగవలసి వచ్చేది. ఇప్పుడు నాలుగు రోడ్ల కూడలిలో షామియానాలు వేసి రుణాలు పంచు తున్నారు. మరోవైపు పెట్రోలు ధర రోజుకి పైసా చొప్పున పెరుగుతోంది.

ఇలా మారుతున్న పరిస్థితుల్లో, పొదుపుకీ– ఖర్చుకీ, పొదుపుకీ – పెట్టుబడికీ మధ్య సరయిన అవగాహన లేకపోతే జీవితం అతలాకుతలం అయిపోతుంది. ఒకప్పుడు డబ్బు సంపాదించి ఆస్తులు కొనేవారు. ప్రస్తుతం ఆస్తులు కొని అప్పులు తీరుస్తున్నారు. మరోలా చెప్పాలంటే స్కూటరునుంచి గ్రైండర్ వరకూ, ఇంటినుంచీ సోఫాసెట్టువరకూ ముందు కొనేసుకోవచ్చు. జీవి తాంతం ఆ అప్పు వాయిదాలు తీరుస్తూ ఉండ వచ్చు. భవిష్యత్ భద్రతనీ, వర్తమానపు సౌఖ్యాన్ని సమన్వయపరచే విధానాన్ని ఇంగ్లీషులో P.P.E. (Pipelining the Personal Economy) అంటారు. కట్టవలసిన పన్నుల నుంచీ, ఆకస్మిక

ప్రమాదాల రక్షణ వరకూ ఈ ప్లానింగ్‌లోనే వస్తుంది. ఇది కరెక్టుగా తెలిసిన వ్యక్తికి 'డబ్బు లేకపోవటం' అన్న సమస్య అస్సలు రాదు. తన శక్తికి మించిన కోరికలు పెట్టుకోకపోవటం (కామ రాహిత్యం), తీరనికోరికల వల్ల వచ్చే అసంతృప్తిని జయించటం (క్రోధరాహిత్యం), జీవితాన్ని తృప్తిగా అనుభవించగలగటం (లోభ రాహిత్యం) కన్నా కావల్సింది ఏముంది? చిత్ర మేమిటంటే, కృష్ణుడు కూడా పైప్‌లైనింగ్ ది పెర్సనల్ ఎకానమీ గురించే చెప్తున్నాడు.

*　　　*　　　*

డబ్బుతో ఏం చెయ్యాలి? డబ్బుతో అయిదు పనులు ముడిపడి వున్నాయని మైకేల్ గిబ్నె అన్న ఆర్థిక శాస్త్రవేత్త చెపుతున్నాడు.

(1) సంపాదించు (2) ఖర్చు పెట్టు (3) మిగుల్చు (4) పెట్టుబడి పెట్టు (5) ఇచ్చెయ్యి.

ఇంతేనా? ఇంత సింపులా? ఇంత చిన్న విషయం చెప్పటానికి అంత పెద్ద ఎకనామిస్ట్ కావాలా? అనిపించవచ్చు. కానీ క్రింది ప్రశ్నలు 'ఆర్థిక సమస్య' ఎంత క్లిష్టమయినదో చెపుతాయి.

1. ఎంత సంపాదించాలి?
2. అందులో ఎంత ఖర్చు చెయ్యాలి?
3. ఎంత ఆదాచెయ్యాలి?
4. పొదుపు చేసినదాన్ని ఎక్కడ వుంచితే లాభం?
5. మిగిలిన దాన్ని ఎవరికివ్వాలి?

దీన్నే Financial Mapping అంటారు. ఇది సరిగ్గా ప్లాన్ చేసిన వ్యక్తి సాధారణంగా అప్పులు చేయడు. చేసినా నిర్దిష్టమయిన ప్రణాళిక తో చేసి, తీరుస్తాడు. అవాంఛనీయ పరిస్థితులు ఏర్పడితే తప్ప ఇబ్బందుల్లో పడడు. ఈ అయిదు విషయాల్ని ఇప్పుడు వివరంగా పరిశీలిద్దాం :

తనలోని శక్తి వంతుణ్ణి నిద్ర లేపితే ప్రపంచం మొత్తం విలువైనది అవుతుంది కదా!

నీకు గెలవాలని ఉంటే, గెలిచినవాడి దగ్గర అసిస్టెంట్‌గా చేరు. ఆ గెలిచిన వాడిని గమనించు. ఎలా గెలుస్తున్నాడో పరిశీలించు. గెలవటాన్ని ఎలా అలవాటు చేసుకున్నాడో పరిశీలించు. ఆ విధానాల్ని నీ మనస్తత్వానికీ, జీవితానికీ అన్వయించుకో. చిన్న చిన్న మార్పులు చెయ్యి. గెలుపు నీదవుతుంది.

సినిమా ఫీల్డ్‌లో అతి చిన్న ఉద్యోగాల్లో ప్రవేశించి లక్షలు, కోట్లు సంపాదించిన నిర్మాతలు అందరూ పై సిద్ధాంతం ప్రకారమే తమ జీవితాన్ని నిర్దేశించుకున్నారు. బట్టలు కుట్టే దర్జీగా వృత్తిని ప్రారంభించిన వారు, భోజనాలు సప్లై చేసే వ్యక్తిగా చేరి నిర్మాతలైనవారు సినిమా పరిశ్రమకు కొత్తకాదు. కావలసిందల్లా కృషి. దానిక్కావల్సింది ప్రోత్సాహం.

అయితే నీ వారిని నువ్వు ప్రోత్సహించినట్టే ఒక్కోసారి వారిని విమర్శించవలసి వస్తుంది. కానీ విమర్శించే ముందు ఈ క్రింది విషయాలు గుర్తు పెట్టుకోవాలి.

1.విమర్శ అవసరమా?
2. అవతలి వ్యక్తి స్వీకరించగలడా?
3. ఇది సరిఅయిన సమయమా?

ఈ మూడూ ఆలోచించి, విమర్శించు. అయితే, 'ఖండన' వేరు. 'విమర్శ' వేరు. అదే విధంగా 'ప్రోత్సాహం' వేరు. 'పొగడ్త' వేరు.

ఎవరు బిచ్చగాడు కాదు?

జాన్ గ్రే అనే మానసిక శాస్త్ర వేత్త ఒక అనుభవం గురించి రాసాడు. ఆ అనుభవంలో ఏ గొప్ప విశేషమూ లేకపోయినా చాలా కాలంగా గుర్తుండి పోయింది. 'లోభము' అన్న ఈ ప్రకరణంలో దాన్ని మీ ముందుంచడానికి ప్రయత్నం చేస్తాను. జాన్‌గ్రే ఈ విధంగా రాస్తాడు.

"ఒక రోజు నేను కారు తుడుస్తూ ఉండగా పక్కనే ఒక భిక్షగాడు నిలబడి ఉన్నాడు. మాసికలు వేసిన కోటు, చిరిగిన పాంటుతో అతడు నాపైపే సూటిగా చూస్తూనా చర్యల్ని గమనిస్తున్నాడు. అతడేమైనా అడుగుతాడేమోనని నేను అతడిని గమనించనట్టే నా పనిలో నిమగ్నమయ్యాను. అతడు కూడా చాలాసేపు ఏమీ మాట్లాడలేదు. కారు తుడవడం పూర్తయింది. లోనికి వెళ్ళిపోదామనుకున్నాను. అతడు కారునే చూస్తూ 'చాలా అందమైన కారు' అన్నాడు. నన్నేదో అడగబోతున్నాడని తెలిసి పోయింది. సమయం వృథా చేయడం ఇష్టంలేక "ఏమైనా సాయం కావాలా?" అనడిగాను.

అప్పడు అతను చెప్పిన రెండు మాటలూ నాకు ఆ తర్వాత జీవితాంతం గుర్తుండి పోయాయి. అతడు చాలా సింపుల్‌గా "ఎవరికి వద్దు?" అన్నాడు.

1. సంపాదన : 'ఎంత సంపాదించాల'న్నది మొదటి ప్రశ్న. ఉద్యోగం ద్వారా గానీ, వృత్తి ద్వారా గానీ, వ్యాపారం ద్వారా గానీ, ఆస్తులపై వచ్చే రాబడి (ఇళ్ళ అద్దెలు, వడ్డీ, షేర్లపై లాభాలు) రూపంలోగానీ మనిషి తన నెలసరి ఆదాయాన్ని సంపాదిస్తూ వుంటాడు. ఇక్కడ మనుష్యులు నాలుగు రకాలుగా వుంటారు. 1. పని కోసమే మొత్తం సమయాన్ని వెచ్చించి, తననీ, తన కుటుంబాన్నీ, ఆత్మీయుల్నీ కోల్పోయే వారు ఒక రకం. పనే వీరికి సహచరి. అలా అని సదా హుషారుగా ఉత్సాహంతో వుంటారా అంటే అదీ లేదు. ఇంట్లో ఆనందం దొరక్కో, లేక డబ్బుపట్ల ఆసక్తితోనో క్రమక్రమంగా పని చట్రంలో ఇరుక్కుపోయి, ఇక వేరే దారిలేక అక్కడే సంతోషాన్ని వెతుక్కునే వారన్నమాట. వీరికి ఎక్కువ డబ్బు వస్తూ వుండవచ్చు. లేదా మామూలు జీతానికే ఎక్కువ పని చేస్తూ వుండవచ్చు. వీరికి పనే జీవితం. 2. రెండోరకం దీనికి వ్యతిరేకం. పని కోసం తక్కువ కాలాన్ని వినియోగిస్తూ జీవితాన్ని తేలిగ్గా గడిపేస్తూ తమ వాళ్ళ చిన్న చిన్న ఆర్థిక అవసరాల్ని కూడా సరీగ్గా తీర్చలేకపోతూ వుంటారు. వీరి రాబడి, ఖర్చు సమానంగా వుండవు. లేదా, అసలు ఆదా చెయ్యరు. 3. మూడోరకం, కావల్సినంత పని మాత్రమే చేస్తారు. కానీ తీరిక సమయాలు ఇంట్లో వుండరు. బంధువుల ఇళ్ళల్లోనో, బార్లలోనో, బయటో గడుపుతారు. 4. నాలుగోరకం వ్యక్తులు పనికీ, ఇంటికీ, డబ్బు సంపాదనకీ, ఆహ్లాదానికీ కరెక్టుగా వంతెన వేస్తారు. ఆ కళే నేర్చుకోవాలి.

2. ఖర్చు : 'వచ్చిన దానిలో ఎంత ఖర్చు చెయ్యాలి?' అన్నది మొదటి ప్రశ్నయితే, 'దేనికోసం ఎంత ఖర్చు చెయ్యాలి?' అన్నది

దానికన్నా ముఖ్యమైన ప్రశ్న. కొందరిది అతివృష్టి. కొందరికి అనావృష్టి. కొందరికి యవ్వనకాలంలోనే వచ్చినదంతా అనుభవించాలని వుంటుంది. భవిష్యతులో రాబోయే ఉపద్రవాల గురించిన ఆలోచన వుండదు. ఉన్నా, "ఇప్పుడనుభవించక పోతే ఇంకెప్పుడు అనుభవిస్తాం?" అన్న ఆలోచన డామినేట్ చేస్తుంది. అనారోగ్యమూ, ఇతర ఖర్చులూ పెరిగి, సంపాదన తగ్గిపోయాక దాని పరిణామం ఏమిటో తెలుస్తుంది. అలా అని, సంపాదన ప్రారంభమైన కాలంనుంచే కోర్కెల్ని అన్నిటినీ అణచుకుని బ్రతకమని కాదు. "I have great desires, so I don't be disappointed" (నాకు అత్యాశ లేదు. అందు వల్ల నాకు నిరాశలేదు.) అన్న ఆలోచన మధ్య తరగతి యువకుల్లో పోవాలి. 'ఎక్కువ సంపా దిస్తాను. ఎక్కువ ఖర్చు పెడతాను' అన్న ఆలోచన రావాలి. నీకు అత్యాశలేదు. సరే. కాబట్టి నువ్వు నిరాశ చెందవు సరే. కానీ పని **చెయ్యని కాలంలో ఏం చేస్తున్నావు**? తల్లిదండ్రులతో గడుపు తున్నావా? లేదే. లైబ్రరీకి వెళ్తున్నావా? లేదే. మరి ఆ ఖాళీ టైమ్‌ని ఉపయోగవంతం చేసుకుని, I have great desires. I want to fulfill them అనుకుంటూ పని చెయ్యవచ్చు కదా! అబ్దుల్ కలాం చెప్పినట్టు డ్రీమ్ లేకపోతే జీవితం ఏముంది?

ఇదే అధ్యాయంలో గత ప్రకరణంలో తక్కెడ బొమ్మ చూడండి. యవ్వన కాలంలో సంపాదించినది, మధ్యవయసులో సంపాదించిన దానికన్నా అయిదురెట్లు విలువైనది. అందుకే డబ్బు డబ్బుని సంపాదిస్తుంది అంటారు. ప్రస్తుతం వున్న కాపిటలిస్ట్ ఎకానమీలో, ఆకర్షణని అద్దాల బీరువాల్లో పెట్టి అమ్ముతున్నారు. 'మిగతా వారందరి లాగా నువ్వూ జీవితాన్ని అనుభవించకపోతే అసలు

అతడికి కొంత డబ్బు ఇచ్చి పంపించేసాను. కానీ ఆ రాత్రంతా ఆ రెండు మాటల గురించే ఆలో చిస్తూ ఉన్నాను. నేను మరో కారు కోసం అప్పడు పయత్నిస్తున్నాను. అదే విధంగా నా పిల్లవాడి సీటు కోసం పెద్ద యూనివర్శిటీలో పలుకుబడి ఉపయోగిస్తున్నాను.

ఎవరికి వద్దు?

ఫుట్‌పాత్ మీద పడుకునే వాడు, హంసతూలికా తల్పం మీద శయనించే వాడు - అందరికీ కావా లి. నీకెంత ఉంది అని కాదు. నీకన్నా కింద వాళ్ళకి సాయం చేయడం మొదలు పెడితే 'ఎవరికి వద్దు?' అన్న ప్రశ్న ఎక్కువ వినపడ్డం తగ్గి పోతుంది. నువ్వెంత చిన్న వాడివైనా సరే, నీకన్నా చిన్నవాడు మరొక డుంటాడు.

నేను అప్పడప్పడూ అనుకుం టూ ఉంటాను. భగవంతుడు ఒక దేవతను పిలిచి, నన్ను చూపించి "క్రింద ఆ కారు తుడుస్తున్న వ్యక్తి దగ్గరకు బిచ్చగాడి రూపంలో వెళ్ళు. అతడికి మరొక కారు, కుర్రవాడికి కాలేజీలో సీటు కావాలనుకుం టాను" అని పంపించాడేమో అని పిస్తూ ఉంటుంది.

అప్పట్నుంచి నేను 'ఏమైనా కావాలా?' అని అడగడం మానేసి వీలైనంత ఇవ్వడం ప్రారంభించాను.

[Taken from JOHN GREY]

నలుగురు భార్యలు

ఒక జపనీస్ పురాతన కథ మనిషి యొక్క మూడు దశల తాపత్రయం గురించి చెపుతుంది.

మొదటి దశ ఆస్తులు సంపాదించటానికీ, రెండో దశ స్నేహితులూ, అలవాట్లకీ, మూడోదశ శుష్కిస్తున్న శరీరాన్ని పోషించటానికీ ప్రేరేపిస్తాయట.

ఒక వ్యక్తికి నలుగురు భార్యలు. పెద్ద భార్యని అతడెప్పుడూ నిర్లక్ష్యం చేసేవాడు. పట్టించుకునేవాడు కాదు. బాగా ఏడిపించేవాడు. కోప్పడేవాడు. రకరకాల భయాలు, దిగుళ్ళు, బాధల్తో హింసించేవాడు.

రెండో భార్య తెలివైనది. జీవితమంటే ఆనందించటానికే అని ఆమె ఉద్దేశ్యం. అతడితో బాగా ఖర్చు పెట్టించేది.

మూడో భార్యని అతడు ఎంతో కష్టపడి సంపాదించుకున్నాడు. ఆమె మిలమిలా మెరిసిపోయేది. అందం కోల్పోతుందేమోనని ఆమెని అనుభవించేవాడు కాదు. స్నేహితుల ముందు ప్రదర్శించే వాడు. కానీ మనసులో ఒకమూల, వారు ఆమెని స్వంతం చేసుకుంటారేమో, భార్యని కోల్పోతానేమో అన్న భయంతో నిద్ర సరిగ్గా పట్టేది కాదు.

యవ్వన కాలంలో పరిచయమైన స్నేహితురాల్ని తన నాలుగో భార్యగా చేసుకున్నాడు. అప్పట్లోవున్న అందం, బిగి, ఇప్పట్లో ఆమెకు లేదు. అయినా పాత మమకారం మనిషివే కావు'- అన్న కోరికని ప్రకటనలపై ప్రకటనలు గుప్పించి కలిగిస్తున్నారు. పద్నాలుగేళ్ళ వయసులో సెల్‌ఫోన్ లేకపోతే, అసలు విద్యార్థే కాదన్న ఫీలింగ్ కలిగిస్తున్నారు. ఈ ఆకర్షణలకు తట్టుకుంటూ ఆదా చెయ్యటం కష్టం. మనుష్యులు లంచగొండులవటానికి కారణం కూడా ఇదే.

జీవితంలో ఆర్థికంగా పైకి రావటానికి అన్నిటికన్నా ముఖ్యమైన మొదటి రూలు, 'సంపాదించిన దానికన్నా తక్కువ ఖర్చుపెట్టు'. ఏ క్షణమయితే సంపాదన కన్నా ఖర్చు ఎక్కువయిందో, అప్పుడు ముందుగా అప్పు, ఆపైన దానిమీద వడ్డీ నిన్ను కొండచిలువలా మింగటం ప్రారంభిస్తాయి.

నాకు తెలిసిన ఒక యువకుడు టీ.వి. సీరియల్ నిర్మాణపు గ్లామర్‌లో పడి పదిలక్షల అప్పు చేసాడు. పది సంవత్సరాల్నుంచీ నెలకు ఇరవైవేలు కడుతున్నాడు. ప్రస్తుతం అతడు సంపాదిస్తున్నదంతా దానికే సరిపోతోంది. కష్టపడి బ్రతుకుబండి లాగిస్తున్నాడు. ఆర్థికపరమైన విషయంలో జీవితం గూడ్సు లాంటిది. సంపాదించే కొద్దీ 'ఆర్థిక ఇబ్బంది' అనబడే ఒక్కొక్క కంపార్ట్‌మెంట్‌నూ వదిలేసుకుంటూ వేగంగా తేలిగ్గా వెళ్ళిపోవచ్చు. సంపాదన తక్కువయ్యే కొద్దీ ఆర్థిక ఇబ్బంది ఒక్కొక్క కంపార్టుమెంటులా ఒకదానికొకటి వచ్చిచేరి, బ్రతుకు గూడ్సు బండిలా తయారవుతుంది. ఇంతకన్నా దురదృష్టకరమైన మరో యదార్ధ సంఘటన చెపుతాను. కడుపు దేవేసే ఉదాహరణ.

CASE : "కేవలం తినటానికి మాత్రం బొటాబొటిగా సరిపోయేది. చిరిగిన దుప్పటి మీద కొత్త దంపతులం పడుకునే వాళ్ళం" అన్నదామె. "నిరోధ్‌లు కొనటానికి కూడా నెలకి వంద రూపాయలు కేటాయించలేని పరిస్థితి!

దాంతో అబార్షన్ చేయించుకోవల్సి వచ్చింది. ఆ ఖర్చు కోసం పది రూపాయల వడ్డీకి అయిదువేలు అప్పు చేసేము. అది అలా పెరిగిపోయింది. తీర్చలేక నా భర్త ఆత్మహత్య చేసుకున్నాడు".

ఇలా ఎందుకు జరుగుతుంది ?

సంపాదనకీ పొదుపుకీ సరిపడా బడ్జెట్ వేసుకోవాలి. అంత వరకూ చాలా సులభం. ఆ బడ్జెట్‌లో ఖర్చు నిర్వహించాలి. అదీ కష్టం. కేవలం బడ్జెట్ వేసుకుంటే సరిపోదు. క్రమశిక్షణ కావాలి. **భవిష్యత్‌లో రాబోయే రాబడి మీద ఎన్నడూ అప్పు చెయ్యొద్దు.** భవిష్యత్ రాబడి ఎప్పుడూ ష్యూర్ కాదు. అది ఒక ఊబిలాంటిది. ఇరుక్కుపోతే బయటకి రావటం కష్టం. మరో ముఖ్య విషయం ఏమిటంటే, వడ్డీకి అప్పు తీసుకుంటే, కేవలం వడ్డీ చెల్లించటానికే కాకుండా 'అసలు' చెల్లింపుకి కూడా బడ్జెట్‌లో కేటాయించాలి. లేకపోతే అది అలాగే మిగిలిపోతుంది. కొన్ని సందర్భాల్లో వడ్డీలేని అప్పు కదా అని చెల్లించక పోతే, సమాజంలో కాలక్రమేణా పేరు పోతుంది. "ముందు అనుభవించు. తరువాత చెల్లించు" అనే వలయంలో చిక్కుకునేముందు రాబడి, ఖర్చుల గురించి ఖచ్చితమయిన అంచనా వుండాలి. అన్నిటికన్నా ముఖ్యంగా, అవసరమైనప్పుడు నిర్దాక్షిణ్యంగా బడ్జెట్‌లో కొన్ని ఖర్చుల్ని కట్ చెయ్యగలిగి వుండాలి. అవి ఎంత ముఖ్యమైనవైనా సరే.

అదే విధంగా టాక్స్-ప్లానింగ్. ప్రభుత్వాన్ని మోసం చెయ్యకుండా కూడా సరిఅయిన అవగాహన వుంటే తక్కువ టాక్స్ కడుతూ బయట పడవచ్చు. "ఆర్థికపరమైన, మానసికమైన, వ్యక్తిగతమయిన, కుటుంబపరమైన కట్టడి ఒక్కటే జీవితంలో సుఖశాంతుల్ని ఇస్తుంది" అన్న విషయం ఎంత చిన్న వయసులో తెలుసుకుంటే అంత మంచిది.

వదల్లేదు. ఆ అందాన్ని ప్రతిష్టాపించచటానికి ఎన్నో తైలాలూ, సుగంధ ద్రవ్యాలూ కొన్నాడు. ఎంతో ప్రేమగా చూసుకున్నాడు.

చివరికి అతడికి అంత్యకాలం సమీపించింది. తనతోపాటూ పైకి రమ్మని నలుగురు భార్యల్నీ అడిగాడు. మూడోభార్య, నాలుగో భార్య 'మేము రాము' అన్నాడు. రెండోభార్య శ్మశానం వరకూ మాత్రం వస్తానంది. మొదటిభార్య మాత్రం అతడితోనే ప్రయాణం సాగించింది. **ఆమెని అంతకాలం సరీగ్గా చూసుకోనందుకు అతడు చాలా విచారిస్తూ మరణించాడు.**

ఆ మొదటి భార్య ఎవరో తెలుసా?

అతడి ఆత్మ.

అందుకే, మనిషి ఆ మొదటి భార్యని సరిగ్గా చూసుకోవాలి.

రోజూ బ్రష్ చేసుకోవటానికి అయిదు నిముషాలు, స్నానం చేయటానికి పది నిముషాలు కేటాయించే మనిషి, ఆత్మని శుద్ధి చేసుకోవటానికి నిముషం కూడా కేటాయించడు. తనని తాను తెలుసుకోవటానికి ప్రయత్నించకుండా 'వ్యసనం' అనే రెండో భార్యకీ, 'ధనం' అనే మూడోభార్యకీ, 'శరీరమ'నే నాలుగో భార్యకీ ఎక్కువ ప్రాముఖ్యత ఇస్తాడు. ✿

డబ్బు - ఆనందం

డబ్బు వల్ల ఆనందం పెరుగుతుంది సరే. అయితే ఇక్కడ ముఖ్యాతి ముఖ్యమైన విషయం ఒకటున్నది. ఒకసారి నిత్యావసరాలు తీరుతూ వచ్చాక డబ్బువల్ల వచ్చే 'ఆనందం' తాలూకు విలువ తగ్గుతూ వస్తుంది. ఎంత మంచి పాయింటో చూడండి. ఒక వ్యక్తి నాలుగో కారు కొంటున్నప్పడు పొందే సంతోషం కన్నా, మొదటి స్కూటర్ కొంటు న్నప్పడు వెయ్యి రెట్లు ఎక్కువ సంతోషిస్తాడు. మరోలా చెప్పాలంటే, మొదటి వెయ్యి రూపాయిలూ ఇచ్చిన ఆనందం, పదిహేనో లక్ష ఇవ్వదు. అయినా కొందరు వ్యక్తులు కోట్లు సంపాదించాక కూడా ఇంకా దాని యావలోనే బ్రతుకుతూ మిగతా సంతోషాల్ని దూరం చేసుకుంటారు.

లక్షల కొద్దీ దానధర్మాలు చెయ్యనవసరంలేదు. లక్షాధికారి అయ్యాక కూడా, ఆటోడ్రైవర్ దగ్గిర అరపైసల కోసం అరగంట ఆగక్కర్లేదు. హోటల్‌లో వెయిటర్ యువకుడికి ఇచ్చే కాస్త 'టిప్ప' అతడిని ఎంతో సంతోషంలో ముంచుతుంది. అతడికో ముసలి తల్లి వుండవచ్చు. లేదా అతడు ప్రైవేటుగా చదువుకుంటూన్న విద్యార్థి అయ్యుండవచ్చు. కష్టపడే వాడికిచ్చే దానం, భగవంతుడికిచ్చే దక్షిణ కన్నా ఎక్కువ పుణ్యాన్నిస్తుంది.

3. ఆదా : రాబడిలో ఎంత శాతం మిగల్చాలన్నది మూడో పాయింటు. ఇది (ఎ) అప్పటికే పూర్వీకులు సంపాదించి వున్న స్థిర, చరాస్థుల మీద (బి) తనపై ఆధారపడిన సభ్యుల మీదా (సి) భవిష్యత్తులో రాబోయే ఖర్చుల మీదా ఆధారపడి వుంటుంది. ఆస్తి వున్నవారి ఆదా ఒకరకంగా, లేని వారిది ఒకరకంగా వుంటుంది. అదే విధంగా తల్లిదండ్రుల వృద్ధాప్యం, రాబోయే పెళ్ళి ఖర్చులు కూడా పరిగణించాలి.

ఆదా (Saving) రెండు రకాలు. ఫ్రిజ్ వగైరాలకోసం, వేసవి శలవుల విహారయాత్రకోసం చేసేది స్వల్పకాలిక ఆదా. భవిష్యత్తులో రాబడి కోసం, జాగ్రత్త కోసం చేసే L.I.C., బాండ్స్, షేర్స్ మొదలైనవి దీర్ఘకాలిక ఆదా. ఎక్కువ వడ్డీ వస్తుంది కదా అని నష్టపోయేచోట ఆదా చెయ్యకూడదు. అదే విధంగా, పెద్ద పెద్ద వాయిదాల్లో చెల్లించవలసిన ఖరీదైన వస్తువుల్ని ముందే కొనకూడదు. చాలాకాలం క్రితం జరిగిన సంఘటన ఇది. ఆ రోజుల్లోనే వాయిదాల పద్ధతిమీద వస్తువుల అమ్మకాలు ప్రారంభమయ్యాయి. మధ్యతరగతి కుటుంబీకుల ఇళ్ళల్లోకి ఫ్రిజ్‌లూ, కూలర్లూ కొత్తగా వస్తున్న రోజులవి. అతడికి నెలకి అయిదువేలు జీతం. రెండువేలు చెల్లించే పద్ధతిలో ఇల్లంతా ఆధునీకరణ చేసాడు. మిగతా మూడు వేలతో సుఖంగా సంసారం చెయ్యవచ్చుననే అతడి అంచనా, అకస్మాత్తుగా తండ్రి ఆరోగ్యం పాడయింది. వాయిదాలు కట్టటం కోసం... చేసిన అప్పు తీర్చటం కోసం... కట్టిన చిట్‌ఫండ్ వాయిదాలు తీర్చటం కోసం... ఇలా పాతాళానికి జారిపోయాడు. (ఆ రోజుల్లో రెండు వేలంటే చాలా పెద్ద అమౌంటు). ఆదా చేయటం గురించి PIPE LINE అన్న ఒక అద్భుతమైన కథ చదివాను. తరువాతి ప్రకరణంలో ఆ కథ వివరిస్తాను.

4. పెట్టుబడి : ఆదా చేసిన డబ్బు ఇల్లు, పొలం, బ్యాంకు, షేర్లు మొదలైన వాటిలో ఎక్కడన్నా పెట్టుబడిగా పెట్టాలి. కళ్ళముందే ఎన్నో బ్యాంకులు మూతపడిపోతున్నాయి. చిట్‌ఫండ్ కంపెనీలు దివాళా తీస్తున్నాయి. అయినా ప్రజలు ఇంకా ఎందుకు మోస పోతున్నారు? ఆశవల్ల, తెలియక పోవటం వల్ల! Investment Portfolio జాగ్రత్తగా చూసు కోవాలి. లేదా నిపుణుల సలహా తీసుకోవాలి.

5. వీలునామా : జీవితం చివర్లో మిగిలిన డబ్బు ఏం చెయ్యాలి? క్లిష్టమయిన ప్రశ్న. వారసుల కివ్వాలి అన్నది చాలామంది చెప్పే జవాబు. స్థిరాస్తులు వారసులకి వదిలి చరాస్థుల్ని అనుభవించాలని కొందరి అభిప్రాయం. యువత అమెరికా వలసపోతున్న ఈ రోజుల్లో, చివరికి మిగిలిందేదో తాను మరణించే అనాథాశ్రమానికి వ్రాయటం ఉత్తమం. మధ్యవయసునుంచే, రాబడిలో ఒక శాతం దానధర్మాలకీ, పేద విద్యార్థులకీ ఖర్చు పెట్టటం నేర్చుకుంటే, ఒక రకమైన తృప్తి కలుగుతుంది. మరణం వరకూ ధనాన్ని తన ఆధీనంలోనే వుంచుకోవాలి. డబ్బులేని నిర్భాగ్యుల్ని, స్వంత సంతానం కూడా సరీగ్గా చూసుకోని రోజు త్వరలో రావచ్చు.

* * *

లోభము వేరు. పొదుపు వేరు. తాను తినకుండా, ఇతరులకి పెట్టకుండా దాచుకునే దానిని లోభము అంటారు. తన భవిష్యత్తుకోసం వీలైనంతలో కొంత దాచుకోవటాన్ని పొదుపు అంటారు. లోభము గురించి ఇప్పటి వరకూ చదివాము. పొదుపు వల్ల వచ్చే సంపద గురించి వచ్చే ప్రకరణంలో చదువుదాం.

విజయ రహస్యం

రాక్ ఫెల్లర్ తన జీవితంలో గెలుపుకి చెప్పే కారణం చాలా గమ్మత్త యింది. దేశంలోని మొత్తం ఆయిల్ పరి శ్రమ అంతా అతడిదే.1911లో అతడి ప్రత్యర్థులు ప్రభుత్వాన్ని వత్తిడి చేసి, అతడి కంపెనీని చిన్నచిన్న ము క్కలుగా విడగొట్టి ప్రజలకి పంచా లనుకున్నారు. ఆయిల్ పరిశ్రమపై తన ఆధి పత్యం (మొనోపోలీ) పోతోందని తెలి సిన రోజు, రాక్ ఫెల్లర్ గోల్ఫ్ ఆడు కుంటున్నాడు....

అతడి 'స్టాండర్డ్ ఆయిల్ ట్రస్ట్'ని విడగొట్టి ప్రజలని అందులో షేర్ హోల్డర్స్ గా చెయ్యాలని సుప్రీంకోర్టు జడ్జిమెంట్ ఇచ్చినప్పుడు ప్రభుత్వం లోని అతడి ప్రత్యర్థులు పండగ చేసు కున్నారు. అదే సమయానికి రాక్‌ఫెల్లర్ తన దీవిలో పెళ్ళాం పిల్లల్తో వున్నాడు. కేసు ఓడి పోయామని లాయర్లు ఫోన్ చేస్తే, 'ఆనందంగా వున్న తనని డిస్టర్బ్ చెయ్యవద్ద'ని కోరుకున్నాడు.

కొద్ది సంవత్సరాలు గడిచేసరికి, విడగొట్టబడిన దాదాపు అన్ని కంపెనీ లకీ తిరిగి అతడే అధిపతి అయ్యాడు. ప్రజల ఆర్థిక సపోర్టు కూడా లభించే సరికి అతడి నికర ఆస్తి ఆ కొద్ది సంవ త్సరాల్లోనే మూడు రెట్లు పెరిగింది. ప్రపంచపు మొట్టమొదటి బిలియ నీరు (వంద కోట్ల డాలర్లు) అతడే అయ్యాడు.

గెలుపుకి కారణం విశ్లేషించమని విలేకర్లు అడిగితే, తన పిల్లల్తో ఆడు కుంటూ అతడేం చెప్తాడో తెలుసా? "కేవలం గమ్యాన్ని గుర్తుంచుకుని, కష్టాల్ని మర్చిపోవటమే నా విజయ రహస్యం".

న చైతద్విద్మః కతరన్నో గరీయో యద్వా జయేమ యదివానో జయేయుః
యానేవ హత్వా న జిజీవిషామస్తే 2_ వస్థితాః ప్రముఖే ధార్తరాష్ట్రాః

(సాంఖ్య యోగము-6)

Page No. 124

అష్ట సంపదలు

'నకతరత్ గరీయ (మనకు ఏది శ్రేష్ఠమో) **నవిద్మః** (ఎరుగము కదా) అంటున్నాడు అర్జునుడు. అంతేకాదు. కృష్ణుడిని సలహా అడిగినట్టే అడిగి తన అభిప్రాయం కూడా చెప్పేస్తున్నాడు. యుద్ధం చెయ్యటం కన్నా భిక్షాటన మంచిదేమో అని భావిస్తున్నాడు. పైగా, 'యుద్ధంలో వారు గెలుస్తారో మనం గెలుస్తామో చెప్పలేము. అటువంటి పరిస్థితుల్లో యుద్ధం చెయ్యాలా వద్దా?' అని అంటున్నాడు.

ఇందులో రెండు సంశయాలున్నాయి. 1. ఓడిపోతానేమో అన్న భయం. 2. కష్టపడి యుద్ధం చెయ్యటం వలన లాభం ఏమిటి? అన్న సంశయం. కష్టపడటం వలన సంపద కలుగుతుంది. యుద్ధం మానేస్తే జీవితాంతం 'బృహన్నల'లా అజ్ఞాత వాసంలో గడపాలి. **సంపద కావాలా, బానిసలా బ్రతకాలా అన్నది ఎవరికి వారు తెలుసుకోవలసిన విషయము.**

యుద్ధంలో విజయం వలన అష్టైశ్వర్యములు కలుగుతాయి. దాసులు, దాసీలు, పుత్రులు, మిత్రులు, బంధువులు, వాహనములు, ధనము, ధాన్యములను అష్ట (8) సంపదలు అంటారు. వీటివల్ల కలిగేవి అష్టానందములు.

1. **బ్రహ్మానందము** : మంచి పడక, మంచి ఆరోగ్యము, సమస్యలేవీ లేకపోవటం – వీటివలన వచ్చేది సుఖనిద్ర. ఆ నిద్ర వలన కలిగే ఆనందం.
2. **ఆత్మానందము** : వస్తు సమృద్ధి వలన కలిగే ఆనందం.
3. **విద్యానందము** : విద్యవలన, జ్ఞానము వలన కలిగే ఆనందం.
4. **అద్వైతానందము** : తన కన్నా అధికుడు లేడని తెలిసినందు వలన కలిగేది.
5. **వాసనానందము** : గతంలో చేసిన పని (సుకృతము) వలన కలిగినది.

మనలోని - ది బెస్ట్

ఒక కాంట్రాక్టర్ దగ్గర ఎన్నో ఏళ్ళుగా ఒక వడ్రంగి మేస్త్రీ పనిచేసే వాడు. వృద్ధాప్యం వచ్చేసరికి అతడు రిటైరవుదామని అనుకున్నాడు. ఆ విషయం కాంట్రాక్టరుతో చెబితే "ఒక చివరి ఇల్లు నిర్మించి ఆ తర్వాత రిటైరవ్వు"అని ఆఖరి కోరికగా కోరాడు.

అతడు "సరే" అన్నాడు. కానీ ఏ మాత్రం ఉత్సాహం లేదు. ఏదో చెయ్యాలి కాబట్టి పూర్తి చేసాడు.

అప్పడా కాంట్రాక్టర్ వడ్రంగితో "నమ్మకంగా నా దగ్గర ఇంత కాలం పనిచేసి నందుకు నీ కోసమే ఆ ఇల్లు కట్టాను. నా బహుమతిగా తీసుకో" అన్నాడు.

వడ్రంగి షాకయ్యాడు. "ఈ విషయం ముందే తెలిసుంటే నా ఇంటిని మరింత శ్రద్ధతో నిర్మించే వాడిని కదా" అని మనసులోనే వాపోయాడు.

* * *

మనం కూడా మనలోని "ది బెస్ట్"ని సరిగ్గా ఉపయోగించుకోకుండానే మన జీవిత నిర్మాణాన్ని సాగిస్తాం. అది పూర్తవుతున్న దశలో మళ్ళీ ఆ పనిని మొదటి నుంచి చేస్తేబావుణ్ణు అని బాధపడతాం. జీవితం ఒక ప్రాజెక్ట్‌లాంటిది. ప్లాన్ చేసిన దగ్గర్నుంచి, నిర్మాణం పూర్తయ్యే వరకూ ప్రతీ పనిని శ్రద్ధగా చేస్తే జీవితం అనే ఇల్లు చక్కగా తయారవుతుంది. ✿

6. **విషయానందము** : పంచేంద్రియములు మనసుకు చేర్చే ఆహ్లాదము. (వీటి గురించి మనం ముందే చదువుకున్నాం)
7. **సహజానందం** : ఒక గొప్పపని విజయవంతంగా పూర్తి చేయటం వలన కలిగేది.
8. **యోగానందం** : తనని తాను పూర్తిగా తెలుసుకోవటం వలన కలిగే ఆనందం.

ఇన్ని రకాలయిన ఆనందాలు పొందటానికి మనిషి యుద్ధం చేయాలి. అయితే ప్రస్తుత పరిస్థితుల్లో ఎవరితో యుద్ధం చేయాలి? ఇక్కడ కౌరవులూ లేరు, కురుక్షేత్రమూ లేదు కదా!

* * *

ఎంతో మంది జనం సాయంత్రాలూ ఉదయాలూ చాలా ఖాళీగా గడుపుతూ వుంటారు. 'ఎందుకేమీ చెయ్యరు?' అని అడిగితే, "ఎలా చెయ్యాలి? ఒక గంట కోసం ఏ పని దొరుకుతుంది?" అనో, లేకపోతే "రోజంతా ఎలాగూ అలసి పోకతప్పదు. ఇప్పుడు కూడా విశ్రాంతి అవసరం లేదా?" అంటారు. **"విశ్రాంతి - అంటే తనకిష్టమైన పని చేయటం"** అంటాడు బర్క్‌హెడ్జెస్ అనే రచయిత. ఇతడు వ్రాసిన **'పరాబుల్ ఆఫ్ పైప్‌లైన్'** అన్న పుస్తకం ఆర్థిక సంబంధమైన సంపదని ఏవిధంగా కూడబెట్టాలి అన్న విషయం గురించి విస్తృతంగా చెపుతుంది. ప్రతి మనిషీ తన జీవితానికి తాను అధికారి కావాలని ఇతనంటాడు. **"ఏ పనీ చేయకుండా వున్నాకూడా, నీ జీవితం మునుపటిలాగే సాగిపోయే రోజు నీ జీవితంలో ఎంత తొందరగా వస్తే అంత తొందరగా 'నీ' కాలం నీచేతిలో వుంటుందన్న మాట. నీవు నీకు అధికారివి అయ్యావన్నమాట."**

ఇక్కడే చిత్రమైన విషయం ఒకటుంది. ఆ స్థితికి వచ్చిన మనిషి, విశ్రాంతి సమయాన్ని మరింత ప్రొడక్టివ్‌గా, తనకి ఆనందకరమైన

126 యండమూరి వీరేంద్రనాథ్

రీతిలో ఖర్చుపెడతాడు. అది మరింత సంపదని తెచ్చిపెడుతుంది. ఆవిధంగా ఆ వ్యక్తికి **సంపద, ఆనందం మిళితమై** పెరుగుతూ వుంటాయి.

ఆ స్థితికి ఎలా చేరుకోవాలో ఒక కథ ద్వారా వివరిస్తాడు బర్క్‌హెడ్జెస్. దాని పేరే 'పైప్ లైన్'. ఆ కథ ఈ విధంగా సాగుతుంది.

* * *

చాలాకాలం క్రితం పాబ్లో, బ్రూనో అనే ఇద్దరు యువకులు వుండేవారు. ఇద్దరూ కష్టపడి పనిచేసేవారే. కానీ చాలాకాలం వరకూ అవకాశం రాలేదు.

ఒకరోజు వచ్చింది. ఒక పల్లెటూర్లో గ్రామస్థులు అందరూ కలిసి, దూరంగా వున్న చెరువునుంచి ఊరిమధ్యనున్న స్టోరేజి టాంక్‌కి ప్రతిరోజూ నీరు నింపటానికి ఇద్దరు వ్యక్తులు కావాలనుకున్నారు. ఈ ఇద్దర్నీ పిలిపించారు. ప్రొద్దున్నే ఇద్దరూ రెండు బకెట్లు పట్టుకుని చెరువు దగ్గిరకి వెళ్ళారు. అక్కడ నుంచి నీరు తెచ్చి టాంక్‌లో పోయాలి. సాయంత్రానికి టాంక్ నిండింది. గ్రామపెద్ద ఇద్దరికీ ఆరోజు కూలీగా చెరొక అయిదొందలూ ఇచ్చాడు.

అయిదొందలు .... !

"మన కలలు నిజమయ్యాయి" ఆనందంగా అన్నాడు బ్రూనో. "నేను ఇంత అదృష్టం కలుగుతుందనుకోలేదు. రోజుకి అయిదొందలు ....." ఉద్వేగంతో పరవశించాడు. కానీ పాబ్లో అంత సంతోషంగా లేదు. అప్పటికే ఇద్దరికీ చేతులు నొప్పి పెడుతున్నాయి. ఆ రాత్రంతా ఆలోచనల్తో అతడికి నిద్రపట్టలేదు. ప్రొద్దున్నే స్నేహితుడితో చెప్పాడు. "బ్రూనో! నాకో ఆలోచన తట్టింది. చెరువునుంచి ఊరికి ఒక పైప్ లైన్ వేద్దాం. ఆ తరువాత మనం ఇలా కష్టపడనవసరం లేదు".

మనకే సుఖమనుకో'కో'య్

సాహిత్యంతో పరిచయం వున్న వారిలో ఓ హెన్రీ పేరు తెలియని వారు వుండరు. హృద్యమయిన చిన్నచిన్న కొసమెరుపు కథలకు అతడు పెట్టింది పేరు.

తన స్నేహితుడి వాచీకి గిఫ్ట్‌గా స్ట్రాప్ (బెల్ట్) కొనటం కోసం తన పొడవాటి జుట్టు అమ్మేసిన అమ్మాయి, ఆ అమ్మాయి జుట్టుకి క్లిప్ కొనటం కోసం తన వాచీ అమ్మేసిన అబ్బాయి కథ "GIFT OF MAGIC". దీని ఆధారంగానే చాలా సినిమా సంఘటనలూ, ఇటీవలే హరిహరన్ పాటా వచ్చాయి.

అదేవిధంగా, ఒక రోగిని బ్రతికించటం కోసం చెట్టుకి ఆకు కట్టి చనిపోయిన వ్యక్తి కథ THE LAST LEAF కూడా హెన్రీదే.

హెన్రీ అసలుపేరు విలియమ్ సిడ్నీపోర్టర్. మందుల షాపులో పని చేసేవాడు. తరువాత ఆస్టిన్ వెళ్ళి వివాహం చేసుకున్నాడు. చేయని నేరంపై శిక్షపడి ముందు మరో దేశం పారిపోయాడు. భార్యకి క్షయ వచ్చిందని తెలిసి తిరిగి స్వదేశం వెళ్ళి లొంగిపోయి అయిదేళ్ళ జైలు శిక్ష అనుభవించాడు. ఆ జైల్లోనే అతడు కథలు వ్రాయటం ప్రారంభించాడు. ఆ జైలు వార్డెన్ చాలా దయగా చూసుకునేవాడు. అతడి పేరు ఓరిన్ హెన్రీ. ఆ పేరే తన కలం పేరుగా పెట్టుకున్నాడు. ఆ పేరుతోనే ప్రపంచ విఖ్యాత రచయితగా పేరు తెచ్చుకున్నాడు.

బ్రూనో అదిరిపడి చూసాడు. “ఇద్దరం కలిసి పైప్ లైన్ తవ్వుదామా? నీకేమయినా మతిపోయిందా? రోజుకి మనకి అయిదొందలు ఇస్తున్నారు తెలుసా? అ...యి...దొం...ద...లు!! వారం పూర్తయ్యేసరికి నేను కొత్త చెప్పులు కొనుక్కుంటాను. కొత్తబట్టలు. పార్టీలు.... మొత్తం నా జీవితానికి స్థిరత్వం లభించింది”.

అయితే పాబ్లో తన ఆలోచన మానుకోలేదు. ప్రతి శని, ఆది వారాలు పూర్తిగా ఆ పనికే వినియోగించేవాడు. బకెట్లు మోసే పనిలేనప్పుడు చెరువు దగ్గిరే గడిపేవాడు. రాతినేలని తవ్వటం చాలా కష్టంగా వుండేది. అయినా అతడు తన కలని నమ్మేవాడు. ఊరి జనం అతడిని “పాబ్లో - ది పైప్‌లైన్ మాన్” అని వెక్కిరించేవారు.

మరోవైపు బ్రూనో జీవితం పచ్చగా సాగుతోంది. గ్రామస్థులు అతడిని గౌరవంగా “మిస్టర్ బ్రూనో” అని పిల్చేవారు. అతడు వారాంత్రాల్లో పార్టీ ఇచ్చేవాడు. అతడి జోకుల కోసం ఊరి జనం పడిచచ్చేవారు. అతడలా హాయిగా గడుపుతూ వుంటే, పాబ్లో కొండరాళ్ళ మధ్య కాలువ తవ్వేవాడు. అతడికి కష్టంగానే వుండేది కానీ, తన వెన్ను తనే తట్టుకునేవాడు. “.... కొందరే అధిపతులు. అడుగులేస్తూ అలసి పోని వాళ్ళు” అనుకుంటూ, సుదూర తీరాల్లో వున్న కలలదీపాన్ని వూహించుకునేవాడు. దాంతో కష్టం యొక్క సాంద్రత తగ్గేది. **చేస్తున్న పనిలో ఇష్టం వున్నప్పుడు, అది అంతగా కష్టంగా అనిపించదు.**

ఆ విధంగా రోజులు నెలలు గడిచాయి. పైప్‌లైన్ సగం పూర్తయింది. అప్పుడతడొక అద్భుతమైన విషయాన్ని కనుక్కున్నాడు. ఊరి నుంచి సగం దూరం వెళ్తేచాలు. నీటికోసం తనిక చెరువు వరకూ వెళ్ళనవసరం లేదు.

ఆ విధంగా పని తొందర తొందరగా పూర్తి అవసాగింది. ఎక్కువ విశ్రాంతి దొరకటం

రిటైర్‌మెంట్‌కు పైప్‌లైన్

“ఇంకా 22,600 రోజులు పని చెయ్యాలి.”

పాతికేళ్ళ వయసులో ఉద్యోగంలో చేరిన మొట్టమొదటి రోజు ఎవరూ తమ రిటైర్మెంట్ రోజుని తల్చుకుంటూ అలా పైకి అనుకోరు. కానీ, ఉద్యోగాన్ని ఒక తప్పనిసరి పనిగా భావించేవారు మాత్రం మనసులో ఉద్యోగం నుంచి విముక్తి కలిగించే ‘హాలిడే’ కోసం నిరంతరం చూస్తూనే వుంటారు.

ఎన్నో ఆశల్తో ఇంజనీరింగ్ చదివి, హోటల్‌లో రెండువేల రూపాయలకి రిసెప్షనిస్ట్‌గా చేరిన ఒకమ్మాయి ఆ విధంగానే అన్నది. “ఇలా ఇంకెన్ని రోజులు?”

అంత నిరాశ అవసరం లేదు.

“నువ్వే ఉద్యోగం చేస్తున్నావన్నది కాదు ముఖ్యం. నువ్వు ఉద్యోగం ఎలా చేస్తున్నావు అన్నది ముఖ్యం. 99శాతం మనుష్యులు సామాన్యంగా వుంటారు... ఈజీగా.... కన్వీనియెంట్‌గా.... తెలిసిందే చేస్తూ .... తెలియని దాన్ని వ్యతిరేకిస్తూ... కేవలం అలాగే వుంటారు మరి కొంతమంది తమ ఉద్యోగాన్ని ఛాలెంజిగా, ఆనందంగా తీసుకుంటారు” అంటాడు క్రిసిన్. ఇతడు ఇంగ్లీషు ఛానెల్‌ని ఈదాడు.

ఇతడికి రెండు కాళ్ళూ లేవు.

❀

ప్రారంభించింది. అప్పుడు గమనించాడు తన స్నేహితుడిని! పరిశీలనగా చూస్తే బ్రూనో భుజాలు కృంగిపోయి వున్నాయి. పూర్వంలా నవ్వుతూ లేడు. జోకులు వెయ్యటం లేదు. చిరాగ్గా వున్నాడు. అతడికి పార్టీలిచ్చే ఓపిక లేదు. అతడిని ప్రస్తుతం జనం "బ్రూనో–ది బకెట్ మాన్" అని పిలుస్తున్నారు.

చివరికి పైప్‌లైన్ పూర్తయింది. జివ్వున చిమ్ముకుంటూ స్టోరేజీ టాంక్‌లోకి నీరు ధారగా పడుతూంటే గ్రామస్తులు హర్షధ్వానాలు చేస్తూ పాబ్లోని అభినందించారు. బ్రూనో కూడా స్నేహితుడిని ఏమాత్రం ఈర్ష్య లేకుండా కౌగిలించు కున్నాడు. ఆ నీటి వలన క్రమంగా ఆ గ్రామం హరితభరితమయింది.

ఆతరువాత ఇక పాబ్లోకి బకెట్‌లు మొయ్య వలసిన అవసరం రాలేదు. సమయం అతడి చేతి లో వుండటం ప్రారంభించింది. అతడు నిద్ర పోతున్నా, గోల్ఫ్ ఆడుతున్నా కూడా నీరు ప్రవ హిస్తూనే వుంది. ఆ విధంగానే అతడి దగ్గిరకి డబ్బు కూడా! అయితే అతడు ఖాళీగా వుండటానికీ, విందులూ, వినోదాలతో కాలం గడపటానికీ ఇష్టపడలేదు. ప్రపంచంలోని గ్రామాలన్నిటినీ పైప్‌లైన్‌తో కనెక్ట్ చేద్దామనుకున్నాడు. బ్రూనోని వ్యాపారంలో భాగస్వామిగా తీసుకున్నాడు.

కొన్ని దశాబ్దాలు గడిచాయి. ఇద్దరూ వృద్ధులయ్యారు. కానీ వారి వ్యాపారం మాత్రం నిత్యయవ్వనంతో వున్నది. వారి సంతతి దాన్ని చూసుకుంటోంది.

* * *

అంతే కథ. అర్థం చేసుకోగలిగితే ఎంతో అర్థం వున్న కథ. ఆ తరువాత ఆ కథ గురించి ఆ రచయిత విశ్లేషణ వుంటుంది. ఆ విశ్లేషణ ఏమిటో వచ్చే ప్రకరణంలో తెలుసుకుందాం.

తండ్రికి తగ్గ తనయుడు

"పైప్‌లైన్" పుస్తకం వ్రాసిన హెడ్జెస్ బ్రూక్ తండ్రి క్యూబా దేశంలో దాదాపు రెండు వందల కోట్ల డాలర్ల కు అధిపతి. "దేన్నీ తేలిగ్గా తీసు కోకు" అని కొడుక్కు తరచు చెప్పే వాడు. 1959లో క్యూబాపై కాస్ట్రో ఆధిపత్యం వహించి, ధన వంతుల్ని దేశద్రోహులుగా ప్రకటించాక, ఆ కుటుంబం జమైకాకు కట్టుబట్టల్తో వలస వెళ్ళిపోయింది.

పైప్‌లైన్ పుస్తకానికి ప్రేరణ 'కియోసాకి' అన్న రచయిత ఉపన్యా సం. కియోసాకి వ్రాసిన రిచ్ డాడ్-పూర్ డాడ్ గురించి నా పుస్తకం 'మైండ్ పవర్'లో విపులంగా చెప్పాను.

జమైకాలో బ్రూక్ తండ్రి, కొడుకుతో చదరంగం ఆడుతూ, ఎన్నో వ్యాపార విషయాలను చెప్పేవాడు (ట). ఆ ప్రేరణతోనే బ్రూక్ తన 25వ ఏట మొట్టమొదటి పైప్‌లైన్ వ్యాపారం పెట్టినప్పుడు అందరూ నవ్వేరు. ఆ తరువాత అతడు పది వ్యాపారాలను పెట్టాడు. ప్రస్తుతం బ్రూక్ హెడ్జెస్ వందకోట్లకు అధిపతి.

* * *

నువ్వు ఏదైనా కొత్త పనిచేసి ఓడి పోయినప్పుడు, 'చూసావా. మేము చెప్పాము కదా' అన్న వాళ్ళే, నువ్వు గెలిచినప్పడు చప్పట్లు కొట్టటం కోసం, తమ చేతుల్ని ఎల్లప్పుడూ ఖాళీగా వుంచుకుంటారు.

కార్పణ్య దోషోపహత స్వభావః పృచ్ఛామి త్వాం ధర్మ సమ్మూఢ చేతాః
యచ్ఛ్రేయస్స్యాన్నిశ్చితం బ్రూహి తన్మే శిష్యస్తే౽హం శాధి మాం త్వాం ప్రపన్నమ్

(సాంఖ్య యోగము-7)

ఆర్థిక క్రమశిక్షణ

"ఓ కృష్ణా. జ్ఞానంలేక పోవటంవలన కలిగిన సంశయముతో, సందేహముతో అడుగుతున్నాను. ఏది శ్రేయస్కరమో చెప్పు" అని అడుగుతున్నాడు అర్జునుడు.

ప్రస్తుతం మనం పైప్‌లైన్‌లు నిర్మించటం Vs. బకెట్‌లు మొయ్యటం గురించి చర్చిస్తున్నాం. బకెట్‌లు మోసేవారు సాధారణంగా ఇదే విధమైన సందేహాల్నీ, సంశయాల్నీ ఈవిధంగా వెలిబుచ్చుతూ వుంటారు.

1. పైప్‌లైన్ నిర్మించటానికి నాకు అంత టైమ్ లేదు.
2. నా స్నేహితుడు చెప్పాడు. అతడి స్నేహితుడికి అతడి స్నేహితుడికి తెలిసిన వారెవరో చెప్పారట- పైప్‌లైన్లు నిర్మించటం చాలా కష్టమట.
3. ఆ పరిశ్రమలోకి అందరికన్నా ముందు ప్రవేశించిన వారే నాలుగు డబ్బులు చేసుకున్నారు. ప్రస్తుతం ఆ ఫీల్డులో లాభం ఏమీ లేదట.
4. బకెట్‌లు మొయ్యట మొక్కటే నాకు తెలిసిన విద్య. కొత్తదెందుకు ? ఇలా బానేవుంది కదా!
5. పైప్‌లైన్‌ల నిర్మాణంలో డబ్బు నష్టపోయిన వారెందరో నాకు తెలుసు.

ఈ విధమైన అనుమానాల్ని వెలిబుచ్చిన వారు మార్పుని వ్యతిరేకిస్తూ వుంటారు. ఇది ఒకవైపు. ఇంకో సమస్య కూడా వున్నది.

ఒక గ్రామానికి మీరు పైప్‌లైన్ వేద్దామనుకున్నారనుకోండి. దానివల్ల గ్రామం ఎంతో బాగుపడుతుంది. అయినా దాన్ని వ్యతిరేకించే వారుంటారు. ఆశ్చర్యంగా వుందా? అవును. బకెట్‌లు మోసే వారి యూనియన్ దాన్ని వ్యతిరేకిస్తుంది. వారికో లీడర్ వుంటాడు. అతడు అసెంబ్లీలో వుంటాడు. బకెట్ వ్యవస్థని మార్చటంవలన ఎంతోమంది మోసేవారు నిరుద్యోగులు అవుతారని వాదిస్తాడు. "బకెట్‌లపై ఆధారపడి వున్న వారందరూ పైప్‌లైన్ నిర్మాణ టెక్నీషియన్స్‌గా మారితే దేశం పురోభివృద్ధి

ఇన్సూరెన్స్ Vs. జాక్‌పాట్

ఆశవేరు. కృషివేరు. జాక్‌పాట్ కీ ఇన్సూరెన్స్‌కీ వున్నంత తేడా వుంది.

గుర్రప్పందేలు ఆడేవాడికి జాక్ పాట్ రావాలని రూలేమీ లేదు. అది 'ఆశ'.

కానీ 'కృషి' ఇన్సూరెన్స్ పాలసీ లాంటిది. అది ఎప్పటికయినా ఫలి స్తుంది. మా T.V సీరియల్ 'తులసీ దళం' కి ప్రొడక్షన్ నిర్వహించిన వల్లూరిపల్లి రమేష్ (ఆ సీరియల్‌లో ఇస్మాయిల్ పాత్ర పోషించాడు) జీవి తంలో చాలా కష్టపడి పైకి వచ్చాడు. సినిమా ఫీల్డులో మామూలు పాఠ కులు సాధారణంగా వూహించలేని దారుణమైన అనుభవాల్ని మాకు సరదాగా చెప్పేవాడు. ఒకప్పటి కష్టం, తరువాత 'అనుభవం'గా మారు తుంది కదా!

"1982లో మద్రాసు వెళ్ళి ప్రొడక్షన్ అసిస్టెంట్‌గా చేరాను. రైలు టిక్కెట్లు కొనితెస్తే, టిక్కెట్టుకి మూడు రూపాయిలు ఇచ్చేవారు. సైకిల్ స్టేషన్‌లో పెడితే రూపాయి ఇవ్వాల్సి వస్తుందని, బుహారీ హోట ల్ ముందు పెట్టి అక్కణ్ణుంచి నడు చుకుంటూ వెళ్ళేవాడిని.

ఆ రోజుల్లో కంప్యూటర్లు లేవు. అవుట్ డోర్ యూనిట్ కోసం అరవై టిక్కెట్లు కొనాలంటే, ఆరుకొని, మళ్ళీ క్యూలో లైను చివరికొచ్చి నిలబడా లి. అన్నీ కొనేసరికి సాయంత్రం ఆరయ్యేది. కాళ్ళు పీక్కుపోయేవి. రోజంతా అదే పని. ఆ కష్టం అను భవిస్తే గానీ తెలీదు.

సాగిస్తుంద" న్న వాదనని వొప్పుకోడు. ప్రస్తుతం వాళ్ళ జీవితాలకి ఎవరు జవాబుదారి - అని ప్రశ్నిస్తాడు. అతడి వాదనలు అతడి కుంటాయి. ఇక్కడ మన చర్చ వ్యవస్థ గురించి కాదు.

మీరెవరు? మీకేది ఇష్టం? బకెట్ మోయటమా? పైప్‌లైన్ నిర్మాణమా? ఈ ప్రశ్న అడిగితే అందరూ 'రెండోదే' అంటారు. కానీ మొదటిదే చేస్తారు. ఎందుకు ? అర్జునిడిలా యుద్ధం చేయటం ఇష్టంలేక. అతడి కారణాలు అతడికి వుండొచ్చు. కానీ **"త్రైలోక రాజ్యస్య హెతోః హస్తం నేచామి"** (మూడులోకాలపై ఆధిపత్యము వచ్చిననూ నేను యుద్ధం చేయను) అంటున్నాడు. మనసులో కోరిక ఒకటిగానూ, గమ్యం వేరే విధంగానూ వుండటం వలన వచ్చే ఇబ్బంది ఇది.

బకెట్ జీవితాల్తో ఇబ్బంది ఏమిటంటే, ఎప్పుడయితే దాన్ని మోయటం మానేస్తామో, నెలసరి రాబడి ఆగిపోతుంది. ఆ భయమే మనుషుల్ని ఆ వృత్తం నుంచి బయటకు పోనివ్వదు. మరేం చెయ్యాలి?

వృత్తంలో వుంటూనే, దానిలోంచి బయట కు రావటానికి ప్రయత్నించాలి. ఇదే పుస్తకంలో, ఖాళీ సమయాల్లో జపనీస్ భాష నేర్చుకున్న ఆటోడ్రైవర్ గురించి చదివాము కదా! అందరూ అలా ఎందుకు చెయ్యరు? అలసిపోయిన తరువాత రెస్ట్ కావాలీ అంటారు. మళ్ళీ అదే. తమ జీవన విధానాన్ని బలపర్చుకోవటం కోసం వాదనలు సమకూర్చుకోవటం!

సమస్య ఎప్పుడు ఎట్నుంచి వస్తుందో తెలియదు. ఒక గొప్ప న్యూరో సర్జెన్ (మెదడు ఆపరేషన్ చేసే డాక్టర్) కేవలం నరాల వ్యాధి వలన తన వృత్తి మానెయ్యవలసి రావొచ్చు. చేయటానికి పనిలేక అకస్మాత్తుగా 'ఖాళీ' అయి

పోవచ్చు. ఒక ఆస్పత్రి యజమానికి అదే నరాలవ్యాధి వచ్చిందనుకుందాం. ఒక డాక్టర్ని నియమించుకుని ఆ పనిచేయించుకోగలడు. ఒక డాక్టర్‌కి వ్యాధి రావటానికీ, ఒక ఆస్పత్రి యజమానికి వ్యాధి రావటానికీ అదీ తేడా. కానీ ఈ ప్రపంచంలో కొన్ని కోట్లమంది బకెట్‌ల ద్వారా సంపాదించే వారుంటారు. ఇండియాలో పనిచేస్తూ చాలా సంతోషంగా అమెరికాలోని కంపెనీలకి డబ్బు సంపాదించి పెడుతూ వుంటారు. ఏ క్షణమైనా అమెరికా తన ఆర్థిక విధానాన్ని మార్చుకునే ప్రమాదం వున్నదని గ్రహించరు. కొందరు మాత్రమే, సంపాదించిన దానిలో కొంత దాచి, స్వంత పైప్‌లైన్ నిర్మాణాన్ని చేపడతారు. ఉద్యోగం చేస్తూనే భవిష్యత్ కోసం జాగ్రత్తలు (పైప్‌లైన్‌లు) తీసుకుంటారు.

చిత్రమేమిటంటే, మన విద్యావిధానం కూడా బకెట్‌లు మోసే వారినే తయారు చేస్తుంది తప్ప పైప్‌లైన్ నిర్మించే వారిని తయారు చేయదు. ఎగ్జిక్యూటివ్‌లని తయారుచేసే కోర్సులు వున్నాయి గాని, యజమానుల్ని తయారు చేసే కోర్సులు మన విద్యావిధానంలో లేవు.

సంవత్సరాంతానికి పెరిగే వందరూపాయల ఇంక్రిమెంట్ ఒక్కటే చీకట్లో ఒక చిరు దీపం. పెరిగే ధరల్తో పోల్చుకుంటే ఇది చాలా తక్కువ. అలా పది సంవత్సరాలు పనిచేస్తే, ప్రమోషన్ రూపంలో "మరో పెద్ద బకెట్" ఇవ్వబడుతుంది. అంతే.

అయితే ఉద్యోగం చేయకూడదా? చెయ్యక పోతే రాబడి ఎలా వస్తుంది? అన్న అనుమానం రావొచ్చు. రాబడి వేరు. సంపద వేరు. రాబడి రెండు రకాలుగా వస్తుంది. సంపదవలన (on capital), పనిచేయటం వలన (on labour).

ఆ విధంగా అరవై టిక్కెట్లూ కొని, స్టేషన్ నుంచి ఆరుమైళ్ళు సైకిల్ తొక్కుకుంటూ ఆఫీసుకెళ్ళే సరికి 'హీరోయిన్ అసిస్టెంటూ, మరో ఇద్దరూ రావటం లేదోయ్. మూడు టిక్కెట్లు కాన్సిల్ చెయ్' అనేవారు.

ప్రాణం ఉసూరు మనేది కాదు. ఉక్రోషం వచ్చేది కాదు. సంతోషం వేసేది. మరో తొమ్మిది రూపాయలు దొరుకుతాయని" అంటూ నవ్వేసే వాడు.

* * *

అతడు ఆ తరువాత 'నేనూ - సీతామాలక్ష్మి' 'కబడ్డీ - కబడ్డీ' సినిమాలు తీసి చూస్తూండగానే ఏడాదిలో మిలియనీర్ అయ్యాడు. అందరూ అతడిని 'జాక్‌పాట్ కొట్టేవోయ్' అని అభినందిస్తూంటే అతడు నమ్రతగా చెప్పేవాడు. "లేదండీ. ఎప్పుడో పాలసీ కట్టాను. అది ఇప్పటికి మెచ్యూర్ అయింది" అని జాక్‌పాట్ కొట్టటానికీ, పాలసీ కట్టటానికీ అదీ తేడా.

* * *

రాయిని బ్రద్దలు కొట్టే వాడు సుత్తితో వందసార్లు కొడతాడు. అది అలాగే చెక్కు చెదరకుండా వుంటుంది. నూటొకటో దెబ్బకి ఒక్కసారిగా రెండుగా విడిపోతుంది.

అది నూటొకటో దెబ్బ గొప్పతనం కాదు. నూరు దెబ్బల శ్రమ ఫలితం.

దానం

సిగరెట్ తాగితే కిక్ వస్తుంది. డ్రింక్ చేస్తే కిక్ వస్తుంది. అదే విధంగా డబ్బువల్ల కూడా మూడు రకాలైన కిక్‌లు వస్తాయని అంటాడు 'ఆలెన్ వైట్.'

అతడు ఒక పెద్ద పత్రికాధిపతి. కోటీశ్వరుడు. తాను పుట్టిన ఊరికి మిలియన్ డాలర్ల యాభై ఎకరాలని పార్క్ నిమిత్తం దానం ఇచ్చాడని తెలిసి అతడి స్నేహితుడు "ఎందుకు ఇంత ఖరీదైన భూమిని అలా ఇచ్చేశావు?" అని అడిగాడట. అప్పుడు వైట్ ఈ విధంగా సమాధానం చెప్పాడు. "డబ్బు మూడు రకాల కిక్‌లు ఇస్తుంది. ఒకటి- నువ్వు దాన్ని సంపాదిస్తున్నప్పుడు, రెండు- దానిని నీ దగ్గర వుంచుకున్నప్పుడు, మూడు- నువ్వు ఒక మంచి పని కోసం దానిని ఖర్చు పెడుతున్నప్పుడు. ఈ మూడోది మిగతా రెండింటి కంటే ఎక్కువ కిక్ ఇస్తుంది".

అక్షర లక్షలు చేసే మాటలు ఇవి. ఫస్ట్‌క్లాస్ లోంచి దిగి, రైల్వే కూలీ దగ్గర గీసీ గీసి బేరమాడే లక్షాధికార్లు తెలుసుకోవలసిన సత్యమిది.

ఒకప్పుడు పాస్ బుక్‌లోని పెద్ద పెద్ద సంఖ్యలు నాకు చాలా సంతోషాన్ని ఇచ్చేవి. అనుకున్న దానికన్నా అయిదు రూపాయలు ఎక్కువిస్తే, పేపర్ బోయ్ కళ్ళలో కనపడే ఆనందం ఇప్పుడు ఎక్కువ సంతోషాన్నిస్తోంది.

సంపద పెరగాలంటే రాబడిలో కొంత ఆదా చెయ్యాలి. "మొదట్లో" కొంత కష్టపడాలి. పాబ్లో అలాగే చేసాడు. బ్రూనో అలా చెయ్యలేదు. **అంటే అతడు కష్టపడలేదని కాదు. Productive గా కష్టపడలేదు.** ఒకరోజు అతడికి నడుము నొప్పి వచ్చిందనుకుందాం! మొత్తం రాబడి ఆగిపోతుంది. ఆ నొప్పి తగ్గటానికి వైద్యం నిమిత్తం అప్పు చేసాడనుకుందాం. భవిష్యత్తులో వచ్చే రాబడి కూడా వడ్డీ రూపేణా పోతుంది. అందుకే వీలైనంత త్వరగా సంపద పెంచుకోవాలి. అంతే కాదు. **తన సంపద అంతా ఖర్చు రూపంలో తగ్గిపోకుండా చూసుకోవాలి.** కొంతమంది, రాబడి ఎక్కువగా వున్నప్పుడు ఖరీదైన జీవితానికి అలవాటు పడతారు. రాబడి తగ్గినప్పుడు 'సంపద' లోంచి ఖర్చు పెడతారు. చివరికి రోడ్డున పడతారు. దాన్నే క్రమశిక్షణ లేకపోవటం అంటారు. జీవితంలో పైకిరావాలంటే మనిషికి రెండు రకాల నిబద్ధత (క్రమశిక్షణ)లు కావాలి. ఆర్థిక నిబద్ధత, సమయ నిబద్ధత.

అవసరాలకి ఎంత ఖర్చు పెట్టాలి? ఆనందానికి ఎంత ఖర్చు పెట్టాలి? ఎంత మిగల్చాలి? ఈ మూడూ ఆర్థిక నిబద్ధత.

రాబడి కోసం ఎంత సమయం ఖర్చు చెయ్యాలి? కొత్త వనరులకోసం (తనలోని శక్తిని, కొత్త కళని పెంపొందించుకోవటం కోసం) ఎంత టైమ్ వినియోగించాలి? ఎంత సమయం కుటుంబంతో కలిసి విశ్రాంతి తీసుకోవాలి? ఈ మూడూ సమయ నిబద్ధత.

ఆర్థిక నిబద్ధత, సమయ నిబద్ధత కలిసిన వాడు పైపులైను నిర్మాత అవుతాడు. "ఈ సంవత్సరం వెయ్యి రూపాయలు ఆదా చెయ్యండి. వచ్చే సంవత్సరానికి అది రెట్టింపు అయ్యేలా చూడండి. అలా చేసుకుంటూపోతే 14 సంవత్స

రాల్లో కోటీశ్వరులు అవుతారు" అంటాడు బ్రూక్ హెడ్జెస్. నిజమే. అలా చేస్తే ఇరవై సంవత్సరాలకు యాభై కోట్లకు అధిపతి అవ్వొచ్చు. కొంతమంది అలాగే అవుతున్నారు కూడా.

ఇదంతా ఆర్థిక ప్రణాళిక. ఇక సమయ ప్రణాళికకి వస్తే .... సమయంపట్ల మనకి చాలా తేలికయిన అభిప్రాయాలున్నాయి. 'ప్రస్తుతం నేను చాలా సుఖంగా నా సమయాన్నీ, జీవితాన్నీ గడుపుతున్నాను. భవిష్యత్తుపట్ల కూడా నాకే సమస్యల్లేవు' అనే వారిని వదిలేస్తే, మిగతా వారు మాత్రం కాస్త సమయ ప్రణాళికతో జీవితాన్ని మరింత సుఖమయం చేసుకోవచ్చు.

సామాన్యంగా 72 సంవత్సరాలు బ్రతికే వ్యక్తి తన జీవితంలో వివిధ విషయాలకు ఈవిధంగా సమయాన్ని కేటాయిస్తాడు.

నిద్ర : 24 సంవత్సరాలు
తిండి : 4 సంవత్సరాలు
టీ.వి. వీక్షణం : 6 సంవత్సరాలు
ఫోన్లు : 3 సంవత్సరాలు
ప్రయాణం : 5 సంవత్సరాలు

ప్రతిరోజూ ప్రొద్దున్న ఖాళీ సమయంనుంచి ఒక గంట, సాయంత్రపు సమయంలోంచి మరో గంట విడిగా తీసిపెట్టామనుకోండి. అలాగే శని, ఆది వారాల్లో చెరో మూడు గంటలు కూడా పనికోసం పెట్టుబడి పెట్టామనుకోండి. వారానికి 16 గంటలు. **అంటే ఏడాదికి మిగతావారి కన్నా 'మూడునెలల' ఎక్కువ సమయం వినియోగించుకోవచ్చు.** ఇదంతా ఎందుకు చెప్పవలసి వచ్చిందంటే, మనదేశంలో కష్టపడి పనిచేసే 10 శాతం టాప్ ఎగ్జిక్యూటివ్స్, వారానికి దాదాపు యాభై గంటలు పనిచేస్తే, మిగతావారు కేవలం నలభై గంటలే చేస్తారు. ఏ విభాగంలో వుండాలో మీకు మీరే నిర్ణయించుకోవాలి.

గెలుపుకీ, మార్పుకీ అంతంలేదు

గెలుపుకి అంతంలేదు. అది ఒక నిరంతర ప్రవాహం. రికార్డులు వున్నవి వాటిని బ్రద్దలు కొట్టటానికే. ఓటమిని స్పోర్టివ్‌గా తీసుకున్న మనిషిదే నిజమైన గెలుపు.

స్పెయిన్ దేశపు జీబ్రాల్టర్ ప్రాంతంలో ఒక హెర్కులిస్ విగ్రహం వున్నది. ఆ హెర్కులిస్ ఒక పెద్ద రాయిని భుజాల మీద మోస్తూ వుంటాడు. ఆ రాతిమీద NE-PLUS-ULTRA అని వ్రాయబడివుంది. దాని అర్థం ఏమిటంటే 'ఇక్కడ నుంచి ముందు మరి ఏమీలేదు' అని. అక్కడ నుంచి అంతా సముద్రమే. ప్రపంచానికి ఆఖరి దేశం తమదైనందుకు స్పెయిన్ దేశీయులు చాలా గర్వపడుతుండే వాళ్ళు.

ఆ తర్వాత కొంత కాలానికి కొలంబస్ అమెరికాని కనుక్కొన్నాడు. దానితో ప్రపంచపు ఆఖరి దేశం స్పెయిన్ కాదని తెలిసిపోయింది. హెర్కులిస్ బొమ్మనీ, ఆ రాయినీ తీసేయవలసిన పరిస్థితిల్లో స్పెయిన్ దేశాన్ని పాలిస్తున్న రాణి ఇసబెల్లాకి ఒక ఆలోచన వచ్చి ఆ బొమ్మని అలాగే వుంచేసి పైన NE అనే అక్షరాలని చెరిపించి వేసింది. ఇప్పుడు దాని అర్థం "ఇంకా ముందు చాలా ప్రపంచం వుంది". ✿

జొనాథన్ లివింగ్‌స్టన్ సీగల్

1977లో రిచర్డ్ బాక్ వ్రాసిన ఈ పుస్తకం సంచలనం కలుగ చేసింది. 'సీగల్' అంటే పొట్టి రెక్కలున్న సముద్రపు కాకిలాంటి జంతువు. సముద్రపు వడ్డునే ఆహారంకోసం రెండు కాళ్ళమీద తిరిగే ఈ సీగల్ గుంపులో ఒకదానిపేరు "జొనాథన్ లివింగ్‌స్టన్".

ఆ సాయంత్రం మిగతా సీగల్స్ అన్నీ హుషారుగా డిన్నర్ అయ్యాక ఆ సముద్రాన ఇటూ అటూ తిరుగుతూ వుంటే, జొనాథన్ మాత్రం విపరీతంగా అలసిపోయి నిద్రకు జోగుతూ వుంటుంది.

దానికి కారణం చాలాకాలం క్రితమే ప్రారంభం అయింది. ఇసుక కొండల మీదకి ఎగిరి, ఆకాశం లోంచి సముద్రంలోకి నిలువుగా 'డైవ్' చెయ్యాలన్న ఆకాంక్షతో అది ఎన్నో రోజులుగా ప్రయత్నిస్తోంది. ఫెయిల్ అవుతోంది.

ఇదంతా గమనించిన ముసలి నాయకుడు జొనాథన్‌ని గుంపు మధ్యలో నిలబడి క్షమాపణ చెప్ప మన్నాడు. "మనజాతికి వీలుకాని ఒక అసందర్భపు పని మొదలు పెట్టావు. మనం పేరుకి మాత్రమే పక్షులం అంతే తప్ప సీగల్స్ ఆకాశంలో ఎగరటం అన్న ఆలోచన ఎవరికయినా వచ్చిందా ? పైగా నిన్ను చూసి చిన్న పిల్లలు పాడయిపోతున్నాయి. దొరి కింది తినటం మానేసి

చాలామంది అడిగేది ఒకే ప్రశ్న. "అంతా బావున్నప్పుడు ఎందుకు ఇదంతా చెయ్యాలి?" దానికి ఒకే సమాధానం. "అంతా బావున్నప్పుడే పైప్‌లైన్ నిర్మించుకోవాలి".

కొత్త కారు లోపలి ప్లాస్టిక్ వాసన, ఖరీదైన మొదటితరగతి రైలు కూపేలో కాళ్ళక్రింద తివాచీ (గ) మత్తయిన అనుభూతులు. అవేమీ అవసరం లేదనుకుంటే లేదు. కానీ కనీసావసరాల సంగతి ఏమిటి? మన చుట్టూ కనపడే వారందరూ ఏ సమస్యలూ లేకుండా బ్రతుకుతున్నారనుకోవటం అవివేకం. భవిష్యత్తు పట్ల జాగ్రత్తలు తీసుకున్నవాడూ, తీసుకోని వాడూ కూడా **'వర్తమానంలో'** ఒకేలా కనపడతారు. ఆ మాటకొస్తే రెండోరకం వాడే మరింత 'ఖరీదు'గా కనపడతాడు. కానీ అదంతా పైన పటాటోపమే.

CASE : ఒక వ్యక్తి స్క్యూబా సూట్ కష్టపడి వేసుకుని, ఆక్సిజన్ సిలిండర్ పెట్టుకుని సముద్రంలోకి దిగాడు. అతడికి అక్కడ ఒక వ్యక్తి అవేమీ లేకుండా చేతులూపుకుంటూ కనపడ్డాడు. అతడు ఆశ్చర్యపోయి, "అదేమిటి? నేనిన్ని జాగ్రత్తలు తీసుకున్నాను. నువ్వు ఇంత హాయిగా ఇంత లోతులో ఎలా వున్నావు?" అని అడిగాడట. ఆ వ్యక్తి నిర్వేదంగా, "నేను మునిగిపోతున్నాను" అన్నాడట.

ఖరీదైన వాచీలు పెట్టుకున్న వారూ, ఖరీదైన కార్లలో తిరిగేవారూ, ఖరీదైన వారు కాకపోవచ్చు. ఇతరులమీద అప్పులు చేసి బ్రతికే వారయివుండవచ్చు. ప్రజల్ని మోసం చేస్తున్న వారయి వుండవచ్చు. కానీ నిజంగా 'ఖరీదు'గా బ్రతకాలంటే మాత్రం పైప్‌లైన్ నిర్మించుకోక తప్పదు.

మీకొక విషయం తెలుసా? పనిలేని మెదడే సమస్యల గురించి ఎక్కువ ఆలోచిస్తుంది. ఇష్టమైన పనిలో మునిగిన వాడికి కష్టాల గురించి ఆలోచించే తీరిక వుండదు. దీన్నే సైంటిఫిక్‌గా చెప్పాలంటే, గడిచిన కష్టాల్ని తల్చుకుంటూ తీరిగ్గా బాధ పడటాన్ని Neuropathic pain అంటారు.

బాధ అన్నది మెదడులో వుంటుంది. శరీరంలో కాదు. ఉదాహరణకి గోరు దగ్గిర చిన్న దెబ్బ తగిలినా విలవిల లాడిపోతాం. అదే దెబ్బ చేతికి తగిలితే పట్టించుకోం. దాన్నే All in the mind అంటారు. నరాలు 'బాధ'ని మెదడుకి తీసుకువెళ్తాయి. "ఎం..త" బాధపడాలో మెదడు నిర్ణయిస్తుంది. మెదడులోని ఎండార్ఫిన్స్ క్రమంగా బాధని తగ్గిస్తాయి. అయితే ఒక్కోసారి గాయం తగ్గిపోయిన తరువాత కూడా బాధ అలాగే వుంటుంది. పేషెంటు 'ఇంకా నొప్పిగా వుంది' అంటాడు కానీ గాయం వుండదు. అంటే అతడి మెదడులోని సొమాటో సెన్సరీ కార్టెక్స్‌లో ఆ బాధ అలాగే వుండిపోయిందన్న మాట.

ఒక్కోసారి అర్ధరాత్రి మెలకువ వస్తుంది. మరణించిన వారెవరో గుర్తొస్తారు. దుఃఖం కలుగుతుంది. ఇది కూడా అంతే. సెన్సరీ కార్టెక్స్‌లో ఆ భావం మేల్కొన్నదన్నమాట. చేతికి బ్లేడువలన గాయమై రక్తం వస్తుందనుకుందాం. మామూలు టైమ్‌లో ఎక్కువ బాధగా వుంటుంది. టి.వి.లో మంచి సినిమాలో లీనమయినప్పుడు ఆ బాధ అంతగా తెలీదు. కడుపునొప్పితో ఏడుస్తూన్న పిల్లలకి కథలు చెప్పేది అలా మరిపించటానికే !

ఇదంతా ఎందుకు చెప్పవలసి వచ్చిందంటే 'సంపద' నిర్మించే వాడికి బాధలు ఎక్కువగా ఉంటాయని అందరూ అనుకుంటారు. ఉండవు. ఒకవేళ బాధ వున్నా, దాని గురించి తీరిగ్గా బాధపడటానికి వీలయినంత టైమ్ వుండదు.

ఎగరటానికి వృథా ప్రయాస చేస్తున్నాయి. దీనికి నీ సంజాయిషీ ఏమిటి ?" అని అడిగాడు.

అప్పుడా పొట్టి రెక్కల స్థూలకాయపు పక్షి ఈ విధంగా అన్నది. "వడ్డుకు కొట్టుకొచ్చిన చేప పిల్లల తలలు తినటం తప్ప కొన్ని వేల సంవత్సరాలుగా మనం మరేం చెయ్యలేదు. ఒక కొత్తని కనుక్కోవటంలోనూ, మన బ్రతుక్కి అర్థం తెలుసుకోవటం లోనూ తప్పే ముంది ?"

"జాతిని చీలుస్తున్నావు నువ్వు" అన్నాడు నాయకుడు. సీగల్స్ అన్నీ వెనక్కి తిరిగి వీపులు చూపించి హేళనగా నాట్యం చేస్తూ జొనాథన్‌ని బహిష్కరించాయి.

అప్పటి నుంచీ జొనాథన్ యజ్ఞం తిరిగి ప్రారంభం అయింది. రాత్రింబవళ్ళు సముద్రం మీదుగా ఎగరటానికి ప్రయత్నం చేసే వాడు. నీటిలో పడిపోయేవాడు. మళ్ళీ లేచే వాడు. పడేవాడు. శరీరం చీరుకుపోయేది. రాళ్ళ అంచులకి రక్తం అంటేది. అయినా ప్రయత్నం ఆపలేదు. పిల్ల పక్షులన్నీ అబ్బురంగా చూసేవి. కొంత కాలానికి నెమ్మదిగా వాలుగాలిలో ప్రయాణం చేయటం నేర్చుకున్నాడు. తరువాత ఎదురు గాలిలో....

చిన్నకొండ శిఖరం పైకి నెమ్మదిగా ఎక్కి అక్కణ్ణుంచి సముద్రపు నీటిలోకి దూకటం ప్రాక్టీసు చేస్తూ వుండగా-

అప్పుడు స్వర్గం నుంచి దిగి వచ్చిన మరొక పక్షి చెపుతుంది. "....ఈ స్పీడ్ సరిపోదు. వాయువు కన్నా వేగంగా వెళ్ళాలి. స్వర్గం చేరుకోవాలంటే రెప్పపాటు కాలం లో అదృశ్యమయ్యేటంత వేగంగా పయనించాలి. అయినా 'స్వర్గం' ఒక చోట ఆగదు. వెళ్ళేకొద్దీ మరింత సౌఖ్యవంతంగా, ఆనందంగా, ఆహ్లాదంగా కనబడుతుంది" అంటుంది.

జొనాథన్ ఆ వేగంతో ప్రయాణించటం నేర్చుకుంటాడు. సముద్రం మొదలులోనే అలలు వుంటాయనీ, కొంతదూరం వెళ్ళాక వుండవనీ తెలుసుకుంటాడు.

అస్తమిస్తున్న సూర్యుణ్ణి సముద్రపు అంచులో చూస్తాడు.

నీటిపై ఎగిరే చేపల్ని, సముద్రం చివర వున్న వడ్డునీ (అట్నుంచి) చూస్తాడు.

మేఘాల్లోంచి సముద్రాన్ని మొట్ట మొదటిసారి వీక్షిస్తాడు.

మేఘంపై నుండి క్రిందకి జారే అనుభవాన్ని ఆస్వాదిస్తాడు.

ఏ సీగల్ తన కలలో కూడా వూహించలేని అనుభవాన్ని స్వంతం చేసుకుంటాడు చివరికి-

"ఎంత ఎత్తుకి ఎగురుతే- పక్షి అంత దూరాన్ని చూడగలదు" అన్న సామెతకి అర్థం తెలుసుకుంటాడు.

వెలివేసిన పక్షుల్లోంచి కొన్ని యువసీగల్స్ జొనాథన్ దగ్గిర శిష్యులుగా చేరతాయి. కొంతకాలం వాటికి ఆ విద్య నేర్పి, తన ప్రథమ ప్రతి మనిషికీ ఆనందించే హక్కు వుంది.

కానీ అలాటి ఆనందం కావాలంటే మిగతా అన్నిటికన్నా ముఖ్యంగా "సుఖం" కావాలి.

సుఖం కావాలంటే తప్పనిసరిగా సంపద వుండాలి. సంపద కావాలంటే కృషి, కోరిక వుండాలి.

కోరికలేని వాడు, సంపదవున్న వాడిని చూసి "పాపం? ఎంత కష్టపడుతున్నాడో. నాలా సామాన్యంగా తీరిగ్గా బ్రతకొచ్చు కదా" అనుకుంటాడు. 'సామాన్యంగా బ్రతుకుతూ తీరిక సమయాల్లో నీవేం చేస్తూ వుంటావు ?' అని అడిగితే, "సినిమాలు చూస్తాను. స్నేహితుల్తో గడుపుతాను. తాగుతాను. ఇంట్లో వాళ్ళమీద నాకోపాన్ని చూపిస్తూ వుంటాను" అంటాడు. అంతకన్నా సంపద నిర్మాణమే ఎక్కువ ఆనందం ఇస్తుందనుకోడు. అతడిలా అంటాడు.

"ఎక్కువ చూడకు - గుడ్డివాడివి కావొచ్చు.
ఎక్కువ చదవకు - పిచ్చివాడివి కావొచ్చు.
ఎక్కువ నడవకు - పడిపోవచ్చు.
ఎక్కువ వినకు - చెవుడు రావొచ్చు" ఇలా అనుకొనే నిరాశావాది ఇది కూడా అనుకుంటాడు.

"ఎక్కువ బ్రతక్కు - చావు రావొచ్చు".

ఇలాటి గా(గే)యాలు వ్రాసుకోవటం మానేసి, ఈ ఎనిమిది సూత్రాల్ని అద్దం క్రింద పెట్టుకోండి. ఆచరించండి.

1. నా జీవితంలో మరింత సంపద సంపాదించలేకపోవడానికి కారణం నా ఆలోచనలో అడ్డంకులే తప్ప మరింకేమీ కాదు.

2. నేను నా ఆలోచనల్ని మరింత సంపాదన సాధించే అయస్కాంత క్షేత్రాలుగా మార్చుకుంటాను.

3. నేను ఈ ప్రపంచంలో చాలా డబ్బు ఉందని నమ్ముతున్నాను. నేను మరింత సంపద సంపా

దించాలంటే వేరొకరి నుంచి దాన్ని తీసుకోవాలి అని భావించడం లేదు.

4. సంపద పెంచుకోవటంలో కొత్త కొత్త ఆలోచనల్ని నేను ఎప్పుడూ ఆహ్వానిస్తూనే వుంటాను.

5. సంపాదించే వాళ్ళలో నేను కూడా ఒకడినని మనస్ఫూర్తిగా నేను నమ్ముతున్నాను.

6. కాలాన్ని సంపదగా మార్చుకోవటం ఎలాగో నేను నిరంతరం తెలుసుకుంటూనే వుంటాను.

7. సంపద ప్రవాహంలాగా నా జీవితంలోకి ప్రవేశించటానికి నా తలుపులని తీసే వుంచుతాను.

8. నేను సంపాదనపరుణ్ణి.

* * *

మీకు లక్షరూపాయలు ఇస్తాను. మిమ్మల్ని నాకు అమ్ముతారా? అమ్మరు. మీ విలువ అంతకన్నా ఎక్కువ అని మీకు తెలుసు. మీ అభిలాష, కోర్కెలూ, భవిష్యత్ ప్రణాళికా అన్నీ మీకు నిర్దుష్టంగా వున్నాయి. మీ జీవితం విలువ అమూల్యం. మీకు మీ విలువలో నాలుగోవంతు కూడా చెయ్యని మీ వాహనాన్ని ప్రతిరోజూ క్లీన్ చేస్తారు. రాత్రిళ్ళు జాగ్రత్తగా వుంచుతారు. ఆర్నెల్లకొకసారి ఆయిల్ మారుస్తారు. పెట్రోల్‌లో నీళ్ళు కల్తీ చెయ్యరు. గతుకుల్లో నిర్లక్ష్యంగా నడపరు. ఆక్సిడెంట్‌లో చిన్న చొట్టపడితే రాత్రంతా విచారిస్తారు.

మిమ్మల్ని మీరు అంతకన్నా వందరెట్లు జాగ్రత్తగా చూసుకోవాలి. కల్తీ ఆలోచన్లు రానివ్వకండి. గతుకుల్లో ప్రయాణం చెయ్యకండి. ఆక్సిడెంట్ అవకుండా గమ్యం చేరుకోండి. బండిపోతే కొత్త బండి కొనుక్కోవచ్చు. మీరు పోతే మీకు ఇంకో మీరు దొరకరు.

మీరు సాధించగలరు! సందేహం వద్దు!!

If you doubt your beliefs, you believe your doubts. If you fail to practise, you practise failure.

శిష్యుడిని వాటికి గురువుగా చేసి, 'స్వర్గా'నికి ఎగురుతూ వెళ్ళిపోతాడు జొనాథన్ లివింగ్‌స్టన్.

* * *

రిచర్డ్ బాక్ ఈ పుస్తకంలో చెప్పిన కథలోని ఈ విధమైన Self – Discovery అందరూ తెలుసుకోవలసిన, నేర్చుకోవలసిన గొప్ప సత్యం.

ఈ చిన్న ముప్పై రూపాయలు ఖరీదు చేసే పుస్తకంలో రచయిత చెప్పేది- మనిషి, తనని తాను ముందు తెలుసుకుని ఆ తరువాత తెలుసుకున్న దాన్ని తన వారికి చెప్పాలని! గెలుపు మొదట్లో వ్యక్తిగతం. తరువాత సామాజికం.

ఎంతకాలమయినా పాడవకుండా వుండే ఒక వస్తువు ఏమిటో తెలుసా?

తేనె...!

జ్ఞానం కూడా తేనె లాటిదే. గొప్పవాడి అనుభవాలు తేనెతుట్టె లాటివి. అవి కష్ట సుఖాల మిళితం. వాటినుంచి అతడు జ్ఞానాన్ని పిండి మనకిస్తాడు.

* * *

ఇటీవలన వచ్చిన పుస్తకాల్లో ఈ 'జొనాథన్ లివింగ్‌స్టన్' కొన్ని మిలియన్ కాపీలు అమ్ముడు పోవటానికి కారణం, ఆ కథ చెప్పటంలో రచయిత చూపిన 'అమాయకత్వపు నిజాయితీతో కూడిన' ఒక చిన్న పక్షి పట్టుదల!

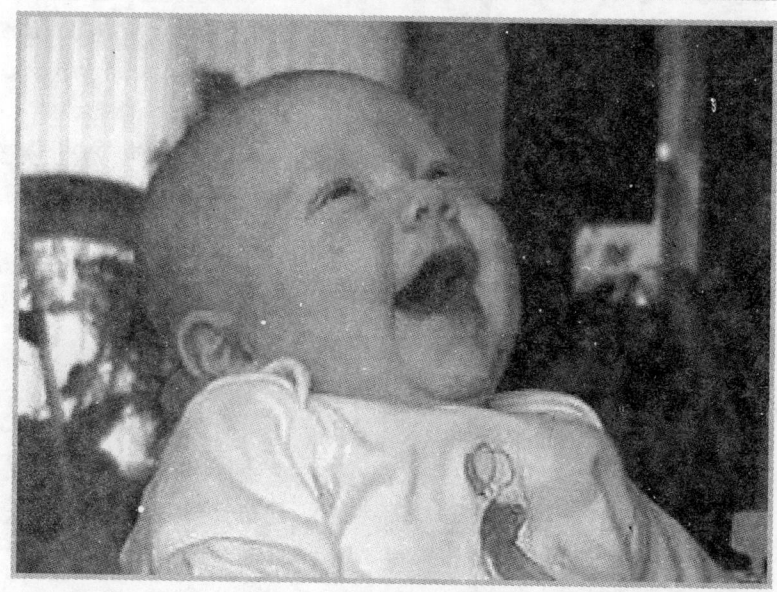

అనారోగ్యం రెండు రకాలు. శారీరకము. మానసికము.
మొదటిది చావుకి దగ్గిర చేస్తుంది.

మూడవ ఐశ్వర్యము

ఆరోగ్యం

రెండోది ఆనందానికి దూరం చేస్తుంది.

యో యో యాం యాం తనుం భక్తః శ్రద్ధయా౽ ర్చితుమిచ్ఛతి
తస్య తస్యాచలాం శ్రద్ధాం తమేవ విదధామ్యహమ్

(విజ్ఞాన యోగము - 21)

చిల్లర దేవుళ్ళు

షడ్విధ ఐశ్వర్యాల్లో ధైర్యము, ధనము తరువాత ఇప్పుడు 'ఆరోగ్యము' అన్న అధ్యాయంలోకి ప్రవేశించాం. ఇది రెండు రకాలు. ఒకటి శరీరానికి సంబంధించినది. మరొకటి మనసుకి సంబంధించినది. వీటి గురించి చర్చించే ముందు దేవుళ్ళ గురించి కాస్త చర్చిద్దాం.

విజ్ఞాన యోగంలో నాలుగు శ్లోకాలు, వివిధ దేవతల్ని పూజించే మనుష్యుల గురించి చెపుతాయి. కృష్ణుడు చేసిన గమ్మత్తయిన విశ్లేషణ ఇది. "వివిధ దేవతలను పూజించి, వారిద్వారా మానవుడు తనకి కావల్సిన ఫలితము పొందుతున్నాడు" అన్నాడు. అంత వరకూ పర్వాలేదు. కానీ ఆ తరువాత శ్లోకం **"అన్తవత్తు .... అల్ప మేధ సామ్"** అంటున్నాడు. అల్పబుద్ధి కలిగిన మానవులు (మాత్రమే) వివిధ దేవతలను పూజించి, తమ తమ చిన్న చిన్న (అశాశ్వతమయిన) కోరికలు తీర్చుకుంటున్నారు అని అర్థం. ఆ తరువాత శ్లోకంలో 'అబుద్ధయ' అన్నాడు. అంటే అవివేకులు అని అర్థం. "అవివేకులు వేర్వేరు దేవతలని పూజించి వారిని పొందుతున్నారు. ***(దేవాన్‌యాన్తి).*** నా భక్తులు నన్ను పూజించి నన్ను పొందుతున్నారు. ***(మత్‌భక్తా మాయ్ అపియాన్తి)".***

ఎంత గొప్ప అర్థం ఇది! ఇక్కడ "నన్ను" అంటే 'కర్తవ్యాన్ని' అని అన్వయించుకోవాలి. కృష్ణుడు చెప్పినదంతా కర్తవ్యం నిర్వహించమనే కదా.

"కోరిక ప్రాతిపదికగా- మనుష్యులు తమ తమ నమ్మకాలనుబట్టి రకరకాల దేవతలను పూజిస్తారు. చదువుకి సరస్వతి, పాపపరిహారానికి వెంకటేశ్వరుడు, డబ్బు సౌభాగ్యాలకి లక్ష్మి వగైరా. అన్నీ నేనే అయినా, వారి కోరికల బట్టి వారికా వెసులుబాటు కలిగించాను" అంటున్నాడు కృష్ణుడు. 'అందరు దేవుళ్ళూ ఒకటే,

నిజమైన ప్రార్థన

భగవంతుడిని మనుషులు ఎందుకు పూజిస్తారు? రకరకాల కారణాలతో రకరకాల స్వార్థాలతో లేదా... మనశ్శాంతి కోసం పూజి స్తూంటారు. తను బావుండాలను కోవటం మొదటి స్థాయి. మొత్తం ప్రపంచం బావుండాలనుకోవటం రెండో స్థాయి. దానికన్నా పైస్థాయి ఇంకొకటి వున్నది. ఒక చిన్న పిల్లవాడు భగవంతుణ్ణి ప్రార్థించే విధానం ఎంత హృద్యంగా వుందో గమనించండి.

"భగవంతుడా! అందరూ బాగుండాలి. మా అమ్మ, నాన్న, బాగుండాలి. మా ఊరిలో వాళ్ళూ, మా అక్కా, తమ్ముడూ అందరూ బాగుండాలి. నా కుక్కపిల్లని, నన్ను కూడా బాగా చూసుకోవాలి. అన్నట్లు మర్చిపోయాను. భగవంతుడా! అన్నింటికన్నా ముఖ్యవిషయం - ముందు నిన్ను నువ్వు బాగా చూసుకో! నువ్వు బాగుంటేనేగా మమ్మల్ని బాగా చూసుకొనేది. కొంచెం జాగ్రత్తగా వుండేం".

భగవంతుడు కూడా బావుండా లని కోరుకోవటం కన్నా గొప్ప కోరిక మరొకటి వున్నదా? ❁

అందరూ తన మనసులోనే వున్నారు' అన్న సత్యం తెలుసుకోవటానికి మనిషికి చాలా ఆత్మ విమర్శనా జ్ఞానం కావాలి. అది లేనంత కాలం ఈ దేవుళ్ళ పక్కన బాబాలూ స్వాములూ కూడా చేరి, ఫలానా రోజు **తమకోసం కూడా** ఉపవాస ముండమంటారు. కేవలం భక్తి వలనా, పూజల వలనా పనులు పూర్తి కావనీ, తనపై (అంటే మనిషి మనసులో వున్న తన శక్తిపై) నమ్మకం ఉంచి కర్తవ్యం పూర్తి చేసిన వాడికే కోరికలు తీరతాయనీ కృష్ణుడు దాదాపు భగవద్గీత అంతా చెప్పుకుంటూ వచ్చాడు.

కేవలం లక్ష్మిని పూజిస్తే ఐశ్వర్యం రాదు. డబ్బు సంపాదన ఒక కళ. తెలివి తేటల్తో, ఒక నిబద్ధతతో ప్రణాళికాబద్ధంగా దాన్ని సంపాదిం చాలి. అదే విధంగా ఎన్నో పాపాలు చేసి, లంచా లు పట్టి అందులో ఒక శాతం వెంకటేశ్వరుని హుండీలో వేయటం, కేవలం తప్పు చేయటంవలన వచ్చిన అపరాధ భావంవల్ల మనసులో కలిగిన పాపభీతిని తగ్గించుకోవటమే. అదే విధంగా, భక్తితో కాకుండా కేవలం కోరికలు తీర్చుకోవటం కోసం పూజలు చేస్తే ఆ కోరికలు తీరవు. అన్నిటి కన్నా ముఖ్యమైన విషయం మరొకటి వున్నది. ప్రతి మనిషి శరీరంలోనూ ఒక గడియారం (BIOLOGICAL CLOCK) వుంటుంది. దాన్ని పాడుచెయ్యకూడదు. ముఖ్యంగా ఆహారం విషయం లో. ఆరోగ్యం కోసం పూజలు చేసి ఉపవాసాలుంటే అదిరాదు. గ్యాస్ట్రిక్‌ట్రబుల్ వస్తుంది.

'అశాస్త్ర విహితం ఘోరం తప్యన్తే' అన్నాడు. ఏ జనులయితే శరీరమును శుష్కింప జేసుకుంటూ, తమకు, ఇతరులకు బాధాకరమైన ఉపవాసములు తపస్సులు చేస్తున్నారో, వారాపనులన్నీ ఏ శాస్త్రము లోనూ చెప్పబడని విధముగా (తమ స్వంత

బుద్ధితో) చేస్తున్నారని గ్రహింపుము- అన్నాడు శ్రద్ధాత్రయ విభాగంలో శ్రీకృష్ణుడు.

* * *

రోజురోజుకీ మనిషి మరింత నాజుగ్గా తయారవుతున్నాడు.

ఇరవై లక్షల సంవత్సరాల క్రితం మనిషి తన ఆహారం కోసం రోజుకి ఇరవై కిలో మీటర్లు తిరిగేవాడు. మనిషి శరీరంలో ఇన్సులిన్ ఉత్పత్తి చేసే పాంక్రియాసిస్ అనే అవయవం దానికి అనుగుణంగా నిర్మింపబడింది. ప్రస్తుతం మనిషి రోజుకి అరకిలో మీటరు కూడా నడవటంలేదు. అందువల్లే అతడి పాంక్రియాసిస్ సరిగ్గా పని చేయక, డయాబెటిక్‌గా మారిపోతున్నాడు. ఇప్పుడు జనాభాలో అయిదు శాతం షుగర్ పేషెంట్లున్నారు. ఈ శతాబ్దాంతానికి మొత్తం జనాభా మధుమేహ రోగులవటమో, లేదా శరీరంలోనే ఒక పరికరం శాశ్వతంగా అమర్చుకొని తిరుగుతూ ఉండటమో జరుగుతుందని అంచనా.

ఇరవై వేల సంవత్సరాల క్రితం పులి నెదుర్కో వడానికి మనిషికి ఆయుధాల్లేవు. కేవలం బల్లెం ఉండేది. పులి ఎదురుగా వస్తే రెండే దార్లు. Fight-or-Flight. ఎదుర్కో. లేకపోతే పారిపో. పులితో పోరాడాల్సిన (లేక దానికన్నా వేగంగా పారిపోవలసిన) పరిస్థితిలో కలిగిన భావోద్వేగం (Emotional Stress) వలన మెదడులోని థాలమస్ వెంటనే శరీరంలోని అన్ని అవయవాలకూ, ఏమేం చెయ్యాలో సూచన్లు ఇచ్చేది. శరీరంలో అడ్రినలిన్ విడుదల అవగానే, గుండె వేగం హెచ్చేది. దానివల్ల మరింత ఆక్సిజన్ ఊపిరిలో ప్రవేశించేది. రక్త ప్రసరణం హెచ్చేది. కండరాలు సంసిద్ధమయ్యేవి. ఎందుకంటే, ఆ రోజుల్లో అది జీవన్మరణ సమస్య. అలా నిరంతరం వేటాడుతూ

ఎందుకీ స్ట్రెస్ ?

మీరు మీ మానాన నిశ్శబ్దంగా భోజనం చేస్తున్నారు. వెనుక నుంచి ఒక పులి వచ్చి, మీ కాలు పట్టుకుంది. మీరు ఇటూ అటూ దొర్లారు. మెడ కొరికింది. రక్తం ప్రవహిస్తూంటే కాళ్ళు కొట్టుకుంటూ నిస్సహాయంగా మరణించారు. మిమ్మల్ని ఎవరూ పట్టించుకోలేదు. మీవాళ్ళు ముందుకి సాగి పోయారు. మీరు 'లేడి' అయితే, అడవిలో మీకీ ప్రమాదం వుంది. మీరు రోడ్డు మీద వెళ్తున్నారు. అకస్మాత్తుగా కారు పేలిన శబ్దం వినిపించింది. కాస్త కాస్తగా నొప్పి ప్రారంభమై మీరు కొన్ని క్షణాల తరువాత స్పృహలోకి వచ్చారు. అప్పుడు తెలిసింది మీ రెండు కాళ్ళ ప్రాంతంలో ఖాళీ ఏర్పడిందనీ, రెండు రక్తంతో తడిసిన మాంసపు ముద్దలు దూరంగా పడి వున్నాయని! అప్పుడు మీరు 'ఇరాక్'లో వున్నట్టు లెక్క.

* * *

మనకి ఇన్ని కష్టాలు లేవు. యుద్ధాలు లేవు. కరువు లేదు. అయినా ఎన్నో కష్టాల్లో వున్నట్టు ఫీలవుతాం. నిజమైన కష్టాల బాధలు తెలియనప్పుడు, చిన్న బాధలే పెద్ద కష్టాలు అవుతాయి. 'ఎంతచెట్టు కంత గాలి, పీతకష్టాలు పీతవి' అనుకోకుండా, పెద్ద కష్టాలతో మనని పోల్చుకుంటూ నిబ్బరం పొందటమే పాజిటివ్ థింకింగ్.

గిల్టు కవరింగ్

ఇటీవల కాలంలో కొంత మంది ట్రైనర్లు వ్యక్తిత్వ వికాసం మీద ప్రజలకి ఉపన్యాసాలు ఇస్తున్నప్పుడు అందులో కొంత మంది తమ గురించి తాము చెప్పకునేటప్పుడు కొన్ని అబద్ధాలని, కొన్ని అవాస్తవాలనీ కలిపి చెప్పడం గమనార్హం. తమకు లేని విద్యార్హతలు ఆపాదించుకోవటం, తాము నిజజీవితంలో ఎలా ప్రవర్తిస్తారో వారు అబద్ధాలు చెపుతున్నప్పుడు, వారి వ్యక్తిగత జీవితం గురించి తెలిసిన వారు ఆశ్చర్యపోక తప్పదు. దీని గురించి చక్కటి కథ ఒకటి వుంది.

ఒక మానసిక శాస్త్రవేత్త రోడ్డు మీద వెళ్తుండగా ప్రక్కన నలుగురు కుర్రవాళ్ళు దెబ్బలాడు కోవటం గమనించాడు. అందులో ఒక పిల్లవాడి చేతిలో చిన్న కుక్క పిల్ల వుంది. "మీరు ఎందుకు దెబ్బలాడుకుంటున్నారు"అని ఆ మానసిక శాస్త్రవేత్త అడిగితే అందులో ఒక కుర్రవాడు "ఈ అందమైన కుక్కపిల్ల రోడ్డుప్రక్కన మాకు దొరికింది. ఎవరు తీసుకువెళ్ళాలో అర్థం కావడం లేదు. నాకు కావాలంటే నాకు కావాలని అందరం దెబ్బలాడుకుంటున్నాం" అన్నాడు.

ప్రక్కనున్న మరో కుర్రవాడు "మాలో అందరికన్నా గొప్ప అబద్ధం

పరుగెడుతూ వుండటం వలన అతడి శరీరంలో హార్మోన్లు సమతుల్యంగా వుండేవి.

ప్రస్తుతం కూరలో కాస్త ఉప్పు ఎక్కువయినా పురుషుడు ఇంత హడావుడీ చేస్తున్నాడు. ఇంటిల్లిపాదికీ దాన్నో జీవన్మరణ సమస్యగా తయారు చేయటమే కాకుండా, తన గుండె మీదా కిడ్నీల మీదా వత్తిడి తెచ్చుకుని చావుకి తొందరగా దగ్గిరవుతున్నాడు. ఇక్కడ సమస్య 'కూరలో ఉప్పు' కాదు. రోజంతా దాచుకున్న మానసిక వత్తిడులను ఒకసారిగా విడుదల చేసే కార్యక్రమం! చేతిలో ఏదుంటే అది విసిరెయ్యటం నుంచీ, కళ్ళు ఎర్రబడి కాళ్ళు వణకటం వరకూ అన్నీ అడ్రినలిన్ విడుదల వలన వచ్చిన పరిణామాలే. పురాతన మానవునికి ఇన్ని మానసిక బాధలు లేవు. అతడికి కేవలం పులి కనపడినప్పుడు మాత్రమే అడ్రినలిన్ రిలీజ్ అయ్యేది. ముందు చెప్పినట్టు, ఆధునిక మానవునికి కూరలో ఉప్పు ఎక్కువయినా అడ్రినలిన్ రిలీజ్ అవుతోంది. ఇటువంటి ఆధునిక వాతావరణంలో మనిషి, షడ్గుణ ఐశ్వర్యాల్లో ఒకటయిన 'ఆరోగ్యం' కోసం 'తనవంతు' కర్తవ్యం నిర్వహించాలి. ఆరోగ్యం బావుండాలంటే వ్యాయామం చేయాలి. ఆవేశానికి దూరంగా ఉండాలి. ఉపవాసాలు తగ్గించి, ఆహార నియంత్రణ పాటించాలి. అయ్యప్ప కొండదిగగానే బ్రాందీ షాపు కోసం వెతకటం కాదు నియంత్రణ అంటే! శరీరంలో ఆత్మ ఉన్నంత కాలమూ, ఆ శరీరాన్ని భద్రంగా చూసుకోవలసిన బాధ్యత మనదే. అలా చూసుకోకపోతే ఈ శరీరం ఒక పెట్టెలా తయారవుతుంది. ఎటువంటి పెట్టె అది? **తయారు చేసిన వాడికి అవసరం లేనిది, కొనేవాడికి అవసరం రానిది.**

ఏమిటది ?

శవపేటిక.

* * *

శారీరకారోగ్యం గురించి చర్చించబోయే ముందు, దానికన్నా ముఖ్యమయిన మానసికారోగ్యం గురించి చర్చిద్దాం. మానసికారోగ్యానికి ముఖ్య మైనది MENTAL BALANCE.

నిజాయితీగా బ్రతకాలి. నిజాయితీగా బ్రతికే వాడి మనసు ప్రశాంతంగా వుంటుంది. అబద్ధాలు చెప్పేవాడికి జ్ఞాపక శక్తి ఎక్కువ వుండాలి. వాడికి తొందరగా టెన్షన్ వస్తుంది.

ఏదైనా కోరిక తీర్చుకోవలసి వచ్చినప్పుడు మనిషి ఏవిధంగా ప్రవర్తిస్తాడనేది అతడి ఎమోషనల్ బ్యాలెన్స్ మీద ఆధారపడి వుంటుం దని మనం ఇదే పుస్తకంలో 'భావావేశ సంయ మము' అన్న ప్రకరణంలో చదువుకున్నాం.

ఒకరోజు నేను అర్థరాత్రి ఒంటిగంటకి బొంబాయి ఎయిర్ పోర్ట్‌లో దిగాను. జేబులోవున్న డాలర్లన్నీ లోపలే డ్యూటీఫ్రీ షాప్‌లో ఖర్చుపెట్టేసి బయటకొచ్చాను. మరో గంటలో హైద్రాబాద్ రావాలి. అప్పుడు తెలిసింది నాకు బొంబాయి - హైద్రాబాద్ టిక్కెట్టు కన్‌ఫర్మ్ కాలేదనీ.... మరో మూడు రోజుల దాకా టిక్కెట్లు లేవనీ! కనీసం వూళ్ళో కన్నా వెళ్ళటానికి కూడా టాక్సీ డబ్బుల్లేని ఆ స్థితిలో ఆ అర్థరాత్రి ఎంత 'నిబ్బరం'గా ఆ సమస్యనుంచి బయట పడగలిగాననేది నా ఎమోషనల్ ఇంటలిజెన్స్ మీద ఆధారపడి వుంది. ఇలాంటి పరిస్థితుల్లోనే మనవాళ్ళు "అది తెలియగానే గుండె ఆగినంత పని అయింది బాబూ మనసు మొద్దుబారి, కొంతసేపు వరకూ కాళ్ళూ, చేతులూ ఆడలేదు కూడా అంటారు."

ఇప్పుడు శవపేటిక సందర్భం వచ్చింది కాబట్టి Negative Emotional Intelligence గురించి తెలుసుకుందాం. మనుష్యుల్లో పాజిటివ్ ఉద్వేగం ఎలా వుంటుందో, నెగెటివ్ భావావేశపు తెలివి కూడా అలాగే వుంటుంది. వెసులుబాటు ఎవరు చెబితే వాళ్ళు ఈ కుక్క పిల్లని తీసుకుని వెళ్ళవచ్చునని మేమందరం చివరికి ఒక అగ్రిమెంట్‌కి వచ్చాం. ఒక్కొక్కరం మా గురించి ఒక పెద్ద అబద్ధం చెప్తున్నాం." అన్నాడు.

అప్పుడు ఆ సైకాలజిస్టు ఉత్తేజితుడు అయ్యాడు. ఆ పిల్లవాళ్ళకి తనకి తెలిసిన మానసిక శాస్త్రం గురించి బోధించటం మొదలు పెడుతూ "ఎప్పుడైతే మీరు ఒక అబద్ధం చెప్తారో అప్పుడు మీరు మీ మనసుకి జవాబుదారి అవు తారు. ఈ వయసులోనే మీరు అబద్ధం చెప్పటం మొదలుపెడితే రేపు పెద్దయ్యాక మీ జీవితం నరక ప్రాయం అవుతుంది. నేను ఈ రోజు ఇంత మంచి మానసిక శాస్త్రవేత్త అవ్వడానికి కారణం చిన్నప్పటి నుండి నేను నిజాయితీగా వుండటమే. మీలాగా నేను చిన్న విషయాలకి పోరాడలేదు. దుఃఖించలేదు. మీ వయస్సులో నేను అసలు అబద్ధమే చెప్పలేదు" అని ఏకబిగిన ఉపన్యాసం ఇవ్వటంతో అక్కడ చీమ చిటుక్కుమంటే వినపడే టంత నిశ్శబ్దం వ్యాపించింది.

ఆ నిశ్శబ్దంలోంచి ఒక కుర్రవాడు మిగతా వాళ్ళవైపు చూసి తలూపుతూ "సరే ఆయన చెప్పాడు కాబట్టి ఆయనకే ఇచ్చేద్దాంరా కుక్కపిల్లని" అన్నాడు.

హత్యకి కారణం చాక్‌లెట్

శారీరకారోగ్యము, మానసిక ఆరోగ్యం ఒకదానిమీద ఒకటి ఆధారం అని చెప్పే ఒక యదార్థ సంఘటన చదవండి.

'ఒక మనిషికి మతిస్థిమితం లేనప్పుడు అతడు చేసిన హత్యకు అతడు బాధ్యుడు కాడు' అని ఇండియన్ పీనల్ కోడ్ చెప్తూంది. దాదాపు అన్ని దేశాల్లోనూ ఈ సెక్షన్ అలాగే వుంది. దీని ఆధారంగానే Sec. 84 (I.P.C.) కథాంశంగా, 'స్వర భేతాళం' అన్న నవల కూడా వ్రాసాను.

1978లో డాన్‌వైట్ అనే పోలీసు ఆ నగర మేయర్‌ని చంపేసేడు. అతడి లాయర్లు మానసిక శాస్త్రవేత్తల్ని సాక్షులుగా పిలిపించారు. చాక్లెట్లు, కోకో-కోలా, చిప్స్ అమితంగా స్వీకరించటం వలన ఆ పోలీసు రక్తంలో సుగర్ లెవెల్స్ బాగా ఎక్కువ అయ్యాయనీ, ఆ డిప్రెషన్‌లో హత్య చేసాడనీ వారు చెప్పటంవలన డాన్‌వైట్‌ని కోర్టు విడుదల చేసింది.

ఇంతవరకూ బాగానే వుంది. కానీ ఈ కథలో మరొక నీతి కూడా వున్నది. తిండిమీద కంట్రోలు లేని వారికి శారీరక ఆరోగ్యమే కాదు. మానసిక ఆరోగ్యం కూడా బావోదు.

✿

కోసం దీనిని NEI (Negative Emotional Intelligence) అని పిలుద్దాం. ఇది చిన్న పిల్లల్లో ఇంకా ఎక్కువ వుంటుంది.

NEI వున్న వ్యక్తుల్తో వ్యవహరించాలంటే మనకి చాలా తెలివి వుండాలి. కాస్త లౌక్యంకూడా తెలిసివుండాలి. NEI వున్న పిల్లలు బాగా చదివేవారు అయివుంటారు. కానీ బాల్యంనుంచే ఈ నెగెటివ్ ప్రవర్తనా, ఆలోచనా ప్రారంభం అవుతాయి. తల్లిదండ్రుల ప్రవర్తన బాగాలేని ఇళ్ళల్లోనూ, భార్యాభర్తలిద్దరూ తరచు పిల్లలముందే పోట్లాడుకునే సందర్భాల్లోనూ, పిల్లల్ని బాగా గారాబం చేసే చోట, లేదా మరీ అతి క్రమశిక్షణతో పెంచే చోట ఈ NEI ఎక్కువ వుంటుంది.

1. ఈ NEIవున్న పిల్లలు (లేదా పెద్దవారు) అతి సులభంగా అద్భుతమైన అబద్ధాలు చెప్పగలరు. అసలు ఎవరికీ అనుమానం కూడా రాదు. ఇటువంటి విషయాలలో వీరి జ్ఞాపకశక్తి అమోఘంగా వుంటుంది. గతంలో చెప్పిన అబద్ధాన్ని కరెక్టుగా గుర్తుపెట్టుకుని రెండో అబద్ధం గోడకట్టినట్టు చెపుతారు.
2. అవతలి వారి వీనులకి ఇంపైనట్టు మాట్లాడటం వీరికి వెన్నతో పెట్టిన విద్య. అలా మభ్యపెట్టి ఆ విషయం అవతలివారు గుర్తించే లోపులో తమ పనులు చేయించుకోగలరు. అందంగా మాట్లాడుతూ, లేదా అందంగా అలంకరించుకుని కళ్ళల్లోకి చూస్తూ, లేదా పొగుడుతూ, తమని తాము కించపర్చుకుని సానుభూతి పొందుతూ, లాభం పొందటం ఎలాగో వీరికి బాగా తెలుసు.
3. మరోరకం NEIవున్న వ్యక్తులు చాలాచిన్న

విషయాలకే విపరీతంగా బాధపడతారు. నిరంతరం బాధపడుతూ వుండటం వీరి జీవితంలో ఒక భాగమై వుంటుంది. ఏడుపు ద్వారా అవతలి వారిని బెదిరిస్తూ వుంటారు కూడా. ఇటువంటి ఆవేశంలో బాగా దుఃఖించటం ద్వారానో, కొట్టటం ద్వారానో, సంస్కారంలేని మాటలు ఉపయోగించటం ద్వారానో, అలిగి భోజనం మానెయ్యటం ద్వారానో మనల్ని ఎమోషనల్‌గా బ్లాక్‌మెయిల్ చేస్తూ తమ కోర్కెల్ని తీర్చుకుంటారు. లేదా తమ ఉద్వేగాన్ని తగ్గించుకోవటానికి ప్రయత్నిస్తారు.

4. ఎక్కడా బయటపడరు. 'నాకు తెలీదు. .... నాకు గుర్తులేదు .... నిజంగానా.. అయ్యో.... ఒట్టు' లాటి పదాలు బాగా ఉపయోగిస్తారు.

పైన చెప్పిన అన్ని లక్షణాలూ అందర్లో వుంటాయని కాదు. వేర్వేరు మిశ్రమాలు మిళితమై వుండవచ్చు. పిల్లల్లో E.B. (ఎమోషనల్ బ్లాక్ మెయిలింగ్) లక్షణాలు కనపడగానే వాటిని తగ్గించే ప్రయత్నాలు చెయ్యాలి. E.B. లక్షణాలు సాధారణంగా ఈ విధంగా వుంటాయి.

1. అవతలి వారితో పనులు చేయించటం కోసం వారిని మానసికంగా భయపెట్టటమే E.B. లక్షణం. 'నాకు కావలసిన T.V. ఛానెల్ పెట్టకపోతే భోజనం తినను' అని బెదిరించటం, కాళ్ళూ చేతులూ నేలకేసి కొట్టుకోవటం... ఇదంతా E.B. క్రిందికే వస్తుంది.
2. మనకు వారితో వున్న బంధం ఎంత గొప్పదో వారికి తెలుసు. మన బలహీనలేమిటో కూడా తెలుసు. ఎక్కడ 'నొక్కితే' తమ

స్పందన - ప్రతిస్పందన

మనం కష్టల్ని ఎందుకు తిన ము? పక్క దేశాలవాళ్ళు ఎందుకు తింటారు? కారణం ఒకటే. చిన్న ప్పటినుంచీ వచ్చిన అలవాటు. చిన్న పిల్లల్లో 'అల్లరి' కూడా ఈ విధంగా పెద్దలు చేసే అలవాటే అంటారు శాస్త్ర జ్ఞులు. పిల్లలు చిన్నప్పడు తాము 'గుర్తింప'బడటం కోసం అల్లరి చేస్తా రట. ధనవంత దేశాల్లో పిల్లల అల్లరి, బీద దేశాల్లో అల్లరి వేర్వేరు రకా లుగా వుంటాయి.

మొదట్లో నెగెటివ్ రసాను భూతులు చిన్న పిల్లలకి తెలియవు. ముందు దుఃఖమూ, తరువాత కోపమూ అలవాటు అవుతాయి. గమనించి చూడండి. 'అశాంతి', 'డిప్రెషన్' పిల్లలకి తెలీదు. వయసు వస్తున్న కొద్దీ అవి అలవాటు అవు తాయి.

* * *

పిల్లలు టీ.వీలో తమకిష్టమైన ఛానెల్ చూడటం కోసం మారాం చేస్తారు. ఇష్టంలేని కూర వండితే భోజనం చెయ్యమని బెదిరిస్తారు. ఈ విధంగా వాళ్ళు గొడవ చేస్తున్న ప్పడు దండించటం సహజం. ఇటు వంటి సందర్భాల్లో వాళ్ళని దండిం చటం కన్నా వారి చర్యల్ని గమనించ నట్టు, వారి అసంబద్ధమైన కోరికల్ని తీర్చకుండా మౌనంగా వుండటం మంచి పద్ధతి అట. 'తామెంత గొడవచేసినా తమ కోరిక తీరదు' - అన్న విషయాన్ని వాళ్ళకి తెలిసేలా

చెయ్యాలట. అదేవిధంగా, వారి చెడ్డ పనులకు దండించటం కన్నా, వారి మంచి పనులకు బహుమతు లివ్వ డం మంచిదంటారు. చంద్ర బాబు నాయుడు పదవిలోకి వచ్చిన కొత్త లో ఆకస్మిక తనీఖీలలో తప్పు చేసిన అధికారుల్ని దండించటం సాధా రణంగా జరిగేది. అలా కాకుండా సిన్సియర్‌గా పనిచేసే అధికారు లకు ప్రోత్సాహం ఇచ్చి వుంటే బావుం డేది అని మేధావుల అంచనా.

ఇంజెక్షన్ చేయబోయే ముం దు, 'అస్సలు నొప్పి వుండదమ్మా' అనటంకన్నా, 'కాస్త నొప్పిగా వుంటు ంది. ఓర్చుకో' అని చెప్పటం మంచి దంటారు. పిల్లల స్పందనకి పెద్దల ప్రతిస్పందనే వారి అలవాట్లని మారు స్తుందని చెప్తూ మానసిక శాస్త్ర వేత్తలు ఈ ఉదాహరణ చెప్తారు.

ఒక పాపకి వచ్చిన ఒక వ్యాధి ని తగ్గించటంకోసం వారానికి ఒక ఇంజెక్షన్ ఇవ్వాల్సి వచ్చింది. అలా ఇంజెక్షన్ ఇవ్వవలసి వచ్చినప్పడల్లా తల్లి 'ఐస్‌క్రీమ్' బహుమతిగా ఆశ చూపింది. ఏడాది తరువాత ఆ పాపకి జబ్బు తగ్గిపోయింది. కానీ ఐస్‌క్రీమ్ పేరు చెప్తే భయపడేది. ఆ తరువాత జీవితంలో ఎప్పడూ ఐస్‌క్రీం తినలేదు.

పిల్లలకి ఏకాగ్రత లేకపోవటా నికీ, చదువుపట్ల ఉత్సాహం లేక పోవటానికీ, బద్ధకానికీ, కోపానికీ పెద్దల పెంపకమే సగం పైగా కారణ మని అంటారు మానసిక శాస్త్ర వేత్తలు. ✿

పనులు అవుతాయో గుర్తించగలరు. ఉదాహరణకి మనం పొగడ్తలకి లొంగి పోయేవారమయితే పొగుడుతారు. లేదా మన గురించి బయట చెడుగా చెపుతారన్న భయాన్ని కలిగిస్తారు.

3. E.B. లు ఎటువంటి పరిస్థితుల్లోనూ ఓడిపోరు. ఏదో ఒకటి చేసి పనులు సాధించుకుంటారు. ఏవిధమైన రూల్సూ వీరికి వర్తించవు. కేవలం గెలవటమే కావాలి. అంతే.
4. మన కిష్టమైన వేమిటో వారికి బాగా తెలుసు. వాటిమీద అధికారం సంపా దించి, మన ప్రవర్తననీ నిర్ణయాల్నీవారు నిర్దేశిస్తారు. మామగారికి ఇష్టమైన ఆయన కూతుర్ని... అంటే తన భార్యని ఇబ్బంది పెట్టటం ద్వారా మామగారి నుంచి కావల్సింది సంపాదించుకోవటం ఈ విభాగంలోకి వస్తుంది.

ఆత్మీయుల్లోనూ, భార్యాభర్తల్లోనూ, స్నేహి తుల్లోనూ ఇది కాస్తోకూస్తో వుంటుంది. మనకి ఇష్టంలేని పనులు చేయించటం కోసం వారు ఈ వాక్యాలు వాడతారు : "నువ్వు ఈ పనిచేయకపోతే ఇంట్లోంచి వెళ్ళిపోతాను - కుక్కచావు ఛస్తాను - మొత్తం మన కుటుంబమంతా నాశనమైపోతుంది - ఆత్మహత్య చేసుకోవటం తప్ప మరో మార్గం లేదు - నా మంచితనం నువ్వెప్పటికయినా గుర్తి స్తావు...." వగైరా.

ఏడవటం, తలుపులు బ్రద్దలయ్యేలా కొట్ట టం, నిరాహారదీక్ష చెయ్యటం, నిశ్శబ్దంగా మాట్లాడ కుండా వుండిపోవటం వీరి లక్షణాలు. (ఈ లక్ష ణాలు మనలో వుంటే, మనంకూడా అవతలివారిని ఎమోషనల్‌గా బ్లాక్‌మెయిల్ చేసి మనికి కావల్సింది

సాధించుకుంటున్నామన్నమాట). ఎమోషనల్ బ్లాక్‌మెయిల్ చేస్తూ అవతలి వారు మీ మంచితనం మీద ఆడుకోకుండా ఈ విధంగా చెప్పొచ్చు. "నువ్వు అలా అనుకుంటే నాకేమీ అభ్యంతరం లేదు- నీకు నా నిర్ణయం నచ్చకపోతే చేసేదేమీ లేదు- నువ్వు ఇప్పుడు బాగా కోపంలో వున్నావని నాకు తెలుసు- నువ్వు ఎంత ఏడ్చినా, ఎంత భయపెట్టినా నేనేమీ చెయ్యలేను".

భార్యాభర్తలు, స్నేహితులు, వ్యాపారంలో భాగస్వాములు పోరాడుకునే విధానం మరోలా వుంటుంది. అక్కడ అలకలూ, మౌన పోరాటాలు ఎక్కువ వుంటాయి. అవతలివారు మీపై నిందలు వేయటం, 'ఇలా ఎందుకు చేసావు?' అని నిలదీయటం, కారణం లేకుండానే దుర్భాషలు ఆడటం చేసినప్పుడు, మీరు కూడా ఎమోషనల్ అవ్వొద్దు. గుండెల్నిండా గాలి పీల్చుకుని నెమ్మదిగా వదుల్తూ స్థిమితంగా వుండండి. అవతలివారి కోపం, భయం, ఆందోళన లేదా దుఃఖం Fume out అయిపోనివ్వండి. "నువ్వు చెప్పిందే కరెక్టు. తరువాత ఆలోచిద్దాం- నాక్కొంచెం టైమివ్వు. చాలా అప్‌సెట్‌లో వున్నావు" మొదలైన వాక్యాలు ఘర్షణ సాంద్రతని తగ్గిస్తాయి. 'ఇంతచిన్న విషయానికి ఎందుకంత రెచ్చిపోతున్నావు' లాంటి మాటలు వీలైనంత వరకూ అనకపోతే మంచిది.

అవతలి వారికి మనం (ఇష్టం లేకపోయినా) లొంగిపోవటం ఒక బలహీనత. అలా లొంగిపోయిన సందర్భంలో ఎవరికి వారు సాధారణంగా ఈ విధంగా తమ చర్యల్ని సమర్థించుకుంటారు.

- ఆ కన్నీళ్ళు చూడలేకపోయాను.
- ఆ గోల భరించలేక వప్పుకున్నాను.
- అమ్మో! తనతో మాట్లాడకుండా వుండలేను.
- ఒక్కసారి తాను అలా మాట్లాడేసరికి జాలేసింది.

కాష్మోరా Vs. డ్రాక్యులా

'కాష్మోరా' అన్న పేరు తులసీదళంలో నేను మొట్టమొదటిసారి ఉపయోగిస్తున్నప్పుడు అది అంత ప్రాముఖ్యత పొంది పాపులర్ అవుతుందనుకోలేదు. ఏవిధంగా ఇది తెలుగులో ఒరిజినల్ పేరో, ఇంగ్లీషు సాహిత్యంలో 'డ్రాక్యులా' అన్న పేరు కూడా అంతగా ప్రాచుర్యం పొందింది. ఆ రోజుల్లో ఈ నవల కూడా అంతే విమర్శలకు లోనయింది.

భగవంతుడికి వ్యతిరేకంగా మనుష్యుల్ని తన శిష్యులుగా మార్చుకునే ప్రయత్నం చేస్తూ వుంటాడు సాతాను. రెండు కోరపళ్ళని మెడలో గుచ్చటం ద్వారా మనుష్యుల్ని డ్రాక్యులాగా మారుస్తాడు. 'హర్రర్ ఆఫ్ డ్రాక్యులా' 1960 ప్రాంతాల్లో భారత దేశంలో రిలీజ్ అయినప్పుడు (హైద్రాబాద్‌లో 'నవరంగ్' అన్న థియేటర్ కోఠీలో వుండేది.) దాదాపు పాతిక మందికి అది చూస్తూ గుండెపోటు వచ్చింది. ఆ ప్రేరణతో, ఆ తరువాత ఎగ్జార్సిస్ట్, ఓమెన్, ఫ్రైడే 13th లాంటి చాలా హర్రర్ సినిమాలు వచ్చాయి. ఇటీవల The Great American Bath Room Book అని మూడు వాల్యూములు విడుదల అయ్యాయి. ఇంగ్లీషు సాహిత్యంలో వచ్చిన దాదాపు అన్ని పుస్తకాలూ (నాటకాలు, నవలలు, కథలు), వాటి విలువల గురించి ఈ మూడు వాల్యూముల్లో వివరించటం జరి

గింది. ఇంగ్లీషు సాహిత్యంపై అభిరుచివున్న వారందరూ వీటిని చదవవచ్చు. ఖరీదు మాత్రం కాస్త ఎక్కువే. (5000 రూపాయలు).

ఆ పుస్తకంలో డ్రాక్యులా నవల గురించి ఈ విధంగా వ్రాయబడింది. "....బ్రామ్ స్టోకర్ రచన డ్రాక్యులా ఒక్కొక్క స్థాయిలో ఒక్కొక్క రకంగా పాఠకులకు అర్థం అవుతుంది. పైపైన కేవలం దెయ్యాల బీభత్సమైన కథలా వుంటుంది. అంతకు పై స్థాయిలో మంచికీ, చెడుకీ మధ్య జరిగే విలువల పోరాటంలా వుంటుంది. అంతకన్నా పై స్థాయిలో ఇది స్త్రీ స్వాతంత్ర్యం గురించి చెపుతుంది. శీలం పట్ల అంత నమ్మకం లేని స్త్రీల నుంచి ఉద్వేగ భరితమైన శృంగారాన్ని పొందాలని దాదాపు అందరు పురుషులకీ వుంటుంది. అయితే, నిజంగా స్త్రీ విజృంభించి తన శృంగార కోర్కెల్ని బయటపెడితే, పురుషుడు తట్టుకోలేడు. అందుకే వారిని అణిచి వుంచటానికి ప్రయత్నిస్తాడు. ఆవిధంగా ఈ డ్రాక్యులా, స్త్రీ వాదాన్ని మరో కోణంలో చెప్పే నవల".

గమ్మత్తుగా వుంది కదూ.

- అలా చెయ్యకపోతే అందరూ నన్నే మనుకుంటారు ?
- నేను కష్టాలో వున్నప్పుడు భగవంతుడే అతడిని పంపించాడు. అతడికి ఏమిచ్చినా ఋణం తీరదు. అందుకే ఆపని చేసాను.
- తను అడిగితే కాదన్లేను.
- వాళ్ళకోసం కాకపోతే ఇంకెవరికోసం ఈ సంపాదన.

వీటినే మన Soft Spots అంటారు. ఈ ప్రదేశాలేమిటో E.B. లకి కరెక్టుగా తెలుసు. పిల్లలకయితే ఇంకా బాగా తెలుసు.

*   *   *

గ్యారంటీలు, చిట్‌ఫండ్‌లూ సంతకం పెట్టాల్సివస్తే జరిగే మొహమాటం గురించి, 'జెంటిల్మెన్ సిండ్రోమ్' అన్న ప్రకరణంలో చర్చ వున్నది. అవతలివారు అడుగుతున్నది (మనకిష్టం లేకపోయినా) ఇవ్వవలసివచ్చినప్పుడు మనల్ని మనం ఈ విధంగా ప్రశ్నించుకోవాలి.

1. వారు ఏవిధంగా అడుగుతున్నారు? నిజాయితీ గానా? భయంగానా? దుఃఖంతోటా?
2. నేనెందుకు లొంగిపోతున్నాను? లొంగిపోతూ ఎందుకు 'పోన్లే' అని ఆత్మవంచన చేసుకుంటున్నాను?
3. వాళ్ళు అడిగిన దాన్లో నాకు నచ్చనిది ఏది? అయినా దాన్ని నేనెందుకు వప్పుకున్నాను?
4. నా నిర్ణయాన్ని వాళ్ళు ఏవిధంగా కంట్రోలు చేస్తున్నారు?
5. వాళ్ళు అడిగిన దానిలో తర్కం (Logic) ఎంతుంది?

6. వాళ్ళు అడిగినది ఇవ్వకపోతే నాకు ప్రస్తుతం కలిగే నష్టం ఏమిటి?

7. ఇస్తే, భవిష్యత్తులో నాకు కలిగే నష్టం ఏమిటి?

8. **అసలెందుకివ్వాలి?**

ఈ చివరిదాన్ని Disconnecting the Obligation Button అంటారు. అంటే మనసుకి షాక్‌కొట్టే కనెక్షన్ తీసేసి ఆలోచించగలగటం.

E.B. లు వాడే మరొక ముఖ్యమైన బాణం గురించి చర్చించి మరుసటి ప్రకరణంలోకి వెళ్దాం. తమ మాట నెగ్గించుకోవటానికి వాళ్ళు వాడే ఆయుధం– 'అలక'. ఇది అన్నిటిలోకీ బ్రహ్మాస్త్రం లాటిది. దీనితో తమ మాట నెగ్గించుకోవటం ఎలాగో వీరికి బాగా తెలుసు. వీరు అలిగినప్పుడు మనం ప్రవర్తించే విధానాల్లో కొన్ని చేయవలసినవి, కొన్ని చేయకూడనివీ వున్నాయి.

చేయవలసినవి : సాధారణంగా తరచు అలక వహించేవారూ, మౌనం వహించేవారూ అభద్రతా భావంతో వుంటారు. మీ 'పవర్'ని ఎదుర్కోలేని స్థితిలో వుండబట్టే మీకు వారిపై వుండే ప్రేమను ఆసరాగా తీసుకుని తమ గుహలోకి వెళ్ళిపోతారు. కొంచెం సేపటికి లోపల్నుంచి "మీరు (మాట్లాడటానికి) లోపలికి ఎప్పుడు వస్తారా" అని తొంగి తొంగి చూస్తూ వుంటారు.

1. వారి అలక కాస్త తగ్గిన తరువాత మీరే సంభాషణ ప్రారంభిస్తే మంచిది. ఉత్తరం అయితే మరీ బెస్టు. వారి కోపానికి కారణాలు (మీకు తెలిసినవే అయినా) వారితో చెప్పిస్తే మంచిది. కోపం తరువాత జరిగే సంభాషణ ఇద్దర్నీ దగ్గిర చేస్తుంది.

2. వారి మౌనంతో మీరు బాధపడుతున్న సంగతి వారికి తెలియజేయండి. ఉదాహరణకి

విమర్శకులపై విమర్శ

తులసిదళం మీద వచ్చినట్టే, విశ్వనాథ వారి 'బాణావతి' పైన కూడా క్షుద్రసాహిత్యమని విమర్శలు చెలరేగాయి. దానికా కవిసామ్రాట్ చెప్పిన సమాధానం ఆయన మాటల్లోనే చదవండి.

విలేఖరి : మీ 'బాణావతి' ప్రజాదరణ పొందినమాట నిజమే. కాని దానిపై శ్రీవాత్సవ ప్రభృతుల విమర్శలకు మీ సమాధానం ఏమిటి?

విశ్వనాథ : పత్రికలలో నేనెవరి విమర్శలకీ సామాన్యంగా సమాధానం ఇవ్వను. శ్రీవాత్సవను నేను సాహితీవేత్తగానూ, గ్రంథ విమర్శకునిగానూ అసలు పరిగణించడంలేదు. బాణావతి ఉంది. అందులో ఒక యథార్థగాథను చిత్రించాను. అట్టివి మన దేశంలో బోలెడు జరిగాయి. విదేశాలలోనూ జరిగాయి. ఆయా దేశాలలో అట్టి కథల పైన చక్కని గ్రంథాలూ వచ్చాయి. విక్టర్ హ్యూగో 'వెర్ వుల్ఫ్' ఇట్లాంటి నవలే. అమెరికానుండి 'వీర్డు కథలు' అనే మాసపత్రిక వస్తుంది. లక్షల మంది దానిని చదివి ప్రశంసిస్తారు. అందులోనివి ఈ కథలే. 'డ్రాకులా' అనే నవల ఒకటి ఉంది. బీభత్సం ప్రధానరసంగా, ఈ నవల వాళ్ళ దేశంలో గొప్ప సాహిత్య సృష్టి క్రింద అంగీకరింపబడింది. బాణావతిలో ఉన్నదీ అట్టి రసమే. ఆ రసజ్ఞానంలేని మనుష్యులు దానిని విమర్శిస్తే మన దేంపోయింది?

ఒక చోట ఆటంబాంబు పడిం ది. భయంకరమైన దృశ్యం అది. దానిని వర్ణించడం జరిగింది. అక్క డ బీభత్సం రససిద్ధి పొందిం దన్నమాట. ఇదేమి తప్పు? - ప్రతి మానవుని హృదయంలో వారికి హత్తుకునే వివిధ రసాలుంటాయి. గ్రంథం చదివినప్పుడు ఆ స్థాయి రసంగా సిద్ధిని పొందుతుంది. ఇదే కవి చేసే పని. బాణావతిలోనూ ఆ పని జరిగింది. అలాంటప్పుడు ఇంగ్లీషు వాడూ, అమెరికన్ వాడూ వ్రాసిన నవల నచ్చి, నా బాణావతి నచ్చలేదంటే, దానికి నేనేమీ జవాబి వ్వనక్కరలేదు.

ఇలాంటి విమర్శకులుండ బట్టే వారికి గౌరవం లేకుండా పో యింది. అందుకే ఈ ప్రపంచం లో రచయితల జ్ఞాపక స్థూపాలున్నా యి. చివరికి ఏ మాత్రం మంచి చరిత్రలేని కొందరు రాజకీయ నాయకులకి కూడా వున్నాయి. కానీ విమర్శకుడి పేరు మీద ఒక్కటి కూడా లేదు.

"మాకు స్థూపాలు అవసరం లేదు. సాహిత్యాన్ని మా భుజాల మీద వేసుకుని మోస్తాం..." అను కుంటూ సంతృప్తిపడుతూ వుంటా రు వారు. వారికి తెలియని విష యం ఏమిటంటే సాహిత్యం ఎవరి భుజాల మీద ఆగదు. అది నడు స్తూనే వుంటుంది. ✿

తండ్రితో "నాన్నా! నువ్వు ఇలా మాటాడకుండా నిశ్శబ్ధంగా వుండటం ఏమీ బావోలేదు. ఈ విషయం గురించి తీరిగ్గా మళ్ళీ మనం ఇంకోసారి మాట్లాడుకుందాం" అంటే చాలు. ఈసారి ఆయన పట్టు సడలించుకుని అడిగిన దానికి వప్పు కుంటాడు.

3. సంభాషణ మీరే ప్రారంభించాలి.

4. వారి అలక వలన మీరు బాధ పడుతున్నా రన్న విషయం వారు గుర్తించిన తరువాతే సంభా షణ (లేదా ఉత్తరం) ప్రారంభించండి.

చేయకూడనివి :

1. వారు మెట్లు దిగివచ్చే వరకూ మీరు మౌనంగా వుండాలని అనుకోకండి.

2. వారిని విమర్శించవద్దు. తప్పు మీమీదే వేసుకోండి. కానీ వారు అడిగింది మీకిష్టంలేకపోతే మాత్రం ఇవ్వొద్దు.

3. వారి అలక వల్ల మీకు వచ్చిన చిరాకుని, ఆ తరువాతి సంభాషణలో ప్రదర్శించవద్దు. కానీ ఫైనల్‌గా, "ఇలాంటి అలకలవల్ల నువ్వు సాధించేది ఏమీలేదు. మూడు నాలుగుసార్లు ఈవిధంగా జరిగితే నేనింత మృదువుగా అప్పుడు మాట్లాడ లేకపోవచ్చు. ఆ విషయం నీవు ఎంత తొందరగా తెలుసుకుంటే అంతమంచిది" అన్న సందేశం చాలా సున్నితంగా వారికి తెలిసేలా చేయండి.

రచనలపై సద్విమర్శలు చేయగల గొప్ప వారు కొందరుంటే, చేతిలో కలం వున్నది కదా అని ఇష్టం వచ్చినట్టు వ్రాసేవారు మరికొంద రుంటారు. అదేవిధంగా ఏదైనా సినిమా గురించి రివ్యూ వ్రాయవలసి వచ్చినపుడు చాలా వ్యంగ్యం గా, అవతలి వారి మనసు గాయపడేలా వ్రాస్తారు. ఒక సహేతుకమైన ఉద్దేశ్యం వుంటే సరే. లేకపోతే మాత్రం ఆ విమర్శకుడు నెగెటివ్ ఎమోషన్స్

(NEI) తో బాధపడుతున్నాడన్నమాట. విశ్వనాధ వారికి ఇలాటి విమర్శకులంటే మంట.

మన ముందు బాగా మాట్లాడి వెనక వెక్కించే ఈ NEI వున్న వ్యక్తులు ఇక్కడి మాటలు అక్కడ, అక్కడివి ఇక్కడా చెప్తూ వుంటారు. అంతేకాదు. అవసరమైనవి తీసేసి, మిగతావి కలిపి చెప్తూ వుంటారు.

CASE : నేనూ, రామారావూ, సుబ్రమణ్యం స్నేహితులనుకుందాం. మాటల సందర్భంలో నేను రామారావ్ గురించి సుబ్రమణ్యంతో చెప్తూ "...రామారావ్ మంచివాడు. అడగ్గానే కోలీగ్ సావిత్రి గారికి అప్పు ఇచ్చాడు. నాకు చాలా సాయం చేస్తూ వుంటాడు. మొన్నరాత్రి సెకెండ్ షోలో ఎవరో అమ్మాయితో కనపడ్డాడు. పెళ్ళి నిశ్చయం అయింది. బహుశ ఆ అమ్మాయే అనుకుంటాను. రష్‌గా వుండబట్టి పలుకరించలేక పోయాను. తొందర్లో పప్పన్నం పెట్టమని అడగాలి" అని అన్నాను.

సుబ్రమణ్యం రామారావ్ దగ్గిరకి వెళ్ళి ఈవిధంగా చెప్పాడు. " నిన్న ఎవరితోనో సినిమాకి వెళ్ళావటగా! యండమూరి నాకు చెప్పాడ్లే. సావిత్రేమో అనుకున్నాట్ట. ఆమెకీ నీకూ డబ్బు లావాదేవీలు వున్నాయటగా".

ఇటువంటి వారు కూడా నెగెటివ్ ఎమోషనల్ ఇంటెలిజెన్స్ జాతికి చెందుతారు. ఇలా ఇక్కడి మాటలు అక్కడ కత్తిరించి, అతికించి మార్చి చెప్పటాన్ని CUT & PASTE అంటారు. ఇదొక మానసిక అనారోగ్యం.

కొత్తరకం కష్టం

కష్టాలు రకరకాలు. ఒకరికి కేన్సర్ అయితే, మరొకరికి బద్ధకం రోగం. అదే విధంగా కొందరు స్త్రీలకు భర్తనుంచి, మరికొందరికి ఎక్కువైన డబ్బు నుంచీ కష్టాలు రావొచ్చు.

ఇరాన్‌లో ఒక భార్య కోర్టుకి వెళ్ళింది. భర్త రోజూ కొడ్తూ వుంటాడని, పదిహేను రోజులకొకసారి మాత్రమే కొట్టే అధికారం అతడికిస్తూ, తనని రక్షించమని కోర్టు వారిని కోరుకుంది. తనని కొట్టటం తప్ప అతడిలో మరే దుర్గుణమూ లేదనీ అందువలన అతనిని తాను వదిలిపెట్టలేననీ చెప్పింది. భర్త మాత్రం, "మొగవాడు అధికారం నిలుపుకోవాలంటే భార్యని అలా కొడుతూ వుండాలా"ని ధీమాగా చెప్పాడు.

ఒకరోజు కూడా కొట్టవద్దని కోర్టు సలహా ఇచ్చిందనుకోండి. అది వేరు సంగతి. ఇంతకీ, రోజులు గడుస్తున్న కొద్దీ మనం మారుతున్నామా లేదా?

నాగరికత వేరు, సంస్కృతి వేరు అని మనం ఎప్పటికి తెలుసుకుంటాం? అందుకే 'ముత్యమంత పసుపు ముఖమంత ఛాయ... కోటి బంగారు కాసులెవరింట నుండు? అరుగులలికే వారి అరచేత నుండు' అన్న పాటలు వచ్చే తరానికి చాలా గమ్మత్తుగా, కొత్తగా వుంటాయి. అర్థం తెలీక చాలా కన్‌ఫ్యూజ్ అవుతారు.

క్లైబ్యం మాస్మగమః పార్థ నైతత్త్వయ్యుపపద్యతే
క్షుద్రం హృదయ దౌర్బల్యం త్యక్త్వోత్తిష్ఠపరన్తప

(సాంఖ్య యోగము – 3)

మానసిక ఆరోగ్యం

మనిషి మానసిక ఆరోగ్యాన్ని పాడుచేసే మిగతా వివిధ అంశాల గురించి ఈ ప్రకరణంలో చర్చిద్దాం.

*   *   *

యుద్ధ సమయంలో అర్జునుడు అస్త్ర సన్యాసం చేసి విషాదయోగంలో మునిగిపోయాక, అతడి వైరాగ్యాన్ని దూరం చేయటానికి కృష్ణుడు గీత బోధించటం ప్రారంభించాడు.

"ఎందుకు నీకీ కశ్మలం?" అని ప్రశ్నించాడు.

కశ్మలం అంటే దుఃఖం అని ఒక అర్థమూ, మోహం అని మరొక అర్థమూ వున్నాయి. దుఃఖం, మోహం వేర్వేరు పదాలుగా పైకి కనబడతాయి కానీ రెండూ ఒకటే. మోహం వల్లనే దుఃఖం కలుగుతుంది.

కొడుకు విదేశాలకి వెళ్తున్నాడు. తల్లి అమితంగా దుఃఖిస్తోంది. 'పోనీ మానేస్తానమ్మా' అన్నాడు. దానికీ వప్పుకోలేదు. ఒకవైపు కొడుకు బావుండాలి. మరోవైపు తనతో ఉండాలి. ఈ విధంగా 'రెండు పరస్పర విరుద్ధమైన విలువల మధ్య ఘర్షణే' దుఃఖం. కొడుకు వివాహం చేసుకోకపోతే దుఃఖం. అతడు కోడలితోనే రోజంతా వుంటే దుఃఖం.

క్లైబ్యం హృదయ దౌర్బల్యం క్షుద్రం.... అన్నాడు కృష్ణుడు. పై విషయాలకి 'భయం' అనే విశేషణాన్ని కూడా కలిపాడు. అంతా కలిపి 'దౌర్బల్యం' అన్నాడు. ఒక రకంగా ఆలోచిస్తే, ఈ మానసిక దౌర్బల్యానికి కారణాలయిన భయమూ, దుఃఖమూ, మోహమూ మొదలైనవన్నీ ఒకదానిపై ఒకటి, అంటే పరస్పరాధారితాలు (interdependent) అనిపిస్తుంది.

ఉచితంగా (తోట) పని

"కామెడీ అంటే - కొంత కాలం క్రితం జరిగిన ట్రాజెడీ" అన్నాడు గ్రూచో మార్క్స్ (1895 -1977). ఆ రోజుల్లో అతడొక గొప్ప కమేడియన్. అప్పటి కప్పుడు సమయస్ఫూర్తితో జోకులు వేయటం ఇతడికి వెన్నతో పెట్టిన విద్య. "క్లోజప్‌లో మన ట్రాజెడీ, లాంగ్‌షాట్‌లో మన కామెడీగా కనపడుతుంది" అన్నది కూడా ఇతడే. ఈ పుస్తకంలో 'బ్రహ్మానందము' గురించి ప్రసక్తి వున్నది. బ్రహ్మానందంలో మంచి పడక సుఖం కూడా ఒకటిట. దాని గురించి గ్రూచో ఒక జోకు చెప్పాడు.

గ్రూచో ఒక రోజు తన ఇంటి ముందు తోటలో పని చేసుకుంటున్నాడు. రోడ్డు మీద వెళ్తూన్న మధ్య వయస్కురాలు ఆ తోట అందానికి ముచ్చట పడి, "ఈ తోటకి మాలివి నువ్వేనా" అని అడిగింది.

"అవును" అన్నాడు గ్రూచో.

"చాలా అద్భుతంగా వుంది, మా ఇంటికొచ్చెయ్యి. మంచి జీతం ఇస్తాను".

గ్రూచో ఆమెవైపు ఇబ్బందిగా చూసాడు. అతడి ఇబ్బందిని మరోలా అర్థం చేసుకుని, "చెప్ప ఇక్కడ నీకు వీళ్ళు ఎంత ఇస్తారు? దానికి రెట్టింపు ఇస్తాను" అంది గర్వంగా.

గ్రూచో నమ్రతగా, "మా ఆవిడ ప్రతిరాత్రీ తన పక్కమీద నన్ను పడుకోనిస్తుంది" అన్నాడు. ✿

CASE : రాత్రి పది అయింది. భర్త ఇంటికి రాలేదు. ఇంతవరకూ ఎప్పుడూ అలా జరగలేదు. ఆలస్యమయినప్పుడు తప్పకుండా ఫోన్ చేసి చెప్పేవాడు. ఇప్పుడు ఏం జరిగిందో అన్న **ఆందోళన.** అదేమీ పట్టనట్టు పెద్ద కొడుకు పక్కగదిలో హెచ్చు స్థాయిలో టీ.వీ పెట్టుకున్నాడు. ఆందోళన **విసుగ్గా** మారింది. వాడి గదిలోకి వెళ్ళి సౌండు తగ్గించమంది. 'క్రికెట్ మ్యాచ్ ఇంటరెస్టింగ్‌గా వుంది. కావాలంటే మధ్య తలుపు వేసుకో' అన్నాడు. విసుగు **ఎవరిమీదో తెలియని కసిగా** మారింది. ఈ లోపులో కూతురు వంటింట్లో చప్పుడు చేసింది. ఏమైందని అడిగితే, చేతిలోంచి జారి గాజుగ్లాసు బద్దలైందంది. మూడో వాడు 'అమ్మా! ఆకలేస్తోందే' అంటూ మొదలెట్టాడు. ఎవరిమీదో అప్పటి వరకూ తెలియని కసి, వాడిమీద **కోపంగా** మారింది. 'కడుపునిండా మెక్కి గంటకాలేదు. మళ్ళీ ఆకలా' అంటూ చెంపమీద బలంగా ఒకటిచ్చింది. వాడు ఏడుపు ప్రారంభించాడు.

మామూలు పరిస్థితుల్లో అయితే, అంత చిన్న విషయానికి చిన్నవాడిని కొట్టేదికాదు. దీన్నే Transfer of Emotion అంటారు. పెద్ద కొడుకు మీద నుంచి కూతురి మీదుగా చిన్నవాడిమీదకు అది ప్రవహించింది. "అత్తమీద కోపం..." అన్న సామెత అలాగే వచ్చింది. 'ఒంటె నడుము మీద ఆఖరి గడ్డిపరక' అన్న ఇంగ్లీషు సామెతనికూడా ఇక్కడ చెప్పుకోవచ్చు. చిన్నవాడిని కొట్టడం ద్వారా ఆమె కోపం ఉపశమించింది. కానీ దానికి మూలకారణమైన **'ఆందోళన'** అలాగే వుండి పోయింది. మరో అరగంట గడిచింది. ఆమెకు **భయం** ప్రారంభ మైంది. కొడుకు గదిలోకి వెళ్ళి 'నాన్న ఇంకా రాలేదురా' అంది. అప్పుడే వీరేంద్ర

షెవాగ్ సెంచరీ కొట్టాడు. వాడు ఆనందంతో "ఫోర్" అని అరిచాడు.

ఆమె మళ్ళీ అదే మాట అన్నది.

"అయితే ఏం చెయ్యమంటావు?" అని అడిగాడు.

పక్కనున్న కూతురు, "ఎవరో స్నేహితులింటికి వెళ్ళి వుంటాడ్లే అమ్మా" అంది తేలిగ్గా. షెవాగ్ ఈసారి సిక్సర్ కొట్టాడు. గదంతా ఒక్కసారిగా గోల....!

ఇంటికి ఒక ముఖ్యమైన వ్యక్తి రాకపోతే ఎవరికీ ఏమీ పట్టడం లేదన్న ఆలోచనతో ఆమె ఆందోళన **ఇరిటేషన్‌గా** మారింది. ఒక్క ఉదుటున వెళ్ళి టీ.వీ. ప్లగ్ పీకేసింది. "నాన్న ఇంటికి రాకపోతే మీకేమీ పట్టలేదా?" అని హిస్టీరిక్‌గా అరిచింది.

కొడుకు కూడా అంతే చిరాగ్గా, "అయితే ఏం చెయ్యమంటావ్? అన్ని ఆస్పత్రులకీ వెళ్ళి వెతకమంటావా?" అన్నాడు.

ఆమెకి షాక్ తగిలినట్టు అయింది. ఇది కొత్తకోణం. నిజంగా అలా జరిగి వుండొచ్చా అన్న **'అనుమానం'** ప్రారంభమైంది. గదిలోకి వచ్చేసింది. ఆ చీకటి నిశ్శబ్దంలో ఆమె భయమూ, కోపమూ, విసుగూ, చిరాకూ కలిసి **దుఃఖంగా** మారాయి. మనసు పరిపరి విధాల వెళ్ళింది. చాలాసేపు దిండులో మొహం పెట్టి దుఃఖిస్తూ వుండిపోయింది.

అంతలో కాలింగ్ బెల్ మోగింది. భర్త వచ్చాడు. ఆవేశంతో కూడిన ఉక్రోషంతో, "ఆలస్యంగా వస్తున్నానని ఒక ఫోన్ చేసి చావొచ్చుగా. బయటకి వెళ్తే ఇల్లు గుర్తుండి చావదు కామోసు" అంటూ భర్తమీద విరుచుకు పడింది.

మార్పు మన తీర్పు

ఒక పెద్ద బోనులో అయిదు కోతుల్ని పెట్టండి. పైన అరటిపండు వేలాడదీయండి. దాన్ని అందుకోవటానికి ఒక కోతి ప్రారంభించగానే నీటి పైపుతో బలంగా అన్నిటినీ తడపండి. ఇలా నాల్గయిదు సార్లు చేసాక, ఇక కోతులు అటువైపు వెళ్ళే సాహసం చెయ్యవు.

ఇప్పుడు వాటిలో ఒక పాత కోతిని తీసేసి కొత్తదాన్ని పెట్టండి. ఇక చూడండి.

అది అరటి పండు వైపు వెళ్తుంటే మిగతావి భయంకరంగా దాని మీద పడి క్రిందకి లాగేస్తాయి. **నీళ్ళు పడకపోయినా సరే!**

ఇప్పుడు పాత నాలుగు కోతుల్లో ఒక దాన్ని తీసేసి, రెండో కొత్త దాన్ని చేర్చండి. అది అరటి పండు వైపు వెళ్తుండగా, దాన్ని వెనక్కి లాగేసే కార్యక్రమంలో మొదటి కొత్త కోతి కూడా ఉత్సాహంగా పాల్గొంటుంది. ఇలా వరుసగా కోతుల్ని మారుస్తూ పొండి. అయిదో (కొత్త) కోతిని క్రిందకి లాగేసే నాలుగు (కొత్త) కోతులకీ కూడా "తామెందుకు ఆ పని చేస్తున్నాయో" తెలీదు.

ఆ తరువాత అయిదూ అరటి పండు వైపు వెళ్ళే ధైర్యం చెయ్యవు.

ఎందుకు ?

ఎందుకంటే ... అదంతే!

మన మూఢ నమ్మకాలన్నీ ఈ విధంగానే నిర్మింపబడ్డాయి.

("తప్పచేద్దాం రండి" నుంచి)

❁

కృష్ణుడు-ఇద్దరు రాధలు

చాలా మంది మనుష్యులు తాము మార్చుకోగలిగే విషయాల్ని మార్చుకోలేమనీ, మార్చుకోలేని విషయాలపట్ల తాము మారలేమనీ అనుకుంటూ, తమ ఫెయిల్యూర్‌కి అసలు కారణం తెలుసుకోకుండా దిగులు చెందుతారు.

ఒక పన్నెండో క్లాసు విద్యార్థి ఉత్తరం రాస్తూ, తనకి జ్ఞాపకశక్తి తక్కువైందనీ, నల్గొండ నుంచి హైద్రాబాద్ వచ్చాక ఏకాగ్రత కుదరటంలేదని తెలియబర్చాడు.

నల్గొండలో ఒకమ్మాయి 'మనసంతా నువ్వే, నువ్వు లేక నేను లేను, ప్రాణం' మొదలైన పేపర్ కట్టింగులు అంటించి అతడికి కన్నీటి వీడ్కోలు ఇచ్చిందట. ప్రస్తుతం హైద్రాబాద్‌లో మరో పదో తరగతి అమ్మాయి కళ్ళు ఆరాధనాపూర్వకంగా తననే చూస్తున్నాయి. అతడికి ఏం నిర్ణయించుకోవాలో తెలియటం లేదు. చదువు మీద ఏకాగ్రత మాత్రం నిలవటంలేదు. అదీ సమస్య.

ఇది వయసూ, వాతావరణం తప్పు. నిజమే. కానీ ఏకాగ్రత నిలవకపోవటానికి కారణాలు విశ్లేషించుకోవలసిన బాధ్యత కూడా వున్నది కదా. ఇటువంటి సందర్భాల్లో కూడా అయిదు కోతుల కథ వర్తిస్తుంది.

✿

"..... చేస్తూనే వున్నాను. ఫోన్ అప్పట్నుంచీ ఎంగేజ్డ్" అన్నాడు. ఆమె ఫోన్ వైపు చూస్తే, రిసీవర్ సరిగ్గా పెట్టి లేదు. ఎనిమిదింటికి తనే స్నేహితురాలికి చేసింది. అప్పుడు సరీగా డిస్కనెక్ట్ చేయలేదనుకుంటా.

ఒక్కసారిగా ఆమెకి అప్పటి వరకూ వున్న **దిగులు** పోయింది. నవ్వొచ్చింది. 'సర్లె. వడ్డిస్తున్నా రండి' అంది. షెవాగ్ మళ్ళీ బౌండరీ కొట్టాడు.

* * *

సాంఖ్యయోగపు 62, 63 శ్లోకాల్లో ఈ స్థితుల గురించి చెప్పాడు కృష్ణుడు. **"క్రోధాద్భవతి సమ్మోహః సమ్మోహత్ స్మృతివిభ్రమ"** అన్నాడు. అంటే కోరిక (తీరక పోవటం) వలన కోపము, కోపమువల్ల (తన స్థితి తనకే తెలియని) అవివేకము, దానివలన బుద్ధినాశము కలుగుతున్నది అని ఆ శ్లోకం అర్థం. తరచి చూస్తే భగవద్గీతలో ప్రతీ శ్లోకమూ నిజ జీవితానికి అన్వయించుకోతగినదే. విషాద యోగమూ, విజ్ఞాన యోగమూ, కర్మయోగమూ, గుణత్రయ విభాగ యోగమూ అన్నీ ఏం చెపుతున్నాయి?

మోహం వలన దిగులు, దిగులువల్ల భయం, భయంవలన అపజయం, చివరికి దుఃఖం ... అని చెపుతున్నాయి.

అటువంటి దుఃఖంతో యుద్ధం చేయటమే 'కురుక్షేత్రం'. అటువంటి కురుక్షేత్రంలో అర్జునుడు యుద్ధం మానేసి చతికిలపడ్డాడు. కృష్ణుడు బోధించాడు. అయితే ఇక్కడో అనుమానం వస్తుంది. చెరోవైపూ ఇరుపక్షాలా యుద్ధానికి నిల్చొని వుండగా, తీరిగ్గా అంతసేపు భగవద్గీత ఎలా చెప్పాడు? సత్యము ముఖ్యముగానీ, సంశయము ముఖ్యము కాదు. కాబట్టి దానిని వదిలిపెడదాం.

భగవద్గీత అంతా సంశయ నివృత్తే.

అర్జునుడు సంశయంతో కొట్టుమిట్టాడుతున్నాడు. అది మానసిక అనారోగ్యం. షడ్విధ ఐశ్వర్యాల్లో అన్నిటికన్నా ముఖ్యమయినది 'ఆరోగ్యం'. అన్ని ఆరోగ్యాల్లోకీ ముందుగా కాపాడుకోవలసింది 'మానసిక ఆరోగ్యం'. ఆ ఆరోగ్యం పాడయితే వచ్చే జబ్బులు ఏమిటి? భయం, దిగులు, ఆందోళన, దుఃఖం. వీటన్నిటికీ పునాది ఒక్కటే. ఏమిటది ?

సంశయం. సంశయం అంటే తన మీద తనకి నమ్మకం లేకపోవటం. ఇతరులు ఏమనుకుంటారో అన్న భయం. ఓడిపోతానేమో అన్న అనుమానం. ఇవన్నీ సంశయానికి గుర్తులు.

మొత్తం ఈ ప్రవర్తననంతా Fear of Identity అంటారు. బస్‌ని అందుకోవటానికి పరిగెత్తే- తీరా దగ్గిరకి వెళ్ళాక అది కదుల్తే, చుట్టూ వున్న వారి ముందు అవమానం అని ఫీలవటం ఫియర్ ఆఫ్ ఐడెంటిటీయే. ఇవన్నీ చిన్న చిన్న ఉదాహరణలు. మరో మంచి అవకాశం వచ్చినా, ఉన్న ఉద్యోగాన్ని వదిలిపెట్టలేకపోవటం, విద్యార్థులు పరీక్షల ముందు విపరీతమైన టెన్షన్‌కి గురి కావటం, ఇంటర్వ్యూల్లో అభ్యర్థుల నుదుటి మీద చెమట పట్టటం, కంప్యూటర్ పరీక్షలో చేతివేళ్లు వణకటం– ఈ విభాగంలోకే వస్తాయి. ఇటువంటి భయాలు పోవటానికి ఒకటే దారి వుంది. అంతిమ పరిణామాన్ని ఆలోచించగలగాలి. ఫెయిల్ అయితే ఏం జరుగుతుంది? ప్రాణం పోదు కదా– అన్న విధంగా ఆలోచించాలి. **అంతిమ పరిణామం ఎప్పుడూ మనం ఊహించినంత నష్టభరితంగా ఉండదు.** ఒక స్థూలకాయుడు పరుగెత్తుకుంటూ వచ్చేసరికి బస్ కదిలిపోయింది అనుకుందాం.

అందరూ నన్నే చూస్తున్నారు

ఇతరుల ప్రవర్తనపై మన నిర్ణయాలు ఆధారపడి వుండనవసరం లేదు.

ఒక అమ్మాయి రైల్వే స్టేషన్ దగ్గిర ఆటో దిగింది. ఒక సూట్‌కేసూ, బరువైన బ్యాగూ ఉన్నాయి. రైలు కదలటానికి సిద్ధంగా ఉంది. వేగంగా వెళ్తే అందుతుంది. కూలీలు ఎవరూ లేరు. ఎవర్నన్నా కాస్త సాయం చెయ్యమని అడిగితే, తరువాత అడ్వాంటేజి తీసుకుంటారేమో అన్న భయం. రైలు కూత పెట్టింది. రెండు చేతుల్తోనూ రెంటినీ పట్టుకుని బరువుగా వంగుతూ ప్లాట్‌ఫారం మీద పరిగెడ్తే, అందరూ నవ్వుకుంటారని బిడియం. అప్పటికే అందరూ సానుభూతి(?)గా చూస్తున్నారన్న అనుమానం. దాంతో, తానొచ్చింది అసలా రైలు కోసం కాదన్నట్టుగా స్టేషన్‌లోకి అడుగు పెట్టి, నెమ్మదిగా నడవటం ప్రారంభించింది. ఈలోపులో రైలు కదిలి వెళ్ళి పోయింది.

* * *

రోడ్డు మీద వర్షం నీటిలో మీరు ధభిల్లున పడ్డారు. కష్టపడి లేచారు. దుస్తులకి బురద అంటుకుంది. చుట్టూవున్న వారిలో ఒకరిద్దరు 'అయ్యో' అన్నా, మొత్తం అందరి మొహాల్లో ముసిముసి నవ్వులే.

ఒక్కసారి వారి మొహాల్లోకి చూస్తూ మీరూ నవ్వెయ్యండి. మీ ప్రతి స్పందన (REFLEX ACTION) అర్థంకాక విస్తుపోతారు. మీ పన్లు మీరు చేసుకోవచ్చు.

కొండచిలువతో యుద్ధం చేయటం ఎలా?

వియత్నాం అడవుల్లో కొండ చిలువలు ఎక్కువ. ముప్పై అయిదు అడుగుల పొడవుండే ఈ పాములు, మనిషిని అరటి పండుతిన్నట్టు నిలువునా మింగేస్తాయి. అలాంటి కొండ చిలువలు ఎదురుపడ్డప్పుడు ఏం చెయ్యాలో అమెరికన్ సైనికులకి వియత్నాం యుద్ధంలో ఈ విధంగా నిర్దుష్టమైన సూచన్లు ఇవ్వబడ్డాయి.

1. అది ఎదురుపడ్డప్పుడు పరుగెత్తకు. నీకన్నా వేగంగా అది చెట్ల మధ్య పాకుతూ రాగలదు.
2. రెండు కాళ్లనీ మెలికవేసి, నడుముకి చేతులు దగ్గిరగా పెట్టుకుని వెల్లకిలా పడుకో.
3. నిన్ను వాసన చూసుకుంటూ అది మొహం వరకూ వస్తుంది. కదలకు.
4. నిన్ను పూర్తిగా పరీక్షించిన తరువాత, కాళ్ల నుంచి ప్రారంభించి పై వరకూ మింగుతూ వస్తుంది. భయపడకు.
5. నీ శరీరం అంతా గంజి లాంటి ద్రవంతో దుర్గంధభూయిష్ట మవుతుంది. నిశ్చలంగా వుండు.
6. కదిలావో, అనుమానం వచ్చి అది మెలి తిరుగుతుంది. సగానికి విరిగి పోతావు.

కొందరు నవ్వుకుంటారు. అంతే కదా! ఎందరికి అది గుర్తుంటుంది? అతడిని చూసి ఒకవేళ బస్ ఆగితే...? ఎక్కొచ్చు కదా.

మెదడులో కొన్ని న్యూరో ట్రాన్స్‌మిటర్స్ వుంటాయి. మిగతా జంతువులకన్నా ఎక్కువగా ఇవి మనిషిని ప్రతిస్పందింపచేస్తాయి. అందుకే ఈ 'టెన్షన్' అనేది మనుషుల్లోనే ఎక్కువగా కనిపిస్తుంది. ఈ టెన్షన్ భయమేసినప్పుడు కాళ్లనీ, కోపం వచ్చినప్పుడు చేతుల్నీ వణికిస్తుంది. దుఃఖం వచ్చినప్పుడు కళ్ళనీ, అసహ్యం వేసినప్పుడు మొహాన్నీ ఎమోషనల్‌గా చేస్తుంది. ఇదంతా స్వభావ సిద్ధమే కదా అని అనుకోనవసరం లేదు. అంతిమ పరిణామాన్ని ఆలోచించటం ద్వారా దీన్ని కంట్రోలు చేసుకోవచ్చు. పరీక్షల ముందు బాగా టెన్షన్ పడటంవల్ల మార్కులు ఎక్కువ రావు సరికదా తగ్గే ప్రమాదమే ఉంది! ఈ విధంగా ఆలోచించటాన్ని 'స్థితప్రజ్ఞత' అంటారు.

"కష్టపడి యుద్ధం చేయటం వలన లాభం ఏమిటి?" అని అర్జునుడి సంశయం. **ఒక మనిషి తన అభిప్రాయాన్ని సపోర్ట్ చేసుకోవటానికి రకరకాల వాదనలు సమకూర్చుకుంటాడు.** యుద్ధం చేయటం వలన లాభం లేకపోవచ్చు. కానీ చెయ్యకపోతే నష్టం ఉంటుంది. మళ్ళీ అరణ్యవాసం చెయ్యాలి. బృహన్నల వేషం వెయ్యాలి. ఆయుధాల్ని జమ్మిచెట్టుకి కట్టేసి, ఆకులూ అలములూ తినాలి. అదేవిధంగా ఒక వితంతువుగానీ, కొత్త కోడలుగానీ యుద్ధంచేసి అత్తవారి ఇంట్లో తన హక్కుల్నీ, స్థానాన్నీ పరిరక్షించుకోకపోతే అణగదొక్కబడుతుంది. ఈ పోటీ ప్రపంచంలో యుద్ధం చేయకపోతే ఎలా?

ఎక్కడ 'యుద్ధం' లేదో, అక్కడ 'విజయం' లేదు. విజయం కోసం యుద్ధం తప్పదు. "రెండు యుద్ధాల మధ్య విరామమే శాంతి" అన్నాడు మాగ్జిమ్‌గోర్కీ. జీవితానికి కూడా ఇది వర్తిస్తుంది. రెండు గెలుపుల మధ్య ప్రయాణమే జీవితం. ఇక్కడ 'యుద్ధాన్ని' ప్రత్యక్షతాత్మక దర్శనం (పాజిటివ్ ఫిలాసఫీ)లో తీసుకోవాలి. అలాంటి యుద్ధంలేని చోట, బద్దకం మనిషిని కొండ చిలువలా మింగేస్తుంది. మనిషికి మానసిక అనారోగ్యం ఎందుకొస్తుంది? తనెంత అదృష్ట వంతుడో తనకి తెలియక! తనకన్నా ఎంతమంది దురదృష్టవంతులు ఈ ప్రపంచంలో వున్నారో గుర్తించక! అంతవరకూ ఎందుకు? మీరు ఈ పుస్తకం చదవగలుగుతున్నారూ అంటే ప్రపంచంలో యాభై శాతం పైగా చదువురాని వారికంటే అదృష్టవంతులనేగా అర్థం.

7. భుజాల వరకూ నువ్వు లోపలికి వెళ్ళాక, అప్పటి వరకూ చేతిలో దాచి పెట్టుకున్న చుర కత్తిని ఎత్తి దానిపై అంగిట్లో గుచ్చు. మెదడుని చీలుస్తూ అది నీతో పాటూ లోపలికి వెళ్తుంది.
8. అడవిలో ఎదురైన కొండ చిలువ బారినుంచి బయట పడటానికి మరో మార్గం లేదు. అందుకే నీ వద్ద ఎప్పుడూ ఒక చురకత్తి ఉంచుకో. అది నిరంతరం పదునుగా ఉండేట్టు చూసుకో...

ఆ చురకత్తే యుక్తా యుక్త విచక్షణాజ్ఞానం! దేనికి ఏడవ కూడదో, దేనికి భయపడ కూడదో తెలుసుకోవటమే యుక్తా యుక్తం. ఆ యుక్తాయుక్త పరిజ్ఞానమనే చురకత్తికి ఎలా పదునుపెట్టాలో భగవద్గీత ద్వారా శ్రీకృష్ణుడు మనకి చెప్పాడు.

అశోచ్యా నన్వశోచస్త్వం ప్రజ్ఞా వాదాంశ్చ భాషసే
గతాసూనగతాసూంశ్చ నానుశోచన్తి పణ్డితాః
(సాంఖ్య యోగము–11)

———————— యండమూరి వీరేంద్రనాథ్

మానసిక దౌర్బల్యం

భగవద్గీతలో నాకు నచ్చిన అత్యుత్తమ శ్లోకాల్లో ఇది ఒకటి. అర్జునుడి బాధం తా విన్నాక, కృష్ణుడు ప్రారంభించిన గీత బోధనలో ఇది ప్రారంభ శ్లోకం. **"…. అస్యశ్రీ భగవద్గీతాశాస్త్ర మహామంత్రస్య …..**" అంటూ, ఈ శ్లోకమే భగవద్గీతకు బీజం అన్నారు. 'నువ్వు ఎందుకు ఏడుస్తున్నావు?' అని అర్జునుడిని ప్రశ్నిస్తున్నాడు. ఇది భగవద్గీత మొదటి శ్లోకం. "**సర్వ ధర్మాన్ ….. మాశుచః**" అన్నది చివరి(చరమ) శ్లోకం. అంటే "అన్ని లౌకిక ధర్మాల్ని విడిచిపెట్టి ఏడవటం మానెయ్యి" అని అర్థం. చిత్రం చూడండి. 'ఎందుకేడుస్తున్నావు?' అన్న ప్రశ్నతో ప్రారంభమైన భగవద్గీత "ఏడుపు మాను" అన్న శ్లోకంతో పూర్తవుతుంది. భగవద్గీత అంతా ఏడుపుమానెయ్యమనే! ఏడుపు ఒక మానసిక దౌర్బల్యం! ఆరోగ్యాన్ని హరించే కాలకూట విషం!

ఈ శ్లోకంలో కృష్ణుడు "…. అర్జునా! నువ్వు దుఃఖించ తగని దానిగురించి దుఃఖిస్తున్నావు. బుద్ధివాదిలా ***(ప్రజ్ఞా వాదాంశ్చ భాషసే)*** మాట్లాడుతున్నావు. కానీ పండితులు చచ్చిన వారి గురించి కానీ, బ్రతికిన వారి గురించికానీ దుఃఖించరు" అంటున్నాడు. ఇక్కడ కృష్ణుడి ఉద్దేశ్యంలో పండితుడంటే, జ్ఞానాగ్నితో కర్మలని కాల్చిన వాడు అని అర్థం. (జ్ఞాన యోగము 19వ శ్లోకంలో ఈ విధంగానే వివరణ ఇవ్వబడింది). కానీ మన వాడుక భాషలో 'పండితుడు' అంటే సర్వము తెలిసినవాడు అని అర్థం. మొత్తానికి భగవంతుడి దృష్టిలో బుద్ధివాది వేరు. జ్ఞాని వేరు. అందుకే అర్జునుడితో, "నువ్వు తెలిసినవాడి (Intelligent & Wellknown)లా మాట్లాడుతు న్నావేగానీ జ్ఞాని (Wise) లా మాట్లాడటంలేదు" అన్నాడు.

ఇప్పుడిక అసలు విషయానికి వద్దాం. పై శ్లోకంలో మూడు అనుమానాలున్నాయి.

1. బుద్ధివాదికీ, జ్ఞానికీ తేడా ఏమిటి?
2. జ్ఞానులు దేనికి దుఃఖిస్తారు?
3. అర్జునుడు, దుఃఖించతగని దేనికోసం దుఃఖిస్తున్నాడు?

నువ్వెంత అదృష్టవంతుడివి

మనం ఎంత అదృష్టవంతులమో తెలుసుకుంటే సగం మానసిక అనారోగ్యాలు పోతాయి. ఈ గేయం చదవండి.

ఈ రోజు ప్రొద్దున్నే నువ్వు
ఆరోగ్యంగా నిద్రలేచావంటే
ఈ దేశంలో నిన్నరాత్రి
అనారోగ్యం వచ్చిన
పదిలక్షలమంది కన్నా
అదృష్టవంతుడివన్నమాట.
నువ్వింత వరకూ
యుద్ధంలో రక్తపాతాన్ని గానీ,
జైల్లో ఒంటరితనాన్ని గానీ,
కరువులో శరణార్థ శిబిరాన్ని
గానీ చూడలేదంటే
ప్రపంచంలోని
రెండువందల కోట్ల మంది
అనాథల కంటే అదృష్టవంతుడి
వన్నమాట. నువ్వీరోజు
ఏ భయమూలేకుండా,
ఏ ఆయుధమూ లేకుండా
బయట తిరగ్గలిగావంటే
మూడువందల కోట్ల మంది
నివసించే దేశంలో
లేవన్నమాట. ఈరోజు నీవు
కడుపునిండా తిండితిని,
వంటి నిండా బట్టలు
వేసుకొని ఓ ఇంటి కప్ప
క్రింద కంటినిండా
నిద్రపోగల్గితే
ప్రపంచంలోని 75 శాతం
కన్నా ధనవంతుడివన్నమాట.

బుద్ధివాది అంటే విషయం తెలిసినవాడు. జ్ఞాని అంటే తెలుసుకున్న విషయాన్ని ఆచరణలో పెట్టేవాడు. రెండిటికీ చాలా తేడా వుంది. మామూలు భాషలో చెప్పాలంటే, 'సిగరెట్ ఎంత హానికరమో- అందులో వుండే నికోటిన్ రక్తంపై ఎటువంటి ప్రభావం చూపిస్తుందో - దాని పొగ ఊపిరితిత్తుల్ని ఎలా నాశనం చేస్తుందో - పాసివ్ స్మోకింగ్ అంటే ఏమిటో-మొత్తానికి మనిషి యొక్క వ్యక్తిగత, సంసారిక, ఆర్థిక జీవనంపై, సమాజ కాలుష్యంపై దాని ప్రభావం ఏమిటో' చెప్పగలిగే వాడు బుద్ధివాది.

సిగరెట్ మానేసిన వాడు జ్ఞాని. అదీ తేడా! అదే మొదటి ప్రశ్నకు జవాబు.

ఇంక రెండో ప్రశ్న. జ్ఞాని దేనికి దుఃఖిస్తాడు? ఇతరులకి కలుగుతున్న బాధల్ని చూసి దుఃఖిస్తాడు. పక్షికి రెక్క విరిగితే, తుఫానుకి పచ్చటి చెట్టు కూలిపోతే దుఃఖిస్తాడు. సమాజంలో జరుగుతూన్న అన్యాయాలకి దుఃఖిస్తాడు. అంతేతప్ప, తనకి కలిగే నష్టానికిగానీ, బాధలకిగానీ దుఃఖించడు. అతడికి స్వార్థం లేదు. **జ్ఞానం పెరిగేకొద్దీ 'బంధం' తగ్గిపోతుంది. ఆవిధంగా దుఃఖం కూడా తగ్గిపోతుంది.**

ఇక మూడో ప్రశ్న. అర్జునుడు ఎందుకు దుఃఖించాడు? చాలా చిన్న ప్రశ్న. సమాధానం మాత్రం ఈ ప్రపంచం అంత పెద్దది.

మనిషికి దుఃఖం ఎందుకు కలుగుతుంది? ఏదైనా కోల్పోయినప్పుడుగానీ, కోల్పోవలసి వచ్చినప్పుడుగానీ కలుగుతుంది. ఆత్మీయులు మరణిస్తే వెలితి కలిగిందన్న దుఃఖం, వ్యాపారంలో నష్టంవస్తే డబ్బు పోయిందన్న దుఃఖం, అరెస్ట్ వారెంట్‌వస్తే పరువు పోయిందన్న దుఃఖం, కుర్రాడికి మార్కులు

తక్కువ వస్తే చేతికి అంద కుండా పోతాడేమో అన్న దుఃఖం.... ఈ విధంగా, తనకి సంబంధించినది పోయినప్పుడల్లా దుఃఖం కలుగుతుంది.

మనందరం జ్ఞానులం కాదు కాబట్టి సహజంగానే దుఃఖం వస్తుంది. అయితే దీన్ని క్రమంగా తగ్గించుకోవాలి. 'ఇదంతా మన చేతుల్లో వుంటుందా?' అని ప్రశ్నిస్తారు కొందరు.

దుఃఖం అంటే ఏమిటి? బాధవల్ల కలిగే కష్టానికి ఉపశమనం. బాధల్లోంచి ఓదార్పు. అయితే ఇక్కడ తెలుసుకోవలసిన విషయం ఏమిటంటే, దుఃఖం బాధ కాదు. బాధకి ఓదార్పు. అది ఒక మందు మాత్రమే. OUTLET. ఆ మందుని ఎక్కువ డోసులో వాడితే వికటిస్తుంది.

ప్రొద్దున్నే లేచి మరణించిన భార్య ఫోటో దగ్గిర జీవితాంతం అగరొత్తులు పెట్టిన వాడిని మెచ్చుకుంటాం. పోయిన భార్యకోసం క్రమం తప్పకుండా ఏడాదిపాటు రోజూ రెండుగంటలు భోరున ఏడ్చేవాడిని చూసి ఏదో లోపం వున్నదనుకుంటాం.

పక్కన ఓదార్చేవాడు లేకపోతే, దుఃఖం దానంతట అదే తగ్గిపోతుంది. "కొన్ని సమయాల్లో కొంచెంసేపు దుఃఖించాక, ఓదార్చే వాడు లేడే అని మళ్ళీ దుఃఖిస్తాం" అని మైండ్ పవర్ అనే పుస్తకంలో వ్రాసాను. కొన్ని సమయాల్లో దుఃఖం కంపల్సరీ అవుతుంది.

CASE : సంవత్సరం పాటు దారుణంగా హింసించిన అత్తగారు మరణించింది. వేర్వేరు ప్రదేశాల్నుంచి వచ్చిన ఆవిడ కూతుళ్ళూ, తోడి కోడళ్ళూ గుండెలు బాదుకుంటూ దుఃఖి స్తున్నారు. ఆవిడ తనని ఎంత బాధపెట్టిందో కొత్తకోడలికి మాత్రమే తెలుసు. సంవత్సరంపాటు పెదవులు

నీ జేబులో ఈ రోజుకి
సరిపడా డబ్బుండి,
బ్యాంకు అకౌంట్‌లో
బ్యాలెన్సుంటే
ప్రపంచంలోని 8శాతం
అత్యంత ధనవంతుల్లో
నీవొకడివన్నమాట.
నీ తల్లిదండ్రులు బ్రతికుండి,
ఇంకా విడాకులు
తీసుకోకుంటే,
ప్రపంచపు అయిదు శాతం
పిల్లల్లో నువ్వొకడివి
కాదన్నమాట.
నువ్వు హాయిగా తలెత్తి,
ఆహ్లాదంగా నవ్వగలిగితే,
ఈ ప్రపంచంలో
చాలామంది చేయలేనిది
నువ్వు చేస్తున్నావన్నమాట.
నీవు ఈ కవిత
చదవగలిగావూ అంటే
ప్రపంచంలో యాభై శాతం
నిరక్షరాస్యులకంటే
అదృష్టవంతుడివన్నమాట.
నువ్వింకా అసంతృప్తిగా
వున్నావంటే, నీకున్న ఆస్తుల్నీ
విలువల్నీ,
శక్తుల్నీ, అదృష్టాన్నీ
నువ్వు ఇంకా గుర్తించటం
లేదన్నమాట.

నమ్మకం తగ్గితే

మనిషికి తనమీద తనకి నమ్మకం తగ్గేకొద్దీ మిగతా నమ్మకాలు పెరుగుతూ ఉంటాయి. వ్యక్తిత్వ వికాసశిక్షణా సమయంలో విద్యార్థుల్ని "మీకు వాస్తు, జ్యోతిష్యం, హస్తసాముద్రికం లాంటివాటి మీద నమ్మకం ఉందా?" అని అడిగినప్పుడు వాళ్ళందరూ ముక్తకంఠంతో "లేదు లేదు" అని అరుస్తారు. అదే పెద్దవాళ్ళని అడిగితే దాదాపు 90% ఉంది అంటారు. అంటే, వయసు పెరిగేకొద్దీ తమ మీద నమ్మకం తగ్గుతుంది అన్నమాట.

ఒక రాజుగారు మారువేషం వేసుకొని పురవీధుల్లో తిరుగుతూ ఉండగా ఒక భిక్షగాడు సత్రం అరుగుమీద కూర్చొని భగవంతుణ్ణి తిడుతూ ఉండడం గమనించాట్ట. ఎందుకు తిడుతున్నావని అడిగితే "నేనేం తప్పుచేసాను? నన్నెందు కిలా భిక్షగాడిగా సృష్టించాలి? ఆ రాజుని ఎందుకంత ధనవంతుడిగా సృష్టించాలి?" అని అడిగాట్ట.

"నేను నీకు లక్షరూపాయలిస్తాను. నీ కాళ్ళు ఇవ్వగలవా?" అని అడిగాట్ట రాజు.

భిక్షగాడు ఇవ్వనన్నాట్ట.

"పోనీ ఐదులక్షల వరహాలిస్తాను. నీచేతులివ్వ గలవా?" అంటే అవికూడా ఇవ్వనన్నాట్ట. అప్పుడా రాజు "కోటి వరహాల విలువ చేసే అవయవాలు భగవంతుడు నీకి బిగపట్టి బాధని ఆపుకుంది. ఇప్పుడు ఆవిడ మరణించింది. దుఃఖం రావటం లేదు. పైగా సంతోషంతో నాట్యం చెయ్యాలనిపిస్తోంది. స్థంభానికి ఆనుకుని ఆ తతంగాన్నంతా చూస్తోంది. కూతుర్ని గమనించిన తల్లి దగ్గరకొచ్చింది. రహస్యంగా చెప్పింది. ఏం చెప్పింది? మీకు తెలుసు "…. కొంచెం ఏడువమ్మా. లేకపోతే బావోదు" అనదూ?

ఇంకో వుదాహరణ తీసుకుందాం. ముప్ఫై అయిదేళ్ళ అత్తగారు మరణించింది. భర్తలేదు. ఆవిడ చాలా అందంగా వుంటుంది. కూతురికి ఏడాది క్రితమే పెళ్ళిచేసి, అల్లుడిని ఇల్లరికం తెచ్చుకుంది. కూతురు పెద్ద అందంగా వుండదు. అల్లుడు మంచి దారుఢ్యం గలవాడు. మరణించిన అత్తగారి శవం పక్కన కూర్చుని గుండెలు బాదుకుంటూ ఏడుస్తున్నాడు. అతడి తల్లి ఇది గమనించింది. కొడుకు దగ్గరకొచ్చి రహస్యంగా ఏం చెప్తుంది? ఇది కూడా మీకు తెలుసు. "…. అంతలా ఏడవకురా! ఏదో 'షీ' అనుకుంటారు". అనదూ?

…. కాబట్టి దుఃఖానికి ఇంట్రిన్సిక్ వాల్యూ లేదు. కానీ మనిషికి దుఃఖమూ అవసరమే. ఆషాడమాస ప్రారంభ వీడ్కోలు సమయంలో ఆ ఎడబాటు వల్ల కొత్త దంపతుల కళ్ళలో కనపడిన తడి, ఒకరిపై ఒకరికి ప్రేమని పెంచుతుంది. కాలు విరిగిన కుక్కని చూసినప్పుడు కలిగిన దిగులు, కరుణపై నమ్మకాన్ని పెంచుతుంది. మదర్‌థెరిసా దుఃఖం చూసినప్పుడు మానవత్వం మీద నమ్మకం పెరుగుతుంది.

ఎవరికోసం – ఎందుకోసం – ఎంతసేపు ఏడవాలీ – అన్న పై మూడు ప్రశ్నలకీ ఇవీ సమాధానాలు.

*   *   *

దుఃఖం ఒక్కోసారి మితిమీరిన మానసిక దౌర్బల్యానికి దారి తీస్తుంది. వీటిని డిసార్డర్స్ అంటారు. ఇవి ఆరు రకాలు :

1. పానిక్ డిసార్డర్ : ఒక వ్యక్తి ఈవిధంగా అన్నాడు "నా స్నేహితుడి మరణాన్ని కళ్ళారా చూసాను. అక్సిడెంట్‌లో మరణించాడు. శ్మశానానికి కూడా వెళ్ళాను. శ్రాద్ధ కర్మలకి హాజరయ్యాను. అప్పుడంతా బాగానే వుంది కానీ, **ఏడాది తరువాత** సంవత్సరీకాలకి హాజరయినపుడు భోజనం చేస్తూండగా అకస్మాత్తుగా ఎందుకో వళ్ళంతా చెమట్లుపట్టాయి. మరణించబోతున్నాను అన్న భావన కలిగింది...". దీన్నే పానిక్ డిసార్డర్ అంటారు. ఈ పరిస్థితుల్లో, ఎప్పుడో జరిగిన సంఘటన గుర్తొచ్చి కొంచెంసేపు పాటు చెమట పట్టటం, చేతులూ కాళ్ళూ తిమ్మిరెక్కటం, స్పృహతప్పుతున్న ఫీలింగ్, ఛాతిలో నొప్పి కలగొచ్చు. హార్ట్ అటాక్ ఏమో అన్న భయం గలిగేటంతగా కూడా ఈ లక్షణాలు కనపడతాయి.

2. అబ్సెసివ్ – కంపల్సరీ డిసార్డర్ : "నేను టాయిలెట్ మాటి మాటికీ కడుగుతూనే వుంటాను". "నాకు పక్కమీద వెంట్రుక కనపడినా చిరాకు కలుగుతుంది". "నాకు మూడు లక్కీ నెంబర్. రెండుసార్లు వళ్ళు తుడుచుకుని మూడోసారి మళ్ళీస్నానం చేస్తాను. ప్రొద్దున్నే టూత్ బ్రషింగ్ కూడా అంతే. ముఖ్యమైన పనికోసం అయిదింటికి లేవాల్సి వచ్చినా మూడింటికే అలారం పెడతాను. అయిదంటే నాకు పడదు. లేవగానే దేవుడి బొమ్మ దగ్గిరకు కళ్ళుమూసుకుని వెళ్తాను. ఆ బొమ్మని మూడుసార్లు మొక్కకపోతే, ఆ రోజంతా నాకు టెన్షన్‌గా వుంటుంది. ఇదంతా మూర్ఖత్వమని నాకు తెలుసు. కానీ బయట పడలేక పోతున్నాను".

చ్చాడు. నిన్ను బీదవాడిగా సృష్టించాడని ఎవరన్నారు?" అని ప్రశ్నించాడట.

మెదడులో వెయ్యి కోట్ల న్యూరాన్ల ఆస్తితో విద్యార్థుల్ని కూడా భగవంతుడు అలాగే సృష్టించాడు. కృషితో, ఏకాగ్రతతో ఇచ్చిన దాన్ని సరిగ్గా ఉపయోగించుకొంటే రాజులాగ అవ్వచ్చు. అలాకాని పక్షంలో పెద్దయ్యాక దేవుణ్ణి నిందిస్తూ, అర్థం లేని నమ్మకాల్ని పెంచుకుంటూ బిచ్చగాడిలా గడపవలసి వస్తుంది.

* * *

ఏకాగ్రత ప్రసక్తి వచ్చింది కాబట్టి ఈ క్రింది రెండు బొమ్మల్నీ ఏకాగ్రతతో చూడండి. రెండూ కలపండి. ఒక అంకె వస్తుంది. అది ఎంత? (సమాధానం కోసం 289 వ పేజీ చూడండి.)

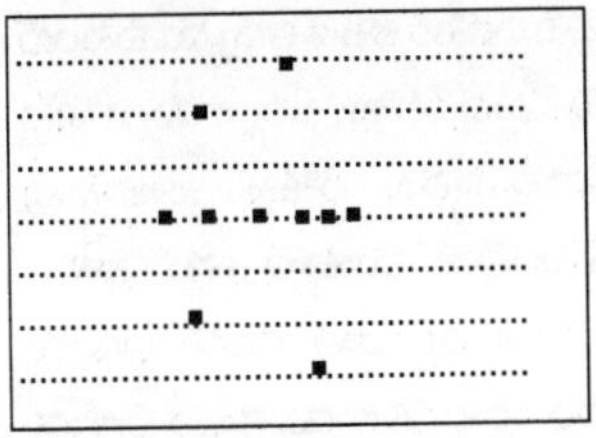

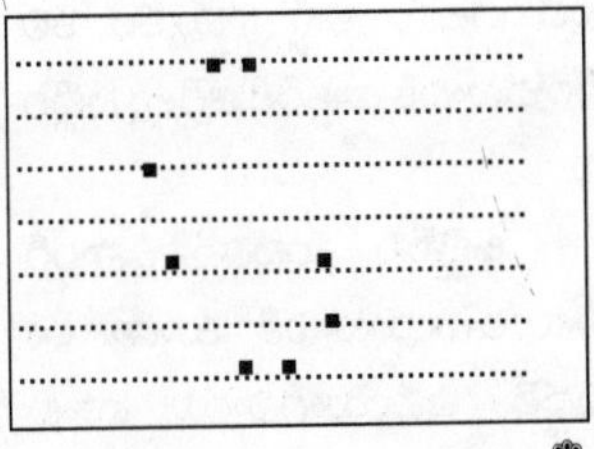

తార్కిక వ్యక్తిత్వ వికాసం

కొంతమంది వ్యక్తులు కౌన్సిలింగ్ కోసం వచ్చినప్పుడు వారికి 'తర్కం' ద్వారా ఆలోచించే విధానం నేర్పవలసి వుటుంది. దీన్నే ఇంగ్లీషులో Cognitive therapy అంటారు. బయట నుంచి చూసే వారికి ఇది ఎంతో హాస్యాస్పదంగానూ, నమ్మలేనిదిగానూ వుంటుంది. ఉదాహరణకి ఒక పేషెంటు, తనకి నడిచే శక్తి లేదనుకున్నాడు. దాదాపు ఆర్నెల్ల నుంచీ పక్కమీదే వుండిపోయాడు. లేచి నిలబడగానే పడిపోయేవాడు. డాక్టర్లు అతడి కాళ్లకి ఏం జబ్బో తెలియక దాన్ని పక్షవాతంగా నిర్ణయించారు. చివరికొక సైకాలజిస్టు దాన్ని నయం చేసాడు.

అతడి పేరు ఆరెన్ బెక్. కాగ్నిటివ్ థెరపీకి అతడే ఆద్యుడు. పేషెంట్ని మొదటిరోజు 'ఒక్క అడుగు' వేస్తే చాలన్నాడు. రోజూ చాలాసేపు పేషెంట్‌తో మాట్లాడేవాడు. వారం రోజుల తరువాత రెండో అడుగు వేయించగలిగాడు. తాను పూర్తిగా నడవగలను అన్న నమ్మకం కలిగించటానికి డాక్టర్‌కి ఆర్నెల్లు పట్టింది.

ఒబ్సెసివ్ - కంపల్సివ్ - డిసార్డర్ నయంచేయటానికి కూడా ఈ పద్ధతే ఉపయోగిస్తారు. మాటిమాటికీ చేతులు కడుక్కుంటూ వుండటం, వంటిల్లు చాలాసార్లు శుభ్రం చేయటం, గాస్ స్టౌ కట్టే

ఇవీ ఈ మానసిక దౌర్బల్యానికి గుర్తులు. ఈ లక్షణాలు కొంతమందిలో పైకి కనపడకుండా వుంటాయి. మాటిమాటికీ కాళ్ళు కడుక్కుంటూ వుండటం, క్రాపు క్షణానికోసారి దువ్వుకుంటూ వుండటం కూడా ఈ లక్షణాలే. సగందూరం వెళ్ళిన తరువాత తాళం సరిగ్గా పడిందో లేదో అని అనుమానం వచ్చి మనసు గాబరాపడటం, అంతా తయారై బయటకి బయల్దేరేసరికి కడుపు నొప్పి వస్తున్నట్టు అనుమానం రావటం- ఈ దౌర్బల్యానికి గుర్తులు. చిన్న పిల్లల్లో ఇవి కనపడినప్పుడు గుర్తించటం కష్టం. కానీ గుర్తించగానే జాగ్రత్తపడాలి.

3. సోషల్ ఫోబియా : దీన్నే సోషల్ ఏంగ్జయిటీ డిసార్డర్ అంటారు. 'పార్టీకి గానీ, ఫంక్షన్‌కి గానీ, కాలేజీగ్గానీ, ముఖ్యంగా ఎక్కడయినా పబ్లిక్‌లో మాట్లాడవలసి వచ్చినప్పుడుగానీ, పరీక్షలకి వెళ్తునప్పుడుగానీ నా రక్తప్రసరణం (బి. పి.) పెరిగినట్టు అనిపిస్తుంది. అరచేతులూ, మెడా చెమట పడతాయి...."

పదిమందిలో భోజనం చెయ్యలేకపోవటం, చెక్కుమీద సంతకం పెడుతున్నప్పుడు చేతులు వణకటం కూడా సోషల్ ఫోబియా వైకల్యాలే.

4. పోస్ట్ - ట్రమాటిక్ స్ట్రెస్ డిసార్డర్ : "చిన్నప్పుడు నేను ఎనిమిదో క్లాస్ చదువుతూండగా మా టీచర్ నన్ను వళ్ళో కూర్చోపెట్టుకుని పాఠాలు చెప్పేవాడు. ఏదేదో చేసేవాడుగానీ నాకు అంతగా తెలిసేదికాదు. ఇప్పుడు నాకు ఇద్దరు పిల్లలు. తల్లిగా నేను వారికీ, నా భర్తకీ ద్రోహం చేసానని ఇప్పుడు అమితంగా దుఃఖం వస్తోంది. ఇన్నేళ్ళ తరువాత ఇది ఎందుకు ప్రారంభం అయిందో తెలియటం లేదు".

"నా భర్త మరణించి పదేళ్ళు అయింది. ఇంతకాలం బాగానే వున్నాను. ఇప్పుడు ఎందుకో రాత్రిళ్ళు విపరీతంగా భయమేస్తోంది. దుఃఖం కలుగుతోంది".

ఒక సంఘటన జరిగిన ఎంతో కాలం తరువాత దాని ప్రభావం ప్రారంభమవటాన్ని కారణానంతర ఉద్వేగ స్థితి (PTSD) అంటారు. తనకి గానీ, తన దగ్గిర వారికిగానీ గతంలో జరిగిన అనుభవం సాధారణంగా ఈ స్థితికి కారణం. దీనికీ పానిక్ డిసార్డర్‌కీ దగ్గిర సంబంధం వుంది.

5. వివిధ భయోత్పాత ఉద్వేగాలు : నీటిని చూస్తే భయం. పైనుంచి క్రిందికి చూస్తే భయం. విమానం భయం. కార్లో వేగంగా ప్రయాణం భయం. ఒక్కొక్కరికి ఒక్కొక్క భయం. కొందరికి రంపంతో కొమ్మకోస్తున్నా, స్పాంజిని చూసినా భయమే. వీటినే ఫోబియాలంటారు.

6. జి.ఏ.డి : "నాకు రాత్రిళ్ళు సరిగ్గా నిద్రపట్టదు. అర్ధరాత్రి మెలకువ వచ్చిందంటే ఇక ఆ రాత్రి నరకమే. దేనిమీదా ఏకాగ్రత వుండదు. చదువుతూంటే మనసు అక్కడ నిలవదు. ఎటెటో వెళ్ళిపోతుంది. కాస్త గుండెల్లో నొప్పిగా వుంటే అది గుండెపోటేమో అనుకుని ఇక ఆ భయంతో దిగులు, గాబరా మొదలవుతాయి". ఇటువంటి మానసిక వైకల్యాన్ని Generalised Anxiety Disorder (GAD) అంటారు. ఏదో ఉప్పెన ముంచుకు రాబోతోందని నిరంతరం కంగారుపడుతూ వుండటం ఈ వ్యాధి లక్షణం. సాధారణంగా ఈ కంగారూ భయమూ దిగులూ– తమ ఆరోగ్యం, డబ్బు, కుటుంబం, పని గురించి అయివుంటుంది. ముఖ్యంగా ఆరోగ్యం విషయంలో ఈ జనరలైజ్డ్ పానిక్ డిసార్డర్ వున్న వారు చాలా తాత్కాలిక జాగ్రత్తలు తీసుకుంటారు.

సామా లేదా అని తరచు వెళ్ళిచూడటం OCD లక్షణాలు.

మెదడులో ఒక సర్క్యూట్ వుంటుంది. చెయ్యవలసిన పనులు యథావిధిగా చేసేసాక అది (ఆపని తాలూకు జ్ఞాపకం తలుపు) ఆటోమేటిక్‌గా మూసుకుపోతుంది. ఉదాహరణకి, స్కూటర్ ఆపు చెయ్యగానే దాన్నుంచి తాళం తీసి జేబులో వేసుకోవటం, ప్రొద్దున్న లేవగానే బ్రష్ చేసుకోవటం లాటివి. ఆపని అయిపోగానే దాని గురించి మర్చిపోతాం.

కానీ OCD లక్షణాలు వున్న వారికి ఈ సర్క్యూట్ మూసుకుపోదు. అరగంట తరువాత మళ్ళీ తెరుచుకుంటుంది. క్షణాల్లో ఆ అనుమానం బలపడుతుంది. స్కూటర్ తాళం వేసామా? ఇంటి తలుపు వేసామా? మాత్ర వేసుకున్నామా? లాటి అనుమానాలు వస్తాయి. అందుకే చేసిన పనే చేస్తూ వుంటారు.

కొందరిలో ఈ OCD లక్షణం మరోలా వుంటుంది. బార్బీడాల్ నడుములా తమ నడుము సన్నగా లేదే, జుట్టు పొడవుగాలేదే, కనుబొమ్మలు సన్నగాలేవే, కళ్ళు పెద్దగా లేవే, సబ్బు అడ్వర్టైజ్‌మెంట్‌లో చూపించినట్టు చర్మం మిలమిల మెరవటంలేదే అని బాధపడుతూ వుంటారు. మొగవారైతే తమ ఎత్తు, శరీర సౌష్టవం, దృఢత్వం, మాటకారితనం గురించి బాధపడుతూ వుంటారు. ఏ మనిషికీ "అన్నీ" వుండవు.

లేనిదాని గురించి మర్చిపోయి, వున్నదాన్ని పెంచుకోవాలి. ఒక నిమిషం ప్రకటనలో ఒక మ్మాయిని అందంగా చూపించ టానికి మేకప్ మాన్ నుంచి కెమేరామెన్ వరకూ ఎందరో కష్ట పడతారు. మనందరం రోల్-మోడల్స్ కాలేము. కానవసరం లేదు కూడా. 'నేను ఫలానా విధంగా లేనే'- అని తరచు అనుకుంటూ వుండటం మరోరకమైన OCD కి దారి తీస్తుంది. తద్వారా డిప్రెషన్ లోకి వెళ్లే అవకాశం వుంది. ఇలాటి లక్షణాలు వున్నప్పుడు, అర్థం చేసుకోగలిగే స్నేహితుల్తో చర్చించటం మంచిది. మంచి పుస్తకాలు, తన మీద తనకి నమ్మకం కలిగించే బుక్స్ చదవటం, తనతో తాను ఏకాంతంగా తనని విశ్లేషించుకోవటం మొదలైనవన్నీ ఈ అనవసరమైన ఆలోచన్లని దూరం చేస్తాయి. చదువుకునే టైమ్‌లో వివిధ ఆలోచనలు వస్తున్నాయని కంప్లయింటు చేసేవారు, ఆలోచన్ల కోసం విడిగా కొంత టైమ్ పెట్టుకుంటే, మానసికంగా అది ప్రభావం చూపిస్తుంది.

* * *

చూయింగ్ గమ్ పళ్లకీ దవడ కండరాలకీ మంచిదని అందరికీ తెలుసు. అయితే బబుల్ గమ్ నమలటం మానసిక వత్తిడిని తగ్గించటం ద్వారా మెదడు శక్తి పెంచుతుందట. ట్రై.

అకస్మాత్తుగా వీరికి తాము లావు అయిపోతున్నామనో, ముసలివాళ్ళ మయిపోతున్నామనో స్పృహ కలుగుతుంది. అప్పుడు డైటింగ్ మొదలు పెడతారు. ఉన్నట్టుండి తిండి పూర్తిగా తగ్గించేస్తారు. రోజుకి రెండు మూడు గంటలు వాకింగ్ ప్రారంభిస్తారు. కొన్నాళ్ళ తరువాత మళ్ళీ ఇదంతా వ్యర్థం అనిపిస్తుంది. జీవితంలో ఏదో కోల్పోతున్నా మనిపిస్తుంది. అన్నాళ్ళూ మానేసిన తిండి రెట్టింపు లెవెల్లో లాగిస్తారు. మళ్ళీ లావైపోతారు. ఈ విధంగా నిలకడలేని మానసిక వైకల్యం కాబట్టే దీన్ని DISORDER అన్నారు.

మరోరకం యాంగ్జైటీ, టెన్షన్ వున్నవారు కొందరు తెలియకుండానే ఆహారం ఎక్కువ తింటారు. కొంతమంది అసలు తినరు. ఈవిధంగా దిగులు, ఆహారం నిద్రలపట్ల నిరాసక్తత, శక్తిలేకపోవటం మొదలైనవి డిప్రెషన్ లక్షణాలు. అయితే వీటికి మందులున్నాయి.

నివారణ

మానసిక ఉద్వేగాలు సాధారణంగా వత్తిడి వలన ఎక్కువ వస్తాయి. ఆఫీసులోగానీ, పరీక్షల ముందుగానీ, స్టేజీ ఎక్కబోయే ముందుగానీ, టెన్షన్ సాధారణమే. అది కావాలికూడా. కానీ అదే టెన్షన్ ఎక్కువైతే మాత్రం పైన చెప్పిన వ్యాధుల్లోకి దారి తీయవచ్చు. అటువంటి పరిస్థితుల్లో సైకోథెరపీ అవసరం అవుతుంది. ఒక సైకాలజిస్ట్‌ని (మానసిక సమస్యలకు)గానీ, ఒక సైక్రియాటిస్ట్‌ని (మానసిక రోగాలకు)గానీ కలవటం మంచిది. ఎటువంటి పరిస్థితుల్లోనూ దొంగ హిప్నటిస్టులనూ, ఫేక్ డాక్టర్లనూ, నాలాటి వ్యక్తిత్వ వికాస రచయితలనూ "ట్రీట్‌మెంట్" కోసం కలవొద్దు. మేమేమీ చేయలేము. అలా చేయటం చట్టరీత్యా తప్పు కూడా.

మెడిటేషన్ కొంతవరకూ ఉపయోగపడు తుంది. నిపుణుల సలహాతో తనని తాను క్రమ క్రమంగా కంట్రోల్ చేసుకోవటం ఒక్కటే అన్నిటి కన్నా మంచి పద్ధతి. తనని తాను నిరంతరం Analyse, Activise, Realise, Motivise, Criticize చేసుకుంటూ వుండటం ఈ రుగ్మతల నుంచి బయటపడటానికి ఉత్తమ మార్గం. ఆమాటకొస్తే ఎంత ఆరోగ్యవంతుడికయినా ఇవే మంచి మార్గదర్శకాలు. 1. దుఃఖమూ, 2. కోపమూ, 3. భయమూ, 4. విషాదమూ పోగొట్టుకోవటానికి నాలుగు మార్గాలు చెప్పి ఈ అధ్యాయం ముగిస్తాను.

దుఃఖం : చిన్న చిన్న విషయాలకే దుఃఖం కలిగే వారు ఈ క్రింది చార్టు తయారుచేసుకుని తరచుదాన్ని చూస్తూవుండాలి. 1. మీకు ఆఖరిసారి దుఃఖం ఎప్పుడు కలిగింది? 2. ఎంతసేపు ఏడ్చారు? 3. దుఃఖానికి కారణం ఏమిటి? ఏదైనా టీ.వి సీరియల్లా లేక, మీకు కాన్సర్ అని తెలిసిందా? 4. మీకు దుఃఖం ఎవరు కలిగించారు? వ్యక్తులా? పరిస్థితులా? 5. ఏడుపు ఎలా ఆపారు? ఎవరన్నా ఓదార్చటం వల్లనా? మీఅంతటమీరేనా? 6. ఎందుకు ఆపారు? మరేదైనా పని గుర్తురావటం వల్లనా? ఏడుపు బోరుకొట్టటం వలనా? 7. ఏడుపు ఆపిన తరువాత ఫ్రెష్‌గా వున్నారా? విషాదం కొనసాగిందా? 8. మీ దుఃఖానికి అసలు కారణం మీరు దుఃఖించటం వలన పరిష్కారం అయిందా? అంటే, ఉదాహరణకి బట్టలు కొనివ్వమని మీరు దుఃఖిస్తూంటే కొనివ్వటం జరిగిందా? 9. ఇక చివరగా : a) ప్రస్తుతం అదే దుఃఖం కొనసాగుతూ వున్నదా? b) మీరు సమస్యకి అలవాటు పడిపోయి దుఃఖం మానేసారా? c) ఇంకా పెద్ద సమస్యతో ఏడుస్తూ ఈ సమస్యని పక్కన పెట్టారా? 10. ఫైనల్: ఇంత వివరంగా ఈ చార్టు తయారు చేసుకుని

డెజా-వూ : జమియూస్-వూ

మనం ఒక వ్యక్తిని చూడ గానే అంతకు ముందే పరిచయం వున్నట్టు అనిపిస్తూ వుంటుంది. ఒక సంఘటన, అంతకుముందు జరిగిన దానిలా అనిపిస్తుంది. ఒక గుడిని చూడగానే కలలోనో, గత జన్మలోనో చూసినట్టు వుంటుంది. ఇదేమీ పూర్వజన్మం వలన కాదు. మెదడులోని కొన్ని పొరల్లో నిక్షిప్తమైన అలాటి జ్ఞాప కాలే ఒక సము దాయంగా ఏర్పడటం వలన అలాంటి ఫీలింగ్ కలుగుతుంది. దాన్నే డెజా - వూ అంటారు. దీనికి వ్యతిరేక పదం జమియూస్ - వూ. పరిచయం వున్న వ్యక్తి అయినా, బాగా తెలిసిన విషయం అయినా వెంటనే గుర్తు రాకపోవటం, లేదా అసలు తెలిసి నట్టే అనిపించకపోవటం.

అదే విధంగా కొంతమంది తమకి సిక్త్‌సెన్స్ వుందని నమ్ముతారు. తమ మనస్సులో ఏదైనా అనిపిస్తే అది జరుగుతుందని, లేదా జరిగేది ముందే తెలుస్తుందని, లేదా వచ్చిన కల నిజమవుతుందనీ అంటూ వుంటారు. తమ సంతృప్తి కోసం వారు చేసుకునే ఆత్మవంచన ఇది. అలా అనిపించినప్పడల్లా ఒక కాగితం మీద వ్రాసుకోవాలి. ఆ తరువాత, ఎన్ని కరెక్టుగా జరిగాయో సరి చూసుకోవాలి. దాంతో వాస్తవం తెలుస్తుంది. ✿

దుఃఖం - ఆనందం

కృష్ణుడు చెప్పినట్టు దుఃఖమైనా, ఆనందమైనా మనిషి దాన్ని చూసే విధానంపై ఆధారపడి ఉంటుంది. "చూసే హృదయం" గురించి ఖలీల్ జీబ్రాన్ చెప్పిన గేయానికి నా అనువాదం ఈ విధంగా సాగుతుంది.

"దుఃఖంతో కన్నీటి ఊటలయ్యే
నీ నేత్రాల నుండే- ఆనంద భాష్పాలు రాలుతూ ఉంటాయి.
ఆవేదన అన్నది ఎంత అందంగా చెక్కబడితే, నీ జీవన హర్మ్యం అంత రమ్యంగా మలచబడుతుంది.
గొడ్డళ్లతో నరకబడ్డ కొయ్య నుంచే, శ్రావ్య సంగీతాన్ని వెలువరించే వీణ ప్రాప్తిస్తుంది.
ఆనందంతో మాట రానప్పుడు, నీ హృదయాకాశాన్ని పరికించి చూడు.
బాధల మేఘాలతో కప్పబడిన భావాల నక్షత్రాలు అక్కడే ఉంటాయి.
కొద్దిమంది, ఆనందం ఆవేదన కంటే గొప్పదంటారు.
మరికొందరు ఆవేదనే ఆనందం కన్నా గొప్పదంటారు.
సుఖ దుఃఖాలు విడదీయ లేనివి.
ఒకటి నీతో ఉంటే, మరొకటి నీ పక్కపై నిదురిస్తూ ఉంటుంది"

కష్టమూ, సుఖమూ పక్క పక్కనే వుంటాయని అంటున్నాడు ఖలీల్‌జీబ్రాన్. ఆవిధంగా కాకుండా ఎప్పుడూ సుఖంతోనే కలిసి నిద్రించాలంటే, మనసుని చెప్పుచేతల్లో ఉంచుకోవాలని చెప్తున్నాడు శ్రీకృష్ణుడు. ✿

చూసాక, మీ సమస్యకి ఏడుపే పరిష్కారం అని ఇంకా అనుకుంటున్నారా?

"సమస్యకి పరిష్కారం ఏడుపుకాదని మాకూ తెలుసు. కానీ, ఏడుపు అనేది ఒక Out-Let. అది ఒక ఎమోషన్. బాధని తగ్గిస్తుంది" అంటున్నారా? నిజమే కావొచ్చు. కానీ దుఃఖం సమయాన్ని వృధా చేస్తుంది. శక్తిని తగ్గిస్తుంది. పరిష్కార మార్గాల్ని ఆలోచించనివ్వకుండా చేస్తుంది. పై ఛార్టు నాల్గయిదు సందర్భాల్లో అమలుజరిపి చూడండి. తప్పక మార్పు కనపడుతుంది.

కోపం : అమితమైన కోపం వచ్చినప్పుడు పిడికిళ్ళు బలంగా బిగించటం సహజం. పిడికిలి మధ్యలో ఒక గుండ్రటి బలమైన వస్తువు నుంచుకోండి. ఒకరాయినిగానీ, లేదా పేపర్ వెయిట్‌నిగానీ లేదా టేబిట్ చివరి అంచుగానీ అలా పట్టుకుని బలంగా నొక్కండి. తరువాత దాన్నే మృదువుగా రాయండి. మీరు మీకోపం (కలిగించిన వ్యక్తి లేదా సంఘటన) తో స్నేహం చేసుకుంటున్న ఫీలింగ్ కలుగుతుంది.

భయం : ఒక నచ్చని పరిస్థితి ఏర్పడినప్పుడు రెండు రకాల మానసిక స్థాయీ భావాలు కలగొచ్చు. Fight (కోపం) లేదా Flight ('భయం'). రెండిటిలో ఏ సందర్భంలోనయినా అనవసరమైన ఉద్వేగంతో దెబ్బలాటకి దిగకుండా, భయంతో వణికిపోకుండా, అటువంటి పరిస్థితి ఏర్పడినప్పుడు ఎడమ చెయ్యి బిగించి, ఒక చిన్న పిల్లవాడిని జోకొడుతున్నట్టు కుడి అరచేతితో ఆ పిడికిలిని నెమ్మదిగా కొట్టండి. మీలోని భయమూ, ఆవేశమే ఆ చిన్న పిల్లవాడు.

విషాదం : విషాదంలో ఏ పనీ చెయ్యబుద్ధి కాదు. దిగులు మబ్బులు మనసు నిర్మలత్వాన్ని నల్లగా కప్పేస్తాయి. మనం తప్ప మిగతా ప్రపంచం అంతా ఆనందంగా వుంటుంది. 'ఇలా జరక్కపోతే ఎంత బావుండును' అని మాటిమాటికీ అని

పిస్తుంది. అటువంటి పరిస్థితి ఎదురైనప్పుడు పక్క గేయాల్ని ఒక్కసారి చూడండి. వాటిని తల్చుకోండి. బయటకు నడవండి. ఒక్కరే నడుస్తూ వెళ్ళండి. రోడ్డుకు ఇరువైపులా వున్న వ్యక్తుల్నీ వారి వివిధ ప్రవర్తనలని హడావుడినీ చూడండి. వారినీ మిమ్మల్నీ పోల్చుకుంటూ, సానుకూలంగా ఆలోచిం చండి. మీరు వెళ్తూన్నది మీకు బాగా తెలిసిన రోడ్డయినాసరే, నడుస్తూ వుండండి. చీకటి పడుతుంది. లైట్లు వెలుగుతాయి. 'దీపాలు వెలిగె... పరదాలు తొలిగె' అన్న పాట గురించి నేనిక్కడ చెప్పటం లేదుగానీ క్రమక్రమంగా మీలో శక్తి వచ్చినట్టు అనిపిస్తుంది.

* * *

భయం, దుఃఖం, విషాదం, కోపం తగ్గించుకోవటానికి ఇవి కొన్ని "చిట్కాలు". ఇవి చాలా వరకూ టెంపరరీగా పని చేస్తాయని ఋజువైంది. తమ బలహీనతల్ని తాము సంస్కరించుకోవటానికి ఎవరికి వారు ఒక అనువైన మార్గాన్ని ఎన్నుకోవాలి. అయితే అవన్నీ మంచి, ఆరోగ్యకరమైన, మానసికమైన కంట్రోలింగ్ పద్ధతులు అయి వుండాలి. ఏదైనా కష్టంలో వున్నప్పుడు ఏ ఆధారం దొరికినా అల్లుకుపోవాలని మనసు ఎదురు చూస్తూ వుంటుంది. దాన్ని క్యాష్ చేసుకోవాలని కొందరు చూస్తూ వుంటారు. ఆయిల్‌పుల్లింగ్, శ్రీచక్ర, శుభం కలిగించే చైనీస్ బెల్స్ మొదలయినవన్నీ అటువంటివే. వీటివల్ల స్ఫూర్తి పొందితే పర్వాలేదు. గుడ్డిగా నమ్మి ఆధారపడితే ఫలితం వుండదు. ఇటువంటి మానసిక బాధలకి ఇవ్వన్నీ తాత్కాలిక ఉపశాంతులు మాత్రమే. శాశ్వతమైన మందు మనసులోనే వుంటుంది. పై చిట్కాలన్నీ నరకంలో జున్ను తింటూ 'నేను సుఖంగా వున్నాను' అనుకోవటం లాంటివి.

సౌందర్యం

సౌందర్యాన్ని నువ్వు
ఎక్కడని అన్వేషిస్తావు?
దారి చూపితే గానీ కనుగొన లేవు.

* * *

ఉదయాన భూపాలం సౌందర్యం.

సాయంత్రం కళ్యాణి సౌందర్యం.

పిచ్చివాడికి పెనుతుఫాను
సౌందర్యం.

సాహసవంతుడికి ఢాకా శబ్దం
సౌందర్యం.

రాత్రంతా పహరా కాసే వాడికి
ప్రత్యూషమే సౌందర్యం.

అలసిన వారికి ఆప్యాయత
సౌందర్యం.

శ్రమజీవులు సూర్యాస్తమయపు
కిటికీ గుండా సౌందర్యం భూమి
వైపు వంగుతూ వుండటం
చూసామంటారు.

ప్రమిదలో వెలిగే దీపం సౌందర్యం.
పెదవి అంచున ప్రార్థనా గీతం
సౌందర్యం.

చెవులు వినే గీతమూ కనులు
చూసే రూపమూ కాదు
సౌందర్యం.

కనులు మూసుకున్నా రూపాన్ని
చూడగల, చెవులు మూసుకున్నా
రాగాన్ని వినగల 'హృదయమే'
సౌందర్యం.

బిచ్చగత్తె వణికే శరీరంపై నువ్వు
కప్పిన శాలువా సౌందర్యం.

పసిపిల్ల ప్రేవు అరుపుకి
స్పందించటమే సౌందర్యం.

సౌందర్యపు మేలి ముసుగువూ నీవే.
దర్పణమూ నీవే.
లోపలా బయటా... నీవే. నీవే. ✿

మాత్రాస్పర్శాస్తు కౌన్తేయ శీతోష్ణ సుఖదుఃఖదాః
ఆగమాపాయినో2_ నిత్యాస్తాం స్తితిక్షస్వ భారత.

(సాంఖ్య యోగము - 14)

నరక సుఖం

మనుష్యులు కొన్నిసార్లు నరకసుఖం అనుభవిస్తూ వుంటారు. అంటే, ఒకవైపు సుఖంగా వుంటుంది. మరోవైపు అది బాధని కలిగిస్తుంది. తలలో చుండ్రువల్ల దురద కలిగినప్పుడు దువ్వెనతో గట్టిగా దువ్వితే కలిగే మంటవల్ల వచ్చిన సుఖాన్ని నరకసుఖం అనవచ్చు. రాత్రంతా తాగి, ప్రొద్దున్నే కుక్క – దాలిగుంట వ్యవహారంలా పశ్చాత్తాపపడే బాధ కూడా నరక సుఖం లాటిదే.

పురాతన జపనీస్ కథ ఇది. ఒక మహారాజు తన మాస్టర్‌ని 'స్వర్గానికీ నరకానికీ గల తేడా ఏమిటో చెప్పమ'ని అడిగాడట. మాస్టర్ నవ్వి, 'నీలాంటి మూర్ఖుడికీ, అజ్ఞానికీ చెప్పినా అర్థం కాదు' అన్నాడు. మహారాజు ఆవేశంతో వణికిపోయాడు. కళ్లు ఎర్రబడ్డాయి. చివాలున కత్తితీసి, 'నేను నిన్ను చంపెయ్యబోతున్నాను' అన్నాడు ఎర్రబడిన మొహంతో.

గురువు మౌనంగా నవ్వి, '... ఇదీ నరకం అంటే' అన్నాడు.

మహారాజు స్తబ్దుడయ్యాడు. సిగ్గుపడ్డాడు. తన తప్పు గ్రహించాడు. మోకాళ్ళమీద వంగి కూర్చుంటూ, 'నా తప్పు తెలిసింది. నిజంగా నేను అజ్ఞానినే' అన్నాడు నమ్రత వల్ల ప్రకాశవంతమైన మొహంతో.

'ఇదీ స్వర్గం అంటే' అన్నాడు మత గురువు. ఒకే మనిషిలో వెంట వెంటనే మారిపోయే మానసిక స్థాయీ భావాల స్థితి ఇది. ఈ స్థితిలో స్వర్గమూ నరకమూ పక్క పక్కనే వుంటాయి.

* * *

"సుఖ దుఃఖ... తతిక్షస్వ" అంటే సుఖదుఃఖాల్ని ఓర్చుకొమ్మని...! స్వర్గం, నరకం అనేవి ఎక్కడో లేవు. మనిషి అవస్థలోనే అవి వుంటాయి. సత్యాసత్యాల్ని సరిగ్గా

ఆవేశంలో నిర్ణయం

చైనాలో చాలా పాపులర్ అయిన కథ ఇది. కోపము, ఆవేశము; ఆవేశంలో తీసుకొనే నిర్ణయము మనల్ని ఒక్కోసారి చాలా ఇబ్బంది పెడతాయి. ఆ నిర్ణయం తీసుకున్నాకో, ఆ పనిచేసాకో ..... అప్పటికే చేతులు కాలిపోతాయి. జీవితంలో చాలా చిన్న చిన్న సందర్భాల్లో కూడా ఈ వాస్తవాలు కనపడుతూనే ఉంటాయి. అయినా మనం తప్పలు చేస్తూనే ఉంటాం.

ఒక పెద్ద ఫ్యాక్టరీ యజమాని అకస్మాత్తుగా తన ఆఫీసు నుంచి, ఫ్యాక్టరీకి పరీక్షకి వచ్చాడు. సామాన్లు స్టోర్ చేసే గోడౌన్ పక్కన ఒకడు నిద్రపోతూ కనిపించాడు. యజమానికి చాలా కోపం వచ్చి అతన్ని లేపి "నీ జీతం ఎంత?" అని అడిగాడు. "నెలకు వెయ్యి రూపాయలు" అన్నాడు ఆ వ్యక్తి. యజమాని జేబులోంచి వెయ్యి రూపాయలు తీసి అతడివైపు విసిరేస్తూ "రేపట్నుంచి ఈ పరిసరాల్లో కన పడకు. నీ సర్వీస్ నాకు అక్కర్లేదు" అన్నాడు. మారుమాట్లాడకుండా అవ్యక్తి డబ్బుతీసుకొని వెళ్ళిపోయాడు. మేనేజర్ ఇదంతా కాస్త అయోమయంగా చూడటం గమనించి, ఫ్యాక్టరీ యజమాని చిరాగ్గా "ఎంత కాలం నుంచి ఇతను ఈ విధంగా పనిచేస్తున్నాడు" అని అడిగాడు.

మేనేజర్ నమ్రతగా "అతను మన దగ్గర పనిచేయట్లేదండి. గోడౌన్‌లో సరుకు దింపటానికి వచ్చిన డెలివరీ ఏజంట్" అన్నాడు.

✽

తెలుసుకోకపోవటం వలన భయం, కోపం, సంతోషం, దుఃఖం అనే వికారాలు కలుగుతాయంటున్నాడు శ్రీకృష్ణుడు. ప్రతి కోపానికీ ఒక కారణం వుంటుంది. అయితే, ఆ కారణానికి మాత్రం పునాది వుండదు. ఎంత గొప్ప సత్యమో చూడండి. దీన్నే అరిస్టోటిల్ మరో రకంగా చెప్పాడు. "... కోపం రావటం ప్రతి మనిషికీ సహజమే. అయితే, సరిఅయిన **సమయం**లో, సరిఅయిన **మనిషి** మీద, సరిఅయిన **కారణం** కోసం, సరి అయిన **మోతాదు**లో, సరిఅయిన **రీతి** లో ప్రదర్శించగలగటం మాత్రం అంత సులభం కాదు."

ఆ అయిదు పదాలూ అయిదు ఆణిముత్యాలు. విశ్లేషిస్తే ఒక్కొక్కదాని గురించీ ఒక్కొక్క అధ్యాయం రాయవచ్చు. ఆఫీసర్ తిడితే ఇంటికొచ్చి 1. పిల్లల ముందు 2. భార్యని 3. కాఫీలో పంచదార తక్కువ వేసిందని 4. అసభ్య పద జాలంతో తిడ్తూ 5. కాఫీ కప్పు విసిరికొట్టటంపై వాక్యానికి మంచి ఉదాహరణ. దీన్నే సోక్రటిస్ KNOW THYSELF గా అభివర్ణించాడు.

ఆర్నెల్లక్రితం దక్షిణభారత చార్టెర్డ్ అకౌంటెట్స్ సమావేశానికి మణిపాల్ వెళ్ళి వస్తున్నాను. మా టాక్సీ ముందు మరో కారు రోడ్డు మధ్యలో పోనిస్తూ ఎంత సేపటికీ సైడ్ ఇవ్వటం లేదు. దాన్ని క్రాస్ చేసాక, మా డ్రయివర్ పెద్ద చప్పుడుతో బ్రేకులు వేసి, కారు తలుపు (తనది!) బ్రద్దలయ్యేలా కొడుతూ వెళ్లి అరగంటసేపు అవతలివాడితో వాదన వేసుకుని వచ్చాడు. అసభ్యమైన పదజాలంతో, చేతుల భంగిమల్తో పోరాడి వెనక్కి వచ్చాక అతడన్న మాటలు ఇవి "ఈ వెధవలకి మామూలు మాటల్తో చెప్తే అర్థంకాదా్సర్. ఇలా తిడితే మనకీ **సుఖంగా** వుంటుంది".

178 యండమూరి వీరేంద్రనాథ్

'నరక సుఖం' అంటే ఇది. దీన్నే ఇంగ్లీషులో CATHARSIS అంటారు. ఉద్వేగాన్ని బయటకు పంపే విధానం అన్నమాట. ఈ విధానం చాలా సందర్భాల్లో అవతలి వారిని కష్టపెడుతూ వుంటుంది. కొన్ని సందర్భాల్లో తనని కూడా ఇబ్బంది పెడుతుంది. బి.పి, షుగర్, కిడ్నీ సమస్య మొదలైనవన్నీ ఆ లక్షణాలే.

డిప్రెషన్ (అంతర్గత ఆందోళన) వున్నవారు మరొక రకమైన నరకసుఖం అనుభవిస్తూ వుంటారు. మొగవారయితే సిగరెట్స్, తాగుడులో సుఖం పొందుతూ వుంటారు. ఆడవారైతే ఎక్కువ తింటూ లావైపోతూ వుంటారు. లావు అవటానికి అదే కారణమని తెలుసుకోరు. ఈ 'నరకసుఖం' ఆందోళనని మరింత పెంచుతుంది.

బద్ధకం, ఆందోళన, కోపం, దుఖం, భయం నరక సుఖాలు. వాటిని అణగదొక్కకూడదు. అణగదొక్కేకొద్దీ అవి మరింత పెరుగుతాయి. అలా అని, వాటి నుంచి దూరమవటం కోసం 'నరకసుఖం'లో ఆశ్రయం పొందకూడదు. సోక్రటిస్ చెప్పినట్టు మనని మనం తెలుసుకోవటం (Know Thy-self) ద్వారా వీటిని కంట్రోల్‌లో పెట్టుకోవచ్చు. మనని మనం తెలుసుకోవటం అంటే, మన బలహీనతలు గుర్తించటం.

ఆఖరిసారి మీకు 'కోపం' ఎవరిమీద, ఎప్పుడు, ఎందుకు కలిగిందో, అప్పుడు మీరెలా ప్రవర్తించారో, అందులో తప్పు ఏముందో, సమర్థించుకోవటానికి ప్రయత్నించకుండా ఆలోచించండి. గత సంవత్సరం మీకు 'బాధ'కలిగించిన విషయాన్ని గుర్తు తెచ్చుకోండి. అదే విధంగా, చిన్నతనంలో మీరు దేనికి భయపడేవారో జ్ఞాపకం తెచ్చుకోండి. మీకే నవ్వొస్తుంది. 'ఈ విషయానికా కోపగించు

గులాబీకి పైన ముల్లు...

నిరాశావాది, గులాబికి క్రింద ముల్లు వున్నందుకు విచారిస్తాడు. ఆశావాది, పైన లేనందుకు ఆనందిస్తాడు.

*   *   *

1870వ సం॥లో ఇండియానాలో రైట్ అనే బిషప్ వుండేవాడు. చర్చిలో ప్రార్థన చేస్తున్న టైములో రైట్ ఒక కాలేజీ ప్రొఫెసర్‌ని ప్రపంచంలో జరుగుతున్న అద్భుత విషయాలను గురించి అక్కడున్న ప్రజలకు చెప్పమని కోరాడు. అప్పుడు ప్రొఫెసర్ "మనము సాంకేతికంగా చాలా పురోగమించే దిశలో వున్నాము" అన్నాడు.

బిషప్‌కి ప్రొఫెసర్ చెప్పేది అర్థంకాక దానికి మరింత వివరణ ఇవ్వమన్నాడు. అప్పుడు ఆ ప్రొఫెసర్ "ఇంకొక 25 సం॥లో మనిషి బహుశ గాలిలో ఎగురుతాడు" అని చెప్పాడు.

బిషప్‌కి చాలాకోపం వచ్చింది. 'నేను బైబిల్‌లో చదివిన ప్రకారం గాలిలో ఎగరటమనేది కేవలం పక్షులకి, దేవతలకి మాత్రమే సాధ్యం. నిరర్థకమైన ఇటువంటి సంభాషణ మన చర్చిలో జరగటం నేనొప్పకోను' అంటూ ఓర్విల్‌రైట్, విల్బర్‌రైట్ అనే తన ఇద్దరు పిల్లల్ని తీసుకొని కోపంగా బయటకు నడిచాడు.

ఆ ఇద్దరు పిల్లలే రైట్ సోదరులు. విమానాన్ని కనుగొన్నది వారే.

త్యాగం

ఏమీ ఆశించకుండా ప్రేమించటం ఎలాగో చెప్పిన పదేళ్ళ కుర్రవాడి కథ ఒకటి చదవండి.

పదేళ్ళ జాన్, తన చెల్లితో ఆడుకుంటూ వుండగా, ఆ పాప పడిపోయి, తలకిగాయం తగిలి రక్తం చాలా పోయింది. జాన్‌ది ఆ గ్రూప్ రక్తం. "నువ్వు నీ చెల్లికి కొంచెం రక్తం ఇస్తావా?" అని డాక్టర్ అడిగాడు. ఆ కుర్రవాడు కొంచెంసేపు మౌనంగా వుండి పోయి, కాస్త తటపటాయించి చివరకు 'సరే' అన్నాడు. ఆ కుర్రవాడు ఎందుకు సంశయించాడో డాక్టరు మరోలా అర్థం చేసుకున్నాడు. "పెద్దనొప్పిగా వుండదు. అయిదు నిమిషాల్లో అయిపోతుంది. తరువాత చాక్‌లెట్ ఇస్తాను" అన్నాడు.

తన శరీరంలోంచి రక్తం నెమ్మదిగా సీసాలోకి ఎక్కుతూంటే, జాన్ మొహం క్రమక్రమంగా తెల్లబడసాగింది. పాప ఆపరేషన్ విజయవంతంగా పూర్తయింది. జాన్ అలాగే పడుకుని వున్నాడు. డాక్టర్ దగ్గిర కొచ్చి "లే... చాక్‌లెట్ ఇస్తాను" అన్నాడు. ఆ కుర్రవాడు భయపడుతూ నెమ్మదిగా అడిగాడు. "ఇంకా ఎంత సేపటికి నేను చచ్చిపోతాను డాక్టర్?"

డాక్టర్ విభ్రాంతుడై, "రక్తం తీస్తే మనిషి చచ్చిపోతాడనుకున్నావా?"

"అవును"

డాక్టర్ గొంతు వణికింది. "అనుకునే ఇచ్చావా?" అన్నాడు కంపిస్తూ. ❁

కున్నాను. ఈ విషయానికా బాధపడ్డాను. ఇంతచిన్న విషయానికా భయపడ్డాను' అనిపిస్తుంది. తరచు ఇలా చెయ్యటం ఒక పద్ధతి. 'మనల్ని మనం తెలుసుకుంటూ వుండటం' అంటే ఇదే.

మనిషికి జీవితం మొదటి బహుమతి. ప్రేమ రెండో బహుమతి. గెలుపు మూడవ బహుమతి. చివరిదాని విలువ తెలుసుకున్నవాడు రెండోదాన్ని పొందుతాడు. అప్పుడు మొదటిది సార్థక మవుతుంది.

* * *

"శీత–ఉష్ణ–దుఃఖదా...నిత్యాస్తాంస్థితి"

ప్రాపంచిక విషయాలపట్ల మనకున్న అవగాహనపైనే మన సుఖదుఃఖాలు ఆధారపడి వుంటాయని పై శ్లోకంలో కృష్ణుడు చెపుతున్నాడు. అంతేకాదు. అది తెలియకే అర్జున విషాదయోగపు ఆఖరి శ్లోకంలో అర్జునుడు అపజయం వైపు ఆఖరి అడుగువేసాడు. ఆయుధాలు క్రిందపడేసాడు. **"యది మామ ప్రతీకార మశస్త్రం శస్త్ర పాణయః ధార్త రాష్ట్రా రణే హన్యుస్తన్మే క్షేమతరం భవేత్"** అంటున్నాడు. 'క్షేమతరం' అంటే మరింత క్షేమమయినది అని అర్థం. ఏది క్షేమం? అపజయం క్షేమమట! చూడండి.

"నేను ఆయుధం వదిలేసినట్టయితే అప్పుడు కూడా దుర్యోధనాదులు నన్ను వధించారనుకో కృష్ణా! అది ప్రియమే కదా!" అంటున్నాడు అర్జునుడు. ఏమి మానసిక స్థితి ఇది? ఓటమి పట్ల భయమా? నిరాయుధుణ్ణి యుద్ధంలో చంపరు కనుక, తాను ఆయుధం వదిలేస్తే యుద్ధం ఆగిపోతుందనే ఆశా? స్మశాన వైరాగ్యమా?

ఇద్దరి మధ్య గొడవొచ్చినప్పుడు, "నేనెలా పోతే నీ కెందుకు? నా చావు నన్ను చావనీ"

అంటూ వుంటాము. ఇది ఉక్రోషం. "నువ్వు సుఖంగా వుండటమే నాక్కావల్సింది." అన్న హీరో, ఆ తరువాత గెడ్డం పెంచేసి తాగేసి, హీరోయిన్‌కి (తాను చచ్చే వరకూ) సుఖం లేకుండా చేస్తాడు. ఇదేమి త్యాగం? నిరర్థక త్యాగం. అర్జునుడు అలాటి నిరర్థక త్యాగం చెయ్యదల్చుకున్నాడు.

పోనీ యుద్ధం ఆగిపోయిందనే అనుకుందాం. తరువాత ఏమవుతుంది? అర్జునుడు రాజ్యాన్ని వదిలేయదల్చుకున్నాడా? అస్త్ర సన్యాసం చేస్తే, ఆ తరువాతి పరిస్థితి ఏమిటి? ఇది మీమాంస. ఇటువంటి మీమాంస ఈ రోజుల్లో కూడా కొందరు యువతీ యువకుల్ని పట్టి పీడిస్తూ ఉంటుంది.

'నేను పది మందిలో కలిసి పోటీలో పాల్గొన్నాననుకో. గెలుపుఛాన్స్ 1/10. పాల్గొనకపోతే 9/10 ఓటమి ఛాన్స్ వుండదు కదా' అన్న భావంతో చాలామంది అసలు పోటీలో పాల్గొనరు. 'నేను లేచి నిలబడి మాట్లాడితే నలుగురూ నవ్వుతారు. లేవకపోతే అసలు సమస్యే లేదు కదా' అంటూ వాదిస్తే ఎవరేం చెప్పగలరు? అసలు ఏ పనీ మొదలుపెట్టకపోతే ఇక సాధించేది ఏముంది?

"నీ చర్యలన్నీ నీకు ఆనందం ఇవ్వకపోవచ్చు. కానీ 'చర్య' అంటూ లేకపోతే అసలు ఆనందమే లేదు" అంటారు విజ్ఞులు. స్మశాన వైరాగ్యం వలన పనిని చేపట్టకపోవటం ఒక రకమైతే, ఓటమిపట్ల భయంతో పని చేయకపోవటం మరొక రకం. ఏం చెయ్యాలా అని ఆలోచిస్తూనే ఏమీ చెయ్యకుండా గడిపేస్తారు కొందరు. దీన్నే Fear of Fatigue అంటారు.

దీని గురించి భర్తృహరి సుభాషితాల్లో ఒక అద్భుతమైన పద్యం వుంది. ".... ఆరంభింపరు

అర్జునుడి భయం

నా ఏకాంతం గోడ మీద, చచ్చి పోయిన మా అమ్మ నీడగా మారి - నా మనసులో దూరి పెద్ద పెద్ద గంటలు కొడుతున్నట్టు కల లొస్తుంటాయి.

మరచిపోయిన మమతలూ బాల్యంలో బామ్మ చెప్పిన కథలు, పల్లెటూరి పైరువాసనా, గుర్తుతెచ్చు కుంటూ నేను -

ఒంటరి శిలువ మీద నిద్ర మేకులు కొట్టుకుంటూ వుంటాను.

నా ఇంటి కంచె నానుకున్న తుమ్మచెట్టు ముళ్ళపైన, నిత్యం శ్రమించే వడ్రంగి పిట్ట కార్మిక గీతాన్ని, రైలింజను కూత నిర్దాక్షిణ్యంగా నొక్కేస్తుంది.

కర్మాగారం నుంచి వెలువడే ఆమ్లరసపు వాసన సన్నజాజి పరిమళాన్ని ఉరిదీస్తూ నన్ను నిద్రపోనివ్వదు.

చిన్నపిల్లాడి గదిలోకి నిశ్శబ్దంగానే వెళ్ళి, వాడి కలల పుస్తకాల్ని నా నిరంకుశపు చేతుల్తో చిందర వందర చేస్తాను.

మూసుకున్న వాడి భవిష్యత్తు కనురెప్పల మీద నా నీడ అడ్డంగా పడుతుంది.

వాడు పెద్దయ్యాక నా జ్ఞాపకం కొట్టే భయంకర గంటల శబ్దం వాడికీ వినిపిస్తుంది. ✿

ఫియర్ ఆఫ్ ఫెయిల్యూర్

ఈ 'ఫియర్ ఆఫ్ ఫెయిల్యూర్' అన్నది, దానికి సంబంధించిన వ్యక్తినే కాక, పక్కవారిని కూడా భయ పెడుతుంది. ఒక తల్లి ఈ విధంగా అన్నది "మా పిల్లవాడికి పరీక్ష లొచ్చాయంటే, అంతకు ముందు రాత్రి నాకు నిద్రవుండదు. పరీక్ష రోజయితే వాడు ఇంటికొచ్చి 'బాగా రాసాను' అని చెప్పే వరకూ కాలూ చెయ్యీ ఆడదు. ఒక్కోసారి పరీక్ష హాలుకి వెళ్ళి పరామర్శించాలని కూడా అనిపిస్తూ ఉంటుంది".

చిన్న పిల్లల్లో, ముఖ్యంగా పసిపిల్లల్లో ఈ భయాన్ని పోగొట్ట వలసిన బాధ్యత తల్లులదే అంటాడు ప్రముఖ మానసిక శాస్త్రవేత్త డేనియల్ స్టెర్న్. ఉదాహరణకి ఒక పాప ఉయ్యాల్లో ఆహ్లాదంగా నవ్వు తోంది అనుకుందాం. తల్లి కూడా సంతోషంగా వంగి, పాప మొహం లోకి చూసి నవ్వుతుంది. తరువాత పాపని వదిలి తన పని చూసు కోవటానికి వెళ్తుంది. మరోరకంగా చెప్పా లంటే, పాప సంతోషాన్ని తల్లి తక్కువకాలం పంచుకుంటుంది. పాప సంతోషంగా వున్నప్పుడు తక్కువ లాలిస్తుంది. అదే పాప ఏడుస్తున్నప్పుడు, ఉయ్యాల్లోంచి తన వళ్ళోకి తీసుకుంటుంది. ఏడుపు ఆపే వరకూ లాలిస్తుంది. మరో రకంగా చెప్పాలంటే '.... తాను ఎత్తుకోబడాలి అన్న కోరికని తల్లికి చెప్పాలీ అంటే తాను ఏడవాలి' అన్న Indirect నీచమానవులు" అని. పెద్ద విషయాలని 'చేయలేము' అనీ, చిన్న విషయాలని 'ఏం చేస్తాంలే' అనీ అనుకునేవాడు చివరకు ఏమీ చేయడు. ఏదో ప్రమాదం వస్తుందని, అసలు పనే ప్రారంభించని వాడు అధముడైతే, ఒక సమస్య రాగానే ఆగిపోయి చేస్తున్నపనిని వదిలి పెట్టేవాడు భర్తృహరి దృష్టిలో మధ్యముడు. **మానస సరోవరానికి షార్ట్‌కట్ లేదని వీరు గ్రహించరు.** కింద పడినప్పుడు ఎంత త్వరగా, ఎంత ఎత్తుగా పైకి లేచావూ అన్నదే గెలుపు. ఒకచోట నీడ పడుతోంది అంటే ఎక్కడో వెలుగు వున్నదనేగా అర్థం. ఇది గ్రహించినవాడు ఉత్తముడు. ఎన్ని విఘ్నాలు వచ్చినా కృషి ఆపడు. ఇబ్బందిని ఎదుర్కొనే కొలదీ మెచ్యూరిటీ పెరుగుతూ ఉంటుంది అని అతడికి తెలుసు.

'అధములు ఏ పనీ చేయరని భర్తృహరి చెప్పాడు కదా. మరి ముక్కుమూసుకుని తపస్సు చేసే వారందరూ అధములేనా?' అన్న అనుమానం కొందరికి రావొచ్చును. పనిచేయని వారు రెండు రకాలుగా వుంటారు. ఒకరు తమోగుణమయులు. మరొకరు నిర్వికల్ప సమాధిగ్రస్తులు. నిర్వికల్ప సమాధిగ్రస్తులు ఏ విషయమూ పట్టనట్టు గా మోహరహితులైన, నిష్కల్మషులైన ఋషులు. తమోగుణమయులు ముందుగది లో ఏ పని చేయకుండా కూర్చుని సమయానికి తిండికి హాజరయ్యే వారు. అదీ తేడా.

తమోగుణమయులు పనికి భయపడతారు. అర్జునుడు నిశ్చయంగా అపజయం పట్ల భయంతో యుద్ధం చెయ్యననలేదు. కానీ 'ఆయుధం వదిలేస్తే శత్రువు చంపినా ప్రియమే' అనటం పరిపూర్ణమైన వాదన కాదు.

ఒక సహేతుకమైన పని చేయటానికి ఇష్టంలేని 'నరుడు', పునాదులు లేని వాదనల్ని గోడలుగా నిర్మించుకుంటాడు. 'నారాయణుడు' వాటిని బ్రద్దలు కొడతాడు.

అందుకే "వీతరాగభయక్రోధా... మద్భావ మాగతః" అన్నాడు. అనురాగము, భయము, క్రోధము పోగొట్టుకోగలిగిన వాడే మోక్షానికి అర్హుడు అవుతాడని ఇక్కడ అర్థం. ఇక్కడ మోక్షమన్న పదానికి 'ఆనందం' అన్న అర్థం తీసుకుందాం. కోపం, భయం, ప్రేమ - ఈ మూడూ ఆనందాన్ని తగ్గించే అంశాలని అంటున్నాడు. కోపమూ, భయమూ విషయాల్లో వప్పుకుంటారేమోగానీ "ప్రేమవలన ఆనందం ఎలా తగ్గుతుంది?" అని చాలా మంది ప్రశ్నిస్తారు. షెల్లీ, ఈట్స్, కీట్స్, వర్డ్స్‌వర్త్ లాటి కవుల గేయాలు పరిశీలించి నట్లయితే, ప్రేమంటే సౌందర్యంపట్ల ఇష్టమనీ, సౌందర్యం అంటే ఆనందం అనీ, విషాదం అంటే సౌందర్యం నుంచి దూరమవట మనీ అర్థ మవుతుంది. అర్థం చేసుకోవటానికి కాస్త క్లిష్టంగా కనిపించే వృత్తం ఇది. ఉదాహరణకి ఒక వ్యక్తి తాజ్‌మహల్ చూడటానికి వెళ్తున్నాడు. మనసంతా ఉద్వేగంతో నిండి ఉంది. వెన్నెల్లో ఆ సౌందర్యాన్ని చూసాడు. మనసంతా ఆనందంతో నిండి పోయింది. వెళ్ళవలసిన సమయం వచ్చింది. ఆ సౌందర్యం పట్ల కలిగిన ప్రేమ, కాలు కదప నివ్వలేదు. దుఃఖం కలిగింది.

సౌందర్యం- ప్రేమ- ఆనందం- విషాదం యొక్క వృత్తం ఇది. ఇందులో ఆఖరి అంశం అయిన విషాదాన్ని తొలగించుకోవాలంటే, బంధాన్ని తొలగించుకుని ప్రేమించటం నేర్చు కోవాలి. అప్పుడిక దేవదాసులా ".... మరపురాని బాధకన్నా మధురమే లేదోయ్" అని పాడుకుంటూ suggestion ని పాపకి తల్లి ఇస్తుం దన్నమాట.

ఈ విధంగా ఒక ఓదార్పుకీ, ఒక కోరికకీ మధ్య తల్లి ట్రీట్‌మెంట్ లో తేడా లేకపోతే, పిల్లలు చిన్న వయసు నుంచే ఆధారపడటం క్రమంగా అలవాటు చేసుకుంటా రని అంటాడు స్టెర్న్. అందుకే **పిల్లలు ఆనందంగా వున్నప్పుడు వారితో ఎక్కువ కాలం గడపటం - వారికి "ఎక్కువ ఆనందంగా వుండటాన్ని" అలవాటు చేస్తుందంటాడు.** అదే విధంగా, కోపం ప్రదర్శిస్తే తమ పనులు నెరవేరతాయన్న భావాన్ని పిల్లల్లో కలుగ చెయ్యకూడదం టాడు. అందుకే, కొందరు పిల్లలు, తాము అడిగిన టిఫిన్ చేసిపెట్టక పోతే కాళ్ళు నేలకి కొడుతూ ఏడు స్తారు. ఏ పాయింటు దగ్గిర తమ తల్లిదండ్రులు బ్రేక్ అవుతారో పిల్లల కు బాగా తెలుసు. ఇలాటివన్నీ, తా ము అనుకున్నది సాధించు కోవ టం కోసం పిల్లలు ఏర్పర్చుకునే యుద్ధతంత్రాలని ఆ సైకాలజిస్టు భావన.

* * *

అల్లరి చేసే పిల్లల్ని తెలివైన వారిగా చేయటం కోసం, వారి మధ్య పోటీలు పెట్టి బహుమతులు ఇవ్వాలి. 100, 93, 86 .... ఇలా 7 అంకెల తేడాతో '2' వరకూ తక్కువ తప్పుల్తో తొందరగా వ్రాసిన పిల్ల వాడికి బహుమతులు ఇవ్వండి.

"కోపంలోంచి దుఃఖంలోకి..."

అన్నా చెల్లెళ్ళు కవలలు. చెల్లి ఏడుస్తుంది. అన్న ఓదారుస్తున్నాడు. చెల్లి దుఃఖం మాన్పించటానికి తన బొమ్మ ఇచ్చాడు. ఆ పాప దుఃఖం మానింది. అన్న ఆనందించాడు. అతడు తిరిగి దేన్నీ **ఆశించకపోవటం వల్ల కలిగే ఆనందం ఇది.** ఇది ఒక ఉదాహరణ.

కాలేజీలో చెల్లి బోయ్ ఫ్రెండ్‌తో కనపడింది. తాను తన గర్ల్ ఫ్రెండ్‌తో రొమాంటిక్‌గా గడుపుతున్న విధానం గుర్తొచ్చింది. చెల్లిని చంపేద్దామన్నంత కోపం కలిగింది. ఇది మరొక ఉదాహరణ.

అదే చెల్లికి పెళ్ళి చేయటం కోసం అప్పు చేద్దామనుకుంటున్నారు తల్లిదండ్రులు. వారికి అనారోగ్యం. వారు కూడబెట్టినదంతా చెల్లిపెళ్ళికే సరిపోతే, వారి ఆస్పత్రి ఖర్చువల్ల తన మీద అప్పు బరువు పడుతుందన్న భయంతో అలజడి కలిగింది.

ఇదొక ఉదాహరణ. పెళ్ళికి ముందురోజు చెల్లి మరణించింది. చిన్నప్పటి ఆటలు గుర్తొచ్చి దుఃఖించాలో, అప్పు లేనందుకు సంతోషించాలో 'సందిగ్ధం' కలిగింది. (ఒక వేళ ఆపాటికే కట్నం డబ్బు కాబోయే మావగారికి ఇచ్చేసి ఉంటే తిరిగి ఎలా వసూలు చేసుకోవాలన్న 'ఆరాటం' కలిగి ఉండేది). ఎన్ని రకాల స్థాయీ భావాలో చూడండి.

✿

మెసొషిస్ట్ అవనవసరం లేదు. మరి బంధాన్ని తొలగించుకుంటూ ప్రేమించటం ఎలా? అదే స్వార్థ రహితమైన ప్రేమ. **"ప్రేమించటంలో" ఆనందం పొందటం 'సుఖా'నికి హేతువు. ప్రేమని "ఆశించటంలో" ఆనందం పొందటం 'దుఃఖా'నికి హేతువు. అదే విధంగా, అనుకున్నది జరగకపోవటం 'క్రోధా'నికి హేతువు. అనుకోనిది జరుగుతుందేమో అన్నది 'భయా'నికి హేతువు.** ఈ విధంగా భయము, కోపము, అనురాగము దుఃఖాన్ని కలుగచేస్తాయంటున్నాడు కృష్ణుడు.

*　　*　　*

ప్రతి మనిషీ తన కోపాన్నీ, దుఖాన్నీ–తన మనసులో వున్న విసుగు (ఫ్రస్ట్రేషన్)ను బయటకు పారద్రోలే వెంటిలేటర్స్‌గా మార్చుకుంటాడు. వరుసగా పది ఉయ్యాలల్లో పసిపాపలు ఉన్నారనుకుందాం. ఒక పాప ఏడవగానే అందరూ ఏడుపు ప్రారంభిస్తారు. గదంతా రోదనలతో నిండిపోతుంది. తల్లి పక్కనలేని అభద్రతా భావంతో వచ్చే దుఃఖం ఇది.

ఒక్కోసారి సమాజం కోసం కూడా ప్రేమని నటిస్తూ దుఃఖాన్ని భరించాల్సి వస్తుంది. అది నరకంగా మారుతుంది. భార్యాభర్తలు కౌన్సిలింగ్‌కి వచ్చినప్పుడు వారిని విడిపోవద్దనీ, కాస్త ఓదార్చుకుని కలిసి వుండమనీ కౌన్సిలర్స్ చెప్తూ వుంటారు. వీలైనంత వరకూ వారిని కలిపి వుంచటానికే ప్రయత్నిస్తూ వుంటారు. విడిపోయే కారణం సహేతుకమైతే అలా కలిపి వుంచాల్సిన అవసరం లేదు.

"నా భర్త నోటి దుర్వాసన జీవితాంతం వరకూ పోదని డాక్టర్లు తేల్చి చెప్పారు. నాకు నా సంసార జీవితం మీద చాలా కలలు వున్నాయి.

మరో పెళ్ళికి ఇంకా చాలా భవిష్యత్తు కూడా వుంది. మీరు ఎంత కలిపినా మా ఇద్దరి మధ్య ఆ "గ్యాప్" అలాగే వుండిపోతుంది. అతడి సామీప్యాన్ని నేను భరించలేక పోతున్నాను" అంటుందామె. తప్పేముంది? ఎందుకు నిర్దేశింపబడిన విలువలకే కట్టుబడి జీవితాన్ని నరకం చేసుకోవాలి? ఇంత చిన్న విషయానికి విడిపోవటమా? అని కొందరం టారు. అది వారి ఇష్టం. మొత్తానికి ఆనందంగా వుండాలి.

కొత్త రకంగా ఆలోచించు. లేదా కోరికల్ని వదిలిపెట్టు. కొత్తరకంగా ఆలోచించాలంటే సంక ల్పం కావాలి. అందుకే **'సంకల్ప ప్రభవాన్ కామాం .... నకించిదపిచిన్తయేత్'** అన్నాడు. మానసికమూ, శారీరకమూ అని మనిషికి రెండు రకములయిన ఆరోగ్యాలుంటా యని ఈ అధ్యా యం మొదట్లో చదువుకున్నాం. ఈ శ్లోకం ఆ రెండు రకాలయిన ఆరోగ్యాలకీ వర్తిస్తుంది. నిజా నికి శరీరమైనా, మనసయినా - నిబంధనలు ఒక్కటే. ఒకటే సూత్రం. నీ శరీరపు బరువు ఎక్కు వయితే 'తీపి' వదిలిపెట్టు. నీ మనసు బరువైతే 'కోరిక' నిగ్రహించుకో. **సంకల్పప్రభవాన్** = కోరి కలన్నిటి గురించి, **న చిన్తయేత్** = ఆలోచించకు.

శరీరం బావోకపోతే భయంతో మనసు బా వోదు. మనసు బావోకపోతే దిగులుతో శరీరం బాగోదు. ఆ రెండూ బావుండాలంటే శరీరానికీ మనసుకీ సంబంధించిన మంచి పుస్తకాలు చదివి, అందులో చెప్పింది ఆచరించాలి. షడ్విధ ఐశ్వ ర్యాల్లో మూడోదయిన ఆరోగ్యాన్ని నూరుశాతం నిలుపు కోవాలంటే, అదొక్కటే మార్గం. చెడు ఆలోచన, చిరుతిండి మానేయనమః

కావాల్సిందీ - కాలేజీలో చెప్పనిది

అడాలిసెన్స్ వయసు, పిల్లలకి చాలా సమస్యాత్మకమైనది. క్లాసు లో మంచి మార్కులు తెచ్చుకోవాలి. తోటివారితో హుషారుగా వుండాలి. జీవితం పట్ల బాధ్యతగా వుండాలని తల్లిదండ్రులు చెపుతారు. నిర్లక్ష్యం గా వుండాలని స్నేహితులు చెప్తారు. అన్నయ్యల్తో సమస్య. చెల్లెళ్ళతో మరో సమస్య. ఎన్నెన్నో తీరని కోరికలు. ఒకవైపు పరీక్షలపట్ల టెన్షన్, సరీగ్గా తెలియని గమ్యం. అలజడి, ఆర్థిక పరమైన ఇబ్బందులు.

ఇంట్లో తల్లిదండ్రుల మధ్య గొడవలు. తండ్రి ఒక రకం. తల్లి ఒక రకం. ఎవర్ని సపోర్ట్ చెయ్యాలో తెలీదు.

ఇవన్నీ కాక, తనలో వుండే ఎమోషన్స్. సరిఅయిన సపోర్ట్ దొ రకని ఒంటరితనం.

ఇలాటి సమస్యలన్నింటినీ ఎదుర్కొంటూ కూడా యువత జీవి తంలో "గెలవటం" అభినంద నీయం. అలా గెలవటం కోసం, సమస్యల్నుంచి బయటపడటం కోసం, ఇదే పుస్తకంలోని "జ్ఞానం" అన్న అధ్యాయం ఆధారంగా నా రాబోయే పుస్తకం "విద్యార్థి విజ యం." ✿

ప్రకృతి నీ చేతివేళ్ళ మధ్య సందుల్ని సృష్టించింది ఎందుకు ?

నాల్గవ ఐశ్వర్యము

కీర్తి (ప్రేమ)

మరొకరి చేతివేళ్ళకి భద్రత ఇవ్వటం కోసం

యదృచ్ఛయా చోపపన్నం స్వర్గద్వారమపావృతమ్
సుఖినః క్షత్రియాః పార్థ లభన్తే యుద్ధమీదృశమ్॥
(సాంఖ్య యోగము-32)

ప్రేమించ(బడ)టం కోసం ...

నీకొక సమస్య వచ్చిందంటే ఒక యుద్ధం చేసే అవకాశం వచ్చిందన్నమాట. నీకోసం అప్రయత్నంగా ఒక తలుపు తెరుచుకున్నది. గెలుస్తే అది ఒక విజయం. ఓడితే అది ఒక అనుభవం. రెండూ మంచివే కదా!

* * *

ఎంత బాగా చెపుతున్నాడు ఈ గోవర్ధన గిరిధారి. శ్రీకృష్ణుడికి మించిన మోటివేటర్ (వ్యక్తిత్వ వికాస నిపుణుడు) ఈ ప్రపంచ చరిత్రలో ఎవరూ లేరనటంలో అతిశయోక్తి ఏమీ లేదు. యుద్ధాన్ని ఒక నరకయాతనంగా వర్ణిస్తూ, యుద్ధం చేయనన్నాడు అర్జునుడు. 'నా బంధువుల్ని చంపి సాధించేది ఏమిటి?' అని వేదాంతం మాట్లాడాడు.... దీనికన్నా ముష్టి ఎత్తుకుని బతుకుతే మంచిది కదా' అని వాదించాడు. '....నేను యుద్ధంలో మరణించే ప్రమాదముంది కదా' అని భయపడ్డాడు.

వీటన్నిటికీ ఒక్కమాటలో సమాధానం చెపుతున్నాడు కృష్ణుడు. యుద్ధమంటే **"యాధృచ్ఛికంగా తెరువబడిన స్వర్గ ద్వారము"** అట. ఎంత గొప్పగా వున్నదో చూడండి ఈ వాక్యము. డేల్ కార్నీ నుంచీ స్టీఫెన్‌కోవే వరకూ ఏ రచయిత కూడా మనిషి జీవన విధానానికి ఇంత గొప్ప నిర్వచనం ఇవ్వలేదు. **"హతోవా ప్రాప్యసే స్వర్గం"** అంటున్నాడు. యుద్ధం వలన అటో, ఇటో మూడు రకాలయిన ఫలితాలు రావొచ్చు.

1. శత్రుసైనికుల మరణం.
2. తన మరణం.
3. తన గెలుపు.

మదర్స్‌డే

ప్రపంచంలో నాగరికత పెరుగుతున్న కొద్దీ మనిషికీ, మనిషికీ మధ్య ప్రేమని ప్రదర్శించుకొనే పద్ధతులు మారుతూ ఉన్నాయి. కంప్యూటర్‌లు, వాలంటైన్స్‌డే కార్డులు ఈ విధమైన ఆప్యాయతల్ని కమర్షియలైజ్ చేస్తున్నాయి. నిజమైన ప్రేమ, ఆప్యాయత, దయ, కరుణ గుండెల్లోంచి రావాలి కానీ మిషన్‌లోంచి, కార్డ్‌ల్లోంచి కాదు.

* * *

ఒక వాణిజ్యవేత్త 'మదర్స్‌డే' రోజున ఒక పుష్పగుచ్ఛాలమ్మే బొకే షాప్‌కొచ్చాడు. అతని తల్లి దూరంగా వేరే ఊళ్ళో ఉంటోంది. ఆవిడ అడ్రెస్ ఇస్తూ, పుష్పగుచ్ఛాన్ని ఆ రోజు అక్కడికి పంపించమని ఆర్డర్ ఇచ్చి మెట్లు దిగుతూండగా- ఒక చిన్న పాప కళ్ళ నీళ్ళతో షాప్‌ముందు నిలబడి ఉండడం చూసి ఏమైందని అడిగాడు.

'మదర్స్‌డే'నాడు తన తల్లి కోసం ఓ గులాబీ పువ్వు కొనడానికి వస్తే, షాపువాడు ఆ పువ్వుని రూపాయి చెబుతున్నాడని, తన దగ్గర అర్ధరూపాయి మాత్రమే ఉందని ఆ అమ్మాయి సజల నయనాలతో చెప్పింది. ఆ వాణిజ్యవేత్త హృదయం ద్రవించింది. పాపకి గులాబి కొని

ఈ మూడూ కాకుండా మరో మార్గం వుంది. యుద్ధం నుంచి పారిపోవటం! దానివలన ప్రజలచేత అనరానిమాటలు **(అవాచ్య వాదాంశ)** పడాలి. అది ఎటూ నష్టమే. కానీ యుద్ధం చేస్తే, దానివలన మూడు రకాల లాభాలున్నాయి. ఈ మూడు రకాల లాభాల్లో ఏదో ఒకటి పొందవచ్చు.

"యుద్ధంలోని శత్రువుకి వీర మరణంపొందే అవకాశాన్ని నువ్వు కలుగచేస్తున్నావు. ఇది మొదటి లాభం. లేదా ఒకవేళ నువ్వు మరణించావా, స్వర్గసుఖం పొందుతావు. ఇది రెండో లాభం. లేదా గెలిచావా, రాజభోగమనే స్వర్గ సౌఖ్యాలు అనుభవిస్తావు. అన్ని విధాలా అది స్వర్గమే కదా" అంటున్నాడు కృష్ణుడు. అందుకే కృష్ణుడికి మించిన మోటివేటర్ చరిత్రలో ఇంకెవరూ లేరన్నది.

నిరాశావాదులు ఈ వాదనని ఒప్పుకోరు. తమ నిరాసక్తతకి (యుద్ధం చేయకుండా వుండటానికి) రకరకాల కారణాలు ఏర్పాటు చేసుకుని సంతృప్తి పడుతూ వుంటారు. సంతృప్తి గురించి చెప్తూ 'అదే స్వర్గం కదా' అని వాదిస్తారు. స్వర్గంలో బతకటం వేరు. స్వర్గాన్ని ఊహించుకుంటూ నరకంలో బతకటం వేరు. ఈ రెండిటికీ తేడా ఒక ఉదాహరణ ద్వారా తెలుసుకుందాం.

CASE : ఒక అమ్మాయికి వివాహమైంది. భర్త నరరూప రాక్షసుడు. అతడితో జీవితం అనుక్షణం నరకం. ఎందుకు కోపం వస్తుందో, ఎందుకు కొడతాడో అతడికే అర్థంకాదు. మాట్లాడుతూ మాట్లాడుతూనే కోపం పరాకాష్టకు చేరుకొని, లోపల్నుంచి ఆవేశం తన్నుకురాగా బెల్టు తీస్తాడు. వీపు మీద వాతలు తేలిపోవాల్సిందే. ఎక్కడెక్కడి బయటి ఫ్రస్టేషన్స్‌ను ఇంటికి తీసుకొచ్చి, అక్కడ చూపిస్తాడు. పైగా ప్రస్తుతం వేరే

స్త్రీతో వుంటున్నాడు. ఇప్పుడామె ఆశ ఒకటే. పిల్లల్ని బాగా చదివించాలని! వేరే స్త్రీతో కాపురం వుంటూ భర్త నెలనెలా పంపించే డబ్బుతో గుట్టుగా సంసారం చేసి, పిల్లల్ని చదివించింది. ఒకరు సౌదీలోనూ, మరొకరు అమెరికాలోనూ సెటిల్ అయ్యారు. మదర్స్‌డే రోజు గ్రీటింగులు పంపుతారు. వీలైతే భారతదేశంలో ఆ వూర్లో వున్న బొకే దుకాణం వాడికి తల్లి ఇంటి అడ్రసు చెప్పి, 'పూలగుత్తి' తీసుకువెళ్ళి ఇమ్మంటారు. తల్లికి పెద్ద టీవి కొనిపెట్టారు. సి.డి.లు పంపుతూ వుంటారు. అక్కడ పెద్ద ఇల్లు కట్టుకున్నారు. తమ ఇంటికి వచ్చి కొన్నాళ్ళు ఉండమని ప్రేమతో పిలుస్తారు. వారి భార్యలకి కడుపొచ్చినప్పుడల్లా!

.....

సుదీర తీరాల్లో మినుక్కుమినుక్కుమంటూ స్వర్గపు వాకిలి దగ్గిరకనపడే లైటుని చూస్తూ, అదే జీవితం అనుకునే ఆ స్త్రీ, ప్రస్తుతం తన మనవల్ని చదివించాలని ఆశపడుతూ ఉండవచ్చు. అదే ఆమె ఆఖరి కోరిక. అదికూడా సాధ్యంకాదని ఆమెకి తెలుసు. వయసు పైబడిన భర్త, ప్రస్తుతం ఇంట్లోనే ఉంటున్నాడు. అదే గొప్ప విజయం! ఎప్పటికయినా మొగవాడు ఇంటికి తిరిగిరాక తప్పదు కదా! ఇన్నాళ్ళూ తను అనుకున్నది నిజమైంది. భర్త వచ్చేసాడు! అతడికి పాదసేవ చేసుకుంటూ, తనని కొట్టటం తగ్గినందుకు సంతోషిస్తూ, అతడు బద్దలుకొట్టిన జీవితపు గాజుపెంకులు ఏరుకుంటూ ఉన్నదామె. ఇది యదార్థగాథ. ఇది కాకుండా ఏం చెయ్యాలి? అన్న ప్రశ్నకి సమాధానం 'అనైతికం' అన్న నవలలో వివరంగా రాసాను. మనుష్యులు, ముఖ్యంగా స్త్రీలు యుద్ధం చేయకపోవటానికి చాలా కారణాలు ఉన్నాయి. 1. తల్లిదండ్రులు, బంధువులు ఏమను

పెట్టి, తానే స్వయంగా ఇంటి దగ్గర దింపుతానని, కారులో ఎక్కించుకున్నాడు.

పాప డైరక్షన్స్ ఇస్తూవుంటే కారు నడిపాడు. ఒక స్మశానం దగ్గర కారు ఆపమంది పాప. కారు దిగి లోపలికి వెళ్ళింది.

వాణిజ్యవేత్త ఆశ్చర్యంగా చూడసాగాడు. ఆ పాప తల్లి కొద్ది రోజుల క్రితమే మరణించినట్టుంది. అందరానంత సుదూర తీరాలకి వెళ్ళిపోయిన తల్లికోసం పువ్వు కొన్నది.

కొత్తగా తవ్విన ఒక సమాధి మీద ఆ పువ్వుపెట్టి "హ్యాపీ మదర్స్‌డే మమ్మీ" అంది ఆకాశంకేసి చూస్తూ చేతులు జోడించి. ఇదంతా గమనిస్తున్న వాణిజ్యవేత్త తడికళ్ళతో అక్కణ్ణుంచి నిశ్శబ్దంగా వెనుదిరిగాడు.

తర్వాత షాప్‌కు వెళ్ళి ముందిచ్చిన ఆర్డర్ కాన్సిల్‌చేసాడు. వంద మైళ్ళ దూరంలో వున్న తల్లికి తానే స్వయంగా ఇవ్వడానికి పూలగుత్తి కొనుక్కొని తప్త హృదయంతో బయలుదేరాడు.......

* * *

మనుషులు ఎంతదూరంలో ఉన్నారన్నది ముఖ్యంకాదు. వారి పట్ల మన బాధ్యత తీర్చుకోవటానికి ఏం చేసామన్నది ముఖ్యం కాదు. ఆ మనసుల్ని చేరుకోటానికి మనం ఏంచేయాలన్నది ముఖ్యం. ✿

నిన్ను నీవు ప్రేమించు

ఒక కుర్రవాడూ, అమ్మాయీ పార్కులో కూర్చున్నారు. 'టైమయింది వెళ్తానంది' అమ్మాయి. ఇంకొంచెం సేపు వుండమన్నాడు అబ్బాయి. మాటల సందర్భంలో బాగా చదివి మంచి మార్కులతో పాసవమని సలహా ఇచ్చాడు. ముక్కు కాస్త ప్లాస్టిక్ సర్జరీ చేయించుకుంటే అచ్చు శ్రీదేవిలా వుంటా వన్నాడు. ఇంతలో అమ్మాయి తుమ్మింది. 'ఆహా! ఎంత బావుంది' అన్నాడు.

ఇద్దరూ ఇక వెళ్ళిపోవటానికి లేచారు. హఠాత్తుగా అక్కడ యముడు ప్రత్యక్షమై, ఇద్దరిలో ఒకర్ని తీసుకుపోక తప్పదనీ, ఎవర్నో నిర్ణయించుకొమ్మని ఆ కుర్రవాడిని అడిగాడు. కుర్రవాడు ఏం చెప్తాడు? నిశ్చయంగా శ్రీదేవినే కదా! ఎందుకు?

ఈ ప్రపంచంలో మనల్ని మనం ప్రేమించుకున్నంతగా ఎవర్నీ ప్రేమించం కాబట్టి! మరి మనతో మనం ఒంటరిగా ఎంతసేపు మనల్ని మనం ప్రేమించుకుంటూ గడుపుతున్నాం ? మనని ఎలా ప్రోత్సహించుకుంటున్నాం ? ఎలా విమర్శించుకుంటున్నాం ? మనం తుమ్మినప్పుడు కూడా మనకి మనం బావుండాలి (Self – love). మనని మనం అవసరం అయినప్పుడు ప్లాస్టిక్ సర్జరీ చేసుకోవాలి (Self Criticism). అప్పుడు, శ్రీదేవి (అనే విజయం) మన జీవితం పార్కులోంచి వెళ్ళిపోతాననదు. ✿

కుంటారో అన్న భయం. 2. భద్రత ఉండదేమో అన్న సంశయం. 3. పిల్లల భవిష్యత్తు పట్ల అపనమ్మకం 4. భర్త వలన సమాజంలో వచ్చే హోదా.

ప్రతి సమస్యకీ పరిష్కారం విడాకులూ, విడిపోవటాలూ కాకపోవచ్చు. కానీ వ్యక్తిత్వం లేని జీవితం దేనికి? దండగ. అనుకూలంగాలేని పరిస్థితుల్లో కూడా యుద్ధం చేయటమే యోధుడి ధీరలక్షణం.

మనిషికి కీర్తి ఎందుకురాదు? గెలుపు ద్వారాలు మూసేసుకోవటం వలన.

మనిషికి ప్రేమ ఎందుకు దొరకదు? హృదయ ద్వారాలు తెరవకపోవటం వలన.

కీర్తికీ ప్రేమకూ చాలా దగ్గిర సంబంధం వున్నది. దాని గురించి ఇదే అధ్యాయంలో తరువాత తెలుసుకుందాం. ముందు ప్రేమని పొందటం, ఆస్వాదించటం గురించి చర్చిద్దాం. ప్రేమ రెండు రకాలు. 1. ఇవ్వటం. 2. తీసుకోవటం. ప్రేమించటం మూడు రకాలు. 1. తనపై తనకు ప్రేమ. 2. తనవారిపై తనకు ప్రేమ. 3. ప్రపంచంపై ప్రేమ (విశ్వజనీయ ప్రేమ).

తనపై తనకు ప్రేమలేని వ్యక్తికి కీర్తిరాదు. తనను తాను ప్రేమించుకోలేని వ్యక్తి ఇతరులని ఎలా ప్రేమించగలడు? ఇతరులకోసం ఎలా సేవ చేయగలడు? తాను చేస్తున్న పనిని ఎలా 'సపోర్టు' చేసుకోగలడు? తాను చేస్తున్న పనిపై తనకే ప్రేమ లేకపోతే, ఆ పనిని ఇతరులు ఎలా మెచ్చుకోగలరు?

మీకొక అనుమానం కలగొచ్చు. తనని తాను ప్రేమించుకోవటం అంటే, 'తాను చేసిన ప్రతి పనినీ ప్రేమించి, సమర్థించుకోవటమా?' అని. కాదు. ఆపని తిరిగి చేయకపోవటం!

192 యండమూరి వీరేంద్రనాథ్

మనం గతంలో కామన్‌సెన్స్ లేకుండా ఎన్నో పనులు చేసి వుంటాం. అందులో కొన్ని నీచం గానూ, అసహ్యంగానూ, తల్చుకుంటే మనకే సిగ్గేసేలా, కోపమొచ్చేలా, బాధ కలిగేలా, నవ్వొచ్చేలా అనిపిస్తాయి. 'నేనేనా ఇలా చేసింది', 'నేనిలా చేయకపోతే ఎంత బావుణ్ణు', 'ఛీ, ఇలా చేసేనేమిటి?' అని అనుకోని వ్యక్తి వుండరు. అయితే స్వీయప్రేమ' అంటే, వాటినే తల్చుకుంటూ, 'నేనెందుకూ పనికిరాను' అని కుమిలిపోకుండా తిరిగి పునర్నిర్మాణాన్ని ప్రారంభించటం.

తప్పుల్ని సరిచూసుకోవటం స్వ విమర్శ (SELF-CRITICISM). తానుచేసిన తప్పుల్ని సరిదిద్దు కుంటూ, తనని తాను మెచ్చుకోవటం స్వీయ ప్రేమ (SELF – LOVE). తాను చేసిన తప్పుని సమర్థించుకోవటం అహం (EGOTISM). మూడింటికీ తేడా అర్థమయినదనుకుంటాను. మరి కొంతమంది ఎప్పుడూ ఆత్మ విమర్శ పేరిట ఇతరుల దగ్గిర తమ బలహీనతలూ, చేసిన తప్పులూ చెప్పుకుంటారు. ఇది కేవలం ఇతరుల సానుభూతి పొందటానికో, ఇతరులచే 'నువ్వేమీ పొరపాటు చెయ్యలేదు' అన్న ప్రోత్సాహం పొంద టానికో అయివుంటుంది. దీన్ని SELF – PITY అంటారు.

తనని తాను ప్రేమించుకునే వాడికి సెల్ఫ్ – పిటి వుండదు. అతడు "తన" గురించి ఎక్కువ మాట్లాడడు. అటు అహంభావులు, ఇటు ఆత్మ న్యూనతాపరులు– వీరి సంభాషణల్లో మాత్రమే "నా" అంటూ తన గురించి చెప్పుకునే ప్రసక్తి ఎక్కువ వుంటుంది. మన సంభాషణలో ఈవిధమైన పొరపాటు రాకుండా చూసుకోవాలి. **అంతర్గత భయాలు ఎక్కువ వున్నవారు "నా" అంటూ తమ గురించి ఎక్కువ మాట్లాడతారు.** తాము చేసిన (లేక చేస్తున్న) పని గురించి ఇతరుల ఒప్పుకోలు

ఏడాదికెన్ని రోజులు?

తెలివి తేటలు, కామన్‌సెన్స్ లేని మనిషి ఏవిధంగా మాటల్లో మోసపోతాడో చూడండి.

*   *   *

ఒక గుమస్తా యజమాని వద్దకు వచ్చి ఒకరోజు క్యాజువల్ లీవ్ ఇమ్మని అడిగాడు.

"ఒకరోజు శలవు కావాలా?"

"అవును సార్"

"సంవత్సరానికి 365 రోజులు. రోజుకి నువ్వు ఏడుగంటలు పని చేస్తావు. అంటే నా దగ్గర 106 రోజులు పనిచేస్తున్నావన్నమాట. 365×7 ÷ 24 అంతేకదా! అందులో 52 ఆదివారాలు, పది జాతీయ శలవు దినాలూ పోతే ఇక మిగిలేదెంత?

"44 రోజులండి".

"రోజుకి గంట లంచ్‌టైమ్, అరగంట టీ టైమూ లెక్కగడితే ఎన్ని రోజులవుతుంది?"

"43 రోజులండి"

"ఇంకెన్ని రోజులు మిగిలాయి?"

"ఒకరోజు"

"మరి ఆ ఒక్కరోజూ నువ్వు శెలవు తీసుకుంటే ఎలా?"

గుమస్తాకి ఏం మాట్లాడాలో తెలీదు. దీన్నే కామన్‌సెన్స్ లేక పోవటం అంటారు.

గొప్పవారి ప్రేమ

విశ్వజనీయమైన ప్రేమ అనేది హృదయంలో వుండాలి. అది చేతల రూపంలో బయటపడాలి. కొందరికి అటువంటి ప్రేమ సహజంగానే వస్తుంది. Sun Shine Marine అనే పత్రిక ఒక చిన్న సంఘటనని ఈ విధంగా వివరించింది. ఒక రోజు Newyork లో దట్టంగా మంచు కురుస్తున్నదంట. పాదచారులు చెవులకు కోటు కాలర్లు అడ్డంగా పెట్టుకుని నడుస్తున్నారు. ప్రక్కవాడు కూడా కనపడనంత దట్టంగా మంచుకురుస్తున్నది.

అటువంటి వాతావరణంలో బూకర్ టి. వాషింగ్టన్ అనే ఒక నల్లజాతి వ్యక్తి రెండు చేతుల్లోనూ రెండు బరువైన పెట్టెలు పట్టుకుని స్టేషన్‌వైపు నడుస్తున్నాడు. (నీగ్రోల స్వతంత్రం కోసం ఎంతో కృషిచేసి చరిత్ర కెక్కినవాడు ఈ బూకర్ వాషింగ్టన్.)

బురదగా వున్న బాటపై అతడి కాళ్ళు జారిపోతున్నాయి. ఎంతో కష్ట పడుతూ అతడు ఆ విధంగా నడుస్తూ వుండగా ప్రక్కనుంచి "ఒక పెట్టె నాకు ఇవ్వు మిత్రమా" అన్న మాట వినపడింది.

నల్లజాతీయుడు నిర్ఘాంత పోయాడు. దశాబ్దాలక్రితం మాట ఇది. అప్పట్లో ఒక తెల్లవాడు నీగ్రోతో అంత స్నేహంగా, ఆప్యాయంగా మాట్లాడటం కలలో కూడా వూహించలేని విషయం.

(Approval) కోసం తరచు ఎదురు చూస్తారు. లేదా, ఇతరులు తమ గురించి ఎక్కువ సానుభూతిగా మాట్లాడాలని కోరుకుంటారు. మరోవైపు **అహంభావులు కూడా అదే కోరుకుంటారు.** తమ గురించే అందరూ మాట్లాడాలని అనుకుంటారు. తాము కూడా తమ గురించే గర్వంగా మాట్లాడతారు. దీన్ని బట్టి అర్థమైనదేమిటి?

తన మీద తనకున్న ప్రేమ ఒకవైపు తగ్గకూడదు. మరోవైపు అవధులు దాటకూడదు. అలా ఎల్లలు దాటినవారు, తాముచేసే ప్రతి పనినీ సమర్థించుకుంటారు. ఒక యువకుడు అప్పటికప్పుడు ఆలోచించి ఒక కొత్త కొటేషన్ వ్రాయమన్నాడు. ఈ విధంగా వ్రాసాను. "నువ్వు నమ్మిన సిద్ధాంతాన్ని అనుసరించటం ధీరత్వం. అది మంచిదా కాదా అని తిరిగి ఎన్నడూ ఆలోచించకపోవటం మూర్ఖత్వం" తిరిగి చూసు కుంటే ఇది చాలా మంచి కోటేషన్‌గా అని పించింది. తమ సిద్ధాంతాన్ని గుడ్డిగా నమ్మేవారు కొందరుంటారు. ఉదాహరణకి, వారు మద్యం తాగవలసి వస్తే ఈవిధంగా చెపుతారు. "ఒక లేడి గుంపు ప్రయాణ వేగం (Speed), ఆ గుంపులో అన్నిటి కన్నా చివరగా నెమ్మదిగా నడుస్తూన్న లేళ్ళపై ఆధారపడి వుంటుంది. సాధారణంగా అలా వెనుకవున్న జంతువులే క్రూరమృగాల పాలవుతాయి. అలాటి బలహీనమైన లేళ్ళు చస్తున్న కొద్దీ, గుంపు వేగం పెరుగుతుంది. ఆల్కహాల్ కూడా అలాగే. మెదడులోని బలహీన కణాలపై అది ముందు అటాక్ చేసి చంపుతుంది. అందుకే– తాగేకొద్దీ మనిషి చురుకుదనం పెరుగుతుంది అందుకే తాగుతున్నాను" అంటారు. గొప్ప సమర్థన కదా! ఇలా రకరకాలయిన వ్యక్తులు తమ చర్యల్ని సమర్థించుకుంటూ మనచుట్టూ వుంటారు. అందులో మనం ఏ విభాగానికి చెందుతామో

మనమే తేల్చుకోవాలి. ఇక మళ్ళీ షడ్విధ ఐశ్వర్యాల్లో నాల్గోదయిన ప్రేమ దగ్గిరకి వస్తే, ఈ క్రింది కొటేషన్ చూడండి.

"నేను నీలో ఒక భాగం అవ్వాలనుకుంటే, నీకంటి చుక్కనవుతాను. గుండెల్లో పుట్టి, నీకంటిలో పెరిగి, చెక్కిలిమీంచి జారి, పెదాలపై ఆవిరై మరణించటం కోసం....". ఈ విధంగా ఏమాత్రం స్వార్థం లేకుండా మరొకరికి సంతోషాన్నివ్వడమే ప్రేమ.

ఇతరులని ప్రేమించడంలో ఈ క్రింది సూత్రాలు అన్వయించుకోవాలి.

1. నిన్ను నువ్వు ప్రేమించుకుంటున్నంతగా నీ పక్కవాణ్ణి ప్రేమించు. పక్కవాడు ఎవడు? ఈ ప్రపంచంలోని ప్రతివాడూ నీ పక్కవాడిగా భావించడమే విశ్వజనీయమైన ప్రేమ. అయితే కొందర్ని చూస్తే ప్రేమించ బుద్ధికాదు. వారి ప్రవర్తనని చూసి కోపం వస్తుంది. లేదా దూరంగా పారి పోవాలనిపిస్తుంది. అప్పుడేం చెయ్యాలి?
2. ప్రేమించలేని మనుషుల్ని క్షమించు. నీ అంచనాలకు భిన్నంగా ఉండడం వారి తప్పుకాదు. వాడు నీకు నష్టం కలిగించినా సరే, క్షమించడమే నీకు మనఃశాంతి నిస్తుంది. **నీకు నష్టం రానంతకాలం** పోరాడటం ఎందుకు? కోపం ఎందుకు? అసహ్యం ఎందుకు?
3. ఇతరులచే నీవెలా ట్రీట్ చేయబడాలని కోరుకుంటావో, వారిని కూడా అలాగే ట్రీట్ చెయ్.
4. నవ్వటం నేర్చుకో. నీ ఎదురుగా ఉన్న వ్యక్తి నీతో నవ్వుతూ మాట్లాడుతూ ఉంటే నీకెంత సంతోషం కలుగుతుందో ఒక్కసారి గమనించు. అలా అని నీ యొక్క విషయా

బూకర్ కాస్త మొహమాట పడి "ఫర్వాలేదు" అని అంటూ వుండ గానే ఆ ప్రక్కనున్న తెల్లజాతి యువకుడు అతడి చేతి నుండి ఒక పెట్టె తీసుకుని అతడితో పాటు నడవసాగాడు. ఇద్దరూ మాట్లాడు కుంటూ ఒకరి వివరాలు ఒకరు తెలుసుకుంటూ ప్రయాణం సాగిం చారు. స్టేషన్ వరకూ ఆ విధంగా వెళ్లి అక్కడ పెట్టె అందించి ఆ శ్వేత జాతి వ్యక్తి కరచాలనం చేసి వెళ్ళి పోయాడు. ఆ తరు వాత వారిద్దరూ ఆ పరిచయాన్ని ఉత్తరాల ద్వారా కొనసాగించారు. ఇద్దరివీ రెండు వేర్వేరు సిద్ధాంతాలు. ఒకరు అమె రికాలోని నీగ్రోల హక్కుల కోసం పోరాడిన బూకర్ వాషింగ్టన్. మరొ క తెల్లజాతి యువకుడు రూజ్‌వెల్ట్. సిద్ధాంతరీత్యా శత్రువులు. అయినా ఇద్దరి స్నేహమూ కొనసాగింది.

ఆ తరువాత కొన్ని దశాబ్దాలకి బూకర్ వాషింగ్‌టన్ "అదే మొట్ట మొదటి సారి నేను రూజ్‌వెల్ట్‌ని కలుసుకోవటం"అని వెల్లడించా డు.

టూపాడో రూజ్‌వెల్ట్ అప్పడు అమెరికాకి ప్రెసిడెంట్.

మానవత్వపు గుర్తు

దట్టంగా మంచుకురుస్తున్న ఒక రాత్రి, అమెరికన్ ప్రెసిడెంట్ అవకముందు (అమెరికాలో పదవీ కాలం పూర్తి చేసాక కూడా అధ్యక్షుల్ని 'మాజీ' అనరు. వారిని కూడా ప్రెసిడెంట్‌లుగానే పిలుస్తారు.) రీగన్ కార్లో వేగంగా వెళ్తుండగా ఒక పెద్దరాయి వచ్చి వెనుక భాగాన పెద్ద చప్పడుతో బలంగా తగిలింది. ఒక్కసారిగా కంగారుపడి అతడు రోడ్డుపక్కగా కారు ఆపుచేసి దిగాడు.

అక్కడో కుర్రవాడు చేతిలో మరోరాయితో సిద్ధంగా నిలబడి వున్నాడు. కట్టలు తెంచుకున్న కోపంతో రీగన్, అతడి చెంప బ్రద్దలు కొట్టాలన్న ఆవేశాన్ని బలవంతంగా అణుచుకుని, 'పిచ్చెక్కిందా? ఎందుకిలా చేసావ'ని నిలదీసాడు.

అప్పడా కుర్రవాడు, ప్రవాహంలా వెళ్తూన్న కార్లని చూపిస్తూ, "ఏం చెయ్యను? రోడ్డు మీద కాలినడకన నడుస్తూన్న వారు ఎవరూలేరు. గంటసేపటి నుంచీ చేత్తో ఆపుతే ఎవరూ కారు ఆపటం లేదు" అన్నాడు.

"అందుకని రాయితో కొడతావా? ఇంతకీ ఎందుకు కొట్టావ్?" అతడిని పోలీస్ స్టేషన్‌లో అప్పగించాలన్న ఆవేశాన్ని బలంగా అణుచుకుంటూ అడిగాడు రీగన్.

అప్పడా కుర్రవాడు రోడ్డుకి ప్రక్కగా చక్రాల కుర్చీలోంచి గడ్డి

లన్నీ అవతలవారికి చెప్పకు. నీ కష్టాలు అసలు చెప్పకు. **నిన్ను నువ్వు విపులీకరించుకునే కొద్దీ అవతలివారికి నువ్వొక గాలిబుడగలా కనిపిస్తావు.**

5. మర్యాదగా ఉండటం కష్టమయిన విషయమేం కాదు. నీ స్వరంలో కరుకుదనం కన్నా నమ్రత బాగా ధ్వనిస్తుందన్న విషయాన్ని గుర్తు పెట్టుకో.
6. నిజాయితీకి మించింది ఈ ప్రపంచంలో మరొకటిలేదు. **ముందు నీకు నువ్వు నిజాయితీగా ఉండు.** నిజాయితీ అంటే నిన్ను నువ్వు సమర్థించు కోవటం కాదు. అది గుర్తుంచుకొని నిజా యితీగా వుండు. ఆపై ఇతరులతో నిజా యితీగా ప్రవర్తించు.
7. వీలైనంత వరకు సంభాషణల్లో, నీవు ఎవరితో మాట్లాడుతున్నావో ఆవ్యక్తి పేరు తరచూ దొర్లేటట్లు చూడు. మొత్తం సంభాషణలో కనీసం సగభాగమైనా అవతలి వ్యక్తి మొహంలోకి చూస్తూ మాట్లాడు. నువ్వు కళ్ళు దించుకొని మాట్లాడు తున్నావంటే నీ హృదయంలో ఏదో తప్పుందన్న మాట. అలా అని పూర్తిగా అతని కళ్ళల్లోకి చూస్తూ మాట్లాడుతూ ఉంటే అతడిని నీవు శాసిస్తూ ఉన్నావన్న మాట.
8. వాదించకు. వాదనలో గెలుస్తావేమో కానీ, అవతలి వ్యక్తి అభిప్రాయాన్ని మార్చలేవు. నువ్వెక్కువగా వాదించే కొద్దీ, అవతలి వ్యక్తి ఓడిపోతున్నాడన్న మాట. కానీ వాడి దృష్టిలో నువ్వు గెలవటం లేదు. ఒకసారి నిన్ను ఆ పరిస్థితిలో ఊహించి చూడు. చుట్టూ పదిమంది ఉన్నారు. అవతలివ్యక్తి నిన్ను ఇరుకున పడేసాడు. నీ దగ్గర ఏ పాయింటూ లేకుండా చేసాడు. నీవు

నిస్సహాయుడవై పోయావు. వాదనలో పూర్తిగా ఓడిపోయావు. అప్పుడు నీ పరిస్థితి ఏమిటి ? నువ్వు అవతలి వాడి గెలుపు ఒప్పుకుంటావా? లేదే? తాత్కాలికంగా నీ ఓటమి వప్పుకుంటావేమోగానీ, నీ అభిప్రాయాల్ని మాత్రం మార్చుకోవు. అంతేనా? మరి? ..... అదే విషయం నీవు గెల్చినప్పుడు అవతలి వాడికీ వర్తిస్తుంది కదా!

9. వాదనలో ఇతరులతో విభేదాలు వచ్చిన పాయింట్లు వదిలిపెట్టి, ఇతరులందరూ ఒప్పుకునే పాయింట్లని ఎక్కువసేపు చర్చించు. దానివలన సంభాషణ మృదువుగా ఉంటుంది.

10. విమర్శించకు. విమర్శలు గోడల్లాంటివి. వాటిని కూలగొట్టి, వంతెనలు కట్టు. నీ విమర్శల్ని ఎవరూ ఒప్పుకోరు. అది వారిక్కూడా తెలిసిన తప్పైతే తప్పు. అప్పటికీ ఒప్పుకోక పోవచ్చు కూడా. ఒక వ్యక్తి Stage మీద మాట్లాడు తున్నాడు. పొరబాటున జిప్ పెట్టుకోవడం మర్చిపోయాడు. పదిమందిలో లేచి ఆ విషయం చెబితే అది విమర్శ. చిన్న కాగితం మీద ఆ విషయాన్ని రాసి అతనికి పంపితే, అది అతని పొరబాటుని ఎత్తి చూపడం. రెండింటికీ మధ్య తేడా అర్థమైందను కుంటాను.

11. సంభాషణల్లో అవతలివారి తెలివిపట్ల, అభిప్రాయాల పట్ల నీ మెచ్చుకోలుని స్పష్టంచేస్తూ ఉండు. నిన్నెవరైనా మెచ్చుకుంటే నీకెంత సంతోషంగా ఉంటుంది! కాస్త పొగడ్త దానికి కలిపినా బాగానే ఉంటుంది. కానీ నీది మితిమీరిన పొగడ్త గా అవతలివారికి తెలియకూడదు.

లో పడిపోయిన వృద్ధుడ్ని చూపించాడు "..... నేనొక్కడినే ఎత్తి కూర్చోపెట్టలేక పోయాను. అరగంట నుంచీ ప్రయత్నిస్తూంటే ఎవరూ ఆగటం లేదు" అన్నాడు.

రోడ్డు ప్రక్కన వరుసగా చెట్లు వున్నాయి. ఆ చెట్లని ఆనుకుని ఎత్తయిన కాలిబాట వుంది. ఈ వెనింగ్ వాక్‌కి జనం ఆ కాలిబాట మీద నడుస్తారు. చక్రాల కుర్చీ అక్కణ్నుంచి క్రింద చెట్ల మధ్యకి జారి పోయిందన్న మాట. కుర్రవాడు ఒక్కడే ఆ వృద్ధుడి బరువు మోయలేక పోయాడనుకున్నాడు రీగన్. వృద్ధుడిని ఎత్తి కుర్చీలో సరిగ్గా కూర్చోపెట్టి ఆ కుర్ర వాడితో "పెద్దవాళ్ళని షికారు తీసుకొచ్చినప్పడు జాగ్రత్తగా నడపాలి కుర్చీని" అన్నాడు. ఆ కుర్రవాడు అయోమయయంగా రీగన్ వైపు చూస్తూ, "ఆయన నాకేమీ కాడే" అన్నాడు అమాయకంగా.

* * *

రీగన్ అమెరికన్ ప్రెసిడెంట్ అయ్యాక కూడా ఆ కారుని తనతో పాటే వుంచుకున్నాడు. "దాని మీద రాయి దెబ్బ నాకు మానవత్వానికి గుర్తుగా కనపడుతుంది" అని ఆ తరువాత ఎన్నోసార్లు మీటింగుల్లో ఆయన చెప్పారు.

మీకు తెలుసా ?

జ్ఞానితో మాట్లాడటానికీ, అజ్ఞాని తో మాట్లాడటానికీ తేడా ఏమిటి? జ్ఞానితో మాట్లాడితే ఉపయోగం. అజ్ఞానితో సంభాషణ నిరర్థక ఆనందం. తేడా ఈక్రింది ఉదాహరణల్లో గమనించండి.

1. బ్యాంక్‌లో మనం వేసిన చెక్కు చెల్లకపోతే, వారు 50 నుంచి 100 రూపాయల దాకా మన దగ్గిర వసూలు చేస్తారు. కానీ దానికోసం వారికయ్యే ఖర్చు సగటున 2 రూపాయలు మాత్రమే.

2. భారతదేశంలో ఏడాదికి 25 వందల కోట్ల రూపాయలు తాగుడికి ఖర్చు పెడతారు. ఆ ఖర్చుతో నలభై లక్షలమంది అనాథల్ని జీవితాంతం ఆకలి నుంచి రక్షించవచ్చు.

3. మంచి రష్‌గా వుండే ట్రాఫిక్‌లో మనం వాహనాల్ని చాలా నెమ్మదిగా (ఒకటో గేర్‌లో లేక రెండో గేర్‌లో) నడుపుతాం. మామూలుగా ప్రయాణంచేసే దానికన్నా ఒకటో గేర్‌లో ప్రయాణంచేస్తే ఆరురెట్లు ఎక్కువ పెట్రోలు ఖర్చు అవుతుంది. ప్రపంచంలోని వాహన చోదకులు అందరూ ట్రాఫిక్ రద్దీలేకుండా ప్రయాణం చేస్తే ఒక ఏడాదిలో ఆదా అయ్యే పెట్రోలుతో ప్రతిరోజూ రెండుసార్లు సూర్యుడి వద్దకు వెళ్ళిరావొచ్చు.

4. మనం ప్రస్తుతం ఎన్నో ట్రాఫిక్ రూల్స్ మధ్య వాహనాల్ని నడుపు

12. నువ్వు చూసే దృక్పథంలో కాకుండా, అవతలి వారి దృక్పథంలో ఆవిషయం ఎలా కనపడుతుందో ఒక్క క్షణం ఆలోచించు. నీవు చాలా చిన్న సమస్య అనుకున్నది, అవతలి వాళ్ళకి పెద్ద సమస్యగా కనపడవచ్చు. దానిని హేళన చేయకు.

13. అవతలి వారు చెబుతున్నది ఏకాగ్రతతో విను. వారు చెబుతున్నది నీకు నచ్చకపోతే మౌనంగా అక్కణ్ణుంచి తప్పుకో. నచ్చలేదన్న విషయాన్ని అవతలి వారికి తెలిసేలా ప్రవర్తించకు.

14. ఎదుటి వ్యక్తికి ఏయే విషయాలపట్ల ఉత్సాహం ఉన్నదో, ఆ విషయాలనే మాట్లాడు. వారికి సంబంధంలేని నీకు తెలిసిన జ్ఞానాన్నంతా గుప్పించకు.

15. తప్పు నీది కాదని తెలిసినా, ఒక్కొక్కసారి ఒప్పుకోవల్సి వస్తుంది. లేదా తప్పు నీదే కావచ్చు. నిర్భయంగా దాన్ని ఒప్పుకో. నీ తప్పు ఒప్పుకోవడం వలన అవతలివారు రెండు మెట్లు దిగివస్తారు – నీతో కరచాలనం చెయ్యడం కోసం.

16. వీలైనంత వరకూ అవతలి వ్యక్తినే మాట్లాడనివ్వు. నీ శరీర భంగిమల ద్వారా, నీ కనుచూపుద్వారా ఆ మాటల్లో ఆసక్తిని కనబరుచు. నీతో మాట్లాడేవాడు తను మాట్లాడ్డానికే ఉత్సాహం చూపిస్తాడు తప్ప, నీ మాటలు వినటానికిక్కాదు అన్న చిన్న విషయాన్ని గమనించు.

17. అవతలి వ్యక్తి తన గురించి తానెక్కువ మాట్లాడుతూ ఉంటే మౌనంగా విను. లేదా అక్కణ్ణుంచి వెళ్ళిపో. అంతే తప్ప నీ గురించి నీవు మాట్లాడ్డం మొదలుపెట్టకు.

18. ఒక పని ఇద్దరు కలిసి చేసినప్పుడు దాని వల్ల వచ్చిన గౌరవాన్ని వీలైనంత వరకూ అవతలి వ్యక్తికే ఆపాదించు. చుట్టూ ఉన్న వాళ్ళకి ఆపనిలో నీభాగం ఎంతో తెలుసు. దానికన్నా ముఖ్యమైన విషయమేమిటంటే అవతలివ్యక్తి అంత రాత్మకి ఆవిషయం ఇంకా బాగా తెలుసు.

19. అవతలి వ్యక్తి అజ్ఞానం మీద, అమాయకత్వం మీద, మూర్ఖత్వం మీద ఆడుకోవడానికి ప్రయత్నించకు. ఎంత తెలివైనవాడైనా ఒక్కోసారి చిన్న తప్పు చేస్తాడు. దాన్ని భూతద్దంలో ఎత్తి చూపించే దానికి ప్రయత్నం చేయకు.

20. ఎవరైనా నిన్నొక సాయం అడిగితే, నీకు వీలైతే తప్పకుండా చెయ్యి. దానికన్నా ముఖ్యంగా "ఇంకా ఏమైనా సాయం కావాలా" అనడుగు. ఆ ఒక్కమాట నిన్ను ఉన్నత శిఖరాల మీద నిలబెడుతుంది.

* * *

మనిషికి కీర్తి రావాలంటే ఏం చెయ్యాలి ? ప్రపంచంలో అందరిపట్లా, జీవాలపట్లా దయతో వుండాలి. కానీ తనని తప్పుదారి పట్టించకుండా, స్నేహితుల్ని ఎన్నుకునేటప్పుడు మాత్రం వారి గుణగణాల్ని చూసి ఎన్నుకోవాలి. కొందరు ఈ వాదనకి వప్పుకోరు. "స్నేహమైనా, ప్రేమయినా దానంతట అదే ఏర్పడుతుంది. అంతే తప్ప అన్నీ బేరీజు వేసుకుని కాదు" అంటారు. కానీ వీరికి వ్యతిరేకమైన వాదన మరొకటి వున్నది. "నీ స్నేహితుల గురించి చెప్పు. నీ గురించి చెపుతాను" అన్న సూక్తి అది. పిల్లల విషయంలో, వారి తల్లిదండ్రులు జాగ్రత్త పడవలసింది కూడా వారి స్నేహ బృందం విషయంలోనే. పిల్లలు తున్నాం. ఎడమవైపు వాహనం నడపాలి... కుడివైపు నుంచి మాత్రమే ఓవర్‌టేక్ చెయ్యాలి... మలుపు తిప్పేటప్పుడు ఇండికేటర్ లైటు వెయ్యాలి.... ఈ రూల్స్ అన్నీ కనిపెట్టిన విలియమ్‌ఫెల్ప్స్‌ని Father of the Traffic Safety అంటారు. అయితే అతడు తన జీవిత కాలంలో కారు నడపలేదు. తన డ్రైవరూ, మిగతా చోదకులూ చేస్తున్న తప్పల్ని గమనించి ఈ విధంగా రూల్సు రూపొందించాడు.

5. కోటి రూపాయలు, ఒక రూపాయి నోటుమీద మరొక రూపాయి నోటు పెట్టుకుంటూ పోతే, అది ఏడుమైళ్ళ ఎత్తుంటుంది.

6. ఈజిప్టులోని పిరమిడ్స్ క్రింద వైశాల్యం (Base), పది ఫుట్‌బాల్ గ్రౌండ్లు కలిపితే ఉన్నంత ఉంటుంది.

7. సినిమాల్లో ఎర్రడ్రస్ వేసుకున్న హీరోయిన్ వెనుక ఎద్దుపడితే హీరో ఆమెని రక్షిస్తాడు. అదే విధంగా బుల్‌ఫైట్‌లో ఎద్దు ముందు ఎర్రగుడ్డ పెట్టి, దానికి ఆవేశం తెప్పిస్తారు. కానీ నిజానికి ఎద్దులకి రంగుల విచక్షణలేదు. అవి Color blind. ఏ రంగుగుడ్డ పెట్టినా అవి ఆవేశంతో ఆవిధంగానే ముం దుకి దూసుకు వస్తాయి. కళ్ళ ముందు గుడ్డపెట్టి ఆడించటమే వాటి ఆవేశానికి కారణం. అంతేతప్ప ఎర్రరంగు కాదు.

8. చేతివేళ్ళు అతుక్కుని వుంటే మనిషి ఇప్పటికీ మృగం లాగే వుండేవాడు.

'టీమ్' అంటే మనుష్యులేకాదు

ఏపని చేయాలన్నా 'టీమ్ వర్క్' కావాలంటారు. సరిఅయిన మనుష్యుల్ని కూడగట్టుకోవటం పైనే విజయం ఆధారపడి వుంటుందంటారు. కానీ అంతకన్నా ముఖ్యమైనది మరొకటి వుంది. మనలోని శక్తుల్ని కూడగట్టుకోవటం, శక్తుల్ని ఒకటిగా చేయటం మొదటి 'టీమ్ వర్క్'

MBA అంటే మాస్టర్ ఆఫ్ బిజినెస్ అడ్మినిస్ట్రేషన్. బిజినెస్ అంటే వ్యాపారం. అందులో MBA అయినట్టే, జీవితపు వ్యాపారంలో కూడా MBA అవ్వాలి.

నీ చుట్టూ వున్న ప్రపంచంలో నీ విలువ పెరగాలంటే నీ ఖరీదు (వెల) అందరూ గుర్తించాలి. అది M. అంతకన్నా ముందు నీ ధర నువ్వు గుర్తించి, పెంచుకుంటూ పోవాలి. అదే B. అలా పెంచాలంటే నిరంతరం ను వ్వు నీ జ్ఞానానికి ఏదో ఒకటి Add చేసుకుంటూ పోవాలి. అదే A.

M : MARKET YOURSELF

B : BE IN LOVE WITH YOU

A : ALWAYS LEARN.

ఈ మూడు సూత్రాలూ గుర్తు పెట్టుకున్నవాడు జీవితపు విశ్వవిద్యాలయంలో పోస్ట్ గ్రాడ్యుయేట్ అవుతాడు. ❁

చెడిపోయేది కూడా స్నేహితుల వల్లనే. జీవితంలో పైకి రావలసిన వ్యక్తి తన చుట్టూ వున్న సన్నిహితుల విషయంలో ఈ క్రింది గుణగణాలు వున్నాయా? లేదా? అని చూస్తాడు. అటువంటి వారి బృందం (Team) లోనే తను కూడా వుంటాడు.

1. **నైపుణ్యం** : నైపుణ్యం కలిగిన వ్యక్తుల టీమ్‌లో వుంటే సహజంగానే మనకీ నైపుణ్యం పెరుగుతుంది. నైపుణ్యం లేని వ్యక్తులు ఎక్కువ మాట్లాడతారు. కేవలం మనని ఇంప్రెస్ చేయటానికే ఆ మాటలు ఉపయోగపడతాయి తప్ప, జీవితంలో పైకి రావటానికి కాదు. వారు సమయాన్ని మాటల్తో వృథా చేస్తారు.
2. **జ్ఞానం** : నిజానికి జ్ఞానుల కంపెనీ కన్నా అజ్ఞానుల కంపెనీ ఆకర్షణీయంగా వుంటుంది. పాలకన్నా కాఫీ రుచే బావుంటుంది కదా! అలాగే సినిమా నుంచీ అనవసర రాజకీయాల దాకా మాట్లాడటానికి కూడా అజ్ఞానుల దగ్గిర చాలా సబ్జెక్ట్ వుంటుంది. వారి 'అనవసరమైన' జ్ఞానాన్నంతా మనకి పంచాలనే కోరిక కూడా ఎక్కువ వుంటుంది. జ్ఞానులు అలా కాదు. కచ్చితంగా మనకేది కావాలో అదే కరెక్ట్‌గా ఇస్తారు. సమయం వృథా చేయరు.
3. **శక్తి** : మనకేదయినా అవసరం వచ్చినప్పుడు మన స్నేహితులు శక్తిలేని వారయితే ఏదో ఒక సాకుతో తప్పుకోవటానికి ప్రయత్నిస్తారు. ఒకవేళ నిజాయితీగా వారు సాయం చేయ బోయినా, 'శక్తి' లేనివారు మనకి ఏవిధంగా చేయగలరు? కావాలంటే వారు కేవలం పక్కన కూర్చుని ఓదార్పు చెప్పగలరు. కానీ

సమస్యలో వున్న మనకి కావల్సింది 'ఓదార్పు' కాదు. పరిష్కారం. 'దిగులుతో వున్న మనసుకి కావల్సింది కాసింత ఓదార్పు' అనుకుంటే అది వేరే సంగతి. కానీ ఓదార్పు కన్నా సహాయమే మంచిది కదా! ఓదార్చిన స్నేహితుడు సాయంత్రం వెళ్ళిపోతాడు. తీరని సమస్య తాలూకు దిగులు, రాత్రి మనతో పాటే వుంటుంది. అంతేకాదు, అశక్తులు పక్కవారిమీద ఎక్కువ ఆధారపడతారు. పక్కవారిని పొగుడుతూ, వారితో తమ పనులు చేయించుకొంటారు. మనని నిజంగా గొప్పవారిమన్న భ్రాంతిలో వుంచుతూ ఒక విధమైన భ్రమని సృష్టిస్తారు. ఆ మత్తులో మనమేం చేస్తున్నామో తెలియకుండా చేస్తారు.

4. **అంతర్గత అవగాహన** : నీ టీమ్‌లో స్నేహితులకి అంతర్గత (INSIGHT) అవగాహన లేకపోతే నిన్నెప్పటికీ అర్థం చేసుకోలేరు. సమర్థులు సమస్యని మన దృష్టితోనూ, వారి అనుభవం తోనూ ఆలోచించి సలహా చెపుతారు. FLEXIBILITY వున్న వ్యక్తులు మన కోణం లోంచి ఆలోచించ గలుగుతారు. "నాకళ్ళు వాచాయి" అన్నాడట ఒకడు. "పొగలుగక్కె వెచ్చటి నీటిలో తలపెట్టి కళ్ళు తెరిచి వుంచు" అన్నాడట అతడి స్నేహితుడు. మరుసటి రోజుకి అవి ఇంకా బాధగా తయారై లబో దిబో మన్నాడట అతడు. అతడి స్నేహితుడు మాత్రం "మొన్న నా చెయ్యి వాస్తే మా ఆవిడ పిడికిలి తెరిచి వుంచమని ఇలాగే చెప్పిందే" అన్నాడట. తెలివి, సామాజిక సాంస్కృతిక అవగాహన, ఆలోచనల్లో స్పష్టత, కష్టపడే గుణం,

టీమ్‌వర్క్

ఒక పనిని అందరూ కలిసి చెయ్యటాన్ని టీమ్‌వర్క్ అంటారు. ఇంటిలో కుటుంబ సభ్యుల మధ్య కూడా ఇది సరీగ్గా వుంటే, ఆ ఇల్లు నందనవనం అవుతుంది.

టీమ్‌లో అతి తెలివి గలవారు కొందరుంటారు. బద్ధకస్థులు కొందరుంటారు. వీరందర్నీ కూడగట్టుకోవటం 'నాయకత్వ లక్షణం'.

ఇంట్లో కూడా 'నాయకుడు' సరీగ్గా వుండాలి. బాధ్యత వహించి లీడర్ అవ్వాలి.

టీమ్ వర్క్‌లో అన్నిటికన్నా ముఖ్యంగా కావల్సింది ఒకరిపై ఒకరికి అవగాహన. ఏం పని చేస్తున్నామనేది అందరూ తెలుసుకోవటం ముఖ్యం. పనిమీద ఉత్సాహం లేకుండా, వేరే ఉత్సాహాలున్న వారికి జీవితంలో నూటికి అయిదు మార్కుల కన్నా ఎక్కువ రావు. చాలా తెలివిగా పని ఎగ్గొట్టి, చివరికి మాత్రం నష్టపోతూ వుంటారు.

ఇలాటి అతి తెలివి విద్యార్థుల కథ ఒకటి సరదాగా చదవండి.

* * *

ఎనిమిదిమంది ఎమ్.బి.ఏ స్టూడెంట్లు మరుసటిరోజు 'టీమ్ వర్క్' అన్న సబ్జెక్టుపై పరీక్షవ్రాయాలి. ముందురోజు ఫ్రెండ్‌షిప్‌డే. రాత్రంతా బాగా ఆనందించి పరీక్షకి అసలు ప్రిపేర్ కాలేదు. అందువల్ల వాళ్ళు తెలివిగా ఒక ఎత్తు వేసారు.

చేతులకి గ్రీజూ, దుమ్మూ వ్రాసుకుని ప్రొఫెసర్ దగ్గిరకి వెళ్లారు. రాత్రి ఫంక్షన్‌నుంచి వస్తూండగా టైరు పంచర్ అయిందనీ, స్పేర్ టైర్ లేనందువలన, పంచరయిన దాన్నే తీసుకుని ఎంతో దూరం వెళ్లి బాగుచేయించుకు రావలసి వచ్చిందనీ, అందువల్ల రాత్రంతా నిద్రలేదనీ, పరీక్ష మరో పది రోజుల తరువాత పెట్టమనీ కోరారు. ప్రొఫెసర్ వప్పుకున్నాడు.

పది రోజుల తరువాత వారిని దూరదూరంగా కూర్చోబెట్టి పరీక్షా పత్రం ఇచ్చాడు. అది ఈ విధంగా వుంది.

1. పది రోజుల క్రితం మీరు వెళ్లిన కారు ఏ చక్రం పంచరైంది? ముందుదా వెనుకదా? కుడివైపుదా ఎడమవైపుదా? (95 మార్కులు)

2. టీమ్‌వర్క్‌కి కావలసిన ముఖ్య లక్షణం ఏమిటి? (5 మార్కులు)

అందరికీ అయిదు మార్కులే వచ్చాయి. తమ తప్ప తెలుసుకున్న అందరూ దాదాపు ఒకే సమాధానం వ్రాసారు. "... ఏ పని చేసినా, ఏ అబద్ధం ఆడినా మొత్తం టీమ్‌అంతా కలిసి చర్చించి పూర్తి అవగాహనతో చెయ్యాలి..." ✿

కష్టాన్ని పాలుపంచుకునే గుణం వున్న వ్యక్తుల స్నేహం దొరకటం అదృష్టం. అటువంటి వారి ప్రేమ దొరికితే మరీ అదృష్టం.

ఏ వయసులో ప్రేమ ఆ వయసులో వుండటంతో తప్పులేదు. భగవద్గీత కూడా ఆనం దాన్ని ఆస్వాదించ వద్దని ఎక్కడా చెప్పలేదు. ఆందోళనని వదిలిపెట్టి అలౌకికానందాన్ని పొందమని చెప్తోంది. ఆస్థాయికి రావటంకోసం జ్ఞానంకావాలి. **'అమాయకత్వం' నుంచి 'జ్ఞానం' వైపు పయనించటమే జీవితం.** యవ్వన కాలంలో ప్రేమ ఒక ఔషధం. విషం కూడా.

ప్రేమలో ఎంత సుఖం వున్నదో అంత దుఃఖంకూడా వున్నది. "రానంత సేపు రాలేదని బాధ. వచ్చాక వెళ్ళిపోతావని బాధ" అని వ్రాసానెక్కడో.

ఒకటే సమయంలో నీకు చలిగానూ,
వెచ్చగానూ వుంటే-
ఒకటే వాక్యాన్ని పదిసార్లు చదువుతున్నా
నీమనసక్కడ లేకపోతే-
నీ కళ్ళొక చోట, మనసొక చోట వుంటూ
వుంటే-
ఒకే పేరు నీ తలపుల్లో సుడులు తిరుగుతూ
వుంటే-
నువ్వొక పెద్ద సమస్యలో వున్నావు
మిత్రమా.
ఆ సమస్య పేరు 'ప్రేమ'.

ఇంతకన్నా మంచి వివరణ మరొకటి వున్నది. ఇది ప్రేమకూ, గెలుపుకీ కూడా వర్తిస్తుంది. ప్రేమలోపడిన వారు రాత్రిళ్ళు నిద్రపోరు. ఎందుకు? ప్రేమతలపుల్లో!! గెలుస్తున్న వారు కూడా నిద్రపోరు. ఎందుకు? చదవండి ...

నిద్రపోయి కలలు కనటం కన్నా ...
'కలకన్నా వాస్తవం బావుంద'న్న ఫీలింగే
రాత్రంతా నీకు నిద్రని దూరం చేస్తే
నిశ్చయంగా నీవు గెలుపువైపు సాగుతున్నట్టే.

ఎంత పాజిటివ్ ఆలోచనో చూడండి. ప్రేమ కోసం వ్రాయవలసిన గేయాన్ని గెలుపుకి అన్వయించాడు కవి. స్త్రీ పురుషుల మధ్య నుంచి ప్రారంభమయిన ప్రేమ – గెలుపు దిశగా సాగి – ధనమూ కీర్తీ సంపాదించాక – ఆ ఐశ్వర్యాల్ని నలుగురికీ పంచి – శాంతిపొందటం కన్నా కావల్సింది ఏముంది? దానికోసం ఏంచెయ్యాలి?

చేసిన ప్రతి మంచి పనినీ మర్చిపో .....
చేసేసేక.
చేసిన ప్రతి సాయాన్నీ మర్చిపో ....
బదులు కోరక.
వచ్చిన ప్రతి పొగడ్తనీ మర్చిపో ....
దాన్ని గెలుచుకున్నాక.
పడిన అపనిందపై నవ్వుకో ....
తప్పునీది కాదని తెలిసాక.
చేసిన ప్రతి వాగ్దానాన్నీ మర్చిపో ...
నెరవేర్చాక.
తీసుకున్న అప్పు గురించి మర్చిపో ....
తీర్చాక.
అన్నీ మర్చిపో! ఒకటే గుర్తుంచుకో!
"నువ్వు తలపెట్టిన ప్రతిపనీ భగవంతుడే సగం చేస్తాడు. .... చివరి సగం !!!!"
అన్నీ మర్చిపో! ఒకటే గుర్తుంచుకో!
ఇవ్వటం నేర్చుకో! నీకు వస్తూనే వుంటుంది.
అదే విశ్వజనీయ ప్రేమ.

పిల్లలహక్కు-తల్లి స్థాయి

ఇందిరాగాంధీ తన కొడుకులతో కలిసి ఒక రోజు డిన్నర్ చేస్తూన్నప్పుడు ఆమె గురించి సంజయ్ గాంధీ అగౌరవమైన ఒక మాట అన్నాడట. ప్రక్కనే వున్న రాజీవ్ తల్లితో, ఆ మాట అన్నందుకు తమ్ముడిని దండించమన్నాడట.

అప్పుడు ఇందిరాగాంధీ నవ్వుతూ "నన్ను ఒక తల్లిగా అతను ఆ మాట అని వుంటే తప్పక దండిస్తాను. కాని భారతదేశపు పౌరుడిగా ఒక ప్రధానమంత్రిని ఆ మాట అంటే మాత్రం అతడికి రాజ్యాంగం ప్రకారం ఆ హక్కువుంది" అన్నదట.

*　　*　　*

విమాన ప్రమాదంలో సంజయ్ గాంధీ మరణించినప్పుడు, ఇందిరాగాంధి చేసిన మొదటి పని ఏమిటో తెలుసా? కొడుకుతోపాటు విమానం నడిపిన పైలెట్ ఇంటికి వెళ్ళి తనలాటి మరో దురదృష్టకరమైన తల్లిని ఓదార్చటం.

ఈ రకమైన నిబ్బరమే గొప్ప వారి లక్షణం.

*　　*　　*

ప్రేమకు చెవులు లేవు. కళ్ళు లేవు. నోరు లేదు. అది వినలేదు. చూడలేదు. మాట్లాడలేదు. దానికి హృదయం మాత్రమే వుంది. అందుకే అది కేవలం ఫీలవగలదు. అంతే.
- హెలెన్ కెల్లర్.

"ఆత్మౌపమ్యేన సర్వత్ర సమం పశ్యతి యోఽర్జున
సుఖం వా యది వా దుఃఖం స యోగీ పరమోమతః"
(ఆత్మసంయమ యోగము-32)

విశ్వజనీయ ప్రేమ

"ఓ అర్జునా! సుఖంలోనూ, దుఃఖంలోనూ నిన్ను నువ్వు ఎలా ప్రేమించు కుంటున్నావో ఇతరులను కూడా అలాగే ప్రేమించు" అంటున్నాడు కృష్ణుడు. గీత అంతా బోధనేకాదు. ఆచరణలో చూపమన్న అనుష్ఠాన వేదాంతం. విశ్వరూప సందర్శన యోగంలో కూడా **"సర్వ భూ తేషు నిర్వైరః"** అన్నాడు. ఏ ప్రాణితో కూడా ద్వేషము లేకుండా వుండవలెనని దీని అర్థము. దీనికన్నా మెండుగా బ్రాహ్మణుని యందును, గోవునందును, కుక్కయందును, కుక్కను వండుకుని తినేవాని యందును **(శునిచైవ, శ్వపాకేచ)** ఒకే దృష్టి కలిగి వుండాలని చెపుతున్నాడు.

సర్వ మానవ సౌభ్రాతృత్వము మంచిదే. కానీ అది చాలదు. కేవలం మానవులందే కాదు. విశ్వమందలి ఎల్ల ప్రాణులయందునూ ఒకే దృష్టి వుండాలి.

ఒక కుర్రవాడు పట్నంలో ఏడో క్లాసు చదువుకుంటున్నాడు. అతడి తల్లీ తండ్రీ పల్లెలో వుంటారు. వారికి ఒక జట్కా వుంది. అదే వారి జీవనోపాధి. ఆ కుర్రవాడి తండ్రి ఒకరోజు తన గుర్రము కాలు విరిగిందని, బ్రతుకు తెరువుపోయిందనీ వ్రాసేడు. కుర్రవాడు దిగులు చెందాడు. దిగులుతోనే పల్లెకి వెళ్ళాడు. ఎన్నాళ్ళనుంచో జట్కాయే జీవనాధారం.

అయితే అతడు వెళ్ళేసరికి తండ్రికి కరణం గారు తన దగ్గిర పని చూపించారు. తల్లి కూడా పొలానికి వెళ్ళింది. అతడు గుర్రాన్ని చూడటానికి శాలలోకి వెళ్ళాడు. అక్కడ ఒంటరిగా, నిర్జీవంగా పడుకుని వున్నది గుర్రం. దాన్ని ఎవరూ పట్టించుకోవటమే లేదు. ఎవరి ఉపాధి వారు చూసుకున్నారు! అది కనులు పైకెత్తి కుర్రవాని వైపు ఆర్ద్రంగా చూసింది. వాడి కనులు కూడా తడి అయ్యాయి. అక్కడ నుంచి నిశ్శబ్దంగా వెనుదిరిగాడు.

ఆ తరువాత అతడు పట్నంవచ్చి కృత్రిమ అవయవాల నిర్మాణ సంస్థ గురించి తెలుసుకు న్నాడు. అక్కడయితే చాలా తక్కువ ధరకే ఇస్తా రని తెలిసి ఆ ఆసుపత్రికి

పేరడుగు చాలు

నేను బ్యాంక్‌లో పని చేసే రోజుల్లో ఇన్‌స్పెక్షన్ నిమిత్తమై వివిధ బ్రాంచీలకు వెళ్ళే వాణ్ణి. అటువంటి సమయంలో బ్యాంక్ క్యాష్ బాక్స్ తెరవక ముందే లెఖ్ఖప్రకారం డబ్బు వున్నదో లేదో పరిశీలించాలి. అందు వల్ల అరగంట ముందుగానే అక్క డికి చేరుకోవాలి.

ఒక రోజు అలా వెళ్ళినపుడు ఒక క్లర్క్ అందరికన్నా ముందే వచ్చి కూర్చున్నాడు. నన్ను గుర్తుపట్టి, కూర్చో బెట్టాడు.

అప్పటికింకా స్టాఫ్ ఎవరూ రాలేదు. ఒక ముసలావిడ బ్యాంక్ శుభ్రం చేయడానికొచ్చింది. ఆవిణ్ణి పేరు పెట్టి పలకరిస్తూ ఆమె సంతా నం గురించి, మనవల చదువు గురించి ఎంక్వయిరీ చేసాడు. ఆ మె కూడా తన బాధంతా అతడి ద గ్గిర స్వంత బంధువులా వెలిబు చ్చడం గమనించాను. ఆ తర్వాత నేను ఎన్నో బ్యాంకులకి ఇన్‌స్పెక్షన్‌కి వెళ్ళవలసి వచ్చింది. ఆ తర్వాత ఎక్కడా కూడా పార్ట్‌టైమ్ పనిచేసే వృద్ధురాళ్ళయిన స్వీపర్‌ని, స్టాఫ్ ఎవరూ ఆప్యాయంగా పలకరిం చడం నేను గమనించలేదు.

గొప్ప గొప్ప సహాయాలు చె య్యక్కరలేదు. ఒక చిన్న పలక రింపు అవతలివారిలో ఎంతో ఉత్సా హాన్ని నింపుతుంది. ఈ ప్రపంచంలో అన్నిటికన్నా ఖరీదైనది, వెలలేనిది 'చిరునవ్వు'.

వెళ్ళాడు. అక్కడ 'మానవసేవయే మాధవసేవ' అన్న బోర్డు వున్నది. డాక్టర్ దయార్ద్ర హృదయుడు. తనకి ఒక కాలు కావాలని కుర్రవాడు అడిగాడు. వైద్యుడు వివరాలు చెప్పి 'ఎడమ కాలా? కుడి కాలా?' అని అడిగాడు.

తన స్కాలర్‌షిప్ తాలూకు డబ్బు చాలా కొద్దిగా వున్నదని, మిగతాది వాయిదాల్లో చెల్లిస్తా నని చెప్తూ, "ముందుకాలు. ఎడమవైపుది" అన్నాడు కుర్రవాడు. డాక్టరు దిగ్భ్రమ చెందాడు. విషయం తెలుసుకుని సంభ్రమం పొందాడు. గుర్రపు కాలు ఉచితంగా నిర్మిస్తానని వాగ్దానం చేసి, ఆ ప్రకారమే ఇచ్చాడు. కుర్రవాడు కృతజ్ఞతలు చెప్పి దాన్ని తీసుకువెళ్ళాడు. వైద్యుడికి, తన వెనుకవున్న 'మానవసేవయే మాధవసేవ' బోర్డులో ఏదో వెలితి వున్నట్టు తోచింది.

పల్లెకొచ్చిన కుర్రవాడు పెరట్లోకి ప్రవేశిం చాడు. గుర్రం మరింత శుష్కించినట్టు కనిపిం చింది. వంగి కృత్రిమ కాలుదానికి అమర్చాడు. అది అతి కష్టంమీద నెమ్మదిగా లేచింది. దాన్ని నడిపించుకుంటూ గ్రామం బయట కొండల దగ్గిరకి తీసుకొచ్చాడు.

అప్పుడే కొండల మధ్య సూర్యుడు అస్తమిస్తు న్నాడు. సాయం సంధ్యలో పచ్చిక మరింత పచ్చ దనాన్ని సంతరించుకొంటోంది. 'వెళ్ళిరా మిత్ర మా!' అన్నట్టు వెన్ను నిమిరాడు. గుర్రం స్వేచ్ఛగా, నెమ్మదిగా కొండల వైపు ప్రయాణం సాగించింది. గిరులు, విరులు, తరులు, ఝరులు ఆ కుర్రవాడిని తమ ఆశీర్వ చనంతో అభిషిక్తుడిని చేస్తూండగా, మేఘం వర్షించింది. భూమి పులకించింది.

నేను వ్రాసిన కథల్లో నాకు నచ్చిన ఉత్తమ కథల్లో ఇది ఒకటి. పేరు "అభిషిక్తం". *(ది బెస్ట్ ఆఫ్ యండమూరి వీరేంద్రనాథ్. నవసాహితి బుక్ హౌస్ 2004).* సర్వమానవ ప్రేమ కన్నా విశ్వజనీయ ప్రేమ గొప్పదని చెప్పే కథ.

* * *

ఈ అధ్యాయం ముందుకు సాగబోయే ముందు ప్రేమ, కీర్తి అన్న అంశాల గురించి కొద్దిగా వివరణ అవసరం. ఈపుస్తకంలో షడ్గుణ ఐశ్వర్యాల్లో కీర్తి, ప్రేమ ఒకటిగా కలపటం జరిగింది. ఎందుకంటే – రెండూ ఒకటే. **ఎక్కడ ప్రేమవున్నదో అక్కడ కీర్తి వుంటుంది.** గాంధీ, మండేలా, మార్టిన్ లూథర్‌కింగ్, థెరెస్సా, బుద్ధ, క్రీస్తు ... ఎవరినయినా తీసుకోండి. వారికా కీర్తి కేవలం 'ప్రేమ' వల్లనే వచ్చింది. అదే విధంగా కీర్తికోసం పాకులాడుతూ మోసం చేసి సంపాదించిన డబ్బు ఖర్చు పెట్టేవారిని చూడండి. వారి చుట్టూ భజన చేసేవారు వుండవచ్చుగాక. వెనుక మాత్రం అందరూ నవ్వుకుంటారు. వ్యాపారం రంగంలోనూ రాజకీయాల్లోనూ ఇటువంటి వారు ఎక్కువ కనపడుతూ వుంటారు. సాహితీరంగంలో కూడా పైరవీలు చేసి బిరుదులు సంపాదిస్తూ వుంటారు. ఇదంతా అశాశ్వతమైన కీర్తి.

నిజమైన కీర్తి ప్రేమవల్లనే వస్తుంది. దేవులపల్లికి ప్రకృతిపై వున్న ప్రేమవలన కీర్తి వచ్చింది. విశ్వనాథవారికి సాహిత్యంపై వున్న ప్రేమవల్ల, అంబేద్కర్‌కి దళితులపై వున్న ప్రేమవల్ల, శ్రీశ్రీకి విప్లవంపట్ల వున్న ప్రేమవల్ల, చెలానికి స్త్రీ స్వాతంత్రంపై వున్న ప్రేమవల్ల పేర్లు వచ్చాయి.

ఇక మైక్రోలెవల్‌కి వస్తే, ఒక వ్యక్తికి వున్న సాధారణ కీర్తికూడా అతడికి ప్రేమవల్లనే వస్తుంది. కొంతమంది పిల్లలు, తమ తండ్రి ఇంటికి కాస్త ఆలస్యంగా వస్తే బెంగపెట్టుకుంటారు. మరి కొందరు పిల్లలు, తండ్రి ఇంటికి వస్తున్నాడంటే తమ గదుల్లోకి పరుగెడ్తారు. అదీ తేడా. అది-తన ఇంట్లో తండ్రికున్న కీర్తి. **కీర్తి అన్నది ఇంటినుంచే ప్రారంభం అవ్వాలి.** ఆ తరువాత అది వీధికీ, నగరానికీ, దేశానికీ, విశ్వానికీ వ్యాపిస్తుంది.

* * *

అప్పటినుంచి లిఫ్ట్‌లో వెళుతున్నప్పుడు కూడా దాన్ని నడిపే కుర్రవాడితో అతడి వివరాలు అడుగుతూ సంభాషించడం నేర్చుకున్నాను.

హోటల్‌లో వెయిటర్ పదార్థాలు టేబిల్‌మీద పెట్టినప్పుడు, కిళ్లీకొట్టు కుర్రాడు వక్కపొడి పొట్లం ఇచ్చినప్పుడూ 'థాంక్యూ' అనే ఖరీదు లేని రెండక్షరాలు, వారికి తృప్తినీ, నవ్వుతూ మరింత బాగా పని చెయ్యటానికి కావలసిన శక్తినీ ఇస్తాయి.

ఒక ప్రముఖ వ్యక్తి, తన ఉపన్యాసం పూర్తి చేసి క్రిందికి దిగినపుడు, జనం అతడిని సాధారణంగా చుట్టుముడతారు. కొన్ని సందర్భాల్లో ఆటోగ్రాఫుల కోసం వత్తిడి చేస్తారు. ఒక్కొక్కసారి వంద సంతకాల వరకూ కూడా చెయ్యవలసి వుంటుంది.

గంట ఉపన్యాసం అయ్యాక, అంత తొక్కిసలాటలో ఓపిగ్గా సంతకాలు పెట్టటానికి చాలా సహనం కావాలి. దానికన్నా ముఖ్యంగా శ్రోతలపై ఒక విధమైన ఆప్యాయత పెంచుకోవాలి.

ఆ విధంగా, అందరితో నవ్వుతూ, అలసట కనపడకుండా మాట్లాడుతూ, భుజాల మీద ప్రోత్సాహకరంగా తడుతూ మాట్లాడే డెబ్బయ్యేళ్ల యువకుడిని మొన్నే నేను చూసాను.

ఆయన పేరు అబ్దుల్ కలాం.

ప్రేమ ప్రపంచం

జర్మనీ రెండుగా విడిపోక ముందు బెర్లిన్‌కి దూరంగా ఒక పట్టణంలో 'కెల్లీ' అనే కుర్రవాడుండే వాడు. ఇంటింటికీ వెళ్ళి పాతవి తీసుకుని కొత్త సామాన్లు అమ్ముకొనే వృత్తి అతడిది. ఆ అమ్మకాల్లో ఎక్కువ డబ్బులు మిగిలేవి కావు.

ఒక రోజు అతడు ఒక ఇంటి తలుపు తట్టాడు. నిజానికి అతనికి చాలా ఆకలిగా ఉంది. కానీ తలుపు తీసిన యువతిని చూసి, భయపడి "కొంచెం మంచినీళ్ళు కావాలి"అని అడిగాడు.

అతడి ఆకలిని గమనించి ఆమె ఓగ్లాసు నిండా పాలుతీసుకొచ్చిఇచ్చింది. దాన్ని తాగిన తరువాత అతడు "ఎంత డబ్బులు ఇవ్వాలి"అని అడిగాడు.

"ఏమీ అవసరం లేదు"అని, "దయతో ఇచ్చిన దానికి ఏమీ వసూలు చేయొద్దని నా తల్లి చెప్పింది" అన్నదామె.

అతడు కృతజ్ఞతలు చెప్ప కొని అక్కణ్ణుంచి వెళ్ళిపోయాడు. ఆ తర్వాత చాలా సంవత్సరాలు గడిచి నాయి. ఈ లోపులో రెండవ ప్రపంచ యుద్ధం జరిగింది. హిట్లర్ మరణించాడు. జర్మనీ రెండుగా విడిపోయింది. ఒకటి కమ్యూనిస్టు, మరొకటి కాపిటలిస్టు దేశం అయింది. ఆ తరువాత బీదరికం భరించలేక ప్రజలు కమ్యూనిస్టు రాజ్యాన్ని

"ప్రతివ్యక్తి దగ్గిర ఒక బకెట్ వుంటుంది" అంటాడు బెర్నె. కనిపించని బకెట్. మనం మన పట్ల, ఇతరులపట్ల ఎలా ప్రవర్తిస్తున్నామనేది ఆ బకెట్ నిర్ణయిస్తుంది. కొంతమంది చూడండి. చిరునవ్వుతో వింటారు. నవ్వుతూ మాట్లాడతారు. దయతో ఇస్తారు. నమ్రతతో తీసుకుంటారు. వారి బకెట్ ఎప్పుడూ నిండుగా వుంటుంది. ప్రతి మనిషి దగ్గిర ఇటువంటి ఒక పాత్ర వుంటుంది. ఇది మూడు రకాలు. 1. నిండు బకెట్ 2. చెంబు 3. చిల్లు బకెట్.

1. నిండు బకెట్ : మన బకెట్ నిండుగా వుండాలంటే ఇతరుల బకెట్ నింపుతూ వుండాలి. ఇరవై ఆరేళ్ళ తరువాత కలుసుకున్న చిన్నప్పటి స్నేహి తుడు, ప్రస్తుతం ముఖ్యమంత్రి, తనే మిమ్మల్ని గుర్తుపట్టాడు. ఆప్యాయంగా "ఏరా" అంటూ మాట్లాడాడు. చిన్నప్పటి విషయాలు గుర్తుచేసాడు. చాలు. పెద్దపెద్ద సహాయాలూ, పనులూ చేయనవసరం లేదు. మీ బకెట్‌ని తృప్తితో నింపాడు.

మీరు ఆటోలో వెళ్తూ దాన్ని నడిపే వ్యక్తి డ్రైవింగ్‌ని మెచ్చుకున్నారు. లేదా ఆఫీసులో మీ క్రింది ఉద్యోగి యోగక్షేమాలు కనుక్కున్నారు. లేదా పక్క ప్రయాణికుడికి సామాన్లు దింపటంలో సాయం చేసారు. స్నేహితుడికి ఉత్తరం వ్రాస్తూ, అతడి పిల్లలందరి పేర్లూ గుర్తుపెట్టుకుని పేరు పేరునా పలకరించారు. అతడి కష్టనష్టాలు విచారించారు. కావాలంటే సహాయం చేస్తానన్నారు. **కావలసిన వ్యక్తులకి ఎమోషనల్ సపోర్ట్ ఇవ్వటం మీ అలవాటుగా చేసుకున్నారు. అంతా తృప్తే.** మీ చుట్టూవున్న వారి కళ్ళలో మిమ్మల్ని చూడగానే ఆనందం. అంతకన్నా 'కీర్తి' ఏమి కావాలి? మీ బకెట్ నిండుగా వుంది.

భవబంధాలు తెంచుకోమన్నాడే తప్ప ప్రేమ పెంచుకోవద్దనలేదు కృష్ణుడు. ఏమీ ఆశించ వద్దన్నాడే కానీ, ఇవ్వవద్దనలేదు. అలాగే తనను ప్రేమించిన వారందరికీ ఇస్తూ పోయాడు కూడా. భారత భాగవతాల్లో ఎక్కడా అతడు ఇవ్వటమే తప్ప, కోరటం అంత ఎక్కువగా చూడం.

2. చెంబు : కొందరి వద్ద బకెట్‌లకి బదులు చెంబులు, టంబ్లర్లు వుంటాయి. వీరికి బకెట్ నింపటం అంటూ వుండదు. పక్కవారి బకెట్‌లోంచి తమ పాత్రలతో తీసేసుకుంటూ వుంటారు. దాన్ని మోసంగానూ, ద్రోహంగానూ కూడా ఫీలవరు. పైగా తమ హక్కుగా భావిస్తారు. తమ అవసరం తీరగానే వదిలెయ్యటానికి వెను కాడరు కూడా. చేబదుళ్ళు, అప్పులు, గ్యారంటీ సంతకాలు మొదలైన వ్యవహారాల్లో ఈ విధమైన వ్యక్తుల్ని చూస్తూ వుంటాం. కట్నం కోసం భార్యల్నీ, అత్తామామల్నీ వేధించే వ్యక్తులు ఈ టంబ్లర్ పాత్రధారులు. పెన్షన్ ఆఫీస్‌లో వృద్ధుల దగ్గిర లంచాలు తీసుకునే వారూ, ఒకే వూరిలో వుంటూ తల్లిదండ్రుల్ని అనాథాశ్రమంలో తగిన కారణం లేకుండా పెట్టేవారూ కూడా ఈ కోవలోకే వస్తారు.

CASE : నా భర్త తన ఆఫీసర్‌ని అతడి భార్యతో సహా డిన్నర్‌కి పిలిచాడు. వడ్డిస్తూ వుండగా రసంగిన్నె ఆఫీసర్‌గారి మీద వలికిపోయింది. పూర్తిగా బట్టలు పసుపు రంగుతో తడిసిపోయాయి. నా భర్త చిరాకూ, కోపం, ఆదుర్దా మిళితమైన స్వరంతో 'ఏమిటది గుడ్డిదాన్లాగా! చూసుకోవద్దా?' అన్నాడు. నాకాయన ఉద్దేశ్యం అర్థంకాలేదు. అంటే .... చూసుకుని పోయాలా? పొరపాటు జరిగిందని నాకు తెలీదూ? అప్పుడు నాక్కా వల్సింది సానుభూతి. నాకు తెలిసిందే నాకు చెప్పటం కాదు. అంతలో ఆ ఆఫీసరుగారి భార్య, "పర్లేదండీ. ఎన్నిసార్లు నా చేతిలోంచి ఇలా జారి పోలేదూ?" అంటూ భర్తవైపు తిరిగి, "వాష్‌బేసిన్ త్రోసిపుచ్చి రెండు దేశాల్ని ఒకటిగా కలిపారు. ఇది ఇలా జరుగుతూ వుండగా కెల్లీ ప్రపంచ ప్రఖ్యాతి చెం దిన డాక్టర్ హోవర్డ్ కెల్లీ అయ్యా డు. ఆ సమయంలో అతడికి పాలు ఇచ్చిన యువతికి తీవ్రమైన అనా రోగ్యం చేసింది. ఆ పట్నంలో వైద్య సదుపాయంలేక అక్కడి డాక్టర్లు బెర్లిన్ పంపించారు. ఆమెను చూడ గానే డాక్టర్ కెల్లీ గుర్తుపట్టాడు. దాదా పు నెలరోజులపాటు ట్రీట్‌మెంట్ జరిగింది. ఎన్నో ఖరీదయిన మం దులు వాడారు. ఆమె ట్రీట్ మెంట్‌ని ఒక సవాలుగా తీసుకున్నారు. ఎం తో కష్టపడి డాక్టర్లు ఆమెని బ్రతికిం చగలిగారు. ఆ తర్వాత ఫైనల్ బిల్ తన దగ్గర కొచ్చినపుడు అతడు దా ని మీద సంతకం పెడుతూ, ఆ మొ త్తాన్ని తన అకౌంట్‌లోంచి తీసు కో మ్మని రాసాడు. ఆ తర్వాత బిల్లువు న్న కవరు ఆమెకి పంపించబడిం ది.

అంత డబ్బు తానెలా చెల్లించ గలదా? అని భయపడుతూ ఆమె దాన్ని తెరచినపుడు బిల్‌పై ఈ విధం గా రాసుంది.

"గ్లాసు పాలతో మీ బిల్లు పూర్తి గా చెల్లించబడింది".

\- డాక్టరు హోవర్డ్ కెల్లీ.

కళ్ళనుంచి ఆనంద బాష్పాలు రాలుతూ వుండగా, ఆమె భగవంతు డితో ఇలా అన్నది. "కృతజ్ఞతలు ప్రభూ! మనం మరొకరికి ఇచ్చిన ప్రేమ, ప్రపంచం అంతా వ్యాపిస్తుందని మరోసారి నిరూపించావు". ✿

లోకి వెళ్ళి శుభ్రం చేసుకురండి" అంది. ఆయన కూడా వాతావరణాన్ని తేలిక చేయటానికి నవ్వేస్తూ, "నాకలవాటే నండీ, పోతే ఇంట్లో అయితే నెత్తినపడేది" అన్నాడు లేస్తూ. అందరూ ఘొల్లున నవ్వారు. నా భర్త చెంబుతో నా ఆత్మాభిమానపు బకెట్‌ని ఖాళీ చేస్తున్న టైమ్‌లో వాళ్ళిద్దరూ దాన్ని ఆ విధంగా నా కృతజ్ఞతతో నింపారు.

3. చిల్లు బకెట్ : ఇక మూడో వర్గానికి వద్దాం. కొందరి బకెట్‌లకి చిల్లులుంటాయి. ఎంతపోసినా అవి నిండవు.

CASE : మీరు 'చంటిపిల్లాడి'ని వళ్ళో పడుకోబెట్టుకుని బస్‌లో ప్రయాణిస్తున్నారు. ఒక నిండు గర్భవతి రాడ్ పట్టుకుని నిలబడి వుంది. కిటికీ పక్కనే చుట్ట తాగుతూన్న ప్రయాణీకుడిని 'ఆమెకోసం సీటు ఇవ్వొచ్చు కదా' అన్నారు. "చాల్చాల్లే అమ్మా. అంతగా కావాలంటే నువ్వు ఇవ్వచ్చుగా. దయ పొంగిపోతే ...." అన్నాడు మీ వళ్ళో చంటాడిని చూసి కూడా.

అతడి బకెట్‌కి చిల్లువున్నదన్న మాట.

ట్రైన్ కదుల్తూంది. 'టీ' డబ్బు నాలుగు రూపాయలూ ఇమ్మని క్రిందనుంచి కుర్రవాడూ, రూపాయి చిల్లరుంటే అయిదు ఇస్తానని లోప ల్నుంచి ప్రయాణీకుడూ బేరమాడుతున్నారు. టీవాడు బ్రతిమాలుతున్నాడు. ఆ నాల్రూపాయలూ పోతే ఇరవై టీల కమీషన్ పోతుందని వేడుకుంటు న్నాడు. ట్రైన్ వేగం పుంజుకుంది. ప్రయాణీకుడు విశాలంగా నవ్వుతూ, "ఇదో ట్రిక్ అండీ! వీళ్ళంతా ఇంతే! వుంచుకునీ చిల్లర లేదంటారు" అన్నాడు అయిదురూపాయల నోటు జేబులో పెట్టుకుంటూ.

అతడి బకెట్‌కి చిల్లువున్నదన్నమాట

"మీ డ్రస్ బావుంది" అని మీరన్నప్పుడు - "నేనేది వేసుకున్నా బానే వుంటుంది" అని అవతలి వ్యక్తి అన్నాడంటే అతడు... తన చుట్టూ వున్నవారి

దేవుడు - దేవత

చాలా పురాతనమైన చైనా జానపదగాథ ఇది.

ఒక కుర్రవాడికి భగవంతుడిని చూడాలని ఎప్పటి నుంచో కోరిక. ఎవర్నడిగినా అతడెక్కడుంటాడో, ఎలా వుంటాడో ఏం చేస్తూ వుంటాడో చెప్పలేకపోయారు. అతడికి ఒకటే అనుమానం. భగవంతుడు దేవుడు ఎలా అయ్యాడు అని. కొంత కాలానికి ఇక ఆగలేక పోయాడు. ఏది ఏమయినా సరే, దేవుణ్ణి చూడాలని బయల్దేరాడు.

సుదూరతీరాల్లో దేవుడుంటాడని తల్లి చెప్పింది కాబట్టి ప్రయాణానికి కావలసిన తిండి, మిగతా సామాన్లు సర్దుకొని బయలుదేరాడు.

సాయంత్రం అయ్యేసరికి అలసిపోయి, ఓ కొండకింద పచ్చిక మైదానాల్లో కూర్చున్నాడు. దూరంగా ఒక వృద్ధుడు గొర్రెల్ని కాచుకుంటూ ఆకలేసి భగవంతుడిని ప్రార్థించాడు. అప్పుడే అటువచ్చిన కుర్రవాడు వృద్ధుడి కళ్ళలో ఆకలిని గమనించి, తను తెచ్చుకున్న ఆహారంలో కొంత పెట్టాడు. కృతజ్ఞతగా వృద్ధుడు నవ్వి, ఆ రొట్టెముక్క తీసుకున్నాడు. ఇద్దరూ ఏమీ మాట్లాడకుండా ఆ విందు ముగించారు. ఆ తర్వాత అతడు లేచినపుడు ఆకలి తీరిన ఆ ముసలి వాడు ఆ కుర్రవాణ్ణి కౌగిలించుకొని మళ్ళీ ఆహ్లాదంగా నవ్వాడు. కుర్రవాడు వెనక్కి వచ్చేసాడు.

బకెట్‌లలో రంధ్రాలు పెట్టటానికి అలవాటు పడ్డా డన్నమాట.

*   *   *

పక్కవాడి బకెట్ నింపే కొద్దీ మనదీ పెరుగు తుంది. పక్కవాడి బకెట్‌లోంచి తీసుకోవటం కోసం మన బకెట్ వంచితే, మన దానిలోంచి బయటకుపోతుంది. ఒక్కొక్కసారి మన ప్రవర్తన వల్ల తెలియకుండా ఇలాగే జరుగుతుంది. నిండటం, తొణకటం... ఇదే జీవితం. ప్రతిమనిషికీ ఇది తప్పదు. అయితే బకెట్స్ నింపటంలోవున్న ఆనం దం తెలుసుకుంటే అది మధురానుభూతి. దాని కన్నా ముఖ్యంగా - చిల్లులేకుండా చూసుకోవటం మన విధి. కొందరు నింపరు. తీసుకోరు. అదంతా ఇంకెవరిపనో అనుకుంటారు.

ఒకసారి ఒకాయన బుద్ధుడి వద్దకు తన కొడుకుని తీసుకొచ్చి, "వీడు అదోలా తయారవు తున్నాడు. వీడితో మీరో అయిదు నిముషాలు మాట్లాడాలి" అన్నాడట. అప్పుడు బుద్ధుడు "…. మీరు రోజూ ప్రొద్దున్నే అయిదునిముషాలపాటు నెలరోజులు మీ కొడుకుతో మాట్లాడండి…. ఆ తరువాత నావద్దకు తీసుకురండి" అన్నాడట.

ఇవ్వలేని చోట ఆశించటం వృధా కదా! అదేవిధంగా ఆశించిన దానికన్నా ఎక్కువ ఇవ్వటం గొప్పవారు చేసేపని.

అంగన పనుపున దోవతి
కొంగున నటుకులను ముడుచుకుని వచ్చిన యా
సంగతి విని దయనొసగితి
రంగగు సంపదలు లోక రక్షక! కృష్ణా!

అన్నారు. అటుకులిచ్చిన వాడికి అష్టైశ్వ ర్యాలు ఇచ్చాడు కృష్ణుడు. అందుకే అతడు గీతా ప్రబోధ యోగ్యుడు.

అతనికోసం కంగారు పడు తున్న తల్లి ఏమైందని అడిగితే "నేను దేవుడిని చూసొచ్చానమ్మా, అతడి నవ్వు అద్భుతంగా వుంది. అతడు దేవుడు ఎందుకయ్యాడో అర్థమైం ది" అన్నాడు ఉద్వేగంగా.

అదే సమయానికి ఇంటికి వెళ్లిన వృద్ధుడిని అతని కొడుకు "ఏమిటి నీ మొహంలో ఇంత వెలు గు కనపడుతోంది" అని అడిగాడు.

ఆ వృద్ధుడు కూడా ఎంతో ఉద్వేగంతో "అవున్రా! నేను దేవుడితో కలిసి భోజనం చేసాన్రా! అన్నట్టు నీకు తెలుసా? దేవుడు నీ కన్నా, నాకన్నా చాలా చిన్నవాడు" అన్నాడు.

*   *   *

మనం చాలాసార్లు.... ఒక స్పర్శని, ఒక నవ్వుని, దయతో చెప్పే ఒక పదాన్ని, వినే ఒక చెవిని, 'ఇవ్వ గలిగే' ఒక చిన్న ఆప్యాయతనీ కూడా వాటివిలువ తెలియక నిర్ల క్ష్యం చేస్తూ ఉంటాం. అది తెలుసు కుంటే దేవుళ్లమవుతాం. ✿

జాతస్య హి ధృవోమృత్యు ర్ధ్రువంజన్మ మృతస్య చ
తస్మాదపరిహార్యే2— ర్థే న త్వం శోచితు మర్హసి.

(సాంఖ్య యోగము - 27)

వ్యక్తిగత ప్రేమ (దుఃఖం)

ఘంటసాల వారివల్ల భగవద్గీతలోకెల్లా అత్యంత పాపులర్ అయిన శ్లోకం ఇది. మనిషి ఎందుకు దుఃఖిస్తాడో ఈ శ్లోకంలో చెప్తున్నాడు. మనిషి ఎందుకు దుఃఖిస్తాడు? తాను అనుకున్నది జరగకపోయినా, తనది అనుకున్నది కోల్పోయినా దుఃఖం కలుగుతుంది. పరువుపోయినా, ధనము పోయినా, ఆరోగ్యం పోయినా, షడ్విధ ఐశ్వర్యాల్లో ఏది పోయినా దుఃఖం కలుగుతుంది. స్వార్థం వలన దుఃఖం. బంధంవలన దుఃఖం. ముఖ్యంగా, ప్రేమించిన వారు దూరమయితే దుఃఖం.

బంధాన్ని వదిలి సుఖించమని ఈ శ్లోకం చెపుతోంది.... **మృత్యుః ధృవం జన్మ మృతస్య....** పుట్టినవానికి మరణము తప్పదు, చచ్చినవానికి జన్మము తప్పదు. కాబట్టి దుఃఖము అనవసరము అని దీని అర్థం. చచ్చినవానికి మరో జన్మ ఉన్నదన్న ఆలోచన సంతృప్తి కలిగిస్తుంది కానీ, అది మనకి నిశ్చయంగా తెలీదు కాబట్టి ఆ సంగతి వదిలిపెడదాం.

మరణం గురించి దుఃఖం అనవసరం అంటున్నాడు కృష్ణుడు. ఆ రోజుల్లో అర్జునుడు మరణం గురించి దుఃఖిస్తే, ఈ రోజుల్లో మనిషి 'బతుకు' గురించి ఏడుస్తున్నాడు. తనేం చెయ్యాలో, ఏంచేస్తే బావుంటుందో తెలియక అయోమయంతో బాధపడుతున్నాడు. లక్ష సంవత్సరాలక్రితం ఈ విధంగా వుండేది కాదు. స్త్రీ పురుషులు ఇద్దరూ సమానమేకానీ ఒకటి కాదు అని వారికి ఖచ్చితంగా తెలుసు. ఇది ఇంగ్లీషులో చెప్తే ఇంకొంచెం బాగా అర్థం అవుతుంది. MEN AND WOMEN ARE EQUAL, BUT NOT IDENTICAL. ఆ రోజుల్లో 'ఆహార సంపాదన, శత్రువుల్నించి రక్షణ' అతడి బాధ్యతలయితే, 'ఇంటినీ, కుటుంబాన్ని కాపాడటం, సంతతి పెంచటం'

ప్రేమ Vs అనుమానం

ఎక్కడ ప్రేమ వున్నదో అక్కడ ఈర్ష్య వుంటుందంటారు పెద్దలు.

తన గర్ల్‌ఫ్రెండ్ చాలా మామూలుగా మరో అబ్బాయితో మాట్లాడినా ఉడుక్కుంటూ వుంటారు అబ్బాయిలు. 'ఎందుకలా బాధపడతావ్?' అని అడిగితే, పై కొటేషన్ చెప్తారు. ప్రేమంటే, పిచ్చిగా ప్రేమింపబడటం కోసం పిచ్చిగా ప్రేమించేసెయ్యాలన్న పిచ్చి కోరిక.

'నేను లేనప్పుడు నువ్వు మీ వాళ్లతో సంతోషంగా నవ్వుతూ వున్నా నా మనసు దిగులు' అని ఆనందో బ్రహ్మ అన్న నవలలో నేనే వ్రాసాను. కానీ, బహుశ వయసు పెరుగుతున్న కొద్దీ అభిప్రాయాలు మారతాయను కుంటాను. ఇప్పుడు వ్రాయాల్సివస్తే ఇలా వ్రాస్తాను.

"నాపేరు కమల. నా తండ్రి చాలా స్ట్రిక్టు. కాలేజీనుంచిరావటం అయిదునిముషాలు ఆలస్యం అయినా వూరుకునే వాడుకాదు. 'మిమ్మల్ని కంటికి రెప్పలా చూసుకో వలసిన బాధ్యత నాది' అనేవారు నాతో, అన్నయ్యతో. ఆ అలవాట్లే మా బావకి కూడా వచ్చాయి. నేనొక రోజు ఎవరితోనో సినిమాహాల్లో కనపడినందుకు నానా యాగి చేసాడు. వాడిని చంపేస్తానన్న లెవల్ వరకూ వెళ్ళాడు. నామీద ఈగవాలినా సహించలేననేవాడు.

ఆమె బాధ్యతలుగా వుండేవి. ఒక్క మాటలో చెప్పాలంటే అతడు గూడుకట్టేవాడు. ఆమె గూడు కాపాడేది. ఇద్దరి బాధ్యతలూ క్లియర్‌గా ఉండేవి.

సాయంత్రమయ్యేసరికి మంటచుట్టూ అందరూ కూర్చునేవారు. వృద్ధులు కథలు చెప్పేవారు. యువతీయువకులు బల్లేలు పట్టుకుని నాట్యం చేసేవారు. పిల్లలు నవ్వేవారు. **మరుసటి రోజు తిరిగి తమ పనులకి కావలసిన శక్తినీ, సంతోషాన్నీ ఈ విధంగా తిరిగి సమకూర్చుకునే వారు.**

కాలం గడుస్తున్న కొద్దీ రెండు మార్పులు వచ్చాయి. తమకున్న ఆర్థిక స్వాతంత్రం, శారీరక దారుఢ్యం వల్ల కొందరు పురుషులు స్త్రీని అణగదొక్కటం ప్రారంభించారు. ఇంతకన్నా బాగా బతకాలంటే, ఇద్దరూ సంపాదించాలన్న కోరిక మరోవైపు పుట్టింది. ఈ రెండు కారణాల వల్లా ఒకరి బాధ్యతల్లో మరొకరు భాగస్వామ్యం స్వీకరించక తప్పలేదు. స్త్రీ వేటకి (ఆఫీసుకి) వెళ్ళటం, పురుషుడు ఉయ్యాల్లో నాప్‌కిన్ మార్చటం నామోషీగా భావించటం మానేసారు. ఈ పరిణామ క్రమంలో కథలు చెప్పే తాతయ్యలు మాయమయ్యారు. వీణ నేర్పే చెప్పే సిట్టింగులు పోయి, పిల్లలకి ఎమ్‌సెట్లు వచ్చాయి. ఒకసారి సమతుల్యం తప్పగానే అస్తవ్యస్తం అయిపోయింది. మగవారు వ్యసనంతోనూ, స్త్రీలు టీవీ తోనూ స్నేహం చేయటం ప్రారంభించారు.

మారుతున్న నాగరికతలోనూ, ఆర్థిక వ్యవస్థలోనూ ఇదంతా తప్పనిసరికావొచ్చు. ఇప్పుడు మనిషి ఎంత సంతోషంగా ఉన్నాడన్నది ప్రశ్న. అప్పుడొక జింకని వేటాడితే అందరూ వండుకునేవారు. ఇప్పుడు పక్క ఫ్లాట్‌లో ఎవరున్నారో తెలీదు!

అప్పుడు కుర్రవాళ్ళకి వృత్తిపట్ల బద్దకం లేదు. పదో ఏట నుంచీ హుషారుగా వృత్తి (వేట)కి వెళ్ళేవారు. ఇప్పుడు కుర్రవాళ్ళకి వృత్తి (చదువు) అంటే బద్దకం!

అప్పుడు తండ్రీ కొడుకుల సంబంధం నిశ్చయంగా ఇప్పటికన్నా బావుండేది. తండ్రి **స్వయంగా** వేట నేర్పేవాడు. ఇప్పుడు పక్కన కూర్చుని పిల్లలకి పాఠాలు చెప్పే తండ్రులు తక్కువ.

అయితే, 'నాగరికత' మనిషికి మరింత సుఖంగా, ఆరోగ్యవంతంగా బతకటం నేర్పింది. సుఖం వేరు, సంతోషం వేరు. సుఖంగా ఉన్న వారందరూ సంతోషంగా లేకపోవచ్చు. కానీ సంతోషం కావాలంటే మాత్రం సుఖం 'కూడా' కావాలి. అది వేరే సంగతి.

మరెలా సంతోషంగా ఉండగల్గటం? పూర్వం లాగా ఉమ్మడి వ్యవస్థ నుంచి అది దొరకనప్పుడు, తనలోంచే తాను దాన్ని పొందాలి. తాను తన బాధ్యతలు సక్రమంగా నిర్వర్తించటమే 'సంతోషం' అని గ్రహించాలి. ఎప్పుడయితే ఒక వ్యక్తి తన బాధ్యత మరచి (పిల్లల చదువు పట్టించుకోకపోవటం) మరొక పని (స్నేహితులు)లో ఆనందం పొందటం ప్రారంభించాడో, అతడికి శాశ్వత సంతోషం (పిల్లలు పైకి రావటం) ఉండదు. బాధ్యత నిర్వహించటంలో సంతోషం పొందటం కన్నా మించింది మరొకటి లేదు. తప్పని పరిస్థితుల్లో ఆ బాధ్యత మరొకరికి అప్పగించాల్సి వస్తే అది వేరే సంగతి. కానీ 'కుటుంబంపై ప్రేమ' కన్నా వేరొక బాధ్యత ఏదయినా వుంటుందా?

గొప్ప గొప్ప ప్రేమల గురించి మాట్లాడుకోబోయేముందు మనం సాధారణ ప్రేమల గురించి మాట్లాడుకుందాం. ఎందుకు కుటుం

ఈలోపులో నాన్న బాధ భరించలేక అన్నయ్య ఇంట్లోంచి వెళ్ళిపోయాడు. నాకెందుకో నా బావని వివాహం చేసుకోవాలనిపించ లేదు. క్రమంగా విశ్వంపట్ల ఆకర్షితురాలినయ్యాను. నాన్న కూడా పెద్దగా అభ్యంతరం పెట్టలేదు. అప్పటికే విశ్వం పెద్ద ఆఫీసరు.

మా వివాహం జరిగింది. బావ గెడ్డం పెంచేసి, తాగుడికి బానిస అయ్యాడు. ఆ తరువాత పెళ్ళి చేసుకుని ఇద్దరు పిల్లల్నికన్నాడు. అఫ్‌కోర్స్. తాగుడు అలానే కొనసాగిందనుకోండి.

ఒకరోజు అర్ధరాత్రి మా ఇంటి తలుపు ఎవరో తట్టారు. ఆయన ఇంట్లోలేరు. తీసి లోపలికి ఆహ్వానించాను. తెల్లవారుఝామునే తను వెళ్ళిపోయాడు. ఆసాయంత్రం ఆయన వచ్చారు. రాత్రి మామూలుగానే పడుకున్నాం.

రెండ్రోజుల తరువాత ఆయన వైపు టేబిల్‌లైట్ దగ్గిర సిగరెట్ పీక కనపడింది. నా గుండె గుభిల్లుమన్నది. ఆయన సిగరెట్ తాగరు. టేబుల్‌లైట్ వేసినప్పడు ఆయనకు అది కనపడే వుంటుంది.

అప్పడు చెప్పాను ఆయనకి అన్నయ్య సంగతి. తాను అండర్ గ్రౌండ్‌లో వున్న కారణంగా, తనరాక సంగతి ఎవరికీ చెప్పవద్దని అన్నయ్య అన్నాడు. అది వేరే సంగతి.

"మీరు లేనప్పుడు బెడ్ రూమ్ లో రాత్రంతా నేను ఎవరితోనో కబుర్లు చెప్పానని తెలిసీ మీరెం దుకు నన్ను ప్రశ్నించలేదు?" అడి గాను.

"ప్రేమంటే అనుమానంకాదు. నమ్మకం" అన్నారాయన.

* * *

ఎక్కడ ప్రేమ వుంటుందో అక్కడ వేదన వుండొచ్చు. అనుమానం వుండకూడదు.

అనుమానం, అభద్రతా భావానికి సూచన. తన HOLDING CAPACITY మీద నమ్మకం వుండేవారికి ఇతరులపై అపనమ్మకం వుండదు. అది లేనప్పడే ఆలోచనలు రకరకాలుగా సాగుతాయి.

ప్రేమికులయిన కాలేజీ అబ్బాయిలూ, అమ్మాయిలూ తరచు ఘర్షణ పడే కారణాల్లో ఇదే ముఖ్యమైనది.

ఎవరితో వున్నప్పుడు నువ్వు సుఖంగా వుండగలవో అది ప్రేమ! ఎవరితో లేనప్పుడు నువ్వు సుఖంగా వుండలేవో అది అసాధారణ గొప్ప ప్రేమ.

రెండింటికీ తేడా వున్నది గమనించండి.

బాల్లో దంపతులు ఎప్పుడూ దెబ్బలాడుకుంటూ వుంటారు? ఎందుకు కొందరు భార్యాభర్తలు జీవితంలో అంతా కోల్పోయినట్టు నిర్లిప్తంగా వుంటారు? ప్రేమించుకుని పెళ్ళాడిన వారుకూడా కొందరు ఎందుకు విడాకులు తీసుకుంటూ వుంటారు? ఇది తెలుసుకోవాలంటే పాతిక లక్షల సంవత్సరాలక్రితం నుంచీ మనుష్యులు పెరిగిన పరిస్థితుల గురించి తెలుసుకోవాలి. దాన్నే ఆంత్రోపాలజీ అంటారు. భార్యాభర్తలు ఇద్దరూ కలిసి వుంటారు. కానీ మనస్ఫూర్తిగా పాలలో నీళ్ళలా కలిసిపోరు. అలా కలవటం అసాధ్యం కూడా. ఎందుకు?

అభిప్రాయాలు ఒకరివి మరొకరికి నచ్చక. అభిరుచులు సరిపోక.

CASE : పెద్ద పార్టీ జరుగుతోంది. "చూడండి. ఆవిడ ఎంత ఎక్కువగా అలంక రించుకుని వచ్చిందో" అంది భార్య. భర్త అటు తిరిగి చూడబోయాడు. "మరీ అలా తలతిప్పి అందరూ మిమ్మల్ని గమనించేలా చూడనవసరం లేదు" కోప్పడిందామె. తలతిప్పకుండా మనిషి ఎలా చూడగలడో అతడికి అర్థంకాలేదు. అంత చిన్న విషయం గమనించటానికి తలతిప్పి ఎందుకు చూడాలో ఆమెకి అర్థంకాలేదు. Why men don't listen... and women can't read maps అన్న పుస్తకంలో రచయిత దీనికి సైంటిఫిక్‌గా వివరణ ఇచ్చాడు.

లక్ష సంవత్సరాల క్రితంనుంచీ మొగవాడు గురిచూసి బాణం కొట్టటానికి అలవాటుపడ్డాడు. అందుకే అతడి దృష్టీ, ఏకాగ్రతా ఒక చోటే సూక్ష్మంగా వుంటాయి. అందుకే, ఒక వస్తువు నుంచి మరొక వస్తువు మీదకు దృష్టి మరల్చాలంటే, కళ్ళతోపాటు తల తిప్పటం కూడా అలవాటు అయిపోయింది. స్త్రీ విషయంలో అలా కాదు. లక్షల సంవత్సరాలనుంచీ ఆమె కుటుంబాన్ని కాపాడే బాధ్యత

తీసుకున్నది కాబట్టి, ఆమె దృష్టి విశాలంగా వుంటుంది. ఈ ఉదాహరణ చూడండి.

అతడు : బ్రెడ్ ఎక్కడుంది?

ఆమె : ఫ్రిజ్‌లో వుంది.

అతడు : అందులోనే చూస్తున్నాను. కనపడటం లేదు.

ఆమె : గంటక్రితమే పెట్టాను.

అతడు : ఎక్కడో పెట్టి మర్చిపోయివుంటావు. ఇందులో లేదు.

ఆమె వచ్చి ఫ్రిజ్‌లో చెయ్యిపెట్టి పూర్తిగా లోపలికి చూడకుండానే మెజీషియన్ తీసినట్టు బ్రెడ్‌తీసి అందిస్తుంది. ఒక్క బ్రెడ్డే కాదు. వాచీ, మేజోళ్ళు, స్కూటర్ తాళం చేతులు, కాఫీపొడి డబ్బా.... ఏవీ కనపడి చావటంలేదని మొగవాడు విసుక్కోవటం, భార్య అందించటం చాలా ఇళ్ళల్లో సర్వ సాధారణమే.

మనిషి కంటిలో వుండే రెటీనాలో తెలుపు - నలుపుల్ని విడగొట్టే పదమూడు కోట్ల ఫొటో రిసెప్టర్లు వుంటాయనీ, మిగతా రంగుల్ని పోల్చే డెబ్భైలక్షల Cone shaped సెల్స్ వుంటాయనీ, స్త్రీలో ఎక్స్ - క్రోమోజోమ్‌లు రెండు వుంటాయి కాబట్టి, ఆమెకీరకమైన సూక్ష్మదృష్టి వచ్చివుండ వచ్చునని శాస్త్రజ్ఞుల ప్రతిపాదన. నిజమే కావొచ్చు. అందుకేనేమో బహుశ చీర రంగుల గురించి ప్రస్తావించవలసి వచ్చినప్పుడు పురుషుడు తెలుపు, నలుపు, ఎరుపు మొదలైన బేసిక్ రంగుల పేర్లే చెపుతాడు. స్త్రీ అయితే ఇంకా వివరంగా, లేత ఆకుపచ్చ, ముదురు గోధుమ, పసుపు, వంకాయ రంగులాటి వివరణలతో మరింత స్పష్టంగా చెప్ప గలుగుతుంది.

చిన్న చిన్న వస్తువులు కనపడటంలేదని మొగవాడు భార్యని విసుక్కోవటం, కేవలం తన

విచారం

ఒక భార్య భర్త డాక్టర్ దగ్గరికి వెళ్ళార్ట. డాక్టర్ భార్యని పరీక్షించి, భర్తని దూరంగా తీసుకెళ్ళి, "మీ భార్య మానసిక వత్తిడి వల్ల మెదడులో రక్త నాళాలు చిట్లి తొందరలో మరణించేలా వుంది. దీనికేమీ మందులు లేవు. అయినా మీరేమీ కంగారు పడనవసరం లేదు. ఆమెని ఒక్కసారి కూడా తిట్టకండి, ప్రతి రోజూ రాత్రిపూట ఆమెతో కలసి భోజనం చెయ్యండి. అరగంట సేపు ప్రేమగా మాట్లాడండి. ఆమె మరణిస్తే మీరు ప్రతిక్షణం విచారిస్తారు. జీవితాంతం ఒంటరిగా మిగుల్తారు. దీనికన్నా ఇది మంచిది. ఆమె తప్పక బ్రతుకుతుంది. ఆమెకు ఆసక్తి వున్న విషయాల్లో కాస్త పాలు పంచుకోండి. మామూలు సమయాల్లో కూడా దగ్గిరకి తీసుకుంటు వుండండి. ఆమెని మీ భార్యగా గుర్తించండి చాలు. బ్రతుకుతుంది" అన్నాడట.

ఇద్దరూ బయటకొచ్చాక, "ఏమన్నాడండీ డాక్టరు?" అని అడిగిందట భార్య.

భర్త క్లుప్తంగా "త్వరలో నేను ప్రతిక్షణం విచారిస్తానట" అన్నాడట.

* * *

సుఖ సంసారానికి మొదటి సూత్రం: తప్పు నీదయినప్పుడు వప్పుకో. తప్పు అవతలి వారిదైనప్పుడు మాట్లాడకు. వినంతే.

పురుషుడికి అర్థంకానిది

You just don't understand అన్న పుస్తకంలో రచయిత్రి స్త్రీ పురుష దృక్పథాన్ని వేర్వేరుగా వర్ణిస్తుంది. ఉదాహరణకి పదిమంది కుర్రవాళ్ళు కలిసి ఆడుకునే ఆటలో ఒకరికి దెబ్బతగిలితే, అతడు దూరంగా వెళ్ళి కూర్చోవాలనీ, ఆటకు అంతరాయం కలగకూడదనీ మిగతా పిల్లలు భావిస్తారట. అదే అమ్మాయిలు కలిసి ఆడుతున్నప్పుడు అందులో ఒకరికి గాయమైతే, మిగతావారు ఆటమానేసి ఆమె చుట్టూ చేరతారట! మొగవాళ్ళు తమ స్వాతంత్రానికి (Independence) భంగం కలిగినా, స్త్రీలు తమ బాంధవ్యాలకి (Relations) భంగం కలిగినా సహించలేరని ఆమె వ్రాస్తుంది.

దీనికి మరింత వివరణ ఇస్తూ, టెడ్ హడ్మన్ అనే మానసిక శాస్త్రవేత్త ఈవిధంగా అంటాడు. "స్త్రీ పురుషులు ఇద్దరూ వేర్వేరు కోర్కెల్తో వివాహంలోకి అడుగుపెడ్తారు. తన పనులన్నీ ఆమె చేయాలనీ, తన బాధ్యతలు ఆమె స్వీకరించాలనీ పురుషుడు ఆశిస్తాడు. తనతో మనసు విప్పి మాట్లాడాలనీ, ఇద్దరూ ఒకటిగా కలిసి పోవాలనీ స్త్రీ భావిస్తుంది. మరోలా చెప్పాలంటే, ఇంటిముందు తోట ఏ విధంగా వుండాలో చక్కగా ఇద్దరూ కలిసి చర్చించుకోవాలని స్త్రీ ఆశిస్తుంది. తోటలో ఇద్దరూ కలిసి తనక్కావలసిన విధంగా పని చేయాలని పురుషుడు ఆశిస్తాడు. లేదా తనొక్కడే ఆ పని చేసి భార్యకు చూపిద్దామనుకుంటాడు".

అసమర్థత వల్ల కలిగిన చిరాకుని కప్పిపుచ్చుకోవటానికి మాత్రమే!

ఇద్దరు అతి మంచివాళ్ళు అయిన భార్యాభర్తలు కూడా ఒక్కొక్కసారి మంచి దంపతులు కాలేక పోవచ్చునని ఏదో పుస్తకంలో వ్రాసాను. రెండు విరిగిన రైలు పట్టాలనయినా కలపవచ్చునేమో కానీ ఒకసారి ఆ బంధం తెగితే, మళ్ళీ ఆ సున్నితత్వం రాకపోవచ్చునేమో కూడా!

ఇలా ఎందుకు జరుగుతుంది?

'వివాహానికి ముందు యువతీయువకులు, మనిషికి కావలసిన ఆరు ఐశ్వర్యాల్లో ఒకటయిన 'ప్రేమ' గురించీ, తమ వైవాహిక జీవితం గురించీ, భాగస్వామి గురించీ చాలా గొప్పగా వూహించుకోవటం వలన ఊహించుకున్నంత గొప్పగా వాస్తవం ఉండకపోవటం వలన...' అంటారు ఆంత్రోపాలజిస్టులు. ఉమ్మడి కుటుంబాల్లో, ముఖ్యంగా పురుషాధిక్య సమాజం వున్నప్పుడు, ఈ భావ సంఘర్షణ అంతగా వుండేదికాదు. స్త్రీకి అంత స్వేచ్ఛ, ఆలోచించే సమయమూ కూడా లేకుండా వుండేది. వివాహం జరిగిన వెంటనే ఉమ్మడి కుటుంబ చట్రంలో ఇమిడిపోవలసి వచ్చేది. ప్రస్తుతం స్త్రీ తన భావాల్ని స్పష్టంగా ప్రకటించగలుగుతోంది. తార్కికంగా వాదించ గలుగుతోంది. అందరికీ తెలిసిన భాష లోనే తన అభిప్రాయాన్ని చెపుతోంది.

అయితే పురుషుడికి అందులో ఒక్క ముక్క అర్థంచేసుకునే ఓపిక లేదు.

CASE : నలభైఏళ్ళ రామారావు కారు డ్రైవ్ చేస్తున్నాడు. వెనుక సీట్లో భార్య, మరదలు, తన చెల్లెలు కూర్చుని మాట్లాడుకుంటున్నారు. మెడ పొడవుగా వున్న వారికి నెక్లెస్ బావుంటుందా, ఒంటి పేట గొలుసు బావుంటుందా అని వెనుక

చర్చ జరుగుతోంది. ఎంతకీ తెగటం లేదు. గొంతులు పెద్దవయ్యాక అధికార పక్షం, ప్రతిపక్షం నాయకుల లెవల్లో వెనుకవారు వాదించు కుంటు న్నారు. ఎదురుగా ట్రాఫిక్ చాలా అస్తవ్యస్తం గా వుంది. ఒక న్యాయం, రూలూ అని లేకుండా వాహనాలు పక్కనుంచి దూసుకు పోతున్నవి. వెనుక చర్చ తార స్థాయికి చేరుకుంది. దాంతో రామారావు తల వెనక్కి తిప్పకుండానే గట్టిగా, కోపంగా "మీరందరూ దయచేసి నోర్మూసు కుంటారా?" అని అరిచాడు స్టీరింగ్ కంట్రోల్ చేస్తూ.

అకస్మాత్తుగా అక్కడ నిశ్శబ్దం అలుముకుంది. క్షణం తరువాత తేరుకున్న భార్య, "ఎందుకు?" అని అడిగింది.

"నేను డ్రైవ్ చేస్తున్నా కాబట్టి..." అన్నాడు.

వెనకున్న ముగ్గురూ ఒకరి మొహం ఒకరు చూసుకున్నారు. తమలో తాము మాట్లాడు కోవటానికీ, అతడు డ్రైవ్ చేయటానికీ ఏం సంబంధమో తలబ్రద్దలు కొట్టుకున్నా వారికి అర్థంకాలేదు.

* * *

స్త్రీ పురుషుల ఆలోచనల్లోనూ, చర్యల్లోనూ బేసిక్‌గా తేడా వుంటుంది.

టీవి చూస్తూ, ఫోన్‌లో మాట్లాడుతూ, వంట పెర్‌ఫెక్టుగా చేయగలదు స్త్రీ. తమలాగా పురుషుడు ఒకేసారి నాలుగు పనులు చేయలేడని ఆమెకి తెలీదు.

తన వైఫల్యాల్ని కూడా స్త్రీ మీద నెట్టెయ్య టానికి పురుషుడు సిద్ధంగా వుంటాడు. తన విజ యాన్ని మొత్తం కుటుంబ విజయంగా అభివర్ణించ టానికి సిద్ధంగా వుంటుంది స్త్రీ.

మానసిక అవసరాలు

స్త్రీ పురుషులు, ముఖ్యంగా దంపతులు ఒకర్నుంచి ఒకరు ఆశించే వాటిని 'ఎమోషనల్ నీడ్స్' అంటారు. అవి ఈ విధంగా వుంటాయి.

ప్రేమ, ఆప్యాయత
సంభాషణ
వినోదం
శారీరక సంతృప్తి
దాపరికం.
రహస్యంలేని నిజాయితీ
అందం, సౌష్టవం
ఆర్థిక భద్రత
సామాజిక భద్రత
ఇష్టపూరితమైన ప్రశంస

* * *

సాధారణంగా 'ముద్దు' ప్రేమకి చిహ్నం అంటారు కానీ, అది క్రమం గా శృంగారపరమైన చర్యలోకే వస్తుందట. నిజమైన ప్రేమని పెంచే చర్యలు ఇవి : స్పర్శ, సున్నితమైన శృంగారకాంక్షలేని కౌగిలి, గ్రీటింగ్ కార్డ్స్, డిన్నర్ తరువాత చేతుల్ని పట్టుకొని నడక, వెన్నెముకపై ఆప్యా యంగా నిమిరే స్పర్శ, ఫోన్స్ .... మొదలైనవట.

* * *

పెళ్ళయిన ప్రారంభంలో భర్త తోనూ, తరువాత పిల్లల్తోనూ ఎక్కు వసేపు గడిపే గృహిణి, ఆ తరువాత పని మనిషితో ఎక్కువ మాట్లాడు తుంది.

భార్యా-భర్త

★ ప్రపంచచరిత్రలో అందరి కన్నా ఎక్కువ మంది భార్యలున్న వ్యక్తి గా మాంగ్‌కట్ అనే రాజుని పేర్కొంటారు. భార్యలు, వుంపుడు కత్తెలు కలిపి అతడికి దాదాపు 9,000 వున్నట్టు అంచనా.

★ ఒక భార్య ఒక భర్త వుంటే మోనోగమీ అంటారు. ఒక మొగవాడికి చాలామంది భార్యలుంటే పాలిగమీ అంటారు. ఒక స్త్రీకి చాలా భర్తలుంటే పాలియాండ్రీ అంటారు.

★ భారతదేశంలో సగటున ప్రతి సెకండుకీ నలభై ముగ్గురు స్త్రీలు భర్త చేత కొట్టబడుతూ వుంటారుట. ప్రపంచం మొత్తం మీద ఎక్కడో ఒక చోట సెకనుకొకసారి మొగవాడిని భార్య కొట్టటం జరుగుతోందని అంచనా.

★ భారతదేశంలో పదహారేళ్ల కూతుళ్ళున్న తల్లుల్ని కూడా వారి తండ్రులు, మనవరాలి కళ్ల ముందే ఇంకా కొడతారు.

★ కూరంగ్ జాన్ అనే ప్రీస్టు మరణించిన తరువాత అతడి డైరీలు బయటపడ్డాయి. అందులో వ్రాసినవన్నీ సత్యాలయితే అతడికి దాదాపు పదహారు వేల మంది స్త్రీలతో సంబంధం వుందని వ్రాసుకున్నాడు. చాలా చోట్ల పేర్లు కూడాం వెల్లడి చేసా

CASE : తిరుపతి మొక్కుకుని చాలా కాలమైంది. ఎరియర్స్ రాగానే వెళ్ళాలా వద్దా అన్నది సమస్య. ఏదైనా సమస్య వచ్చినప్పుడు దాన్ని మొత్తం తన భుజాల మీదే వేసుకుని పరిష్కరించాలనుకుంటాడు ఆనందరావు. కిటికీ లోంచి బయటకు చూస్తూ దీర్ఘంగా ఆలోచిస్తూ వున్నాడు. భర్త అలా ఒంటరిగా దిగులుగా కూర్చోవటం చూసి భార్యకి జాలేసింది. పక్కన చేరి, సంభాషణ ద్వారా అతడిని మామూలు మనిషిని చెయ్యటానికి ప్రయత్నిస్తూ, "రేపు శలవుల్లో తిరుపతి వెళ్దామాండీ" అని మృదువుగా అడిగింది. అతడు మొహం చిట్లించి, "దాని గురించి తరువాత ఆలోచిద్దాంలే. నన్ను డిస్టర్బ్ చేయకు" అన్నాడు. **నిజానికి అతడు ఆలోచిస్తున్నది అదే.** అతడి చిరాకు వెనుక వున్న అసలు విషయం అదికాదు. ఒకేసారి అతడు రెండు పనులు చేయలేడు.

భార్యతో మాట్లాడుతూ ఆలోచించలేడు. లేదా ఆలోచిస్తూ భార్యతో మాట్లాడలేడు.

స్త్రీ పురుషుల మనస్తత్వాలమీదా, జీన్స్‌లో వుండే తేడాల మీదా ఎన్నో పరిశోధనలు చేసి, ఎంతోమంది శాస్త్రజ్ఞుల నుంచి సమాచారం సేకరించి వ్రాయబడిన పుస్తకం Why men don't listen and women can't read maps. కొత్తగా పెళ్ళయిన వారు, తరచు మనస్పర్థలు వచ్చే దంపతులు, ఒకర్నొకరు పూర్తిగా అర్థం చేసుకోవటం కోసం చదవలసిన పుస్తకం ఇది. ఒక విషయంలో ఇద్దరిదీ తప్పు వుండకపోయినా, కేవలం అవతలివారి మనస్తత్వాన్ని అర్థం చేసుకోలేకపోవటంవలనే ఈ విధమైన స్పర్థలు వస్తాయని చెప్పే ఈ పుస్తకంలోంచి కొన్ని ఉదాహరణలు చూస్తే, 'అవును, నిజమే కదా' అనిపిస్తుంది.

★ స్త్రీకి భర్తతో ఏదైనా గొడవ వచ్చినప్పుడు, పనిమీద ఏకాగ్రత చూపలేదు. పురుషుడికి పనిలో ఏదైనా చిరాకు వచ్చినప్పుడు భార్యతో సరీగ్గా వుండలేడు. ఇదొక ముఖ్యమయిన తేడా.

★ వాహనం మీద వెళ్తూ ఏదైనా దారి తప్పినప్పుడు, ఎవర్నయినా అడిగి దారి తెలుసుకోవచ్చు కదా– అని స్త్రీ భావిస్తుంది. తన తెలివితేటల్తోనే సరిఅయిన దారి కనుక్కోవాలనుకుంటాడు భర్త. అతడి మొండి తనం, భార్యకి అర్థంలేని మూర్ఖత్వంగా కనపడుతుంది. అడగటం తన అహానికి దెబ్బగా భావిస్తాడు భర్త. ఆమె వాదన, అతడికి సాధింపులా కనపడుతుంది. అదే తేడా.

★ జరిగిన ప్రతి విషయమూ భర్తకి చెప్పటం 'ప్రేమ' అనుకుంటుంది స్త్రీ. విషయం చెప్పటం పూర్తికాకుండానే దానికి పరిష్కారం చెప్పటం 'తెలివి' అనుకుంటాడు పురుషుడు. దాంతో గొడవ వస్తుంది.

★ మనిషి అన్నాక ధైర్యంగా, శక్తివంతంగా, ప్రాక్టికల్‌గా మనిషి వుండాలనుకుంటాడు పురుషుడు. దయగా, స్నేహంగా, ప్రేమగా వుండాలనుకుంటుంది స్త్రీ.

★ తన మనసులో భావాల్నీ, తన సమస్యల్నీ అన్నం వడ్డిస్తూ తన భర్తకు చెప్పాలనుకుంటుంది భార్య. మందుకొడ్తూ తన స్నేహితులకు చెప్పాలనుకుంటాడు భర్త.

* * *

మనిషి చర్మం స్కేలు పెట్టి కొలిస్తే దాదాపు రెండు చదరపు అడుగులు వుంటుంది. బాధని తెలియచేసే రిసెప్టర్లు 28 లక్షలు, ఆనందాన్నిడు. అందులో చాలా మంది ధనవంతుల సంబంధీకులూ, రాజ వంశీయులూ కూడా వున్నారు. అయితే ఇందులో కొన్ని సందేహాలు తలెత్తుతున్నాయి. ఒకసారి కలిసి నామెని మళ్ళీ కలవలేదనుకున్నా, అతడు ఇరవై సంవత్సరాల వయసులో ఈ కార్యక్రమం ప్రారంభించి, అరవై ఏళ్ళ వరకూ 'రోజూ' దాన్ని కొనసాగించాడనుకున్నా కూడా లెక్క తేడా వస్తుంది.

★ మొగవాడు మాట్లాడే టాపిక్ వినటం ఇష్టం లేకపోతే, స్త్రీ తను మాట్లాడటం మొదలు పెడుతుంది. స్త్రీ మాట్లాడే సబ్జెక్ట్ వినటం ఇష్టం లేకపోతే మొగవాడు వింటున్నట్టు నటిస్తాడు.

★ స్త్రీ కోసం గ్రీటింగ్ కార్డ్ కొనే పురుషుడు, తాను ఎక్కువ వ్రాయనవసరం లేకుండా, నిండుగా వ్రాయబడి వున్న కార్డు కొంటాడు. స్త్రీ, పురుషుడి కోసం చిన్న వాక్యం వున్న కార్డు కొంటుంది. తను దాన్ని పూర్తిగా నింపటానికి వీలుగా.

అభీష్టం - అలవాటు

ఇతరుల దృష్టిలో 'మంచి వాడు', 'నెమ్మ ది', 'మాటమీద నిలబడతాడు', 'నిజాయితీపరుడు' వగైరా అనిపించుకోవాలని ప్రతి వారికీ వుంటుంది. ఉదా హరణకి ఒక వ్యక్తి తల్లి ఆస్పత్రిలో కేన్సర్‌తో వుంది. ఇంకో ఆర్నెల్లలో ఎప్పుడయినా మరణించ వచ్చునని డాక్టర్లు చెప్పారు. అనాధా శ్రమంలో చేర్పించాడు. ప్రతిరోజూ సాయంత్రం వెళ్ళి ఆమెతో ఒక గంట గడపాలని కోరిక. కానీ సాయంత్రాలు స్నేహితులతో కలిసి పేకాటాడటం వ్యసనం. ఆ పనే చేస్తున్నాడు. "తల్లి కోసం కొన్ని రోజులపాటు అల వాటు మానుకోలేవా?" అని అందరూ అంటున్నారని (అనుకుంటున్నారని) అతడి భావన. కానీ రోజూ వెళ్ళి ఏం మాట్లాడతాడు? మరోవైపు 'మంచివాడు' అనిపించుకోవాలని కోరిక.

అభీష్టం- అలవాటు వేర్వేరు దిశల్లో పయనించటం అంటే అదే. అయితే తాను అనుకున్నది సాధించాలంటే, దినచర్యలో కాస్త కాస్తగా మార్పుతో ప్రారంభించాలి. ఉదాహరణకి, వారానికి ఒక రోజుతో ప్రారంభించవచ్చు. 'గంట' కాకుండా 'అయిదు నిముషాలు' తల్లితో గడప వచ్చు.

దేనికయినా ప్రారంభం ముఖ్యం. తరువాత అది అలవాటు అవుతుంది. ✿

తెలియజేసే రిసెప్టర్లు 5 లక్షలు వుంటాయి. (చర్మం ద్వారా ఆనందం ఎలా కలుగుతుందో తరువాత తెలుసుకుందాం). స్త్రీ చర్మం లేతగా వుండి, పురుషుడి కన్నా పదిరెట్లు ఎక్కువ 'సెన్సిటివ్' గా వుంటుంది.

ఏదైనా కష్టం వచ్చినప్పుడు మొగవారు స్పర్శని అంతగా ఇష్టపడరు. అదే ఆడవారైతే ఓదార్చటానికీ, ఓదార్చబడటానికీ ఎక్కువ ఆసక్తి చూపుతారు. ప్రేమ, ఆప్యాయత, ఓదార్పు ఇస్తున్నప్పుడూ, స్వీకరిస్తున్నప్పుడూ మనిషిలో 'ఆక్సిటోసిన్' అన్న హార్మోన్ విడుదల అవుతుంది. కౌగిలించుకుంటున్నప్పుడూ, ముద్దులోనూ, ఆర్గజామ్ టైమ్‌లోనూ దీని ప్రభావం వల్లనే సంతోషం కలుగుతుంది. చిన్న పిల్లల్ని వళ్ళో పడుకోపెట్టి లాలిస్తున్నప్పుడూ, తల మీద చెయ్యిపెట్టి నిమిరినప్పుడూ వారు ఎక్కువ ఆనందం పొందేది ఈ ఆక్సిటోసిన్ విడుదల అవటంవల్లనే! చిన్నతనంలో తల్లిదండ్రుల ఆప్యాయత "స్పర్శ" ద్వారా పొంద(లే)ని పిల్లలు ఎక్కువ అనారోగ్యానికి లోనవుతారని పరిశోధనల వల్ల తేలింది. నిండు వేసవిలో ఒక్కసారి చల్లగాలి వీచగానే హాయిగా అనిపించటానికి కారణం చర్మంలో వుండే రిసెప్టర్లే. కోపంతో వున్నప్పుడు ముట్టుకోబోతే దూరంగా జరిగి, "నన్ను టచ్ చెయ్యొద్దు" అంటుంది స్త్రీ. ఇదంతా ఆక్సిటోసిన్ ప్రభావమే. పురుటి సమయంలో రిలీజ్ అయ్యే ఆక్సిటోసిన్, ఆ బాధని కొంత వరకూ తగ్గిస్తుంది.

తన స్నేహాన్నీ ఆప్యాయతనీ వేరొక స్త్రీకి 'స్పర్శ' ద్వారా ప్రదర్శించటానికి కాస్త పరిచయం చాలు. పార్టీల్లో 'అప్పుడే' ఒకరికొకరు పరిచయం అయిన ఇద్దరు స్త్రీలు కూడా ఏదైనా చెప్పవలసి

వచ్చినప్పుడు చేతిని తట్టి మాట్లాడటం మనం గమనించవచ్చు. దీనివల్ల మానసికంగా కూడా వారు దగ్గిరవుతారు. ఒక పార్టీలో అరగంట పరిచయం కాగానే ఒక స్త్రీ మరొక స్త్రీతో "బాత్‌రూమ్‌కి వస్తారా?" అని అడగ్గలదు. అదే ఒక పురుషుడు మరొక పురుషుడిని అడిగితే చాలా విపరీతార్థం ధ్వనిస్తుంది.

* * *

నాలుకకి ముందు భాగంలో వుండే రిసెప్టర్లు తీపి, ఉప్పునీ.... పక్కభాగంలో వుండేవి పులుపునీ .... వెనుక వుండేవి చేదునీ గుర్తిస్తాయి. పురుషుడి నాలుక వెడల్పు ఎక్కువగా వుంటుంది. అందుకే అతడు ఎక్కువగా చేదునీ, పులుపునీ ఇష్టపడతాడు. స్త్రీలు స్వీట్లు, చాక్‌లెట్లు ఎక్కువ ఇష్టపడటానికీ, పురుషులు బీర్‌ని ఎక్కువ ఇష్టపడటానికీ కారణం ఇదేనంటారు కొందరు శాస్త్రవేత్తలు. ఇందులో వాస్తవం వున్నట్టే కనపడుతోంది.

* * *

పూర్వం మనిషి గుహల్లో నివసించేటప్పుడు పురుషుడు గుహ ద్వారం దగ్గిర పడుకునేవాడు. ఇప్పుడు కూడా (మనకి తెలియకుండానే) ఆ అలవాటు చాలా వరకూ కొనసాగుతూంది. స్త్రీ గోడవైపు, పురుషుడు దిగేవైపూ సాధారణంగా పడుకుంటారు.

అదే విధంగా, ఎంత నిద్రలో వున్నా, పిల్లాడి ఏడుపు వినిపించగానే స్త్రీ నిద్రలేస్తుంది. పురుషుడు లేవడు. వంటింటిలో పైపులోంచి పడే నీటి చుక్కల చప్పుడికి మాత్రం విసుక్కుంటాడు (గుహ బయట జంతువుల అలికిడిలా వుంటుంది కాబట్టి) అంటారు ఆంత్రపాలజిస్టులు.

తెలివి-ఆరోగ్యం-సెక్స్

ఒక అమెరిక మాగజైన్ వెల్లడిచేసిన వివరాలు నిజమైతే :

తెలివైన వారికంటే, తెలివి కాస్త తక్కువగా వున్నవారు ఎక్కువ సెక్స్ అభిలాష వున్నవారు అయి వుంటారు. కవులూ, పండితులూ వేరే. వారికి శృంగారపరమైన కోరికలు ఎక్కువ వుంటాయి (ట).

పురుషుల్లో సాధారణంగా తెల్లవారుఝామున TESTOSTE-RONE WAVE ఎక్కువ వుంటుంది. ముప్ఫై ఏళ్ళ వయసులో ఏడాదికి 120, యాభై ఏళ్ళ వయసులో అరవై సార్లు సగటున రొమాన్స్ చేసే శక్తి, ఇష్టమూ, అవకాశమూ వుంటాయట.

శరీరానికీ, మనసుకీ కూడా శృంగారం చాలా మంచిది. వారానికి మూడుసార్లు ఉధృతమైన రతి జరిపే వ్యక్తికి 35,000 KILOJOU-LES బర్న్ అవుతాయట. ఇది, ఏడాదికి 130 కిలోమీటర్లు పరుగెత్తటంతో సమానం.

నెల రోజులు సెక్స్ పనుల వత్తిడి వల్ల మానేస్తే, ఆ కోరిక పురుషుల్లో తగ్గిపోతుందిట. ఆర్గజామ్‌కి ముందు శరీరంలో విడుదలయ్యే D.H.E.A. మనుష్యుల్ని చురుగ్గానూ, ఆరోగ్యంగానూ, చిరునవ్వుతోనూ వుంచుతుందట ✿

స్త్రీ Vs పురుషుడు

★ ఈ నీలంబోర్డరు ఆకుపచ్చ చీరె బావుందా? ఎర్రంచు తెల్లచీరె తీసు కోమంటావా?" అని భార్య అడిగి నప్పుడు "రెండోదే" అనకూడదు. "...ఏదో ఒకటి" అనకూడదు. 'రెండూ బావున్నాయి" అని అస్సలు చెప్ప కూడదు. ఈవిధంగా అనాల్ట. "..... నీకేది బావుంది?"

నిజానికి ఆమె ఆల్రెడీ ఆ ఎంపి క చేసేసింది. కేవలం తన ఎంపికపై నమ్మకం పెంచుకోవటం కోసం అడుగుతోంది. "నా...కు.... ఆకుపచ్చే..' ' అని ఆమె అంటూండగానే, "నేనూ అదే చెబ్దామనుకుంటున్నాను. నీ వంటిరంగుకి సరీగ్గా అదే మాచ్ అవుతుంది. తెల్లచీరె బాగానే వుంది గానీ నా..కెం..దు...కో నచ్చలేదు" అంటే ఇక ఆ సంసారానికి ఢోకా లేదు.

* * *

★ పంచజ్ఞానేంద్రియాల విష యంలో కూడా పురుషుడికీ స్త్రీకీ తేడా వుంది. చర్మం లేతగా వుండ టం సరే. మిగతా విషయాల్లో కూ డా. నాలుక తాలూకు అభిరుచుల తేడా గురించి ఈ అధ్యాయంలోనే చర్చించటం జరిగింది. కళ్ళ విషయా నికి వస్తే, ఒక పార్టీలో తన భర్త ఎవరిని చూస్తున్నాడనేది భార్య మొహం తిప్పకుండానే గమనించ గలదు. అలాగే చెవుల గురించి

సెక్స్ - రొమాన్స్ :

సెక్స్‌పట్ల ఆసక్తి రెండు వేర్వేరు స్థాయిల్లో జరుగుతుంది. ఒకటి : తీవ్రమైన శారీరక కోరిక. రెండు : ప్రేమతో ప్రారంభమై క్రమక్రమంగా హెచ్చయ్యే కోరిక. మొదటిది శారీరకావేశం. రెండోది భావావేశం. మొత్తానికి స్త్రీ పురుషుల్లో ఈ కోరిక మెదడులోని 'థాలమస్'లో కలుగు తుంది. అయితే స్త్రీ పురుష శృంగారపు వాంఛల్లో చాలా తేడా వుంటుంది. శృంగారాన్ని ప్రేరేపించే టెస్టోస్టెరోన్ అన్నది స్త్రీల్లో కన్నా పురుషుల్లో పదిరెట్లు ఎక్కువ వుంటుంది. అందుకే, పురుషుల్లో ఒక్కోసారి పూర్తిగా కామము (Pure Lust) మాత్రమే కలుగుతుంది. ఎవరైనా పర్వాలేదు ఎవరో ఒక 'స్త్రీ' కావాలనే కోరిక ఇది. శరీరంలో తయారైన 'స్పెర్మ్' స్పందన ద్వారా, మెదడులో 'క్లస్టమ్' అన్న ప్రాంతం ప్రేరణచెందటం దీనికి కారణం. అకస్మాత్తుగా ఉన్నట్టుండి పురుషుడిలో అప్పటికప్పుడు కోరిక ఉత్పన్నమవటానికి కారణం కూడా ఇదే.

అలా కాకుండా, తన కిష్టమైన వ్యక్తితో కలిసి గడుపుతున్నప్పుడు నెమ్మదిగా ఆవేశం ప్రేరేపితమవటం మెదడులోని 'కార్టెక్స్'కు సంబం ధించింది. ఈ విధమైన నెమ్మదితనం స్త్రీలలో కనపడుతుంది. చాలామంది స్త్రీలలో శృంగారం నిద్రాణమై, కేవలం పురుషుడివల్లనే ప్రేరేపిత మవుతుంది. ఈ కారణం వల్లనే చాలామంది స్త్రీలు మనస్సు స్పందించకుండా ఏ పురుషుడి తోనూ స్నేహం చేయలేరు.

ఈ విధంగా ఇంత చిన్న చిన్న విషయాలు ఒకరికొకరు అర్థం చేసుకో (లే)కపోవటం వల్లనే వ్యక్తిగత ప్రేమలు (Personal affections)

తగ్గిపోతాయి. ఇది కేవలం భార్యాభర్తల మధ్యేకాదు. తండ్రి – కొడుకు, తల్లి – కూతురు, అన్నా – చెల్లి అందరి మధ్యా తగ్గిపోతాయి. ఇక్కడ శృంగార బంధానికి బదులు ఆప్యాయతా బంధాలు అని అర్థం చేసుకోవాలి.

మంచి కుటుంబం అంటే, ఆ ఇంట్లో సభ్యులందరూ ఒకరితో ఒకరు రోజూ ప్రేమలో పడటం. ఒకరు లేక పోయినా, అందరూ ఆ వెలితి ఫీలవటం. కుటుంబం అలా వుండాలీ అంటే ఇంటి పెద్దకి ప్రేమించటం తెలియాలి.

కుటుంబపెద్ద పట్ల ఇంట్లో సభ్యులకి ఎప్పు డయితే ప్రేమ తగ్గిపోతుందో, అప్పుడు అతడి కీర్తి తగ్గిపోతుంది. రోజూ ఆలస్యంగా వచ్చే భర్తకోసం డైనింగ్ టేబిల్ మీద అన్నీ వడ్డించి భార్య నిద్ర పోవటం జరుగుతుంది. తండ్రుల్ని వయసొచ్చిన పిల్లలు గౌరవించటం మానేస్తారు.... **ఏ ఇంట్లో పెద్దల 'కీర్తి' తగ్గిపోయిందో ఆ ఇంట్లో ప్రేమలు తగ్గిపోతాయి.** జాగ్రత్తగా గమనించి చూడండి. ఈ వాక్యాల్లో వాస్తవం కనపడుతుంది. **ప్రేమ తగ్గిపోయిన ఇంట్లో కీర్తి వుండదు. కీర్తిలేని ఇంట్లో ప్రేమ వుండదు.**

ఇక్కడ ఒక ముఖ్యమయిన విషయం గమనించాలి. కీర్తి వేరు. కీర్తియావ వేరు. కొందరు కీర్తి కోసం చాలా తాపత్రయపడుతూ వుంటారు. తెలియకనే ఈ "బలహీనత"కి లొంగిపోతారు. తనను అందరూ మంచి అనుకోవాలన్న కోరికే 'కీర్తియావ'! దీని గురించి వచ్చే ప్రకరణంలో చదువుదాం.

చర్చించవలసి వస్తే, పాప ఆకలితో ఏడుస్తూందా లేక కడుపు నొప్పితో ఏడుస్తోందా తల్లి వెంటనే గుర్తించ గలదు. మొగవాడు ఇవేమీ చేయ లేడు. అతడికి జ్ఞానేంద్రియాలకన్నా కాళ్ళూ, చేతులూ లాటి కర్మేంద్రి యాలు ఎక్కువ శక్తివంతంగా వుం టాయి.

* * *

★ ఒక మనిషి మరొక మనిషికి ఏదైనా చెప్పవలసి వచ్చినప్పుడు అది రెండు రకాలుగా వుంటుంది. 1. ముఖకవళికలు, హావభావాలు మొదలైనవి. వీటిని Non verbal communications అంటారు. 2. మాటలు. అంటే Verbal Communications. స్త్రీ అబద్ధం చెప్తున్న ప్పుడు మాత్రం ఈ రెండూ ఒకే భావాన్ని చెపుతాయి. అందుకే అది గోడకట్టినట్టు వుంటుంది. పురు షుడు అబద్ధం చెపుతున్నప్పుడు మాత్రం ఈ రెండూ వ్యతిరేక దిశలో వుంటాయి. ఇంతకీ చెప్పొచ్చేదేమి టంటే, భార్యకి ఏదైనా అబద్ధంగానీ, సాకుగానీ చెప్పాల్సివచ్చినప్పుడు అది ఫోన్‌లో చెప్తే మంచిది.

★ ఎక్కడ ముట్టుకున్నా ఏమో గానీ, ఒకచోట స్పర్శిస్తే మాత్రం స్త్రీ ఉత్తేజంపొందుతుంది. ఉద్వేగంతో ఊగిపోతుంది. ఆవేశంతో అల్లాడి పోతుంది. ఆప్యాయతతో కౌగిలిం చుకుంటుంది. పిచ్చిగా మత్తెక్కి పోతుంది. ఆ ప్రదేశం .... హృదయం!

ఏతాన్న హన్తు మిచ్ఛామి ఘ్నతోఽపి మధుసూదన
అపి త్రైలోక్య రాజ్యస్య హేతోః కిం ను మహీకృతే॥
(అర్జున విషాదయోగం-35)

జెంటిల్మెన్ సిండ్రోమ్

'ఏతాన్న హస్తు మిచ్ఛామి..' అంటే 'వారు నన్ను హింసిస్తున్ననూ నేను వారిని హింసించను' అంటున్నాడు అర్జునుడు. దుర్యోధనాదులు పాండవులను లక్క ఇంట్లో చంపాలనుకున్నారు. విషాన్నం పెట్టారు. అయినా సరే వారిని నాశనం చేయకపోవటం ఏమిటి?

దీన్నే gentlemen syndrome అంటారు. 'వాడి పాపానికి వాడే పోతాడు... నా మంచితనమే నన్ను కాపాడుతుంది.... నాది వెన్న లాంటి మనసు...' ఇవన్నీ మనిషి తాను ఓడిపోయినప్పుడు చేసుకునే సమర్ధనలు. మానవత్వం మీద నమ్మకం ఉండాల్సిందే. కానీ ఎంత వరకు? తాను నష్టపోయేటంత వరకూ ఉండకూడదుకదా!

స్నేహితుల అప్పుల తాలూకు గ్యారంటీ పేపర్ల మీద మొహమాటంతో సంతకం పెట్టి ఆ తర్వాత తీరిగ్గా బాధపడటం, స్నేహితుడు ఆహ్వానించగా హోటల్‌కి వెళ్ళి, తాహతుకి మించిన టిఫిన్ బిల్లు తానిచ్చి తరువాత ప్రాణం ఉసూరు మనటం- ఈ కోవలోకే వస్తాయి. అర్ధరాత్రి పూట (చెప్పాపెట్టకుండా) వచ్చిన అతిధుల్ని మనసులోనే తిట్టుకుంటూ వంట మొదలు పెట్టటం, తనకెంతో ఇష్టమైన వస్తువుని అవతలివారు అడిగితే కాదనలేక ఇచ్చేయటం కూడా ఈ విభాగమే. ఇదంతా నిష్ఫలమైన కీర్తియావ.

ఇతరుల కోసం ఒక పని చేసినా ఒక వస్తువుని ఇచ్చేసినా అది మనసుకి ఆనందం కలిగిస్తే మంచిదే. కానీ మనసులో బాధపడుతూ చేయటం దేనికి? నాకిష్టం లేదని చెప్పగలిగే ధైర్యాన్ని సమకూర్చుకోవాలి. ఇలాంటి ధైర్యం ఎందుకు రాదు. దీనికి మూడు కారణాలు ఉన్నాయి. 1. తన మీద తనకి నమ్మకం లేకపోవటం వలన. 2. ఇతరులు ఏమనుకుంటారోనన్న బిడియం వలన. 3. తనని అందరూ మంచి అనుకోవాలన్న కోరిక వలన.

మోసం-దగా-ఛీటింగ్

'జంటిల్మెన్ సిండ్రోమ్' అంటే మొహమాటం. వీరే సాధారణంగా స్వార్థపరుల చేతిలో మోసపోతూ వుంటారు. అందుకే ఈ ప్రకరణంలో తప్పనిసరిగా మనం 'స్వార్థం' గురించి తెలుసుకోవాలి. మనిషికి స్వార్థం వుంటే తప్పలేదు. కానీ 'మోసగుణం' వుండకూడదు. ఈ ప్రపంచంలో కొంతమందికి మోసగించటం వృత్తి. చాలామందికి మోసగింపబడటం జీవితంలో ఒక భాగం. "మొదటిసారి మోసగింపబడితే అది అమాయకత్వం. రెండోసారి మోసగింపబడితే అది మూర్ఖత్వం" అని ఒక సుభాషితం కూడా వుంది. మోసగింపబడటం అనేది రెండు రకాలుగా సాగుతుంది.

1. ముక్కూ మొహం తెలియని వారితో మోసగింపబడటం : బంగారం మెరుగు పెట్టి ఇస్తానని మోసం చెయ్యటం, బ్యాంకు ప్రాంగణంలో డబ్బు క్రింద పడిపోయిందని మోసగించటం, చిట్‌ఫండ్ కంపెనీల్లో మోసం, ఉద్యోగం ఇప్పిస్తానని, విదేశాలకు పంపుతానని చేసే మోసాలు ఈ విభాగంలోకి వస్తాయి.

2. తెలిసిన వారితో మోసగింపబడటం : అప్పటి వరకూ స్నేహితుల్లా మెలిగిన వారు అప్పు ఎగగొట్టటం, చిట్‌ఫండ్ గ్యారంటీ సంతకాలు పెట్టించుకుని మాయమవటం మొదలైనవి ఈ విభాగంలోకి వస్తాయి.

మోసం చెయ్యటం అనేది రెండు రకాలుగా సాగుతుంది.

లాటిన్ భాషలో 'పెర్సోనా' అంటే రంగస్థలం మీద నటుడు మొహంపై వేసుకునే ముసుగు!! పుట్టినప్పుడు అందరం ఒకేలా పుడతాం. పెరిగే కొద్దీ వేషభాషలూ, చదువు సంస్కారం వగైరాలన్నీ ఒక్కో వ్యక్తికీ ఒక్కోలా నిర్దుష్ట రూపం వస్తుంది. అది ఒక అందమైన కవచంలా ఏర్పడుతుంది. దాన్నే 'పెర్స నాలిటి' అంటారు. పెర్సనాలిటి అంటే వ్యక్తిత్వం.

ఇంత వరకూ బాగానే ఉంది. కానీ మనిషి తన కోసం ఒక ముసుగూ, ఇతరులకోసం ఒక ముసుగూ ఎప్పుడైతే వేసుకుంటాడో అప్పుడొస్తుంది చిక్కు. ఆ ముసుగు జారిపోకుండా నిరంతరం ప్రయత్నిస్తూ వుంటాడు. దాన్నే 'మొహమాటం' అంటారు. మనం ఎలా బ్రతక దలుచుకున్నామో అలా బ్రతకాలి. మనల్ని ఇష్టపడేవాళ్ళు మనతో ఉంటారు. లేనివారు దూరంగా పోతారు. **మనం ఈ ప్రపంచంలో మంచివాడిగా బ్రతకటం కోసం అందరితో స్నేహంగా మాట్లాడాలి. కానీ, ఆనందంగా బతకటం కోసం మనతో మనం నిజాయితీగా మాట్లాడుకోవాలి.**

నెలాఖరులో వచ్చిన బంధువులకి తప్పనిసరి పరిస్థితుల్లో చీరె పెట్టటం నుంచీ, అర్ధరాత్రి వరకు గట్టిగా టీ.వీ పెట్టిన ఆడపడుచుతో తాను తెల్లవారే లేవాలని చెప్పలేకపోవటం వరకూ ఇలాంటి మొహమాటాలే. ఇటువంటి మొహమాటం పోవాలంటే అవతలి వారి తరపు నుంచి ఆలోచించాలి. ఈ పరిస్థితుల్లో అవతలి వారుంటే వారు ఎలా ప్రతిస్పందిస్తారు అని ఆలోచిస్తే చాలు. ఉదాహరణకి మీరు అర్ధరాత్రి వరకూ టీ.వీ చూస్తున్నారు. చదువుకుంటున్న ఆడపడుచు వచ్చి "వదినా నువ్వు ఏమీ అనుకోనంటే చిన్న

228 —— యండమూరి వీరేంద్రనాథ్

రిక్వెస్ట్ ప్లీజ్" అంది. "చెప్పమ్మా" అన్నారు. "మీ రూంలో టీ.వీ సౌండ్ కాస్త డిస్టర్బ్ చేస్తోంది. పరీక్షలయ్యే వరకూ..." ఆ అమ్మాయి మాటలు ఇంకా పూర్తికాలేదు. "ఛా ఛా.. ఇంత చిన్న విషయానికి రిక్వెస్ట్ లేమిటమ్మా" అంటారా? "ఇది నేను, మీ అన్నయ్య ఉంటున్న ఇల్లు. ఇష్టం ఉంటే ఉండు. లేకపోతే ఫో." అంటారా? అనరు కదా! అదే విధంగా మీరు మీ మనసులో భావాన్ని చెప్పినా అవతలి వారు ఏమీ అనుకోరు. అనుకునే వారయితే వారినుంచి దూరం అవటం క్షేమం. మరో ఉదాహరణ చూద్దాం.

మీరు మీ ఆడపడుచు వూరు వెళ్ళినప్పుడు ఆమె మీకు 1000 రూ॥ చీర పెట్టింది. ఆమె మీ వూరొచ్చినప్పుడు మీదగ్గిర అంత డబ్బులేదు. అప్పోసప్పో చేసి పెట్టారు.

ఇదే రివర్సులో ఆలోచించండి. మీరామెకి పెట్టారు. మీరు వారి వూరు వెళ్ళారు. "సారీ వదినా, నెలాఖరు రోజులు. చీరె పెట్టటానికి డబ్బుల్లేవు" అంది. మీరేమంటారు? మనస్ఫూర్తిగా, "చిన్న శారీ కోసం సారీలు ఎందుకమ్మా." అనరూ. మరి ఆమె **'కూడా'** మీఅంత మంచిదని మీరెందుకు అనుకోరు? అదే 'జెంటిల్మెన్ సిండ్రోమ్.'

* * *

'గుణం' మన లోపలిది. 'వ్యక్తిత్వం' మనం బయటి వారికి కనపడేది. 'గౌరవం' మనకి అవతలి వాళ్ళు ఇచ్చేది.

"నీ ఆనందాన్ని కోరుకోని వాడు నీ శత్రువు. వాడి దగ్గర నవ్వటం అనవసరం. నీ కంటి నీళ్ళు కోరుకునే వాడెవడూ నీ స్నేహితుడు కాడు. వాడి దగ్గర ఏడవటం అనవసరం".

1. చెయ్యాలన్న ఉద్దేశ్యం లేకపోయి నా నష్టం కలిగించటం. ఉదాహర ణకు అప్పారావు కృష్ణమూర్తి దగ్గిర నిజాయితీగా లక్ష రూపాయలు అప్పు తీసుకున్నాడు. తీరుద్దామన్న సదుద్దేశ్యంతోనే తీసుకున్నాడు. రేసుల్లో అంతాపోయింది. మొహం చాటేసాడు. కృష్ణమూర్తికి మాత్రం నష్టం జరిగింది.

2. మోసం చెయ్యాలన్న ఉద్దేశ్యంతోనే పరిచయం పెంచుకోవటం. నేను బ్యాంక్‌లో పనిచేసే రోజుల్లో డాక్టర్ చౌదరి అని ఒక వ్యక్తి పరిచయం అయ్యాడు. నేను అతడికి బాగా తెలుసునని చెప్పి అప్పుకోసం వచ్చే వారినుంచి బహుమతులు తీసుకునేవాడట. అతడు నిజంగా డాక్టర్ కాడనీ, ఈ విధంగా మోసం చేస్తున్నాడనీ తెలిసే సరికి ఏడాది పట్టింది. కేవలం ఇతరుల్ని మోసం చెయ్యటం కోసమే అతడు నన్ను పరిచయం చేసుకున్నాడు అని అర్థమైంది.

ప్రపంచంలో ప్రతి పదిమంది మొగవాళ్ళకీ ఒక మోసగాడు వుంటాడనీ, స్త్రీలలో ప్రతి పాతిక మందికీ ఒకరుంటారని సర్వేలో తేలింది. పేకాటలో మోసం చెయ్యటంనుంచీ, గవర్నమెంట్ ఆఫీసుల్లో పని చేయిస్తానని డబ్బు తీసుకుని మోసం చెయ్యటం వరకూ ఏదైనా ఛీటింగే కదా!

ప్రస్తుతం చాలామంది మోసగాళ్ళు జైళ్ళల్లో వున్నారు. అందుకు వందరెట్లు బయట ప్రపంచంలో వున్నారు. వీరికి భయం, పాపభీతి, నిజాయితీ అసలుండవు. 'అవతలి

వారికి తెలివి లేకపోతే అది వారి ఖర్మ' అని వాదిస్తారు. ఎమోషనల్‌గా గానీ, మామూలుగా గానీ బ్లాక్ మెయిల్ చెయ్యటంలో వీరు సిద్ధహస్తులు. ఒక్కోసారి వీరివల్ల మనం ఎంతో మనస్తాపానికీ, బాధకీ, దిగులుకీ, నిద్రలేమికీ గురి కావల్సి వుంటుంది. సాధారణంగా వీరికి ఈ క్రింది లక్షణాలుంటాయి. వీరితో పరిచయం అయినప్పుడు ఈ లక్షణాలని గమనించి జాగ్రత్తగా వుండాలి.

1. వీరు చాలా మర్యాదగా, అణకువతో, చూడగానే ఇష్టం కలిగించే లాటి ప్రవర్తనతో వుంటారు. మన కిష్టమైన సబ్జెక్టు ఏదైనాసరే, దాని గురించి అందంగా మాట్లాడగలిగే నేర్పరితనం వుంటుంది.
2. మనల్ని పొగడటం, కన్విన్స్ చేయటం వీరికి వెన్నతో పెట్టిన విద్య.
3. మనకి మంచి వారుగా కనపడటం కోసం బయటి ప్రపంచం మీదా, ఇతరుల మీదా ఎక్కువ సానుభూతి, కనికరం, ప్రేమ వెల్లడి చేస్తూ వుంటారు.
4. తక్కువ సమయంలోనే గాఢమైన స్నేహితులుగా మారి పోతారు. మన అభిప్రాయాల్తో వెంటనే ఏకీభవించేస్తూ వుంటారు. మనకి ముందుగా, వారే చిన్న బహుమతులు, పార్టీ లు, కాఫీలు ఇస్తూ వుంటారు. రైల్వే కంపార్ట్‌మెంట్‌లో పరిచయాలు ఈ విధంగానే జరుగుతాయి.

'నన్ను వారు హింసించిననూ నేను వారిని హింసించను' అన్న అర్జునుడికి కృష్ణుడు అదే సలహా చెప్పాడు. వారితో యుద్ధం చెయ్యమన్నాడు.

మరెందుకు మనుష్యులు ఇంత కన్‌ఫ్యూజ్ అవుతారు? "పిల్లలకి పరీక్షలు. కాస్త సౌండ్ తక్కువ చెయ్యగలరా పిన్నిగారూ?" అని పక్క పోర్షన్‌వారికి ఎందుకు చెప్పలేరు? వారొచ్చి చెప్తే మనం ఆమాత్రం సాయం చేస్తాం కదా! మనలాగే మిగతా ప్రపంచం ఉంటుందని అనుకోలేక పోవటమా ఇది? లేక మనం కూడా సౌండ్ తక్కువ చెయ్యని రాక్షసత్వంతో వుండటం వలనా? ఈ సందేహం నివృత్తికోసం కృష్ణుడు ఆత్మసంయమ యోగంలో ఒక శ్లోకం చెప్పాడు. **"ఉద్ధరే దాత్మానా .... ఆత్మైవరి పురాత్మనః"** అన్నాడు. అత్యున్నతమైన అర్థంగల శ్లోకం ఇది. ఎవరిని వారే ఉద్ధరించుకోవాలి. మనిషికి మనసే శత్రువు. మనసే మిత్రుడు. నువ్వు ప్రపంచాన్ని ప్రేమిస్తే ప్రపంచం నిన్ను ప్రేమిస్తుంది. నిన్ను నువ్వు ప్రేమించుకోలేకపోతే ఎవ్వరూ నిన్ను ప్రేమించలేరు. మరోలా చెప్పాలంటే, "నువ్వు ఏ కళ్ళద్దాలు పెట్టుకుంటే ప్రపంచం ఆ రకంగా కనపడుతుంది" అని అర్థం. వ్యక్తిగత ప్రేమకూ, విశ్వజనీయ ప్రేమకూ కూడా ఇది వర్తిస్తుంది. దీనికి మూడు రకాలయిన స్థాయీ భేదాలుంటాయి. పరిస్థితులబట్టి ప్రేమ మారుతుంది అన్న సత్యానికి ఈ మూడు ఉదాహరణలూ చూడండి.

*   *   *

పాకిస్తాన్ భారతదేశాలమధ్య క్రికెట్ మాచ్ జరుగుతోంది. అవతలి ఆటగాడు సిక్సర్ కొట్టాడు. వారు ఆనందించారు. వీరు విషాదించారు. **ఒకే చర్యకి రెండు వేర్వేరు ప్రతిస్పందనలు.** ఇది మొదటి ఉదాహరణ.

రెండవ ఉదాహరణ మరింత క్లిష్టమైనది. సుహృద్భావవాతావరణంలో పోటీలు సమాన స్థాయిలో హోరా హోరీగా జరిగాయి. పాకిస్థానీయులు ఇరుజట్లకీ ఒకేరకంగా హర్షధ్వానాలు చేశారు. కానీ మొదటి టెస్ట్‌లో వారి దేశం చిత్తుగా ఓడిపోయింది. రెండో మ్యాచ్ ప్రారంభం అయింది. రెండూ సమఉజ్జీలుగా ఉన్నప్పుడున్నంత ఆదరణ, భారత ఆటగాళ్ళపై ప్రేక్షకులకు లేదు. అకారణమయిన ఉక్రోషం ఆదరణని తగ్గించింది. **ఒకే హృదయానికి రెండు వేర్వేరు పరిస్థితుల్లో ఒకే చర్యపై రెండు వేర్వేరు ప్రతిస్పందనలు!**

మూడో ఉదాహరణ మరింత ముచ్చటయినది. "ముద్దొస్తున్నావోయ్ గోపాలమ్" అన్న సీరియల్ కోసం నేనొక సంఘటన చిత్రీకరించాను. గోపాలం అనే కుర్రవాడు రోడ్డు పక్కన నడుస్తూ ఉండగా, పక్కనుంచి ఒక కారు అతడిమీద నీటిని చిమ్ముకుంటూ వేగంగా వెళ్ళిపోతుంది. దాన్ని నడుపుతోంది ఒక పెద్ద పోలీసు ఆఫీసరు. కొంత దూరం వెళ్ళిన కారు బురదలో చిక్కుకుపోతుంది. గోపాలం వెళ్ళి దాన్ని వెనుకనుంచి తోసి, అది కదలటానికి సాయపడతాడు. విస్తుపోయిన ఆఫీసర్‌తో, "మీరు పోలీసు అధికారి అయివుండి, అంత వేగంగా వెళ్తున్నారంటే, ఏదో ముఖ్యమైన అవసరమే ఉండి ఉంటుందనుకున్నాను" అంటాడు. **ప్రతికూల చర్యపై సానుకూల ప్రతిస్పందన ఇది!** ఇలా ఎన్నైనా ఉదాహరణలు చెప్పవచ్చు.

పక్కింటి పడతి తనని చూసి నవ్వింది. మనసుమీద పన్నీరు చిలికినట్టు అయింది. ఎదురింటి కుర్రాడి వైపు చూసి నవ్వుతూ కనిపించింది. మానవజాతి నైతిక విలువలు కోల్పోతు

5. వీరికి తమ మోసం చేయగలిగే శక్తిమీద, అబద్ధాలాడే నైపుణ్యం మీదా చాలా ఇష్టమూ, నమ్మకమూ, గర్వమూ వుంటాయి.
6. వీరికి అంతిమ పరిణామాల పట్ల భయం వుండదు. ఈ రోజు గడవటమే కావల్సింది. చివరి వరకూ చాలా నిర్భయంగా వుంటారు.
7. అవతలి వారికి నష్టంచేసిన తరువాత వీరు తమ పనిని సమర్థించుకుంటారు. బ్యాంక్ దొంగతనంలో వాచ్‌మెన్‌ని పొడిచి గాయపర్చిన దొంగ ఈ విధంగా అన్నాడు. "అతడికేం నెల రోజులు ఆస్పత్రిలో వుండి బయటకొస్తాడు. నేను ఇప్పుడు ఏడు సంవత్సరాలు జైల్లో వుండాలి".
8. ఒకరిని మోసం చేసిన తరువాత మరో చేప కోసం ప్రయత్నిస్తారు. మొదటివారిని తప్పించుకుని తిరగటంలో సిద్ధహస్తులు. ఎంతో ప్రయత్నంచేసి, చివరకు "అతని ఖర్మానికి అతడు పోతాడ్లే నేను మంచివాడిని కాబట్టి వదిలేసాను" అని మనం అనుకునేలా చేస్తారు.

కొంతమంది అయితే అసలు తాము చేసేది మోసమే కాదని 'మనస్ఫూర్తి'గా నమ్ముతారు. **జీవితమనే వ్యాపారంలో జాగ్రత్తగా వుండవలసిన బాధ్యత మనదే అని వాదిస్తారు.**

భార్య బంగారం అమ్మేసి, ఆమెని గిల్టు నగల్తో మోసం చేయ టం దీనికి ఉదాహరణ. పిల్లల్లో ఇటు వంటి మోసం చేసే లక్షణాలు (అబ ద్ధాలు ఎక్కువ చెప్పటం, డబ్బు దొం గతనం చేయటం, తమ్మెదల్ని హిం సించటం, చెల్లెళ్లని కొట్టటం, అన్నం తిననని బెదిరించటం, ఇంట్లోంచి చెప్ప కుండా వెళ్లిపోవటం ద్వారా ఎమోషనల్‌గా బ్లాక్‌మెయిల్ చెయ్య టం) కనపడినప్పుడు తల్లిదండ్రులు జాగ్ర త్తగా వుండాలి. వీలైతే చైల్డ్ సైకాల జిస్టు వద్దకు తీసుకువెళ్ళాలి.

*　　*　　*

దగాకోర్ల నుంచి తీసుకో వలసి జాగ్రత్తలు :

1. కొత్తగా పరిచయం అయిన వారిని తొందరగా నమ్మకూడ దు.
2. వారు అరచేతిలో స్వర్గం చూ పించినా లొంగకూడదు.
3. తమ గురించి, తమ గతం గు రించీ చెప్పని వారిని దూరం గా వుంచాలి. లేదా ఎంక్వ యిరీ చెయ్యాలి.
4. మన బలహీనతల గురించి (పొగడ్తకి లొంగిపోవటం, మూ ఢ నమ్మకాలు) మనం తెలుసు కోవాలి. దగాకోర్లు ఇటువంటి విషయాలు చాలా తొందరగా గమనించి మనల్ని బుట్టలో పడేస్తూ వుంటారు.
5. తమకు పెద్దవారితో సంబం ధాలున్నాయని ఒకరు చెప్పిన ప్పుడు, డైరెక్టుగా ఆ పెద్దవారి తోనే మాట్లాడాలి. బేతంచెర్ల అన్న వూళ్ళో శర్మ అనే స్కూలు

న్నందుకు దిగులేసింది. **స్వ-పర సంబంధిత ఒకే చర్య పట్ల సానుకూల- ప్రతికూల ప్రతిస్పందన ఇది.**

కంట్లో నలకపడితే కదనంతొక్కే వారొక రయితే, కాన్సర్ అని తెలిసినా నిబ్బరంగా ఉండే వారు మరొకరు. గాలి తుఫానులో పంటంతా కొట్టుకుపోయిందని దుఃఖించేవారు అందరూ అయితే, వచ్చే పంటకి విత్తనాలు కొన్నైనా మిగిలాయని సంతోషించేవారు అందులో ఒకరుం టారు. "పాపం! పాప తల్లికోసం ఏడుస్తోంది" అనే వారు కొందరయితే, "కాదు పాలకోసం ఏడుస్తోంది" అన్న తెలుసుకోగలిగే వారు కొంద రుంటారు.

ఏరకమైన మనుష్యులు ఆనందంగా వుం టారు? మనిషి ఆనందంగా వుండటానికి ఏయే అంశాలు తోడ్పతాయి? ఈ విషయాన్ని తెలుసు కోవటానికి శాస్త్రజ్ఞులు ఎన్నో పరిశోధనలు చేశారు. నిరంతరం ఆనందంగా వుండే వారినీ, ఎప్పుడూ విచారంగా వుండే వారినీ, ఏదో ఒక కారణంతో నిరంతరం టెన్షన్‌తో బాధపడేవారినీ, తమ మీద తమకి నమ్మకం తక్కువ వున్నవారినీ... ఇలా రకరకాల వ్యక్తుల్ని సమీకరించి ప్రయోగాలు నిర్వహించారు. ఆ ఫలితాల్ని 'న్యూ సైంటిస్ట్' అన్న పత్రిక ప్రచురించింది. చిత్రమయిన విషయం ఏమిటంటే- అందులో కొద్దిగా 'జీన్స్' మీదే ఆధారపడి వుంటుందట. మరోలా చెప్పాలంటే ఒక వ్యక్తి ఆనంద విషాదాలు అతడి రక్తంలోనే కొంతవరకూ నిర్దేశింపబడి వుంటాయన్నమాట. ఈ విషయం ఎందుకో వప్పుకోబుద్ధి కాదు. ఎంత శాస్త్రజ్ఞులు చెప్పినాసరే. బి.పి., హైపర్‌టెన్షన్ లాటి వారసత్వ గుణాలు (ఏమయినావుంటే) వదిలిపెడితే, మనిషి ఆనంద విషాదాలు అతడిమీదే

ఆధారపడి వుంటాయనేది ఈ రచయిత నమ్మకం! ఈ శాస్త్రజ్ఞులు పది అంశాల్ని ప్రకటించారు. అయితే ఈ పది అంశాల్లో "ఆరోగ్యం" లేకపోవటం ఆశ్చర్యకరం. అన్నిటికన్నా ముఖ్యమయినది అదే కదా. ఆరోగ్యం లేని మనిషి ఏవిధంగా ఆనందంగా వుండగలడు? శాస్త్రజ్ఞుల ఉద్దేశ్యంలో 'జీన్స్' అంటే బహుశ అదే కావొచ్చు. అదే అయిన పక్షంలో ఇక ఏ అభ్యంతరమూలేదు. వీరు ప్రకటించిన పది అంశాలూ మాత్రం అబ్బురమైనవి. 'నిజమే కదా' అనిపించేవి.

1. డబ్బు : మనిషి ఆనందంగా వుండటానికి డబ్బు ప్రాథమికంగా మొదటిస్థానం వహిస్తుంది అని ఈ మానసిక శాస్త్రవేత్తల అంచనా. ఇక్కడ "ప్రాథమికంగా" అన్న పదం చాలా ముఖ్యమైంది. Basic గా తినటానికి తిండి, కట్టుకోవటానికి గుడ్డ, వుండటానికి గూడు లేకపోతే ఇక ఆనందం ఎక్కడిది? జీవితం దుర్లభం అవుతుంది. దాని కన్నా ముఖ్యంగా, ఆరోగ్యం పాడయితే బాగు చేయించుకోవటానికి కూడా డబ్బు కావాలి. అందుకే మనిషికి ఆనందాన్నిచ్చే షడ్గుణ ఐశ్వర్యాల్లో "ఆరోగ్యము... సంపద" అంటూ ఈ రెండిటిని ప్రథమంగా చేర్చారు.

గత పాతికేళ్ళలో ప్రపంచంలో (ముఖ్యంగా భారతదేశంలో) మధ్యతరగతి వ్యక్తుల జీవిత విధానాల్లో ఆర్థిక రూపేణా చాలా మంచి మార్పు వచ్చింది. అమెరికా వలసలు పెరిగాక ఆంధ్ర దేశంలో ఈ మార్పు మరింత కొట్టొచ్చినట్టు కనపడుతోంది. మధ్యతరగతి కుటుంబాల్లో 'సంపద' పెరిగింది. అయినా సంతోషం అంతగా హెచ్చినట్టు కనపడదు. పైగా **'సుఖం' పెరిగినంతగా మనలో సంతోషం పెరగటం లేదు.** దీనికి కారణాలు చాలా వుండొచ్చు.

కరెస్పాండెంట్ అందరికీ తలలో నాలుకలా వుండేవాడు. నన్నూ పట్టాభిరామ్‌నీ పిలిచి ఉపన్యాసాలు ఇప్పించేవాడు. మాకు తన జేబులోంచి ఫీజు ఇచ్చి, గ్రామ పెద్దలకి మాత్రం మేమిద్దరం అతడికి దగ్గిర వారమనీ, అందుకే ఉచితంగా చెప్తున్నామనీ నమ్మించాడు. త్వరలో మెగాస్టార్ చిరంజీవిని కూడా రప్పిస్తున్నానని ప్రచారం చేసాడు. సైన్యం తాలూకు సెకెండ్ హాండ్ కార్లు చాలా చౌకగా ఇప్పిస్తానని నమ్మబలికాడు. చివరికి పది లక్షలతో మాయమయ్యాడు.

6. మీరు నకిలీ మనుషుల్తో హిప్నటిస్టుల్తో, డిగ్రీ లేని డాక్టర్లతో, సెక్స్ స్పెషలిస్టులతో మోసగింపబడినప్పుడు, మీలాటి వారినందర్నీ కూడ గట్టుకుని పోరాడండి.
7. వారు జాలికలిగేలా మాట్లాడినప్పుడు కరిగిపోకండి. అదంతా నటనే.
8. తక్కువ పరిచయంలోనే వారు మీకు తరచుగా బహుమతులు లేదా పార్టీలూ ఇస్తున్నారంటే కారణం అన్వేషించండి. 'మీరెందుకో బాగా నచ్చేరు' అన్న మాటల్ని తొందరగా నమ్మకండి.

*　　*　　*

మీరొక అన్యాయాన్ని ఎదుర్కొంటే, ఒక అన్యాయం కాబడే వాడిని రక్షించారన్న మాట. దానికి మీరు భగత్‌సింగ్ కానక్కర్లేదు. మీరే చాలు. ✿

స్టేటస్

కీర్తి, ప్రేమ అనేవి చాలా గమ్మత్తయిన పదాలు. ధీరూభాయ్ అంభానీ తన ఇంటికి పార్టీకి పిలిచినప్పుడు, అతడి పడగ్గది బాత్‌రూమ్ ఎంత అద్భుతంగా వుందో, ఆంధ్ర ప్రదేశ్‌లో అతి ఖరీదైన వ్యక్తి అర గంటసేపు నాకు చెప్పాడు.

మన చుట్టూ వుండే మన స్నేహితులూ, మన బంధువులూ - వీరి కన్నా 'మనకి ఎక్కువ డబ్బు' వుంటేనే అది సంతోషం ఇస్తుంది. కోటీశ్వరుల మధ్యలో ఒక లక్షాధికారి వుంటే అతడు డబ్బువలన అంతగా సంతోషం పొందలేడు. మరోలా చెప్పాలంటే డబ్బు వలన స్టేటస్ వస్తుంది. కానీ ఆ స్టేటస్ చాలా రెలెటివ్‌గా వుంటుంది. అంటే, మన చుట్టూ వున్న పరిస రాలపై అది ఆధారపడి వుంటుంది. బంజారా హిల్స్‌లో కోటీశ్వరుల మధ్య వుండే కోటీశ్వరుడి కన్నా, లక్ష్మీవారపేటలో మధ్యతరగతి కుటుంబీకుల మధ్య వుండే లక్షాధికారికి ఎక్కువ స్టేటస్ వుంటుంది.

అదే విధంగా, స్నేహితులమధ్య తెలివిగా వుండేవాడు, ఖరీదయిన వాడు ఎక్కువ ఆనందం అనుభవిస్తాడు. తరచు స్నేహితుల ఎగతాళికి గురయ్యే వాడు కూడా 'ఏడవలేక నవ్వుతూ' వుంటాడు. చిత్రమేమిటంటే, ఆ కంపెనీని వదులుకొని వేరే వారితో స్నేహం చేయటానికి కూడా ఇష్టపడడు. ✿

ఏది ఏమైనా, మనిషికి ఆనందం ఇచ్చే విషయాల్లో 'డబ్బు' ప్రప్రథమంగా ప్రముఖపాత్ర వహిస్తుందన్నది నిర్వివాదాంశం. ప్రొద్దున్న లేవగానే రోజు ఎలా గడుస్తుందా అన్న ఆలోచనతో దినచర్య ప్రారంభించేవాడు సంతోషంగా వుండ లేడు. "....కల్లో గంజో తాగుతూ ఆ ప్రేమికులిద్దరూ జీవితాంతం సుఖంగా వున్నారు" అని వ్రాసే రచయితలు కూడా కల్లు తాగరు. ఖరీదైన విస్కీ తాగుతారు.

2. కోరిక : కోరికలున్న మనిషి సంతృప్తిగా వుంటాడా? కోరికలు లేని మనిషి సంతృప్తిగా వుంటాడా? నిశ్చయంగా కోరికలు లేని మనిషే. కానీ **కోరికలు లేకపోవటం వేరు. కోరికలు తీర్చుకోలేకపోవటం వేరు.** కోరికలు లేనివారు అంటూ ఎవరూ వుండరు. ఉంటే పర్వత గుహల్లో వుంటారు. కోరిక లేకపోతే జీవితంలో ఎదుగుదలే వుండదనీ, మనిషినీ జంతువునీ వేరు చేసేది "ఇంకా బాగా బ్రతకాలనే" కుతూహలమే అనీ, ఈ పుస్తకంలో చాలాసార్లు చదివారు. అయితే ఒక సర్వే ప్రకారం, "మీ జీవితంలో మీరు ఇం...కా ఏమేమి కావాలని కోరుకుంటున్నారు?" అని ప్రశ్నిస్తే, విద్యార్థులు అందరూ తమతమ కోరికల లిస్టు లిచ్చారట. ఆశ్చర్యకరంగా, "అన్నీ వున్నవారి" లిస్టులోనే కోరికలు ఎక్కువ వున్నాయట. తమకేం కావాలో ఆ కోరికల్ని వరుస క్రమంలో వ్రాయమంటే మంచి జీవిత భాగస్వామి, మంచి ఉద్యోగం, స్నేహితులు ... ఇలా వ్రాసారట. డబ్బు సంగతి ఆ లిస్ట్‌లో ఎక్కడో చివర వున్నదట. బహుశ 'మంచి ఉద్యోగం' అంటే వారి వుద్దేశ్యంలో అదే కావొచ్చు.

తీరవలసిన కోరికలు ఎక్కువయ్యే కొద్దీ అసంతృప్తి పెరుగుతుంది. కోరికలేని చోట తృప్తి

వుంటుంది. ఇది ఒకవైపు. మరొకవైపు– కోరిక తీర్చుకోవటంలో ఆనందం వుంది. తృప్తిగా వుండాలో, ఆనందంగా వుండాలో, ఆనందంగా వుంటూ తృప్తిగా వుండాలో నిర్ణయించుకోవలసింది మనిషే. ఏ కోరికా లేకపోతే మాత్రం మనిషి జీవితం ఆగిపోతుంది.

3. తెలివి : తెలివైన వాళ్ళు ఎక్కువ ఆనందం గా వుంటారా? అమాయకులు ఎక్కువ ఆనందంగా వుంటారా? అసలు తెలివికీ ఆనందానికీ సంబం ధం వున్నదా? పరస్పర విరుద్ధమైన ఈ విషయాలని అటూ ఇటూ కూడా సపోర్టు చెయ్యవచ్చు.

a) తెలివైన వారు ఎక్కువ సంపాదిస్తారు. ఎక్కువమంది స్నేహితులూ, మంచి కంపెనీ వుంటుంది. బాగా మాట్లాడతారు. తమకేం కావాలో తెలుసు. దాన్ని సాధించటంలో ఆనందం పొందుతారు.

b) కానీ తెలివైన వారి కోరికలు (expectations) ఎక్కువ వుంటాయి. అందువల్ల అసంతృప్తి బాగా వుంటుంది. నిరంతరం మథన పడుతూ వుంటారు. ఇంకా ఏదో సాధించాలన్న తపన, వారిని సంతోషానికి దూరంగా వుంచుతుంది.

ఈ విధంగా, తెలివికీ ఆనందానికీ ఎంత సంబంధం వుందో, తెలివి లేకపోవటానికీ ఆనందానికీ కూడా అంతే సంబంధం వుంది. మానసిక శాస్త్రవేత్తల అంచనా ప్రకారం "సామాజిక, వ్యక్తిగత, ఆర్థిక, బాంధవ్య, గమ్యప్రామాణిక" తెలివే మనిషి ఆనందానికి మూలకారణం. **తాను ఏంచేస్తే ఇంకా ఆనందంగా వుండగలడో తెలుసుకోవటమే నిజమయిన తెలివి.** ఇందులో ఎవరికీ ఏవిధమయిన అనుమానం వుండటానికీ ఆస్కారంలేదు.

తెలివి

తెలివి అన్నది వారసత్వం వల్ల వచ్చే దానికన్నా, చుట్టూ వున్న వాతావరణం, కృషి, ఆరోగ్యం మొదలైన వాటి ప్రభావం దానిమీద ఎక్కువ వుంటుందని ఇటీవలే (2001లో) కనుక్కున్నారు.

పండితపుత్ర శుంఠ కావొచ్చు. పామరుని సంతానం పండితులు కావొచ్చు. కాబట్టి వంశాన్ని చూసి ఎవరూ కృంగిపోనవసరంలేదు. తెలివితేటలు పెరగాలంటే నిరంతరం మెదడుని ఏదో విధంగా ఉపయోగిస్తూ ఉండాలి.

లెక్కలు చేయటం, తెలివితో కూడిన ప్రశ్నలకు చురుగ్గా సమాధానాలు చెప్పటం, చదరంగం లాంటి గేమ్స్ ఆడటం మెదడుని ఉత్సాహపరుస్తుంది.

నెలరోజుల పాటు శలవుల్లో విశ్రాంతి తీసుకున్న ఒక ఎగ్జిక్యూటివ్ తాలూకు I.Q. ఇరవైపాయింట్లు పడిపోయిందనీ, తిరిగి మామూలు స్థాయికి చేరుకోవటానికి పది రోజులు పట్టిందనీ ఇటీవలే జర్మన్ సైంటిస్టులు కనుక్కున్నారు. కాబట్టి నిరంతరం మెదడుకి ఏదో ఒకపని కల్పిస్తూనే వుండాలి. అది తెలివితేటల్తో కూడినదై ఉండాలి.

* * *

"నిన్న రేపయితే ఈ రోజు శుక్రవారం. ఈ రోజు ఏ వారం?" ఆలోచించండి. జవాబు 305వ పేజీలో.

ఎక్స్‌ట్రా - దాంపత్యం

'ప్రేమ-సెక్స్' ఈ రెంటినీ స్త్రీ వేర్వేరుగా చూడలేదు. అందుకే తన భర్తకి మరో స్త్రీతో సంబంధం వున్నదని తెలిస్తే కన్నీళ్ళతో "మీరామెని ప్రేమిస్తున్నారా?" అని అడుగుతుంది.

'పురుషుడు ప్రేమించ కుండానే సెక్స్ జరపగలడు' అన్న విషయం ఆమెకు అర్థంకాదు. సుఖంగా కాపురం చేసుకునే పురుషుల్లో ఎనభై శాతం మందికి కనీసం ఒక సారన్నా మరోస్త్రీతో ఒక అనుభవం వుంటుందట. దీనికన్నా గొప్ప వాస్తవం మరొకటి వున్నది.

90 శాతం అఫైర్లు పురుషులు ప్రారంభిస్తారు. 80 శాతం స్త్రీలు వాటిని అర్థాంతరంగా ముగిస్తారు.

దీనికి కారణం తెలుసుకోవటం కూడా పెద్దకష్టం కాదు. పురుషుడికి వ్యాపకాలు చాలా వుంటాయి. అదే సమయంలో ప్రేమికుడి నుంచి భావోద్వేగమైన దగ్గిరతనాన్ని స్త్రీ ఆశిస్తుంది. అది దొరకటం లేదని తెలుసుకున్నాక క్రమంగా ఆ బాంధవ్యాన్ని తగ్గిస్తుంది.

*　　*　　*

భార్యాభర్తల మధ్య అనుబంధం-వారి అందం, తెలివి, డబ్బు వీటి మీద ఆధారపడి వుండవు. కేవలం ఒకర్నొకరు అర్థం చేసుకోవటంపై ఆధారపడి వుంటాయి.

4. వారసత్వం : ముందే చెప్పినట్టు, ఇది అంత నమ్మశక్యంగా లేకపోయినా విశ్లేషించి చూస్తే, కొంత వరకూ కరెక్టు అనిపిస్తుంది. ఉత్సాహభరితమయిన తాతయ్యలూ, ఆరోగ్యంగా వుండే అమ్మమ్మలూ వున్న ఇళ్ళు ఆహ్లాదభరితంగా వుండటం మనం గమనిస్తూనే వున్నాం. డేవిడ్ వెక్కెన్ అన్న జెనెటిసిస్ట్ అంచనా ప్రకారం, **ఒక వ్యక్తి ఆనంద విషాదాలు అతడి తల్లిదండ్రుల పెంపకం, ఇంట్లో వాతావరణంపైనే 90 శాతం పైగా ఆధారపడి వుంటాయట.** అక్కడనుంచే అతడి ప్రవర్తన, మాట్లాడే విధానం, కోపం, దుఃఖ ప్రకటన నిర్దేశింపబడతాయట.

"ప్రేక్షకులు ఒక ట్రాజెడీ సినిమా కన్నా ఒక కామెడీ సినిమా చూసి బయటకు వచ్చాక ఎక్కువ మాట్లాడతారు" అంటాడు డేవిడ్. ఎక్కువ మాట్లాడేవారు సాధారణంగా ఎక్కువ సంతోషపరులూ, తక్కువ మాట్లాడేవారు (మునులు, భావుకులు, మేధావులు, కళాకారులు, ప్రకృతి ఆరాధకులూ అయితే తప్ప) సాధారణంగా తక్కువ సంతోషించే వారూ అయివుంటారట.

5. అందం : అందంగా వున్నవారు సంతోషంగా వుంటారుట. ఇది నూరుశాతం కరెక్ట్ కాకపోయినా, సంతోషంపై అందం ప్రభావం మాత్రం కాస్తయినా వుంటుంది. అందంగా వున్న వారిని ఎక్కువమంది ఆరాధిస్తారు. చూస్తారు. సాధారణంగానే ఇది ఆనందాన్ని (కాస్త గర్వాన్ని) ఇస్తుంది. అందంగా వున్నవారు దాదాపు ఆరోగ్యంగా వుంటారు. అదీగాక అందంగా కనపడటానికి చిరునవ్వు ముఖ్యం. **తమపట్ల తమకి నమ్మకం వున్నవారే నిరంతరం చిరునవ్వుతో వుండగలరు.**

అయితే, ఇక్కడో ముఖ్యమయిన విషయం గుర్తుపెట్టుకోవాలి. అందంగా వుండటం ముఖ్యం కాదు. అందంగానో తెలివిగానో వున్నామన్న నమ్మకం ముఖ్యం! చాలా అందంగా వున్న వారికి కూడా నమ్మకం లేకపోవచ్చు. సామాన్యులకి కూడా తమ మీద తమకి నమ్మకం వుండొచ్చు. **తనలో వున్న ఏదో ఒక గొప్ప గుణం మీద తనకి నమ్మకం వుండాలి.** ఆ నమ్మకం నుంచీ, తన అందాన్నించీ, బాడీ లాంగ్వేజీ నుంచీ, మేధస్సు నించీ ప్రేరణ పొందుతూ, దాన్ని తమ Emotional energy గా మార్చుకోగలిగే వాళ్ళు నిశ్చయంగా నిరంతరం సంతోషంగా వుంటారు.

6. స్నేహం, బంధం, కుటుంబం : కలకత్తా వీధుల్లో రాత్రిళ్ళు ఫుట్‌పాత్‌లపై పడుకునేవారు, ఆ పక్కనే ఎలక్ట్రిక్ స్థంభాల చీకటి వెలుతురు నీడల మధ్య వ్యభిచారం చేసేవారు, మనం ఊహించినంత విషాదంగా వుండరు. ఆ మాట కొస్తే చాలామంది మధ్యతరగతి కుటుంబాల్లోని సంసార స్త్రీల కన్నా వ్యభిచారులు ఎక్కువ సంతోషంగా వుంటారట. అదేవిధంగా న్యూక్లియస్ కుటుంబాల్లో కన్నా ఉమ్మడి కుటుంబాల్లో వ్యక్తులు ఎక్కువ సంతోషంగా వుంటారుట.

డేనియర్ నిర్వహించిన సర్వే ప్రకారం సగటు సంతోషం స్కేలు '2' అనుకుంటే, కాలేజీ విద్యార్థుల సంతోషం 2.43. వీరే ప్రపంచంలో అందరికన్నా ఎక్కువ ఆనందపు స్కేలులో వుండేది. ఆశ్చర్యకరమైన విషయం ఏమిటంటే, వేశ్యలు, మురికి వాడల్లో నివసించే కార్మికులు 2.23 స్కేలులో వున్నారట. వీరిలా వుండటానికి కారణం 'స్నేహం (అది ఎటువంటిదయినా సరే), కబుర్లు, కోరికలు తక్కువగా వున్న నిశ్చింత' కారణాలు అంటాడు డేనియర్.

తమ అసంతృప్తికి కారణం అవతలివారేనని దంపతులిద్దరూ మనస్ఫూర్తిగా భావిస్తారు. వారు మారుతే బావుణ్ణు అని ఇద్దరూ అనుకుంటారు. 'తాను మారితే బావుంటుంది' అని ఏ ఒక్కరూ అనుకోరు.

* * *

మిగతా స్నేహితురాళ్ళకన్నా భార్యే సుఖం అని తెలుసుకున్నాను. వాళ్ళూ అదే (భర్తే) సుఖం అని తెలుసుకున్నారు అంటాడు ప్రసిద్ధ కమేడియన్ బాబ్‌హోప్.

* * *

భార్యాభర్తల మధ్యదూరం ఎక్కువ అవటానికి కారణం ఒకటే. వ్యక్తిత్వంలేని స్త్రీని భార్యగా కోరుకుంటాడు పురుషుడు. లేదా తనకి కావలసిన విధంగా మార్చుకోవాలనుకుంటాడు. ఫెయిల్ అవుతాడు.

స్త్రీ అలా కాదు. తను చెప్పినట్టు పురుషుడు మారితే సంసారం ఇంకా బావుండే వీలుంటుందని ఆమె భావిస్తుంది. ఫెయిల్ అవుతుంది. అతడు మారనందుకు కాదు. 'ఇంకా బావుండే వీలు' సంసారంలో లేదని అతడు భావిస్తున్నందుకు.

పదహారు రోజులు హనీమూన్ విహార యాత్రచేసి ఇంటికొచ్చాక అలసిపోయి నిద్రించాలనుకుంటాడు భర్త. ఆ కబుర్లన్నీ ఇద్దరూ కలిసి మళ్ళీ చెప్పుకోవాలని అనుకుంటుంది పెళ్ళికూతురు. ❁

వివాహం - సంతోషం

జీవితంలో సెటిలైన వారు తొందరగా వివాహం చేసుకుని ఆనందంగా వుంటారా? లేక ఆనందంగా వుండేవారు, జీవితంలో తొందరగా సెటిలై వివాహం చేసుకుంటారా? రెండిటిలో ఏది కరెక్టంటే, రెండూ కరెక్టేనట. ఒకటి మాత్రం నిజం. జీవితంలో తొందరగా సెటిల్ కాకపోయినా, సెటిల్ అయ్యాక వివాహం కాకపోయినా, అసంతృప్తే. ఏది ఏమైనా వివాహం నిశ్చయమైనప్పటినుంచీ, వివాహం జరిగిన మూడు రోజుల వరకూ సంతోషంగా వుంటుంది. ఆ తరువాత అది తగ్గుతుందా-పెరుగుతుందా అన్నది వ్యక్తులపై ఆధారపడి వుంటుంది. కలిసి వున్నంత కాలం దాని విలువ తెలీదుకానీ, విడిపోతే భాగస్వామి విలువ తెలుస్తుంది (ట). జీవితంలో ఎన్నివున్నా, 'తనకంటూ' ఎవరో ఒకరు ఉండకపోతే జీవితం శూన్యం - అని చాలా మంది కవులు, రచయితలు చెప్పారు కదా!

జీవితంలో ఆనందం విషాదం, మనం ఆలోచించే విధానం మీద ఆధారపడి వుంటుంది. అనుమానంవున్న భార్య, భర్త తెలుగు కాలెండర్‌లో 'అశ్వని' అని వున్న చోట ఇంకు మార్కు చూసి "ఎవరా అమ్మాయి" అని నిలదీస్తుంది. ✿

7. వివాహం : కౌన్‌బనేగా కరోడ్‌పతిలో అడగవలసిన ప్రశ్న : ఎవరెక్కువ ఆనందంగా వుంటారు? ఎ) అవివాహితులా బి) వివాహితులా సి) విడాకులు తీసుకున్నవారా డి) రెండు మూడు వివాహాలు చేసుకున్నవారా?

సమాధానం చాలా చిన్నది. తాను తప్ప మిగతా మూడు గ్రూపుల్లో వారూ ఆనందంగా వుంటారు! ఇది చాలా సరిఅయిన సమాధానంలా అనిపిస్తుంది. కానీ నిజానికి ఆ సమాధానం కూడా కరెక్టుకాదు. దాదాపు 30,000 మందిని పరిశోధించాక కనుక్కున్నదేమిటంటే, దీర్ఘకాల బ్రహ్మచారులకన్నా, భాగస్వామి మరణించిన వారికన్నా, విడాకులు తీసుకున్న వారికన్నా, వివాహితులే ఆనందంగా వున్నారని ఆ శోధనలో తేలింది. ఒంటరితనం ఆనందాన్ని హరించి వేస్తుందట. ఎంత కొట్టుకుని తిట్టుకున్నా వివాహితులే సంతోష భరితులట.

8. భక్తి : మతం నల్లమందులాటిది అన్నాడు కార్ల్‌మార్క్స్. ఈ సిద్ధాంతాన్ని నమ్మిన పార్టీలు కూడా మత మౌఢ్యాన్ని నిర్మూలించటం, మత వ్యవస్థని నిర్మూలించటానికి ప్రయత్నించటం పోయి.... ఒక మతం వారికి రిజర్వేషన్లు కల్పించాలని కోరటం విచిత్రం. ఏది ఏమైనా ఒకటి మాత్రం వాస్తవం. ఈ నల్లమందు ఎంతవరకూ తమని నాశనం చేస్తోందీ అన్నది ఎవరికి వారే నిర్ణయించుకోవాలి. మతకల్లోలాల సంగతి పక్కన పెడితే మతం, భక్తి, పూజ మొదలైనవి మనిషిని ఆనందంగా, (కనీసం తాత్కాలికంగానైనా) నిశ్చింతగా వుంచుతాయి. అలసట, దిగులు, భయం మొదలైనవి పోగొట్టటానికి భక్తి, పూజ, మెడిటేషన్ ఉపయోగపడతాయి. భక్తి వేరు. మూఢభక్తి వేరు. దీని గురించి వివరంగా **'తప్పుచేద్దాంరండి'** అన్న

పుస్తకంలో వ్రాసాను. మిగతా వ్యాపకాలకంటే, వ్యసనాలకంటే భక్తి ఎక్కువ నిరపాయకరమైన ఆనందాన్నిస్తుంది.

9. దానగుణం : దానం ఇచ్చేవాళ్ళు ఎక్కువ ఆనందంగా వుంటారట. దానం లభించిన వారి కన్నా, ఇచ్చేవారు ఎక్కువ ఆనందంగా వుండట మనేది ఆశ్చర్యకరమైన సత్యం. తీసుకునేవారి కనులలో ఆనందమే మన కళ్ళల్లో ఇంకా ఎక్కువ ఆనందం నిలుపుతుందనేది సత్యమే కదా.

10. వయసు : ఎవరు ఎక్కువగా ఆనందంగా వుంటారు? వృద్ధులా? యువకులా? కొన్ని వందల మంది యువకుల్నించీ, వృద్ధుల్నించీ సమాచారం సేకరించిన తరువాత తెలిసిందేమిటంటే, సంతోషపు స్కేలు యువకుల్లో ఎక్కువున్నా, అసంబద్ధమైన విచారం (టెన్షన్?) స్కేల్ కూడా వారిలోనే ఎక్కువ వున్నది. వృద్ధుల్లో ఇది తక్కువ వున్నది. వృద్ధులకి తమ 'గోల్' సరిగ్గా తెలియటం, జీవితం అయిపో వస్తోంది కాబట్టి నిర్దిష్టమైన జీవిత విధానం, వారికి సంతృప్తినిస్తాయి. ఉదాహరణకి, ఒక ఎనభై ఏళ్ళ వృద్ధుడు తన డెబ్బైఅయిదేళ్ళ భార్య చేతిమీద తీసుకునే ముద్దు, ఒక యువకుడు తన ప్రియురాలి నుంచి తీసుకునే దాని కన్నా ఎన్నోరెట్లు సంతోషాన్నిస్తుందని లౌరా కార్‌స్టెన్ అనే సైకాల జిస్టు చెపుతున్నాడు. ఎక్కువ దొరికే కొద్దీ బహుశ దాని విలువని గుర్తించటం తక్కువ అవటం దీనికి కారణం అయివుంటుంది.

మరణంపట్ల భయంకూడా మనుష్యుల్లో తక్కువ వుంటుంది. మనుష్యులకుండే భయాల లిస్టు, వాటి ప్రాముఖ్యత ప్రకారం వ్రాస్తూపోతే, **మరణంపట్ల భయం** ఏడవది (7) మాత్రమే అట. అన్నిటికన్నా మొదటి భయం- **పబ్లిక్‌లో స్పీచ్ ఇవ్వటం**-అట. చాలా చిత్రంగా వున్నది కదూ!

పబ్లిక్ స్పీచ్ : ఉపన్యాస అర్హతులు

"నీ కర్తవ్యం నువ్వు నిర్వహించు కుంటూ పో. ఫలితం ఆశించకు" అన్నాడు కృష్ణుడు. కొందరు దీన్ని తు.చ. తప్పకుండా ఆచరిస్తారు. ఎక్కడ? బహిరంగ ఉపన్యాసాల్లో! ప్రజలు వద్దని చప్పట్లు కొడుతూనే వుంటారు. వీరు తమ ఉపన్యాసం కొనసాగిస్తూనే వుంటారు.

ప్రేక్షకుల మూడ్‌బట్టి చెప్పాలి. అంతేకాదు ఉపన్యాసం ఇచ్చేట ప్పుడు ఈక్రింది విషయాలు గుర్తు పెట్టుకోవాలి :

1. నీ భయం బయట పడ నివ్వకు.
2. చిన్న వాక్యాలు వాడు.
3. క్షమాపణతో ఉపన్యాసం ప్రారంభించకు.
4. ముందే పాయింట్లు వ్రా సుకుని తయారవ్వు.
5. ప్రేక్షకుల్ని చూస్తూ మాట్లా డు.
6. వారి అసహనాన్ని గుర్తిం చు.
7. మైకు సెన్సు తెలుసుకో.
8. మధ్యలో వీలైతే నవ్వించు.
9. నీ గురించి ఎక్కువ చెప్ప కోకు.
10. ఎంతసేపు మాట్లాడ బో తున్నావో వారికి ముందే చెప్పు.

ఇవ్వందే రాదు

ఆనందానికి కారణాలు, ఎక్కడో వుండవు. మనసులోనే వుంటాయి. అవికూడా 'పెద్దవి' కావు. చిన్నవి. ఇవ్వటం - పుచ్చుకోవటం.

ఒక యువకుడు తన భార్యకి మంచి చీరె కొనితెచ్చి ఇచ్చాడు. ఆమె సింపిల్‌గా 'బావుంది' అని బీరువాలో పెట్టేసింది. అతడు బాధపడ్డాడు.

ఆ రాత్రి పడుకుని ఆలోచిస్తూ వుండగా అతడికి అర్థమయింది.

రెండ్రోజులక్రితం నలుగురి ఫ్రెండ్స్‌ని తాను విందుకి పిల్చాడు. ఆమె వంట అద్భుతంగా చేసింది.

తాను కనీసం 'బావుంది' అని కూడా అనలేదు. ఆ రోజు ఆమె కూడా ఇలాగే ఆలోచించి మధన పడివుంటుంది.

మనం ఏదయితే ఇతరులనుంచి ఆశిస్తున్నామో బహుశ దాన్ని మన గుప్పెట్లోనే బంధించివుంటాము- అన్న సత్యాన్ని అతడు ఆ రాత్రి తెలుసుకొన్నాడు.

* * *

ఒక గిఫ్ట్ మనం ఇస్తే మనకో గిఫ్ట్ వస్తుంది. అది 'మెచ్చుకోలు'కి కూడా వర్తిస్తుంది.

* * *

సెక్స్‌లో కూడా అంతే, నీకు సంతోషం ఇచ్చే ప్రతి పనీ, నీ భాగస్వామికి కూడా చెయ్యి. ❁

కీర్తి కావాలంటే చాలా వరకూ బహిరంగ ఉపన్యాసాలు ఇవ్వవలసి వుంటుంది. ప్రపంచంలో నూటికి 97 మందికి దీనిపట్ల భయం వుండటం చిత్రమే మరి!

* * *

మనం అక్కడ లేనప్పుడు మన గురించి అక్కడ వున్నవారు ఏం మాట్లాడుకుంటారో అదే మన కీర్తి. 'అతనా? అతను చాలా మంచివాడు' అనో, 'ఆమె చాలాసాయం చేస్తుంది' అనో మన గురించి మాట్లాడుకోగలిగితే అంతకన్నా కావల్సింది ఏముంది? అఫ్‌కోర్స్ - చాలామంది అక్కడ లేనివారి ప్రసక్తి వచ్చినప్పుడు, వారి బలహీనతల గురించి చెడుగానే మాట్లాడతారనుకోండి. అది వేరే సంగతి. మీరు మాత్రం మంచిగానే మాట్లాడండి. మీకు తెలియని రూమర్ల వ్యాప్తి చేయకండి. మనకి ఆనందం ఎప్పుడు కలుగుతుంది? మనల్ని ఎవరైనా పొగిడి నప్పుడు, సంతోషకరమైన వార్త విన్నప్పుడు, అన్నిటికన్నా ముఖ్యంగా మనం గె...లి...చి... న...ప్పు...డు సంతోషం కలుగుతుంది. ఇది ఒకవైపు. మరోవైపు? చల్లగాలి వీచినప్పుడు, నిండు చంద్రుడిని చూసినప్పుడు, మంచి పాట విన్నప్పుడు... ఇలా ఎన్నైనా చెప్పొచ్చు.

కాబట్టి ఆనందానికి ఒక కారణంగానీ టైమ్‌గానీ లేదు. చిన్నపిల్లల్ని చూడండి. ఉయ్యాల్లో హాయిగా నవ్వుకుంటూ వుంటారు. ఇంత ఆనందం మనకి కూడా ఒక్కోసారి అప్రయత్నంగా, అకారణంగా కలుగుతూ వుంటుంది. కానీ "ఎందుకింత ఆనందం" అనుకుని ఆలోచిస్తూ, కారణాలు శోధిస్తూ, **ఆ ఆనందం నశించే వరకూ** పరిశోధన వదిలిపెట్టం. సూర్యుడు అస్తమిస్తున్న వేళ బాల్కనీ

లో ఒక్కరే కూర్చొని ఆనందించటం ప్రారంభించండి. ఎంత బావుంటుందో తెలుస్తుంది. దీనికి పెద్దగా ప్రకృతి పట్ల ఆరాధనా, బావుకత్వం అవసరం లేదు. టీవీ చూడటంకన్నా ఎక్కువ ఆనందం దొరుకుతుంది. ఎంతో అవసరంలేదు. పావుగంట చాలు.

ఎల్లప్పుడూ చిరునవ్వుతో వుండటం, అకారణమైన, నిర్హేతుకమైన ఆనందాన్ని అనుభ వించటం ప్రాక్టీసు చెయ్యాలి. జంతువులు నవ్వ లేవు. ఏ గాడిదయినా గుర్రమైనా నవ్వటం చూసారా? నవ్వలేనివాడు ఆ రకమైన జంతువుల్తో సమానం. అదే విధంగా అవసరమైనప్పుడు నిజాయితీగా గిఫ్ట్‌లు, కాంప్లిమెంట్‌లు ఇవ్వటం నేర్చుకోవాలి. జంతువులు, సాటిజంతువులకు బహుమతులు ఇవ్వలేవు. మనుష్యులే ఇవ్వగలరు. వస్తువుల్నే కాదు. ప్రేమని కూడా!

ఈ బాధావలయ ప్రపంచంలో,
నీ సంతోషం ఒక గిఫ్ట్!
ఈ బీద ప్రపంచంలో
నీ చిరునవ్వు సంపద ఒక గిఫ్ట్!
ఈ ద్వేషపూరిత ప్రపంచంలో
నీ ప్రేమ ఒక గిఫ్ట్!
ఈ నిరాశా లోకంలో
నీ నమ్మకమే ఒక గిఫ్ట్!
భయపడేవారికి
నీ స్పర్శ ఒక గిఫ్ట్!
పై గిఫ్ట్‌లన్నీ ఖరీదు లేనివని తెలుసుకోవటమే –
భగవంతుడు నీకిచ్చిన పెద్ద గిఫ్ట్.

అసంతృప్తి

కొంతమంది వ్యక్తులు ఎప్పుడూ ఎందుకు అసహనంగా, విసుగ్గా, కోపంగా, సీరియస్‌గా వుంటారు? దీనికి సమాధానం చాలా చిన్నది. తీరని కోరికలవల్ల వచ్చే అసంతృప్తి కారణంగా ఇది జరుగుతుంది. ఇది సరీగ్గా అర్థం కావాలంటే కాస్త వివరణ కావాలి. మనిషికి ఆకలేసినప్పుడు అన్నం తినాలని పిస్తుంది. ఇది కోరిక. బిర్యానీ తినాలనిపిస్తుంది. ఇదీ కోరికే. అయితే మనసులో ఏమూలో, తాను రోజు రోజుకీ లావైపోతున్నానన్న భావం మెదుల్తూ వుంటుంది. అంటే... సన్నబడాలన్న కోరిక తీరనిదైపోతూ వున్నదన్న మాట. రెండు వేర్వేరు కోరికల మధ్య ఘర్షణ. అదీ అసంతృప్తి.

డాక్టర్ అవ్వాలనుకుని గుమస్తా అయ్యాడు. ఆ తరువాత ఆ సంగతి పూర్తిగా (పైకి) మర్చి పోయాడు. అసంతృప్తి.

రోగిష్టి తల్లి మంచంమీద రోజులు లెక్కపెడుతోంది. భార్యాపిల్లల్తో కలిసి బయటికి వెళ్ళటానికి లేదు. డబ్బు ఖర్చవుతోంది. అదీ అసంతృప్తి.

ఇటువంటి అసంతృప్తులు బయటికి కనపడవు. అనుభవిస్తున్న వ్యక్తికూడా అసలు ఇటువంటి అసంతృప్తి తనలో ఒకటుందని తెలీదు. కానీ కోపానికీ అసహనానికీ అవే కారణాలు. రెండు పరస్పర విరుద్ధమైన కోరికల్లో ఒకదాన్ని తగ్గించుకో గలిగిన మనిషి సదా సంతోషంగా వుంటాడు. ❁

అథచే త్త్వమిమం ధర్మ్యం సంగ్రామం న కరిష్యసి
తతస్స్వధర్మం కీర్తిం చ హిత్వా పాపమవాప్స్యసి.
(సాంఖ్య యోగము - 33)

అసలైన కీర్తి

ఈ శ్లోకంలో కృష్ణుడు షడ్విధ ఐశ్వర్యాల్లో మూడవది అయిన 'కీర్తి' గురించి చెప్తూ 'స్వధర్మము చేయకపోవుటచే నీవు కీర్తి పోగొట్టుకుందువు' **(ధర్మం కీర్తిం చ అథచేత్వ)** అంటున్నాడు. ఈ కీర్తి అనేది అద్దాలమేడ లాటింది. ఒక చిన్న తప్పుకే అది పెఠేలున పగిలిపోతుంది. దాన్ని మళ్ళీ కష్టపడి పునర్నిర్మించుకోవాలి. **'సంభావితృస్య అకీర్తర్భరణా దతిరిచ్యతే'** అన్నాడు తరువాత. ఒకప్పుడు గౌరవింపబడిన వానికి, అపకీర్తి అనేది మరణంకంటే ఎక్కువ అని దాని అర్థం. కీర్తి అనేది దాహం లాంటిది. దాని రుచికి అలవాటుపడిన తరువాత అది లేకుండా బ్రతకటం కష్టం. స్థానం కోల్పోయిన వెండితెర నటులు ఆ తరువాత చాలా ఏకాంతమూ, దిగులూ, ఒంటరితనమూ అనుభవించేది అందుకే. వయసొచ్చిన పిల్లలు ఎదిరించి వెళ్ళిపోతే 'ఇంటిపెద్దలు' బాధ అనుభవించేది కూడా తమ కీర్తి, పెద్దరికం పోయిందనే!

కీర్తి అంటే మనల్ని మనం మొదట గుర్తించ గలగటం. ఆ తరువాత ఇతరులచే గుర్తింపబడటం. అది తెలియకే కొంతమంది బాగా నీళ్ళు త్రాగుతూ వుంటారు. ఆ దాహం నీటితో తీరదని తెలియక.

నీలగిరి ఊటీకొండలమీద ఒక చిన్నపాక (రెస్ట్‌హౌస్) వేసుకుని జీవితాన్ని గడిపేస్తే అంతకన్నా కావల్సింది ఏముంది? అంటారు కొందరు. ఒక్కరోజులో అక్కడ బోరుకొట్టి వచ్చేస్తారు. ఎందుకు? అక్కడ 'గెలుపు' లేక. ఎక్కడెక్కడో తిరిగిన కుర్రాడు పరుగెత్తుకు వచ్చి తన వడిలో సేద తీరటంకూడా తల్లికి గెలుపే.

కొంతమందికి గెలుపు ఎందుకురాదు? తమ జీవితాల్ని 'రెస్ట్‌హవుస్'ల దగ్గిర ఆపుచెయ్యటం వలన. గమ్మత్తుగా వుంది కదూ! చాలామంచి సత్యం ఇది. అందరూ తెలుసుకోవలసినది. మనిషి 'టీ బ్యాగ్' లాటివాడు. అతడెంత స్ట్రాంగో తెలుసుకోవాలంటే వేడివేడినీళ్ళల్లో ముంచాలి.

సింప్లిసిటీ

మనం రోడ్డు మీద నడుస్తూ ంటేనో, రైలులో ప్రయాణం చేస్తూం టేనో చాలామంది వ్యక్తులు ఎదురు పడుతూ వుంటారు. వారిలో ఎంద రో మేధావులు, ప్రొఫెసర్‌లు, నోబెల్ ప్రైజ్ విన్నర్లు కూడా వుండి వుండ వచ్చు. వారియొక్క వేష, భాషలను బట్టి అంతస్థు అంచనా వేయటం కష్టం. అలాగే వారి తెలివితేటలను ధనాన్ని, దానగుణాన్ని, మంచి తనాన్ని కూడా. ముఖ్యంగా రైళ్లలో ప్రయాణం చేస్తున్నప్పుడు, ఎదుటి వారి వివరాలు అడగకపోవటం వలన, వారి నుంచి జ్ఞానాన్ని పొందే అవకాశాన్ని కోల్పోతూ వుంటాం. 'హస్కు' కొట్టటం వేరు. జ్ఞానం పొందటం వేరు.

* * *

1884లో హార్వర్డ్ యూని వర్సిటిలో చదివే స్టాన్‌ఫోర్డ్ అనే యువకుడు ప్రమాదవశాత్తూ మర ణించాడు. అతడి తల్లిదండ్రులు చాలా విషాదగ్రస్తులై కొడుకు జ్ఞాప కార్థం ఏదైనా స్థూపంగానీ, మీటిం గుహాలుగానీ నిర్మించాలను కొన్నా రు. దాని నిమిత్తం వారు హార్వర్డ్ యూనివర్సిటి ప్రెసిడెంట్ చార్లెస్ ఎలియార్ట్‌ని కలుసుకొన్నారు.

ఆ దంపతులు చాలా సాదా సీదాగా, అణుకువగా సామాన్య దుస్తుల్లో వున్నారు.

చాలాసేపు బయట వేచివున్న తరువాత వారికి లోపలికి వెళ్లటా నికి అనుమతి దొరికింది.

జీవితం ఒక వాహనం లాటిది. కేవలం మృత్యువు మాత్రమే ఆపగల (మనతో మనం చేసుకునే) నిరంతర సంభాషణ. ఆ వాహనాన్ని ఆపు చేస్తే, వెనుక నుంచి మిగతా వారు దూసుకు వెళ్ళిపోతారు. ఓడిపోయే వ్యక్తులు తమ రెస్ట్ హవుస్‌లు ఎక్కడ నిర్మిస్తారో గమనిద్దాం.

1. అపజయం దగ్గిర రెస్ట్‌హవుస్ : వ్యాపారం లో నష్టంవచ్చినా, లేదా పరీక్ష ఫెయి లయినా కొంతమంది ఆ అపజయం దగ్గిరే ఆగిపోతారు. వ్యాపారంలో బాగా ఎదిగి, లక్షలు సంపాదించ బోతున్న తరుణంలో ఒక అత్యాశా కిరణం తళుక్కున మెరుస్తుంది. అది షేర్ బిజినెస్ కావొచ్చు. సినిమా నిర్మిద్దామనే స్నేహితుల సలహా కావొచ్చు. కళ్ళు మిరిమిట్లు కొలిపే కిరణం అది. ఆ ఆశలో మొత్తం కోల్పోవచ్చు. అక్కడితో జీవితం మీద పూర్తిగా నిస్పృహ ఏర్పడి మళ్ళీ తేరుకోని కుటుం బాలు కొన్ని నాకు తెలుసు.

ఇటువంటి డిప్రెషన్ నుంచి బయట పడాలంటే ఒకటే మార్గం. తన విలువ తాను తెలుసుకోవటం. మీకు తెలుసా? ఒక సాధారణ వ్యక్తి తన జీవితకాల మొత్తంలో రెండుసార్లు భూప్రదక్షిణ చేసినంత దూరం నడుస్తాడు. ఒక మనిషి కిడ్నీలు ఫెయిలయితే, అతన్ని పదేళ్ళు బ్రతికించి వుంచటానికి ఇరవై లక్షల పైగా ఖర్చువుతుంది. మనిషి గుండె పాడవుతే జీవితాంతం ఖర్చు అయిదు లక్షలు. ఇంత ఖరీదైన పార్టులువున్న కారుని, ఇంత నడవగల శక్తివున్న కారుని అపజయం అనే రెస్ట్‌హవుస్ దగ్గిర ఎందుకు ఆపాలి? ఈ క్రింది ఉదాహరణలు చూడండి.

పదిహేడో శతాబ్దంలో బుచింగర్ అనే వ్యక్తి పన్నెండు రకాలయిన మ్యూజిక్ ఇన్‌స్ట్రుమెంట్స్

వాయించటంలో ప్రావీణ్యం సంపాదించాడు. స్టేజిమీద మ్యాజిక్ కూడా చేసేవాడు. ఇందులో పెద్ద గొప్పేమీలేదు. అయినా ఇతడి పేరు చరిత్రలో ఎందుకు నిలిచిపోయింది? అతడు కేవలం 28 అంగుళాల పొడవు వుండేవాడు. అంతకన్నా అబ్బురపరిచే విషయం- అతడి రెండు కాళ్ళూ, రెండు చేతులూ లేవు. ఇది అద్భుతం కాదా?

హారాల్డ్ రస్సెల్ అనే వ్యక్తి లాండ్‌మైన్ బ్లాస్ట్‌లో రెండు చేతులూ పోగొట్టుకున్న తరువాత తన ఆత్మకథ వ్రాసాడు. దాని పేరు VICTORY IN MY HANDS.

ఒకసారి ఓడిపోయి, 'ఇక ప్రయత్నించీ ఏం లాభంలే' అనుకునే మనందరికీ వీరందరూ మార్గదర్శకులు. వీరే ప్రేరణ ఇస్తారు. సైకిల్ మీదనుంచి ఒక్కసారి అయినా పడకుండా దాన్ని నేర్చుకున్నవారు ఎవయినా వున్నారా? తప్ప టడుగులు వేస్తూ పడిపోయిన పసిపాప నడక మానుతుందా? సినిమా దర్శకుడిగా అపజయం పొందాకే గదా విజయానికి అయిదుమెట్లు వచ్చింది. అదే విధంగా ఓటమిదగ్గిర ఇల్లు కట్టుకోని మరోవ్యక్తి గురించి చెప్తాను.

'తులసి దళం' సీరియల్‌గా ఆంధ్రభూమిలో సూపర్ హిట్ అయ్యాక కూడా నావద్దకు ప్రచురణ కు ఎవరూ రాలేదు. అప్పటికీ ఋషి, చెంగల్వ పూదండ, పర్ణశాల అన్న నవలలు వ్రాసి వున్నాను. కేవలం మల్లాది, యద్ధనపూడి, కొమ్మూరి, కోడూరి మొదలైన వారి రచనలే పుస్తకం రూపేణా వచ్చేవి. ఏ రచయితకయినా తన రచనని పుస్తక రూపంలో చూసుకోవటం ఒక అపురూపమయిన అనుభవం. తులసీదళం అంత హిట్టయినా ఏ పబ్లిషరూ ఎందుకు రాలేదో నాకు అర్థం కాలేదు. దీన్నే బహుశా బ్రేక్-త్రూ అంటారనుకుంటాను.

తన దగ్గరకు వచ్చింది మరణించిన విద్యార్థి తాలుకు తల్లిదండ్రులనీ, తమకొడుకు పేరుమీద వారు యూనివర్సిటి క్యాంపస్‌లో ఒక గది నిర్మాణానికి వచ్చారనీ తెలిసి చార్లెస్ ఎలియార్ట్ కాస్త సందేహంతో "మీరు ఒక గది నిర్మించాలంటే దానికి చాలా ఖర్చవుతుంది. పెద్దపెద్ద ఆశలు పెట్టుకోకండి" అని సలహా ఇచ్చాడు.

అప్పడు వృద్ధురాలైన ఆ కుర్రవాడి తల్లి ఎలియార్డ్‌తో "ఈ యూనివర్సిటి కట్టడానికి ఎంత ఖర్చయివుంటుంది సర్" అని అమాయకంగా అడిగింది. ఎలియార్డ్ కాస్త గర్వంగా "దాదాపు 10 మిలియన్ల డాలర్లు" అని చెప్పాడు.

అప్పడా ముసలి దంపతులిద్దరూ ఒకరి ముఖం ఒకరు చూసుకున్నారు. కళ్ళతోనే ఒకరితో ఒకరు సంభాషించుకున్నారు.

ఒక నిర్ణయానికి వచ్చిన వాడిలా ఆ యువకుడి తండ్రి ఎలియార్డ్ వైపు కు తిరిగి "అయితే మా కొడుకు పేరుమీద ఒక యూనివర్సిటీయే కట్టిస్తే బాగుంటుంది అనుకుంటున్నాము సర్" అన్నాడు నమ్రతగా.

26 మిలియన్ డాలర్ల ఖర్చుతో ఆ విధంగా స్టాన్‌ఫోర్డ్ యూనివర్సిటీ స్థాపించబడింది. ❁

అటువంటి సమయంలో ప్రకాశరావు అనే ఒక వ్యక్తి నా వద్దకు వచ్చాడు. తాను ఒక పబ్లిషంగ్ సంస్థలో నెలకు వందరూపాయలకు పనిచేసే బైండర్‌ననీ, అక్కడ పని మానేసి చిన్న చిన్న పుస్తకాలు ప్రచురిరిచటం ప్రారంభించాననీ చెప్పాడు. 'తులసీదళంతో పాటు మరో మూడు పుస్తకాలు వేస్తే, మొత్తం ఇస్తాననీ రాయల్టీ పెద్ద పట్టింపులేదనీ' అన్నాను. అంత పెట్టుబడి పెట్టే స్థోమత లేదని వెళ్ళిపోయాడు.

ఆ తరువాత అప్పట్లో పత్రికారంగంలో అగ్రగామి అయిన నవభారత్ సంస్థ పదిశాతం రాయల్టీకి ఆ పుస్తకాల్ని ప్రచురించటానికి ముందు కొచ్చింది. పుస్తకాలు ప్రచురింపబడితే చాలు అనుకున్న నాకు అది నిజంగా చాలా థ్రిల్ కలుగ చేసిన రోజు.

అలా ఒకటి రెండు సంవత్సరాలు గడి చాయి. ఈలోపులో అభిలాష, డబ్బు టు ది పవర్ ఆఫ్ డబ్బు పుస్తకాలు కూడా ప్రచురితమయ్యాయి. తులసి దళం తాలూకు అమ్మకాల సంచలనం క్రమంగా సద్దుమణుగుతోంది. ఆ సమయంలో ప్రకాశరావు మళ్ళీ వచ్చాడు. **ఓటమి దగ్గిర ఇల్లు కట్టుకుని అతడు ప్రయాణం ఆపలేదు.** ఆంధ్ర భూమిలో ఈసారి వస్తూన్న సీరియల్ తను వేస్తాననీ, రాయల్టీ శాతం అధికంగా ఇస్తాననీ అన్నాడు. కానీ నవభారత్ చాలా పెద్ద సంస్థ. ప్రముఖ రచయిత (త్రు)ల పుస్తకాలన్నీ దాదాపు అదే ప్రచురించింది. అందులోంచి బయటకొచ్చి ఒక చిన్న పబ్లిషర్‌కి ఇవ్వాలంటే, కొంచెం సంశయించవలసి వచ్చింది. మొత్తానికి ఎలాగయి తేనేం ఒక పుస్తకానికి ఒప్పందం కుదిరింది. ఆ పుస్తకం పేరు 'వెన్నెల్లో ఆడపిల్ల'.

రచయిత పాట్లు

1843వ ప్రాంతంలో బ్రిటన్‌లో బీదవాళ్ళ పరిస్థితి చాలా దారుణంగా వుండేది. అది గమనించిన ఒక వ్యక్తి ఆ బీదలపాట్లన్నీ ఒక పుస్తకంగా వ్రాద్దామనుకున్నాడు. ఆ పుస్తకాన్ని చదివి ధనవంతులందరూ ఉత్తేజితులై బీదలకి సహాయపడాలని అతని ఉద్దేశం. అయితే తన పుస్తకం చదివి వారందరూ మారతారా, మారి బీదలకు సహాయం చేస్తారా? అని అతను ఆలోచించలేదు. తన గదిలో కూర్చొని వ్రాయటం ప్రారంభించాడు.

తను వ్రాస్తున్న కథలో హాస్యపు సంఘటనలు వచ్చినప్పుడు విపరీతంగా నవ్వుతూ, విషాద భరితమైన అనుభవాలు వ్రాయాల్సి వచ్చినప్పుడు తనే ఏడుస్తూ రెండు నెలలలో ఆ పుస్తకాన్ని పూర్తి చేశాడు.

18 డిశెంబరు 1843 రోజున ఆ పుస్తకం లండన్ మార్కెట్‌లో విడుదలైంది. ఆ పుస్తకం పేరు ఎ క్రిస్టమస్ కెరోల్ (A Christmas Carol). ఆ పుస్తకం మార్కెట్‌లో ప్రొద్దున విడుదలై మొత్తం ఆరు వేల కాపీలూ సాయంత్రానికి అమ్ముడు పోయాయి. ఆ రచయితకే దిగ్భ్రమ కలిగేలాగా ఆ తరువాతి సంవత్సరంలో దాదాపు మిలియన్ డాలర్లు పేదవాళ్ళ సంక్షేమం కోసం చందాలుగా పోగు అయ్యాయి. ఆ రచయిత పేరు చార్లెస్ డికెన్స్.

11 అక్టోబరు 1982 సోమవారం ప్రొద్దున్న తొమ్మిదింటికి అది రిలీజయింది. సాయంత్రానికి మొత్తం కాపీలన్నీ అమ్ముడు పోయాయి. మరుసటి రోజే మరో ఎడిషన్ వెయ్యాల్సి వచ్చింది. అప్పటినుంచీ గత పాతికేళ్ళుగా నా పుస్తకాలన్నీ ఆ సంస్థే ప్రచురిస్తోంది. ఆ సంస్థ పేరు నవసాహితీ బుక్ హౌస్. పదేళ్ళల్లో ప్రకాశరావు కోటీశ్వరుడు అయ్యాడు. అయినా ఇప్పటికీ అంతే సింపుల్‌గా, నిజాయితీగా వుంటాడు. అచ్చుతప్పులు దిద్దటం నుంచీ పుస్తకాలు కట్టలు కట్టటం వరకూ స్వయంగా తనే చేస్తాడు. అడ్డంకి దగ్గిర వాహనాన్ని ఆపకపోవటానికి ఇంకేమి ఉదాహరణ కావాలి?

*   *   *

ఒక్కోసారి మన ప్రమేయంలేకుండానే ఆపదలు చుట్టుముడతాయి. నాకు తెలిసిన ఒక వ్యక్తి తన వ్యాపారం ఏదో తాను బాగానే చేసుకునేవాడు. అతడిచ్చిన చెక్కు బౌన్సు అయింది. తప్పు అతడిది కాదు. అతడి బ్యాంకు దివాళా తీసింది. అవతలివారు కోర్టుకి వెళ్ళారు. పెద్ద అమౌంట్ అవటంతో అడ్జెస్టు చేయలేకపోయాడు. ఈ లోపులో అతడి కూతురు మతాంతర వివాహం చేసుకుంది. అతడు ఇవన్నీ తట్టుకోలేక ఆత్మహత్యా ప్రయత్నం చేసాడు.

ఎమ్. సెట్‌లో ర్యాంక్ రాకపోయినా, అనుకున్న ఉద్యోగం రాకపోయినా ఆవిధంగానే కొందరు అక్కడే ఇళ్ళు కట్టుకుని ఆగిపోవటం మనం చూస్తూనే వున్నాం.

2. గెలుపు దగ్గిర రెస్ట్‌హవుస్ : నా ఇరవై మూడేళ్ళ వయసులో 'గులకగాళ్లు – గులాబిముళ్ళు' చార్లెస్ డికెన్స్ ఒక బీద కుటుంబంలో జన్మించాడు. ఆకలి, బీదరికం గురించి అతడికి తెలిసినంతగా చాలా కొద్ది మంది రచయితలకే తెలుసు. అతడు వ్రాసిన పుస్తకాల్లో Great expectations అన్న రచన ఉత్తమమైనదిగా భావిస్తారు. నా పుస్తకం 'చదువు-ఏకాగ్రత'లో పాజిటివ్ థింకింగ్ గురించి ప్రస్తావిస్తూ చార్లెస్ డికెన్స్ బాల్యపు అనుభవం ఒకటి వ్రాసాను.

మనకి సంక్రాంతి ఎలాగో, అక్కడ అలాగే Kites Festival అని వుంది. డికెన్స్ తన దగ్గిర వున్న చిరిగిపోయిన నలిగిపోయిన గాలి పటాన్ని ఆట స్థలంలో తీసుకు వెళ్ళాడట.

అక్కడున్న ఒక ధనవంతుడి కొడుకు గర్వంగా "ఆకాశంలో ఎగరెయ్యటానికి నా దగ్గిర బోల్డెన్ని గాలి పటాలున్నాయి" అన్నాడట.

"నాదగ్గిర ఒకటే గాలి పటం వుంది. కానీ బోల్డెంత ఆకాశం వుంది" అన్నాడట డికెన్స్.

లేని దాని గురించి విచారించటం మానేసి ఉన్న దాన్ని అభివృద్ధి పర్చుకోవటమే పాజిటివ్ థింకింగ్.

అతడు వ్రాసిన 'ఎ క్రిస్టమస్ కెరోల్' అన్న పుస్తకంలో ఒక గొప్ప వాస్తవమైన వాక్యం ఈవిధంగా వుంటుంది.

"నినాదాల్ని పరిష్కారాలనుకున్నంతకాలం మనం బాగు పడము". ✿

గుర్తింపుకోసం తపన

దర్శకుల ప్రసక్తి వచ్చింది కాబట్టి, గెలుపు దగ్గిర విశ్రాంతి తీసుకోని మరో దర్శకుడి గురించి తెలుసుకుందాం. పదహారేళ్ల వయసులో టి.వి. మీద పిచ్చిప్రేమతో ఒక కుర్రవాడు తండ్రి కెమేరాతో రెండున్నర గంటల 8 ఎమ్.ఎమ్. చిత్రం తీసి దానికి 'ఫైర్-లైట్' అని పేరు పెట్టాడు. కొడుకు బాధ భరించలేక తండ్రి ఒక సినిమా హాలు ఒక రోజు కోసం అద్దెకు తీసుకుని చిత్రాన్ని ప్రదర్శించాడు. ఆశ్చర్యకరంగా, ప్రేక్షకులు బాగా వచ్చారు. ఆ రోజు పది వేలు లాభం వచ్చింది. ఆ తరు వాత ఆ కుర్రవాడి తల్లి-తండ్రి విడి పోవటంతో కొన్ని కష్టాల్లో పడ్డాడు. మానసిక వ్యథనుంచి తేరుకుని 22 ఏళ్ల వయసులో మరో కథ ప్లాన్ చేసాడు. (ఒక కుర్రవాడు "కాలంలో" వెనక్కి వెళ్లి "తన తల్లిదండ్రుల్ని కలపటానికి" చేసే ప్రయత్నమే ఆ సినిమా కథ.) ఆ చిత్రం పేరు Back to the Future. తరువాత 1971లో 'డ్యూయెల్' అనే సినిమా తీసాడు. గ్రహాంతర జీవులు 'కూడా' మంచి వారు అయివుండవచ్చునన్న ఆలోచన మొట్టమొదటిసారిగా ఈ దర్శకుడికి వచ్చిందే. అప్పటి వరకూ వచ్చిన పాత చిత్రాలన్నీ గ్రహాంతర వాసుల్ని విలన్లుగా చిత్రీకరిస్తూ వచ్చాయి. దీనికి వ్యతిరేకంగా వచ్చిన సినిమా Close

అన్న నాటిక వ్రాసాను. దాన్ని ప్రదర్శిస్తున్నప్పుడు ఆ రోజుల్లో నేనో గొప్ప విజయం సాధించిన వాడిలా ఫీలయ్యేవాడిని. ఎక్కడ ప్రదర్శన జరిగినా స్వంత ఖర్చుల్తో వెళ్ళేవాడిని. ఆ చప్పట్ల అనుభూతి వర్ణనాతీతం. కీర్తిశేషులు నాటకంలో మురారి అన్నట్టు, ఆ చప్పట్లు ఆకలిగొన్న కళాజీవికి పంచభక్ష పరమాన్నాలు. ఆ నాటిక రిహార్సల్స్ జరుగుతూంటే, రచయితగా నాకు అక్కడ పనేమీ లేకపోయినా వెళ్ళి, అర్ధరాత్రి వరకూ కూర్చునే వాడిని. ఆ నాటిక గురించి ప్రచురిత మయిన కట్టింగ్స్ అన్నీ కత్తిరించి పెట్టుకునే వాడిని. ఆ విధంగా మూడేళ్ళు గడిచాయి. మూడేళ్ళ వరకూ నేను మరేమీ వ్రాయలేదు. ఏమీ చెయ్యలేదు.

అంటే ... గెలుపు దగ్గిర మూడేళ్ళ పాటు ఇల్లు కట్టుక్కూర్చున్నానన్న మాట. నాటక రచన-అదొక గెలుపా అంటే అది వేరే సంగతి. గెలుపొక మత్తు. అది తెలుసుకోవటానికి మూడేళ్ళు పట్టింది. ఆ తప్పు మరెప్పుడూ చెయ్యలేదు. తులసి పూర్తవగానే వెన్నెల్లో ఆడపిల్ల వ్రాసాను.

దర్శకుడు రాఘవేంద్రరావుని తీసుకుందాం. అడవి రాముడు, జగదేకవీరుడు-అతిలోకసుందరి తీసాడు. ఒకటి కమర్షియల్. రెండోది క్లాసిక్. ఆ గెలుపు దగ్గిర ఆగలేదు. అన్నమయ్య లాటి కావ్యం తీసాడు. అక్కడా ఆగలేదు. గంగోత్రి తీసాడు.

గెలుపు ఒక ప్రవాహం. ఓటమి ఒక సముద్రం. ఒకటి సాగుతుంది. ఒకటి ఆపుతుంది. ఒకటి ఆహ్లాదం - ఒకటి కల్లోలం.

3. విషాదం దగ్గిర గెస్ట్‌హౌస్ : నా మొదటి నవల 'ఋషి' స్వాతిలో ప్రథమంగా ప్రచురితమయింది. నేను స్టేట్ ఫైనాన్షియల్ కార్పొరేషన్‌లో పనిచేస్తూ వుండగా స్వాతి అధినేత బలరాం,

పత్రికలో ప్రకటనల కోసం అక్కడికి వచ్చినప్పుడు ఆర్థికంగా మధ్యతరగతి వ్యక్తి. స్వాతిపత్రిక సూపర్‌హిట్ అవటంతో మిలియనీర్ల జాబితాలో చేరిపోయాడు. ఇక ఆ పత్రికకి ఎదుర్లేదనుకుంటూన్న రోజుల్లో ప్రమాదం మరోవైపు నించి వచ్చింది. బలరాం ఒక్కగానొక్క కొడుకు వారిని వదిలేసి పై లోకాలకి వెళ్ళిపోయాడు. అతడికి కొడుకు అంటే ఎంతో అభిమానం, ప్రేమ. ఆ విషయం మా అందరికీ తెలుసు. అతడు ఎంతో డిప్రెషన్‌కి లోనయ్యాడు. అయితే వెంటనే తేరుకుని, పత్రిక మీద ఏకాగ్రత నిలిపాడు. కొడుకు పేరు మీద బహుమతి స్థాపించి, 'అనిల్'ని చిరస్మరణీయుడిని చేసాడు. మనసులోని విషాదాన్ని పనిమీదకు మరల్చాడు.

జాన్ మిల్టన్ పూర్తిగా అంధుడయి, ప్రపంచం కనిపించటం మానేసేక "పారడైజ్ లాస్ట్" అన్న గ్రంథం వ్రాసాడు. దానికి అతడికి కేవలం పదిహేను పౌండ్లు వచ్చాయి. పేరు మాత్రం ప్రపంచంవున్నంత వరకూ వుంటుంది. కార్లైల్ అనే రచయిత "ఫ్రెంచ్ రెవల్యూషన్" అనే చరిత్రాత్మక గ్రంథాన్ని వ్రాసాడు. మిత్రుడికి చదవమని ఇస్తే, పొరపాటున అతడి నౌకరు దాన్ని చిత్తుప్రతి అనుకుని పొయ్యి వెలిగించటానికి ఉపయోగించాడు. ఏమీ బాధపడకుండా మొత్తం పుస్తకాన్ని తిరిగి వ్రాసాడు కార్లైల్.

ప్రస్తుతం మానవజాతికి ఇంత బాగా మేలుచేస్తూన్న 'బ్లడ్‌బ్యాంక్'ని మొదట 1940లో స్థాపించింది రిచర్డ్ ఛార్లెఫ్. అయితే, ఆ బ్యాంక్‌లో అతడి రక్తం దానం చేయటానికి ప్రభుత్వం వప్పుకోలేదు. కారణం – కేవలం అతడు నల్లజాతి వాడు అవటంచేత! ఓటమి దగ్గిర ఆగని వారు వీరందరూ.

Encounters of the Third Kind. ఆ దర్శకుడి పేరు స్పీల్‌బర్గ్.

స్పీల్‌బర్గ్ "ఇండియానా జోన్స్" సినిమాతో చాలా పాపులర్ అయ్యాడు. అతడి రెమ్యునరేషన్ ఒక సినిమాకి ముప్పై కోట్ల డాలర్లు. (డాలర్ అంటే దాదాపు 50 రూపాయలు). అయితే స్పీల్‌బర్గ్‌కి ఒక కోరిక వుండేది. కమర్షి యల్‌గా పాపులర్ అయిన వ్యక్తు లందరికీ వున్న కోరికే ఇది. మేధా వులనబడే విమర్శకుల చేత గుర్తిం పు పొందాలని...! కానీ దురదృష్ట వశాత్తు, జనంలో బాగా పాపులర్ అవుతున్న కమర్షియల్ కళాకారుల్ని, ఈ విమర్శకులు మేధావులుగా గుర్తించరు. ఆ కసితో స్పీల్‌బర్గ్ 1985లో The color purple అనే సినిమా తీసాడు. అది పదకొండు ఆస్కార్ అవార్డులకు నామినేట్ అయింది. కానీ ఒక్క బహుమతి రాలేదు. మాన సికంగా అది పెద్ద దెబ్బ. అయితే మరోవైపు ప్రజలు అతడికి నీరాజనాలు పట్ట సాగారు. అయినా విమర్శకులు అతడిని ఒక పాపులర్ డైరెక్టర్‌గా మాత్రమే గుర్తించి కొట్టిపడేసారు. అతడికా బాధ అలాగే వుండి పోయింది. ఆ బాధతోనే మరొక అద్భుత కళాఖండం తీసాడు. దాని పేరు 'ఈ.టి'. ఒక అంద వికారమైన, తెలివైన గ్రహాంతరవాసి, తన తల్లి దండ్రులకు దూరమై (తన కథే) ఈ ప్రపంచానికొస్తే, ఇక్కడి మేధా వులు (!) దాన్ని ఎలా బాధపెడతారు

అన్న కథాంశంగల ఈ చిత్రం ప్రేక్షకుల కంటతడి పెట్టించింది. ఆస్కార్ కి నామినేట్ అయింది. కానీ దురదృష్టవశాత్తు అదే ఏడాది "గాంధీ" చిత్రం కూడా పోటీకి రావటంతో బహుమతులన్నీ అది కొట్టుకుపోయింది. ఆ తరువాత అతడి సినిమా "జురాసిక్ పార్క్" బాక్స్ ఆఫీస్ దగ్గిర దుమ్ము దులిపింది. కానీ ఆస్కార్ గుర్తింపు రాని బాధ అలాగే వుండిపోయింది.

చివరికి 1993లో అతడి సినిమాలు "షిండ్లర్స్ లిస్ట్", "జురాసిక్ పార్క్"లు రెండూ ఒకే సంవత్సరం నామినేట్ కాబడ్డాయి అంతే. బహుమతుల వర్షం కురిసింది. షిండ్లర్స్ లిస్ట్ ఉత్తమ చిత్రమే కాకుండా, ఉత్తమ దర్శకుడి బహుమతి కూడా సంపాదించి పెట్టింది. రెండింటికీ కలిపి మొత్తం ఎనిమిది పైగా బహుమతులు వచ్చాయి.

* * *

గెలుపు వచ్చినా, అక్కడ ఇల్లు కట్టుకుని తన వాహనాన్ని ఆపు చేయకుండా సాగిపోవటానికి ఇంతకన్నా మంచి ఉదాహరణ ఇంకేం కావాలి? స్పీల్‌బర్గ్ ఇప్పటికీ డ్రింక్, సిగరెట్ ముట్టడు. అప్పుడప్పుడు మాత్రం డిప్రెషన్‌కి గురి అవుతూ వుంటాడట. ఆ సమయంలోనే తనకి మరో మంచి చిత్రం తీయాలన్న కసి కలుగుతూ వుంటుందని చెప్తాడట. ✿

దీనికి వ్యతిరేకంగా కొందరు విషాదం దగ్గిరే తమ గూడు కట్టేసుకుంటారు. "ఆ బాధనుంచి ఇంకా తేరుకోలేదు.... ఆ షాక్ నుంచి ఇంకా బయటపడలేదు..." అంటూంటారు.

* * *

భగవంతుడు ఈ ప్రపంచాన్ని సృష్టిస్తున్నపుడు అదొక రసరమ్య కావ్యం. కొండల్నీ గుట్టల్నీ సృష్టిస్తున్నప్పుడు అది ఒక అపురూప శిల్పం. చెట్లనీ, లతల్నీ సృష్టిస్తునప్పుడు అదొక హరిత వర్ణ చిత్రం. ఛెంగున గెంతే లేళ్ళనీ, జంతువుల్నీ సృష్టిస్తున్నప్పుడు అదొక అందమైన అల్లరి మైదానం. మనుషుల్ని సృష్టిస్తున్నప్పుడు అదొక నాటక రంగస్థలం. మనం హీరోల మవ్వాలా, ధీరోదాత్తుల మవ్వాలా, విలన్ల మవ్వాలా, ఎప్పుడూ దుఃఖించే పాత్రలమవ్వాలా మనమే నిర్ణయించుకోవాలి.

4. దైవ సన్నిధిలో రెస్ట్‌హౌస్ : రాయలసీమలో నాకు తెలిసిన సినిమా వ్యాపారి ఉన్నాడు. భార్యాపిల్లల్తో సుఖంగా వుండేవాడు. ఒకసారి ఒకాయన ఎవరో ఆయనకి గురుబోధ చేసారు. అతడు పూర్తిగా మారిపోయాడు. రోజుకి ఏడెనిమిది గంటలు ధ్యానంలో కూర్చుండిపోయేవాడు. సంసారం పట్టించుకోవటం మానేసేడు. వ్యాపారాన్ని నిర్లక్ష్యం చేసాడు. దీనిగురించి ఎవరయినా ప్రశ్నిస్తే అజ్ఞానుల్ని చూసి నవ్వినట్టు నవ్వేవాడు. మొత్తం విశ్వ రహస్యం తెలుసుకున్న జ్ఞానిలా ఫీలయ్యేవాడు. దానివల్ల ఎవరికీ ఏ నష్టమూ కలగలేదుగానీ, అతడి సంసారం మాత్రం వీధిన పడింది.

జీవితంలో పూర్తిగా రిటైరయ్యాక ఉపన్యాసాలూ, రేయింబవళ్ళు భజన్లూ సరిపోతాయేమోగానీ, బాధ్యతలుపై నుండగా తన దగ్గిర రెస్ట్‌హౌస్ కట్టుకుని వుండిపొమ్మని భగవంతుడు కూడా చెప్పడు. ఆత్మసంయమ యోగంలో **"యుక్తాహార విహారస్య యుక్తచేష్టస్య కర్మ..."** అన్నాడు. "అన్నీ మితంగా చెయ్యాలి. ఏదీ ఎక్కువ చెయ్యవద్దు. ఏదీ మానవద్దు. కర్మసన్యాసము వద్దు. కర్మఫల సన్యాసం మాత్రం కావాలి" అని చెప్పాడు. ఇటీవలి కాలంలో కొందరు యుక్త వయసులోనే వైరాగ్యం పొందటం, మరికొందరు బలవంతంగా భార్యాపిల్లల్ని కూడా మెడిటేషన్ పేరిట భజనల్లోకీ, ఉపవాసాల్లోకీ దింపటం చూస్తూనే వున్నాం. మెడిటేషన్ అంటే కేవలం ముక్కు మూసుకోవటం కాదు. చేస్తున్న పని మీద ధ్యాస నిలపటం.

భగవంతుడి దగ్గిర ఇల్లు కట్టుకుని ఆగిపోకుండా వుండటానికి Best example బుద్ధుడు. నిజానికి అతడు చాలాకాలం అన్నీ పరిత్యజించి గెలుపువచ్చే వరకూ స్థబ్దంగా వుండిపోయాడు. బోధివృక్షం దగ్గిర జ్ఞాని అయ్యాకే అతడు తన ప్రయాణాన్ని మొదలుపెట్టాడు. తాను తెలుసుకున్న దానిని ప్రజలకు ప్రచారం చేసాడు.

గొంగళి పురుగునుంచి అందంగా పరిణితి చెందిన తరువాత సీతాకోక చిలుక 'ఎగరటం' ప్రారంభిస్తుంది. భవంతుడు కూడా మనిషి నుంచి అదే ఆశిస్తున్నాడు. తన సన్నిధిలో ఇల్లు కట్టుకుని 'విశ్రాంతి' పేరిట బద్ధకంగా వుండిపోవటం కాదు.

5. అయోమయం దగ్గిర రెస్ట్‌హవుస్ : ఈ పుస్తకంలోనే డ్రీమ్ – బాక్స్‌ల ప్రస్తావన వచ్చింది. కొందరు ఎప్పుడూ తమ తలదిండు క్రింద కొన్ని డ్రీమ్ బాక్స్‌లు పెట్టుకుని వాటిని చూస్తూ

కల నిజమాయెగా!

అంతరాత్మలో ఒక విషయాన్ని వుంచుకుని నిద్రపోతే, సబ్ కాన్షస్ మైండ్ దాని పని అది చేసుకుంటూ పోతుందంటారు సైంటిస్టులు.

బెంజిన్ ఫార్ములా అర్థంకాక చాలా కాలం తల బ్రద్దలు కొట్టుకున్నారు. 1860లో 'కెకులె' అన్న సైంటిస్ట్, దాని గురించి ఆలోచిస్తూ నిద్రపోగా, కలలో తన తోకని తానే తింటున్న పాము కనపడింది.

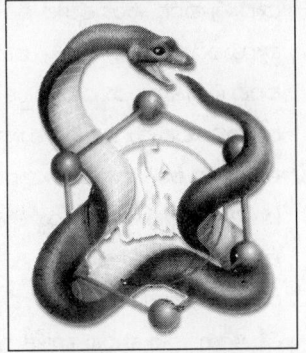

బెంజిన్‌లో అద్భుతమైన పరమాణువుల పొందికని ఈ విధంగా కనుక్కున్నాడు అతడు.

ప్రాణుల నరాలు ఎలక్ట్రిసిటీ ఆధారంగా కాదనీ, రసాయన చర్య ద్వారా పని చేస్తాయని తన కల ద్వారా లెవీ తెలుసుకున్నాడు. జంతువు నుంచి వచ్చే ఇన్సులిన్‌తో సుగర్ కంట్రోల్ చేయవచ్చని తన 'కల' ద్వారా కనుక్కున్న బ్యాంటింగ్ 1923 నోబెల్ ప్రయిజు సంపాదించాడు.

దెయ్యాల డిక్షనరీ

డిక్షనరీలో వున్న అర్థాలు కాకుండా వ్యంగ్యమైన అర్థాలు ఇచ్చే క్లిప్పింగ్స్ మనకి కొత్త కాదు. ఇటువంటి పదాల డిక్షనరీ మొట్ట మొదటిది 1906 లో వచ్చింది. అప్పుడు దాని పేరు THE CYNIC WORD BOOK. 1958 లో దాన్ని తిరిగి THE DEVIL'S DICTIONARYగా రెండో పేరుతో విడుదల చేసారు. దాదాపు వంద సంవత్సరాల క్రితం వ్రాయబడిన ఈ పుస్తకం - ఇటువంటి టైపు మొట్టమొదటి పుస్తకంగా భావించవచ్చు. ఇప్పటికీ కూడా ఈ అర్థాలు అంతే వాస్తవంగా వుండటం కూడా గమనించవచ్చు. కొన్ని ఉదాహరణలు చూడండి.

యుద్ధం : నాలుకతో తీయలేక, పళ్లతో తీయవలసి వచ్చిన రాజకీయ ముడి.

రాయబారి : దేశం కోసం అబద్ధ మాడే వాడు.

స్వర్గం : తమ స్వంత గోడు చెప్పకుంటూ నిరంతరం నిన్ను బాధ పెట్టకుండా, నీ గోడు వినే మంచి వారున్న లోకం.

అహంభావి : నా మీదకన్నా తనమీదే ఎక్కువ నమ్మకం వున్న వాడు.

స్వార్థపరుడు : ఇతరుల స్వార్థాన్ని పట్టించుకోనివాడు.

భార్య : బిట్టర్ హాఫ్.

భర్త : బిట్టర్ ఫుల్

కాలంగడుపుతారు. "అది చెయ్యాలి... ఇది చెయ్యాలి... ఇదిగో.... ఈ కారణం వల్ల ఫలానాది చెయ్యలేకపోయాను... వచ్చే ఏడాది అది ప్రారంభిద్దామను కుంటున్నాను... అదిగో... అది జరిగితే ఇది చెయ్యొచ్చు... కానీ..." అంటూ చెప్పుకుపోతూ వుంటారు. తమని తాము మభ్య పెట్టుకుంటూ వుంటారు. ఏం చెయ్యాలో తోచక, నాలుగు రోడ్ల కూడలి దగ్గిర ఆగిపోతూ వుంటారు. నిర్ణయాన్ని తీసుకోలేరు. అలా అని, నిర్ణయం తీసుకోగల శక్తి తమకి లేదని వప్పుకోరు. తమని తాము మభ్యపెట్టుకుంటూ, జీవితాంతం ఉజ్వలమైన భవిష్యత్తుని కలలుకంటూనే వుంటారు. కాలం పాములా కదిలిపోతూ వుంటుంది. వయసు, చీకటి దుప్పటిలా కమ్మేస్తుంది.

6. గమ్యం దగ్గిర రెస్టహవుస్ : ఇది చివరిది. దీని హెడ్డింగ్ చదివిన వారికి అనుమానం రావొచ్చు. 'గమ్యం' దగ్గిర కాకపోతే ఇంకెక్కడ ఆగుతారు? అని. అది తప్పు. గెలుపుకి గమ్యం లేదు. గెలుపు నిరంతరం. నెంబర్‌వన్ స్థానానికి రావటం కష్టమే కావొచ్చు. దాన్ని నిలుపుకోవటం మరింత కష్టం. నిరంతర సాధన చేస్తూనే వుండాలి. గెలుపు మిరుమిట్లు గొలుపు తుంది. ఆ ప్రభావానికి మైమరచి పోకూడదు. విమర్శకుల దృష్టంతా గెలిచేవారిపైనే వుంటుంది. చిన్న ఓటమి వచ్చినా 'అయిపోయింది అతడి పని' అంటారు. ప్రజల చర్చలో తరచు 'గెలిచేవాడి' ప్రసక్తి వస్తూ వుంటుంది. అతడి ప్రైవేట్ జీవితానికీ, పబ్లిక్ లైఫ్‌కీ తేడా తగ్గిపోతుంది. పక్కనుంచి పైకి రావటానికి కొంతమంది రెడీగా వుంటారు. ఇవన్నీ చూసుకుంటూ వుంటూనే తన స్థానాన్ని నిలబెట్టుకుంటూ వుండటానికి నిరంతరం కృషి చేయాలి.

వినోద్ కాంబ్లీ, సచిన్ టెండూల్కర్‌తో సమానమైన ఆటగాడు. కానీ ఒకసారి నెం.1 స్థానం రాగానే ఆ మెరుపుకి కళ్ళు మిరిమిట్లు గొలిపాయి. రకరకాల ఫ్యాషన్లకీ, పైపై మెరుగులకీ అలవాటు పడ్డాడు. రాత్రిపూట హోటల్స్‌కి ఆలస్యం గా చేరుకుంటున్నాడని మ్యాచ్‌లు ఆడటానికి విదేశాలకి వెళ్ళినప్పుడు మానేజరు ఫిర్యాదు చేసాడు. హోటల్ రిసెప్షనిస్ట్‌ని పెళ్ళి చేసుకుని తరువాత విడాకులు ఇచ్చాడు. రెండోసారి వచ్చిన క్రికెట్ అవకాశాన్ని సద్వినియోగ పర్చు కోలేక పోయాడు. సినిమాల్లో చేరి ఫెయిల్ అయ్యాడు. ప్రస్తుతం రాజకీయాల్లో ప్రయత్నం చేస్తున్నాడు.

గమ్యం దగ్గిర వాహనం ఆపు చెయ్యాలో తెలియక సతమతమవుతున్నాడు. గమ్యం దగ్గిర రెస్ట్‌హవుస్ కట్టుకున్న వారికి ఈ పీటర్ ప్రిన్స్‌పుల్ వర్తిస్తుంది. దాన్నే మెంటల్ రిటైర్‌మెంట్ సింగ్రోమ్ (MRS) అంటారు. ఈ పీటర్ ప్రిన్స్‌పుల్ చాలా ఆసక్తిదాయకమైన మానసికస్థితి. దీనినుంచి అందరూ వీలైనంత వరకూ బయటపడాలి. ఈ సింగ్రోమ్‌కు గురించి **'మైండ్‌పవర్ : నెం. 1. అవటం ఎలా?'**లో వివరంగా చర్చించాను.

* * *

జాగ్రత్తగా గమనిస్తే అర్జునుడు పై ఆరు రకాల బోర్డులవద్ద తన వాహనాన్ని ఆపుచేయ టానికి సంసిద్ధుడైనట్టు తోస్తుంది. గెలుపు, ఓటమి, అయోమయం, గమ్యరాహిత్యం, వైరాగ్యం, విషాదం! మన లాగే అర్జునునికి కూడా అన్నీ అనుమానాలే. అతడి అనుమానాలకీ, మనిషి ఓటమికీ ఎంత దగ్గిర పోలికో చూడండి. అటు వంటి సంశయాల్ని నివృత్తి చేసేది కాబట్టే భగవద్గీత ఒక మహోద్గ్రంథం అయింది.

నవల : ప్యాడింగ్ చేయబడిన కథ.

డెంటిస్ట్ : నోట్లో సుత్తిపెట్టి జేబు లోంచి డబ్బులు తీయగలిగేవాడు.

ఈ డిక్షనరీ రచయిత ఆంబ్రోస్ బీర్స్ ఒక నిజాయితీ పరుడైన సైనికుడుగా వృత్తిలోనూ, హాస్య ప్రియుడైన రచయితగా ప్రవృత్తి లోనూ పేర్కొనబడ్డాడు. 71 ఏళ్ళ వయసులో 1913లో సైన్యపు పర్య వేక్షకుడిగా మెక్సికో కోయలతో యుద్ధానికి వెళ్ళి మిస్టరీగా అదృశ్య మయ్యాడు. అతడు స్నేహితుడికి వ్రాసిన వుత్తరంలో ఒక వాక్యం ఇలా వున్నది. "మిత్రమా! నా నుంచి ఇక ముందు కబుర్లు రాకపోతే, ఒక చెట్టుకి నన్ను ఆన్చి ఒక మెక్సికన్ కోయవాడు దయా పూరితంగా కాల్చి, ఈ వయసులో నాకు సుఖ ప్రదమైన చావు ప్రసాదించాడని భావించు".

* * *

సైనికుల ప్రసక్తి వచ్చింది కాబట్టి డగ్లస్ బాడర్ గురించి చెప్తాను. ఇతడు విమానం నడుపుతూ, అది కూలిపోయి, జర్మన్ సైనికులకి దొరికిపోయాడు. ప్రమాదంలో రెండు కాళ్ళూ పోయి, చెక్క కాళ్ళు అమర్చవలసి వచ్చింది. **అయినా అతడు జైల్లో రెస్ట్‌హౌస్ కట్టుకుని కూర్చోలేదు.** 20 సార్లు శత్రుక్యాంప్ నుంచి తప్పించుకునే ప్రయత్నం చేసాడు. అతడి ప్రయత్నాల్ని ఆపు చెయ్యలేక జర్మన్ సైనికులు ఏం చేసారా తెలుసా? అతడికి ఒక చెక్కకాలే సాంక్షన్ చేసారు. ✿

కర్మణ్యేవాధికారస్తే మా ఫలేషు కదాచన
మా కర్మఫల హేతుర్భూర్మాతే సఙ్గో2_స్త్వకర్మణి.
(సాంఖ్య యోగము–47)

సుదూర నక్షత్రం

కీర్తి, ప్రేమ, డబ్బు - సుదూర నక్షత్రాలు. వాటిని మనం చేరుకోలేం. అవి అందనంత దూరంలో వుంటాయి. ఈ ప్రపంచంలో ఎవరూ కూడా పైకి ఎగిరి వాటిని పట్టుకోలేరు. కానీ... తలవంచుకుని మన పని మనం ఏకాగ్రతతో చేసుకుపోతూ వుంటే, **అవే కొద్ది కొద్దిగా క్రిందికి దిగి**, మన కాళ్ళ వద్ద నిల్చుంటాయి.

"అర్జునా! పని చెయ్యటం మానవద్దు. అది తమోగుణము. పని మానెయ్యటం మీద నీకు ఆసక్తి (Interest) కలుగకుండు గాక" అంటున్నాడు కృష్ణుడు. తమోగుణము అంటే ఏమిటి? దీనికి వివరణ - గుణత్రయ విభాగంలో ఇచ్చాడు. గుణత్రయము అంటే మూడు గుణాలు. అవి - తమోగుణము, రజోగుణము, సత్వగుణము. జ్ఞానులు సత్వగుణాన్ని, మధ్యములు రజోగుణాన్ని ఆశ్రయిస్తారు. **"అప్రకాశో ప్రవృత్తిశ్చ... తామస్యేతా నిజాయన్తే"** అన్నాడు. తామస్యేత... అంటే... అన్నిటికంటే ప్రమాదమైనది. అది తమోగుణము. అజ్ఞానము, సోమరితనము, అవివేకము, బద్ధకము మొదలైనవన్నీ తమోగుణ లక్షణాలు. తామసము అంటే కోపము. ఇదేకాదు. దీనికి ఇంకా చాలా అర్థాలున్నాయి. తామసము అంటే పాము అనీ, తామసుడు అంటే దుష్టుడు అనీ, తామసి అంటే చీకటి అని, తామసించటమంటే ఆలస్యం చేయటమనీ అర్థాలున్నాయి. తమోగుణములో తామసమొక భాగము. పైశ్లోకానికి శంకరాచార్యుల వారు ఒకరకంగా, రామానుజులవారు మరొకరకంగా భాష్యం చెప్పారు. ధైర్యము లేనివాడు, మరియు ఇతరులని మోసం చేస్తూ పబ్బం గడుపుకొనే వాడు, ఇతరులని అవమానం చేసేవాడు, నిరంతరం దుఃఖించేవాడు తామసుడని అద్వైతమత ప్రచారకుడయిన శంకరాచార్యుడు చెప్పినారు. చదువులేనివాడు, పని చేయనివాడు, చేస్తున్న పనిని ఆలస్యంగా చేసేవాడు, అవివేకుడూ ఈ కోవలోకి వస్తారని రామానుజవారు భాష్యం చెప్పారు.

* * *

మౌనమె నీ భాష...

A short bock on the subject of Public Speaking అన్న పుస్తకంలో జాన్ క్విక్ అనే రచయిత "మాట్లాడటం"గురించి ఆరు మంచి స్టేట్‌మెంట్‌లు ఇచ్చాడు. నిజ జీవితంలో చాలా ఉపయోగపడే వాక్యాలు అవి.

1. పరిష్కరించే సామర్థ్యం వున్న వారికి తప్ప, నీ సమస్యలు అందరికీ చెప్పకోకు. అందులో 20% దాన్ని పట్టించుకోరు. మిగతా 80% దాన్ని వింటూ సంతోషిస్తారు.
2. మాట్లాడేటప్పడు నీవు లాయర్‌వి. వినేటప్పడు జడ్జివి.
3. ఇద్దరు మాట్లాడేటప్పడు నువ్వు మౌనంగా వుండు. శక్తి వృథా చేసుకోకు.
4. జ్ఞానులు అవసరం వచ్చినప్పడు మాట్లాడుతారు. అజ్ఞానులు అవ సరం కల్పించుకుని మాట్లాడుతారు.
5. మౌనంగా వుంటే ఇతరులకు నువ్వు తెలివి తక్కువ వాడివన్న అనుమానం కలుగుతుంది. నువ్వు నోరు విప్పితే అది కరెక్టే అని రూడీ అవుతుంది.
6. ఇతరులకి ఉపయోగపడని విషయాలు నువ్వు మాట్లాడటం, నీకు ఉపయోగపడని విషయాలు వినటం... నీ కాలాన్ని వృథా చేస్తాయి. ఇవి ఎంతో, ఆనందాన్ని ఇస్తూ నిన్ను 'సామాన్యుణ్ణి' చేస్తాయి. ❁

మనిషి దినచర్య మూడు భాగాలుగా సాగాలి. 1. పని 2. ఉల్లాసం 3. విశ్రాంతి. ఈ మూడింటినీ సరిగ్గా నిర్ధారించుకోగలిగే వ్యక్తికి విషాదం వుండదు. ఈ సమస్యని భూతద్దంలో చూడటమే విషాదం. "...క్రితం సంవత్సరం సరీగ్గా ఇదే రోజు సమయానికి నువ్వు ఏ సమస్యతో బాధపడుతున్నావో గుర్తుతెచ్చుకో" అంటే మనం సమాధానం చెప్పలేం. అటువంటి 'సమస్య' గురించి బాధపడుతూ పై మూడు అవసరాల్నీ దూరం చేసుకోవటం వ్యర్థం.

కొంతమంది, తమ జీవితం నిర్లిప్తంగా సాగిపోతోందని బాధపడటానికి కారణం కూడా అదే. 'గుర్తింపు' దొరక్కపోవటం. గుర్తింపంటే జ్ఞానపీఠ్ అవార్డులూ, నోబెల్ బహుమతులూ కాదు. **ఇంట్లోవారితో సహా ఎవరూ తాను చేస్తున్న పనిని గుర్తించకపోవటం.** ఆ విధంగా కీర్తి, ప్రేమ మన జీవితాల్లో పెనవేసుకుని వుంటాయి.

కీర్తి రావాలంటే ఏం చెయ్యాలి? ప్రతి వ్యక్తికీ 'తనకి ఇష్టమైన' పని ఒకటి వుంటుంది. అదేదో గుర్తించాలి. వీలైనంత తక్కువ వయసులో గుర్తించాలి.

అందులో పైకిరావటానికి వెంటనే కృషి మొదలుపెట్టాలి. ఒక రేసు కారు వున్నదనుకుందాం. పోటీలో పాల్గొనటానికి అది నిర్మింపబడింది. దాన్ని షోకేసులో పెట్టారు. దానికేమి బాధలేదు. కానీ దానికే ఒక ఆత్మవున్నదనుకుందాం. ఏదో మిస్సయిన ఫీలింగ్ దానికి కలుగుతుంది. ఒక రోజు ఒక కుర్రాడు దాన్ని బయటకు తీసేడు. ఆక్సిలేటర్ పెంచాడు. రెండొందల కిలోమీటర్ల స్పీడులో జుమ్మని డ్రయివు చేసాడు. అకస్మాత్తుగా దానికి, తానెందుకు సృష్టింప బడిందో అర్థమవుతుంది. వేగంగా పరుగెత్తటం వల్ల తృప్తి కలుగుతుంది.

విజయం సాధించేవాడికి, పనికీ విశ్రాంతికీ తేడా కరెక్టుగా తెలుసు. విశ్రాంతికీ, ఉల్లాసానికి తేడా ఖచ్చితంగా తెలుసు. కొన్ని ఉదాహరణలు చూద్దాం. చదువులో అలసిపోయిన విద్యార్థి, టి.వి. చూస్తూ విశ్రాంతి తీసుకుందామను కుంటాడు. అదికూడా పని (అలసట) అని గుర్తిం చడు. నిజానికి అతడు అలసట చెందలేదు. చదువు బోర్ కొట్టిందంతే.

అదేవిధంగా విశ్రాంతి తీసుకోవలసిన టైమ్‌లో ఎక్కువగా మాట్లాడి ఉల్లాసం పొందుతూ అలసట చెందుతూ వుంటారు కొందరు. మరి కొందరు పగలంతా పనితో అలసి పోయామన్న మిషతో, రాత్రి మధువుతో ఉల్లాసం చెంది, మరు సటి రోజుకి మరింత అలసట చెందుతారు. పనికీ, ఉల్లాసానికీ, విశ్రాంతికీ తేడా అర్థమయింది కదా!

ఆనందంతో పని చేయటం ఒక లక్ష్యంగా పెట్టుకోవాలి. సరిఅయిన విశ్రాంతితో సేద తీరాలి. అన్నిటికన్నా ముఖ్యంగా ఆరోగ్యకరమైన 'ఉల్లాసం' ఎక్కడ లభ్యమవుతుందో గుర్తించాలి. సుదీర్ఘ వ్యర్థ ప్రసంగాలు, బుల్లితెర వీక్షణాలు, చతుర్ముఖ పారాయణాలు కాదు ఉల్లాసమంటే. వారాంతపు ఉమ్మడికుటుంబ సమ్మేళనాలు, వేసవి శలవుల విహారయాత్రలూ, పున్నమిరాత్రుల జంట ఆస్వా దనలూ, వర్షాకాలపు ఏకాంత సాయంత్రాలూ– అన్నీ ఉల్లాసభరితాలే కదా!

ఏ దేశంలో అయితే మనుష్యులు 'పని'ని ఒక ఏడుపుగొట్టు బాధ్యతగానూ, ఉల్లాసాన్ని వ్యసనం గానూ, విశ్రాంతిని బహుమతిగానూ భావిస్తారో, ఆ దేశానికి పురోభివృద్ధి లేదంటారు ఆర్థిక, సామాజిక శాస్త్ర నిపుణులు.

* * *

యముడికి లంచం

గెలుపుకి అర్థం వ్యక్తుల్ని బట్టి మారుతుంది. హత్యలు చేసే వాడిని కూడా అతడి కుటుంబంలోని వా రూ, ఆ వూరిలోని కొందరూ ఆరా ధనా పూర్వకంగానూ, ప్రేమగానూ చూస్తారు. ఒకస్థాయి వచ్చాక అతడి కి కూడా అపరాధ భావన పోతుంది. పైగా, 'సమాజం ఇలా వున్నది. నేనేం చెయ్యను?' అని సమర్థించుకుం టాడు.

* * *

ప్రజల్ని మోసంచేస్తూ బ్రతికే ఒక లంచగొండి, బద్ధకస్తుడు, లౌక్యుడూ అయిన వ్యక్తి మరణించి నరకానికి వెళ్ళాడట. అతడు చేసిన పాపాలకి శిక్షగా యముడు ఆర్నెల్ల పాటు ప్రతిరోజూ మూడు శిక్షల్ని వరుసగా అనుభవించ మన్నాడట. అవి. 1. ప్రొద్దున్న లేవగానే మూడు గంటలపాటు విద్యుత్ షాకులు 2. సాయంత్రం వరకూ వెయ్యికొరడా దెబ్బలు 3. మేకుల మంచంమీద రాత్రిపడక.

ఆ పాపి యముడికి కూడా లంచం ఇచ్చి, "ఈ శిక్షలన్నీ మీలో కంలో కాకుండా, నేను మాదేశంలో అనుభవించేలా అనుమతి ఇవ్వు" అని కోరుకున్నాడట. యముడు దానికి అంగీకరించాడట.

ఆర్నెల్లు శిక్ష అనుభవించి తిరిగి వచ్చిన ఆ లౌక్యుడు, ఏమాత్రం బాధగా లేకపోవటాన్ని గమనించి

ఆశ్చర్యపోయిన యముడు కారణం అడిగాడట.

పక్కనున్న యమభటుడు ఈ విధంగా చెప్పాడట. "ఏమున్నది స్వామీ? ప్రతి ఉదయమూ మూడు గంటలపాటు అక్కడ విద్యుత్తు లేదు. మంచంమీద కొట్టిన నిలువు మేకు ల్ని ఒక్క రోజులోనే ఎవరో దొంగి లించారు. కొరడా దెబ్బలు కొట్ట వలసిన ప్రభుత్వోద్యోగి ఆ పనిపై వచ్చి, అటెండెన్స్ రిజిస్టర్‌లో సంత కం పెట్టి క్యాంటిన్‌కి వెళ్ళిపోయే వాడు".

పనిపట్ల ఆసక్తిలేని ప్రజలున్న దేశంలో లంచగొండులూ, పాపు లూ, రౌడీలయిన రాజకీయ నాయ కులూ ఈ విధంగానే పెంపొందు తారు. వారు భగవంతుడికి కూడా లంచం ఆశచూపుతారు.

బుగ్గమీద పడుతున్న వెంట్రుక ల్లాటి వారు వీరు. మన చుట్టూనే వుంటారు. మనకి కనపడరు. మా టి మాటికీ చెవులపై జారే వెంట్రుకల్ని చూడండి. విసుగు కలిగిస్తాయి. కానీ వాటిని వదిలించుకోలేము.

వ్యవస్థని మార్చుకోలేనట్టే...!

❀

మినర్వా కాలేజీ, పత్తిపాడులో (కాబోయే) టీచర్లకు ట్రెయినింగ్ ఇస్తూ నేనో ప్రశ్న అడిగాను. "...మీ వుద్దేశంలో గెలుపు (సక్సెస్) అంటే ఏమిటి?" అని. ఒక యువకుడు లేచి, "కష్టపడితే లభించేది" అని సమాధానం ఇచ్చాడు. శ్రోతలు అందరూ దానికి వప్పుకుంటున్నట్టే తలలూపారు.

ఒకప్పుడు ఈ సమాధానానికి సర్వజనామోదం లభించేది. ఆధునిక మానసిక శాస్త్రవేత్తలు దీన్ని వప్పుకోరు. 'గెలుపు నిరంతరం' అంటారు! చిత్రమేమిటంటే, ఈ భావాన్ని భగవద్గీతలో ఎప్పుడో చెప్పాడు కృష్ణుడు. అదెలాగో ఈ సంభాషణ ద్వారా వివరించటానికి ప్రయత్నిస్తాను.

గెలుపంటే కష్టపడటం ద్వారా లభించేది అన్న సమాధానం ఇచ్చిన యువకుణ్ణి "....ఎన్నాళ్ళు కష్టపడటం ద్వారా లభించేది?" అని తిరిగి ప్రశ్నించాను. కాబోయే టీచర్ కాబట్టి, మనసులో భావాన్ని కరెక్టుగా భాషలోకి అనువదించే కళ టీచర్లకు ఉంటుంది కాబట్టి, తడుము కోకుండా చెప్పాడు "...టీచర్‌గా మంచి ఉద్యోగంలో సెటిల్ అవటం గెలుపు. దానికోసమే ఈ కష్టమంతా".

"అంటే... ఒకసారి టీచర్ ఉద్యోగం సంపాదిస్తే ఇంకేమీ అవసరం లేదా మీకు? రిటైర్ అయిపోతారా?"

క్లాసంతా నిశ్శబ్దం అయిపోయింది. మళ్ళీ అడిగాను.

"ఒకసారి మళ్ళీ ఆలోచించండి. మీ గెలుపు 'టీచర్ ఉద్యోగం' సంపాదించటంతో ఆగి పోతుందా? ఇంకో గెలుపు ఉండదా? అవసరం లేదా? ఒకవేళ ఉంటే, దానికోసం మళ్ళీ కష్టపడ తారా? ఇంక ఇలా జీవితాంతం కష్ట పడుతూనే ఉంటారా?"

"కష్టంలోనే సుఖం ఉన్నది" అన్నాడు చాలా పాత కాలపు సందేశాన్ని గుర్తుకు తెస్తూ.

"కష్టంలో సుఖం ఉండటం ఏమిటి? సుఖంలో కష్టం ఏమిటి?" అన్న చర్చ ఆ తరువాత చాలాసేపు జరిగింది. పై శ్లోకంలో కృష్ణుడు అదే చెప్పాడు.

"నీ గమ్యము (ఫలము) లభిస్తుందన్న ఆశ (ఫలాభిలాష)తో పని (కర్మము) చేయకుము. పనిచేయటమే లాభము (నీ కర్తవ్యము)" అన్నాడు శ్రీకృష్ణుడు. Don't live 'for' satisfaction. Live 'with' satisfaction. తృప్తి 'తో' పని చెయ్యి. (ఎప్పుడో రాబోయే) తృప్తి కొరకు పని చెయ్యకు. నువ్వు ఒక ఆటగాడివైతే ఆటలో ఆనందం పొందు. డబ్బు, కీర్తి వాటంతట అవే వస్తాయి. నువ్వు రచయిత వయితే రాయటంలో ఉద్వేగం పొందు. పేరూ బిరుదులూ దానంతట అవే వస్తాయి. నువ్వు విద్యార్థివయితే, చదవటంలో సంతోషం పొందు. ఉత్తీర్ణత దానంతట అదే వస్తుంది. HARD అన్న పదాన్ని వదిలిపెట్టు. SMART అన్న పదాన్ని అలవాటు చేసుకో. పనిని ప్రేమించు. ఫలితం నీకు వచ్చే బోనస్.

అందుకే గమ్యం విజయం అయినప్పుడు, యుద్ధాన్ని ఆనందంగా చెయ్యమంటున్నాడు కృష్ణుడు. ఇది గొప్ప ఫిలాసఫీ. చేస్తున్న పనిలో ఆనందం లేనివారికి వృద్ధాప్యమూ, నీరసమూ తొందరగా వచ్చేస్తాయి. మదర్ థెరిస్సా నుంచీ వాజ్ పేయి వరకూ, పి.వి. నుంచీ కలామ్ వరకూ వయసుకు మించిన శక్తితో ఉన్నారంటే దానికి కారణం, జీవితంపట్లా, చేస్తున్న పనిపట్లా ఉత్సాహమే. రాజుగారి ఏడు చేపల్లో ఒకటి ఎండలేదట. 'చేపా చేపా! ఎందుకు ఎండలేదు?' అని ప్రశ్నిస్తే, ... "చదువు చదువు" అని హింసించే తల్లిదండ్రులు గానీ, కార్పొరేట్ కాలేజీలు గానీ నన్ను ఎండగొట్టలేదు" అందట. "చదువు ఒక ఇష్టం. కాదది ఒక కష్టం" అన్న నినాదాన్ని తయారు చేసింది ఈ ఫిలాసఫీలోంచే.

ఆకాశదీపం

ప్రపంచ స్థాయి పరుగు పందెంలో ప్రథమ బహుమతి గెలిచిన వ్యక్తి, దానికన్నా ముందు తన కేన్సర్ ని గెలిచాడు.

తన గుడ్డితనాన్నీ చెవుడునీ గెలిచిన హెలెన్ కెల్లర్, కోట్లాది మంది ప్రజల హృదయాల్ని తన పుస్తక రచన ద్వారా గెల్చింది.

కుష్టువాళ్ళకి స్నానం చేయించిన 'థెరిస్సా' హార్వర్డ్ యూనివర్సిటీలో ఉపన్యాసం ఇచ్చింది.

*　*　*

నీలోని టాలెంట్‌ని ముందు గుర్తించు. అవకాశం అదే వస్తుంది.

నీ పైవాడు తన పనిని నిర్లక్ష్యంగా చేస్తున్నాడంటే, నీవు పైకి వెళ్ళటానికి ఒక అవకాశం ఇస్తున్నాడన్నమాట. మనిషిలోని టాలెంటు ఎలక్ట్రిసిటీ లాటిది. అందర్లోనూ అది వుంటుంది. కొందరు దాన్ని గుర్తించరు. కొందరు గుర్తించినా, దాన్ని సరీగ్గా ఉపయోగించరు.

ఎలక్ట్రికల్ ఛెయిర్ మనిషిని చంపటానికి వాడబడుతుంది. చిత్ర మేమిటంటే ఎలక్ట్రిసిటీ, ఆగిపోయిన గుండెని కదపటానికి కూడా ఉపయోగపడుతుంది.

టాలెంట్ కూడా అంతే. నీ గుండె, మెదడు, చేతులూ అన్నిటినీ కదిలిస్తుంది.

గుర్తించగలిగితే. ✿

మానవత్వం విలువ

ఒక ధనవంతురాలైన స్త్రీ, మదర్ థెరిస్సా నిర్వహించే ఆస్పత్రికి వెళ్ళిందట. అక్కడ రోగులు, నానా విధాలయిన కుష్టు, క్షయ మొదలైన భయంకరమైన వ్యాధులతో బాధ పడుతున్న వారున్నారు.

అక్కడ ఆ అసహ్యకరమైన వాతావరణం చూసి, ఆమె ముక్కుకి చేతి రుమాలు అడ్డు పెట్టుకుంటూ, "కోటి రూపాయలిచ్చినా నేనీ పని చేయను" అన్నదట. రోగి చీమూ, నెత్తురూ తుడుస్తూన్న థెరెస్సా తలెత్తకుండానే "అవును. నేను కూడా" అన్నదట.

*　　*　　*

కీర్తి రావాలంటే డబ్బు, అధికారమూ అవసరం లేదు. ప్రేమవుంటే చాలు అని చెప్పటానికి ఈ ఒక్క సమాధానం చాలు.

దివి సీమలో తుఫాను వచ్చినప్పుడు, కొందరు హైసొసైటీ బ్యాంకు ఆఫీసర్ల భార్యలు పాత బట్టలు సేకరించి పంపారు. అయిదువేల రూపాయల విలువ గల బట్టలు సేకరించటానికి, వారి మీటింగులకీ, పార్టీలకీ అయిన ఖర్చు పదిహేను వేల రూపాయిలు. ❁

నీరు ఘనీభవించేకొద్దీ స్వచ్ఛమైన మంచుగా మారుతూ తెల్లదనాన్ని ఆపాదించుకుంటుంది. హృదయంలో ప్రేమ పెరిగేకొద్దీ దిగులూ బాధపోయి నిర్మలత్వాన్ని సంతరించుకుంటుంది. అదే విధంగా 'మంచి' పనిచేస్తున్న కొద్దీ అలసట దూరమవుతుంది. అట్లాస్ ష్రగ్డ్‌లో అయాన్ రాండ్ చెప్పినట్టు ఈ ప్రపంచం కొందరిమీదే ఆధారపడి వుంటుంది. వారే ప్రపంచాన్ని నడుపుతారు. శాసిస్తారు. తమ అద్భుత సృష్టితో ప్రపంచానికి ఒక కొత్త బహుమతి ఇస్తారు.

ప్రముఖ వయొలినిస్ట్ జార్జెస్ ఈనెస్కో అంటాడు. **"అద్భుతమైన సంగీతాన్ని సృష్టిస్తున్నప్పుడు, ఆకాశంలోని సుదూర నక్షత్రాన్ని ఊహించుకో"** అని. నాకు నచ్చిన చాలా గొప్ప వాక్యం ఇది. చూడండి ఎంత మంచి వాక్యమో. నువ్వు లాభం కోసం చెయ్యకు. ఆనందంకోసం చెయ్యి. లాభం దానంతట అదే వస్తుంది. పనిచేస్తూ దానిలో లీనమవటం కన్నా రసాస్వాదన మరొకటి ఏమయినా ఈ లోకం లోవున్నదా? "భగవంతుడు మనిషి గమ్యాన్ని ఒక్క అడుగు ముందు పెడతాడు. కొందరే అక్కడకు చేరుకుంటారు. అడుగులేసి అలసిపోని వాళ్ళు..." అని రాసింది ఈ ప్రేరణతోనే.

- ★ పైసా ఫీజ్ ఇవ్వలేని ఒక బిచ్చకత్తె మెదడులో కణితి తొలగించటానికి పన్నెండు గంటలు నిద్రాహారాలు లేకుండా ఆపరేషన్ చేసే న్యూరోసర్జన్, అది చేస్తుంది డబ్బుకోసం కాదు.
- ★ తనను తాను ఛేదించుకుంటూ, తిరిగి పునర్నిర్మించుకుంటూ ఒక కావ్యాన్ని సృష్టించే రచయిత, ఆ పని చేసేది జ్ఞానపీఠ్ అవార్డు కోసం కాదు.
- ★ కొన్ని వేల నిద్రలేని రాత్రులు శ్రమించి ఎలక్ట్రిక్ బల్బు కనుకున్న థామస్ అల్వా

ఎడిసన్, నోబెల్ ప్రైజు కోసం ఆ పని చేయ లేదు.

పని అంటే తనతో తాను రమించటం.

సుదూర ఆకాశంలోని నక్షత్రాన్ని ఊహించు కోవటమంటే, ఆ విధంగా తనలో తానే ఉద్వేగం చెందటం.

ఆనందోబ్రహ్మ.

"కర్మణ్యే వాధికారస్తే" అన్న శ్లోకానికి ఆధునికంగా అర్థం చెప్పవలసి వస్తే అది ఈ విధంగా ఉంటుంది. "నువ్వు సున్నా (ZERO)ని ఆశిస్తూ ఆ పనిచెయ్యి. వచ్చేదంతా లాభమే. నువ్వు నూరు (Hundred) ని ఆశిస్తూ పనిచేస్తే వచ్చేదంతా మైనస్సే".

కీర్తి, ప్రేమల గురించి ఒక అజ్ఞాత ఆంగ్లకవి వ్రాసిన గేయంతో ఈ అధ్యాయాన్ని ముగిస్తాను. దీని టైటిల్ కూడా అందంగానూ, అర్ధవంతంగానూ వుంటుంది.

నీ తోటని నువ్వే పెంచు

చేతిని చేతితో పట్టుకోవటానికీ
హృదయాన్ని హృదయంతో లంకె
వేయటానికీ
తేడా వుందని తెలిసాక, మిత్రమా ....
ప్రేమకు చిహ్నాలు ముద్దులు కావనీ
వాగ్దానాలు బహుమతులు కావనీ
అర్థమవుతుంది. ముందు నీవు
నీతోటని శుభ్రం చేసుకో.
హృదయ క్షేత్రంలో ప్రేమ విత్తనాలు జల్లు
ఎవరో తెచ్చే పూలని ఆశించకు.
అప్పుడు నీవు తలెత్తి ధైర్యంగా నీ తప్పుల్ని
వప్పుకోగలవు.
పూవుల్ని ఇతరులకి ఇవ్వగలవు.

జ్ఞానం-కీర్తి-ప్రేమ

ఒక మనిషికి కీర్తి రావాలంటే, ప్రేమ వుండాలి అని చదువుకున్నాం. కీర్తి - ప్రేమ, జ్ఞానంవలన వస్తాయి. ఈ జ్ఞానం పిల్లలకి చిన్నతనం నుంచే రావాలంటే, వారికి 'కీర్తి' తాలూకు తీపిరుచి చూపించాలి.

పుట్టినరోజు కొత్తబట్టలు బహుమతి ఇవ్వకుండా, మంచి మార్కులు వచ్చిన రోజు వాటిని ఇవ్వటం ద్వారా, పిల్లవాడికి 'కీర్తి' ఫీలింగ్ ఇవ్వొచ్చు.

అదే విధంగా తమ్ముడు, చెల్లెలి పట్ల ప్రేమగా ఎలా వుండాలో తల్లిదండ్రులే చెప్పాలి. ఒకరి ముందు ఒకర్ని గానీ, పరుల ముందు ఒకర్నే గానీ పొగడటం చెయ్యకూడదు. "మా చిన్నవాడు బాగా చదువు తాడు గానీ, పెద్ద వాడే.." అనకూడదు. కేవలం పెద్ద వాడి సమస్య ఏమిటో చెప్పాలంతే.

తాను అల్లరి చేయకుండా వుంటే, ఇంట్లో తన 'కీర్తి' పెరుగుతుందని పిల్లవాడు తెలుసుకునేలా చెయ్యాలి. కొంచెం పెద్దయ్యాక, వంట చెయ్యటం, బట్టలు అప్పుడప్పుడు ఉతకటం మొదలైన పనుల ద్వారా కూడా తన కీర్తి పెరుగుతుందని గ్రహించేలా చెయ్యాలి. కుర్రాడితో సరదాగా ఆపని చేయించి, అతడి చెల్లితో, "ఈ రోజు నువ్వు వేసుకున్న గౌను, అన్నయ్యే ఉతికి ఇస్త్రీ చేసాడమ్మా" అని చూడండి.

దాని ప్రభావం మీకే తెలుస్తుంది.

ప్ర : జ్ఞానం అంటే ఏమిటి?

జ : ఈరోజు హాయిగా బ్రతుకుతూ....

అయిదవ ఐశ్వర్యము

జ్ఞానము

రేపు ఇంతకన్నా బాగా బ్రతకటం ఎలాగో తెలుసుకోవటం.

బుద్ధ్యా విశుద్ధయా యుక్తో ధృత్యా ....
విముచ్య నిర్మమశ్శాన్తో బ్రహ్మభూయాయకల్పతే.

(మోక్షసన్న్యాస యోగము – 51, 52, 53)

యండమూరి వీరేంద్రనాథ్

బుద్ధి

భగవద్గీత (మోక్ష సన్న్యాసయోగం) లో దాదాపు చివరి పద్యాలయిన ఈ మూడూ, మొత్తం గీతాసారాన్ని బోధిస్తాయి. ఈ మూడు పద్యాలకి వివిధ తాత్వికులు రకరకాలయిన భాష్యాలు చెప్పారు. వీటిలో విద్యా ప్రకాశానందగిరి స్వామి వారి విశ్లేషణ శ్రేష్ఠమైనది. మోక్షం అంటే 'విజయం' అన్న అర్థంలో తీసుకున్నా కూడా, ఈ విశ్లేషణ దానికి వర్తిస్తుంది. ఇది కేవలం మనిషి విజయానికీ, మోక్షానికే కాదు. స్త్రీకీ, సంసారానికీ, విద్యార్థికీ, ఉద్యోగానికీ- అన్నిటికీ వర్తిస్తుంది.

అయితే ఈ 'జ్ఞానము' అన్న అధ్యాయంలో కేవలం **విద్యార్థులకీ, వారి తల్లిదండ్రులకీ సంబంధించిన జ్ఞానము**పై చర్చకే ఎక్కువ ప్రాముఖ్యత ఇస్తాను. బుద్ధిని నిర్మలంగా వుంచుకోవటం నుంచీ, మమకారాన్ని పోగొట్టుకోవటం వరకూ భగవద్గీత చెప్పిన ఏడు సూత్రాల్ని విద్యార్థులు ఎలా అన్వయించుకోవచ్చునో చూడండి.

1. బుద్ధిని నిర్మలంగా వుంచుకోవటం ఏకాగ్రత సాధనకు తోడ్పడుతుంది. ఏ విషయం పట్ల మనకి ఆసక్తి ఉండదో, దానిపట్ల ఏకాగ్రత ఉండదు. అందుకే **చదువు 'తనకి విధింపబడిన శిక్ష' అనే భావాన్ని విద్యార్థి తొలగించుకోవాలి.**

2. శబ్ద స్పర్శాది విషయాలను దూరంగా పెట్టమని చెపుతున్నాడు కృష్ణుడు. అదే విధంగా వాక్కును స్వాధీనంలో వుంచుకోమని అంటున్నాడు. విజయం సాధించిన ఏ విద్యార్థినైనా చూడండి. అతడు అవసరం వచ్చినప్పుడే మాట్లాడతాడు. అవసరమైనదే వింటాడు. **అనవసరమైనది చాలా ఆసక్తికరమైనదే కానీ ఉపయోగము లేనిది అని అతడికి తెలుసు.**

3. రాగద్వేషాల్ని వదిలిపెట్టమనీ, క్రోధాన్ని త్యజించమనీ, మమకారాన్ని మూలకు తోసెయ్యమనీ చెపుతున్నాడు. క్రికెట్ పట్ల అనురాగం, చదువుపట్ల ద్వేషం, టి.వి. పట్ల

అతితెలివి

మనమే గొప్ప తెలివైన వాళ్ళమి అనుకుంటూ వేసిన ఎత్తులు ఒక్కొక్కసారి తిరిగి మననే దెబ్బ తీస్తాయి.

*   *   *

ఒక ఖరీదైన హోటల్లో ఒక మూల టేబుల్ దగ్గిర ఒక యువకుడు కాఫీ తాగుతున్నాడు. అతడు అందంగా, అమాయకంగా వున్నాడు. అతడికి దూరంగా ఒక అమ్మాయి ఐస్క్రీం తింటోంది. అబ్బాయిని చూసి మనోహరంగా నవ్వింది.

కుర్రవాడు కంగారు పడ్డాడు. ఏమీ ఎరగనట్టు ఆమె ఐస్క్రీం తినటం కొనసాగించింది. మళ్ళీ కొంచెంసేపటికి అతడిని చూసి ఆహ్వానిస్తున్నట్టుగా నవ్వింది. అతడు లేచి ఆమె దగ్గిరకి వెళ్ళి .... "నేనిక్కడ మీతో పాటు కూర్చో వచ్చా?" అని అడిగాడు.

ఆమె ఒక్క సారిగా లేచి, హోటల్లో వారందరూ వినేటట్టుగా గట్టిగా, "ఏమనుకుంటున్నావ్ నా గురించి? అంత చీప్‌గా కన పడుతున్నానా ? టేక్ కేర్"అని అరిచింది. చుట్టూవున్న వారందరూ మాటలు ఆపి అతడివైపు చూసారు.

అవమాన భారంతో ఆ యువకుడు తలదించుకుని తన టేబుల్ వద్దకు వచ్చి కూర్చున్నాడు. ఆ అమ్మాయి బిల్‌పే చేసి వెళ్ళిపోతూ, దిగులుగా కూర్చున్న అబ్బాయి వద్దకు వచ్చి,

మమకారం, బద్ధకం పట్ల భవబంధం, నిద్రలేపే తల్లిపై కోపం వదులుకుంటేనే విద్యార్థికి విజయం.

4. విజయసాధనకు కోరికను జయించక తప్పదన్నాడు. కానీ యుద్ధము చెయ్యాలన్న కోరికను వదిలిపెడితే విజయం ఎక్కడ లభిస్తుంది? ఇక్కడ అటువంటి అయోమయం తగదు. చదువు పట్ల కోరిక ఉండాలి. అది కర్తవ్యం. **కర్తవ్యం వేరు. కోరిక వేరు. కర్తవ్యానికి వ్యతిరేకంగా పనిచేసే విషయాలపట్ల కోరిక ఉండకూడదు.** అటువంటి కోరిక తీరకపోతే కోపం వస్తుంది. ఆ కోపం దుఃఖంగా మారుతుంది. పిల్లలు అడిగింది కొని పెట్టకపోయినా, అడిగిన ఛానెల్ చూపెట్టకపోయినా వారికి కలిగే దుఃఖం అలాటిదే.

5. మోక్ష సాధనకూ మితాహారానికీ సంబంధం ఉన్నదంటే ఆశ్చర్యం కలుగక మానదు. అదే విధంగా విద్యార్థి విజయసాధనపై అతడి ఆహార నియమాల ప్రభావం కూడా ఉన్నదంటే నమ్మశక్యం కాదు. చాక్లెట్లు, మిరపకాయబజ్జీలు, కూల్‌డ్రింక్‌లు, ప్రొద్దున్నే బద్ధకాన్ని కలుగచేస్తాయి. నిద్రమత్తునుంచి బయట పడనీయవు. అదే విధంగా ఆహారంలో కారమూ, పులుపూ ఎక్కువైతే, "ఇక చాలు కడుపునిండింది" అని మెదడుకి చేరే సంకేతాలు వెళ్ళక మరింత ఎక్కువగా భుజించాలనిపిస్తుంది.

6. ఏకాంతస్థల యోగ్యత గురించి తెలుసుకోవాలి. చదువుకునే బల్ల, కుర్చీ, 'పూజాస్థలం' లాటివి. దాని మీద భోజనం, టిఫిన్ చేయటం, బల్లపై కాళ్ళు ఆన్చి పక్కవారితో కబుర్లు చెప్పటం లాటివి చెయ్యకూడదు. కేవలం చదువుకోవటం కోసం మాత్రమే ఆ స్థలాన్ని వాడాలని మనస్తత్వ శాస్త్రవేత్తలు చెప్తారు.

7. బుద్ధివేరు. తెలివివేరు. మంచిబుద్ధి, చెడ్డ బుద్ధి అని రెండు రకాలుంటాయి. చెడ్డబుద్ధిలో కూడా తెలివి వుంటుంది. అదే విధంగా తెలివి,

అతితెలివి అని రెండు రకాలుంటాయి. పిల్లల్లో తెలివి, 'అతి' తెలివిగా మారుతూ వుంటే మురిసిపోకుండా, పెద్దలు జాగ్రత్తపడాలి.

చిత్రమేమిటంటే, ఆనాడు కృష్ణుడు చెప్పిన దానికీ, ఈనాడు బిహేవియరల్ థెరపిస్టులు చెప్పేదానికి చాలా దగ్గిర పోలికలు ఉన్నాయి. ఆ దృష్టితో చూస్తే, ప్రముఖ సైకాలజీ రచయితలూ, వ్యక్తిత్వ వికాస బోధకులూ అయిన విన్సెంట్ పీలే, స్టీఫెన్‌కోవే, వాన్ డయ్యర్‌లు రాసిన పుస్తకాలన్నీ భగవద్గీతలో చెప్పిన వ్యక్తిత్వ నిర్మాణ సాధనాలేనని అనిపిస్తుంది.

ఒక బౌద్ధ ప్రచారకుడు కొన్నివేల మంది ప్రజలకి బోధనలు చేస్తూ ఒక గ్రామానికి వచ్చాడట. అక్కడ ఒక చర్చి, ఒక మసీదు పక్క పక్కనే ఉన్నాయట.

ఆ మత బోధకులిద్దరూ ఆ బౌద్ధ బిక్షువుతో "ముందు మా మత గ్రంథాలు చెప్పేది వినండి" అంటూ అక్కడక్కడ భాగాలు చదివి వినిపించారట. అంతా విని ఆ భిక్షువు ఆశ్చర్యపోయి, "ఇప్పటి వరకూ నేను చెపుతున్నది కూడా ఇదేనే" అన్నాడట.

ఎవరు చెప్పినా మనిషి బావుండాలనే!

"అన్నం పెడుతూన్న చేతిని కొరకొద్దు" అన్న సామెత అందరికీ తెలిసిందే. కానీ ఒక్కోసారి కొరకాలి. ఎప్పుడు? అవతలి చెయ్యి, మనం అన్నం తినటం ఎలాగో నేర్చుకోకుండా చేస్తున్నప్పుడు. ప్రస్తుతం మన విద్యా విధానం అలాగే వుంది. ఈ అంశం ప్రతిపాదికగా "జ్ఞానం" అన్న ఈ అధ్యాయంలో, నిజ జీవితంలోకి ప్రవేశించబోయే విద్యార్థికి ఏంకావాలి? ఏమి నేర్చుకోవాలి? అన్న విషయంపై ఎక్కువ చర్చిస్తాను.

"క్షమించు. నేను మానసిక శాస్త్ర స్టూడెంట్‌ని. ఊహించని ఇబ్బందికర పరిస్థితి ఎదురైనపుడు మనుష్యులు ఎలా ప్రవర్తిస్తారో ప్రయోగం చేస్తున్నాను" అంది.

అతడు చప్పన లేచి, అందరూ వినేలా గొంతుహెచ్చించి, "నువ్వెంత ఖరీదైనా సరే, రెండొందల కన్నా ఎక్కువ ఇవ్వను" అన్నాడు.

* * *

A నుంచి B కి

అత్యంత తెలివి తేటలు వుండటం వేరు. అతితెలివి తేటలు వుండటం వేరు. అదే విధంగా తెలివి వేరు... ఇంగితజ్ఞానం (కామన్‌సెన్స్) వేరు. ఈక్రింది లెక్కకి తెలివికన్నా ఎక్కువ 'ఇంగిత జ్ఞానం' కావాలి. ట్రై.

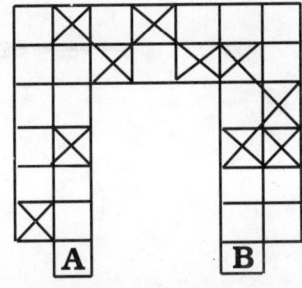

'ఇంటూ' మార్కు పెట్టిన గళ్ళకి తగలకుండా A నుంచి B కి వెళ్ళటం ఎలా?

(సమాధానం 309 పేజిలో)

అభ్యాస యోగయుక్తేన చేతసా నాన్యగామినా
పరమం పురుషం దివ్యం యాతి పార్థానుచిన్తయన్.

(అక్షరపరబ్రహ్మ యోగము – 8)

యండమూరి వీరేంద్రనాథ్

విద్యార్థి విజయం

'అభ్యాసయోగయుక్తేనా' అంటే, 'ఇతర వ్యాపకాలు లేకుండా, ఎవడైతే మనసు పెట్టి అభ్యాసం చేస్తాడో, వాడు విజయం సాధిస్తాడు' అని అర్థం. భగవద్గీత అక్షర పరబ్రహ్మ యోగంలో కృష్ణుడు అర్జునుడికి ఏకాగ్రత గురించి ఉపదేశిస్తున్నాడు.

ఏకాగ్రత అనేది రెండు రకాలుగా వుంటుందని శాస్త్రవేత్తలు చెప్తారు. మొదటిది **'ఫోకస్డ్ అటెన్షన్'**. దీన్నే కాక్‌టెయిల్ పార్టీ అటెన్షన్ అని కూడా అంటారు. పార్టీలో మైకుల రణగొణ ధ్వని ఎంతున్నా ఎదుటి వ్యక్తితో సంభాషణ చెయ్యగలగటం, సినిమాహాల్లో చుట్టూ ఎంత గొడవగా వున్నా తెరమీదే ధ్యాస నిలపగలగటం దీనికి ఉదాహరణలు. రెండోది **'డివైడెడ్ అటెన్షన్'**. ఒకేసారి మూడు నాలుగు విషయాల మీద ఏకాగ్రత నిలపగలగటం అన్నమాట. ఒకవైపు టి.వి. చూస్తూ, మరొకవైపు భోజనం చేస్తూ, ఇంకొకవైపు ఫోన్‌లో మాట్లాడటం ఈ విభాగంలోకి వస్తుంది. జంతువులు ఈ విధంగా చెయ్యలేవు. ప్రకృతి మనిషి మెదడుకి మాత్రమే ఇన్ని గొప్ప శక్తుల్ని ఇచ్చింది. అయినా ఏకాగ్రత నిలవటం లేదంటారు చాలామంది.

మెదడు చేయవలసిన పనులు రెండు. వెంటనే చెయ్యవలసినవి (అటెన్షన్), తరువాత చెయ్యవలసినవి (రిటెన్షన్). పంచజ్ఞానేంద్రియాలయిన చెవి, కన్ను మొదలైనవి అందించే సూచనల్ని మెదడు రెండుగా విడగొడుతుంది. వెంటనే చెయ్యవలసిన పనులను చెయ్యి, కాలు మొదలయిన కర్మేంద్రియాలకు సూచన్లు ఇస్తుంది. 'ఇల్లు తగల బడుతోంది' అన్న విషయం కన్ను చూసి మెదడుకి చెప్తే, 'పరుగెత్తు' అని కాళ్ళకి మెదడు సూచన్లు ఇవ్వటం మొదటి విభాగం (అటెన్షన్). రెండో విభాగంలో పంచజ్ఞానేంద్రియాలూ అందించిన సమాచారానికి మెదడు వెంటనే ప్రతిస్పందించ కుండా, తనలో భద్రపర్చుకుంటుంది. 'నీ ఇల్లు కాలుతున్నప్పుడు బయటకు పరుగెత్తు' అని గుర్తుంచుకోవటం. దీన్నే రిటెన్షన్ అంటారు. అదే **'జ్ఞాపకం'**.

తెలివి Vs తర్కం

పిల్లలు PAI (Problem Analysing In capacity); PSC (Paradigm Shift Syndrome), SRA (Slow Reflex Action) లాటి వివిధ బలహీనతలో వుంటారు. వారిని వేర్వేరుగా ట్రీట్ చెయ్యాలి.

ADHD వున్న చిన్నపిల్లల్తో మాట్లాడేటప్పుడు చాలా తార్కికం (Logical)గా మాట్లాడాలని చెప్తూ అమెరికా ప్రధాని రూజ్‌వెల్ట్ తన అనుభవం ఒకటి ఈ విధంగా చెప్పాడు.

ఒకసారి అతడు తన నాలుగేళ్ళ మనవడితో సముద్రం ప్రక్కన నడుస్తూవుండగా చచ్చిపోయి ఒడ్డుకు కొట్టుకొచ్చిన ఒక చేప సగం ఇసుకలో కప్పబడి కనపడిందట. "తాతా ఆ చేపకు ఏమయింది?" అని ఆ చిన్న కుర్రవాడు అడిగాడు.

"అది స్వర్గానికి వెళ్ళింది బాబూ" అన్నాడు రూజ్‌వెల్ట్.

ఆ కుర్రవాడు ఒక క్షణం ఆలోచించి "ఒహో దాన్ని దేవుడు మళ్ళీ క్రిందకు తోసేసాడన్న మాట" అన్నాడట సాలోచనగా.

* * *

చదువంటే, **'చదువంతా అయిపోయాక మిగిలేది'.** అంటే పైతాగరస్ సిద్ధాంతం మర్చిపోయిన ఇంజనీరింగ్ స్టూడెంట్, ఎనిమిదో క్లాసు చదువుతూ అనవసరంగా ఒక ఏడాది కాలం వృధా చేసుకున్నాడన్న మాట.

ఉదాహరణకి 'రెండూ రెండూ కలిస్తే నాలుగు' అన్న విషయాన్ని చదివినప్పుడు, మెదడు ఆ విషయాన్ని కాళ్ళూ చేతులకి చెప్పకుండా, తనలోనే వుంచుకుంటుంది. అదే జ్ఞాపకం. **ఒక జ్ఞాపకాన్ని కర్తవ్యానికి కరెక్టుగా అన్వయించటమే జ్ఞానం.** ఒకసారి చెయ్యి కాలినపుడు, రెండోసారి నిప్పు దగ్గరకి వెళ్ళొద్దు అన్న విషయాన్ని గుర్తుంచుకోవటమే జ్ఞాపకం. దానికి తర్కాన్నీ (Logic నీ), తెలివినీ కలిపి అవసరమైనప్పుడు కరెక్టుగా ఉపయోగించటమే జ్ఞానం. ఇదే విషయం చదువుకి కూడా వర్తిస్తుంది.

ఏకాగ్రత లేకపోవటం అంటే, కళ్ళు, నోరు, చెవి అందించిన జ్ఞానాన్ని మెదడు సరిగ్గా ఫిల్టర్ చేసి రిటెన్షన్‌లో వుంచుకోలేకపోవటం. దీన్నే అటెన్షన్ డెఫిసిట్ డిజార్డర్ (A.D.D.) అంటారు. దీనికి కంగారూ, టెన్షన్ తోడయితే Attention Deficit and Hyperactive Disorder (ADHD) అంటారు.

ఈ క్రింది లక్షణాలు వాటికి ఉదాహరణలు :

- ★ మాట్లాడుతున్నపుడు వినకపోవడం.
- ★ చిన్న చిన్న విషయాల్లో నిర్లక్ష్యంగా తప్పులు చేయటం.
- ★ తెలిసిన విషయమేకదా అన్న తేలిక భావంతో చదవటం.
- ★ ఆటల్లో కూడా ఏకాగ్రత లేకుండా వుండటం. (లేదా ఎక్కువ వుండటం).
- ★ చేస్తున్న పని కాక, మరొక పనివైపు తొందరగా అట్రాక్ట్ అవటం. (ఆటలు, కార్టూన్‌లు, కంప్యూటర్ గేములు).
- ★ ప్రశ్న పూర్తవకుండానే సమాధానాలు చెప్పాలనుకోవటం.

- ★ అనవసరమైన మితిమీరిన ఉత్సాహం.
- ★ చేస్తున్న పనిపై అసహనం, తన వంతు వచ్చే వరకూ ఆగలేకపోవటం.
- ★ చెపుతున్నదాన్ని విశ్లేషణా పూర్వకంగా, లాజికల్‌గా అర్థంచేసుకునే ప్రయత్నం చేయకపోవటం.
- ★ ఇంకొకరు చెప్తు (చేస్తూ)న్న దానికి అడ్డు తగలటం.

పై లక్షణాల్లో కొన్ని వారసత్వం ద్వారా వచ్చినవైతే, మరికొన్ని స్వయంగా అలవర్చుకునేవి. కానీ పట్టుదల వుంటే చాలా వాటిని మార్చుకోవచ్చు కావల్సింది గైడెన్సు మాత్రమే. ఈ రకం పిల్లలు చాలా తెలివిగలవారు అయివుంటారు. తెలివి, జ్ఞానం, అనుభవం కలిస్తే వచ్చేదే 'స్థిత ప్రజ్ఞత'. స్థిత ప్రజ్ఞత గురించి ఒక అద్భుతమయిన నిర్వచనం తెలుసుకుని ముందుకివెళ్దాం.

"మనం మార్చలేని విషయాలని ఒప్పుకుని తీరాలి. మార్చగలిగే విషయాలను మార్చగలిగే ధైర్యం సంపాదించుకోవాలి. ఆ రెండిటి మధ్య తేడా తెలుసుకోవటమే స్థిత ప్రజ్ఞత".

ఏ విద్యార్థి అయితే తాను మార్చగలిగే విషయాన్ని కూడా మార్చలేననుకుంటాడో అతడు ఏకాగ్రత సాధించలేడు. ఉదాహరణకి అయిదో పాయింటు చూడండి. చదువుకన్నా సినిమా వ్యామోహం ఎక్కువయితే, అది మార్చుకోగలిగే పాయింటేకదా! ఆ వ్యామోహాన్ని తగ్గించుకోలేకపోతే ఏకాగ్రత ఎలా కుదురుతుంది?

తాను మార్చలేని పాయింట్లు కొన్ని వుంటాయి. చదువుకుంటున్న టైమ్‌లో మిగతా కుటుంబ సభ్యులు టి.వి. చూడటం దీనికి ఉదాహరణ. తనకు ఏకాగ్రత కుదరకపోవటానికి

కల - నిజం

కొందరు విద్యార్థులు, తమకు ఏకాగ్రత కుదరక పోవటానికి ఇంట్లో గొడవలు కారణంగా చెప్తారు. మరికొందరు ఆర్థిక సమస్యల వలన ఏకాగ్రత కుదరటం లేదంటారు.

స్వానుభవం మీద చెపుతున్నాను. ఏకాగ్రత కుదరక పోవటానికీ, బీదతనానికీ ఏ సంబంధమూ లేదు. ఇంట్లో గొడవలూ, ఆర్థిక సమస్యలూ చుట్టుముట్టినప్పుడు 'కాస్త బాగా చదువుకుని, ఒక మంచి స్థానంలో స్థిరపడితే ఈ సమస్యలు వుండవు కదా' అని అనుకోండి. అభిమాన నటుడి ఆలోచనలతోనో, తొలిప్రేమ అలజడితోనో చెదిరి పోకండి.

"నా అభిమాన నటుడి సినిమా మొదటి రోజు చూడాలన్న కోరిక నాది. కానీ దాన్ని **అయిదు సంవత్సరాలపాటు ఈ కోరికని వాయిదా వేసుకుంటే, ఆ అభిమాన నటుడిని నా ఇంటికి డిన్నర్‌కి పిలిచే స్థాయికి చేరుకోవచ్చు కదా"** అని ఆలోచించండి. అంటే ఆ టైమ్‌లో ఏమీ ఆనందించవద్దు- అని కాదు ఇక్కడ వుద్దేశ్యం. ఈ అయిదు సంవత్సరాలూ ఉపయోగకరమైన విషయాల్లో (ఇంటర్నెట్ ద్వారా విజ్ఞానం / లైబ్రరీ / ఆరోగ్యాన్నిచ్చే ఆటలు) లాంటి వాటిలో ఆనందం పొందగలిగితే, ఏకాగ్రతకు భంగంరాదు.

ఏకాగ్రత పెరగటానికి రెండు టెక్నిక్స్

"ఏకాగ్రత" అంటే, అనుకున్న రీతిలో ఆలోచించగలిగే శక్తిని మెదడుకి ఇవ్వగలగటం! ఒక మంచి పుస్తకం చదువుతున్నప్పడు, ఒక ఆసక్తికరమైన సినిమా చూస్తున్నప్పడు మనసు ఏవిధంగా వాటి మీదే నిలుస్తుందో, అదే విధంగా క్లాసు చదువు మీద కూడా నిలుపుకోగలగాలి. అదే ఏకాగ్రత.

కానీ అది అంత సులభం కాదు. దీనికోసం శాస్త్రవేత్తలు రెండు టెక్నిక్‌లు సూచించారు. ఒకటి "కోతి" టెక్నిక్. రెండు "స్పైడర్ టెక్నిక్".

ఒక చిన్న నోట్‌బుక్‌మీద ఆ రోజు తారీఖు వేసుకుని మీ వద్ద వుంచుకోండి. క్లాసులో లెక్చరర్ పాఠం చెపుతున్నాడు, మీ మనసు ఎటో వెళ్ళిపోయింది. అయిదు నిముషాల తరువాత మీరెక్కడున్నారో, అకస్మాత్తుగా గుర్తొచ్చింది. మళ్ళీ పాఠం వినసాగారు. నోట్ బుక్‌లో ఆరోజు తారీఖువేసిన పేజీలో చిన్న టిక్ పెట్టండి. 'కోతి' అని వ్రాసుకోండి. దీనివల్ల ఆరోజు క్లాసులో మీ ఏకాగ్రత ఎన్నిసార్లు పాడైపోయిందో తెలుస్తుంది. ఎన్నిసార్లు పక్కదారి పట్టిందీ అర్థం అవుతుంది. ఆవిధంగా క్రమం తప్పకుండా చెయ్యండి.

చాలా ఆశ్చర్యకరంగా, మొదటి రోజుకీ, ముప్పైయ్యవ రోజుకీ టిక్కులు సగానికి సగం తగ్గిపోతాయి.

ఇది కారణం అయితే, మరొక దారి ఆలోచించాలే తప్ప, ఈ కారణం వలన నేడు ఓడిపోతున్నానూ అని గెలుపుకి రాజీనామా చెయ్యకూడదు.

* * *

నాలుగు పేజీలు చదివిన తరువాత, అకస్మాత్తుగా స్పృహలోకి వచ్చినట్టు అనిపించి, ఏం చదివామో అర్థంకాక, చదివింది గుర్తుండక పోవటమే ఏకాగ్రత లేకపోవటం. దీనికి నాలుగు కారణాలు వున్నాయి. 1. బయటి అలజడులు, 2. అంతర్గత అలజడులు, 3. అలసట, 4. అనాసక్తి. వీటి నుంచి ఎలా బయటపడాలో చర్చిద్దాం

1. బయటి అలజడులు :

చదువుకోవటానికి లైబ్రరీ బెస్ట్ ప్లేస్. ప్రస్తుతం కాలేజీల్లో కూడా వీటిని ఏర్పాటు చేస్తున్నారు. వీలైనంత ప్రశాంత ప్రదేశాన్నీ, ఇంటికి దగ్గరగా వుండే లైబ్రరీనీ, ఖాళీ క్లాసుగదుల్నీ వినియోగించుకోవచ్చు.

రాత్రిపూట తప్పనిసరిగా ఇంట్లోనే చదవవలసి వచ్చినప్పుడు ఇంట్లో సభ్యులను డిస్టర్బ్ చేయొద్దని చెప్పాలి. ఇంట్లో మిగతా వారికి (వృద్ధుల కాలక్షేపం కోసం) టీ.వీ కంపల్సరీ అయితే ప్రశాంతంగా వున్న వాతావరణాన్ని ఎన్నుకోవాలి. స్నేహితుల ఇంటికి వెళ్ళాలి. అయితే ఈ కంబైన్డ్ స్టడీస్ వలన మొదటికే మోసం వచ్చే ప్రమాదం కూడా వుంది.

కిటికీ తలుపులు తీసి వీధి ఎదురుగా కూర్చోవటం, మ్యూజిక్ వింటూ చదవటం, మంచి నీటి కోసం, చిరుతిళ్ళకోసం పావుగంటకొకసారి వెళ్ళ టం మానెయ్యాలి. ఒకవేళ మ్యూజిక్ వింటూ చదవటం అలవాటుగా వుంటే ఒకే శృతిలో వుండే వాద్య (మాటలులేని) సంగీతం వినటం అలవాటు చేసుకోవాలి.

272 ——— యండమూరి వీరేంద్రనాథ్

వెలుతురు (కళ్ళు), వాసన (ముక్కు), వాతావరణం (చర్మం), నిశ్శబ్దం (చెవులు) బావుంటే జ్ఞానేంద్రియాలు బాగా పనిచేస్తాయి. గది పరిమళం కూడా మనసు మీద ప్రభావం చూపిస్తుంది. గదిని చల్లగా వుంచగలిగితే మరీ మంచిది.

చదువుకోసం ఒక ప్రత్యేక స్థలం వుంచుకోవాలి. అక్కడ కూర్చుని కుటుంబసభ్యుల్తో, స్నేహితుల్తో కబుర్లు చెప్పకూడదు. అది కేవలం చదువుకే ప్రత్యేకం. అలాగే డైనింగ్ టేబిల్ దగ్గిర చదవకూడదు.

2. అంతర్గత అలజడులు :

క్లాసుకి వెళ్ళటానికి ముందే, లేదా చదువు ప్రారంభించటానికి ముందే ఆ మూడ్‌లో వుండాలి. పాఠం వింటూండగా, సాయంత్రపు సినిమా ప్రోగ్రాం గురించి ఆలోచించకుండా వుండాలంటే, పాఠానికి ముందు ఆ సినిమా ప్రోగ్రాం గురించి చర్చించకూడదు. **కరాటే పోరాటానికి అయిదు నిముషాల ముందే యోధుడు ఆ "మూడ్"లో వుంటాడు.** గమనించండి. చదువుకి ముందు ఆ విధంగా వుండాలి. చదువుకునే టేబిల్‌కి నమస్కారం చేసి చదువు ప్రారంభించే అలవాటు కూడా మంచిదే.

ఆ రోజు చేయవలసిన పనుల్ని వరుస క్రమంలో టైమ్ ప్రకారం రాసుకుంటే, సమయం సరిపోదేమో అన్న టెన్షన్ వుండదు.

(మిగతా అంతర్గత అలజడుల గురించి వర్రీటైమ్ అన్న విభాగంలో చర్చిద్దాం).

3. అలసట :

విద్యార్థి ఏకాగ్రత గంటకన్నా ఎక్కువసేపు వుండదు. గంట తరువాత, పది నిముషాలు కనులు మూసుకుని విశ్రాంతి తీసుకోవాలి. తిరిగి మనసు దారి తప్పినప్పుడల్లా దాన్ని హెచ్చరించి వెనక్కి తీసుకువస్తున్నారన్నమాట. ఆ Realisation కాల క్రమేణా మీ మనసు మీద బాగా పనిచేస్తుంది. దీన్నే 'కోతి' టెక్నిక్ అంటారు.

ఇక 'సాలెపురుగు టెక్నిక్'కి వద్దాం. ఒక సాలెగూడుని చిన్న చీపురుపుల్లతో ఒక మూల కొద్దిగా కదపండి. సాలెపురుగు గబగబా అక్కడికి పరుగెత్తుకు వస్తుంది. పది పదిహేను సార్లు అలా చేసిన తరువాత, గూడు మీ వల్ల కదుల్తోందా లేక పురుగు పడి గిలగిలా కొట్టుకుంటోందా అన్న విషయం దానికి అర్థమై, ఇక అటురాదు.

చదువుకి కూడా ఈ టెక్నిక్ అమలుజరిపితే, టెలిఫోన్ ధ్వనులు, పక్కగదిలో అరుపులు, వంటింట్లో శబ్దాలు ఏకాగ్రతని భగ్నం చెయ్యవు. ఈ టెక్నిక్ నేర్చుకోవటం కోసం చిన్న చిన్న విషయాలు ప్రాక్టీసు చెయ్యాలి. ఉదాహరణకి లెక్చరర్ పాఠం చెపుతున్నప్పుడు పక్క విద్యార్థి చిన్నగా జోక్ చేసాడు. అది వినపడ్డ నలుగురైదుగురు నవ్వారు. మీకూ వినపడింది. కానీ నవ్వలేదు. లెక్చరర్ మొహం వెపే చూస్తున్నారు.

మరో సందర్భంలో ఆలస్యంగా వచ్చిన స్టూడెంట్ 'మె ఐ కమిన్ సర్' అన్నాడు. అందరూ అటు చూసారు. మీరు చూడలేదు. మీరు భోజనం చేస్తూ వుండగా, టి.వి.లో

మీకిష్టమైన పాట వచ్చింది. కనీసం తలెత్తికూడా చూడరు. ఇదంతా మనసుకి కళ్ళేలు వెయ్యటం.

అదే విధంగా మీరు ఇంట్లో చదువుకుంటున్నారు. కాలింగ్ బెల్ మోగింది. చప్పన లేచి వెళ్ళకుండా, 'వచ్చింది నా కోసమయితే ఆ విషయం నాకు చెప్తారు కదా' అనుకుంటారు. అనవసర విషయాలకు అలజడి చెందని మనస్తత్వాన్ని పెంచుకుంటారు. ఈ విధంగా ఒక సాలె పురుగు, దేనికి కదలాలో దేనికి అనవసరంగా డిస్టర్బ్ అవకూడదో తెలుసుకున్నట్టు, మీకూ క్రమ క్రమంగా అనుభవం వచ్చేస్తుంది. ఇదీ టెక్నిక్. ఒక స్పందనకి మన ప్రతిస్పందనని మన కంట్రోల్‌లో వుంచుకోవటమే ఏకాగ్రత.

*   *   *

జ్ఞాపక శక్తికీ తిండికీ దగ్గిర సంబంధం వుంది. స్వీట్లు ఎక్కువగా తింటే, రక్తంలో వుండే సుగర్‌ని తగ్గించటానికి ఇన్సులిన్ ఎక్కువగా శరీరంలో రిలీజ్ అవుతుంది. అందువల్ల మెమొరీ తగ్గుతుంది.

క్యాబేజ్‌లో వుండే 'కోలైన్', సన్‌ఫ్లవర్ ఆయిల్‌లో వుండే 'థయామిన్', గోరుచిక్కుడులో వుండే 'అసిటిల్ కోలైన్' పిల్లల్లో జ్ఞాపకశక్తిని అభివృద్ధి చేస్తాయి. తల్లులు వీటిని పిల్లలకి అలవాటు చెయ్యాలి. ❁

చదువు ప్రారంభించాలి. ఆ పదినిముషాల్లోనూ ఎవరితోనూ మాట్లాడకూడదు.

కరెక్ట్ టైమ్‌లో చదవాలి. అర్థరాత్రి వరకూ నిద్ర మేల్కొంటే అలసట ఎక్కువ అవుతుంది.

సబ్జెక్ట్‌కీ సబ్జెక్ట్‌కీ మధ్య అయిదు నిముషాల గ్యాప్ ఇవ్వాలి. చదవటం బోరు కొట్టినప్పుడు (లెక్కలు లాటివి) రాయాలి. రాయటం బోరు కొట్టినపుడు చదవాలి.

4. అనాసక్తి :

ఒక విద్యార్థికి చదువు మీద ఇంటరెస్ట్ లేదంటే, మరేదో విషయం మీద ఆసక్తి వున్నదన్న మాట. అది క్రికెట్ కావొచ్చు. ప్రేమ కావొచ్చు. ధ్యేయం నిర్దుష్టంగా ఏర్పర్చుకోవాలి. 'సబ్జెక్ట్' కన్నా ముందు 'చదువు' మీద ఆసక్తి పెంచుకోవాలి. చదువు లేకుండా జీవితంలో పైకి రావటానికి మార్గాలు ఎంత తక్కువో ఆలోచించు కోవాలి. కేవలం టి.వి., క్రికెట్, ప్రేమ మొదలైనవి జీవితానికి భవిష్యత్తులో ఆనందం ఇవ్వవనే MACRO–THINKING అలవాటు చేసుకోవాలి. దీనికోసం మంచి పుస్తకాలు చదవాలి. విజేతలతో మాట్లాడాలి. "చదువుకునే" విద్యార్థుల సాంగత్యంలో వుండాలి.

చదువు మీద ఆసక్తి పెరగటం కోసం, చిన్నచిన్న క్విజ్‌లు, లెక్కలు చేస్తూ వుండాలి. సైన్సు చదవాలి. నిత్య జీవితంలో భౌతికశాస్త్రం లాంటి పుస్తకాలు ఇందుకు ఉపయోగపడతాయి.

ఆసక్తి కలిగించే (సినిమా, స్నేహితుల్తో హోటల్‌కి లాటి) మరే ప్రోగ్రామ్‌లూ చదువు తరువాత పెట్టుకోకూడదు. వాటిని ముందే పూర్తి చేసుకోవాలి. లేకపోతే ఆలోచన అంతా ఆ తరువాత ప్రోగ్రాం మీదే వుంటుంది.

'రేపు ఆదివారం మొత్తం చదువుకుంటాను' అని పైపైన అనుకోకూడదు. ఏయే సబ్జెక్ట్ ఎంతసేపు అని వివరంగా రాసుకోవాలి. ఏకబిగిన ఎనిమిది గంటలు చదవటం వృథా.

ప్రతి విద్యార్థికీ, 'దినం'లో ఒకటైమ్‌లో High Energy Level, మరో టైమ్‌లో Low Energy Level వుంటాయి. కష్టమైన సబ్జెక్ట్ చురుగ్గా ఉన్న టైమ్‌లోనే చదవాలి. కొంతమంది 'తర్వాత చదివితే తప్పేమిటి? దీన్ని సెలవులలో చదువుకోవచ్చులే' అనుకుంటారు. ప్రభాత సమయాన్ని చదువుకు కేటాయించాలి.

* * *

కొంతమంది విద్యార్థులు ప్రారంభానికి ముందే కష్టాల్ని ఊహించుకుని భయపడటం ప్రారంభిస్తారు. ఏకాగ్రత కుదరకపోవటానికి అదొక కారణం. "అమ్మో! ఇంత చదువు నేను చదవగలనా?" అన్న భయం, సగం ఉత్సాహాన్ని ముందే చంపేస్తుంది. మనిషి మనసే మనిషిని తయారు చేస్తుంది. తన ఆలోచనల్లో "దిగులు.. ఫిర్యాదు... అలసట..." అతిథుల్లా ఎప్పుడయితే చోటుచేసుకున్నాయో, ఆ విద్యార్థిని అవే ఎక్కువ నాశనం చేస్తాయి.

సాధారణంగా విద్యార్థి ఓటమికి అయిదు దెయ్యాలు ప్రయత్నిస్తూ వుంటాయి. అవి 1. కోపం 2. భయం 3. దుఃఖం 4. బద్ధకం 5. ఆందోళన. ఈ అయిదూ శారీరకంగా, మానసికంగా విద్యార్థిని నాశనం చేస్తాయి 12-C టెక్నిక్ ద్వారా వీటి నుంచి ఎలా బయటపడవచ్చో "చదువు ఏకాగ్రత" (ఇంగ్లీషులో The Art of Studying) అన్న పుస్తకంలో వివరంగా చెప్పాను. ఏకాగ్రత పెంచుకోవటానికి మరికొన్ని వ్యాయామాలను, మానసిక అభ్యాసాలను ఇప్పుడు వివరిస్తాను.

వర్రీటైమ్

ఇదో గమ్మత్తయిన దినచర్య. ప్రతిరోజూ ఒకగంట వర్రీటైమ్‌గా పక్కన పెట్టుకోండి. చదువు కుంటున్నప్పుడు ఏదైనా ఆలోచన వస్తే వర్రీటైమ్‌లో ఆలోచించటం కోసం వాయిదా వెయ్యండి. ఉదాహరణకి పొద్దున్న మీరు చదువుకొంటూ వుండగా మీ అభిమాన నటుడు గుర్తొచ్చాడు. 4 గంటల నుంచీ అయిదు వరకూ, మీ వర్రీటైమ్ అనుకోండి. సాయంత్రం దాని గురించి ఆలోచిద్దామని పక్కన వ్రాసి పెట్టుకోండి. అమ్మ తిట్టిన విషయం, బైక్ మీద విహరిస్తున్నట్టు వచ్చిన ఆలోచన, క్లాస్ మేట్‌తో గొడవ... ఇలా ... వచ్చిన ప్రతి ఆలోచననీ సాయంత్రానికి తోసెయ్యండి. సరిగ్గా నాలుగింటికి కూర్చొని ఆలోచించటం ప్రారంభించండి. ఒక్కోదాన్ని వెలికి తీయండి. చాలా చిత్రంగా, మొత్తమంతా పది నిముషాల్లో ముగిసిపోతుంది.

ప్రొద్దున్న ఎంతో బలంగా అనిపించిన ఆలోచన సాయంత్రం అయ్యేసరికి తేలిపోయినట్టుగా వుంటుంది.

ఈ 'వర్రీటైమ్' టెక్నిక్ మొదట్లో హాస్యాస్పదంగా కనిపించినా, ప్రాక్టీస్‌లో మంచి ఫలితాన్ని ఇస్తుందంటారు బిహేవియర్ థెరపిస్టులు. అనవసరమైన ఆలోచన ఒకటి రాగానే, దాని కోసం వేరే టైమ్ వుందని అను కోవటం నిరర్థకమైన ఆలోచనల్ని నిరోధిస్తుందని వారంటారు. ✿

బహుమతి

మీకు మీరే బహుమతులు నిర్దేశించుకోండి. "ఈ రోజు పూర్తి ఏకాగ్రతతో ఫలానా పాఠం చదవ గలిగితే, వచ్చే ఆదివారం టి.వి. లో ఒక అరగంటసేపు ప్రోగ్రాం చూస్తాను" అనుకోండి. లేదా, మరో రకంగా చెప్పాలంటే, "వచ్చే ఆది వారం టి.వి. చూడాలంటే ఈ రోజు పాఠం ఆదివారం వరకూ గుర్తుం డేలా చదవాలి" అని కండిషన్ పెట్టు కోవటం అన్నమాట! ఆదివారం రోజు, ఆ పాఠం మీకు గుర్తుంటేనే టి.వి. చూడండి. గుర్తు లేకపోతే అదే పనిష్మెంట్.

అందరికీ బాగా చదవాలనే కోరిక వుంటుంది. ఉన్నతమైన అం తస్థుకి చేరుకోవాలనే కాంక్ష వుం టుంది. కానీ కోరిక వేరు. లక్ష్య సాధన వేరు. డాక్టర్ అవ్వాలను కోవటం కోరిక. ప్రతిరోజూ పడుకో బోయే ముందు, ఆరోజు (డాక్టర్ అవటం కోసం) ఏం చదివాం అని లెక్క వేసుకోవటం లక్ష్యసాధన.

మీరో పుస్తకం కొనటానికి బజార్లో వెళ్తున్నారనుకుందాం. కేవ లం పుస్తకాల షాపుల్నే వెతుక్కుంటూ వెళ్ళాలి. మధ్యలో సి.డి. రికార్డుల షాపు పట్ల ఆకర్షితులయితే ఎవరు మిమ్మల్ని రక్షించగలరు? చదువు కూడా అంతే. ✿

వ్యాయామం ఒకటి : ఒక గడియారం ముందు కూర్చుని టైమ్ చూసి కళ్ళు మూసుకోండి. సినిమా నుంచి క్రికెట్ వరకు మీకు చాలా ఇంటరెస్టున్న ఏ ఒక్క టాపిక్ గురించయినా ఆలోచించటం ప్రారంభించండి. కొంచెం సేపయ్యాక, మీరు అనుకున్న దాని గురించి కాకుండా వేరే ఏదో ఆలోచిస్తున్నారని గుర్తొస్తుంది. కళ్ళు తెరిచి, ఆలోచనా సమయం నోట్ చెయ్యండి. కాస్త అటూ ఇటూగా అదీ మీ సగటు ఏకాగ్రతా సంఘ టిత శక్తి. దీన్ని Capacity to Control the Concentration (CCC) అంటారు. వారం రోజులపాటు ఇలా చేసాక, మీ శక్తీ, సమయమూ పెరుగుతున్నట్టు మీ నోట్స్ చెపుతుంది. దాదాపు అరగంటసేపు మనసు నిలుపగలుగుతారు. ఆ తరువాత నెమ్మది నెమ్మదిగా, మీ కిష్టమైన అంశం గురించి కాకుండా, మీ సబ్జెక్ట్ గురించి ఆలోచిం చటం ప్రారంభించండి. చాలా షాక్ కలుగుతుంది. అయిదు నిముషాలకన్నా ఎక్కువసేపు మనసు నిలవదు. నిరాశ చెందకండి. **వారం రోజులు ప్రాక్టీసు చెయ్యండి. పావుగంట వరకూ పెరుగు తుంది.** మీకు అంతగా ఆసక్తిలేని ఒక సబ్జెక్ట్ గురించి మనసెటూ చెదరకుండా 'పావుగంట' పాటు ఆలోచించగలిగారంటే అది నిజంగా చాలా గొప్ప విజయం.

వ్యాయామం రెండు : ఒక కుర్చీలో కూర్చోండి. చిటికెన వేలు కూడా కదపకుండా శిలాప్రతిమలా అయిదు నిముషాలు అలాగే వుండటానికి ప్రయత్నించండి. ప్రతిరోజు దీన్ని ప్రాక్టీసుచేస్తే కండరాలు మీ కంట్రోల్‌లో వుండి, అనవసరమైన హావభావ భంగిమలకు చోటుండదు. **మంచి భంగిమలో కూర్చుని చదవటం వలన ఏకాగ్రత**

రెట్టింపు అవుతుంది. మీకు తెలుసా? పక్క మీద అస్తవ్యస్తంగా పడుకుని కబుర్లు చెప్పేవారూ, కాళ్ళూ చేతులూపుకుంటూ కళ్ళు తిప్పుతూ మాట్లాడే వారూ, ADHD వున్నవారయివుంటారు. ADHD గురించి ముందే తెలుసుకున్నాం కదా! మంచి ఏకాగ్రత వున్న మేధావుల్ని గమనించండి. నిటారుగా వుంటారు. సూటిగా చూస్తూ మాట్లాడతారు.

వ్యాయామం మూడు : ప్రతిసారీ గంటసేపు పాఠం చదివిన తరువాత చదివిన దాని గురించి అయిదు నిముషాల పాటు 'వెంటనే' కళ్ళు మూసుకుని ఆలోచిస్తే అది STAMP అయిపోతుంది. క్రమక్రమంగా ఏకసంధాగ్రాహత అలవాటయి పోతుంది.

వ్యాయామం నాలుగు : ఒక గ్లాసు నిండా (పూర్తిగా) నీరుపోసి మొహానికి దూరంగా అయిదు నిముషాలపాటు ఒక చుక్క కూడా తొణక్కుండా రెండు చేతుల్తో పట్టుకోండి. పట్టుకున్నంతసేపూ ఒకే 'టాపిక్' ఆలోచించండి. మొదట్లో మీ ఇష్టమైనది ఆలోచించండి. క్రమంగా మీ పాఠ్యాంశాల గురించి ఆలోచించటం ప్రాక్టీసు చెయ్యండి. మొదట్లో నీరు తొణుకుతుంది. క్రమంగా అలవాటు అవుతుంది. దీన్ని శారీరక -మానసిక సంధానం అంటారు. దీన్ని ప్రాచీన విలువిద్యలో నేర్పేవారట.

వ్యాయామం ఐదు : సమయం దొరికినపుడు అయిదు నిముషాల పాటు గడియారం సెకన్ల ముల్లు తిరగటాన్ని తదేకంగా చూడండి. చాలా బోరుకొడుతుంది. కానీ ఇష్టంలేని విషయాల పట్ల ఏకాగ్రత పెంచుకోవటం ఈ విధంగా అలవాటు అవుతుంది. అదేవిధంగా, సరిగ్గా 60 సెకన్లపాటు (58 లేదా 62 కాకుండా) కనులు

సమయస్ఫూర్తి

కొన్ని సందర్భాల్లో కొందరు చాలావేగంగా ప్రతిస్పందిస్తారు. సంభాషణ మధ్యలో అకస్మాత్తుగా ఒక వాక్యం మాట్లాడి అందర్నీ నవ్విస్తారు. 'అబ్బ. ఎంత తెలివిగా చెప్పాడు' అనిపిస్తుంది. దీన్నే Spontaneity (అప్రయత్నకృత్యం) అంటారు. మంచి ప్రతిస్పందనే గొప్ప సంభాషణా చాతుర్యంగా మారుతుంది.

* * *

దావణగెరె పట్టణంలో విద్యార్థులకు నేనొక క్లాసు చెప్పవలసి ఉంది. డెంటల్‌కాలేజీ ఆడిటోరియంలో దాన్ని ఏర్పాటుచేశారు. క్లాసుకు ముందు మీటింగూ, అందులో జ్యోతిప్రజ్వలన జరిగాయి. ఆ తరువాత సూట్‌లో వున్న నేను స్టేజి ఎక్కాను. అంతకు ముందు జ్యోతిస్థంభం ఉన్నచోట నూనె ఒలికి ఉంది. దాని మీద కాలు జారింది.

ఆహుతుల్లో మొహమాటంతో కూడినవ్వు 'డెంటల్ కాలేజీ ఆడిటోరియం కదా' అని తడుముకోకుండా నేను అనగానే అది హర్షధ్వానాలుగా మారింది.

* * *

"మీలో జ్ఞానులు అనుకునే వారు చేతులు ఎత్తండి" అన్నాడు స్వామి. ఎవరూ ఎత్తలేదు. అజ్ఞానం అనే టాపిక్ మీద సుదీర్ఘ ఉపన్యాసం చేసే అవకాశం లభించినందుకు సంతోషిస్తూ, "మరి మీరెవరు?" అన్నాడు.

వెనుక నుంచి ఎవరో "స్వాములం" అన్నారు.

ఫోన్ సంభాషణ

మీరు ఒక సాయంత్రం మీ స్నేహితుల్తో మాట్లాడుతున్నప్పుడు, మీకు తెలియకుండా టేప్‌పెట్టి రికార్డు చేయమని మీవాళ్ళకి చెప్పండి. అది తరువాత వినండి. గంటో, అరగంటో మాట్లాడి వుంటారు.

ఏం మాట్లాడారు?

మరుసటి రోజు ప్రొద్దున్న మీ ఫ్రెండ్‌ని ఎలాగూ కలుసుకోబోతున్నారు. అంత అర్జెంటుగా ఇప్పడు ఏం చెప్పారు? లాటరీలో లక్ష వచ్చిందా? ఎవరికయినా హెచ్.ఐ.వి. పాజిటివ్ అని తెలిసిందా?

ఈ విధమైన టేప్ రికార్డర్ సంభాషణలు మీకు చాలా సహాయ పడతాయి. మనం ఎంత నిరర్థక మయిన, అనవసరమైన విషయాల గురించీ, తరువాత కలిసినప్పడు మాట్లాడుకోగలిగిన విషయాల గురించీ సమయం ఫోన్‌లో వృధా చేస్తున్నామో అర్థం అవుతుంది. ముఖ్యంగా విద్యార్థులకి ఇది చాలా ఉపయోగకరంగా వుంటుంది.

* * *

రాత్రి పూట చదువు కోసం కూర్చోబోయే ముందు, పుస్తకాల ఎదురుగా నిలబడి, చదువుకునే టేబిల్‌నే పూజా పీఠంగా భావిస్తూ అయిదు నిమిషాలు కనులు మూసుకుని ప్రార్థించి, అప్పడు చదువు ప్రారంభించే అలవాటు పిల్లలకి చేయండి. తేడా మీకు తెలుస్తుంది.

మూసుకుని వుండటాన్ని ప్రాక్టీసు చేయండి. మీరు కనులు తెరిచేసరికి సెకన్ల ముల్లు బయల్దేరిన చోటే వుండాలి. దీనివల్ల సమయ నిబద్ధత అలవాటు అవుతుంది. తెల్లవారు ఝామున అనుకున్న సమయానికి లేవటం, సరి అయిన టైమ్‌కి ఆకలేసి తినటం మొదలయి నవి సమయ నిబద్ధతకి నిదర్శనాలు.

వ్యాయామం ఆరు : ఒక ఖాళీటేప్‌లో పదినిముషాల కొకసారి "చదువుతున్నావా?" అన్న వాక్యాన్ని రికార్డ్ చెయ్యండి. మీరు చదువుకుంటున్నప్పుడు, ఆ నిశ్శబ్దంలోంచి అకస్మాత్తుగా మీ కంఠం వినపడుతుంది. అలా వినపడే సరికి మీరు చదువుతున్నారా? లేక ఏదైనా ఆలోచిస్తున్నారా? అని గమనించండి. కొంత ఏకాగ్రత ఆవిధంగా సాధించాక, పది నిముషాల గ్యాప్‌ని ఇరవైకి పెంచండి. మీ ఏకాగ్రత పెరగటం మీకే ఆశ్చర్యంగా అనిపిస్తుంది.

* * *

ఇప్పటి వరకూ మనం శారీరక వ్యాయామాల గురించి చర్చించాం. ఇక మరో మూడు మానసిక అభ్యాసాల గురించి వివరిస్తాను.

1. ఏకాగ్రత అంటే అనుకున్న విషయం మీద మనసు లగ్నం చేయగలగటం. దీనికి అన్నిటికన్నా ముఖ్యమైన మానసిక అభ్యాసం ఏమిటంటే, అనుకున్నప్పుడు అవసరమైన, చాలా ఇష్టమైన ఒక పనిని వాయిదా వేయగలగటం. ఉదాహరణకి మీ స్నేహితులందరూ ఒక అభిమాన నటుడి సినిమాకి వెళ్దామనుకున్నారు. ఆ ప్రోగ్రాం కోసం మీ మనసు ఉవ్విళ్ళూరుతోంది.

మానెయ్యండి.

మొదట్లో చాలా దిగులుగా వుంటుంది. తరువాత మీ 'కంట్రోలు' పట్ల మీకే ముచ్చటేస్తుంది.

అదే విధంగా, ఒక మంచి వార్త తెలిసింది. కనపడిన మొట్టమొదటి స్నేహితుడితో దాన్ని పంచుకోవాలని హృదయం తహతహలాడుతోంది. ఆ కోరికని నిరోధించండి. అంత తొందరగా వెళ్ళి చెప్పకపోతే ఏ నష్టం వుందా అని ఆలోచించండి. చాలా ఆశ్చర్యంగా... ఏమీ వుండదు. తీరిగ్గా చెప్పినా అదే ఆనందం కలుగుతుంది.

2. మీరు గంటల తరబడి మాట్లాడేటప్పుడు, ఆ సంభాషణ అయిపోయాక కూర్చుని, అందులోని ఉపయోగకరమైన పాయింట్లు వ్రాసి (ఏమైనా ఉన్నాయా అని) తిరిగి చూసుకోండి.

3. రెండో మానసిక అభ్యాసం అన్నిటికన్నా ముఖ్యమైనది. ఒక సినిమా చూసి వచ్చాక ఆ కథని పది వాక్యాల్లో రాయటానికి ప్రయత్నం చేయండి. మొదట్లో చాలా కష్టంగా వుంటుంది. దాన్ని చదివితే మీకే నవ్వొస్తుంది. నాల్గయిదు కథలు ప్రయత్నించాక గాడిలో పడుతుంది. ఆ తరువాత దినపత్రికలో ఒక వ్యాసాన్ని రెండు మూడు సార్లు చదవండి. పాతిక వాక్యాల్లో దాన్ని మీ భాషలో కుదించటానికి ప్రయత్నించండి. కష్టంగా తోచినా ప్రాక్టీసు చెయ్యండి. అందులో సక్సెస్ అయ్యాక ఈ సారి మీ పాఠ్యాంశాన్ని తీసుకుని చదవండి. అర్థమైందని నమ్మకం కుదిరాక, దాని సారాంశాన్ని టేప్‌రికార్డర్‌లో చెప్పటానికి ప్రయత్నం చెయ్యండి. మీరొక్కరే వినండి. చాలా నిరాశాజనకంగా వుంటుంది. దుఃఖం కలుగుతుంది. అక్కణ్ణుంచి పారిపోదా మనిపిస్తుంది. ఈ ఒక్క మెట్టూ దాటగలిగితే విజయం మీదే. దీన్ని అభ్యాసం చేసాక కూడా మీకు ఏకాగ్రత కుదరకపోతే నేను నా రచనా వ్యాసంగం నుంచి విరమించుకుంటాను.

పిల్లలు - చదువు

పిల్లలు చదువుకుంటున్నప్పుడు, తండ్రి కూడా అదే గదిలో కూర్చుని నిశ్శబ్దంగా ఏదైనా పుస్తకం చదువుకుంటూ వుంటే, పిల్లల్లో ఏకాగ్రత పెరుగుతుంది. ఏకాగ్రత పెంచుకోవటానికి కావలసింది చదువుపై ఇష్టం, కృషి, కంట్రోలు, అనవసరం విషయాలపై ఇష్టాన్ని వదులుకోగల శక్తి.

అంతే తప్ప - ఏకాగ్రత పెంచటానికి తాయెత్తులు, చిట్కాలు ఏమీ లేవు. సులభ మార్గంలో ఏకాగ్రత పెంచుకోవటానికి మార్గాలు వెతకటం అంటే-చీకటిని చూడటం కోసం దీపం వెలిగించటం లాటిదన్నమాట.

*   *   *

బాగా నిద్ర వస్తున్నప్పుడు, పచార్లు చేస్తూ బిగ్గరగా చదవటం మంచిది.

*   *   *

పరీక్ష ముందు రోజు టెన్షన్‌తో నిద్రపట్టక, మరుసటి రోజు సరీగ్గా జవాబులు వ్రాయ లేకపోవటం కొందరు విద్యార్థుల సమస్య. అలాటి సందర్భాల్లో చిక్కటి 'పాయసం' తాగితే, గాఢంగా నిద్ర పట్టి మరుసటి రోజు ఫ్రెష్‌గా వుంటుంది.

జ్ఞానం తే2హం సవిజ్ఞాన మిదం వక్ష్యామ్యశేషతః
యజ్ఞాత్వా నేహ భూయో2న్యత్ జ్ఞాతవ్య మవశిష్యతే
(విజ్ఞాన యోగము - 2)

విజయంలోకి ఏడు అడుగులు

"ఏది తెలుసుకున్న తరువాత ఈ ప్రపంచంలో తెలుసుకోతగినది మరియొకటి వుండదో అటువంటి జ్ఞానాన్ని నీకు తెలుపుతున్నాను" అంటున్నాడు కృష్ణుడు.

ఏ స్కూల్లో అయినా చదువు నేర్పుతారు. బ్రతకటం గురించి నేర్పరు. ఏ కాలేజీలో అయినా పాఠాలు చెపుతారు. జీవితం గురించి చెప్పరు. మన విద్యా సంస్థలన్నీ Workers ని తయారు చేస్తాయి. Executives ని తయారు చెయ్యవు.

నిర్భయంగా మాట్లాడగలగటం; మనసులో విషయాన్ని (తెలిసిన దాన్ని) అవతలి వారికి అర్థమయ్యేలా చెప్పటం; పొట్టి, కళ్ళజోడు, బట్టతల, లావు మొదలైన ఆత్మన్యూనతా భావాల్నుంచి బయటపడటం, పరీక్షల ముందు టెన్షన్ లేకుండా చదవగలగటం- మొదలైన విషయాలు మన చదువుల సిలబస్‌లో లేవు. జీవితానికి కావాల్సినవీ, కాలేజీలో చెప్పనివీ అయిన ఏడు కళల గురించి ఈ ప్రకరణంలో చర్చిద్దాం.

నీరముతప్తలోహమున నిల్చి యనామకమై నశించు, నా
నీరమె ముత్యమట్లు నళినీదళ సంస్థితమై తనర్చు, నా
నీరమే శుక్తిలోఁబడి మణిత్వముగాంచు సమంచితప్రభం,
బౌరుష వృత్తులిట్లధము, మధ్యము, నుత్తముఁ గొల్చువారికిన్.

దీని తాత్పర్యము జీవితానికి చాలా దగ్గరగా వుంటుంది. ఒక నీటిచుక్క కాలిన ఇనుము మీదపడితే క్షణంలో ఆవిరి అయిపోతుంది. అదే తామరాకు మీద పడితే ముత్యంలా తాత్కాలికంగా మెరుస్తుంది. ముత్యపుచిప్పలో పడితే నిజంగా మణే అవుతుంది.

అదేవిధంగా ఒక యువకుడు, చదువు పూర్తికాగానే మంచి ఉద్యోగంలో పడితే జీవితంలో తొందరగా స్థిరపడతాడు. చిన్నవయసులోనే జీవితపు సుఖాలు అనుభవిస్తాడు.

స్ఫూర్తి

మనిషికి స్ఫూర్తి మూడు విధాలుగా వస్తుంది. 1. మరోవ్యక్తి ద్వారాగానీ, 2. పుస్తకం ద్వారాగానీ, 3. తనవల్ల తనకి గానీ వస్తుంది. తనలోంచి తాను స్ఫూర్తి పొందటం ఎలా? దీనికి ఉదాహరణ మార్టిన్ లూథర్ కింగ్ మాటల్లో చెప్పాలంటే అది ఈ విధంగా వుంటుంది :

"వీధి వూడ్చేవాడు కూడా ఒక మైకెలాంజిలో బొమ్మ వేసినట్టు, బితోవిన్ స్వరకల్పన చేసినట్టు- అంత ఏకాగ్రతతో వీధులు తుడవాలి. అక్కడ నడిచేవారు ఒక్కక్షణం ఆగి, 'ఈ వీధుల్నే ఒకప్పుడు ఒక గొప్ప శ్రద్ధవున్న వ్యక్తి తుడిచేవాడు' అని చెప్పుకోవాలి. ఏ పనైనా సరే, అంత శ్రద్ధగానే చెయ్యాలి".

మహాత్మాగాంధీ కూడా తన చర్యల్లోంచి తాను ఆవిధంగానే స్ఫూర్తి పొందానని చెప్పుకున్నాడు. రైలు పెట్టెలోంచి ఒక ఆంగ్లేయుడు సామాన్లు బయటకు విసిరేస్తే, దక్షిణాఫ్రికాలో మొట్టమొదటిసారి ఆ మనిషి స్వాతంత్ర్యం పట్ల పొందిన స్ఫూర్తి 'హేరామ్' అని మరణించే వరకూ అలాగే నిలబడింది.

రెండో విభాగం వారు పుస్తకాల ద్వారా స్ఫూర్తి పొందుతారు. ఆసిమోవ్ నుంచి ఆర్థర్ హేయిలీ వరకూ ఎందరో రచయిత పుస్తకాలు ఆ రకంగా నాకు మార్గదర్శకాలు.

అదే విధంగా మూడో విభాగంవారు 'వ్యక్తుల'నుంచి స్ఫూర్తి పొందుతారు. ఈ మూడు విభాగాలకూ సంబంధించిన మూడు యదార్థ గాథలు ఇక్కడ ప్రస్తావిస్తాను. అయితే ఇందులో మొదయవ్వనంలో వుండగానే కీర్తి రుచి చూస్తాడు. మంచిసంస్థలో ఉద్యోగం చేసేవాడి భవిష్యత్తుకూడా మంచిగానే ఉంటుంది. అతడి పిల్లలు మణులు అవుతారు.

కొందరు యువకులు పైకి చాలా మేధావుల్లా కనిపిస్తారు. లోకజ్ఞానం తెలిసినవారిలా, తెలివి తేటలున్న వారిలా కనిపిస్తారు. కాపీ కొట్టటం వల్లనో, లీకయిన పేపర్లు చదివి వ్రాయటంవల్లనో మార్కులు కూడా బాగానే కనిపిస్తాయి. సంస్థలో చేరిన కొన్నాళ్ళకే వారి పేరుప్రఖ్యాతులు ఆవిరై పోతాయి. తామరాకు మీద మెరిసిన నీటి బిందువు వలె క్షణకాలంలో మెరిసి అనామకులు అవుతారు.

మరికొందరు కాలేజ్ రోజుల్లో రాజులు. తరువాత నిరుద్యోగులు. లేదా చిరుద్యోగులు. చాలా చిన్నచిన్న సంస్థల్లోనో, దివాళా సంస్థల్లోనో చేరతారు. ఎదగటానికి కావలసిన పునాది ఉండదు. ఎంతచేసుకున్న వారికి అంతకదా! 'ఈ రోజు గడిచిపోతే చాలు', అనుకునే స్థాయిలోనే ఆగిపోతారు. వారి ఆశలు కాలిన ఇనుముపై పడిన నీటిచుక్కలా యవ్వనంలోనే ఆవిరై పోతాయి.

ఒకనీటి చుక్క ఎక్కడ పడాలో విధి నిర్ణయిస్తుంది. కానీ తన భవిష్యత్తు ఎలా ఉండాలో విధి నిర్ణయించదు. తనే నిర్ణయించుకోవాలి. తానెవరిని ఆశ్రయిస్తే, వారి వారి గొప్ప తనాన్నిబట్టి తన భవిష్యత్తు ఆవిధంగా అంచెలంచెలుగా ఎదుగుతుందని ప్రతి యువకుడు తెలుసుకోవాలి. మొదటిమెట్టు సరిగ్గా ఎక్కితే, తరువాతి మెట్టు ఎక్కగలిగేశక్తి సమకూర్చుకుంటే, చివరి అంతస్థు సులభంగా చేరుకోవచ్చు.

ఇది నాణేనికి ఒకవైపు
ఇంక రెండోవైపు చూద్దాం.

* * *

ఒక కంపెనీకి కావలసిన అభ్యర్థుల్ని సెలెక్ట్ చేసే పానెల్‌లో మొట్టమొదటిసారి నాపేరు చేర్చబడినప్పుడు ఆ థ్రిల్ వర్ణనాతీతం. సరిగ్గా అంతకు ముందు పదిహేను సంవత్సరాల క్రితం చదువు పూర్తిచేసి S.F.C. ఇంటర్వ్యూకి అభ్యర్థిగా వెళ్ళాను. ఇప్పుడు ఇంటర్వ్యూ చేసే స్థాయికి వచ్చానన్న థ్రిల్ అది.

వరండాలో వరుస కుర్చీల్లో అభ్యర్థులందరూ కూర్చుని ఉండటం.... కొందరికళ్ళలో ఆశ... కొందరిలో టెన్షన్... చర్చలు... ఆతృత... దీని గురించి నేను చర్చించబోవటంలేదు.

అప్పటికి నేనింకా కుర్రవాడినే. ఆరోజు లంచ్ టైమ్‌లో మా పానెల్ చీఫ్ చెప్పినమాటలు నాకింకా సజీవంగా గుర్తున్నాయి. వాటి గురించి చెప్తాను.

"ఒక వ్యక్తికి తన భార్య నచ్చలేదనుకో. లేదా ఒక గృహిణికి ఆ సంసారం అంటే విరక్తి పుట్టిందనుకో. విడాకులు తీసుకోవచ్చు. నడిచిన ఏడడుగులూ చెరిపెయ్యవచ్చు. మళ్ళీ ఇంకొకరితో ఏడడుగులు నడవొచ్చు. కానీ మన ఇంటర్వ్యూలో అలాకాదు.

ఒక అభ్యర్థిని సెలెక్ట్ చేసి పదివేల జీతంమీద తీసుకున్నామనుకోండి. అతడికి ఏడాదికి లక్షా ఇరవైవేలు ఇస్తాం. అతడు మనదగ్గర ముప్పై సంవత్సరాలు పనిచేస్తే ఇంక్రిమెంట్లూ, వడ్డీ కలుపుకుని దాదాపు కోటి రూపాయలదాకా ఇస్తామన్నమాట. ఒక వ్యక్తికి కోటిరూపాయలు చెల్లిస్తున్నప్పుడు అతడు ఎటువంటివాడై వుండాలి? మన సంస్థకి ఎంత ఉపయోగపడే వాడైవుండాలి?

ముందేచెప్పినట్టు, సంసారం నచ్చకపోతే అవతలి వ్యక్తినుంచి విడాకులు తీసుకోవచ్చు.

టిది కేవలం విద్యార్థులకోసం వ్రాసింది. చదువుకోసం లక్షలు ఖర్చుపెట్టనవసరం లేదనీ, జీవితంలో పైకి రావటానికి ఇంజనీరో, డాక్టరో కాకపోయినంత మాత్రాన గెలుపు ఆగిపోదనీ చెప్పటానికి దీన్ని ఇక్కడ 'రిపీట్' చేస్తున్నాను. నా **'చదువు - ఏకాగ్రత'** పుస్తకానికి వ్రాయబడిన ముందుమాట కాబట్టి దీనిని 'రిపీట్' అన్నాను.

*　　*　　*

తండ్రి పుస్తకానికి ఉపోద్ఘాతం వ్రాయటం ఒక మంచి అనుభవం. ఈ పుస్తకానికి నన్నే ఎందుకు ఈ ముందు మాట వ్రాయమన్నారో నేను వూహించగలను. ఈ ఉపోద్ఘాతం ద్వారా నా తండ్రి మార్గ దర్శకత్వంలో నేను నా చదువునీ, వృత్తినీ ఎలా ప్లాన్ చేసుకొన్నానో చెప్పటానికి ప్రయత్నం చేస్తాను.

ఒక రోజు సాయంత్రం సెకండరీ ఎడ్యుకేషన్ బోర్డు నుంచి ఫోన్ వచ్చింది. ఇంటర్మీడియేట్ పరీక్షలో నాకు స్టేట్ ర్యాంక్ వచ్చిందన్న ఫోన్ అది.

నాకు ఆనందంతో దుఃఖం వచ్చింది. ఏ విద్యార్థి జీవితంలోనైనా అవి చాలా గొప్ప క్షణాలని మీరందరూ ఒప్పుకుంటారు! ఇదంతా నా తండ్రి ప్లానింగ్. ఎలా చదవాలి.... ఎప్పడు చదవాలి.... చివరగా, ఎందుకు చదవాలి అన్న ది. సాయంత్రాలు కానీ, అర్థరాత్రిళ్ళు గానీ చదవమని ఆయన నన్నెప్పడూ బలవంత పెట్టలేదు.

12–C టెక్నిక్ నేర్పింది ఆయనే.

తరువాత ఏం చెయ్యాలి అన్న చర్చ వచ్చినప్పుడు, నా +2 చదువు అర్హతతో ఉద్యోగం చెయ్యమని ఆయన సలహా ఇచ్చారు. నేను సాధారణంగా ఆశ్చర్యంతో షాక్ అయ్యాను. అప్పుడు ఆయన చెప్పిన మాటలు నాకు ఇంకా గుర్తు వున్నాయి. "... చదివిన దాన్ని అర్థం చేసుకుని, దాన్ని మెదడులో నిలుపుకుని, అవసరమైనప్పుడు బయటకు తీసుకురాగలిగితే, రోజుకి మూడు గంటల చదువు చాలు... పరీక్షలో మంచి రిజల్ట్సు రావటానికి".

ఆ సలహాని నేను పాటించాను. సి.ఏ.లో, ఆ తరువాత నాగార్జున పవర్ కార్పొరే షన్‌లో ఇండస్ట్రియల్ ట్రయినీగా చేరాను. నా జీతం నెలకి రూ. 1,500. వయసు 18. ఒక వైపు చదువు, మరొక వైపు ఉద్యోగం కాస్త కష్టమే అయినా, ఆ ఛాలెంజిని నేను ఆనందించాను. ఛాలెంజిని ఆనందించటం ఎలాగో నేను నా తండ్రి వద్దనే నేర్చుకున్నాను. దాన్నే టైమ్ మానేజ్‌మెంట్ అంటారు.

నేను నా కంపెనీ నుంచి బయటకొచ్చినప్పుడు నా జీతం నెలకి రూ. 2,000. "చదవటం"లో టెక్నిక్స్ ఉపయోగించి, ఆ అయిదేళ్లలో నేను బి.కామ్. (ఆనర్స్), సి.ఏ. పూర్తి చేసాను.

సరిగ్గా ఈ సమయంలోనే, ప్రపంచ బ్యాంకు ఒక ప్రకటన ఇచ్చింది. భారతదేశంతో సహా నాలుగు దేశాల్లో పవర్ ప్రాజెక్టులకి ఋణాలు ఇవ్వటానికి ఒక అనలిస్ట్ కావాలని

కానీ యూనియన్ స్ట్రాంగ్‌గా వున్న సంస్థలో ఒక్కసారి పర్మనెంట్ అయ్యాక, అది గడ్డిపోచయినా... విషపు వేరు అయినా... ఎందుకూ పనికిరాని చెత్తయినా.. చివరి వరకూ పోషించవలసిందే! అతని పని నచ్చక సైడ్‌లైన్‌లో పెట్టినా అన్ని వసతులూ కల్పించవలసిందే! తాను పాడయిందే కాక మిగతావారి పని తన కబుర్లతో ఆ వ్యక్తి వేస్ట్ చేస్తాడు. పని చేయకుండా కూడా జీతం ఎలా తీసుకోవచ్చో తాను మిగతావారికి ఉదాహరణగా నిలుస్తాడు. ఆ కలుపు మొక్క ఖరీదు కోటి రూపాయలు". అంటూ ఆయన ఈ చివరి వాక్యాలు పూర్తిచేసాడు. "..ఈ సంస్థ మనల్ని ప్యానెల్ సభ్యులుగా నియమించి, తన కంపెనీకి పదిమంది అభ్యర్థుల్ని సెలెక్ట్ చెయ్యమన్నదీ అంటే మనమీద నమ్మకం విలువ పదికోట్లు అన్నమాట!"

ఎంతో గొప్ప వాక్యాలు ఇవి. తరువాత ఎప్పుడు ఇంటర్వ్యూ ప్యానెల్‌లో కూర్చున్నా ఈ మాటలు నేను మర్చిపోలేదు. అభ్యర్థి వ్యక్తిత్వాన్ని నగ్నంగా ఆమూలాగ్రమూ పరిశీలించి, మెదడు బయటకుతీసి, పరీక్షించి సంతృప్తిచెందితేనే పాసు మార్కులు వేయటం అలవాటు చేసుకున్నాను.

మొదట్లో అది కష్టమయ్యేది. Best అనుకున్న వ్యక్తులు (అంత పెద్ద వుద్యోగాలకి) సులభంగా దొరికేవారు కాదు. సెలెక్ట్ చేయటానికి కాస్త కష్టపడవలసి వచ్చేది. ఇప్పుడూ కష్టమవుతోంది. అయితే–

అభ్యర్థులు దొరక్కకాదు. ఎక్కువై!

గత ఇరవై సంవత్సరాల పరిణామాన్నీ తీసుకుంటే చదువులోనూ, మిగతా విషయాల్లోనూ- ఎంతో అభివృద్ధి కనిపిస్తోంది. విద్యార్థుల్లో విజ్ఞానం మరింత విస్తృతమవుతోంది. చదువేకాకుండా The Art of Public Speaking, Expression,

Communication, General Knowledge, Computer Utilisation లాంటి విషయాల్లో అటు విద్యాసంస్థల్లోనూ, ఇటు ఇళ్ళల్లోనూ తమ పిల్లలపట్ల ఎక్కువ జాగ్రత్త తీసుకుంటున్నారు తల్లిదండ్రులు.

దానివల్ల The Best లు ఎక్కువయ్యారు. ఈ పోటీలో తట్టుకోవాలంటే కేవలం Best అయితే లాభంలేదు. Best of the Best అవ్వాలి. అప్పుడే 'కెరియర్' అనే నీటిచుక్క, మంచి ఆర్గనైజేషన్ అనే ముత్యపు చిప్పలో పడి 'మణి' అవుతుంది.

* * *

ఏడడుగులు నడిస్తే బంధం గట్టిపడుతుంటారు. "గెలుపు"తో బంధం గట్టి పడాలంటే ఏడు విషయాల్ని స్వంతం చేసుకోవాలి. ఒక అభ్యర్థి ఉద్యోగానికి అర్హుడా కాదా అని నిర్ణయించటానికి ఈ ఏడు అంశాలూ ముఖ్యం.

1. తెలివి 2. జ్ఞాపకశక్తి 3. ప్రతిస్పందన 4. ఇంగితజ్ఞానం 5. విశ్లేషణ 6. నిర్ణయశక్తి 7. నమ్మకం. ఇవే విజయంలోకి ఏడు అడుగులు.

1. తెలివి : కొన్ని ఉద్యోగాలకి తెలివితేటలు చాలా అవసరం. క్షణాల్లో నిర్ణయాలు తీసుకోవలసిన ఉద్యోగాలు ఇవి. జీతం కూడా భారీ మొత్తంగా ఉంటుంది.

తెలివి అన్నది జన్మతః వస్తుందంటారు కానీ అదినిజం కాదు. ఒకవేళ అలా వచ్చినా, వయసు పెరిగేకొద్దీ దాన్ని సానపెట్టకపోతే అది తగ్గిపోతుంది. అందుకే కొందరు పిల్లలు చిన్నతనంలో క్లాసుఫస్టువచ్చి, పై తరగతులకి వెళ్ళేకొద్దీ వెనకపడుతూ వుంటారు.

ఆ ప్రకటన సారాంశం. ఆ ఉద్యోగానికి, దేశపు నలుమూలల్నుంచీ దాదాపు వందమంది అనుభవజ్ఞులు అప్లై చేసారు. వారిలో I.I.M అహ్మదాబాద్‌లో చదివినవారు, పాతిక సంవత్సరాల పైగా అనుభవ జ్ఞులు కూడా వున్నారు. కానీ, నన్ను ఇంటర్వ్యూ చేసిన అమెరికన్ అధికారి, నా బయో-డేటాతో చాలా థ్రిల్ అయ్యాడు. నాకు ఉద్యోగం వచ్చింది.

ఆ విధంగా, ప్రపంచ బ్యాంక్‌లో అత్యంత తక్కువ వయస్సు వున్న ఉద్యోగిగా నేను ఉద్యోగం సంపాదించాను. నా ఉద్యోగం ఢిల్లీలో. నా జీతం నెలకి లక్ష రూపాయలు. అప్పుడు నా వయస్సు 23 సంవత్సరాలు.

ఈ కథ ఇక్కడితో పూర్తి కాలేదు. అందరికీ అప్పులిచ్చి వారిని పెద్దవారిని చేసే నా ఈ రొటీన్ ఉద్యోగం బోర్ కొట్టింది. ఇంకా పైకి చదవాలన్న కోరిక కలిగింది. ఈ విషయమే నా తండ్రికి చెప్పినప్పుడు, ప్రోత్సాహపరుస్తూ, తన రచనలోని ఒక వాక్యం చెప్పారు. ".. నీరు నచ్చకపోతే, చేప అయినా సరే ఆ చెరువులోంచి బయటకు వచ్చెయ్యటానికి ప్రయత్నించాలి".

ఈ ముందుమాట వ్రాయటానికి మూడు రోజుల ముందు నేను నా వుద్యోగానికి రాజీనామా చేసాను. ఫ్రాన్సు లోని INSEAD (ప్రపంచపు అత్యుత్తమ Non-U.S. బిజినెస్ స్కూల్)లో ఎమ్.బి.ఏ. చదవటానికి వెళ్తున్నాను. రెండు సంవత్సరాలపాటు నేను ఆదా చేసుకున్న పదిహేను లక్షలు దీనికి ఉపయోగపడుతుంది.

* * *

విద్యార్థుల కోసం ఇటువంటి పుస్తకాన్ని ఒకదాన్ని వ్రాయమని అడిగింది నేనే. చదువుపట్ల ఆయన దృక్పథం నాకు ఉపయోగపడినట్టే, మీకూ తెలియాలని నా కోరిక. సమయమూ, డబ్బూ చాలా విలువైనవి. మనలాంటి మధ్య తరగతి వారు చదువు మీద లక్షలు ఖర్చు పెట్టటం ఒక లగ్జరీ. ప్రతి రోజూ అయిదు నిమిషాలపాటు తన పిల్లలతో ఒక తండ్రి గడపగలిగితే, అంతకన్నా పెద్ద పెట్టుబడి మరొకటి వుండదని, ఒక చార్టెర్డ్ అకౌంటెంట్‌గా నొక్కి చెప్పగలను.

'ఇన్‌సీడ్' యూనివర్సిటీలో ఎమ్.బి.ఏ. చదువుతూండగానే 'మిషిలీన్' కంపెనీలో ఉద్యోగం వచ్చింది. జీతం నెలకు మూడున్నర లక్షలుపైగానే. దానికన్నా మంచి సంతృప్తి ఏమిటంటే, ప్రపంచపు ప్రసిద్ధ టైర్ కంపెనీకి పాతికేళ్ళ వయసులోనే Business Planning and Control Executive అవగలగటం.

* * *

వ్యక్తి ద్వారా ప్రేరణపొందింది ఒకరయితే, పుస్తకం ద్వారా ప్రేరణ పొందింది శ్రీధర్ అనే మరో వ్యక్తి. ఇతడు నెల్లూరు నివాసి. నెల్లూరు నుంచి ఢిల్లీ వెళ్తూ, కేవలం నన్ను చూడటానికే హైద్రాబాద్ వస్తానని అన్నప్పుడు ఇలా చుట్టూ తిరిగి వెళ్ళటం ఎందుకో నాకు అర్థం కాలేదు. కానీ, రమ్మన్నాను. ఒకరోజు రాత్రి మునిమాపువేళ వచ్చాడు. మాటల సందర్భంలో 'విజయానికి అయిదుమెట్లు' చదివి ప్రేరణ పొందానని అతడు చెప్పాడు. ఢిల్లీలో I.A.S. కి సమానమైన ఉద్యోగంలో సెలెక్ట్ అయ్యాననీ, కృతజ్ఞతలు చెప్ప

తెలివంటే, అనుకున్న గమ్యాన్ని అందరికన్నా ముందు కరెక్ట్‌గా చేరుకోగలగటం.

ఇందులో మూడు విభాగాలుంటాయి. 1. గమ్యం ఎక్కడుందో తెలుసుకుని కరెక్ట్‌గా ఆవైపు వెళ్ళగలగటం. 2. పొరపాటు ఎక్కడుందో తెలుసుకుని రిపేర్ చేయగలగటం. 3. పై రెండు పనులూ అందరికన్నా ముందుగా ఫాస్ట్‌గా చెయ్యగలగటం.

ఫ్యాన్ తిరగటం ఆగిపోయిందనుకుందాం. (1) ఆగిపోవటానికి కారణం అది పాడవటమా లేక కరెంట్ పోవటమా అన్నది ముందు తెలుసుకోవాలి. అది మొదటి విభాగం. (2) తప్పు ఫ్యాన్‌లో వుందా, ప్లగ్ దగ్గర వుందా అన్నది తెలుసుకుని దాన్ని బాగుచెయ్యటం రెండో విభాగంలోకి వస్తుంది. (3) దాన్ని అందరికన్నా ముందు ఫాస్ట్‌గా బాగుచెయ్యగలగినవాడు టెక్నికల్‌గా తెలివితేటలున్నవాడు.

ఈ మూడు కలిస్తేనే తెలివి. లెక్కలు, లీగల్ వ్యవహారాలు, వ్యవహారం మొదలైన విషయాల్లో మనిషి తెలివితేటలు బయటపడుతూ వుంటాయి. సాధారణంగా లెక్కలు ఫాస్ట్‌గా, కరెక్ట్‌గా చెయ్యగలిగే వారిని తెలివితేటలున్నవారిగా గుర్తిస్తాం. ఉదాహరణకి "ఒక త్రిభుజములో మూడుకోణముల మొత్తము 180° అని నిరూపించుము" అని అడగ్గానే ఈ క్రింది బొమ్మ గుర్తు రావాలి.

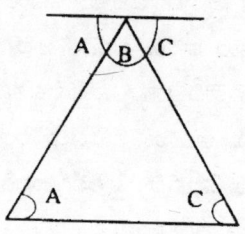

అనుకున్న గమ్యానికి అందరికంటే తొందరగా వెళ్ళగలగటం అంటే అదే! అయితే, 'ముందుగా' వెళ్ళటం మాత్రమే కాదు. కరెక్ట్‌గా కూడా వెళ్ళగలగాలి! ఒక్కోసారి తొందరగా వెళ్ళాలనే తొందర్లో తప్పులు చేస్తూ వుంటారు కొందరు.

ఒకప్పుడు 'తెలివి' అంటే చదువులో మంచి మార్కులు రావటమేనని భావించేవారు. ఇప్పుడు తెలివియొక్క నిర్వచనం మారిపోయింది. అది శాఖోపశాఖలుగా విస్తరిస్తోంది. **కొన్ని ఉద్యోగాలకి, ఫస్ట్‌మార్క్ వచ్చిన విద్యార్థికన్నా వేరే అర్హతలున్న విద్యార్థి ముఖ్యం.** పబ్లిక్ రిలేషన్ డిపార్ట్‌మెంట్ గానీ, పైలెట్ ఉద్యోగంగానీ ఉదాహరణగా తీసుకుంటే, రాంక్‌కన్నా చురుకుదనం, ఉత్సాహం, సమయస్ఫూర్తి, ప్రతిస్పందన ముఖ్యం. దీన్నే 'అకడమిక్ ఇంటలిజెన్స్' అంటారు. దీనిగురించి తరువాత చర్చిద్దాం.

తెలివి రెండు రకాలుగా వుంటుంది. Fluid intelligence, Crystallised inelligence. తెలియని విషయాన్ని తొందరగా అర్థం చేసు కోవటం, క్లాసులో ఫస్ట్‌రావటం, కొత్త విషయాలపై ఉత్సాహం, జ్ఞానం పట్ల ఆసక్తి **'ఫ్లూయిడ్ ఇంటలిజెన్స్'** లోకి వస్తాయి.

సమస్యని అతిజాగ్రత్తగా, అద్భుతంగా పరిష్కరించగలగటం, సమతూకంతో వ్యవహరించటం, నేర్చుకున్న జ్ఞానాన్ని, తెలివినీ, ప్రతిభనీ, స్కిల్ (నైపుణ్యం) నీ అవసరమైనచోట కరెక్ట్‌గా ఉపయోగించటం **'క్రిస్టలైజ్‌డ్ ఇంటలిజెన్స్'**లోకి వస్తాయి.

విద్యార్థి దశలోనూ, ఉద్యోగంలో చేరిన కొత్తలోనూ మొదటిరకం తెలివి అవసరం. జీవితంలో స్థిరపడేకొద్దీ రెండోరకం తెలివి అవసరం ఎక్కువ అవుతుంది.

కోవటానికి వచ్చాననీ అన్నాడు. పుస్తకాలు చదివిన వారందరూ గొప్పవారు అవరనీ, అందులో మంచిదీ, నచ్చినదీ అమలు జరపటమే కావల్సిందనీ, కాబట్టి అందులో నేను చేసినదేమీ లేదనీ అన్నాను.

వెళ్తూ వెళ్తూ అతడు తన చక్రాల కుర్చీలోంచి వంగి కాళ్ళకి దణ్ణం పెట్టబోతే వెనక్కు అప్రయత్నంగా జరిగాను. "ముందుకు రావటం కష్టం సార్" అన్నాడు నవ్వుతూ. ఆతరువాత అతడు తన కథ చెప్పాడు.

"బియ్యే సాధారణ క్లాసులో ప్యాసయ్యాను. ఉద్యోగం లేదు. కిళ్ళీకొట్టు దగ్గిర స్నేహితుల్తో కలిసి సిగరెట్లు తాగుతూ హాయిగా గడిపేవాడిని. తిరుపతి వెళ్ళి దర్శనం చేసుకుని, ఫస్ట్ షో సినిమా చూసి నెల్లూరు వేగంగా వస్తూండగా మోటర్ సైకిల్ ఆక్సిడెంట్ జరిగింది. లారీ రెండు కాళ్ళ మీదా ఎక్కేసింది. రెండునెలలు ఆస్పత్రిలో వున్నాను. కాళ్ళు పూర్తిగా తీసేసారు.

అప్పుడు మీ పుస్తకాన్ని బెడ్ మీద వుండగా చదివాను. ఆ ఖాళీ సమయంలో చాలా ఆలోచించాను. మొదట్లో తరచు వచ్చిన స్నేహితుల బృందం తరువాత ఆస్పత్రికి రావటం తగ్గింది. పూర్తిగా మారిపోయాను. నా గతం ఎంత వృథా అయిందో తెలిసింది. ఏదో చెయ్యటానికి ధైర్యం వచ్చింది. పోస్ట్ గ్రాడ్యుయేషన్ చేసాను. I.A.S. అవుదామన్న కోరిక. దానికి సమానమైన ఉద్యోగాన్ని సంపాదించాను. అక్కడ చేరటానికి వెళ్ళబోయే ముందు మిమ్మల్ని చూడాలని, కాస్త కష్టమైనా ఇటే వచ్చాను" అన్నాడు.

రచయితగా ఇది నాకు ఒక గొప్ప అనుభవం. తన పుస్తకం నుంచి ఒకరు ప్రేరణ పొందటం కన్నా కావల్సింది ఏముంది?

* * *

ఇప్పుడు - తనలోంచి ప్రేరణ పొంది రచయిత్రి అయిన ఒక అమ్మాయి మూడో యదార్థగాథ చెపుతాను. ఒక వ్యక్తి రచయిత అవటానికి కావల్సింది ప్రపంచం పట్ల పరిశీలన. వ్యక్తులపట్ల అవగాహన. దానికోసం అతడు ప్రపంచాన్ని చూడాలి. మనుష్యుల్తో మాట్లాడాలి. వారు చెప్పేది వినాలి. అన్నిటికన్నా ముఖ్యంగా, జ్ఞానం కోసం పుస్తకాలు చదవాలి. ఆ విధంగా ఒక మనిషి తన మనసులో భావాలు చెప్పటానికి నోరూ, ఇతరుల భావాలు వినటానికి చెవులూ, చూడటానికి కళ్ళూ ఉపయోగపడతాయి. చెవుడు, మూగ వున్న వ్యక్తి వినలేడు. మాట్లాడలేడు. కానీ 'చూడ'గలడు. సంజ్ఞలు చేయగలడు. కళ్ళూ, నోరూలేని వ్యక్తి కనీసం వినగలడు.

కానీ చెవుడు, గుడ్డి అయితే?

ఏం మాట్లాడతాడు? అసలు మనుష్యులకి ఒక భాష అనేది వుంటుందని ఎలా తెలుస్తుంది? 'వస్తువు' అంటే ఏమిటో ఎలా తెలుస్తుంది? పంచజ్ఞానేంద్రియాల్లో ముఖ్యాతి ముఖ్యమైన చెవినీ, కంటినీ కోల్పోయిన వ్యక్తికి ప్రపంచం అంటే ఏం తెలుస్తుంది? దుర్భరమైన జీవితం అది.

ఆ వ్యక్తి పేరు హెలెన్ కెల్లర్. ఇతరులనుంచి ప్రేరణ కాదు కదా, కనీసం భాషకూడా వినలేని, ప్రపం

ఒక ఉద్యోగానికి సెలెక్ట్ చేసేటప్పుడు అభ్యర్థిని ఇన్ని రకాలుగా పరీక్షిస్తారా అన్న అనుమానం కలగొచ్చు. ఇన్ని రకాలుగా పరీక్షించక పోవచ్చు. ఒక వ్యక్తికి ఏయే గుణాలున్నాయి, ఏవిధమైన తెలివితేటలున్నాయి అనేది నాలుగైదు ప్రశ్నలద్వారా తెలిసిపోతుంది. అదీగాక, **ఉద్యోగానికి కావలసిన అవసరాలబట్టి అర్హతల నిర్ణయం జరుగుతుంది.** ఫైలింగ్ సెక్షన్ సూపర్‌వైజర్‌కి ఎక్కువ తెలివితేటలు అవసరం లేదు. జ్ఞాపకశక్తి కావాలి. పర్చేజ్ మానేజర్‌కి జ్ఞాపకశక్తి కన్నా Negotiating Power కావాలి.

2. జ్ఞాపకశక్తి :

అభ్యర్థుల్ని ఎంపికచేసే విభాగాల్లో ఇది రెండవది. జనరల్ నాలెడ్జి కూడా ఈ విభాగంలోకే వస్తుంది. భారతదేశ సరిహద్దుల్లో వున్న అయిదు దేశాలపేర్లన్నా కనీసం చెప్పలేకపోతే ఆ అభ్యర్థికి ఉద్యోగం ఇవ్వటానికి మనస్కరించదు.

అయితే ఇక్కడో విషయం తెలుసుకోవాలి. ఉద్యోగంకోసం వచ్చేవారు జనరల్ నాలెడ్జ్ బాగానే చదువుకుని వస్తారని ఇంటర్వ్యూ చేసేవారికి తెలుసు. తెలివిగా ఇంటర్వ్యూ చేసేవాడు, 'ఇందిరా గాంధీ తాతగారి పేరేమిటి?' లాంటి చొప్పదంటు ప్రశ్నలు వెయ్యడు. ఎవడో సాడిస్ట్ అయితే తప్ప సేల్స్ మానేజర్ ఉద్యోగానికి వచ్చినవారిని 'పానిపట్టు యుద్ధం ఎప్పుడయింది?' అని అడగడు. చేయబోయే వృత్తికి అవి అనవసరం.

అయితే ఇంటర్వ్యూకి వచ్చిన అభ్యర్థికి తాను చదివిన విద్యపట్ల ఎంత ఉత్సాహము, ప్రేమ, ఇంటరెస్ట్ వున్నాయన్న విషయం పరిశీలించటం జరుగుతుంది. ఉదాహరణకి ఫిజిక్స్‌లో పోస్ట్‌గ్రాడ్యుయేషన్ చేసిన వ్యక్తిని 'ఆర్కిమెడిస్

288 యండమూరి వీరేంద్రనాథ్

ప్రిన్సిపుల్' చెప్పమని కోరటం జరుగుతుంది. చిన్నప్పుడు చదివించి అప్పుడే మరిచిపోయాడా లేక గుర్తుందా అని తెలుసుకోవటం ఇక్కడ ఉద్దేశ్యం. నేను నిర్వహించే వ్యక్తిత్వ వికాసకోర్సుల్లో పైప్రశ్న అడిగితే, నూటికి 99 మంది ఇంటర్మీడియట్ చదివే విద్యార్థులు కూడా సరి అయిన ఆన్సర్ చెప్పలేకపోవటం దురదృష్టకరం. చదువనేది కేవలం పరీక్షల్లో మార్కులు సంపాదించటం కోసమేకాదు. జ్ఞానం సంపాదించటం కోసం కూడా.

పెద్ద పెద్ద సంస్థలకి అభ్యర్థుల్ని ఎంపిక చేసేటప్పుడు ఆ అభ్యర్థిని అతడి సబ్జెక్టులో లోతయిన ప్రశ్నలు అడగం. దీనికి రెండు కారణాలు వున్నాయి. 1. అప్పుడే చదువుపూర్తి చేసి వచ్చాడు కాబట్టి, అతనికి ఆ లోతయిన విషయాలు తెలిసేవుంటాయి. 2. అతడు చెప్పింది కరెక్టో కాదో మాకు తెలీదు. ఉదాహరణకి జువాలజీలో పోస్ట్‌గ్రాడ్యుయేట్‌ని 'హోమోసాపీన్స్' అంటే ఏమిటి అని ప్రశ్నించం. కెమిస్ట్రీ విద్యార్థిని ప్రసిద్ధిచెందిన $C_{63}H_{88}O_{14}N_{14}P_{co}$ ఫార్ములా దేనిది అని అడగం. ఫిజిక్స్ స్టూడెంట్‌ని 1964లో నోబెల్ ప్రైజ్ సంపాదించిన ఫాటీ ఆసిడ్ ఆక్సిడైజేషన్ గురించి వివరించమనం. ఇవన్నీ వారిని తెలుసని మాకు తెలుసు. అందుకే సింపుల్‌గా అడుగుతాం. చిత్రమేమిటంటే సగం మందికిపైగా (అది తాము చదివిన సబ్జెక్ట్ అయినా సరే) ఈ ప్రాథమిక విషయాలు మర్చిపోయి వుంటారు.

జ్ఞాపకశక్తి గురించి చర్చించేముందు కొన్ని ముఖ్య విషయాలు తెలుసుకోవాలి.

చాన్ని చూడలేని వ్యక్తి ఆమె. ఒకరు ఆమె చేతిమీద నీరు పోస్తూ ఒక్కొక్క అక్షరమే వ్రాస్తే W.A.T.E.R. అన్న పదాన్ని ఎలా పలకాలో రకరకాల కాంబినేషన్‌లలో ఆమె పలికి, వాటి అర్థం చూచాయగా తెలుసుకుంది. ఆ నిరామయ, నిశ్శబ్ద, నీరవ నిశ్చల అంధకారమైన మస్తిష్కాన్ని "నేను ఎందుకు సాధించలేను?" అన్న ప్రశ్నతో నింపింది.

ఆ పట్టుదలతో ఆమె వ్రాసిన పుస్తకం THE STORY OF MY LIFE ప్రపంచ ప్రఖ్యాతి పొందింది. దీని గురించి నా తరువాతి పుస్తకం 'తప్పచేద్దాంరండి'లో వివరిస్తాను. పాఠకులారా! ఒక్కక్షణం కనులు మూసుకుని ఆలోచించండి.

శూన్యం. అంతా శూన్యమే. ఆ శూన్యంలోంచి ఆమె- అక్షరాల్ని ఎలా చూసింది? వాటి అర్థం ఎలా తెలుసుకుంది? శబ్దాన్ని ఎలా విన్నది?

పట్టుదల వుంటే మనిషి తనలోంచి తానే స్ఫూర్తి పొందగలడని చెప్పటానికి ఈ మూడిటి కన్నా ఇంకేం నిదర్శనం కావాలి?

* * *

169వ పేజీ ప్రశ్న - 'ఏకాగ్రత'కి సమాధానం

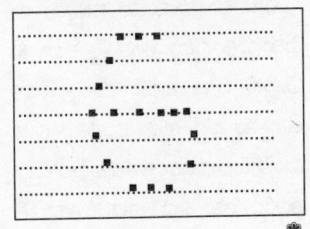

ఎవరి తెలివి?

ఒకామె భర్తని దెప్పిపొడుస్తూ "పిల్లలకి నా తెలివితేటలు వచ్చాయి కాబట్టి సరిపోయింది. మీవి వచ్చి వుంటే ఎందుకూ పనికిరాకుండా పోదురు" అంది.

ఇది జరిగిన కొంతకాలానికి 'చిలకా - గోరింకా' కార్యక్రమంలో అతడిని "మీ పిల్లలకి మీ తెలివి తేట లు వచ్చాయా? మీ భార్యవా?" అని టి.వి. ఇంటర్వ్యూలో అడిగారు. అత డు ఇబ్బందిగా "చెప్పటం కష్టం" అన్నాడు.

"చెప్పాలి. తప్పదు"

"నా భార్యవి" అన్నాడు. అతడి భార్య గర్వంగా చూసింది.

"అంత నమ్మకంగా ఎలా చెప్ప గలరు?"

"చెప్తే బాగోదు" మళ్ళీ ఇబ్బంది గా అన్నాడు.

"చెప్పాలి. తప్పదు".

"నావి నా దగ్గిరే వున్నాయి కాబట్టి".

* * *

తన పుట్టిన రోజు భర్త మర్చి పోయాడని ఆమె విచారించింది. "...నీకసలు వయసు కాస్తయినా పెరుగుతున్నట్టు అనిపిస్తే కదా నీ పుట్టిన రోజు నాకు గుర్తుండేది" అన్నాడు భర్త. ఆమె మనస్ఫూర్తిగా సంతోషించింది. అతడబద్ధం చెపు తున్నందుకు కాదు. ఎలా మాట్లాడితే తాను సంతోషిస్తుందో అతడు తెలుసుకున్నందుకు. ❁

1. జ్ఞాపకశక్తికి, తెలివితేటలకీ సంబంధంలేదు. విశ్వరహస్యాన్ని కనుగొన్న సైంటిస్టు తరచు తన కళ్ళజోడు, వాచీ ఎక్కడ పెట్టాడో మర్చిపోయేవాడు.

2. కొన్ని విషయాలు ఎంతో బాగా గుర్తుం టాయి. కొన్ని వుండవు. 'నాకు జ్ఞాపకశక్తి లేద'నే వారు ఏడాది క్రితం చూసిన సినిమా కథ కూడా చెప్పగలరు. విషయంపట్ల ఆసక్తి వుండాలి. అలెన్ బాడ్లే అనే మానసిక శాస్త్రవేత్త ఈ విధంగా తన స్వానుభవం వ్రాస్తాడు "... ప్రొద్దున్న పేపర్లో ఆరోజు రేడియో కార్యక్రమాలు చూస్తుండగా నాపేరు కనిపించింది. ఎనిమిదింటికి నా టాక్‌షో వుందన్న విషయం మర్చిపోయాను. హడావుడిగా వెళ్ళి అదృష్టవశాత్తు టైమ్‌కి రేడియో స్టేషన్ చేరు కున్నాను. ఆరోజు నా టాపిక్, 'జ్ఞాపకశక్తి పెంచు కోవటం ఎలా?' అని".

3. ముప్పై సంవత్సరాల క్రితపు మనిషికీ, ఇప్పటి మనిషికీ జీవన విధానంలో చాలా మార్పు లు వచ్చాయి. మెకానికల్ జీవితంలో అవసరంలేని విషయాలు చాలా మెదడులో చోటుచేసుకుంటూనే ఉంటాయి. ఫేవరేట్ హీరో కొత్త సినిమా నుంచి, ఇష్టమైన ఆటగాడి లేటెస్ట్ స్కోర్ వరకూ ఇలాంటివే గుర్తుంటాయి. దీన్నే Memory Overload అంటా రు. ఇలాంటి అనవసరమైన విషయాల్ని ఎప్పటి కప్పుడు మెదడునుంచి క్లీన్ చేసుకుంటూ వుండాలి. అవసరమైనవి 'రికాల్' చెయ్యాలి. దురదృష్టవశాత్తు చాలామంది అవసరమైనవి మర్చిపోయి సిని మాలు, పాటలు మొదలైనవాటిని రీకాల్ చేసు కుంటూ వుంటారు.

4. మరుపు అన్నది సహజమే అయినా క్షమార్హంకాదు. మరుపు ఎక్కువగా ఉంటే దాన్ని 'అమ్నీషియా' అంటారు. అది వేరు. సాధారణంగా ఒక (పరీక్షలాటి) లక్ష్యం కోసం తొందరతొందరగా

ఎక్కువ మాటరు చదివితే, ఆ లక్ష్యం (పరీక్ష) పూర్తవగానే ఆ విషయాలన్నీ మర్చిపోవటం జరుగుతుంది. మరోవిధంగా చెప్పాలంటే, చదివినదాన్ని సరి అయిన స్థానంలో ఉంచి సీల్ చెయ్యకపోతే అది జారిపోతుంది. ఉదాహరణకి ఒక విద్యార్థి ఆరోజు చదువు పూర్తికాగానే టి.వి. చూశాడనుకోండి. పాఠం పూర్తిగా మెదడులో సెటిల్ అవకుండానే డిస్టర్బ్ అయిపోతుంది. అందుకే తల్లిదండ్రులు పిల్లల్ని "గంట చదువుకుంటే తరువాత అరగంట టి.వి. చూడనిస్తాను" అని అనకూడదు.

* * *

ప్రకృతి అద్భుతసృష్టి మనిషి మెదడు. దాని వివరాలు ఇంకా ఎన్నో తెలియవలసినవి ఉన్నాయి. ఇప్పటికి కొన్ని తెలిసాయి. మనిషి మెదడులో కోటానుకోట్ల 'న్యూరాన్లు' ఉన్నాయి. ఈ న్యూరాన్లు, ఒకదానికొకటి సన్నటి Axons తో కలుపబడివుంటాయి. ఒక్కొక్కటి దాదాపు పది అడుగుల పొడవుంటుంది. అంటే.... మనిషి మెదడులో వేపకాయంత ముక్కనుంచి వచ్చిన వైర్ల (?) తో ప్రపంచంలో టెలిఫోన్ సిస్టమ్ లన్నింటినీ కలుపవచ్చునన్నమాట!

ఇంతగొప్ప మెదడుని మనం ఎంతగా ఉపయోగించుకుంటున్నాం? ఊపిరి బిగపట్టి వినండి. కేవలం ఒక శాతం మాత్రమే! మొన్న మొన్నటి వరకూ 10% అనుకునేవారు. ఇప్పుడది కూడా తప్పని తేలింది. మన మెదడుకున్న శక్తిలో కేవలం 1% మాత్రమే మనం ఉపయోగించుకుంటున్నాం.

ఇంతకన్నా బాగా దానిని వాడుకోవటం వీలవుతుందా? తప్పక వీలవుతుంది.

మండేలా జ్ఞాపకశక్తి

ఒక కొత్త విషయాన్ని తెలుసుకున్న రెండు సంవత్సరాల వరకూ అప్పుడప్పుడూ దాన్ని పునశ్చరణ చేసుకుంటూ వుంటే, ఇక అది జీవితాంతం గుర్తుంటుందని శాస్త్రజ్ఞులు కనుక్కున్నారు. దీన్నే 'పెర్మినెంట్ బాండ్' అంటారు.

* * *

నెల్సన్ మండేలాని పాతిక సంవత్సరాలు జైల్లో పెట్టినప్పుడు అతడికి పుస్తకాలు గానీ, రాసుకోవటానికి కాగితాలు కానీ ఇవ్వలేదు. కేవలం 'రీకాల్' టెక్నిక్ ద్వారా అతడు తన జ్ఞానాన్నంతా గుర్తుంచుకున్నాడు. ఏకాంతంగా జైల్లో కూర్చున్నప్పుడు, మనసుని చురుగ్గా వుంచటం కోసం చూపుడు వేలితో గోడలమీద పేర్లు వ్రాసేవాడు. లెక్కలు చేసేవాడు. అతడు జైలునుంచి విడుదల అయి ప్రెసిడెంట్ అయిన తరువాత ఇచ్చిన గ్రాండ్ పార్టీలో 40 సంవత్సరాల క్రితం కలిసిన చిన్నప్పటి క్లాస్‌మేట్స్‌ని కూడా పేరుపేరునా పిలిచి అందర్నీ అద్భుతాశ్చర్య చకితుల్ని చేశాడు. ఈ టెక్నిక్ 'కౌంట్ ఆఫ్ మౌంట్‌క్రిస్టో' అన్న నవలలో కూడా కనపడుతుంది. ✿

కుతూహలం Vs. జ్ఞానం

★ భూమి అటు చివర వరకూ బావి (నుయ్యి) తవ్వి అందులోకి దూకితే ఏమవుతుంది?

★ బొంగరం తిరుగుతున్నంత సేపు ఎందుకు పక్కకి వాలిపోదు?

★ నీరు పోయగానే నిప్పులు ఎందుకు ఆరిపోతాయి?

★ చలి గదిలో ఫ్యాన్ వేసుకుంటే 'ఇంకా' చలిగా ఉంటుందెందుకని?

★ చక్రమే ఎందుకు దొర్లుతుంది? పలక ఎందుకు దొర్లదు ?

★ సినిమా తెర వెనక్కి, టి.వి. తెర ముందుకీ ఎందుకు వంగి వుంటాయి ?

★ డీప్ ఫ్రీజ్‌లో పెడితే సోడా ఎందుకు పేలిపోతుంది ?

★ మునిగిపోతున్న మనిషి నీళ్ళు ఎందుకు తాగుతాడు ?

మొదలైన ప్రశ్నలు కుతూహలం రేపే ప్రశ్నలే! అదే జ్ఞానం. అది పెరిగేకొద్దీ దాని మీద ఉత్సాహం ఎక్కువ అవుతుంది. తల్లిదండ్రులు పిల్లలకి నేర్పవలసింది ఇటు వంటి అభిలాషే. ✿

అదెలాగో తెలుసుకోవాలంటే సామాన్యుడి మెదడుకీ, న్యూటన్ మెదడుకీ మధ్య తేడా తెలుసుకోవాలి.

ఒక సామాన్యుడి మెదడులోని 'బాండ్' లకన్నా మేధావి మెదడులో కొన్ని లక్షల Bonds ఎక్కువ వుంటాయి. ఇవే మనిషిని గొప్ప వాడిని చేస్తాయి. వీటి రహస్యం తెలుసుకుని, సరిగ్గా అమలు జరుపగలిగితే ఇక ఆ విద్యార్థికి తిరుగుండదు. జ్ఞాపకశక్తి లేకపోవటం, ఏకాగ్రత కుదరకపోవటం అన్న సమస్య వుండదు.

పెర్మనెంట్ బాండ్ అంటె ఏమిటి?

ఒక కుర్రవాడు ఒక మైసూర్‌పాక్‌ని మొట్ట మొదటిసారి తిన్నాడనుకోండి. దాన్ని చూడగానే ఒక న్యూరాను దాని 'ఆకారం', మరో న్యూరాను దాని 'రంగు' గుర్తుపెట్టుకుంటాయి. ఆ రెండింటి మధ్యా ఒక ఆకర్షణ ఏర్పడుతుంది. దీన్నే ఇంగ్లీషులో Electromagnetic Pathway అంటారు. అదే 'జ్ఞాపకం' అంటే!! ఆ కుర్రవాడు దాన్ని తిన్నప్పుడు, పక్కనే ఉన్న మూడో 'రుచి' న్యూరాన్‌ని మొదటి రెండూ కలిసి Fire చేస్తాయి. నాలుగోది 'వాసన'. అప్పుడు ఈ నాలుగూ కలిసి ఒక 'పెర్మనెంట్ బాండ్'గా ఏర్పడతాయి. అదే మైసూర్ పాక్ బాండ్.

ఈ క్రింది బొమ్మ చూడండి.

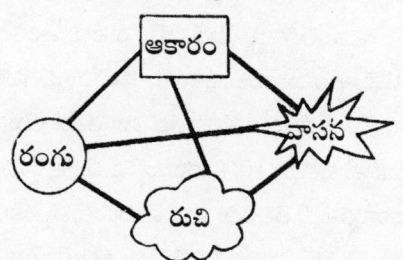

మైసూర్‌పాక్‌ని కరిగించి గ్లాసులోపోసి ఇచ్చినా, ఒక చెక్కముక్కకి మైసూర్‌పాక్ రంగువేసి ఇచ్చినా కుర్రవాడు కన్‌ఫ్యూజ్ అవుతాడు. మరోలా

చెప్పాలంటే, నాలుగు న్యూరాన్లూ కలిస్తేనే మైసూర్ పాక్ అవుతుంది. దాన్నే పెర్మనెంట్ బాండ్ అంటారు.

న్యూరాన్ల మధ్య అనుబంధం గట్టిపడేకొద్దీ, ఆ బంధం శాశ్వతమవుతుంది. అదే పునశ్చరణ. మరోలా చెప్పాలంటే, మనిషి మెదడులో ఒక విషయం గురించి ఎన్నిసార్లు ఫైరింగ్ జరిగితే, అంత గాఢంగా ఆ విషయం గుర్తుంటుంది.

ప్రతి మనిషి మెదడులోనూ అనుక్షణం న్యూరాన్ల మధ్య ఫైరింగ్ జరుగుతూ వుంటుంది. రోజుకి కొన్ని లక్షల సార్లు ఆవిధంగా "తాత్కాలిక బాండ్"లు ఏర్పడుతూ వుంటాయి. విడిపోతూ వుంటాయి. ఏ మనిషి కయినా ఇది తప్పదు. అయితే–

మేధావి ఆర్కిమిడిస్ సూత్రం లాంటి వాటిని పెర్మనెంట్ చేసుకుంటాడు. సామాన్యుడు ఆర్తి అగర్వాల్ లాటి వాటిని గుర్తుంచుకుంటాడు. అంతే తేడా.

మేధావి తనకి కావలసిన విషయా ల్లోనే ఎక్కువ కాలం ఆలోచిస్తూ గడుపుతాడు. సామాన్యుడి ఆలోచనలు కేంద్రం నుంచి ప్రారంభమై రకరకాల కోణాల్లో వెళ్తాయి. అందుకే అతడిలో శాశ్వత బంధాలు తక్కువగా ఉంటాయి.

ఉదాహరణకి ఒక కుర్రవాడు $(a + b)^2$ చదువుతున్నాడనుకుందాం. a^2, b^2, 2ab అనే మూడు న్యూరాన్ల మధ్య తాత్కాలిక బంధం ఏర్పడింది. ఈలోపులో తన ఫేవరేట్ పాట దూరం నుంచి 'నువ్వొస్తానంటే–నేనొద్దంటానా' అని వినిపించింది. నాలుగో న్యూర్యాన్ వచ్చి ఈ Bond లో చేరింది. కొంతకాలం తరువాత మళ్ళీ ఆ సిద్ధాంతం చదువుతున్నప్పుడు ఈ మూడు

తప్పు దేనిలో వుంది?

ఈ క్రింది మూడు వాక్యాల్లో దేనిలో తప్పవుంది- అని అడిగితే, తొందరపాటు వున్న వ్యక్తి పొరపాటు పడే ప్రమాదం ఉంది.

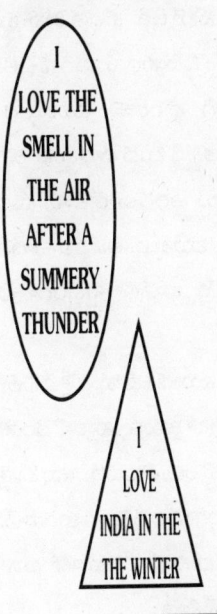

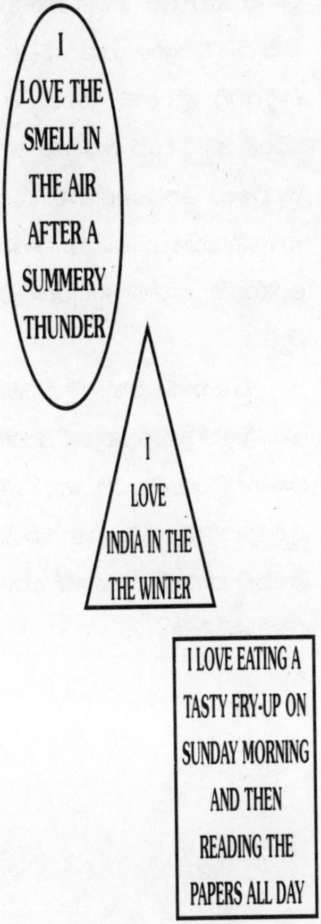

తప్ప దేనిలో వున్నదో చెప్పబోయే ముందు మరొక్క విషయం. ఇంటర్వ్యూలో 'ఫలానా విషయం మీద నీ అభిప్రాయం ఏమిటి?' అని అడిగితే నమ్మకంగా చెప్పగలిగి

వుండాలి. ఉదాహరణకి సద్దాంహుస్సేన్ మీద అమెరికా దాడి, లేదా నదీ జలాల సమస్య, అదీకాకపోతే, చిన్న రాష్ట్రాల మీద మీ అభిప్రాయం ఏమిటని అడగొచ్చు. మీ అభిప్రాయం పానెల్ సభ్యులకి నచ్చకపోవచ్చు. కానీ చెప్పే విధానం మాత్రం నచ్చేలా చెప్పగలిగి వుండాలి. ముఖ్యంగా కరెంట్ అఫైర్స్ మీద దృఢమైన అభిప్రాయాలు ఏర్పరచుకోవాలి. మంచి భాష ముఖ్యం. అవతలి వారికి అర్థమయ్యే భాషలో స్పష్టంగా చెప్పాలి.

పై మూడు బొమ్మల్లో దేనిలో తప్పు వున్నదో కనుక్కున్నారా? రెండో దానిలో వుంది. తొందరపాటు వున్న వ్యక్తి పూర్తిగా పరిశీలించ కుండానే, మొదటి దానిలోనో, మూడో దానిలోనో అనేస్తాడు. ✿

న్యూరాన్లూ Fire అవటం ప్రారంభించాయి. మధ్యలో చిక్కుపడిన హీరోయిన్ పాట తాలూకు న్యూరాన్ డిస్టర్బ్ చేయడం ప్రారంభించింది. సిద్ధాంతం సరిగ్గా అర్థంకాలేదు. ఆలోచన పాటల మీదకు మళ్ళింది. ఏయే న్యూరాన్ల మధ్య శాశ్వత బంధం ఏర్పడాలో తెలియని అనిశ్చిత పరిస్థితి ఏర్పడింది.

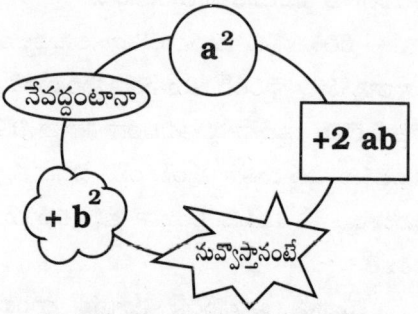

ఏకాగ్రత లేకపోవటం అంటే ఇదే.

జ్ఞాపకశక్తి, ఏకాగ్రత పెంచుకోవటానికి ఈ క్రింది సూచనలు సహాయపడతాయి.

1. మెదడు : సెన్సేషనలిజమ్ తగ్గించుకోవాలి. పదిమంది గుంపు మధ్యలోంచి గట్టిగా అరవటం, అభిమాన హీరో తెరమీద కనపడినప్పుడు నాట్యం చేయటం, క్లాసులో హీరో అనిపించుకోవటం కోసం అమ్మాయిల్ని ఏడిపించటం, మొదలైనవన్నీ ఈ సంచలనోత్సాహానికి గుర్తులు. బాల్యంలోనూ, యవ్వనంలోనూ విపరీతమైన శక్తి లోపల్నుంచి విడుదల అవుతూ వుంటుంది. దాన్ని సరి అయిన మార్గంలో పెట్టుకోలేకపోతే అది సంచలనోత్సాహం (సెన్సేషలిజం) వైపు వెళ్తుంది. ఉదాహరణకి పిల్లల్ని గమనించండి. వారు ఎక్కువ గెంతులువేస్తారు. పరుగెడ్తారు. ఎక్కువమాట్లాడతారు. అనవసరమైన విషయాలన్నీ వారికే కావాలి. సినిమాల్లోలాగా

చూపుడువేలు ముందుకి పెట్టి "ఢాం... ఢాం" అని పేలుస్తారు. బ్రేక్ డ్యాన్సులు చేస్తారు. కలల ప్రపంచంలో విహరిస్తారు. సూపర్‌మాన్‌ల మంటారు. ఇదంతా 'లోపల్నుంచి' వెలువడుతున్న శక్తిని ఖర్చుపెట్టే ప్రయత్నమే. అయితే వయసు పెరిగేకొద్దీ తన శక్తిని ఈ విధమైన అల్లరితోనూ /అధిక ప్రసంగంతోనూ ఖర్చుపెట్టకుండా ఆలోచనతోనూ / మానసిక వ్యాయామంతోనూ ఖర్చు పెట్టాలి. నలభై ఏళ్ళవ్యక్తి ఒకరు పైవిధంగా "కూ... చుక్...చుక్" అని ఆడుతున్నాడనుకుందాం. ఏమని పిస్తుంది? అతడికి 'మెచ్యూరిటీ' లేదని పిస్తుంది. అంతేకదా!

"తన అంతర్గత భావసంచలనాలను (ఎమోషన్స్‌ను) తన కంట్రోల్‌లో ఉంచుకోవటమే మెచ్యూరిటీ (సమరసత్వం / స్థితప్రజ్ఞత)" అంటారని ప్రముఖ మానసికశాస్త్రవేత్త ఎరిక్‌సన్ అంటాడు. వయసుతోపాటూ తొందరగా మెచ్యూరిటీ వచ్చినవాడు Performer అవుతాడు. రానివాడు Watcher అవుతాడు. చిన్న వయసులో జీవితంలో పైకివచ్చిన రాహుల్‌ద్రావిడ్, కోనేరు హంపి, బిల్‌గేట్స్ లాంటివారు యుక్తవయసులోనే బ్యాలెన్స్‌డ్‌గా వుండటం, ఒక గమ్యం పెట్టుకోవటం, అవసరమైనప్పుడే మాట్లాడటం గమనించవచ్చు.

2. కళ్ళు : మనిషిలో ప్రతి రెండు గంటలకొకసారి Sleep gates తెరుచుకుంటాయని కొందరు శాస్త్రజ్ఞుల అంచనా. స్కూల్లోగానీ, కాలేజీలోగానీ, ఆఫీసులోగానీ మధ్యాహ్నం లంచ్‌టైమ్‌లో తొందరగా భోజనం ముగించి, పది నిమిషాలపాటు కళ్ళు మూసుకుని రెస్ట్ తీసుకుంటే, సాయంత్రం వరకూ ఫ్రెష్‌గా వుంటుంది.

ఎలుగుబంటి రంగు

సమాధానం తెలియక పోవటం వేరు. ప్రశ్న అర్థంకావటం వేరు.

"నీ ఇంటి గోడలన్నీ దక్షిణం వైపే ఉన్నాయి. దీని అర్థం ఏమిటి?" అని అడిగితే, సమాధానం మాట దేవుడెరుగు. ప్రశ్న అర్థం కావటానికే చాలాసేపుపడుతుంది. "...అటువంటి నీ ఇంటిలోకి ఒక ఎలుగు బంటి వచ్చింది. దాని వంటిరంగు ఏమిటి?" అని అడిగితే ఆ అయోమయం మరింత ఎక్కువ అవుతుంది.

"ఆ ఇల్లు ఉత్తరధృవంలో ఉంది. అక్కడ ఎలుగుబంట్లు తెల్లగా ఉంటాయి" అని చెప్పగలిగాడంటే ఆ అభ్యర్థి ప్రతిస్పందన / తెలివి చాలా బావుందన్నమాట.

* * *

క్లాసులో విద్యార్థుల ప్రతిస్పందనని పరీక్షించటంకోసం, "Who is the Daughter of the mother in law of the Father of the Nation" అని అడిగితే, ప్రశ్న అర్థం కావటానికే చాలాసేపు పడుతుంది. కొంత మంది 'సోనియా గాంధీ' అంటారు. కస్తూరీ బా గాంధీకీ సోనియాకీ ఏ సంబంధమని కూడా ఆలోచించకుండా!

మితిమీరిన ఉత్సాహం

మెదడులో 'డోపమైన్' అనే ఒక రసాయనం వుంటుంది. ఇది ఎక్కువైనకొద్దీ ఆ వ్యక్తిలో మితి మీరిన అర్థంలేని ఉత్సాహం ఎక్కువ అవుతుంది. హీరోని చూడటం కోసం జనం మధ్యలోంచి గోడ ఎక్కి, అక్కణ్ణుంచి చెట్టుమీదకు దూకటంలాంటి అడ్వెంచర్లు చె య్యాలనిపిస్తుంది. కాలేజీగోడల మీద బొమ్మలేసి పేర్లు వ్రాయటం లాంటివి ఈ డోపమైన్ ప్రభావమే. మెదడులో ఈ డోపమైన్ విడుదల ఎక్కువయ్యేకొద్దీ, మిగతా అవసర మైన ముఖ్యమైన రసాయనాల ప్రభావం తగ్గిపోతుంది. శాశ్వత న్యూరాన్ బంధాల్లో అసంబద్ధమైన ఆలోచనలు, పగటికలలు చోటు చేసుకుంటాయి. దాన్నే 'మనసు ఒకచోట నిలవక పోవటం' అంటా రు.

ఈ డోపమైన్ అనే న్యూరోకె మికల్ ఎక్కువగా విడుదలైతే వచ్చే 'కట్టలు తెగిన ఉత్సాహా'న్ని యు ఫోరియా అంటారు. బస్‌ల అద్దాలు బ్రద్దలు కొట్టటం, చర్మాన్ని బ్లేడుతో గీసుకోవటం వగైరా ఈ విభాగం లోకి వస్తాయి.

డోపమైన్ తక్కువైతే పార్కిన్ సన్ డిసీజ్ (మతిపరుపు, అకాల వృద్ధాప్యం) వస్తుంది. ❁

రాత్రిపూట చదువుకునేటప్పుడు రెండు గంటలు చదివాక అరగంట కళ్ళుమూసుకుని పడుకోవాలి. అందులో ఒకపావుగంట నిద్ర పోగలిగితే మంచిదే. పావుగంట మాత్రం, అంతకు ముందు ఏం చదివామా అన్నది గుర్తు తెచ్చు కుంటూ గడపాలి. దీన్నే 'రికాల్' అంటారు.

'బల్బ్' వున్న టెబిల్ లైట్ కాకుండా, రెండు చిన్న 'బార్'లున్న లైట్ వాడాలి. ఎటువంటి పరిస్థితుల్లోనూ చదువు పూర్తయ్యాక టి.వి. చూడ కూడదు. కబుర్లు చెప్పకూడదు. నిద్రకు చేరు కోవాలి. నిద్రపట్టకపోతే చదివింది మరోసారి పునశ్చరణ చేసుకోవాలి.

3. చెవులు : చదివేటప్పుడు గది పూర్తిగా నిశ్శబ్దంగా ఉండాలి. లేదా మ్యూజిక్ వింటూ చదువుకోవటం నేర్చుకోవాలి. సినిమా పాటలు కాదు. శాస్త్రీయ సంగీతం ఏకాగ్రతని పెంచుతుంది.

4. ముక్కు : చదువు ప్రారంభించబోయే ముందు స్నానం చేయటం, ఉతికిన బట్టలు వేసుకోవటం, వీలైతే గదిలో అగరొత్తి... మంచి వాతావరణం ఆహ్లాదం కలుగచేస్తాయి. వాసనవల్ల ప్రేరిపితమయ్యే మెదడులోని కార్టెక్స్ చాలా శక్తివంత మైంది. అక్కడ వెయ్యి న్యూరోట్రాన్స్ మిటర్స్ వుంటాయి. అందుకే, చెవి, ముక్కు ఆహ్లాదకరంగా వుంటే కన్ను ఆరోగ్యంగా చదువుతుంది. రాత్రి చదువుకన్నా తెల్లవారుఝాము చదువు మంచిది.

5. నోరు : మెదడు తాలూకు శక్తిని పెంచ టానికి ప్రోటీన్లు, కార్బోహైడ్రేట్లు చాలా అవసరం. ఆ మాటకొస్తే మెదడులోని న్యూరాన్లు అన్నీ ప్రొటీన్స్ ద్వారా తయారుకాబడినవే. గోధుమరొట్టె, బ్రెడ్ మొదలైనవి కార్బొహైడ్రేట్స్‌ని పెంచి మెదడుని శక్తివంతం చేస్తాయి. అలాగే, చేప, సోయాబీన్స్,

బొప్పాయ కూడా విద్యార్థులకి మంచివి. తింటూ వుండగా 'ఇకచాలు' అని మెదడుకి సంకేతాలు పంపే కడుపులోని కణాలశక్తి, తీపివల్లగానీ, కారంవల్లగానీ తగ్గిపోతుంది. అందుకే ఆహారంలో ఎక్కువ తీపి / కారం ఉండకూడదు. భోజనానికి గంట ముందు స్వీట్ తినకూడదు. ఎక్కువ తిన్నప్పుడు, మెదడుకి కావల్సిన ఆక్సిజన్ కూడా జీర్ణ శక్తి కోసం వినియోగించబడుతుంది. అందుకే 'మత్తు'గా వుంటుంది. దీన్నే మందబుద్ధి భుక్తాయాసం అంటారు.

6. మూడ్ : చదువు ప్రారంభించటానికి అయిదు నిముషాల ముందే 'నేను చదువుకోబోతున్నాను' అన్న ఆహ్లాదకరమైన మూడ్‌లోకి ప్రవేశించాలి. ఎందుకొచ్చిందిరా భగవంతుడా అని చదువు ప్రారంభించకూడదు. లైట్లు, టేబుల్ హైట్, కిటికీ – అన్నీ సరిగ్గా సరిపోవాలి. చదువుకునే టేబిల్‌పై క్లాత్–పసుపు రంగుది వేసుకోవాలి.

ఇంట్లో పెద్దవాళ్ల గొడవలు, ఆర్థిక సమస్యలు మొదలైనవి ఆ సమయంలో పూర్తిగా మర్చిపోవాలి. తనకన్నా ఎక్కువ కష్టాలున్నవారు ఈ ప్రపంచంలో వున్నారన్న ఆలోచనే పాజిటివ్ థింకింగ్. అది నేర్చుకోవాలి.

3. ప్రతిస్పందన :

జీవితంలో గెలుపుతో 'కలిసి' వెయ్యవలసిన ఏడడుగులలో మూడోది మరింత ముఖ్యమైనది. అదే 'ప్రతిస్పందన'. ఇంటర్వ్యూల్లో అభ్యర్థి తమ ప్రశ్నలకి ఎంత కరెక్ట్‌గా సమాధానం చెప్పాడన్న దానికన్నా, ఏవిధంగా ప్రతిస్పందించాడన్నదానికి ఎక్కువ మార్కులు వేస్తారు.

ఒక అభ్యర్థికి తెలివి, జ్ఞాపకశక్తి ఎంత వున్నదన్న విషయం కేవలం అతడి 'ప్రతిస్పందన'

అకడమిక్ తెలివి

1.అంతర్గత తెలివి : తన పనికి కావల్సిన తెలివితేటల్తో వ్యవహరిస్తూ విజయం సాధించటం ఈ విభాగంలోకి వస్తుంది. ఉదాహరణకి ఒక సైంటిస్ట్‌ని తీసుకుందాం. తనలో తనే నిరంతరం ఆలోచించుకుంటూ వుండాలి. అతడి వృత్తిలో ఈ విధమైన తెలివి చాలా అవసరం. దీన్నే ఇంగ్లీషులో Intrapersonal Intelligence అంటారు.

2. వ్యవహారిక తెలివి : ఇతరులతో వ్యవహరించే విధానానికి సంబంధించిన తెలివి ఇది. రాజకీయ నాయకులకీ, సేల్స్ మానేజర్లకీ, ఉపాధ్యాయులకీ, వక్తలకీ ఇది కావాలి. దీన్ని Interpersonal Intelligence అంటారు.

తెలివికీ, మార్కులు బాగా రావటానికీ సంబంధం లేదు. బాగా చదివి, గుర్తుపెట్టుకోవటం ద్వారా ఏడో క్లాసు చరిత్ర సబ్జెక్టులో 90 మార్కులు సంపాదించిన విద్యార్థికి, ఎనిమిదో తరగతి లెఖ్ఖల్లో పది మార్కులు రావొచ్చు.

తెలివి, జ్ఞాపకశక్తి 60-40లో వున్నవారు ఇంజనీరింగ్, ఎక్కౌంట్స్, మేనజ్‌మేంట్ మొదలగు సబ్జక్ట్‌ల్లోనూ, తెలివి, జ్ఞాపకశక్తి 40-60 లో వున్నవారు సైన్స్, వైద్యం, సాహిత్యం మొదలైన సబ్జక్ట్‌ల్లోనూ రాణించగలరు. రెండు లేనివారు రాజకీయాలల్లో రాణిస్తారు. ✿

ఆహారం - నిద్ర

చదువుకుని పక్క మీదకు చేరాక చాలాసేపటి వరకూ నిద్ర పట్టటం లేదంటే ట్రిప్టోఫాన్ అన్న రసాయనం లోపమన్నమాట! దీనికి ఖర్జూర, అరటిపండు, బఠాణీ, వెన్న, చేప, కోడిగుడ్లు వాడాలి. పాలలో కూడా ట్రిప్టోఫాన్ ఉంది. అందుకే పడుకో బోయే ముందు వేడివేడి పాలు తాగమంటారు. ట్రిప్టోఫాన్ దిగులు, టెన్షన్ తగ్గించి సెరెటోనైన్ (ఉత్సాహం) పెంచుతుంది. శోభనం గదిలో పాలగ్లాసు కూడా అందుకే.

కొద్దిగా చదవగానే కళ్ళ మంటలు లేదా తలనొప్పి, నిద్రరావటం, ఆలోచన్లు ఎటో వెళ్ళి పోవటం, స్ట్రెస్ మొదలైనవన్నీ విట మిన్ B_1 (థయామిన్) లోపాలు. థయామిన్ బొప్పాయి పండులో ఎక్కువ ఉంటుంది.

చాక్‌లెట్స్‌లో వుండే కెఫిన్, థియోబ్రోమిన్ అనే స్టిమ్యులెంట్స్ తింటున్నప్పుడు తాత్కాలికంగా హుషారు ఇచ్చినా, తరువాత మత్తు కలిగిస్తాయి. రేసుల్లో గుర్రాలకి అందుకే 'కోక్' విత్తనాలు పందేనికి ముందు తినిపించటం బ్యాన్ చేసారు.

ప్రొద్దున్న లేవగానే, సాయంత్రం చదువు ప్రారంభించబోయే ముందు పుదీనా (MINT) ఆకు వాసన చూడటం మంచిది. ✿

ద్వారానే బయట పడుతుంది. తనకు తెలిసిన దాన్ని అవతలి వారికి చెప్పలేకపోతే ఇక తెలివీ, జ్ఞాపకశక్తి ఎందుకు? ముందు అడిగిన దాన్ని అర్థం చేసుకోవాలి. పెద్దవాళ్ళకి, అంటే ఎమ్.బి.ఏ. విద్యార్థులు, ఐ.ఏ.ఎస్. (ట్రయినర్స్ వగైరా)కి వ్యక్తిత్వ వికాస శిక్షణ ప్రారంభాన్ని ఒక చిన్న జోక్‌తో మెదలుపెడతాను. అమాయకంగా కనపడే కుర్రవాడిని "మీరు బ్యాచిలరా? అన్‌మారీడా?" అని ప్రశ్నిస్తాను. తడుముకోకుండా అతడు "అన్‌మారీడ్" అంటాడు. దాదాపు పదిసెకన్ల తరువాత కొందరి నుంచి నెమ్మదిగా నవ్వులు మొదలౌతాయి. ఇరవై సెకన్ల తరువాత మరికొంత మంది ఆ నవ్వులో జతగలుపుతారు. మిగతా ముప్ఫై శాతానికి ముప్ఫై సెకన్ల తరువాత కూడా అది అర్థంకాదు. అప్పుడా విద్యార్థితో నేను, "సో... మీకు పెళ్ళికాలేదు. అయినా మీరు బ్యాచిలర్ కాదు. చాలా నిజాయితీగా ఒక నిజాన్ని వప్పుకున్నారు... థాంక్స్" అంటాను.

క్లాసు ఘొల్లుమంటుంది. అప్పటికి అందరికీ అది అర్థమైందన్నమాట.

ప్రతిస్పందన అంటే అదే. **"ఎంత తొందరగా నువ్వు ఒక విషయాన్ని అర్థంచేసుకుంటున్నావు? ఎంత తొందరగా దానికి ప్రతిస్పందిస్తున్నావు?"** అన్నది.

ప్రతిస్పందన పెరగాలంటే కుతూహలం ఉండాలి. ఎక్కువ చదవాలనే కుతూహలం, కొత్త విషయాలు తెలుసుకోవాలనే కుతూహలం, అవతలివారు (తెలివైన వారైతే) చెప్పే విషయాలను అర్థంచేసుకోవాలనే కుతూహలం... ప్రతిస్పందనని పెంచుతాయి. ఈ చర్యలవల్ల మెదడు చురుకు అవుతుంది. బిడియం తగ్గి ధైర్యం పెరుగుతుంది.

తనమీద తనకి నమ్మకం వున్నవాళ్ళకే ధైర్యం వుంటుంది. క్లాసు మొదలైనప్పుడు చాలామంది మొదటివరుసలో కూర్చోటానికి ఇష్టపడరు. అదేవిధంగా లేచి నిలబడి సమాధానం చెప్పటానికి బిడియపడ్తారు. వారితో మాట్లాడించటానికి ఎంత ప్రయత్నించినా విఫలమవుతూ వుంటాం. లెక్చర్ ప్రారంభించబోయే ముందు, "జీవితంలో ఉన్నతస్థానంలోకి వెళ్దామను కుంటున్నవారు వచ్చి ముందు వరుసలో కూర్చోండి" అని ప్రకటిస్తే ఎవరూ రారు. అమ్మాయిలు అసలు రారు. చిన్న చిన్న జిల్లా కేంద్రాల్లో అయితే మరీ కష్టం. చాలాసేపటికి ఒకరొస్తారు. కొంచెంసేపటికి మరికొందరు వస్తారు. అంతే.

* * *

ప్రతిస్పందనని ఇంగ్లీషులో Reflex Action అంటారు. ఇది మూడు విధాలుగా వుంటుంది.

1. అసంకల్పిత ప్రతిస్పందన : ఆలోచన్లు ఎటోవున్నా కరెక్టుగా ఇల్లుచేరుకోవటం దీనికి ఉదాహరణ. భోజనం చేయటం, బట్టలు వేసుకోవటం మొదలైనవన్నీ ఈ విభాగంలోకే వస్తాయి.

2. ప్రత్యక్ష ప్రతిస్పందన : ఒక సమస్య వచ్చినపుడు అప్పటికప్పుడు తెలివితో ఆలోచించి చేసే ప్రవర్తనా విధానాలన్నీ ఈ విభాగంలోకి వస్తాయి. నెయ్యి గడ్డగట్టితే వెచ్చచేయటంనుంచీ పాడయిన ఫ్యాన్ రిపేర్ వరకూ ప్రత్యక్ష ప్రతిస్పందనలే. ఇంటర్వ్యూల్లో గమనించేది ఇదే.

3. వ్యూహ ప్రతిస్పందన : భవిష్యత్తు గురించి ఆలోచన, ఇతరుల్తో ప్రవర్తించే విధానం, తన ఎమోషన్స్‌ని కంట్రోల్ చేసుకోవటం ఈ విభాగం

తొందరగా చెప్పండి

ఈ క్రింద ప్రశ్నలకి మీ సమాధానాలు ఏమిటి?

A. "రెండు ఇంటు రెండు ప్లస్ రెండులో సగం" ఎంత?

B. ఒక బోటు మీదనుంచి వేలాడుతున్న తాడు, నీటికి రెండు అడుగుల పైనుంది. నీటి మట్టం గంటకి అడుగు చొప్పన పెరుగుతోంది. ఎంత సేపటికి నీరు ఆ తాడుని టచ్ చేస్తుంది?

C. ఒక కోడి ఒక రోజుకు ఒక గుడ్డు పెడితే రెండు కోళ్ళు రెండు రోజులకి ఎన్ని గుడ్లు పెడతాయో చెప్పగలరా.

D. రెండు కోళ్ళు రెండు రోజులకి రెండు గుడ్లు పెడితే ఒక కోడి ఒక రోజుకి ఎన్ని గుడ్లు పెడుతుంది ?

ఆన్సర్లు

A) 3 (లెక్కలో గుణకారాలు ముందు చెయ్యాలి)

B) నీరు తాడుకి తగలదు. నీటిమట్టం తోపాటు తాడుకూడా పైకి లేస్తుంది.

C) "చెప్పగలము" అని ఆన్సరు. (నాలుగు గుడ్లు అని చెప్పనవసరం లేదు)

D) చెప్పలేము. అందులో ఒక ముసలి కోడిగానీ, పుంజు గానీ వుండివుండాలి.

రామాయణ కథ

ఒక కంపెనీ తరఫున మీరొక కాంట్రాక్ట్ నిమిత్తమై అమెరికా వెళ్ళారనుకోండి. ఆ కాంట్రాక్టు మీ కంపెనీకి ఎందుకు ఇవ్వాలో, మీరు అవతలి వారికి వివరించవలసి ఉంటుంది. వివరాలన్నీ కేవలం 'మీకు తెలిస్తే' లాభం లేదు. అవతలివారికి చెప్పగలిగే స్థాయిలో ఉండాలి.

ఉదాహరణకి మిమ్మల్ని ఇంటర్వ్యూ చేసే వ్యక్తి విదేశం నుంచి వచ్చాడు. విమానంలో ఎవరో అతడికి భారతదేశంలో 'రామాయణం' అనే కథ ప్రసిద్ధి చెందిందని చెప్పారు. అతడికి దానిగురించి ఏమీ తెలీదు. నాలుగు వాక్యాల్లో ఆ కథ మిమ్మల్ని చెప్పమన్నాడు. ఆ కథ విన్న తరువాత తనకి ఏ మాత్రం కన్ఫ్యూజన్ వుండకూడదన్నాడు. ఏం చెప్తారు?

"కట్టి....కొట్టి... తెచ్చె" అని చెప్తే మీకు ఆ వుద్యోగం రాదు. ఆయన అడిగింది నా...లు...గు వాక్యాలు. మీరు చెప్పింది మూ...డు పదాలు. సూచనలను అర్థంచేసుకుని సరిగ్గా అమలుజరిపే శక్తి మీకు లేదన్న మాట.

మీరీ విధంగా చెప్పారనుకోండి. "రాముడు సీత అడవికి వెళ్ళారు. రావణాసురుడు సీతని అపహరించాడు..."

ఆయన అమెరికన్. ఈపాటికే ఆయనకి చాలా అనుమా

లోకి వస్తాయి. దీనికి నిరంతర ఆత్మ పరిశీలన చాలా ముఖ్యం. తానుచేస్తున్నదే కరెక్ట్ అనుకోకుండా వుండగలగటం వల్ల ఇది సాధ్యమవుతుంది.

ఒక అభ్యర్థి సరిగ్గా ప్రతిస్పందించగలగాలీ అంటే మళ్ళీ మూడు అంశాలు అభ్యసించాలి. జ్ఞానాన్ని 'మెదడు లోపలికి తీసుకోగలగటం - నిలువ వుంచగలగటం - అవసరమైనపుడు సరి అయిన రీతిలో బయటకి వెల్లడిచేయగలగటం'. ఇది పెరగాలంటే కేవలం చదువేకాకుండా జ్ఞానం పట్ల కుతూహలం (Curiosity) వుండాలి. 'I have no special gift. I am only curious' అంటాడు ప్రపంచ ప్రఖ్యాత నెం. 1 సైంటిస్ట్ ఐన్‌స్టీన్.

భాష సరిగ్గా రాకపోవటం, అందరూ ఏమనుకుంటారో అన్న భయం, చిన్నప్పటినుంచి పెరిగిన వాతావరణం, మొదలైనవన్నీ కమ్యూనికేషన్‌ని కష్టతరం చేస్తాయి. జీవితంలో పైకి రావాలంటే అటువంటి స్కిల్స్ పెంచుకోవటం కష్టం కాదు. కోరికా, పట్టుదలా వుండాలంతే.

4. కామన్‌సెన్స్ :

దీన్నే తెలుగులో ఇంగితజ్ఞానం/లౌకిక జ్ఞానం లేదా వ్యవహారిక జ్ఞానం అంటారు. ఇంటర్వ్యూల్లో దీనికంత ప్రాముఖ్యత లేదుగానీ, నిజజీవితంలో మాత్రం చాలావుంది.

కామన్‌సెన్స్‌కీ, తర్కానికీ చాలాదగ్గర సంబంధం ఉంది. పిల్లి ఎదురొస్తే లోపలికి వెళ్ళిపోవటం తర్కం లేకపోవటం. Rational (హేతువాదం / తర్కం / వివేకం) మనిషికి చాలా అవసరం. పైకి చాలా హేతువాదుల్లా కనపడేవారు లోలోపల చాలా మూఢనమ్మకాల్తో జీవించటం మనం గమనించవచ్చు. దీనికి కారణం తమపట్ల తమకి నమ్మకం లేకపోవటమే.

5. విశ్లేషణ :

ఇదే ప్రస్తుతం విద్యార్థుల్లో ఈ విశ్లేషణే తక్కువ అవు తున్నది. ఆర్కిమెడిస్ సిద్ధాంతం చెప్పగల విద్యార్థి "నీటిమీద ఐస్ ఎందుకు తేలుతుంది?" అని అడగ్గా చెప్పలేకపోతే, అతడికి విశ్లేషణ లేదన్నమాట. విషయాల్ని కేవలం పరీక్షల కోసం కంఠతా పట్టకుండా, వాటి అర్థం తెలుసు కొని తిరిగి తన భాషలో చెప్పగలగటమే విశ్లేషణ.

చాలాకాలం క్రితం నా మిత్రుడు చెప్పాడు. తాను చేస్తున్న ఒక ఇంటర్వ్యూలో ఒక అభ్యర్థిని, "నీకీ వుద్యోగం ఎందుకు ఇవ్వాలో నాలుగు కారణాలు చెప్పు" అంటే చెప్పలేకపోయాడట. 'పోనీ నీలో నాలుగు గొప్ప గుణాలు చెప్పు' అంటే చాలాసేపు ఆలోచించి, 'నేను చాలా నిజాయితీపరుడిని' అన్నాడట. 'మరి మాకంపెనీ తరఫున ఎవరైనా అధికారికి లంచం ఇవ్వవలసి వస్తే?' అని అడిగి నప్పుడు మౌనంగా వుండిపోయాడట.

సమాధానం ఏమిటన్నది కాదు అక్కడ ప్రశ్న. నీ సమాధానాన్ని నువ్వు ఎలా సమర్థించుకో గలుగుతున్నావు – అని!

విశ్లేషణ లేకపోతే జ్ఞానంరాదు. కేవలం విషయ పరిజ్ఞానం వుంటుందంతే. కదుల్తూన్న రైల్లోంచి దిగుతున్నప్పుడు ఎందుకు ముందుకు తూలతాం? న్యూటన్ చలన సూత్రాలు కంఠతా పట్టిన విద్యార్థి, దీనికి సమాధానం చెప్పలేకపోతే అతడి నిజజీవితపు పరిశీలనలో ఆసక్తి తక్కువన్న మాట.

కొంతమంది తమ ఆలోచనలనీ, జీవిత విధానాన్నీ, అభిప్రాయాల్నీ విశ్లేషించుకోరు. తాము ఆలోచించిన విధానంలోనే అందరూ ఆలోచించా లంటారు. అవతలివారు లాజికల్‌గా చెప్పింది కూడా అర్థంచేసుకోరు. 'ఒక కోడి ఒకరోజుకి నాలు వచ్చాయి. రాముడు సీతా ప్రేమికులా?

హనీమూన్‌కి వెళ్ళారా?

అడవికి ఎవరొస్తే వారిని రావణాసురుడు అపహరిస్తాడా? వగైరా...

"రాముడు సీతని వివాహం ఆడాడు..." అని ఉపోద్ఘాతంతో ప్రారంభించారంటే, మీనాలుగు వాక్యాల్లో రామాయణం పూర్తికాదు. ప్రతీ వాక్యమూ రామాయణం కథలో 25% పూర్తిచేయాలి. వివాహం గురించి చెప్పకుండా, "తండ్రిమాట ననుసరించి రాము డు తన భార్యతో కలిసి..." అన్నా అదే అర్థం వస్తుంది కదా!

క్లుప్తంగా, అయోమయం లేకుండా, స్పష్టంగా, చెప్పదల్చుకున్నది చెప్పాలంటే ప్రతిస్పందనా, విశ్లేషణా కావాలి. రామాయణాన్ని నాలుగు వాక్యాల్లో వ్రాయండి. అందులోని కష్టం అర్థం అవుతుంది.

అదేవిధంగా మీ తండ్రి / స్నేహితుడు / చెల్లి మొదలైన దగ్గిర వ్యక్తుల్లో మీకు నచ్చిన, నచ్చని చెరి నాలుగు పాయింట్లు వ్రాయండి. మీ గురించి రెండు పేజీల వ్యాసం వ్రాయండి.

సరదాగానూ, మీ సృజనాత్మ కత పెంచేవిధంగానూ వుండే ఎక్సర్ సైజులివి.

పిల్లికాళ్ళ కామన్‌సెన్స్

అందరికన్నా తొందర తొందరగా స మాధానం చెప్పాలన్న ఉత్సాహంలో ఒక్కోసారి విద్యావంతులు కూడా ఈ కామన్‌సెన్స్‌ని మర్చిపోతూ వుంటారు. అవతలి వారి ఉద్దేశ్యాన్ని అర్థం చేసుకోలేక ఇరిటేట్ అవుతూ వుంటారు. 'మంచుపల్లకి' అన్న సినిమాలో ఈ సంభాషణ వ్రాశాను.

ఒక అభ్యర్థిని ఇంటర్వ్యూలో ఒకరు ఈవిధంగా అడుగుతారు. "ఒక పిల్లి ఒక అడుగు ఎత్తు మీద నుంచి దూకిన ఒక కాలు విరుగును. అయిదడుగులు ఎత్తుమీద నుంచి దూకిన ఎన్నికాళ్ళు విరుగును?"

అభ్యర్థికి వళ్ళుమండి, "నాలుగు కాళ్ళతో పాటు వెన్నెముక కూడా విరుగును. పిల్లిచచ్చును" అంటాడు.

ఆ తరువాత హీరోయిన్ (సుహాసిని) అతడికి వివరిస్తుంది. "వారు నీ ఓర్పునీ, ఇంగితజ్ఞానాన్నీ పరీక్షించటానికి ఈ ప్రశ్న అడిగి వుండవచ్చును. వంద మందిలో ఒక్కరిని వారు సెలెక్ట్ చేసుకోవాలి. నీ అసహనంవల్ల ఒక అవకాశం కోల్పోయావు" అని అంటుంది.

ఆ కుర్రవాడు తన తప్పు తెలుసుకుని ఆ తరువాత మరో ఇంటర్వ్యూలో అదే ప్రశ్నకి ఈ విధంగా సమాధానం చెప్తాడు. '...థియరీ

ఒకగుడ్డుపెడితే రెండు రోజులకు రెండుకోళ్ళు ఎన్నిగుడ్లు పెడతాయి?" అన్న ప్రశ్నకి అయిదుగురు ఎమ్.బి.ఎ. విద్యార్థులు "రెండు" అని సమాధానం చెప్పారు. 'నాలుగు' అని నాతో సహా మొత్తం క్లాసంతా చెప్పినా వారు కన్విన్స్ కాలేదు.

దీన్నే "థియరీ ఆఫ్ మైండ్" అంటారు. నాలుగైదు సంవత్సరాల వరకూ పిల్లలు, తమకు తెలిసిందే నిజమని నమ్ముతారు. వయసొచ్చే కొద్దీ అవతలి వారికోణంలో ఆలోచించటం అలవాటు అవుతుంది. కొందరికి ఎంత వయసొచ్చినా అవదు.

6. నిర్ణయశక్తి :

పెద్దస్థాయి ఉద్యోగాల్లో ఈ అంశాన్ని చాలా లోతుగా పరిశీలిస్తారు. ముఖ్యంగా బ్రాంచి మానేజర్ స్థానాలకీ, కంపెనీ తరఫున కొనుగోళ్ళు, అమ్మకాలు చేయవలసిన ఎగ్జిక్యూటివ్ పోస్టులకీ ఈ నిర్ణయశక్తి (Decision Making Power) చాలా అవసరం. (తరువాతి పేజీలో 'ఏ తలుపు తెరవాలి' అన్న కథ చదవండి).

ఒక మంచి నిర్ణయం తీసుకోవటానికి చదువు/అనుభవం/హేతువాదం/భవిష్యత్ దర్శనం/నిష్పక్షపాత దృఢ మనస్తత్వం/ఎదుటివారి తరఫు నుంచి ఆలోచించే గుణం/విశ్లేషణ/జ్ఞాపకశక్తి/బేరమాడగల కఠినత్వం ఉండాలి. దీన్నే మానసిక శాస్త్రవేత్తలు Cognition (ప్రజ్ఞానము) అని పిలుస్తారు.

జంతువులకి ఇది లేదు. అందుకే ఒక జంతువు ఎలా వెళ్తే అన్నీ అటే వెళ్తాయి. ఆఫ్‌కోర్స్ కొందరు మనుష్యులకి కూడా ఈ అలవాటు వుంటుంది అనుకోండి.

మెదడులోని నియో-కార్టెక్స్ అన్నభాగం ఈ నిర్ణయశక్తికీ ప్రేమాభిమానాలకీ కారణం అని

శాస్త్రజ్ఞులు చెప్తారు. నియోకార్టెక్స్ లేని పాములు తమ పిల్లల్ని తామే తినేస్తాయి. దాదాపు వంద మిలియన్ సంవత్సరాల క్రితపు పరిణామక్రమంలో ఆధునిక ప్రాణుల మెదడుల్లో ఈ కార్టెక్స్ కొత్తగా ప్రారంభమైంది. 'ఏది మంచి, ఏది చెడు, ఏది లాభం, ఏది నష్టం' అన్న నిర్ణయం తీసుకోగల శక్తి క్రమంగా వచ్చింది. ప్రేమాభిమానాల్ని గుర్తుంచుకోగల సామర్థ్యం ఏర్పడింది. (ఏ జంతువుకీ తన మామగారెవరో తెలీదు). ఆ సామర్థ్యం వల్లే మనిషి మిగతా ప్రాణులకన్నా గొప్పవాడయ్యాడు.

అటువంటి సామర్థ్యం వున్న 'మనిషి' సమస్యల్లో పడటానికి కారణం, సరి అయిన నిర్ణయం తీసుకోలేకపోవటమే.

ఒక సంస్థలో మేనేజ్‌మెంట్ స్థాయిలో తీసుకున్న ఒక నిర్ణయం, మొత్తం ఆసంస్థ భవితవ్యాన్నే మార్చెయ్యవచ్చు. ఈ అధ్యాయం మొదట్లో చెప్పినట్లు, నీటి చుక్క పడినస్థానం బట్టి దాని భవిష్యత్తు ఆధారపడి వుంటుంది.

7. నమ్మకం :

ఇంటర్వ్యూ పానెల్ అభ్యర్థిలో చూసే అన్నింటికన్నా ముఖ్యమైన పాయింటు ఇది. నమ్మకం! కళ్ళలోకి సూటిగా చూస్తూ ధైర్యంగా నమ్మకంగా చెప్పగలిగేశక్తి!!

అభ్యర్థికి తనమీద తనకెంత నమ్మకం వుందో పరిశీలించాకే అతడి ఇంటర్వ్యూ కొనసాగుతుంది. గోళ్లు గిల్లుకుంటూ, బిత్తరచూపులు చూస్తూ భయపడేవారిని ఎక్కువసేపు ఇంటర్వ్యూ చెయ్యరు.

తెలివి, జ్ఞాపకశక్తి, ప్రతిస్పందన, కామన్ సెన్స్, విశ్లేషణ, నిర్ణయశక్తి, నమ్మకం – అనేవి జీవితం అనే పెళ్ళిపందిరిలో 'గెలుపు'తో కలసి నడవవలసిన ఏడు అడుగులు. కొంతమంది 'అదృష్టం' అనే ఎనిమిదో అడుగుకూడా దీనికి కలుపుతారు.

ఆఫ్ ప్రాబబిలిటీతో చెప్పటానికి ఈ కాస్త సమాచారం సరిపోదు సార్. క్రింద నిప్పవుంటే కాలొచ్చు. నీరుంటే తడవొచ్చు. ఎన్నికాళ్ళు విరుగుతాయో చెప్పటం కష్టం".

అతడికి ఉద్యోగం వస్తుంది. అయితే ఇక్కడ గమ్మత్తయిన విషయం మరొకటి చెప్తాను. వ్యక్తిత్వ వికాస క్లాసుల్లో ఈ ప్రశ్న అడిగితే చాలా మంది 'ఒక కాలే' అంటారు.

"అడుగు ఎత్తుమీదనుంచి దూకినా ఒక కాలే, అయిదు అడు గుల ఎత్తు మీదనుంచి దూకినా పిల్లికి విరిగేది ఒక కాలే - అని మీ సమాధానమా?"

"అవును సర్".

"అయితే, పిల్లి రెండు కాళ్ళు విరగాలంటే ఎన్ని అడుగుల ఎత్తు మీద నుంచి దూకాలి?"

కామన్‌సెన్స్ అంటే అర్థమైనట్టు క్లాసులో ముసిముసి నవ్వులు ప్రారంభం అవుతాయి.

* * *

'నమ్మకం' గురించి ఒక గొప్ప కొటేషన్ చదవండి :

"నువ్వు చేసే ఏ పని అయినా చివరికి సుఖాంతమై, ముగింపులో నీకు లాభాన్నీ, సంతోషాన్నీ, తృప్తినీ ఇస్తుంది. అలా ఇవ్వలేదంటే, ఆ పని ఇంకా ముగియలేదన్న మాట."

ఏ తలుపు తెరవాలి ?

'ఖుల్‌జా సిమ్ సిమ్' అన్న టి.వి. గేమ్‌షోలో ఒక గమ్మత్తయిన పందెం జరుగుతూ ఉంటుంది. గెలిచిన వ్యక్తికి యాంకర్ మూడు గదులు చూపిస్తాడు. ఒకదానిలో కారు. మిగతా రెండింటిలో ఎద్దు, మేక వుంటాయి. గదుల తలుపులు మూసి వుంటాయి. వ్యక్తి ఒక గదిని ఎన్నుకున్నాక, దాని తలుపులు తెరిచి అతడికి ఏం బహుమతి వచ్చిందో చూపించకుండా, యాంకర్ రెండో గది తలుపులు తెరుస్తాడు. అందులో మేక ఉంటుంది. అప్పడా యాంకర్, వ్యక్తితో "మీ బహుమతి కారు, మీరెన్నుకున్న గదిలోనైనా వుండవచ్చు. లేదా మూడో గదిలోనైనా వుండవచ్చు. మీ అభిప్రాయం మార్చుకో దల్చుకుంటే మార్చుకోవచ్చు. ఏ గది తలుపులు తెరిచి అందులో వున్నదాన్ని మీకు బహుమతిగా ఇమ్మంటారు?" అని అడుగుతాడు. వ్యక్తి ఎటూ తేల్చుకోలేక ఆడియన్స్‌వైపు చూస్తాడు. అందరూ ముక్తకంఠంతో "నీగదే. Stickon..." అని అరుస్తారు. కొందరు "మూడో గది" అని కూడా అంటూ వుంటారు.

రెండు గదుల్లో ఏది ఎన్నుకున్నా అదృష్టం ఫిఫ్టీ-ఫిఫ్టీయే కదా అనుకుంటూ అతడోగది తలుపు తెరుస్తాడు. అందులో ఎద్దు వుంటే సానుభూతి, కారు వుంటే హర్ష ధ్వానాలు.

ఇక్కడ ఒక విషయం తెలుసుకోవాలి.

అదృష్టం కేవలం ఎప్పుడో ఒకసారి తలుపు తడుతుంది. కృషి, పట్టుదల తలుపు తెరుచుకునే వరకు తడుతూనే ఉంటాయి. ఏది కావాలో ఎవరికివారే నిర్ణయించుకోవాలి.

అదృష్టాన్నే నమ్ముకుంటా మనుకునే వారికి ఒక చిన్న సలహా. ఈ క్రింది లెక్కచేయండి. అందులో మీ జాతకచక్రం వుంది. మీరెంత అదృష్టవంతులో అది చెప్తుంది. అయితే ఒక షరతు. మీరు ఈ క్రింది జాతక చక్రం ప్రకారం అదృష్టజాతకులయితే, పై ఏడు అంశాల్లో కాస్త కృషిచేస్తే, 'మహాదృష్టజాతకులు' అవుతారు.

1. ఒకటి – తొమ్మిది మధ్యలో ఒక అంకె తల్చుకోండి. (ఉదా : 4)
2. దాన్ని తొమ్మిదితో హెచ్చవేయండి. (36)
3. ఆ రెండు అంకెల్నీ కలిపి ఒక అంకె చెయ్యండి. (3 + 6)
4. అందులోనుంచి అయిదు తీసెయ్యండి.
5. మీ దగ్గర మిగిలిన అంకెకి ఈ క్రింద చూపించిన ఒక అక్షరాన్ని వ్రాయండి. (ఉదా : 1 – A, 2 – B, 3 – C, 4 – D, 5 – E)
6. ఆ అక్షరంతో ప్రారంభమయ్యే ఒక దేశం పేరు వ్రాయండి. (ఉదా : మీకు 3 అన్న అంకె వస్తే, C తో ప్రారంభం అయ్యే కాంబోడియా, చైనా, క్యూబాలాంటి ఏ దేశం పేరైనా వ్రాయొచ్చు. A వస్తే అమెరికా, అర్జెంటైనా, ఆఫ్రికా. అదే విధంగా B కి బల్గేరియా, బర్మా లేదా భూటాన్, బ్రిటన్, బంగ్లాదేశ్. D కి డెన్మార్క్... E కి ఇథోపియా లేదా

ఇంగ్లాండ్... మీ ఇష్టం వచ్చిన ఏదేశమైనా సరే. మొదటి అక్షరం మాత్రం మీ అంకెకి సరిపోవాలి.)

7. ఆ దేశపు చివరి అక్షరంతో ప్రారంభమయ్యే ఒక జంతువు పేరు వ్రాయండి. మీరు England అని వ్రాసివుంటే దాని ఆఖరి అక్షరమైన 'D' తో ప్రారంభించి, Donkey అనిగానీ Deer అనిగానీ వ్రాయాలి. ఇలా మీఇష్టం వచ్చినపేరు వ్రాయండి. లయన్, టైగర్, కంగారూ, హార్స్.. ఏదైనా సరే.

8. ఆ జంతువు ఆఖరి అక్షరంతో మొదలయ్యే ఒక పండు పేరు వ్రాయండి. Grape, Orange ఏదైనాసరే.

మీకు 'ద్రాక్ష వస్తే మీ భవిష్యత్తు సామాన్యంగా వుంటుంది. మరే పండయినా వస్తే దురదృష్ట వంతులు. 'బత్తాయిపండు' వస్తే మాత్రం అదృష్ట జాతకులు. మహాదృష్ట జాతకులవటం మీ చేతిలోనే వుంది. ఈ లెక్క కేవలం ఒక్కసారి మాత్రమే చెయ్యాలి. బెస్టాఫ్‌లక్....

కానీ ఇక్కడే చిన్నమెలిక వుంది. **రెండింటిలో ఏది ఎన్నుకున్నా అదృష్టం ఫిఫ్టీ-ఫిఫ్టీ కాదు.** నిర్ణయాధి కారంలో ఇదే చాలా ముఖ్యస్థానం వహిస్తుంది. థియరీ ఆఫ్ ప్రాబబు లిటీని ఇక్కడే అర్థంచేసుకోవాలి. 'ది ఎకనామిస్ట్' అన్న పత్రిక ప్రచురిం చిన వ్యాసంలో ఇది వివరంగా చెప్పబడింది. ప్రపంచ ప్రసిద్ధి చెంది న ఎమ్.బి.ఎ. ఇన్‌స్టిట్యూట్ EM SEAD లో ఇది పాఠ్యాంశం. "Negotiations" లో ఈ అవగాహన చాలా ముఖ్యం. ఈ క్రిందిపట్టిక చూడండి.

ఈ పట్టికని ఈ వరుస క్రమం లో చదవాలి : (నెంబరు / ఎన్ను కున్నది; యాంకర్‌చూపించేది / మారకపోతే వచ్చేది; మారకపోతే వచ్చేది / మారితే వచ్చేది.)

1.	కారు	ఎద్దు/ మేక	కారు	మేక/ఎద్దు
2.	మేక	ఎద్దు	మేక	కారు
3.	ఎద్దు	మేక	ఎద్దు	కారు

గది మారితే కారు గెలవ టానికి 2/3 ఛాన్సులు వుంటే, మారకపోతే 1/3 మాత్రమే వుంటు ంది. ఇది అంత సులభంగా అర్థం కాదు. అర్థంచేసుకోగలగటమే నిర్ణయశక్తి. (పై ప్రశ్న వరల్డ్ బ్యాంక్ ఇంటర్వ్యూలో అడగబడింది.)

* * *

235వ పేజీ ప్రశ్నకు సమాధానం

"ఆదివారం" (అంటే - నిన్న శనివారం. శనివారం రేపు అయితే ఈ రోజు శుక్రవారం).

జ్ఞాన విజ్ఞాన తృప్తాత్మా కూటస్థో విజితేన్ద్రియః
యుక్త ఇత్యుచ్యతే యోగీ సమలోష్టాశ్మకాంచనః

(ఆత్మసంయమ యోగము-8)

జ్ఞానం - విజ్ఞానం - ప్రజ్ఞానం

బోధన ద్వారా, చదువు ద్వారా తెలుసుకునేది జ్ఞానము. దాన్ని అమలుపరిచేది విజ్ఞానము. ఆపైది ప్రజ్ఞానము. భగవద్గీతలో చాలాసార్లు యోగి, పండితుడు, జ్ఞాని, ప్రజ్ఞాని అన్న పదాలు వేర్వేరు సందర్భాల్లో, వేర్వేరు అర్థాల్లో ఉపయోగింపబడ్డాయి.

శాస్త్రీయ జ్ఞానం చేత, అనుభవజ్ఞానంచేత సమబుద్ధి కలవాడు యోగి. ఇతడు మట్టినీ బంగారాన్నీ ఒకేలా చూడగలడు. హంస నీటినీ పాలనీ విడగొట్టి భుజించినట్టే విషాదాన్ని వదిలి, నిరంతరం ఆత్మానందంలో మునిగి తేలగలడు.

శాస్త్రీయ జ్ఞానమంటే నిరూపింపబడిన దానిపట్ల (సైన్స్) ఉన్న సహేతుక (లాజికల్) అవగాహన. దానికి అనుభవ జ్ఞానము (ఎక్స్‌పీరియన్స్) తోడవ్వాలి. రెండిటిలో ఏది లేకపోయినా వ్యర్థమే.

అనుభవం అంటే దశాబ్దాల పాటు పనిచేయటం కాదు. "నాకు ఉపాధ్యాయ వృత్తిలో పాతికేళ్ళ అనుభవం ఉన్నది" అన్నాడట ఒక టీచరు గర్వంగా. సర్వేపల్లి రాధాకృష్ణగారు అతడితో, "మీకు పాతికేళ్ళు టీచరు అనుభవం ఉన్నదా? లేక ఏడాది టీచర్ అనుభవం, పాతికేళ్ళుగా సాగుతున్నదా?" అని అడిగారుట. అదీ తేడా!

'న హి జ్ఞానేన సదృశం...' అన్నాడు కృష్ణుడు. ఇహము అంటే ప్రపంచము అని అర్థం. 'న' అంటే లేదు. ఈ ప్రపంచమున జ్ఞానమునకు మించినది మరేదీ లేదని దీని తాత్పర్యం. "మెదడొక రిజర్వాయరు లాటిది. దానిని ఎప్పటికప్పుడు జ్ఞానంతో నింపుతూ ఉండకపోతే, చెప్పటానికి కొత్తగా ఏమీ ఉండదు" అన్నారు దేవులపల్లి కృష్ణశాస్త్రి. శాస్త్రీయ జ్ఞానం కేవలం చదువు వలన రాదు. అవగాహన వలన వస్తుంది. కొందరికి శాస్త్రీయ జ్ఞానం ఉంటుంది. అనుభవం వుండదు. కొందరికి అనుభవజ్ఞానం ఉంటుంది. శాస్త్రీయ జ్ఞానం ఉండదు. రెండూ ఉన్నవాడు కర్మయోగి. అయితే, ప్రస్తుత ప్రపంచంలో

మెదడు ప్యాకెట్‌లో

కోటీశ్వరుడయిన తండ్రికి ఒక కొడుకున్నాడు. ప్రతిరోజూ కాలేజీకి వెళ్లేటప్పడు దార్లో షోరూమ్‌లో వున్న ఒక ఖరీదయిన స్పోర్ట్స్ కారుని చూస్తూవుండేవాడు.

అతడు ఫస్ట్ క్లాస్‌లో పాసయిన రోజు అతడి తండ్రి అతడిని ఏం బహుమతి కావాలని అడిగాడు. తనకి ఆ కారు కావాలని కోరాడు కొడుకు. ఆ సాయంత్రం బర్త్‌డే పార్టీ జరిగాక తన గది లోకి పిల్చి గిఫ్ట్ బాక్స్ అందించాడు తండ్రి. కొంచం నిరాశతో, కొంచెం కుతూహలంతో పై తగరపు కాగితాన్ని కాస్త చింపాడు కుర్రవాడు.

లోపల భగవద్గీత వున్నది.

అతనికి అంతులేని కోపం వచ్చింది. గిఫ్ట్ పూర్తిగా కూడా విప్పకుండా అలాగే వదిలేసి వెళ్లిపోయాడు. ఆతరువాత పై చదువులకు విదేశాలకు వెళ్లాడు. చదువు పూర్తయ్యాక అక్కడే తండ్రి వ్యాపారాన్ని విస్తరింపచేసి సెటిల్ అయ్యాడు.

ఈ లోపులో తండ్రి మరణించాడు. ఆ సందర్భంలో కొడుకు స్వదేశం వచ్చాడు. తండ్రి గదిలో పాత పేపర్లు ఫైళ్ళు సర్దుతూ వుండగా అడుగున అప్పడెప్పడో తండ్రి ఇచ్చిన బహుమతి కనపడింది. సగం విప్పిన కాగితం పాకెట్ అలాగే వుంది.

మనందరం కర్మయోగులం కాలేము. ఉన్నంతలో నీరక్షీరాల్ని (నీళ్ళనీ పాలనీ) విడదీయ గలగాలి. **"విజయానికి అయిదు మెట్లు"** పుస్తకంలో **వినటం** గురించి వివరంగా రాసాను. వినటంలో చాలా రకాలు ఉన్నాయి. శ్రద్ధగా వినటం, వింటున్నట్టు నటించడం, సమాధానం ముందే నిర్ణయించుకుని వినటం, అవతలి వారు చెప్పేది అర్థం చేసుకుంటూ వినటం– ఇలా ఎన్నో రకాలు. **మన తల్లిదండ్రులూ, టీచర్లూ అందరూ తమని 'వినటం' ఎలాగో నేర్పుతారు. మనల్ని మనం వినటం ఎలాగో నేర్పరు.**

రోజులూ, వారాలూ, నెలలూ, సంవత్సరాలూ గడిచిపోతూ ఉంటాయి. ఒకసారి చూసుకుంటే, అప్పుడే ఇంత జీవితం అయిపోయిందా అనిపిస్తుంది. ఇదంతా ఎందుకు జరుగుతుంది? **జీవితాన్ని మనం నడపలేకపోవటం వలన. మనని జీవితం నడపటం వలన!** మనం జీవితాన్ని మనం అనుకున్నట్టు నడపటం పెద్ద కష్టమైన విషయం కాదు. "ఎప్పట్నుంచో ప్రమోషన్ పరీక్ష రాద్దామనుకుంటున్నాను. కుదరట్లేదు. ఎప్పట్నుంచో ఆస్పత్రిలో ఫుల్ చెకప్ చేయించుకోవాలంటే వెధవది టైమ్ ఉండటం లేదు. చిన్నప్పటినుంచీ హిమాలయాలు చూడాలన్న కోరిక. ఈ జీవితకాలంలో కుదురుతుందో లేదో. ఒక వర్షం రాత్రి అడవిలో గడపాలని గత పాతికేళ్ళుగా అనుకుంటున్నా కుదరటం లేదు..."

మనల్ని మనం సరిగ్గా వినటం నేర్చుకోకపోవటం వలన వచ్చిన ఇబ్బంది ఇది.

ఒక సమస్య వచ్చినప్పుడు **మనలో మరో వ్యక్తి** దాని యొక్క మరో కోణం గురించి చెప్తూనే వుంటాడు. దురదృష్టవశాత్తు మనం వినం.

మనం ఒక విషయాన్ని నమ్మితే, దాన్ని బలంగా చేసుకోవటం కోసం మరిన్ని అభిప్రాయాలు చేరుస్తామే తప్ప, మనం ఆలోచిస్తున్న విధానం కరెక్టేనా కాదా అని పునర్ ఆలోచించం. అందుకే వేదన నుంచి బయటపడలేక పోతున్నాము.

* * *

ఒక వ్యక్తి భార్య మరణించాక ఆమె తలపుల్లో విషాదం చెందుతూ, రెండేళ్ళుగా వ్యాపారం మానేసి కృంగిపోసాగాడు. ఆరోగ్యం కూడా పాడయింది. అతడొక రోజు ఒక సైకాలజిస్ట్‌ని కలుసుకుని తన సమస్య చెప్పాడు. అప్పుడా సైకాలజిస్టు అతడిని ఒక ప్రశ్నవేసాడు. "మీ భార్య కాకుండా, మీరు మరణించివుంటే మీ భార్యకూడా ఇలాగే బాధ పడేదా?"

"ఇంతకన్నా రెట్టింపు బాధపడేది".

"మీలాగా ఆహారాన్ని తగ్గించేదా?"

"తగ్గించటమా? అదేం ప్రశ్న ? అసలు తినేదే కాదు. నన్ను అంతగా ప్రేమించింది. అందుకే నా బాధ".

"మీ వ్యాపారం తాను కొనసాగిస్తూ, మీ పిల్లల్ని బాగా పెంచి పెద్ద చేసేదా?"

"వ్యాపారం గురించి తనకంతగా తెలీదు. తెలిసినా చేసేది కాదు. నిరంతరం దుఃఖిస్తూ కూర్చొనేది".

అప్పుడా సైకాలజిస్టు అన్నాడు. "చూసారా. ఆమెనిన్ని కష్టాలు పెట్టకుండా వుండటం కోసమే మీకన్నా ముందు భగవంతుడామెని తీసుకు పోయాడు! ఆ దృక్పధంతో ఆలోచించి పిల్లలపట్ల మీ బాధ్యత కొనసాగించండి.."

అసలైన జ్ఞానానికి ఇంతకన్నా మంచి ఉదాహరణ వుంటుందా?

గతజ్ఞాపకాలతో అతడి మనసు విషాదభరితం అయింది. మరణించిన తండ్రిని గుర్తు తెచ్చుకుంటూ, వణికే వేళ్లతో దాన్ని పూర్తిగా విప్పాడు.

పేజీల మధ్య అతడికి ఒక చెక్ కనపడింది. అతడు కోరిన కారు కోసం, పుట్టిన రోజు నాడు తండ్రి వ్రాసిన పదిహేను లక్షలకి చెక్ అది.

* * *

ఎన్ని సార్లు మనం ఇలా బహుమతుల్ని విసిరెయ్యలేదు?

మంచి చదువు... ఉద్యోగం... కార్లు.... బంగళా .... హోదా .... కీర్తి.... ఏవేవో కోరుకుంటాం.

భగవంతుడు మన చేతుల్లో శక్తినీ, మెదడులో తెలివినీ ప్యాక్ చేసి ఇస్తాడు.

మనం కోరిన రూపంలో బహుమతి రాలేదని పక్కన పడేస్తాం.... మెదడు అనే ప్యాకెట్‌ని చదువు అనే చేతుల్లో పూర్తిగా విప్పకుండానే.

* * *

(267 పేజీలో ప్రశ్నకి సమాధానం)

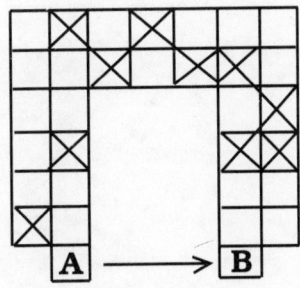

A నుంచి Bకి సరాసరి ఒక గీత గీయండి. సో సింపుల్

———————— యండమూరి వీరేంద్రనాథ్

అవసరంలేనప్పుడు నోరేకాదు

ఆరవ ఐశ్వర్యము

శాంతి

మనసు కూడా మౌనంగా వుండాలి.

అయుక్తః ప్రాకృతః స్తబ్ధః శ్శఠో నైష్కృతికోఽలసః
విషాదీ దీర్ఘసూత్రీ చ కర్తా తామస ఉచ్యతే
(మోక్షసన్న్యాస యోగము - 28)

అశాంతి

ఎవరికి శాంతి వుండదో కృష్ణుడు ఈ శ్లోకంలో చెప్తున్నాడు. మనోనిగ్రహం లేనివాడు, ఇతరులని మోసం చేసేవాడు, వినయం లేనివాడు, అవివేకి, బద్ధకస్థుడు – తామసకర్తలని వివరిస్తున్నాడు. వీరినుంచి వీలైనంత దూరంలో వుండటం మంచిది అంటున్నాడు. భగవద్గీత అంతా ఈ విధంగానే, ఏది మంచి – ఏది చెడు? ఏది ఉత్తమము – ఏది నీచములని తర్కిస్తూ వుంటుంది. అందులో చెప్పినంత గొప్పగా మనందరం ఏ స్వార్థమూ లేకుండా బ్రతకలేకపోవచ్చు. కానీ అత్యాశలేకుండా శాంతితో బ్రతికే ప్రయత్నం చెయ్యొచ్చుకదా!

గెలుపు 'రూమ్ స్ప్రే' లాంటిది. ఆ గదిలో కూర్చుంటే మనసు ఫ్రెష్‌గా వుంటుంది. ఒకసారి ఆ పరిమళానికి అలవాటుపడితే, అక్కడే వుంటూ దానిని మరింత ఆస్వాదించాలనిపిస్తుంది. అయితే, ఆ గెలుపు నిజాయితీగా కూడా వుండాలి.

షడ్విధ ఐశ్వర్యాలూ సంపాదించాలనేది ఆశ. తన అవసరానికి మించి సంపాదించాలనుకోవటం అత్యాశ. దాన్ని తీర్చుకోవటం కోసం ఇతరుల్ని మోసం చేయటం నీచం.

"దూమేనా వ్రియతేవహ్నా" అన్నాడు. వహ్ని అంటే అగ్ని. "పొగచేత అగ్ని, మురికిచేత అద్దము, మావి చేత గర్భస్థ శిశువు కప్పబడినట్టు, కోరిక చేత 'జ్ఞానము' కప్పబడును" అని ఈ శ్లోకం అర్థం. అద్దమైనా, అగ్ని అయినా– వస్తువులో మార్పులేదు. కేవలం దాని చుట్టూ ఉన్న వాతావరణంలో మార్పు వచ్చింది. కోరిక అగ్ని లాటిది. వేసే కొద్దీ అగ్ని మరింత మండుతుంది. 'అలమ్' అంటే 'చాలు' అని అర్థం. అనలము అంటే చాలదు అని అర్థం. అందుకే అగ్నికి అనలము అని పేరు

మూడో వ్యక్తి గురించి

ఇద్దరు సామాన్యులు ఈ విధంగా మాట్లాడుకుంటారు. "ఎలా ఉన్నారు మీరు?"

"నేను బాగానే ఉన్నాను. మీరు?"

"నేను బానేవున్నాను. థాంక్యూ !"

* * *

ఇద్దరు మానసిక శాస్త్రవేత్తలు ఈ విధంగా మాట్లాడుకుంటారు. "మీరు బావున్నారు. నేను బావున్నానా?"

* * *

ఇద్దరు నిరాశావాదులు ఈ విధంగా మాట్లాడుకుంటారు. "ఎలా వున్నారు మీరు?"

"నేను తప్ప మీరంతా బాగానే వున్నారు. మీరు?"

"నేనూ అలానే అనుకుంటున్నాను".

* * *

ఇద్దరు మూర్ఖులు ఈ విధంగా మాట్లాడుకుంటారు. "ఎలా ఉన్నారు మీరు?"

"నేను బావున్నాను. ఆ గోపాలం రాత్రి క్లబ్‌లో బాగా తాగేసొట్ట. మీకేమైనా తెలుసా?". ❁

వచ్చింది. మనసు కూడా అంతే. తీర్చే కొద్దీ మరిన్ని అడుగుతుంది మనసు.

అగ్నికీ వాయువుకీ మిత్రు-శత్రు బంధమున్నది. సన్నగా వున్నప్పుడు మంటనార్పే గాలి, అడవిలో అదే మంటని పెద్ద దావానలం చేస్తుంది. కోర్కెని కూడా అదే విధంగా, చిన్నగా వున్నప్పుడే నాశనం చెయ్యకపోతే, అది మనిషిని తన చేతుల్లోకి తీసుకుని ఆడిస్తుంది. జ్ఞానాన్నీ, ఉచితానుచిత విచక్షణా జ్ఞానాన్నీ నాశనం చేస్తుంది. మనిషిని మూర్ఖుడిని చేస్తుంది. మూర్ఖత్వానికి అర్థం తెలుసుకోబోయే ముందు మనుష్యుల ప్రవర్తనా విధానాన్ని తెలుసు కుందాం. మనుష్యుల ప్రవర్తనని బట్టి వారిని నాలుగు రకాలుగా భాగించవచ్చు.

1. స్వార్థపరులు : వీరు అవతలి వారికి నష్టం కలిగించి తాము లాభం పొందుతారు. లేదా ఇతరులతో నిమిత్తం లేకుండా కేవలం తమ లాభం గురించే పనులు చేస్తారు.

2. ఉత్తములు: వీరు చేసే ప్రతి పనిలోనూ తమకు కొంత లాభం, ఇతరులకు కొంత లాభం వుండేలా చేస్తారు.

3. మొహమాటస్థులు : వీరు ఇతరుల కోసం తాము తెలిసో, తెలియకో నష్టపోతారు.

4. అథములు : వీరిని అజ్ఞానులు, నికృష్టులు, మందమతులు అని కూడా అనవచ్చు. వీరు చేసే పనుల వల్ల వీరికే కాకుండా ఇతరులకు కూడా నష్టం వస్తుంది. ఏ లాభమూ లేకపోయినా, ఇతరులకు నష్టం వచ్చే పనులు తెలిసో తెలియకో చేస్తూ ఉంటారు. గూండాలకి ఓటు వేసేవారూ, రైల్వే కంపార్ట్‌మెంట్‌ని పాడు చేసేవారూ, అర్థరాత్రి వరకూ మైకు పెట్టి ఇతరులకి నిద్రాభంగం చేసేవారూ ఈ కోవలోకి వస్తారు.

"నీ గురించి ఫలానా చోట పదిమంది చాలా అసహ్యంగా మాట్లాడుకుంటూ వుండగా విన్నాను" అంటాడు నీచుడు. దీనివల్ల అతడికేమీ లాభం ఉండదు. ఇవతలివాడికి మాత్రం భరించ లేనంత దిగులు కలుగుతుంది. మరొక ఉదాహరణ. ఫాక్షన్ కక్షల్తో ఒకర్నొకరు చంపుకోవటం వలన ఎవరికీ లాభం వుండదు. ఇద్దరికీ నష్టమే. ఇది కూడా మూర్ఖపద్ధతే.

చిత్రం చూడండి. కృష్ణుడు చెప్పిందే డేల్‌కార్నీ చెప్పాడు. భర్తృహరీ అదే చెప్పాడు. "తమ కార్యంబు పరిత్యజించియు పరార్ధ ప్రాపకుల్ సజ్జనుల్" అన్నాడు. ఇతరులకోసం తమ కార్యాలని వదులుకునే వాడు సజ్జనుడు. ఇప్పటి కాలానికి అది సరిపోకపోవచ్చు. అందుకే డేల్‌కార్నీ "తమకీ, ఇతరులకీ కొంతలాభం వుండేలా చూసుకునేవాడు ఉత్తముడు"గా, ప్రస్తుత కాలమాన పరిస్థితులకి సరిపోయే విధంగా సరిదిద్దాడు. ఈ క్రింది పట్టిక పరిశీలించండి.

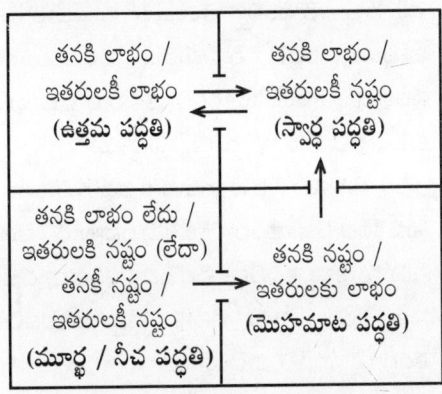

పై నాలుగు విభాగాల్లో మనుష్యులు ఒకదాని లోంచి మరో విభాగంలోకి తమ తమ చర్యల బట్టి మారుతూ ఉంటారు. అర్ధరాత్రి వచ్చిన బంధువులకు కూడా కాదనకుండా అతిథ్యం ఇవ్వటం ఒకరికి అలవాటు అనుకుందాం. అతడు

మన దేశం

మనిషి యొక్క గుణగణాలు అతడి తల్లిదండ్రుల జీన్స్ ప్రకారం కన్నా, అతడి చుట్టూవున్న వాతావరణం మీదే ఎక్కువ ఆధారపడి వుంటాయని మానసిక శాస్త్రవేత్తలు చెపుతూ వుంటారు. దేశంలో వుండే వివిధ ప్రాంతాల మనుష్యుల్ని, వారి మనస్తత్వాన్నీ చూస్తే కరెక్టే అనిపిస్తుంది. ఉదాహరణకి బీహార్‌ని తీసుకుంటే, వారి మాటల్లో కరుకుదనం, అశాంతి ఎక్కువ కనిపిస్తుంది. దశాబ్దాల బీదరికం వల్ల బహుశ ఇది వచ్చివుంటుంది. సర్దార్జీలు సాధారణంగా దయాగుణము, దానికి విభిన్నమైన పౌరుషమూ కలిగి వుంటారు. ప్రాంతాల ప్రాతిపదికగా, ఈ రకమైన మనస్తత్వాల్ని సరదాగా పరిశీలించండి.

ఇద్దరు పోట్లాడుకుంటున్నారు. మరో ఇద్దరు ప్రేక్షకులు అక్కడ చేరారు. పోట్లాడుకునే ఆ ఇద్దరిలో ఎవరు రైతు అని ఈ ఇద్దరు ప్రేక్షకులూ దెబ్బలాడుకుంటున్నారు. ఆ వూరు కలకత్తా అయివుంటుంది.

ఇద్దరు పొడుచు కుంటున్నారు. ఒకర్నొకరు కాల్చుకుంటున్నారు. చుట్టూవున్న ఎవరూ పట్టించుకోక పోతే అది ముంబాయి అయివుంటుంది.

ఇద్దరు దెబ్బలాడుకుంటూన్నారు. మూడోవ్యక్తి వారిద్దరి మధ్య

రాజీ కుదర్చటానికి ప్రయత్నిస్తు న్నాడు. ఇద్దరూ కలసి వాడిని చితక బాదారు. అది ఢిల్లీ.

పోట్లాడుకునే ఇద్దరూ వేర్వేరు మతస్థులు కాబట్టి మరుసటి రోజు బంద్ ప్రకటిస్తే అది కాశ్మీరు.

ఇద్దరూ వేర్వేరు ప్రాంతాల వారు కాబట్టి రాష్ట్రాన్ని రెండుగా విడగొట్టాలని ఉద్యమం లేవదీస్తే అది 'విదర్భ'.

ఇద్దరు దెబ్బ లాడుకుం టూంటే మరో పదిమంది చుట్టూ చేరారు. అక్కడ ఒకడు టీ కొట్టు తెరిచాడు. మీరు కేరళలో వున్నారన్న మాట.

'ఇద్దరి మధ్య అసలు ఎందుకు దెబ్బలాట స్టార్టయింది? సాధారణంగా ఏయే కారణాల వల్ల దెబ్బలాటలు ప్రారంభం అవుతాయి? వాటి పరిణామం ఏమిటి?' అని మరోఇద్దరు పక్కనే కంప్యూటర్ ద్వారా లెఖ్ఖలు కట్టి విదేశీ మారకం సంపాదించే ప్రయత్నంలో వుంటే అది బెంగుళూరు.

ఇద్దరు దెబ్బలాడుకుంటున్నారు. ఒకడ్ని ఒకడు పొడిచి పారిపోయాడు. రక్తం మడుగులో వున్న వాడిని ఒక టి.వి ఛానెల్‌వాడు షూట్ చేస్తూ ఇంటర్వ్యూకి ప్రయత్నిస్తున్నాడంటే అది హైదరాబాదు.

❁

మొహమాటస్థుడు. (మూడవ విభాగం). తన మొహమాటంతో భార్యని వంటల్తో, పిండి వంటల్తో వచ్చిన బంధువుల్ని ఆనందింపచెయ్యమని కోరుతున్నాడు. తనని మంచివాడు అనుకోవాలని అతడి కోరిక. దానికి భార్యని హింసిస్తున్నాడు. అప్పుడు అతడు మొహమాట విభాగంలోంచి రెండో విభాగం (స్వార్థం) లోకి వెళ్తాడు. అలా కాకుండా అతడు బంధువుల కోసం తనే వంట చేస్తూ అందులో ఆనందం పొందుతున్నాడు. ఉత్తమ విభాగంలోకి వెళ్ళాడు.

స్వార్థం కోసం దొంగతనం చేస్తున్నవాడు, ఆ ఇంట్లో గుడ్డివాడిని కూడా నిష్కారణంగా చంపేస్తే నీచ నికృష్ట భాగంలోకి వెళ్తాడు.

కాలాన్నిబట్టి ఈ విభాగాలు మారుతూ వుంటాయి. మారుతున్న వ్యవస్థలో ఒకప్పుడు ఉత్తమమనుకున్నది (లంచం తీసుకోకపోవటం) ఇప్పుడు చేతకానితనం అవుతున్నది. స్వార్థ మనుకున్నది ఉత్తమ మవుతున్నది. భగవద్గీతలో చెప్పినట్టు కోరికల్ని అదుపులో ఉంచుకోలేక పోవటం వల్లనే ఈవిధమైన పరిణామాలు సంభవిస్తున్నాయి. మూర్ఖత్వానికి పరాకాష్ట అయిన ఒక సంఘటన ఇక్కడ ప్రస్తావిస్తాను.

CASE : ఒక బ్యాంకులోకి ఇద్దరు దొంగలు ప్రవేశించారట. అందులో ఒకడు రివాల్వర్ పైకెత్తి, "ఎవరు కాస్త కదిలినా చంపేస్తాను" అన్నాడట. పక్క నున్న వాడు వెనుక కాస్త కదిలేసరికి కంగార్లో వాడిని కాల్చేసాడట.

అశాంతి మనిషిలోని తర్కాన్ని నశింపచేస్తుంది. తర్కం నశించినవాడిని మూర్ఖుడు అంటారు.

ఒక్కోసారి ఒకరి చర్య ఈ నాలుగు విభాగాల్లో దేనికీ సరిపోకపోవచ్చు. ఉదాహరణకి గాంధీ

చర్యలు ఏవీ బ్రిటిష్ వారికి నచ్చలేదు. జైల్లో పెట్టారు. ఆయన వలన వారికి నష్టం వచ్చింది. మరి... ఒక అన్యాయాన్ని ఎదుర్కోవటం స్వార్థం లోకి వస్తుందా? లేదు. ఒక చర్యవలన అందరూ లాభపడటం అనేది ప్రస్తుత ప్రపంచంలో కొద్దిసార్లే సాధ్యం. ఎగువన ఆనకట్ట కడతామన్నా దిగువన వున్నవారు వద్దనేది అందుకే.

మొట్టమొదటి ఆటంబాంబుని తయారు చేయటంలో భాగంపంచుకున్న డాక్టర్ ఓప్పెన్ హెమర్‌ని విలేఖర్ల సమావేశంలో ఎవరో అడి గారట. "ఈ ఆటం బాంబుకన్నా పెద్ద ఆయు ధం, దీన్నించి తప్పించుకోవటానికి ఏదైనా వున్న దా?"

"ఉన్నది" అన్నాడు హెమర్. అందరూ ఉద్వేగంతో ఒక్కసారిగా ఒకే గొంతుతో 'ఏమి టది?' అని అరిచారు.

ఆయన ఒకక్షణం ఆగి నెమ్మదిగా అన్నాడు. "శాంతి".

* * *

నరకంలో ఎన్నో బాధలు అనుభవిస్తూన్న నన్ను భగవంతుడు పిలిచి, తన కమండలం నాకిచ్చి, "ఇంతకన్నా హాయిగా, శాంతిగా క్రింద భూమ్మీద బ్రతికే విద్య నీకు నేర్పుతాను. వెళ్ళి ఆ పని చేస్తావా?" అని అడిగాడు.

చేస్తానన్నాను. "కానీ ఎలా మొదలు పెట్టా లి? ఎక్కణ్ణుంచి ప్రారంభించాలి? నా బ్రతుకు తెరువు కోసం ఏం చెయ్యాలి? రోజుకి ఎన్ని గంటలు పని చేయాలి? ఎంత కాలం చెయ్య వలసి వుంటుంది?" అని ప్రశ్నించాను.

భగవంతుడు చిరునవ్వుతో నా నుంచి తన కమండలాన్ని వెనక్కు తీసుకున్నాడు.

ప్రయాణం

నువ్వు సరి అయిన దార్లో నే వున్నావా అన్నదికాదు ప్రశ్న. ముందు కు వేగంగా కదలకపోతే వెనుక వారు నిన్ను తొక్కుకుంటూ వెళ్ళి పోతారు. కాలంతోపాటూ మారక పోతే వచ్చే చిక్కు ఇది.

* * *

క్యూబా దేశ ప్రెసిడెంట్ ఫెడ రల్ కాస్ట్రోకీ, పక్క కాపిటలిస్ట్ దేశ మైన అమెరికా ప్రెసిడెంట్ బిల్ క్లింటన్‌కీ ఒక క్షణం పడదు. సాయు ధ పోరాటం ద్వారా పదవిలోకి వచ్చిన కాస్ట్రోపై ఒక జోకు ఈవిధం గా చెప్తాడు క్లింటన్.

కాస్ట్రో ఒక సభలో ఆవేశంగా మాట్లాడుతున్నాడట : "ఎందరో కార్మికుల కడుపుగొడ్తూన్న ఈ వ్యవస్థని మార్చాలి. మిషన్లని తగలెట్టాలి. దున్నేవారిదే భూమి".

వెనుగ్గా నవ్వు వినపడితే వింటూన్న శ్రోతల్లో ఒకరు వెను దిరిగి చూసాడు. అక్కడో ఎద్దు, మనుష్యుల్తో పాటూ నిల్చొని విం టూందిట. "ఎందుకు నవ్వుతున్నా వ్?" అని అడిగాడట శ్రోత.

"అతడు మాట్లాడుతున్న మైకు, అతడి వెనుక తుపాకీ మిషన్లే కదా అని నవ్వుతున్నాను".

"ఎంత ధైర్యం నీకు? అసలిక్క డికి ఎందుకొచ్చావ్?"

"నావంతు భూమిని తీసుకు పోదామని".

తుల్యనిన్దాస్తుతిర్మౌనీ సంతుష్టో యేనకేనచిత్
అనికేతః స్థిరమతిర్భక్తిమాన్మే ప్రియో నరః

(భక్తి యోగము–19)

మనసు మౌనం

ఎవరు జీవితంలో శాంతిగా బతగ్గలరో ఈ శ్లోకంలో కృష్ణుడు చెప్తున్నాడు. ఎవరైతే శత్రువు పట్ల, మిత్రుని పట్ల ఒకే భావం కలిగివుంటారో, ఎవరు నిందనీ పొగడ్తనీ ఒకేలా తీసుకోగలుగుతారో, ఎవరు అవసరంలేనప్పుడు మౌనంగా వుండగలుగుతారో, అటువంటి మానవునికి శాంతి వుంటుందంటున్నాడు. అందుకే అనవసర సమయాల్లో నోటినే కాదు. మనసుని కూడా మౌనంగా వుంచుకోవాలి.

ఈ లౌకిక ప్రపంచంలో బ్రతుకుతూ ఇవన్నీ ఎలా కుదుర్తాయి? అంతా కుదరకపోవచ్చు. కానీ చాలావరకూ సాధించవచ్చు. హంస నీటినీ, పాలనీ విడగొట్టి పాలనిమాత్రమే స్వీకరించినట్టుగా, దుఃఖాన్నివదిలి తృప్తిని మాత్రమే స్వీకరించటం క్రమక్రమంగా అలవాటు చేసుకోవాలి. అసలు మనిషికి అశాంతి ఎందుకు కలుగుతుంది? అనుకున్నది కాకపోయినప్పుడు, కావాలనుకున్నది దొరకనప్పుడు, పక్కవాడు పైకి ఎదుగుతున్నప్పుడు, రేపటి పట్ల భయం వున్నప్పుడు, ఆత్మీయులు మరణించినప్పుడు, అనారోగ్యం బాధపెడుతున్నప్పుడు మనిషికి అశాంతి కలుగుతుంది. అశాంతికి మూలం 'నా' అన్న భావం.

"నీవు ఆగితే నీతో ఆగదు నీనీడ
నీవు సోలితే ఏదీ రాదు నీతో కూడా"

అని ఎక్కడో వ్రాసాను. 'నా' అన్న భావాన్ని వదులుకోగలిగితే సగం కష్టాలు; భవబంధాలు వదులుకోగలిగితే మిగతా సగం కష్టాలూ పోతాయి. మనిషికి డబ్బు కావాలి. ఆత్మీయులు కావాలి. ప్రేమ కావాలి. పరువు కావాలి. ఈ 'కావాలి' అన్నది

భగవంతుడి ప్రణాళిక

పరిస్థితులు మనం అనుకున్నట్లు లేనప్పుడు మనం ప్రకృతిని, భగవంతుణ్ణి, విధిని తిడతాం. ఈ ఎవరి మీదో నెపం వేస్తాం. కానీ ఏదైనా ఒక సమస్య వచ్చిందంటే అది మనకి ఒక పాఠం నేర్పడానికి, ఒక అనుభవం ఇవ్వడానికి వచ్చిందనుకోము.

సమస్యని పరిష్కరించగలిగే వాడు పాఠం నేర్చుకుంటాడు. సమస్యతో కుంగి పోయేవాడు నాశనం అయిపోతాడు. నాశనం అయిపోవాలా? పాఠం నేర్చుకోవాలా? అనే నిర్ణయాన్ని ప్రకృతి మనిషికే వదిలి పెడుతుంది. దీనికి సంబంధించిన ఒక కథ - బైబిల్‌కి అనుసంధానంగా వచ్చిన కథల్లో ఉంది.

* * *

ఒక అడవిలో మూడు చెట్లున్నాయిట. మొదటి చెట్టు "ఒక రోజు నేను నగిషీలు చెక్కిన పెట్టెగా మారతాను. తమ పడగ్గదిలో అద్దం దగ్గిర రాజకుమార్తెలు అందమైన ఆభరణాలు దాచుకొనే ఆ పెట్టెను చూసి ప్రపంచం నన్ను మెచ్చుకోవాలి" అన్నదట.

రెండో చెట్టు "ఒకరోజు నేనొక బ్రహ్మాండమైన ఓడగా చెక్కబడతాను. రారాజులు, రాణులు సముద్రాలు దాటడానికి నన్ను ఉపయోగిస్తారు. నా యొక్క బలంతో, దృఢత్వంతో తుఫానులకు ఎదురు నిల్చి

ఎంత ఎక్కువయితే శాంతి అంత తక్కువ అవుతుంది. **"కామ్యానాం కర్మణాం... విచక్షణా"** అన్నాడు మోక్ష సన్న్యాస యోగంలో.

తాను క్రితపు అధ్యాయాలలో చెప్పిన విషయాల వల్ల కలిగిన అనుమానాలు ఏమైనా వుంటే, వాటిని చివరి అధ్యాయమైన 'మోక్ష సన్న్యాస యోగం'లో కృష్ణుడు నివృత్తి చేస్తున్నాడు. "కోరిక తీర్చుకోవటం కోసం చేసే ఏ పనినైనా వదిలిపెట్టు. దానిని అసలు చేయకు" అంటారు సన్యాసులు. "అన్ని పనులూ చెయ్యి కానీ ఫలాన్ని త్యాగం చెయ్యి" అంటారు జ్ఞానులు. పని అంటే కర్మ. ఫలము అంటే ఫలితము. ఈ కర్మములు శంకర భాష్యానుసారము నాలుగు రకాలు.

1. **నిత్యకర్మ :** వీటికి ప్రత్యేకమయిన ఫలము లేదు. కానీ చేయకపోవటం మాత్రం పాపము. నిత్య సంధ్యా వందనం లాంటివి ఇటువంటి కోవలోకి వస్తాయి.
2. **ప్రాయశ్చిత్త కర్మ :** చేసిన పాపం పోవటం కోసం చేసే కర్మ ఇది. మామూలు భాషలో చెప్పాలంటే, వ్యాపారంలో మోసంచేసి సంపాదించిన డబ్బులో కాస్త దేవుడి హుండీలో వేసి, పాపము పోయినదని సంతృప్తిపడటం. చాన్ద్రాయణవ్రతాదులు ఇందులోకి వస్తాయి.
3. **నైమిత్తిక కర్మ :** కోరికతో చేసే యాగాలైన పుత్రకామేష్టి, శుభం కలగాలని చేసే సత్య నారాయణ వ్రతములాటివి ఈ విభాగం లోకి వస్తాయి. పరీక్ష పాసవుతే తిరుపతి వస్తాననీ, చేసిన హత్యకేసునించి బయట పడితే గుండు గీయించుకుంటాననీ చేసే కర్మలన్నీ నైమిత్తిక కర్మలే.

4. **ఉపాసన కర్మలు :** ఒకవిధిలో నమ్మకం వుంచుకుని, ధ్యానం, ఆచారంలాటి మానసిక కర్మలని ఆచరించటం ఉపాసన.

పై పనులన్నింటినీ వదిలిపెట్టటం సన్యాసమని కొందరి భావన. పై అన్ని పనులూ చేస్తూ ఫలితాన్ని కోరుకోకపోవటం జ్ఞానమని కొందరి భావన.

ఈ మోక్షసన్యాస యోగంలోనే, **'నద్వేష్ఠ కుశలం కర్మ'** అన్నాడు కృష్ణుడు. సుఖ దుఃఖము లందు స్నేహ ద్వేషభావాలు లేకపోవటం దీని అర్థం. ఎంత గొప్ప అర్థమో చూడండి. చదువుకునే విద్యార్థికి నిద్ర సుఖం. చదువు దుఃఖం. ఆఫీసులో పనిచేసే వాడికి ఆఫీసుపని దుఃఖం. కబుర్లు సుఖం. గవర్నమెంటు డాక్టరుకి తన ప్రైవేటు ప్రాక్టీసు సుఖం. ప్రభుత్వాసుపత్రి దుఃఖం. ఇటువంటి వారు ఎంత ప్రాయశ్చిత కర్మలు చేసినా ఆనందం లభించదు.

తాను చేస్తున్న పనిని ఎప్పటికప్పుడు విశ్లేషించుకుంటూ ఉండటాన్ని సెల్ఫ్ అసెస్‌మెంట్ అంటారు. పనిచేసినా చేయకపోయినా ఫలితం (జీతం) అదే కదా అనుకునే వాడికి ఆ పనిలో ఆనందం ఏముంటుంది? 'తాను చేస్తున్నపని విలువ ఎంత?' అని తెలుసుకోవటమే జ్ఞానం. దానికన్నా ఎక్కువ ఆశించటం అత్యాశ. ఫలితం లేదుకదా అనుకొని అసలు పని చేయకపోవటం వినాశం. సెల్ఫ్ అసెస్‌మెంట్ గురించి ఈ ఉదాహరణ చదవండి.

*　　　*　　　*

ఒక పన్నెండేళ్ళ కుర్రవాడు మెడికల్ షాప్ అరుగుమీద ఉన్న పబ్లిక్ ఫోన్ దగ్గరకి వెళ్ళాడట. ఫోన్ అందకపోవటంతో, షాపు యజమానిని

వారిని ఒక చోటు నుంచి, మరో చోటుకి తీసుకెళతాను తమ ప్రాణాలు రక్షించినందుకు వారు నన్ను మెచ్చుకుంటారు." అన్నదట.

మూడో చెట్టు తనకోరిక చెబుతూ "ఒకరోజు ఈ ప్రపంచంలో కెల్లా అన్ని చెట్ల కన్నా ఎత్తుగా పెరిగి పేరు నిలుపుకోవాలన్నదే నా ఆశ" అన్నదట.

ఆ తర్వాత కొంత కాలానికి చెట్లు కొట్టేవాళ్ళు ఆ మూడు చెట్లనీ నరికి తీసుకెళ్ళారట. మొదటి చెట్టు తాలుకు చెక్కని జంతువుల కోసం వాడే దాణా పెట్టెగా తయారు చేసారట. రెండో చెట్టు కర్రని ఒక చేపలు పట్టే పడవ కోసం ఉపయోగించారట. మూడో చెట్టుని చిన్న చిన్న ముక్కలుగా చేసి పడేసార్ట.

తమ, తమ దురదృష్టాలకి ఆమూడు చెట్లు ఎంతో కుమిలి పోయాయి.

ఒక రోజు కొందరు ఆ జంతువుల శాలకి వచ్చారు. అందులో ఒకామె గర్భవతి. భవిష్యత్తులో ప్రపంచం గర్వించే ఒక శిశువుని ప్రసవించింది. జంతువుల దాణా పెట్టెని రాకుమార్తెలు ఆభరణాలు దాచుకొనే పెట్టెగా భావించి ఆప్యాయంగా ఆ శిశువుని ఆ పెట్టెలో పడుకో బెట్టింది. ప్రపంచంలో కెల్లా అత్యుత్తమ నిధి తన పెట్టెలో ఉన్నట్టు ఆ చెట్టు ఆ క్షణమే తెలుసుకుంది.

ఆ తర్వాత ఎన్నో సంవత్సరాలు గడిచాయి. ఆ శిశువు పెద్దవాడయ్యాడు. ఒకరోజు ఒక నది ఒడ్డుకి వచ్చాడు. రెండో చెట్టు తాలూకు

పడవ అక్కడే వున్నది. దానిలో శయనించాడు. ఆ రాత్రి పెద్ద తుఫాను వచ్చింది. రారాజుల్ని, రాణుల్ని రక్షించగలనన్న ధీమాతో ఉన్న ఆ చెక్క పడవ ఆ తుఫాను చూసి బెదిరి పోయింది. అప్పుడా పడవలో ఉన్న వ్యక్తి ప్రకృతి వైపు చూస్తూ 'శాంతి'అన్నాడు. భీభత్సంగా వున్న ప్రకృతి క్షణంలో మంత్రించినట్టు ఆగిపోయింది. అప్పుడా చెక్కకి తెలిసింది - తన పడవలో పడుకున్నది రాజులకు రాజు అని.

మరికొంత కాలం గడించింది. కొందరు సైనికులు వచ్చి, మూడో చెట్టు తాలూకు చెక్కని తీసుకెళ్ళారు. ఒక వ్యక్తిని శిలువ వేసి నిలబెట్టారు. అపుడు ఆ చెట్టు తాను చర్చి బొమ్మల్లోనూ, చరిత్ర లోనూ ఎత్తుగా, దృఢంగా, శాశ్వతంగా, పవిత్రంగా నిలబడ బోతున్నా నని తెలుసుకుంది.

* * *

ఈ కథలో చాలా గొప్ప నీతి ఉంది. మనిషి తను అనుకున్నట్టు జరక్కపోతే భగవంతుణ్ణి నిందిస్తాడు. కానీ భగవంతుని ప్రణాళికే వేరు. మనిషికి ఏ ప్రణాళిక బావుంటుందో భగవంతునికి తెలిసినంతగా మనిషికి తెలీదు. అందుకే కష్టాలొచ్చినప్పడు కృంగిపోతాడు. విధిని నిందిస్తాడు. తనలో ఉన్న భగవంతుణ్ణి నమ్ముకోకుండా బయట దేవుళ్ళకి ప్రార్థన చేస్తూ ఉంటాడు.

అడిగి స్టూలు తీసుకుని దానిని ఎక్కి నెంబర్ డయల్ చేసాడట. అట్నుంచి ఎవరో పలికే సరికి, "అమ్మా! నేనొక చదువుకుంటున్న కుర్రవాడిని. మీ ఇంటి ముందు తోటశుభ్రం చేసే పని నాకు అప్పగిస్తే వారానికి ఒకసారి వచ్చి దాన్ని అందంగా తీర్చిదిద్దుతాను" అన్నాడట. "అవసరంలేదు. మా దగ్గిర ఒక కుర్రవాడు వున్నాడు" అని అట్నుంచి సమాధానం వచ్చింది. "అతడికిచ్చే జీతంలో సగం ఇస్తే చాలు" కుర్రవాడు బ్రతిమాలాడు. "అవసరం లేదు" అని జవాబు ఇచ్చింది ఇంటి యజమానూలు. కుర్రవాడు పట్టు విడువకుండా, "తోట పని అప్పగిస్తే, ముందు అరుగులూ వెనుక వరండా కూడా అదే జీతానికి చాలా శుభ్రంగా కడుగుతానమ్మా" అన్నాడు. "అవసరంలేదు. నువ్వు ఫ్రీగా చేస్తానన్నా, ఇప్పుడు చేస్తున్నవాడిని తీసెయ్యం" అంటూ ఫోన్ పెట్టేసింది ఆవిడ.

ఈ సంభాషణ అంతా వింటున్న మందుల షాపు యజమాని, కుర్రవాడి అణకువకీ, శ్రద్ధకీ ముచ్చటపడి, "నా దగ్గర చెయ్యి బాబూ. నువ్వు నాకు చాలా నచ్చావు. నేనిస్తా ఉద్యోగం" అన్నాడు. కుర్రాడు నవ్వేసి, "అవసరం లేదండీ. నేను ఇప్పుడు ఫోన్ చేసింది నేను పనిచేస్తున్న చోటుకే..." అన్నాడట. అదే SELF – ACTUALISATION అంటే.

"తెలివి యొకింతలేనియెడ..." అన్నాడు ఒక కవి. 'కొంచెము తెలిసినప్పుడు మదమెక్కిన ఏనుగు వలె వున్నాను. పండితుల సన్నిధిలో చేరే సరికి నాకేమీ తెలియదని తెలుసుకున్నాను" అని దీని తాత్పర్యం. అన్నీ మణిగివున్న విస్తరాకు అణిగిమణిగి వుంటుంది. ఖాళీది ఎగురుతుంది.

శాంతితో బ్రతుకుతున్నవాడు సదా చిరునవ్వుతో నిశ్చలంగా వుంటాడు. శాంతి లేనివాడు

చిటపటలాడుతూ వుంటాడు. నిరంతరం మాట్లాడు తూనే వుంటాడు. మిగతా వారికి అశాంతి కలుగ చేస్తాడు.

అభ్యాసమువల్ల వచ్చేది జ్ఞానము. జ్ఞానము వలన వచ్చేది ధ్యానము. ధ్యానము వలన వచ్చేది 'ఫల' త్యాగము. త్యాగము వలన వచ్చేది శాంతము.

'శ్రేయో హి జ్ఞాన మభ్యాసాత్' అన్నాడు భక్తి యోగములో కృష్ణుడు. చిత్రము చూడండి. భక్తియోగ బోధకు ముందే విశ్వరూప సందర్శనం జరిగింది. అది పరాకాష్ట. క్లైమాక్స్. అక్కడితో ఆపు చెయ్యవచ్చు. కానీ నిజమైన బోధ అంతా అక్కడినుంచే ప్రారంభమయింది. అర్జునునకు అది ఒక ప్రచండ ఝుంఝూ మారుత కల్ప వికల్ప ద్వైతాద్వైత అనిర్విణ్ణ నిశ్చయ కూటస్థాత్మ ఏకత్వ స్థితి. ఆ స్థితికి తీసుకు వెళ్ళి 'నరు'నకు జీవిత సత్యం బోధించాడు 'నారాయణుడు'. అయిదు మెట్లు ఎక్కుతూ సంపాదించమన్నాడు. ఆపై అన్నీ త్యజించి ఆనందం పొందమన్నాడు.

ప్రవక్తలందరూ దూతలు. ప్రపంచ చరిత్రలో ఏ బోధకుడూ, తానే భగవంతుడనని చెప్పుకోలేదు. కేవలం కృష్ణ 'పరమాత్మ' మాత్రమే తనెవరో చూపించాడు. తాను ఆచరించినది చెప్పాడు.

'టీచర్' అంటే తెలిసినది చెప్పేవాడు. 'ప్రీచర్' అంటే ఆచరించినది చెప్పేవాడు. అంటే ఆచార్యుడు. రామకృష్ణ పరమహంస స్వీటు తినటం మానేసేకే పిల్లవానికి ఆ సలహా ఇచ్చాడు. అదీ ఆచార్య తత్వమంటే. ఆవిధంగా, మరే జాతికీ లభ్యంకాని కృష్ణుడు లాంటి ఆచార్యుడు మనకి లభించటం, మనకో అపూర్వ కానుకని ఇవ్వటం, ఆ భగవద్గీత చదవగలగటం, కేవలం మనం చేసుకున్న అదృష్టం. ఇంతకన్నా ఏమి కావలెను?

ఐ వాంట్ పీస్

'శాంతి' వేదన అనే నీ మనసు నరక ద్వారం బయట విచ్చుకుని వున్న గులాబి మొగ్గ. అది కావాలంటే గదిలోంచి బయటకు రావాలి.

దాని క్రింద వున్న ముల్లు నిరర్థక పుటాలోచన. అది గుచ్చుకోకుండా పూవుని పట్టుకోవాలి - రెండు ఆకులు, పూవు కనపడకుండా అడ్డు వుంటాయి. అవి కన్నీళ్ళు. వాటిని పక్కకి తొలగించాలి. లేకపోతే, "... నక్షత్రాలు కనపడలేదని ఏడిస్తే, కన్నీళ్ళతో చంద్రుడు కూడా కనపడడు" అన్న సూక్తి నిజమవుతుంది.

* * *

ఒక వ్యక్తి ఒక స్వామి దగ్గిరకి వెళ్ళి "I want Peace" అన్నాడట.

"అందులో ఆఖరి పదం తీసెయ్యి నాయినా. ఏం మిగిలింది?" అన్నాడట స్వామి.

"I..want.."

"ఈసారి మొదటి రెండు పదాలూ తీసెయ్యి. ఏం మిగిలింది?"

"Peace"

"అదే నాయినా 'శాంతి'కి మార్గం. I ... అంటే నేను...నేను అంటే 'స్వార్థం' ... Want అంటే 'కోరిక'... ఆ రెండు తీసేస్తే మిగిలేదే శాంతి. మనశ్శాంతి" అన్నాడట ఆ స్వామి.

మూడు వాక్యాల్లో చెప్పిన ఎంత మంచి నిర్వచనమో చూడండి.

యత్ర యోగేశ్వరః కృష్ణో యత్ర పార్థో ధనుర్ధరః
తత్ర శ్రీర్విజయో భూతిర్ధ్రువా నీతిర్మతి ర్మమ

(మోక్ష సన్న్యాస యోగము–78)

—————————— యండమూరి వీరేంద్రనాథ్

నిస్వార్థ స్వార్థం

భగవద్గీతలో ఆఖరి శ్లోకం ఇది. కురుక్షేత్ర యుద్ధం మరికొద్ది సేపట్లో ప్రారంభం కాబోతున్నది. కురు అంటే Do (చెయ్యి) అని అర్థం. 'క్షేత్రం' అంటే మనసు అని అర్థం. అంతకుముందు శ్లోకంలో అర్జునుడు భగవద్గీత అంతా విని 'నష్టోమోహ' అన్నాడు అంటే 'నాలోని అంతర్గత శత్రువులయిన అజ్ఞానము, భయము, రోగము, సంశయము, దుఃఖము మొదలైన వాటిని జయించినాను' అని అర్థం. కృష్ణుడి వుద్దేశ్యం కూడా నరుడు "తనలోని శత్రువుల్ని అన్నిటికన్నా ముందు గెలవాలనే". ఆవిధంగా గెలిచిన నరుడు, విజయుడు అవుతాడు. **కురుక్షేత్రం పాండవులకీ కౌరవులకూ మధ్య జరిగిన యుద్ధం. భగవద్గీత మనిషికీ అతడి బలహీనతలకీ మధ్య జరిగిన యుద్ధం.**

ప్రతి మనిషిలోనూ ఒక కృష్ణుడు (మోటివేటర్) వుండాలి. పైశ్లోకంలో అర్థం కూడా ఆ విధంగానే ధ్వనిస్తుంది. ఎక్కడ ఒక మోటివేటర్ వుంటాడో అక్కడో విజయుడు వుంటాడు. "వారిద్దరూ వున్నచోట ధైర్యము (విజయః) ధనము (శ్రీః) సంపద (భూతిః) నీతి (నీతిః) దృఢంగా (ధ్రువా) వుంటాయి" అని ఈ భగవద్గీత ఆఖరి శ్లోకంలో సంజయుడు ధృతరాష్ట్రునికి చెపుతున్నాడు. మనము ఇప్పటి వరకూ ఈ పుస్తకంలో చదివిన షడ్విధ సంపదలు కూడా ఇవే. ఆధ్యాత్మికత ఆరోమెట్టు. అదే మనశ్శాంతి!

కృష్ణుడు చాలా గమ్మత్తయిన ఫెలో. గొప్ప రొమాంటిక్ ఫిలాసఫర్. మిగతా ప్రవక్తల్లా సీరియస్‌గా వుండడు. సరదాగా ఉంటాడు. కృష్ణ తత్వాన్ని మనసా వాచా ఆచరించాలంటే చాలా ధైర్యం కావాలి. అందుకే 'మైండ్‌పవర్' పుస్తకంలో నా హీరో నెం. 1 'కృష్ణుడు' అని వ్రాసాను. కృష్ణుడు చిన్నతనం నుంచీ శత్రువుల్ని ఎదుర్కొన్నాడు.

దుఃఖం ఎందుకు ?

మనిషి తన దుఃఖాన్ని ఎలా తగ్గించుకోవాలో చెప్పే ఈ (సరదా) ఉదాహరణ నా "మైండ్ పవర్" నుంచి తీసుకోబడింది.

* * *

ఓ యాభై ఏళ్ల వ్యక్తి నట్టింట్లో బిగ్గరగా రోదిస్తున్నాడు. రోడ్డునపోయే ఒక యోగి ఆ ఏడుపు విని లోపలికి వచ్చాడు. ఆ వ్యక్తి అదికూడా గమనించే స్థితిలో లేకపోవటంతో రెండు నిమిషాలు వేచి చూసి, యోగి అన్నాడు.

"ఏం నాయనా? చాలా సంతోషంగా వున్నట్టున్నావ్"

ఆ వ్యక్తి ఏడుస్తూనే, "సంతోషమా? నేను ఏడుస్తున్నాను. కనబడటం లేదా?"అన్నాడు.

"అంత తాదాత్మ్యంగా ఏడుస్తూంటే, ఏడుపులో సంతోషం పొందుతున్నావనుకున్నాను. మరి నీకు అందులో సంతోషం లేకపోతే దాన్ని వదిలి పెట్టవచ్చు కదా!"

ఆ వ్యక్తి ఏడుపు కోపంలోకి మారింది. "ఇదెక్కడి వితండం వాదం స్వామీ? దగ్గిర వాళ్ళు పోతే మనుషులు ఏడవటం అనేది సహజం."

"అవునా? దగ్గర వాళ్ళు పోతే మానవులు, 'బాధపడటం' సహజం అనుకుంటాను".

"ఆ బాధని ఏడుపు ద్వారా ప్రకటిస్తాం".

స్వామి అర్థంకానట్టు చుట్టూ చూసి, ".... ఇక్కడెవరూ లేరే. ఎవరికి ప్రకటిస్తావు?" అని అడిగాడు. ఆ వ్యక్తి గతుక్కుమన్నాడు - "స్వామీ! మాటల్తో మీరు నన్ను తికమక చేస్తున్నారు. ఏడవటం ద్వారా ఉపశమనం పొందుతున్నానని చెప్పటం నా ఉద్దేశ్యం".

ఎన్నడూ దుఃఖించలేదు. తాను నమ్మిన సిద్ధాంతాన్ని నిర్భయంగా ఆచరించాడు. బృందావనాన్ని సొంతం చేసుకున్నాడు. ప్రజలేమనుకుంటారా అని తన విధానాన్ని మార్చుకో లేదు.

భగవద్గీత విని అర్జునుడు విజయుడు అయ్యాడు. చిత్రం చూడండి. ఈ గీతాసారాన్నంతా ధృతరాష్ట్రుడు కూడా విన్నాడు. కానీ విజయుడు కాలేదు. ఎందుకు కాలేదు? భవబంధాల్ని వదులుకోలేకపోవటం వలన, అనురాగాన్ని జయించలేకపోవటంవలన, శారీరకంగానే కాకుండా మానసికంగా కూడా గుడ్డివాడు అయ్యాడు. పైగా కృష్ణుడిని ప్రార్థించి విశ్వరూప సందర్శనం కూడా చేసుకున్నాడు. అయినా జ్ఞానం రాలేదు. భీముడిని చంపాలని మోసపుటాలోచన చేసి, ఇనుప విగ్రహాన్ని కౌగిలిలో నలిపాడు. అందుకే భర్తృహరి "తివిరియిసుమునదైలంబు తీయవచ్చు - చేరి మూర్ఖుల మనసు రంజింప రాదు" అన్నాడు. ఇసుకలోంచి నూనె తీయవచ్చేమోకానీ, మూర్ఖుణ్ణి మాత్రం మార్చలేమని దీని అర్థం. ఎన్ని పుస్తకాలు చదివి ఏం లాభం? ఎన్ని ఉపన్యాసాలు విని ఏం ప్రయోజనం? ఆచరణలో పెట్టాలి. ఒక రోజులో అన్ని సమస్యలూ పోవటానికీ, బ్రతుకు పండటానికీ తాయెత్తులు ఏమీ లేవు కదా! "ఫలానా పుస్తకం చదివాము. అయినా మా సమస్య తీరలేదు. ఇంకో మంచి పుస్తకం పేరు చెప్పండి" అంటారు. మనిషి సమస్యకు పరిష్కారం అతడి మనసులోనూ చేతల్లోనూ వుంటుంది. అటువంటి పరిస్థితుల్లో అతడి చేతులకు బలం ఇవ్వటానికీ, మనసుకు ప్రేరణ ఇవ్వటానికీ మాత్రమే ఈ పుస్తకాలు ఉపయోగపడతాయి. అభిమన్యుడి మరణం చూసి తండ్రి అయిన అర్జునుడు ఏడ్చాడనుకోండి. కృష్ణుడు బాధపడతాడు. ఎందుకు? ఇంత భగవద్గీతా ఇతడికి అనవసరంగా చెప్పానే అనుకుని.

పుస్తకంలో ఎక్కడో ఒక పాయింటు వుంటుంది. మనకు సంబంధించినది. లేదా మన సమస్యకు సంబంధించినది. కోపే పుస్తకం Seven habits of highly effective people లో 'పాస్ బటన్ టెక్నిక్' చదివాక కోపం రావటం పూర్తిగా తగ్గిపోయింది. అంత వరకూ ఎందుకు? ఈ పుస్తకం వ్రాయటంకోసం దాదాపు ఏడాది నుంచీ వివిధ రచయితలు భాష్యాలు వ్రాసిన భగవద్గీతని మొత్తం పాతిక సార్లన్నా ఆ మూల గ్రమూ చదివి వుంటాను. భగవంతుడు అంటే ఎక్కడో ఆకాశంలో సింహాసనం మీద కూర్చుని వుంటాడనో, విగ్రహంలో నిక్షిప్తమై వుంటాడనో నేను నమ్మను. నమ్మి సంతోషంతో పూజలు చేసేవారిని వ్యతిరేకించను. కానీ ఆస్తికు లయినా నాస్తికులయినా, తనలోనే ఒక శక్తి వుందని నమ్మాలి. ఆస్తికులయితే ఆ 'శక్తి'కి దేవుడు అని పేరు పెట్టుకుంటారు. ఈ పుస్తకంలో భగవంతుడు (లేదా కృష్ణుడు) అని వ్రాసిందంతా ఈ వుద్దేశ్యం తోనే. స్వశక్తికి మించినదేదీ లేదు కదా!

ఇటువంటి అభిప్రాయాలతో ఒక పుస్తకం ఇటీవలే విడుదలైంది. దానిపేరు 'ఆల్కెమిస్ట్'. ముందుగా పోర్చుగీసు భాషలో వ్రాయబడిన ఈ పుస్తకం, దాదాపు 39 భాషల్లోకి అనువదింప బడి, రెండుకోట్ల కాపీలకు పైగా అమ్ముడు పోయింది.

* * *

చౌక లోహాల్నుంచి బంగారాన్ని తయారు చేసే విద్య తెలిసిన వాడిని 'ఆల్కెమిస్టు' అంటారు. అయితే ఈ కథలో అతడు సైడ్ కారెక్టర్ మాత్రమే. హీరో పేరు సాంటియాగో.

సాంటియాగో అనే కుర్రవాడు బాగా చదువు కుని కూడా, కేవలం వివిధ ప్రదేశాలు చూడాలనే

"నీ ఇంటిలో ప్రవేశించగానే నేను అన్న మాట కూడా అదే కదా! ఏడుపు ద్వారా ఆనందం పొందుతున్నావా అని అడిగాను" అన్నాడు యోగి. ఆ వ్యక్తికి ఏం సమాధానం చెప్పాలో తోచలేదు. యోగి జాలిగా, "....పాపం నిన్ను ఓదార్చ టానికి కూడా ఎవరూ లేరనుకుంటా ను" అన్నాడు సానుభూతితో.

"అవును ఓదార్చటానికి ఎవరూ లేరు. మొన్న నా ఆస్తి అంతా పోయి దివాళా తీశాను. నా భార్య నిన్న రాత్రి ఎవరితోనో లేచిపోయింది. ఈరోజు నా కుమారుడు అమెరికాలో దేన్నో పెళ్ళి చేసుకున్నాను అని కబురు చేశాడు. ఇలాంటి పరిస్థితిల్లో నన్ను ఓదార్చే ప్రాణ స్నేహితుడు గంటక్రితం మరణించాడు. అందుకే దుఃఖిస్తున్నాను".

"ఓదార్చేవాడు కావాలనుకుంటు న్నావా?"

"కష్టమొచ్చినప్పుడు ఓదార్చటానికి మనకంటూ ఒక స్నేహితుడు కావాలి కదా"

"నువ్వు చెప్పేది నాకు అర్థం కావటం లేదు. కష్టమొచ్చినప్పుడు బాధ సహజమన్నావు. అప్పుడు దుఃఖం కలుగు తుందన్నావు. దానివల్ల ఉపశమనం లభిస్తుందన్నావు. ఇప్పుడు మళ్ళీ - దుః ఖాన్ని మాన్పటానికి ఓదార్పు కావా లంటున్నావు. ఇంతకీ నీకేది కావాలి? బాధా? దుఃఖమా? ఓదార్పా? ఉపశ మనమా?"

"మీరు యోగులు. ఎన్నైనా చెప్ప గలరు. మాటల్తో మనుష్యుల్ని మభ్యపెట్ట గలరు. మేము మామూలు మనుష్య లం. కష్టమూ, దుఃఖమూ ఓదార్పూ, ఉపశమనమూ అంతా మానవ సహ జమే-"

"నిన్నెవరూ ఓదార్చ లేదను కుందాం. అయితే, ఎంతసేపు దుఃఖిస్తే నువ్వు ఉపశమనం పొందుతావు?"

"అదేమి ప్రశ్న? నాకర్థం కాలేదు".

"నీ స్నేహితుడు మరణించి నందుకు ఎన్ని నెలలు ఈ గదిలో ఇలాగే కూర్చుని దుఃఖిస్తావు? అని అడుగుతున్నాను".

"కాలమే గాయాల్ని మాన్పుతుందని మీలాటి పెద్దలే సెలవిచ్చారు కదా"

"రెండు నెలలు అనుకుందామా పోనీ"

"రెండు నెలలపాటూ నిద్రాహారాలు మాని ఏడవటమా?"

"పోనీ గుండెలు బాదుకుంటూ రెండు గంటలు ఏడుస్తే ఉపశమనం పొందుతావా?"

"చాల్లెండి స్వామీ మీరు మరీనూ. జనం నవ్విపోతారు"

"నీకు చాలా ఇష్టమైనది ఏది? దాపరికం లేకుండా చెప్పు. అంటే.... నీకు తీరిక దొరికినా, మనసు బాగోకపోయినా చేసేది ఏది? అబద్ధం చెప్పకూడదు సుమా"

"మీరు యోగులు. మీతో చెప్పటంలో తప్పేముంది? నాకు సిల్క్‌స్మిత నాట్యం ఇష్టం".

"మరింకేం? టీ.వీ. పెట్టుకుని ఆమె నాట్యం చూడు. ఉపశమనం దొరుకుతుంది".

"అపచారం స్వామీ. అపచారం. స్నేహితుడు మరణించాడని తెలియగానే, టీ.వీ.లో సిల్క్‌స్మిత డాన్స్ చూడమంటారా? జనం నాకు పిచ్చెక్కిందంటారు".

అభిలాషతో గొర్రెలని కాసే వృత్తి చేపట్టి, వివిధ ప్రాంతాలూ తిరుగుతూ వుంటాడు. ప్రపంచాన్ని చూడాలనే తన కోరికల్ని (అభద్రతా భావంతో) చంపేసుకుని 'సగటు' జీవితాన్ని గడిపే మరో పాత్ర కూడా ఈ కథలో తారసపడుతుంది. ఒక రోజు సాంటియాగోకి, ఈజిప్టు పిరమిడ్ల దగ్గర నిధి ఉన్నట్టు కలవస్తుంది. గొర్రెలన్నిటినీ అమ్మేసి, ఆ డబ్బుతో అక్కడికి బయల్దేరతాడు. కానీ దురదృష్ట వశాత్తు ఒక మోసగాడి చేతిలో సర్వస్వం కోల్పోతాడు. అయితే తన పట్టుదల కోల్పోడు.

ఒక షాపులో అద్దాలు తుడిచే కుర్రవాడిగా చేరి కొన్ని సంవత్సరాల్లో తన తెలివితేటలతో తిరిగి డబ్బు సంపాదించి, తన ప్రయాణం కొనసాగిస్తాడు. ఎడారుల్లో మళ్ళీ సర్వస్వం కోల్పోతాడు.

అక్కడ అతడికి ఆల్కెమిస్ట్ కలుస్తాడు. ఇద్దర్నీ ఎడారి దొంగలు బంధిస్తారు. వారిని చంపబోతూ వుండగా ఆల్కెమిస్ట్, 'తనపక్కనున్న సాంటియాగో అన్న బాలుడు ఎడారుల్లో ఇసుకతుఫానులు సృష్టించగలిగేటంత సమర్థవంతుడని' వెల్లడిస్తాడు.

తనకే తెలియని ఈ విషయానికి ఆ కుర్రవాడు ఆశ్చర్యపోతాడు. ఆల్కెమిస్ట్ ఆ బాలుడిని ప్రోత్సాహిస్తూ "ఈ అపాయం నుంచి బయట పడటం కోసం నీలోని శక్తి నువ్వు గ్రహించు" అంటాడు. కుర్రవాడు ఇసుకని తుఫానుగా మారమని మనోశక్తితో ప్రార్థిస్తాడు. ఇసుక, తనకి గాలి సాయం కావాలంటుంది. గాలి, సూర్యుడిని ప్రార్థించమంటుంది. ఆ విధంగా భగీరథ ప్రయత్నం చేసి, అతడు ఇసుక తుఫానుని సృష్టిస్తాడు. ఈ అద్భుతానికి అందరూ ఆశ్చర్యపోతారు. మొత్తానికి సాంటియాగో అపాయంనుంచి బయటపడతాడు. ఈజిప్టు చేరుకుని నిధికోసం తవ్వుతాడు. అక్కడ నిధి వుండదు.

328 — యండమూరి వీరేంద్రనాథ్

ఈలోపులో మరోగుంపు దొంగలు అతడిని చుట్టుముట్టి దాదాపు చంపేస్తారు. నిధి వెతుక్కుంటూ ఆ కుర్రవాడు వందల మైళ్ళ ప్రయాణం చేసి వచ్చాడని తెలుసుకున్న దొంగల నాయకుడు కొస ప్రాణంతో వున్న సాంటియాగోని చూస్తూ బిగ్గరగా నవ్వి, '**పిచ్చివాడా. ప్రతిరాత్రీ నాకు ఒక కలవస్తూ ఉంటుంది. వందలమైళ్ళ దూరంలో ఎవడో గొర్రెలు కాసుకునేవాడి పెరట్లో నిధి వుందని! నేను వెళ్ళానా?**" అని అపహాస్యం చేస్తాడు. సాంటియాగో తన గ్రామం వెళ్ళి నిధి తవ్వుకుంటాడు. అదీ కథ. సాంటియాగోకి ఆల్కెమిస్ట్ చెప్పిన మాటలు గుర్తొస్తాయి.

"ప్రకృతి ప్రతిలోహానికి కొన్ని సహజగుణాలు ఇచ్చింది. వాటిని మార్చనవసరం లేదు, గుర్తిస్తే చాలు".

చివరిగా చిన్న నీతి :

"నిధి అంటే బయటి బంగారం కాదు. అది నీలో ఉన్నదే... లోహాన్ని బంగారంగా మార్చు కోవటం నీ చేతిలోనే ఉంది"

* * *

స్వార్థం, కోరిక, మంచితనం, దుర్మార్గం గురించీ, మనలోని శక్తి గురించీ భగవద్గీతలో లాగే ఈ పుస్తకంలో వివరణ కూడా కాస్త క్లిష్టంగా ఉంటుంది. అర్థం చేసుకుంటే మాత్రం అమోఘంగా ఉంటుంది. అందుకే 'గీత' లాగే ఈ పుస్తకం కూడా కొన్ని కోట్ల కాపీలు అమ్ముడుపోయింది. మరెన్నో భాషల్లోకి అనువదింపబడుతోంది.

* * *

మనిషి యొక్క 'శాంతి' అంతా అతడి మనసులోనే వుంటుంది. బయటి వస్తువులమీద కాదు. ఒక కుర్రవాడికి చాక్‌లెట్ ఇస్తే ఆనందంగా

"నీకు కాదు నాయనా. నీ సమాధానాలు వింటే నాకు పిచ్చెక్కు తోంది. ఏడవకపోతే జనం ఏదో అనుకుంటారంటావు. గుండెలు బాదుకుంటే జనం నవ్వుతారంటావు. స్మిత నాట్యం చూస్తే జనం పిచ్చెక్కిందంటారంటావు. ఇంతకీ నువ్వు ఏడ్చేది నీ కోసమా? జనం కోసమా? పోనీ ఇది చెప్పు.... నువ్వు ఎంతసేపు ఏడిస్తే జనం నిన్ను గొప్పవాడిగా గుర్తిస్తారు?"

"నన్ను మాటల్తో బోల్తా కొట్టించారుగానీ, ఇప్పుడు సరీగ్గా చెప్తాను వినండి. మనసు బావో లేనప్పుడు, బాధ కలుగుతుంది. అది కంటి వెంట నీటి రూపంలో బయటకి వస్తుంది. కొంచెం సేపటికి బాధ తగ్గుతుంది. ఏడుపు ఆగిపోతుంది. ఓదార్చే వారుంటే దుఃఖం తొందరగా తగ్గి మరింత ప్రశాంతంగా వుంటుంది. మీకు అర్థమైందనుకుంటాను. ఇప్పుడు వాదించండి ఏం వాదిస్తారో..."

యోగి నవ్వేడు. "....ఇక వాదించటానికి ఏమి లేదు నాయనా. నేను చెప్పదల్చుకున్నదే నువ్వూ చెప్పావు. బాధ తగ్గించుకోవటం కోసం సిల్క్‌స్మిత నాట్యం చూడటం ఎంత నిరర్థకమో, ఏడవటం కూడా అంతే నిరర్థకం అని చెపుతున్నాను".

"ఓహో! మీరు భగవద్గీత గురించి చెప్తున్నారు? అదీ నేను చాలాసార్లు చదివాన్లెండి...."

"కేవలం చదివి వుంటావు. ఆకళింపు చేసుకొని వుండవు. చదవటం వేరు. అర్థం చేసుకుని ఆచరించటం వేరు. ఆచరించని పక్షంలో ఎన్ని భగవద్గీతలు చదివినా, వ్యక్తిత్వ వికాస

కోర్సులకి హాజరయినా ఏం లాభం? నీ స్నేహితుడు మరణించిన ఈ సమయం లో భగవద్గీత చదివి వుంటే నీకు నిజమైన ఉపశమనం లభించి వుం డేది. అలా చదివితే జనం కూడా నవ్వు తారని నేను అనుకోను. మరణించిన నీ స్నేహితుడి కుటుంబంపట్ల జాలి, అతడితోపాటు నువ్వు గడిపిన మధుర క్షణాలు, కొంతకాలానికి నువ్వు అక్కడికే వెళ్ళిపోతావన్న నిజం- నిన్ను నిజమైన స్నేహితుడుగా ఓదార్చేవి. అదే భగవద్గీత చెప్పేది. ATTACHMENT WITH DETACHMENT. రెండ్రోజులు ఏడ్చి మర్చి పోతే అది బాధ ఎలా అవుతుంది? అత డు లేకపోవటం నీకు లోటు. అందుకు బాధపడుతున్నావంటే, నీ స్వార్థం కోసం దుఃఖిస్తున్నావు. పోయిన వాడికి ఏ కష్టమూ లేదు. అవునా. వాడుపోవటం వలన ఎవరికయినా నష్టం కలిగితే అతడి కుటుంబానికి. అవసరమైతే, నీ కర్తవ్యంగా భావించి వారి కుటుంబా నికి సాయం చెయ్యి. ఒంటరిగా వున్నప్ప డల్లా జీవితాంతం వాడిని తల్చుకో... అది నిజమైన ప్రేమ....! ప్రేమించు. దుఃఖించకు. అన్నిటికన్నా ముఖ్యంగా, అన్ని పనులూ మానేసి దుఃఖించకు. జనంకోసం 'ఎలా దుఃఖించాలా, ఎంత సేపు దుఃఖించాలా' అని ఆలోచించకు. 'ఓదార్పు లేదే! ఎంతసేపు ఇలా దుఃఖిం చను?' అన్న బాధతో మళ్ళీ దుఃఖించకు. దుఃఖం కర్తవ్యానికి ప్రథమ శత్రువు! నువ్వు దుఃఖించకపోతే నీ దుఃఖానికి కారణం దొరికి వుండేది!! నీ కర్తవ్యం బోధపడి వుండేది!! ఉదాహరణకి, ఇన్నే ళ్ళు కాపురం చేసేక నీ భార్య నిన్ను వీడి తింటాడు. వరుసగా పది తినమంటే వద్దంటాడు. అదే చాక్‌లెట్. అదే రుచి. మరి పదవది ఎందుకు వద్దన్నాడు? అతడి మనసు మొదటి దాన్ని స్వీకరించినట్టుగా పదోదాన్ని స్వీకరించలేకపోతోంది. Law of Diminishing Marginal Utility Theory. **తృప్తి మనసుకి సంబంధించినది. వస్తువుకి సంబంధించినది కాదు.**

ఇదే థియరీ నిజ జీవితానికి కూడా ఉపయోగపడుతుంది. ఒకామె పక్క ఫ్లాట్ ఆమెతో రోజూ ఒక అరగంట మాట్లాడుతోంది అనుకుందాం. చూసేవారికి ఏమీ విచిత్రం అనిపించదు. రోజూ ఆరుగంటలపాటు మాట్లాడినదనుకుందాం. లేదా ఆ ఫ్లాట్స్‌లో వున్న ప్రతి ఇంటికీ వెళ్ళి అరగంట మాట్లాడినదనుకుందాం. ఎలా వుంటుంది?

ఆరుగురు యువకులు ఒకరి చొక్కా వెనుక మరొకరు పట్టుకుని 'కూ...చుక్....చుక్" అని ఆడుకుంటున్నారనుకోండి. ఏమనుకుంటాం? అదే విధంగా ఒక పాతికేళ్ళ స్త్రీ బేబీడాల్‌కి స్నానం చేయించి పక్కలో పడుకోబెట్టుకుని జోకొట్టి నిద్రపుచ్చినదనుకోండి. ఏమని భావిస్తాం?

పై మూడు ఉదాహరణల్లో వ్యక్తులకి మెంటల్ మెచ్యూరిటీ లేదనుకుంటాం. వయసుకి తగినట్టుగా వారు హుందాగా ప్రవర్తించలేదనుకుంటాం. మరి ఈ 'మెంటల్ మెచ్యూరిటీ' అంటే అర్థం ఏమిటి? ఏ వయసులో కుర్రవాడు 'కూ...చుక్...చుక్' అనటం మానెయ్యాలి? ఏ వయసులో ఒకపాప బేబీడాల్‌తో ఆడుకోవటం మానెయ్యాలి?

ఒక కుర్రవాడు చాక్‌లెట్ అడిగాడు. అమ్మ ఇవ్వలేదు. ఏడుపు ప్రారంభించాడు. అమ్మ ఎందు కు ఇవ్వలేదు? దీనికి రెండు కారణాలు వుండొచ్చు. ఒకటి : చాక్‌లెట్ తింటే ఆరోగ్యం పాడవుతుంది. రెండు : చాక్‌లెట్ కొనటానికి డబ్బుల్లేవు. రెండూ సహేతుకమైన కారణాలే. మరి కుర్రవాడు ఎందుకు

ఏడుస్తున్నాడు? కోరికని అమ్మ దృక్పథం (Point of view)లో చూడలేక! ఈ తర్కాన్ని ప్రజలకి చెప్తే "అంత మెంటల్ మెచ్యూరిటీ ఆ వయసులో కుర్రోడికి ఎలా వస్తుందండీ" అంటారు. మరి పెద్ద వాళ్ళకి వస్తుందా? వస్తే ఈ కోపమూ, దుఃఖమూ ఎందుకుంటాయి?

ఒక భార్యకి తన భర్త తనలాగే సాయంత్రం స్నానంచేసి పక్కమీదకు చేరాలని కోరిక. భర్తకు సాయంత్రం స్నానంచేయటం ఇష్టం వుండదు. ఆకారణంగా ఇద్దరూ శారీరకంగా, మానసికంగా విడిపోయారు. ఒకే ఇంట్లో వుంటారుగానీ 'దగ్గిరతనం' లేదు. ఇద్దరిలో ఎవరికి మెంటల్ మెచ్యూరిటీ లేదు?

మెంటల్ మెచ్యూరిటీ అంటే ఒక పని చేయటం వలన (లేదా చేయకపోవటం వలన) తనకి వచ్చే 1. లాభం ఏమిటి 2. నష్టం ఏమిటి 3. ఇతరులకి వచ్చే లాభం ఏమిటి 4. నష్టం ఏమిటి? అని కరెక్టుగా తెలుసుకోగలగటం. దాని కోసం ఎంతసేపు బాధపడాలో నిర్ణయించుకోవటం. ఫైనల్‌గా, బాధపడటం వలన లాభం లేదని తెలుసుకోవటం! ఇది ఎలా వస్తుంది? మనిషి ఆలోచనా విధానంపై ఇది ఆధారపడి వుంటుంది. ఈ ఆలోచనా విధానం పది అంశాల పైన ఆధారపడి వుంటుంది.

1. అతడు పెరిగిన వాతావరణం
2. అతడు ప్రస్తుతం వున్న వాతావరణం
3. అతడి తర్కం (లాజిక్)
4. ఇతరుల గురించి అతడి ఆలోచన
5. అతడి జ్ఞానం
6. అతడి ఆత్మవిమర్శ
7. అతడు గతంలో దెబ్బతిన్న అనుభవాలు
8. అతడి మొహమాటం

వెళ్ళిపోయిందంటే, ఆమెని ఎంత హింస పెట్టి వుంటావో కదా!"

"మీ మీదొట్టు. నేను అటువంటి వాడిని కాను. నాఆస్తి పోయిందని ఆవిడ నా స్నేహితుడితో లేచిపోయింది".

"మరి అలాంటి స్త్రీ నీ నుంచి వెళ్ళిపోయినందుకు నలుగుర్నీ పిల్చి పార్టీ ఇవ్వాలి గానీ ఏడుస్తారా ఎక్కడయినా".

"ఇంకా నయం. దండోరా వెయ్యమన్నారు కాదు. ఇప్పటికే నవ్వుల పాలయ్యాను".

"ఓహో! నువ్వు ఏడుస్తోంది భార్య లేచిపోయినందుకు కాదు. నలుగురూ నవ్వుపోతారని అన్నమాట. అవునా. సర్లే. నీకొడుకు సంగతేమిటి? అతడు అమెరికాలో ఎవర్నో పెళ్ళి చేసుకుంటే నీకెందుకు దుఃఖం? నీకా విషయం ముందు చెప్పలేదంటే - అంతటి బాంధవ్యమూ, నమ్మకమూ అతడు నీమీద కలిగించుకోలేదన్న మాట. అతడు నీ చేతుల్లోంచి జారిపోతున్నాడనేది నీ బాధ! అవునా".

"ఏం జరిగినా మనకి పట్టనట్టు మెటీరియలిస్టిక్‌గా వుండటం నాకు చేతకాదు".

"నిజానికి నువ్వే పెద్ద మెటీరియలిస్టువి. జనం ఏమనుకుంటారు అన్న కాంక్ష మెటీరియలిజం. కొడుకు చేజారిపోయాడన్న బాధ మెటీరియలిజం".

"మరి ఇప్పుడు నన్నేంచెయ్యమంటారు?"

"ఏడవటం మానేసి ఆస్తి తిరిగి సంపాదించు. అది అసలైన ఆర్థిక రియలిజం. కొడుకుతో మంచి సంబంధం పెట్టుకో. అది మానవ సంబంధాల పట్ల వుండవలసిన రియలిజం". ❁

క్యారెట్ బిఫోర్ ది కార్ట్

'ఒకగాడిదముక్కు ముందు క్యారెట్ దుంపకట్టి, ఆ గాడిదని ఒక బండికి కడితే, ఆ దుంపని అందుకోవటం కోసం గాడిద ముందుకు వెళ్తూనే వుంటుంది'- అన్న పేరడీ ఆధారంగా వచ్చిన సామెతే 'క్యారెట్ బిఫోర్ ది కార్ట్'.

మనిషి తాత్కాలికమయిన ఆనందంలోపడి శాశ్వతమయిన ఆనందాన్ని ఒక్కోసారి దూరం చేసుకుంటాడు. 'నాకు భవిష్యత్తు ఆనందం గురించి చింతలేదు ఇప్పుడు బాగానే వున్నాను' అను కుంటే పర్వాలేదు గానీ, భవిష్య త్తులో 'అయ్యో, ఆరోజు తప్పు చేసా మే' అనుకుంటేనే కష్టం.

ఈమార్పు వర్ధమాన దేశాల్లో, ముఖ్యంగా భారతదేశంలో, అందు లోనూ ఆంధ్రప్రదేశ్ యువతీ యువ కుల్లో అక్కడక్కడా కనపడు తుంది.

ఒకప్పుడు యువతీ యువ కులు ఉద్యోగం రాగానే వివాహం కోసం ఎదురు చూసేవాళ్ళు. పాతికేళ్ళ వయసులో వివాహం చేసుకుని, యాభై ఏళ్ళకి పిల్లల్ని సెటిల్ చేసేవారు.

కానీ క్రమక్రమంగా యువతీ యువకులకు రాబడి కొన్ని రంగాల్లో విపరీతంగా పెరిగిపోయింది. కలలో కూడా వూహించనంత జీతం లభిస్తోంది. సమాజంలో

9. అతడి ఆవేశం
10. అతడి కోరిక తాలూకు సాంద్రత (Concentration)

కోరిక యొక్క సాంద్రత ఎక్కువయ్యే వ్యక్తుల్ని చూడండి. తన ప్రేమ వప్పుకోలేదని ఆసిడ్ పోసే వారిని చూడండి. భార్యని కొట్టే మూర్ఖుల్ని చూడండి. పైన చెప్పినదంతా సులభంగా అర్థమవుతుంది. ఇదంతా మెచ్యూరిటీ లేకపోవటమే కదా! **తనకున్న ఫ్రస్ట్రేషన్స్ (తీరని కోరికలవచ్చే అసహనం) ని, తన మనసుమీద గానీ (బాధ పడటం, దుఃఖించటం, దిగులు చెందటం) ఇతరుల మీద గానీ (కొట్టటం, తిట్టటం, అసూయ పడటం) చూపించకపోవటమే మెచ్యూరిటి.**

తల్లి వద్దనగానే పిల్లవాడు చాక్లెట్ మానేసాడనుకోండి. మంచివాడు అంటాం. మరెందుకు పెద్దలు అంతకన్నా భయంకరమైన, అనారోగ్యకరమైన చాక్‌లెట్‌ల కోసం పరుగుతీస్తున్నారు? అవి అందక దుఃఖిస్తున్నారు? చెప్పే తల్లులు లేక. మరి ఆ తల్లి ఎక్కడుంది? మనిషిలోనే వుంది. అదే "బుద్ధి". అది చెప్పే మాట వినకుండా మనసు చెప్పేమాట వింటే కోరికలు గుర్రాలవుతాయి.

సామాన్యుడు తన బుద్ధి చెప్పినట్టు వింటాడు. గొప్పవాడు తనబుద్ధిని తన కంట్రోలులో వుంచుకుంటాడు. అలా కంట్రోలులో వుండటానికి మొదట్లో అది వప్పుకోదు. చిన్నప్పటినుంచీ కోతివేషాలు వేసినది ఇప్పుడెందుకు అంత తొందరగా వింటుంది? దీనికి ఒక మార్గంవుంది. Watch Your Breath. శ్వాసమీద ధ్యాస. ఖాళీ దొరికినప్పుడల్లా శ్వాసని గమనిస్తూ వుండండి. భోజనం చేస్తున్నప్పుడు, పుస్తకం చదువుతున్నప్పుడు, నిద్రకు ఉపక్రమించేముందు, ఎప్పుడు జ్ఞాపకం వస్తే అప్పుడు శ్వాసని గుర్తించండి. **లోపలికి పీలుస్తే**

న్నప్పుడు సుఖసంతోషాలని తీసుకుంటున్నట్టు, బయటకి వదుల్తున్నప్పుడు దుఃఖాన్ని, దిగులునీ బయటకి వదిలేస్తున్నట్టు భావించుకోండి. దీని కోసం టైమ్ పెట్టుకోనవసరంలేదు. కళ్ళు మూసుకుని ఒకచోట కూర్చోనవసరం లేదు. మెదడులో వున్న న్యూరోట్రాన్స్‌మిటర్లు మనిషి యొక్క వివిధ రసానుభూతులకీ, 'డోపమైన్' అన్నది సంచలనానికీ ఉపయోగపడతాయి. నా ట్రయినింగ్ కోర్సులో విద్యార్థులతో ఈ ఎక్సర్‌సైజ్ చేయించి, సత్ఫలితాలు సంపాదించటం జరుగుతోంది. విద్యార్థుల్లో చదువువల్ల వచ్చే స్ట్రెస్‌ని తగ్గించే ఈ వ్యాయయం, పెద్దల్లో మరోరకంగా ఉపయోగ పడుతుంది. శరీరం పట్ల వ్యామోహం తగ్గి, మానసిక ఆనందం లభిస్తుంది.

ఇలా చేస్తున్న కొద్దీ ఈ శరీరం మీదికాదన్న భావం కలుగుతుంది. కేవలం అది సజీవంగా వుండటం కోసం మీరు దానికి అవసరమైనవి సమకూరుస్తున్నారంతే. క్రమక్రమంగా మీకు 'అనవసరమైన' భవబంధాలు తగ్గిపోతాయి. ఒక పక్షి ఆకాశంనుంచి క్రింద భూమిని చూసినట్టు మిమ్మల్ని మీరు గమనించగలుగుతారు. ఏది కావాలో ఏది వదలాలో ఖచ్చితంగా తెలుస్తూ వుంటుంది. ఈ పద్ధతి పతంజలి 'క్రియాయోగ' కి దగ్గిరగా వుంటుంది. మీకు కోపమొచ్చినప్పుడు గానీ, దుఃఖం కలిగినప్పుడుగానీ చప్పున ఈ శ్వాసమీద ధ్యాస నిలపండి. మీలో వచ్చిన అద్భుతమయిన మార్పు మీకే తెలుస్తుంది.

మొదట్లో ఇది అంతసులభంగా తోచదు. 'ఆc. ఏ వుందిలే' అనిపిస్తుంది. ఆలోచన్లు ఎటెటో వెళ్ళిపోతాయి. ఒక కోతిని బంధించి బోనువైపు తీసుకువెళ్తున్నారనుకోండి. అది ఇటూ అటూ గింజుకుంటుంది. ఏ సందో దొరికితే పారిపోదాము

చాలా మందికి లభించని అదృష్టం వీరికి దొరుకుతోంది. కాస్త బాగా పనిచేస్తే ఇంక్రిమెంట్, గడువు లోపల ప్రాజెక్ట్ పూర్తిచేస్తే బోనస్ - ఈవిధంగా ధనం ప్రవహిస్తోంది. ఇంత వరకూ పర్వాలేదు.

దీనివల్ల వస్తూన్న నష్టం ఏమిటంటే, కొందరు యువతీ యువకులు, తమ జీవితపు గెలుపునీ, అర్థాన్నీ కేవలం ప్రాజె క్టులు పూర్తి చేయటానికే అన్నట్టుగా భావిస్తున్నారు.

పూర్వకాలం పిరమిడ్ల కట్టటానికీ, పడవలు నడపటానికీ బానిసల్ని వినియోగించే వారు. అయితే, వారితో పని చేయించ టానికి 'కొరడా' ఉపయోగించేవారు. ప్రస్తుత 'డబ్బు' ఉపయోగిస్తున్నారు.

తమ ఆరోగ్యాన్నీ, శరీరాన్నీ, కాలాన్నీ, కలల్నీ తమ (విదేశీ) యజమాని కోసం రాత్రింబవళ్ళు గడిపేలా చేస్తున్నారు. శని ఆది వారాల్లో హోటల్సూ, పబ్‌లూ, డిస్కోల్లో గడపటంకోసం అయిదు రోజులు కష్టపడి పనిచేసేలా చేస్తున్నారు. ఇందులో తప్పేమీ లేదు కూడా.

ఇదంతా పైకి బాగానే వున్న ట్టుప్రస్తుతానికి కనపడుతోంది. కానీ ఈ పరిణామక్రమంలో యువతీ యువకులకి వివాహం పట్ల ఆసక్తి తగ్గిపోతోంది. వివాహం వలన దొరికేదేదో, అది లేకుండానే దొరుకుతున్నప్పడు, ఇక ఇప్పడే ఆ

బాదరబందీ ఎందుకన్న ఫీలింగ్ ఎక్కువ అవుతోంది. పాతికేళ్ళకే లభించే కారు, పక్క వాడికి సంసారంలో లభించే ఆనందం కన్నా ఎక్కువలాగ అనిపిస్తోంది. వయసు బాగా పెరిగాక వివాహం చేసుకోవటంలో వచ్చే నష్టాన్ని పురుషులూ, ముప్ఫై దాటాక మాతృత్వం పొందటంలో వచ్చే కష్టాన్ని స్త్రీలూ గుర్తించినట్టు కనపడటం లేదు.

ఈ పుస్తకంలో చాలా చోట్ల, యవ్వనంలోనే బాగా డబ్బు సంపాదించాలనీ, కీర్తి పొందాలనీ ప్రస్తావించటం జరిగింది. కానీ దానికి మూల్యం అవివాహితులుగా వుండిపోయి,'వర్క్ హాలిక్'లుగా మారమని చెప్పటం కాదు. "ఏ వయసులో ముచ్చట..." అని పెద్దలు అన్నది అందుకే. దేనికోసం ఏది వదులుకోకూడదో ప్రతివారూ తెలుసుకోవాలి. అయినా పర్వాలేదనుకుంటే అది వేరే సంగతి.

*　　*　　*

"ఈ రోజు నుంచీ ఇరవై సంవత్సరాల తరువాత చూసుకుంటే నువ్వు చేసిన పనుల కంటే, చెయ్యని పనులకే ఎక్కువ చింతిస్తావు."

- మార్క్‌ట్వేన్

❀

అని చూస్తుంది. కొంతకాలానికి తన యజమాని చెప్పినట్టు వింటుంది. పొమ్మన్నా పోదు. పైగా చెప్పినట్టు చేస్తుంది. బుద్ధికూడా అంతే. మొదట్లో తన యజమాని తనను కంట్రోలులో పెట్టటానికి ప్రయత్నిస్తున్నాడని తెలియగానే చాలా కోతివేషాలు వేస్తుంది. తరువాత నెమ్మదిగా దానికి యజమాని గొప్పతనం, సిన్సియారిటీ అర్థం అవుతాయి. చెప్పినట్టు వింటుంది. అలాటి స్థితిలో వున్నవాడిని స్థితప్రజ్ఞుడు అంటాం. అతడి హృదయంలో ఎల్లప్పటికీ శాంతి గూడుకట్టుకుని వుంటుంది. ఆ స్థితికి చేరాలంటే ఏం చెయ్యాలో ఆరుమెట్లలో చెప్పి, ఈ విజయానికి ఆరోమెట్టు పుస్తకాన్ని ముగిస్తాను.

1. వాస్తవాన్ని గ్రహించు : శాంతి కావాలనుకునే వారు ముందు దీన్ని గ్రహించాలి. నువ్వు చేస్తున్న పనికీ – చేయగలిగిన (లేదా – చేయలేని) పనికీ మధ్య నున్న తేడా గమనించు. చేయలేని పని గురించి కలలు కనకు. చేయగలిగిన పని కూడా ఇంకా ఎందుకు ప్రారంభించలేదో నీకు నీవే విశ్లేషించుకో. పరీక్షకు నిలబడలేని ఆలోచన్లు మనసుగదిలో సాలెగూడుల్లాటివి. వాటిని ఛేదించు.

2. మూఢనమ్మకాల్ని వదిలిపెట్టు : నీ వాదనకి నిలబడని విషయాలనీ, నీ తర్కానికి అందని విషయాలనీ పట్టుకొని వ్రేలాడటం మాను. చిన్నతనం నుంచీ నమ్మిందీ, పెద్దలు నూరి పోసిందీ, సమాజం చెప్పిందీ – నీ హేతువుకి అందకపోతే, దాన్ని ప్రశ్నించటానికి వెనుదీయకు. అభివృద్ధి ఎప్పుడూ ప్రశ్నల వల్లనే వస్తుంది. నువ్వు సంతృప్తి చెందకుండా ఏ నమ్మకాన్ని సొంతం చేసుకోకు.

3. కుతూహలంగా వుండు : ప్రొద్దున్నే కుతూహలంతో నిద్రలే. మరుసటి రోజు ఏతూ

హలంతో నిద్రలేవటం కోసం రాత్రి ప్రశాంతంగా నిద్రపో. రాత్రంతా నిద్రలేకుండా ఆలోచించి ఏదైనా ఒక సమస్యకి పరిష్కారం కనుక్కున్న దాఖలా నీ జీవితంలో ఒక్కటయినా వున్నదా? లేదు కదా. సమస్య ఎదగటానికి ఉపయోగంలేని ఆలోచన ఎరువు లాంటిది. పరిష్కారం మందు లాంటిది. ఏది మంచిదో నిర్ణయం నీదే.

4. నీ భావోద్వేగాలని అర్థం చేసుకో : కోపము, దుఃఖము, భయము మొదలైన భావోద్వేగాలు మనిషికి చాలా అవసరం. వరదల వల్ల నష్టం వస్తోందని నదులను కప్పెట్టలేముకదా. అదే విధంగా భావోద్వేగాల్ని సంపూర్ణంగా అణగదొక్కరాదు. అవి జూలో జంతువుల్లాటివి. అవి అప్పుడప్పుడు ఏమీ తోచకపోతేనో, అకస్మాత్తుగా నిద్రలేచో, వాటికి ఏదైనా డిస్టర్బెన్సు కలిగినప్పుడో చటుక్కున అరుస్తూ వుంటాయి. వాటిని హింసించకు. లాలించకు. రెండూ ప్రమాదమే. కారణం కనుక్కుని అదుపులో పెట్టుకో.

5. సరిఅయిన నిర్ణయం తీసుకో : సగం సమస్యలు సరిఅయిన నిర్ణయం తీసుకోకపోవటం వల్ల వస్తాయి. మిగతా సగం సమస్యలు ఏ నిర్ణయమూ తీసుకోలేకపోవటం వలన వస్తాయి. మొన్నటి సమస్య నిన్నటికి అనుభవంగా మారినట్టే, ఈరోజు దిగులు రేపటికి అనుభవంగా మారు తుంది. 'నిన్నటి ట్రాజెడీ, నేటి కామెడీ' అన్నాడొక రచయిత. కోరిక చెప్పినట్టుకాక, 'బుద్ధి' చెప్పినట్టు నడుచుకో. దూరంగా వున్న దీపాన్ని చూస్తూ కూర్చోక, దీపంవైపు ప్రయాణం చెయ్యి.

6. కోరికల్ని గమ్యాలుగా మార్చుకో : కారు కావాలన్నది కోరిక. కారు కొనాలంటే ఏం చెయ్యాలన్నది గమ్యం. డాక్టర్ అవ్వాలన్నది కోరిక. దానికోసం ఏం చెయ్యాలన్నది గమ్యం. కోరికలకి

మనలోనే బంగారం

సాధారణంగా మనకి ఏ తలనొప్పో, కడుపునొప్పో వచ్చినప్పుడు తెలిసిన మాత్ర వాడతాం. ఏ మాత్ర వాడాలో తెలియకపోతే డాక్టర్ని అడుగుతాం. మీకు నడుమునొప్పి కావాలా? మేము (మా ఆయింట్ మెంట్) కావాలా అనే టి.వి. ప్రకటనలు ఎలాగూ వున్నాయి. ఈ మందుల ఉపయోగం ఎంత వరకూ ఒక తప్పనిసరి దినచర్య అయిందంటే, చాలా మంది చివరి కి నిద్రపట్టక పోతే కూడా మాత్రల డోసు పెంచ వలసిన స్థితికి చేరు కున్నారు. వీరిని అడిగితే "మాకు న్నన్ని సమస్యలు మీకుంటే మీరీ ప్రశ్న అడగరు" అంటారు. ఇటు వంటి వారు చదవవలసిన పుస్త కం ANATOMY OF AN ILLNESS.

*   *   *

"ఒక వ్యక్తి శరీరమే బంగా రం. అది కాస్త నల్లబడుతూ వున్న దేమో అని అనుమానం రాగానే కంగారుపడి చింతపండు వేసి రుద్దుతాడు. చింతపండువల్ల బంగారానికి మెరుపురాదని కొంద రు డాక్టర్లకి కూడా తెలీదు. స్వభావ సిద్ధంగా తగ్గిపోయే కొన్ని వ్యాధులకి కూడా బయట మందుల రక్షణ తీసుకోవటం వలన, శరీరంలో వుండే సహజ శక్తుల్ని మనిషి చంపేసుకుంటు న్నాడు" అంటాడు ఈ పుస్తకం రచయిత నార్మన్ కజిన్స్.

1964లో ఈ రచయితకి వెన్నెముకకి సంబంధించిన 'అంకి

లోజింగ్ స్పాండిలైటిస్' అన్న వ్యాధి వచ్చింది. వెయ్యిమందిలో ఒకరు మాత్రమే (అదికూడా జీవితాంతం విపరీతమైన బాధతో) బ్రతికే ఛాన్స్ వున్న రోగం అది.

అక్కడి ఆస్పత్రి వాతావరణం, డాక్టర్లు, నర్సులు, ఇంజెక్షన్లు, వెన్నులో ఎంతకీ తగ్గని బాధ. వీటన్నిటితో విసుగు చెందిన కజిన్స్, తన వ్యాధికి సరైన మందు ఏమిటో తెలుసుకోవాలనుకున్నాడు.

అతడి స్నేహితుడు, అతడిని ట్రీట్ చేస్తున్న డాక్టరు అయిన డా. హిట్జింగ్, పేషెంట్ యొక్క ఈ ప్రయోగానికి వప్పుకున్నాడు. ఒక రోగి, తన శరీరంపై తానే మరింత శ్రద్ధ తీసుకుంటానంటే ఎవరు కాదంటారు?

ఆవిధంగా "ఫెయిత్ హీలింగ్" కి బలమైన అంకురార్పణ జరిగింది.

తన బాధలన్నిటికీ తనలోని (ప్రాణాంతకమైన ఈ వ్యాధివలన వచ్చిన) నిస్పృహే కారణమనీ, అందువల్లే తనలో ఎక్కువగా అడ్రినలిన్ రిలీజ్ అవుతోందనీ అతడు గ్రహించి, తన వ్యాధికి మొదటి మందుగా, 'బాధపడటం' మానేసాడు. తరువాత తన వ్యాధికి సంబంధించిన ఎన్నో పుస్తకాలు చదివాడు. రోజూ తను వాడే 26 ఆస్ప్రిన్ టాబ్లెట్‌లు, 12 ఫెనిల్ బుటాజోన్ మాత్రలవల్ల రక్తంలో సి-విటమిన్ తగ్గిపోతున్నట్టుగా గ్రహించి, వాటిని వాడటం మానేసేడు. దానివలన భరించ లేనంత బాధ కలుగు తుందని హెచ్చరించినా వినలేదు. తన వ్యాధి తగ్గాలంటే సి-విటమిన్ అవసరాన్ని గ్రహిం

దూరంగా వుండు. గమ్యానికి దగ్గిరగా వుండు. దీన్నే ఇంగ్లీషులో Detached Wakefulness అంటారు.

పై ఆరు సూత్రాలు నువ్వు సరీగ్గా అమలు జరిపిన పక్షంలో అకస్మాత్తుగా ఈ రణగొణ ధ్వనులన్నీ దూరంగా వెళ్ళిపోయిన ఫీలింగ్ కలుగుతుంది. గాఢమైన, స్వచ్ఛమైన నిశ్శబ్దం చుట్టూ కమ్ముకుంటుంది. ఆ నిశ్శబ్దం లోంచి మనసు మాట్లాడటం మొదలుపెడుతుంది. నిశ్చలంగా కూర్చుని విను. **వ్యాపార జీవితానికీ, జీవితపు వ్యాపారానికీ తేడా తెలుస్తుంది.**

ప్రపంచం నిద్రలేవక ముందే మేలుకో.

నిర్మానుష్యమైన వీధుల గుండా ప్రయాణించి, ఆహ్వానిస్తున్న చెట్లమధ్యకి చేరుకో.

విసిగిపోయిన వారు, అలసిపోయినవారు సూర్యుని తొలికిరణం నుంచి ఉత్తేజాన్ని పొందలేరు. అందులోని శక్తి విలువ గ్రహించలేరు.

చెట్టునీ, పుట్టనీ ప్రేమించు. గాలినీ, వర్షాన్నీ ప్రేమించు. మట్టినీ, మంచినీ ప్రేమించు. మేఘ మొస్తూంటే సంతోషించు. పువ్వు పూస్తూంటే సంతసించు.

విశ్వాన్నీ, ప్రకృతినీ, సాటి మనిషినీ ప్రేమించే వాడి మొహంమీద చిరునవ్వుని బ్రహ్మ కూడా చెరపలేడు. నీ మనసు ఏం చెప్తుందో విను.

పక్షుల కిలకిలా రావాల మధ్య నిలచిన నిశ్శబ్దంలోంచి నీ స్వరం నీకు వినిపిస్తుంది. నీ జీవితం విలువ నీకు తెలుపుతుంది. నిన్ను నువ్వు ప్రేమించుకోవటం నేర్పుతుంది. 'అసలే పనితో ఛస్తూంటే, చెట్ల మధ్యకు పయనించాలా?' అని కొందరు ప్రశ్నిస్తారు.

336 యండమూరి వీరేంద్రనాథ్

తమకోసం కొద్ది కాలాన్ని కేటాయించుకోలేని వారు. తమ స్వరం వినటానికి తీరిక లేనివారు. అందుకే -

నువ్వు జీవితంలో అందరికన్నా అమితంగా
ఒకర్ని ప్రేమించు.

ఆ తొలిప్రేమ అనుభవంలో అవతలివ్యక్తి
లోటుపాట్లు మొదట్లో నీకు తెలియకపోవచ్చు.
ప్రేమిస్తూనే పరిశీలించు.

ఇబ్బంది కలిగించే అలవాట్లు తొలగించు.
ముందు ప్రేమగా చెప్పు. వాదించు.
వినకపోతే చీల్చిచెండాడు.

మళ్ళీ దగ్గిర కూర్చోబెట్టుకుని లాలించు.
గాలికి కదిలే గడ్డిపరకల కొసలు
ఒకదానికొకటి ఆప్యాయంగా స్పృశించినట్టు
ఆవ్యక్తికి స్పృహ వచ్చేలా ముద్దాడు.

ఆవ్యక్తిపై నీకు ప్రేమ ఎక్కువ అవ్వాలంటే
ఏం చెయ్యాలో చెప్పు. నచ్చని గుణాలు వివరించు.
నీక్కావల్సినట్టు మార్చుకో. తరువాత
నిండారా కౌగిలించుకుని నీలో ఐక్యం చేసుకో.
పరిపూర్ణమైన మనశ్శాంతికి ఇదే మార్గం.
ఇంతకీ ఎవరా వ్యక్తి ?

ఆ వ్యక్తివి నువ్వే.

శుభం భూయాత్.

చాడు. అది ఎక్కువ తీసుకోగానే ఫలితం కనిపించింది. డా. హిట్జిగ్ ఈ ప్రయోగాన్ని చూసి విస్మయం చెందాడు. రక్తాన్ని శుద్ధి చేసే లివర్ బాగా పని చెయ్యాలంటే ఈ విటమిన్ ఆవశ్యకత తప్పనిసరి ఆ డాక్టర్ కూడా గ్రహించాడు. అయితే బాధ విపరీతంగా పెరిగి పోయింది.

మాత్రలు మానటం వలన రాత్రిపూట కలిగే బాధని తట్టుకోవటానికి, నవ్వటం ఒక్కటే మందు అని తెలుసుకుని, కామెడీ సీరియల్స్, సినిమాలూ రెండు గంటల పాటు చూసి 'హాయిగా' నవ్వగలిగితే, మూడు గంటల పాటు బాధలేకుండా నిద్రపోవచ్చు నని కనుక్కున్నాడు. ఆస్పత్రి అధికారులకి తన వలన చెడ్డపేరు రాకుండా వుండటం కోసం అక్కడ ఖాళీ చేసి, హోటల్‌లో రూమ్ తీసుకుని, జీవితాన్ని ఆనందించటం ప్రారంభించాడు.

ఎప్పటికప్పుడు తన శరీరం "చెప్పే" విషయాల్ని జాగ్రత్తగా వింటూ, డాక్టర్ హిట్జిగ్ సలహాలతో "పాజిటివ్" మెడిసిన్స్‌ని వాడటం ప్రారంభించాడు.

చాలా ఆశ్చర్యకరంగా, తన వ్యాధి నుంచి కజిన్స్ బయటపడ్డాడు. భగవద్గీతలో చెప్పినట్టుగా, బాధల్ని మర్చిపోయి కేవలం నవ్వుతూ, సంతోషంగా వుండటం ద్వారా (భయంకరమైన) రోగాల నుంచి కూడా బయటపడవచ్చని తన అనుభవాల ఆధారంగా అతడు వ్రాసిన పుస్తకమే ANATOMY OF AN ILLNESS".

ఉపసంహారం

నా ప్రియమైన నీకు,

నీకు ఇలాంటి ఉత్తరం వ్రాయాల్సి వస్తుందని అనుకోలేదు. మనిద్దరం క్రమక్రమంగా కాస్తకాస్త దూరం అవుతున్నామేమో అని నాకు ఈమధ్య బలంగా అనిపిస్తోంది. ఒకప్పుడు నీలో నాపట్ల ఎంత ప్రేమ. ఎంత ఆరాధన. ఎంతో ప్రేమగా వుండేవి నీకళ్ళు. లేతగా వుండేవి నీ మాటలు. ఆ అమాయకత్వం అంతా ఏమైందని నిన్ను అడగబోవటం లేదు. కాలంతోపాటు వయసు, వయసుతోపాటు నిర్లక్ష్యం వస్తుందని నాకు తెలుసు.

ప్రొద్దున్న లేచినప్పటినుంచీ సాయంత్రం పడుకునేవరకూ నన్నే తలుచుకుంటూ వుండమనీ, నా తలపుల్లోనే గడపమనీ నేను నిన్ను ఎప్పుడూ అడగలేదు. కనీసం ఆనందంగా వున్నప్పుడయినా నావైపు ఒకసారి చూడవచ్చుగా.

రాత్రి వెల్లకిలాపడుకుని గాఢంగా శ్వాసతీస్తూ నిద్రపోతావు. అప్పుడప్పుడు చిన్నపిల్లలా మూడంకెవేసి కూడా నిద్రపోతూ వుంటావనుకో. నీ పెదవులమీద కాస్త చిరునవ్వు కదుల్తుంది. నేను గుర్తొచ్చానేమో అనుకుంటాను. అప్పుడప్పుడు సన్నగా మూలుగుతావు. నేను కంగారుపడతాను. నీ నుదుటిమీద చెయ్యివేసి నీ బాధపోగొట్టాలన్న కోరిక బలంగా కలుగుతుంది. కానీ నాకూ అహం వుంటుందిగా. నానుంచి దూరమైపోతున్న నీకు ఎందుకు సేవ చెయ్యాలనిపిస్తుంది. మళ్ళీ అంతలోనే జాలేస్తుంది. ఎంత నువ్వు కాదనుకున్నా మన బంధం అలాటిది. ఇందులో నీ తప్పులేదనీ, పని వత్తిడివల్లనే నువ్వు ఇలా మారిపోయావనీ నాకు తెలుసు. అందుకే నిన్ను నిద్రలోనే నా కౌగిలిలోకి తీసుకుంటాను. క్షణాల్లో బాధ తగ్గిపోయినట్టు నిశ్చింతగా నువ్వు తీసే

విజయానికి ఆరోమెట్టు —— 339

శ్వాసబట్టి తెలుస్తుంది. అదిచాలు నాకు. చిన్నవృత్తం గీసుకుని నువ్వు నన్ను బయటకు తోసేసినా, నిన్ను నా కౌగిలిలోకి ఆహ్వానిస్తాను. నువ్వంటే అంతిష్టం నాకు. రాత్రంతా నేను నిన్ను చూస్తూనే వుంటాను. నీ ప్రతికదలికనీ ప్రేమిస్తూ వుంటాను.

ప్రొద్దున్నే నువ్వు లేస్తావు. దగ్గిరకొచ్చి ప్రేమగా రెండు మాటలు మాట్లాడతా వనుకుంటాను. కనీసం రెండు మాటలయినా సరే... నిన్నటి మంచి అనుభవం గురించో ... సంతోషం గురించో... కనీసం నీ మనసుకు కలిగిన ఏదైనా బాధ గురించో... ఉహూఁ... స్నానానికి హడావుడిగా వెళ్ళిపోతావు. అది ముగించి ఫ్రెష్‌గా వస్తావు. నావైపే నడుస్తూ వస్తావు. ఊపిరి బిగించి చూస్తాను. పొగ కౌగిలిలో అగరొత్తు పరిమళంలాంటి నీ ఒక చిన్న తాదాత్మ్యత కోసం! కానీ నీకవేమీ అవసరంలేదు. బ్రేక్‌ఫాస్ట్ టేబిల్ దగ్గిరకి వెళ్తావు. ఆ తరువాత ఏ డ్రస్ వేసుకోవాలా అని ఆలోచిస్తావు. అందులో పదోవంతయినా నా గురించి ఆలోచిస్తే ఎంత బావుండునని నీ పక్కనే నిలబడ్డ నేను అనుకుంటాను.

శలవురోజు వస్తుంది. చాలా ఖాళీగా కుర్చీలో కాళ్ళాడిస్తూ తీరిగ్గా కూర్చుంటావు. విశ్రాంతిగా వున్నావు కదా, నాతో మాట్లాడతావనుకుంటాను. కుర్చీలోంచి లేస్తావు. నావైపే వస్తావు. ఆగుతావనుకుంటాను. ఆగకుండా ఫోన్ దగ్గిర కెళ్తావు. పావుగంట ఫ్రెండ్‌తో మాట్లాడతావు. అందులో ఒక్క ముక్కయినా ఉపయోగం వున్నది ఏమైనా వుంటుందేమో అని చూస్తాను. ఊహూ! వుండదు. శలవు రోజుల్లో ఇదీ నీ వరస.

సాయంత్రం ఆఫీసునుంచి వచ్చి స్నానం చేసాక మళ్ళీనాతో కలిసి కొంచెం సేపు కూర్చుంటావనుకుంటాను. లేదు. టి.వి. చూస్తూనే గంట సేపు గడుపుతావు. లేదా నీ స్నేహితులు వస్తారు. వారితో కబుర్లు చెపుతావు. నెమ్మదిగా ఆవులింతలు మొదలవుతాయి. పగలంతా అలసిపోయావని తెలుసు. కనీసం రాత్రయినా నేను గుర్తొస్తానేమో అనుకుంటాను. ఒకసారి నావైపు కాస్త చూస్తే చాలు, దగ్గిరకి తీసుకుని నా ప్రేమని నీకు దుప్పటిగా కప్పి రాత్రంతా హాయిగా నిద్రపోయేలా చేద్దామనుకుంటాను. కానీ నీకు నాకన్నా నీ సమస్యల్తోనే గడపటం ఇష్టం. అందరికీ గుడ్‌నైట్ చెప్తావు. నాకు చెప్పవు. సమస్యల్ని కౌగిలించుకుని నిద్రపోతావు.

నీకు గుర్తుందా?

మనిద్దరికీ మొట్టమొదటిసారి పరిచయం అయిన రోజు! మీ అమ్మ నన్ను నీకు పరిచయం చేసింది. గుర్తుందా? నేను నీవైపు నవ్వుతూ చూసాను. నువ్వు కన్నార్పకుండా నావైపు అలాగే చూస్తూ వుండిపోయావు. అప్పుడే నువ్వు నాకు భలేగా నచ్చేసావు. అమాయకంగా... ప్రేమగా... భక్తిగా... అల్లరిగా... స్వచ్ఛంగా...

ఏమైపోయింది నామీది ఆ ప్రేమంతా? అంటే నామీద ప్రేమ తగ్గిపోయిందని కాదు. నేనంటే నిర్లక్ష్యం ఎక్కువైంది. అదే నా బాధ. ఎంత పట్టించుకోకపోయినా ఏమీ కాదెనే ధీమా ఒకవైపూ, నాకన్నా ముఖ్యమైన (?) అవసరాలు ఎక్కువ అవటం మరోవైపూ కారణాలనుకుంటాను. అవునా?

అవసరం అంటే గుర్తొచ్చింది. నీ ఇతర అవసరాల ప్రాముఖ్యతలో మునిగిపోయి మీ అమ్మగారినీ, నాన్ననీ ఎలా చూసుకుంటున్నావో నీకేమయినా తెలుస్తోందా? వాళ్ళదగ్గిర కూర్చుని ఆప్యాయంగా మాట్లాడి ఎంతకాలం అయిందో ఒక్కసారి ఆలోచించు. నీవు కూడా అలా వృద్ధుడివయ్యాక నీ పిల్లలు (నీ పిల్లలేమిటి నామొహం.. మన పిల్లలు) కూడా నీతో అలాగే వుంటే ఎలా వుంటుందో ఆలోచించు.

నిజంగానే అడుగుతున్నాను చెప్పు. ఆరోజులు బావున్నాయా - ఇప్పుడే బావుందా? సంపాదన కావాలి. కానీ దానితో పాటూ ఇంకా చాలా కావాలి కదా! ఆ 'చాలా'లో నేను కూడా వుండాలన్నదే నా చిన్ని ఆశ!

ఏమైపోయినవి ఆ రోజులన్నీ? స్కూలునుంచి రాగానే కుర్రవాడు, పుస్తకాల సంచి విసిరేసి తల్లి వడిలో తలదాచుకున్నట్టు రోజంతా ఎంత శ్రమించినా, రాత్రయ్యేసరికి నాకౌగిలిలో విశ్రాంతి తీరేవాడివి. ఇద్దరం కలిసి కలల్లోనే దిగంతాల అంచుల వరకూ పయనించేవారం. హిమాలయ పర్వతాగ్రాల నుంచి, గంగాతీరపు ఇసుక తిన్నెల వరకూ అన్నిటినీ ఇద్దరం సొంతం చేసుకునేవారం. సంక్రాంతి ముగ్గు, వసంతకోయిల పాట, శ్రావణమాసపు వర్షం చినుకూ, హేమంత సాయంత్రాలూ, గ్రీష్మపు వెన్నెల రాత్రులూ... సంజె కెంజాయి రంగు ఎరుపులో గోధూళి మిశ్రమంలా ఆ రోజుల్లో జీవితం ఒక అందమైన వర్ణచిత్రం. ఉదయపు భూపాలంనుంచి మధ్యాహ్నపు శివరంజని గుండా కళ్యాణిలోకి వెళ్ళేది రాత్రి.

అటువంటి జీవితాన్ని వదిలి, నానుంచి దూరంగా కదిలి - నిజం చెప్పు. సంతోషంగా వున్నావా? స్పష్టాస్పష్టమైన సంతృప్తాసంతృప్తుల మధ్య కదిలిపోతున్నావా? జీవితమనే సరుగుడు చెట్ల వెలుగునీడల మధ్య తప్పటడుగులు, తప్పటడుగులు.....

ఎలా వుండే వాళ్ళం మనం! చెట్టునీ, పుట్టనీ కలిసి ప్రేమించేవాళ్ళం. వర్షంలోనూ, మంచులోనూ 'కలిసి' తడిసేవాళ్ళం. మేఘమొస్తూంటే సంతోషించే వాళ్ళం. పూవు పూస్తూంటే సంబరించే వాళ్ళం. ప్రతి ఉదయం ఒక చిరునవ్వు సుప్రభాతం. ప్రతి ప్రత్యూషం ఒక ఆహ్లాదానికి తొలి ద్వారం.

ఒక్కసారి చుట్టూ చూడు. నీహారికా బిందుసందోహాలూ, నీలిమేఘాలూ నిన్ను అడిగినట్టు చెప్పమంటున్నాయి. నల్ల తామరలూ, పిల్ల తిమ్మెరలూ తమని మర్చిపోయినందుకు కోపగించుకుంటున్నాయి.

ప్రకృతిని ప్రేమించలేని మనిషి, ప్రపంచంలో ఇంకెవర్నీ ప్రేమించలేడని ఆమని అంటోంది. నాకూ నిజమే అనిపిస్తూంది. నువ్వు మారిపోతున్నావ్! నన్ను పోగొట్టుకుంటున్నావ్ సరే... నిన్ను కూడా నువ్వు పోగొట్టుకుంటున్నావు. అంతా రొటీన్.. రొటీన్... అది తెలుస్తోందా నీకు?

ప్రియతమా,

నాకు ఓర్పు ఎక్కువ. చాలా ఎక్కువ. నువ్వు నన్ను ఎంత కాదనుకున్నా, మర్చిపోయినా, నీ కోసం నేను చూస్తూనే వుంటాను. నేను నీ పట్ల ఎంత ప్రేమగా వుంటానో నువ్వు కూడా అలా వుంటే నాకు చాలు. నువ్వు నాదగ్గరకి రానవసరం లేదు. నాతో మాట్లాడనవసరంలేదు. కానీ కేవలం నా అవసరం వచ్చినప్పుడో, నీకు కష్టం కలిగినప్పుడో మాత్రమే నేను గుర్తురావటం, నీ ఆహ్లాద సమయంలో నన్ను మర్చిపోవటం మాత్రం బాధగా వుంటుంది.

అదిగో నువ్వు లేస్తున్నావు. ఈరోజైనా నన్ను తల్చుకుంటావా? నీనుంచి నాకేమీ అవసరంలేదు. నేనే నీకిస్తాను. హారతి వద్దు. అగరొత్తు కూడా వద్దు. తల్చుకో చాలు. నాతో ఈరోజయినా కాస్త మాట్లాడు. అయిదు నిముషాలు బ్రష్ చేసుకోవటానికీ, పదినిముషాలు శరీరం శుభ్రం చేసుకోవటానికీ వెచ్చించే నువ్వు, నన్ను (ఆత్మని) పరిశుభ్రం చేయటానికి ఎందుకు నిముషం కేటాయించవ్?

ఇట్లు,

నీలోని నేను

(భగవంతుడు)

చివరి మాట

ఒక ప్రసవవేదన పూర్తయింది. చాలాకాలం తరువాత ఇటువంటి సంతోషాన్ని అనుభవించాను. అప్పుడెప్పుడో 'అంతర్ముఖం' వ్రాస్తున్నప్పుడు ఇలాంటి ఆనంద ప్రదమైన వేదన కలిగింది. ఈ పుస్తకం మీకు నచ్చవచ్చు. నచ్చకపోవచ్చు. అక్కడక్కడ స్వోత్కర్ష కనిపించవచ్చు. లేదా ఇదీ నిజమే కదా అనిపించవచ్చు. ఈ పుస్తకంలో అక్కడక్కడ నా గత రచనల్లోని కొన్ని విషయాల్ని పునరుద్ఘాటించటం జరిగింది. అది కూడా కేవలం, వాటిని మరింతమందితో చదివించటానికే. అదే విధంగా మూడు ఇంగ్లీషు పుస్తకాల కథలు కూడా పరిచయం చేయటం జరిగింది. అది కూడా కేవలం ఆంగ్లం తెలియని వారికి, అందులోని మంచిని తెలియబర్చాలనే తపన మాత్రమే తప్ప, కాపీ కొట్టటం కాదు.

ఈ భగవద్గీతని నా పంథాలో వ్రాస్తూండగా, ఈ ఏడాదిన్నరలో నాలో మార్పుని నేనే గమనించాను. అయితే నేను సన్యాసిని కాను. కాలేను. కానీ భవబంధమూ, విచారమూ పోయినది. అక్కడలేని వ్యక్తి గురించి మాట్లాడటమూ, అవసరం లేనప్పుడు మాట్లాడటమూ పోయింది. సమస్య నవ్వు తెప్పిస్తున్నది. పిల్లలకు పాఠాలు చెప్పటంలో తృప్తి తెలుస్తున్నది. 'పాఠం' అనగానే నాకు మా తండ్రిగారు గుర్తొస్తారు. ఇంటిముందు అరుగులమీద కూర్చోబెట్టి వీధిలో కుర్రాళ్ళందరికీ ఉచితంగా పాఠాలు చెప్పటం, పెన్సిళ్ళూ, రబ్బర్లూ బహుమతులు ఇవ్వటం నుంచి, హాల్లో బిందె వికెట్టుగా బోర్లించి బంతితో వంటింట్లోని గిన్నెల్ని పడగొట్టి, మాతోపాటూ తనూ వాళ్ళావిడతో తిట్లు తినటం వరకూ గుర్తుంది. పిల్లలకి స్నేహితులుగా వుండే తండ్రులు చాలామంది వుండవచ్చు. గురువులా గంభీరంగా వుండే తండ్రులు కొందరు వుంగవచ్చు. స్నేహితుడయిన గురువులాటి తండ్రి దొరకటం అదృష్టం.

పద్మభూషణ్ వీరంద్ర హెగ్డే పేరు వినని వారు కర్ణాటకలో ఎవరూ వుండరు. బెంగుళూరు నడిబొడ్డులో రోజుకి లక్ష రూపాయలు అద్దె సంపాదించగల 'సత్రాన్ని' ఉచితంగా నిర్మించాడు. ధార్వాడలోని దంతాసుపత్రి ఆసియాలో కెల్లా పెద్దది. ఉచితం కూడా. ఆయన స్వస్థలమైన 'ధర్మస్థల'లో రోజూ పదివేల మందికి ఉచితంగా భోజనం పెట్టబడుతుంది. ఇలా చెప్పుకుంటూపోతే చాలా వున్నది. ఆయన్ని చూసి ఆయన బిరుదు గర్వపడుతుంది.

చాలా కాలం క్రితం ఆయన ధర్మస్థల దగ్గిర 'ఉజ్రే' అన్న వూరి కాలేజీలో ఉపన్యాసం ఇవ్వటానికి వెళ్ళాను. అక్కడ అనాథ పిల్లలకు ఆయన చదువుతోపాటు ఒక్కొక్కరికీ కొంత భూమి, ఒక గేదె ఇస్తారు. దాంట్లో కూరగాయలు పండిస్తూ, పాలు స్వయంగా పితికి మార్కెట్‌లో అమ్ముతూ, డబ్బు సంపాదిస్తూ చదువుకోవాలి. చాలాగొప్ప ప్రయోగం. చదువే కాదు. జీవిత పాఠం కూడా నేర్పే ప్రక్రియ. అక్కడ చదువుకుని ఎదిగిన పిల్లలకి ప్రస్తుతం మారుతీకారులు వున్నాయని అక్కడి వారు చెప్పినప్పుడు అందుకు నేను ఆశ్చర్యపోలేదు.

అప్పుడే నాకు 'సరస్వతీ పూజా పీఠం' ఆలోచన వచ్చింది. ప్రతి రోజూ వందమంది పిల్లల్ని కూర్చోబెట్టి, చదువుకన్నా మిన్న అయినదీ, జీవితంలో కావల్సిందీ అయిన జ్ఞానం గురించి, ఒక్క రోజుపాటు ఉచితంగా చెప్పాలన్న ఆలోచన అది. ఎంతవరకూ నెరవేరుతుందో చూడాలి. కేవలం చదువేకాదు. పిల్లలకి ప్రేమ, వినయం, జ్ఞానంపట్ల కుతూహలం కూడా నేర్పాలి. ఈ పుస్తకంలో చాలా మంచి కథలున్నాయి. రాత్రి పూట మీ పిల్లలకి వాటిని చెప్పండి. ఎంతో ఆర్ద్రత వున్న కథలు. ప్రేమ నిండిన హృదయాల కథలు. వీటినన్నిటినీ సేకరించటానికి చాలా కష్టపడవలసి వచ్చింది. 'అంశానికి' సరిపడా కథ వెతకాలి. పైగా సరీగ్గా పేజీ అంచుకి వచ్చేసరికి అది ముగియాలి. మరోలా చెప్పాలంటే అక్షరాలు లెఖ్ఖపెట్టుకుని వ్రాయాలి. మూడొందల పేజీలు ఆ విధంగా చెయ్యవలసి వచ్చింది.

పిల్లల ప్రసక్తి వచ్చింది కాబట్టి, మా సరస్వతీ పూజా పీఠానికి మీ పిల్లల్ని ఒక్కరోజు 'మీ స్కూలు ద్వారా' పంపండి. లేదా ఈ పుస్తకపు సారాంశాన్ని (ముఖ్యంగా చివరి అధ్యాయమైన 'జ్ఞానం' అనే ప్రకరణాన్ని) వారితో చదివించండి.

అక్కడి సరస్వతీదేవి గుడి ప్రాంగణంలో పిల్లల అక్షరాభ్యాసాన్ని ప్రారంభించండి.

విరాళాలు ఏమీ లేకుండా, ఇంత ఖర్చు పెట్టి ఒక పీఠాన్ని నిర్మించవలసిన అవసరం ఏముందని దగ్గరవారు కొందరు ప్రశ్నించారు. మొన్న ఒకసారి అనంతపురంలో ఒక మీటింగ్ కోసం వెళ్ళినప్పుడు, ఎంత పనుల వత్తిడివున్నా, సాయిబాబా స్కూల్‌కి వెళ్ళాలని పట్టుబట్టాను. చిన్నప్పుడు అది నేను చదివిన స్కూలు. ఆరోజు ఆదివారం అవటంతో నిర్మానుష్యంగా వుంది. క్లాసుగదిలో ఖాళీ బల్లల మధ్య నిలబడితే, అదొక చిత్రమైన అనుభూతి. అక్కడే నేను ఏడో తరగతి చదివాను. దాదాపు నలభై సంవత్సరాలు గడిచినా, ఒక సజీవస్మృతి మిగిలిపోయింది. ఆ స్మృతి పేరు 'శర్మ మాస్టారు'. మరోలా చెప్పాలంటే లెక్కలశర్మగారు. ఆయనే నాకు లెక్కల్లో ప్రావీణ్యమూ, ఉత్సాహమూ కలిగించింది. ఆయన శిక్షణలోనే సాధారణ ఉన్నతస్థాయి నుంచి నూటికి నూరు మార్కుల స్థాయికి చేరుకోగలిగాను. ఆడుతూపాడుతూ ఛార్టెర్డ్ అకౌంటెన్సీ పాసవగలిగానంటే, అది ఆయన వల్లనే! ప్రతి విద్యార్థి వెనుకా అలాంటి టీచర్లు ఒకరిద్దరుంటారేమో కదా.

'వెన్నెల్లో ఆడపిల్ల' నవలలో వ్రాసాను. 'భౌతికంగా మరణించినా, నీ స్మృతి మరణించదు నేస్తం. కాలిపోయినది శరీరమే అయినా, వెదురుపొదని చేరిన బూడిదచాలు – దాన్నుంచి ఒక మురళి తయారయి, నీ జ్ఞాపకాన్ని నా ఎద పాటగా రవళించటానికి...' అని.

శర్మగారు లేరు. ఆయన జ్ఞాపకం వుంది. నలభై సంవత్సరాల తరువాత కూడా, వృద్ధుడవుతోన్న ఒకప్పటి విద్యార్థి ఆ స్మృతి పుటల్లోకి స్వయంగా వెళ్ళి గుర్తు తెచ్చుకోవటం కన్నా ఒక మాస్టారికి కావల్సింది ఏముంది?

మరో నలభై సంవత్సరాలు గడుస్తాయి. నేను వుండను. అమెరికా నుంచి ఇండియా వచ్చి, సొంతవూరు వెళ్తున్న ఒక యువకుడు, కారు 'స్లో' చేసి భార్యాబిడ్డలకు 'ఇదిగో. ఇక్కడే, నేను. చదువంటే ఒక కష్టంకాదనీ, అదొక ఇష్టమనీ చిన్నప్పుడు తెలుసుకున్నది' అని చెప్పగలిగితే, అంతకన్నా ఒక జీవితానికి పరమార్థం ఏమున్నది? చివరకు మిగిలేది జీవితం కాదు. జీవితపు పరిమళం. అందుకే ఒక ఆశ్రమం. ఒక చెరువు. ఒక గుడి. నేను. అంతా నా పుస్తకాల్లోలాగే...

చివరగా -

తొమ్మిది నెలలు మోసిన తల్లి, తన బిడ్డ ఎలా వున్నాడో పదిమందీ గమనిస్తే సంతోషిస్తుంది. సలహా చెప్తే పెంపకం సరిదిద్దుకుంటుంది. అటువంటిది - పద్దెనిమిది నెలలపాటు ఒక అలౌకికమైన స్థితిలోకి వెళ్ళి వ్రాసిన ఈ తనయ గురించి మీరే మనుకుంటున్నారో తెలుసుకోవటంలో తప్పు లదనుకుంటున్నాను. మీ అభినందన అయినా, విమర్శ అయినా సరే, మీ అభిప్రాయం వ్రాస్తే సంతోషిస్తాను లేదా హాట్ మెయిల్‌లో పంపినా సరే.

*   *   *

కృష్ణుడు చెప్పిన ఒక శ్లోకంతో ఈ పుస్తకాన్ని ముగిస్తాను :

ఇతి తే జ్ఞాన మాఖ్యాతం గుహ్యాద్గుహ్యతరం మయా

విమృశ్యైత దశేషేణ యథేచ్ఛసి తథాకురు.

అన్ని రహస్యములకంటెను పరమ రహస్యమైన గీతా జ్ఞానమును నీకు చెప్పితిని. దీనినంతనూ బాగుగా ఆలోచించిన తదుపరి నీకేది ఇష్టమో **(యథేచ్ఛసి తథా కురు)** ఆ విధముగా చేయుము : శ్రీకృష్ణ ఉవాచ.

శాంతిః   శాంతిః   శాంతిః